'ब्रिटिश राजकीय इतिहास आणि भारतातील विपुल संदर्भ स्रोतांचे संशोधन या विषयांत हातोटी असलेल्या टेलर यांनी लिंग आणि वंश, राजेशाहीवाद व राष्ट्रवाद, परंपरागत संस्कृतीचे ओझे आणि त्याची देवाणघेवाण यांवर एक ताजा दृष्टिकोन सादर केला आहे. हे पुस्तक व्हिक्टोरिया आणि तिने ज्या भारतावर राज्य केले, या दोहोंवरील गहन माहितीने भरलेले आहे.'

– **माया जासनॉफ**, लेखिका, एज ऑफ एम्पायर

'एक अत्यंत विद्वत्तापूर्ण, आश्चर्यकारकरीत्या सुस्पष्ट आणि सखोल संशोधन असलेले हे पुस्तक भारतीय आणि युरोपीय, दोन्हींवरील आकर्षक, मोहवून टाकणाऱ्या स्रोतांवर आधारित आहे. राणी व्हिक्टोरियाची उपखंडांबद्दलची स्वतःची भूमिका आणि राजकीय व धार्मिक कल्पनांचे पुन्हा विश्लेषण करण्याची गरज भासवून देणारे हे पुस्तक आहे, ज्यात, तिच्याकडे आणि सर्वसामान्यपणे राजेशाहीकडे कसे पाहिले गेले, ती इतरांना किती कळली, तिला कसे कल्पिले गेले आणि पहिल्या महायुद्धाच्या पूर्वीच्या काळात तिच्या विविध स्तरांतून आलेल्या भारतीय 'प्रजेने' तिचा कसा वापर केला, याकडे लक्ष देण्याची आवश्यकता असल्याचे हे पुस्तक सांगते.'

– **लिंडा कॉले**, लेखिका, ब्रिटोन्स

'सौंदर्यपूर्ण, सूक्ष्म अभ्यासपूर्ण लिखाणाने रचलेले हे पुस्तक, राणी व्हिक्टोरियाची भारताची सम्राज्ञी म्हणून असलेली सांस्कृतिक, राजकीय आणि मुत्सद्देगिरीची भूमिका आणि त्याचा शहरांवरील आणि वसाहतींवरील समृद्ध आणि वैविध्यपूर्ण प्रभाव याचा टीकात्मक इतिहास प्रस्तुत करते. ज्यांना साम्राज्य आणि त्याचे वारस यांच्याबद्दल बारकाईने वाचन करण्यात रुची आहे त्यांच्यासाठी हे एक महत्त्वपूर्ण काम आहे.'

– ट्रायस्ट्रम हंट,
व्हिक्टोरिया आणि अल्बर्ट संग्रहालयाचे संचालक

'एम्प्रेसमध्ये माइल्स टेलर यांनी विस्मरणात गेलेले राणी व्हिक्टोरियाचे ब्रिटिश शासित भारताच्या इतिहासातील महत्त्व पुन्हा अधोरेखित केले आहे. त्यांनी दाखवून दिले आहे की, राणीचा भारतासाठी आणि भारतीय रियासतींच्या संस्थान प्रमुखांसाठी असलेला उत्साह, शाही राजसत्तेच्या सत्ताकारणाचा उदय आणि दातृत्वाचे प्रतीक म्हणून साजरा केला गेला आणि तिला नागरी व राजकीय अधिकारांच्या शोधाची जननी म्हणून गौरवले गेले. साम्राज्याच्या अत्यंत बारकाईने रेखाटलेल्या समृद्ध विरोधाभासाचे हे चित्र आहे.'

– कॅथरिन हॉल,
लेखिका, सिव्हिलायजिंग सब्जेक्टस

राणी व्हिक्टोरियाच्या राजेशाहीतील एक महत्त्वाचे स्थान असलेल्या भारताचा अत्यंत रोचक आणि अधिकृत दस्तावेज...सौंदर्यपूर्ण लिखाण आणि सूक्ष्मतेने रचलेला.

– ट्रायस्ट्रम हंट

आपल्या स्नेहीजनांना पुस्तके भेट द्या

'Empress : Queen Victoria and India' या इंग्रजी पुस्तकाचा अनुवाद

सम्राज्ञी

महाराणी व्हिक्टोरिया आणि भारत

माइल्स टेलर

अनुवाद
वर्षा वेलणकर

मेहता पब्लिशिंग हाऊस

Please contact us at **Mehta Publishing House,** Pune.
✆ +91 020-24476924 / 24460313 / Mob. No. 9545000513
Email : production@mehtapublishinghouse.com
Website : www.mehtapublishinghouse.com

- *या पुस्तकातील लेखकाची मते, घटना, वर्णने ही त्या लेखकाची असून, त्याच्याशी प्रकाशक सहमत असतीलच असे नाही.*

EMPRESS : QUEEN VICTORIA AND INDIA by MILES TAYLOR
First Published in Marathi by Mehta Publishing House

Translated into Marathi Language by Varsha Welankar

सम्राज्ञी : महाराणी व्हिक्टोरिया आणि भारत । इतिहासपर

अनुवाद : वर्षा वेलणकर

Email : author@mehtapublishinghouse.com

मराठी अनुवादाचे व प्रकाशनाचे हक्क मेहता पब्लिशिंग हाऊस, पुणे.

प्रकाशक : सुनील अनिल मेहता, मेहता पब्लिशिंग हाऊस,
१९४१, सदाशिव पेठ, माडीवाले कॉलनी, पुणे - ३०.

मुद्रक : ट्रिनिटी ॲकॅडमी फॉर कॉर्पोरेट ट्रेनिंग लिमिटेड, सर्व्हे नं. २६/५,
नऱ्हे इंडस्ट्रिअल एरिया, झील कॉलेज रोड, नऱ्हे, पुणे - ४१.

मुखपृष्ठ : मेहता पब्लिशिंग हाऊस

प्रथमावृत्ती : जानेवारी, २०२२

किंमत : ₹ ६५०

P Book ISBN 9789392482434
E Book ISBN 9789392482441
E Books available on : amazonkindle Apple Books Google Play Books

---

शालिनीकरिता

प्रस्तावना

‘सम्राज्ञी’ या उपाधीने आपल्याला भारतीय ओळखतात अथवा नाही, हे जाणून घेण्यासाठी राणी व्हिक्टोरियाने, १८७६ मध्ये ती भारताची सम्राज्ञी घोषित होण्यापूर्वी, आपल्या दरबारातील लोकांना माहिती काढायला सांगितले होते. भारतीय प्रजा आपल्याला या उपाधीनेच ओळखते, असे तिला वाटत होते. काही प्रसंगी उदाहरणार्थ, जून १८७२ मध्ये तर तिने स्वतःच या उपाधीचा वापर केला होता. बर्मा येथून आलेल्या तीन राजदूतांना दरबारात हजर केल्यावर, ते राणीपुढे लोटांगण घालणार नाहीत, असे जेव्हा तिला सांगण्यात आले, तेव्हा तिने घोषणाच केली, ‘भारताची सम्राज्ञी या नात्याने मी असे करण्यासंदर्भात आग्रही आहे’. पुढल्याच वर्षी तिने पुरोगामी सरकारला विचारणा केली, ‘*हर मॅजेस्टी*साठी सतत वापरण्यात येणारी ही जी सम्राज्ञी उपाधी आहे, ती आजवर सरकार दरबारी स्वीकृत का करण्यात आली नाही?’ या वेळी भारताचे राज्य सचिव असलेले आरगीलचे ड्यूक यांनी सुचविले की, ईस्ट इंडिया कंपनीच्या अखत्यारीत असलेल्या भारताचे जेव्हा राजघराण्याकडे हस्तांतरण करण्यात आले, त्या १८५८च्या जाहीरनाम्याच्या मजकुरात या उपाधीचा उल्लेख करण्यात आला आहे. मग तज्ज्ञांनी या जाहीरनाम्याचा हरतऱ्हेने अभ्यास केला. पर्शियन, उर्दू, हिंदी यांपासून ते अगदी गुजराती, मल्याळम आणि तामिळमध्ये, ज्या ज्या प्रादेशिक भाषेत तो होता. वाचन करण्यात आले; पण सर्व फोल ठरले. जाहीरनाम्याच्या कुठल्याही प्रतीत ‘सम्राज्ञी’ हा शब्दच वापरला गेला नव्हता.[१] तेव्हा १८७६ मध्ये पुन्हा एकदा शोधमोहिमेला सुरुवात करण्यात आली. ब्रिटिश साम्राज्याच्या अखत्यारीतील विविध वसाहतींचे राज्य सचिव लॉर्ड कॅरनरवोन यांना मात्र खात्री होती की, या उपाधीचा वापर ऑस्ट्रेलियात केला जात होता. राणीचे स्थानिक चर्चमन म्हणजेच विंडसरचे कुलपती यांनीही याला काही ऐतिहासिक पुष्टी जोडली आणि ॲथेलस्टन याने राजमुकुट परिधान केला होता, असा ऐतिहासिक

पुरावा त्यांनी सादर केला. एका शाळकरी मुलीने लिहिले की, तिच्या भूगोलाच्या पाठ्यपुस्तकानुसार राणी या खरोखरच 'भारताच्या सम्राज्ञी' आहेत. एक अर्धामुर्धा सरकारी पुरावादेखील सापडला. भारतीय कार्यालयाने काबूलच्या आमिरला धाडलेली एक तार शोधून काढली, ज्यामध्ये राणीचा उल्लेख 'भारताची सम्राज्ञी' असा केला होता.[२] पण कुठलाही बदल घडवून आणण्यासाठी हे सारे काही अपुरे आणि कालसापेक्ष होते. शेवटी बेंजामिन डिसरेली सरकारने राजाचे नामाभिमान कायद्याच्या मसुद्याला मंजुरी दिली. ब्रिटिश इतिहासातील ही पहिली आणि एकमेव घटना होती जेव्हा एखाद्या राज्यकर्त्या राणीला सम्राज्ञीपदही देण्यात आले.

तिच्या या उपाधीसंदर्भात राणी व्हिक्टोरियाच्या मंत्र्यांचा थोड्या काळाकरिता स्मृतिभ्रंश झाला असण्याची शक्यता आहे. तिच्या राज्यकाळाचा इतिहास लिहिण्याची वेळ आली, तोपर्यंत तर त्यांना पूर्ण विस्मरण झाल्याची परिस्थिती आली होती. ब्रिटिश राजेशाही व भारत या संदर्भात कधीच कुठलाच सखोल अभ्यास करण्यात आला नाही. अधिकृतपणे १८५८पासून म्हणजेच ईस्ट इंडिया कंपनीकडून भारताला राजघराण्याकडे सोपविण्यात आले, तेव्हापासून आणि १८७६ च्या पारित कायद्यानुसार, राणी व्हिक्टोरियाने तिला मिळालेल्या सम्राज्ञीपदाच्या उपाधीसह ब्रिटिश राज आणि भारत यांचे एक जिवंत समीकरणच प्रस्थापित केले आणि जवळपास अर्धेशतक हे समीकरण श्वास घेत होते. १९०१ मध्ये राणीचा मृत्यू झाल्यानंतर तिचा पुत्र (सातवा एडवर्ड), नातू (जॉर्ज पंचम) आणि दोन पणतू (आठवा एडवर्ड व सहावा जॉर्ज) हेदेखील यथावकाश भारताचे सम्राट म्हणून ओळखले गेले. तिचा आणखी एक पणतू - लुई माउंटबॅटन हाही भारताचा शेवटचा व्हाइसरॉय होता. भारतातील ब्रिटिश राज संपुष्टात येईपर्यंत, म्हणजे १९४७ पर्यंत तो तिथे होता. ब्रिटिश राजघराणे आणि भारत यांच्यातील हे दीर्घकालीन संबंध मात्र एका संपूर्ण विश्लेषणापासून वंचित राहिले. राणीची सत्ता संपुष्टात येत असताना, भारत आणि ब्रिटन या दोन्ही देशांत राणी व्हिक्टोरियाच्या सत्ताकाळाला ऐतिहासिक दृष्टिकोनातून आलेखित करण्याचा प्रयत्न झाला नाही; पण स्वतः राणीने या घटनाक्रमाच्या नोंदणीला फारसे महत्त्व दिले नाही.[३] भारताला सत्ता हस्तांतरित करण्याच्या शक्यतेमुळे कालांतराने ब्रिटिश राजघराण्याच्या भारतातील स्थितीसंदर्भात काही घटनात्मक इतिहासाची निर्मिती झाली. भारतातील 'ब्रिटिश राज' ही लिखित नोंद आपले अस्तित्व गमावत होती. मात्र, हे जे कागदी घोडे होते, ते दीर्घकाळ प्रचलनात असल्यामुळे सर्वमान्य होते आणि पुरेसे सुस्पष्टही होते. शिवाय राजा काय किंवा राजघराणे काय, याची फारशी दखल घेण्याची त्यांना गरजही भासत नव्हती.[४] महत्त्वाचा होता तो राजमुकुट; त्याचा धारणकर्ता नाही.

जेव्हा ब्रिटनने राजेशाहीपासून फारकत घेतली, तेव्हापासून आधुनिक भारताची

कथा आणि त्यातील राजघराण्याची महत्त्वपूर्ण भूमिका कथन करण्यासंदर्भातील राजकीय इच्छाशक्तीचा नूर हळूहळू पालटत गेला. वसाहतवादानंतरच्या काळातील क्षोभ, लज्जास्पद घटना आणि मतभेद यांमुळे हा घटनाक्रम कायमच थंड्या बासनात राहिला. वर्तमानातील लोकशाहीचा अभिमान बाळगताना भारत आणि पाकिस्तान हे दोन्ही देश वसाहतवादाच्या भूतकाळाच्या आठवणींसंदर्भात कायमच संवेदनशील राहिले आहेत. काही वादातीत दौलत - जसे की कोहिनूर हिरा, जो वर्तमानात टॉवर ऑफ लंडन येथील मुकुटाची शान आहे किंवा १९१९ मधील अमृतसरच्या जालियनवाला बाग येथील हत्याकांड या गोष्टी आजही परराष्ट्रविषयक चकमकींमध्ये आपले अस्तित्व राखून आहेत. राजघराण्याच्या भारतातील प्रतीकांचे नव्याने नामकरण करण्यात आले आहे. उदाहरणार्थ, मुंबईतील मुख्य रेल्वे स्थानक असलेले व्हिक्टोरिया टर्मिनस (१८८७) याचे नाव बदलून आता छत्रपती शिवाजी टर्मिनस (१९९६) असे करण्यात आले आहे. काही प्रतीके काढून टाकून त्या ठिकाणी नवीन प्रतीकांची स्थापना करण्यात आली आहे. जसे उदयपूरमध्ये एका चौथऱ्यावर अनेक वर्षे आरूढ असलेला महाराणी-सम्राज्ञीचा पुतळा हटवून तेथे मोहनदास गांधी यांचा पुतळा बसवण्यात आला आहे.[५] महत्त्वाच्या सार्वजनिक ठिकाणी असलेल्या राजेशाहीचे प्रतीक असलेल्या अनेक चिन्हांची सरसकट गच्छंती केली गेली. आधुनिक भारतात देशाचा भूतकाळ म्हणजे ब्रिटिश साम्राज्यशाही असे नाव असलेला परकीय देश. त्याच्या प्रतीकांचे आता स्वागत होत नाही. ही प्रतीके लोकांवर मिळवलेल्या विजयासंदर्भात भाष्य करतात, त्यांच्या संमतीबद्दल नाही.

तरीही १९०१ मध्ये राणी व्हिक्टोरियाच्या मृत्यूनंतर भारतात तिच्या अमीट आणि निर्विवाद अशा पाऊलखुणा सर्वत्र विखुरल्या होत्या. तिचे छोटे-मोठे पुतळे सर्वत्र होते. अगदी पहिला पुतळा १८७२ मध्ये मुंबईत उभारण्यात आला तो आणि अगदी शेवटचा अयोध्येत १९०८ मध्ये स्थापन करण्यात आला अशी त्यांची शृंखला होती. कलकत्ता येथे तेव्हा आणि अगदी आताही व्हिक्टोरिया मेमोरिअल हॉल आहे, जो लॉर्ड कर्झनने भारताच्या या सम्राज्ञीची मर्जी राखण्यासाठी तिच्या स्मृतिप्रीत्यर्थ बांधला होता.[६] तिच्या मृत्यूनंतर गॅझेटच्या आणि इतर जागांच्या सर्वेक्षणांच्या याद्यांमध्ये शेकडो सार्वजनिक इमारती - जसे रुग्णालये, शाळा, महाविद्यालये, घड्याळ लावलेले मनोरे, तलाव, उद्याने, वाचनालये व कारखाने हे सारे अंतर्भूत होते जे सार्वजनिक वर्गणीतून राणीच्या सन्मानार्थ उभारले गेले होते.[७] कार्यालयीन एकनिष्ठेच्या प्रदर्शनासाठीची एक कृती असा या साऱ्यांचा अर्थ काढला जाण्याची शक्यता आहे. परदेशी राज्यकर्ते अशा स्मारकांच्या माध्यमातून श्रद्धास्थानांच्या निर्मितीला कायम प्रोत्साहन देत आले आहेत. यांपैकी फक्त व्हिक्टोरिया मेमोरिअल हॉल हा एक शासकीय प्रकल्प ठरला, ज्यासाठी अगदी ऐच्छिक देणग्या स्वीकारण्यात

आल्या. इतर ठिकाणी राणीच्या सार्वजनिक प्रतिमा निर्मितीचे काम हे स्थानिक संस्थांमार्फत केलेल्या कामाचे फलित होते. यातील बरेच काम हे राजाश्रयातून निर्माण झाले होते; पण सामान्य आणि छोट्याछोट्या अशा अनेक प्रकल्पांची उदाहरणे पाहायला मिळतात, ज्यांना समाजाच्या विविध श्रेणींतून जनाश्रय लाभला होता.

एकोणिसाव्या शतकातील भारतासाठी राणी व्हिक्टोरिया ही एक अद्‌भुत, अपरिवर्तनीय आणि अतुलनीय उदाहरण ठरली होती. साधारण १८५८ ते १९०१ या काळात राणी व्हिक्टोरियाच्या आणि तिच्या कुटुंबीयांच्या संदर्भात कमीतकमी २०० चरित्रे, कवितासंग्रह आणि स्तुतीपर लेख प्रकाशित झाले होते.[८] यात भर म्हणजे, राणीच्या स्वतःच्या *'लीव्हज फ्रॉम द जर्नल ऑफ अवर लाइफ इन द हायलॅन्ड्स'* या रोजनिशीचे अनेक भारतीय भाषांमध्ये अनुवादही प्रकाशित केले गेले. राणी व्हिक्टोरियाचा भारतातील शासन काळ आणि प्रादेशिक भाषेतील छपाई संस्कृतीची भरभराट यांची एकच गाठ पडली आणि सुधारित छपाईचे तंत्रज्ञान, सुधारित संवाद आणि साक्षरतेच्या वाढलेल्या प्रमाणामुळे सार्वजनिक वाचन संस्कृतीदेखील वृद्धिंगत झाली.[९] जसजसे माहितीचे साम्राज्य वाढत गेले, तसतसे त्याने शिक्षणाच्या व करमणुकीच्या साम्राज्याचीही वाट मोकळी केली आणि त्याचा पाया मजबूत केला; पण ब्रिटिश शासित भारतीय सरकारची या सगळ्यावर करडी नजर होती. प्रकाशन व्यवसायावर आणि स्थानिक वर्तमानपत्रांवर ते देखरेख करत होते; पण या सर्व प्रक्रियेत सामान्य जनतेसंदर्भातील एक समृद्ध असा साहित्याचा ठेवा अस्तित्वात आला.[१०] चरित्रे आणि इतिहास हे दोन विषय अतिशय लोकप्रिय होते आणि याच शैलीत किंवा प्रकारात राणी व्हिक्टोरियाने भरपूर लक्ष वेधून घेतले. तिच्यावरील साहित्य अनेकदा तिच्या चित्रांसह प्रकाशित होऊ लागले. कवितांमध्ये आणि गाण्यांमध्ये तिची प्रशंसा ओसंडून वाहत होती; विशेषतः बंगाली भाषेत सौरिन्द्रो मोहन टागोर हे राणीच्या आणि तिच्या परिवारासंदर्भात रचलेल्या विख्यात काव्याचे एकमेव उद्‌गाते होते. उर्दू शायरांच्या गझलांमध्येही राणी व्हिक्टोरियाची वर्णी लागली होती. विशेषतः १८५७ नंतर ज्यांची दिल्लीच्या सम्राटाने दरबारातून उचलबांगडी केली होती आणि जे कालांतराने जम्मू, लाहोर आणि रामपूर यांसारख्या ठिकाणी आश्रयास आले होते, त्यांनी राजाश्रयाने आणि अनेक प्रसंगी स्वतंत्र रूपानेही अशा गझलांची रचना केली होती.[११] यातील अनेक कवी आणि लेखक, ज्यांनी राणीवर रचना लिहून आपल्या लेखन प्रवासाची सुरुवात केली, त्यांना आज भारतीय वसाहतीच्या काळातील साहित्यिक पुनरुज्जीवनाच्या प्रक्रियेतील सन्माननीय व्यक्ती म्हणून ओळखले जाते. त्यांच्यामुळे एकोणिसाव्या शतकाच्या उत्तरार्धात आणि विसाव्या शतकात राजकीय राष्ट्रवादाचा मार्ग मोकळा झाला, असेही मानले

जाते.[१२] तिच्या शासन काळात राष्ट्रभक्तीपर काव्यात्मकता आणि एकनिष्ठता यांच्यात फारसा विरोधाभास नव्हता, जो कदाचित असण्याची शक्यता होती.

भारतीयांसाठी राणी एक लक्षवेधी व्यक्ती होती. भारतीय राजांकडून आणि राजघराण्यांकडून ब्रिटिश दरबारात राणीप्रति निष्ठा आणि सन्मान दर्शवणाऱ्या प्रतीकांचा भडिमार होत असे. त्यांच्या या दानशूरतेमुळेच लंडनच्या हाइड पार्क येथील क्रिस्टल पॅलेसमधील १८५१चे सुप्रसिद्ध प्रदर्शन यशस्वी ठरले आणि त्यांच्याच साहाय्याने व्हिक्टोरियाच्या शासनकाळाच्या उत्तरार्धात दोन अत्यंत महत्त्वाच्या संस्थांची निर्मिती झाली. त्या म्हणजे, केसिंग्टन येथील इंपीरियल आणि कलोनिअल इन्स्टिट्यूट आणि ऑक्सफर्ड येथील इंडियन इन्स्टिट्यूट. राणीची मर्जी राखण्यासाठी तिच्याप्रति असलेली निष्ठा प्रकट करणाऱ्या गोष्टींमध्ये तिला उद्देशून केलेली भाषणे, भेटवस्तू आणि स्मारके यांचा समावेश होता. काही विशिष्ट औपचारिक प्रसंगांचे निमित्त साधून या निष्ठेचे प्रदर्शन व्हायचे; ज्यात तिचा राज्याभिषेक, १८५८ मध्ये तिला सुपूर्द केलेली सत्ता आणि १८८७ व १८९७ मधील तिच्या राजसत्तेच्या सुवर्ण व हीरक महोत्सवी वाटचाली इत्यादींचा समावेश होताच. मात्र, राज परिवारात कुठलाही समारंभ किंवा कुठली दुःखद घटना घडली असेल, तरीही वर नमूद केलेल्या कृतीची पुनरावृत्ती निष्ठा प्रदर्शन म्हणून केली जात असे.[१३] ब्रिटिश राजघराण्याशी घसट वाढवण्यासाठी भारतीय संस्थानिकांकडून हे सर्व प्रकार केले जात असतानाच १८६० नंतरच्या काळात साहित्यिक वर्तुळे, शाळा आणि महाविद्यालये, उद्योग आणि नगर संस्था, तसेच सभा आणि अंजुमन संस्था यांच्या बुजबुजाटामुळे भारताच्या विविध स्तरांतून अशा स्मारकांची आणि भेटवस्तूंची रेलचेल वाढतच गेली. खरे तर, या भारतीय निष्ठादर्शक आणि स्मारकनिर्मात्यांच्या कृतीमध्ये इतके सातत्य निर्माण झाले की, ब्रिटिशांच्या भारतातील सरकारने राणीशी होणाऱ्या थेट संवादासंदर्भातील नियमांमध्ये वारंवार बदल करून हा सगळा राबता नियंत्रणात ठेवण्याचा प्रयत्न केला. भारतीय निष्ठेचा हा प्रवाह सतत वाहता ठेवण्याऐवजी आता काही वेळा त्याला बांध घालण्याची गरज निर्माण झाली.

निष्ठावादाची ही जी काही संस्कृती होती, तिचे काही स्पष्टीकरण देणे किंवा त्याचा काही अर्थ काढणे यापेक्षा त्याचे मोजमाप सहज शक्य होते. मात्र, एवढे निर्विवादपणे सत्य की, राणी व्हिक्टोरियाच्या भारतात राजेशाहीची वीण घट्ट करण्यात ब्रिटिशांच्या अखत्यारीतील सर्व वसाहतींनी मोठी भूमिका निभावली. जगभरातील विविध देशांमध्ये सम्राटांचा जो एक संप्रदाय निर्माण झाला होता, ज्यात विशेषतः झारचा रशिया, लुई नेपोलियनचा फ्रान्स, १८६८ नंतर मेइजीचा जपान, आणि फ्रँक जोसेफ यांचे ऑस्ट्रिया-हंगेरी यांचा समावेश होता.[१४] तरीही, भारताच्या भूमीवर ब्रिटिशांचे साम्राज्य नेहमीच हळुवारपणे विस्तारत होते. अगदी १,०००

पेक्षाही कमी अधिकारी आणि साधारण १६०,००० इतक्या वस्तीस आलेल्या युरोपीय लोकांकडून सुमारे २५ कोटी भारतीयांना धाक दाखवून अगदी विनातक्रार राणीचे गुणगान करायला बाध्य करणे कसे शक्य होते? त्यामुळे भारतीयांच्या या निष्ठेचे अधिक बारकाईने स्पष्टीकरण देणे गरजेचे आहे. भारतीयांचा राणीप्रति जो पराकोटीचा आदरभाव होता, त्याच्याकडे 'उद्दिष्टवादी' किंवा सहकार्याच्या वृत्तीने केलेली कृती म्हणून पाहता येईल, ज्यातून वसाहतींवर सत्ता गाजवणाऱ्यांकडून काही सवलती मिळवता येतील यासाठीचे हे एक माध्यम होते, असाही याचा एक अर्थ काढता येऊ शकतो.[१५] यात फायदाही अनुस्यूत होताच; विशेषतः भारतीय समाजाच्या काही विशिष्ट गटांचे जसे की, भारतीय संस्थाने आणि त्यांचे राजे, मुंबई, कलकत्ता आणि मद्रास येथील व्यापारीवर्ग आणि बंगालचे जमीनदार यांचे परीक्षण केले जाते, तेव्हा हे सारे वर्ग राणीच्या राज्यकाळातील राजघराण्याचे गुणगान करणारे सगळ्यात प्रमुख प्रशंसक होते; पण राणीची लोकप्रियता मात्र अशा संस्थानांच्या आणि राजघराण्यांच्या परिघाबाहेर जगणाऱ्या भारतीयांमध्येही व्यवस्थित पसरलेली होती.

याव्यतिरिक्तही अनेक स्पष्टीकरणे आपल्यापुढे येतात. भारतीय निष्ठावाद, विशेषतः जो १८८५ मध्ये स्थापन झालेल्या भारतीय राष्ट्रीय कॉंग्रेसच्या सुरुवातीच्या काळातील प्रभावी भाषणांमधून पसरत गेला होता, तो एक गांधीपूर्व काळातील बुद्धिवाद्यांच्या आणि कार्यकर्त्यांच्या पिढीतील मवाळ दृष्टिकोन म्हणून नाकारला गेला. त्यांच्या सामाजिक विचारसरणातील पारंपरिकतेमुळे आणि प्रतिगामित्वामुळे कुठल्याही राजकीय बदलाची मागणी करताना ते अतिशय सावध होते. युरोपीय उदारमतवादावरील त्यांची श्रद्धा हे त्यांच्या वसाहत बंदिवासाचे द्योतक होते. वैयक्तिक स्तरावर पितृसत्ताकत्व आणि सार्वजनिक स्तरावर साम्राज्यशाहीबद्दलचा अभिमान हे दोन्ही हातांत हात घालून होते.[१६] त्यामुळेच राणी व्हिक्टोरियाच्या सत्ताकाळातील भारतीयांचा राष्ट्रवाद हा अपरिहार्यपणे मवाळ आणि धर्मपरायणवादी वृत्तीचा म्हणूनच जोखला जातो. गांधींच्या उदयापूर्वी भारताकडे असे या दृष्टिकोनातून पाहताना मात्र नंतरच्या भारतीय देशभक्तांच्या आणि क्रांतिकारकांच्या पिढीने कुठल्याही तडजोडीशिवाय ब्रिटिश सत्तेला जो विरोध केला, त्याने किती मोठा पल्ला गाठला हे प्रकर्षाने लक्षात येते; पण गांधी जेव्हा दक्षिण आफ्रिकेत एक वकील आणि नॅटलच्या ब्रिटिश वसाहतीत एका वर्तमानपत्राचे संपादक होते, तेव्हा ब्रिटिश राजेशाहीचे समर्थन करण्यात आणि त्याच्याप्रति निष्ठा राखण्यात ते मागे नव्हते.[१७] एकोणिसाव्या शतकातील भारतीय राष्ट्रवादासंदर्भात किंवा राष्ट्रभक्तीसंदर्भात बोलायचे झाले तर राणी व्हिक्टोरियासाठीची निष्ठा, ही त्या राष्ट्रवादाच्या रचनेत अगदी सहज संमीलित करण्यात आलेली बाब नव्हती आणि ती प्रासंगिकही नव्हती. ती त्या

राष्ट्रवादाच्या केंद्रस्थानी होती. ही बाब भारतीय निष्ठावादाच्या संभावित अर्थांकडे अंगुलीनिर्देश करणारी आहे. स्वर्गीय ख्रिस्तोफर बायलाय यांनी केलेले एक विधान असे आहे की, १८५८ नंतर भारतातील ब्रिटिश राजसत्ता संस्थापनेने भारतीय स्थानिक राष्ट्रभक्तीची जी पुरातन रूपरेषा होती, तिला पारंपरिक कल्पना म्हणजे 'उत्तम मार्गदर्शक', सदाचारी सत्ता आणि धर्म म्हणून मान्यता दिली, ज्यामुळे अधिकारांच्या विरोधात वातावरण निर्माण झाले. अशा पद्धतीने, ब्रिटिश सत्तेविरोधात वातावरण निर्माण झाले ज्यासाठी बायलाय यांनी 'निष्ठेचा कोष' अशी संज्ञा वापरली आहे.(१८) त्याचप्रमाणे, अलीकडच्या एका इतिहासलेखनातील विश्लेषण असेही सुचवते की, राजसत्तेने 'साम्राज्यिक किंवा विशिष्ट नागरिकत्व' निर्माण होण्यासाठी इथे संधी उपलब्ध करून दिली, ज्यातून काही भारतीय स्वतःसाठी राणीच्या गोटातील लोक अशी एक ओळख निर्माण करू शकतील आणि त्यांच्या विशिष्ट जमातीमुळे त्यांना नाकारले गेलेले अधिकार किंवा प्रतिष्ठा प्राप्त करू शकतील, अशी शक्यता निर्माण झाली. भारत आणि ब्रिटन अशा दोन्ही ठिकाणी प्रतिष्ठित राजघराण्याशी जुळलेल्या ज्या संस्था आहेत, जसे नागरी सेवा संस्था, विद्यापीठे, सभा-समिती यांच्याशी जुळलेले आयुष्य आणि अगदी वेस्टमिन्स्टर पार्लमेंट भारतीयांनी राणीच्या मर्जीतील आणि राजघराण्याचे नागरिक अशा दोन्ही गोष्टींचा आधार घेत चांगलीच यशस्वी टक्कर दिली.(१९) साम्राज्यशाहीच्या काळातील निष्ठेचे होणारे हे पुनर्गठन सामान्यतः व्हिक्टोरियाच्या कार्यकाळातील भारताबद्दल जास्त प्रमाणात लागू होताना दिसते. साम्राज्यशाहीशी संलग्न अशी प्रतिमा, कुठल्याही वर्ग, धर्म, राष्ट्र आणि वांशिकतेपलीकडील आहे, या धारणेला ब्रिटिश राजघराण्याने मान्यता बहाल केली.

'सम्राज्ञी' हे पुस्तक राणी व्हिक्टोरियावरील भारताच्या प्रभावाचा अभ्यास सांगणारे पुस्तक आहे आणि त्याच वेळी राणीचा, भारतीय राजकारणावर आणि सांस्कृतिक आयुष्यावर असलेला प्रभाव वर्णन करणारेही आहे. राणीने भारताला कधीच भेट दिली नाही. जरी अनेकानेक आणि वैविध्यपूर्ण भारतीयांनी तिच्या दरबारात हजेरी लावली, तरी तिच्या कार्यकाळातील भारत हा साधारणतः तिच्या कल्पनेतच स्थित होता, ज्याला आशिया खंडातील आणि तिच्या देशातील तिच्या माहिती स्रोतांनी कायम प्रवाहित ठेवले. तिच्या साम्राज्याच्या काळानुरूप तिच्या असलेल्या भौतिक आणि आध्यात्मिक पूर्वग्रहांच्या आधाराने तिला भारताला काबीज करून त्याला परिवर्तित करायचे होते; पण ते शक्य झाले नाही. भारतातील १८५७ व ५८ च्या बंडानंतर तिचा दृष्टिकोन संपूर्णतः बदलला, जे अनेक व्हिक्टोरियन नागरिकांच्या बाबतही घडले. फरक एवढाच होता की, त्यानंतर राणी भारताप्रति आणि तेथील नागरिकांप्रति अधिक सहृदय तर झालीच; पण त्याहून

अधिक सहिष्णू झाली. शिवाय इतर ब्रिटिशांच्या तुलनेत तिच्यातील स्वाभाविक वर्णद्वेषही कमी होत गेला. १८८० हे वर्ष उजाडेपर्यंत तर तिच्या दरबारातील आणि घरातील अनेक वरिष्ठ अधिकाऱ्यांचा तर ठाम समज झाला होता की, ती या संदर्भात फार पुढे निघून गेली होती तसेच व्हाइसरॉय यांच्या अखत्यारीतील भारतीयांच्या ज्या तक्रारी किंवा विवाद होते, त्यात ती अगदी नकळत भारतीयांची बाजू घेऊ लागली होती. भारतात राणीची ओळख अनेक माध्यमांतून निर्माण करण्यात आली होती. आता आणि तेव्हाही या कामात भारतीय सरकारने प्रमुख भूमिका साकारली होती. उदाहरणार्थ, राणीच्या कुटुंबातील म्हणजेच राजघराण्यातील कुठल्याही सदस्याच्या भारतातील दौऱ्याचे आयोजन करणे. भारतातील ख्रिश्चन धर्मप्रचारकांनी अगदी प्रयत्नपूर्वक या ख्रिस्ती राजघराण्याची प्रतिमा इकडे प्रस्थापित करण्यासाठी प्रयत्न केले. तरीही साहित्य, धर्म, राजकारण आणि संस्कृती या सर्व बाबतींत राणी व्हिक्टोरिया ही भारतात काल्पनिक पातळीवरच राहिली. भारतीयांनी राणीवर अधिकार मिळवला आणि तिला आपल्यात सामावून घेतले. तिचा अंत झाला, तोपर्यंत ती जितकी ब्रिटिश राजसत्तेची सम्राज्ञी होती तितकीच ती भारताची महाराणी म्हणूनही प्रचलित झाली होती.

या पुस्तकातील कालक्रमणाच्या वर्णनात तीन संकल्पनांचा मिलाफ करण्यात आला आहे. प्रथम म्हणजे, मी राणीच्या प्रतिनिधित्वावर भर दिला आहे. माझा असा आग्रह आहे की, भारताच्या संदर्भात बोलताना राणी व्हिक्टोरियाला, फक्त काही नियमांच्या बांधिलकीतून स्थापित झालेली एक घटनात्मक राज्यकर्ती - जी साधारणतः आपली समजूत आहे - तसे न पाहता अठराव्या शतकातील एक राजसत्ताधीश म्हणून पाहण्यात यावे. इतिहासकारांनी १८७० नंतर ब्रिटनमध्ये उडालेल्या 'साम्राज्याचा प्रचार' नामक धुरळ्यादरम्यान राणी व्हिक्टोरियाच्या सांकेतिक भूमिकेला आणि तिच्या मौनाला अतिमहत्त्व दिले. या पुस्तकातील अभ्यासामध्ये त्या काळातील 'लोकसत्ताक राजेशाही' संदर्भातील तिचे जे मत आणि म्हणणे होते, ते जाणून घेणे आवश्यक आहे.[२०] राणी व्हिक्टोरियाची फार काळापर्यंत मुस्कटदाबी करण्यात आली होती. काहीही झाले तरी तो तिच्या काळातील युरोप होता; आपल्या नाही. ईस्ट इंडिया कंपनीकडून १८५८ मध्ये तत्कालीन भारत सरकारची सूत्रे जेव्हा राजघराण्याकडे सोपवण्यात आली, तोवर युरोपातील बहुतांश भागात राजघराण्याचे साम्राज्य होते आणि ते विस्तारत चालले होते. रशियातील रोमानोव्हज, फ्रान्समध्ये लुई नेपोलियन, ऑस्ट्रिया-हंगेरीतील फ्रँक जोसेफ आणि यांच्यानंतर आलेले जर्मनीतील विल्हेल्माइन साम्राज्य - जे फार काळ टिकले नाही. खंडातील या साम्राज्यांना काही परदेशी, समुद्रापलीकडच्या काही राष्ट्रांतील लोकही सामील झाले होते : ब्राझीलमधील पोर्तुगीज, मेक्सिकोमधील फ्रेंच (मात्र फार थोड्या

काळाकरिता) आणि इंडोनेशियातील डच. फक्त स्पॅनिश वसाहत साम्राज्य मात्र माघार घेण्याच्या तयारीत होते. व्हाइसरॉयच्या सत्ताकारणाचे हे सुगीचे दिवस होते, असे म्हणता येईल, कारण ही एक अशी सरकारी यंत्रणा होती ज्यामध्ये युरोपातील साम्राज्याचा राजदंड दुर्गम अशा वसाहतींवर आणि त्यांच्या अवलंबित्वतेवर अंकुश ठेवून होता.[२१] या एकोणिसाव्या शतकातील अधिकाधिक वैश्विक होत चाललेल्या साम्राज्यशाहीतील राणी व्हिक्टोरिया ही एक मोठा घटक होती. युवराज अल्बर्ट यांच्याशी तिचा विवाह झाल्यावर तिचे माहेराकडून जे हॅनोव्हेरियन संबंध होते, त्यामुळे ती युरोपातील अनेक छोट्याछोट्या प्रोटेस्टंट न्याय संस्थांशी जोडली गेली होती; पण तिचे हे वर्तुळ तिच्या मृत्यूनंतरही विस्तारात गेले, कारण तिच्या कुटुंबातील आणि तिच्या येणाऱ्या पिढीने जगभरात अनेक देशांमधल्या राजघराण्यांशी सोयरिकी जोडल्या. या आणि अशा काही साम्राज्यशाहीच्या प्रभावाचा राणी आणि परराष्ट्रीय धोरण यांच्या काही जुन्या अभ्यासांमध्ये उल्लेख आढळतो. आयर्लंड आणि कॅनडा या दोन उदाहरणांचा जर संदर्भ घेतला, तर राजघराण्याच्या वसाहत सत्तेतील या दोन ठिकाणी अगदी मोठ्या प्रमाणात हा अभ्यास झाल्याचे दिसते.[२२] भारतात तर तिचे हे विशेषाधिकार संसदीय सरकारच्या निकषांच्या तुलनेत जास्त अवलंबिले जात होते. परदेशातील अँग्लिकन चर्चची प्रमुख या नात्याने, भारतातील सशस्त्र सेनेची नामधारी प्रमुख म्हणून आणि पर्यायाने सार्वभौम म्हणून, इतर कुठल्याही वसाहतींच्या तुलनेत भारतात राणीला तिच्या अधिकारांच्या प्रदर्शनाचे आणि भारतावर अधिक नियंत्रण मिळविण्याचे जास्त सैद्धान्तिक अधिकार प्राप्त होते. भारत तर तिच्या दरबाराचा एक विस्तारित भागच बनला होता. ब्रिटनमध्ये तिच्या लवाजम्याचा एक भाग असलेले, उदाहरणार्थ डलहौसीचे पहिले मार्क्विस, चार्ल्स कॅनिंग आणि लॉर्ड डफरिन यांनी पुढे भारतात महत्त्वाची पदे प्राप्त केली. राणीशी असलेल्या त्यांच्या विशेष संपर्काच्या सगळ्या जाम्यानिम्यानिशी ते भारतात अधिकार गाजवत राहिले. राजदरबाराकडे प्रवाहित झालेल्या आणखी काही विशिष्ट धाराही होत्या - ज्यात लष्करी अधिकारी, चर्चचे लोक, नागरी सेवा अधिकारी, प्रवासी, तत्त्वज्ञ आणि भारतीय संस्थानिक यांचाही समावेश होता; जे अगदी इमानेइतबारे भारतातील घडामोडींच्या कथा राणीपर्यंत पोहोचविण्याचे काम करीत असत. अर्थात एकोणिसाव्या शतकातील ब्रिटनच्या राजकारणावर 'दरबारी' वचक किंवा प्रभाव होता,[२३] असे म्हणणे फारसे सयुक्तिक ठरणार नाही. तरीही काही वेळा आणि काही प्रसंगांमध्ये भारतीय कामकाजासंदर्भात राणी जुन्या सम्राटांप्रमाणे वागली. तिच्या स्वतःच्या माहितीचा व जनसंपर्काचा आधार घेत तिच्या खास लोकांना बढती देणे आणि तिच्या मतांचा आदर करणाऱ्या किंवा तसे दाखवणाऱ्या राजकारण्यांना झुकते माप देणे असे प्रकार तिनेही केले. तिच्या स्वतःच्या राज्यात

तिला नाकारली गेलेली राजकीय भूमिका आणि तिच्या आकांक्षा तिने तिच्या अखत्यारीतील भारतीय मुलखात पाहिल्या.

दुसरी बाब म्हणजे, हे पुस्तक ब्रिटिश शासित भारतीय सरकारने राणीचे नाव आणि प्रसिद्धी यांचा जो वापर केला, त्यावरही वैचारिक प्रकाश टाकणारे आहे. भारतातील १८५७ व ५८ च्या उठावानंतर ही बंडखोरी शमविण्यासाठी आणि जनतेला आश्वस्त करण्यासाठी राजघराण्याने आपले संपूर्ण वर्चस्व पणाला लावले होते. सौम्यता, सोशिकता आणि समानता ही वचने देणारा मसुदा मंजूर झाल्यावर तो लगेच भारताचा 'मॅग्ना कार्टा' म्हणून लोकप्रियही झाला आणि राणीइतक्याच सन्मानाने त्याची दखल घेतली गेली.[२४] पण हेही थोडेथोडके नव्हते. राणी व्हिक्टोरियाच्या सहमतीने कायदा, अर्थव्यवस्था आणि चलन यांखेरीज भारतीय नागरी सेवेची आणि भारतात लष्कराची संपूर्णतः नवीन बांधणी करण्यात आली. 'राजसत्तेचे तत्त्वज्ञान' या संकल्पनेची पाळेमुळे ही अशी येथे रुजली होती, ज्याचे विश्लेषण करताना इतिहासकारांनी राजमुकुट धारण करणाऱ्या राजघराण्याचा संदर्भ अजिबात लक्षात घेतला नाही. याला अपवाद म्हणजे बर्नार्ड कोहन यांनी १८७७ च्या *इंपीरियल असेम्ब्लिज*चे केलेले अतिशय प्रखर असे विश्लेषण.[२५] कोहन यांच्या कार्याव्यतिरिक्त ब्रिटिश राजसत्तेला भारतात एक प्रासंगिक किंवा राजघराण्याच्या अधिकाराच्या शरीरावरील एक आभूषण आणि राजसत्तेची एक तथ्यहीन झळाळी म्हणूनच पाहण्यात आले; पण हीदेखील एक अधुरी कहाणीच आहे. उदाहरणार्थ, मध्यकालीन भारतातील वसाहतवादी सत्ताकारण कसे दुहेरी वृत्तीचे होते, याबद्दल खूप काही लिहिले गेले. दुहेरी वृत्तीचे, कारण ते उदारमतवादी आणि सर्वसमावेशक होते; पण त्याच वेळी ते खूप अधिकार गाजवणारे आणि वर्णभेदाचे पुरस्कर्तेही होते, असा या संपूर्ण लिखाणाचा सूर राहिलेला आहे.[२६] या द्वैताला सामोरी गेली ती राणी व्हिक्टोरिया. तिने भारतात वसाहत अधिकारिक सत्तेची संसदीय पद्धतीने औपचारिकपणे स्थापना केली आणि देशाला सार्वभौमत्व व कायदा-व्यवस्था प्रदान केली, ज्याद्वारे तिने तिच्या आधिपत्याखालील काही धोरणांनाही त्या वसाहतीत राबविण्यासाठी मंजुरी दिली. त्याच वेळी, एक महिला सत्ताधीश म्हणून ती न्यायाचे आणि दानशूरतेचेही प्रतिनिधित्व करत होती. सन १८५७-५८ आणि त्यानंतरही ब्रिटिश नोकरशाहीला भारतात कधीही साध्य करता आली नसती अशी परोपकाराची मशाल घेऊन मार्गक्रमण करणारी ती एकमेव व्यक्ती होती. अस्तित्वहीन आणि आवाक्याबाहेर असलेल्या, राणीच्या या काल्पनिक ताकदीमुळेच वसाहतवादाविरोधातील मतभेदाची धार कमी झाली. याची कुठलीही पूर्वनियोजित योजना नव्हती. मात्र, कधीकधी भारतीय अधिकारी आणि विश्लेषक अशी काही विधाने करतात की, जणू अशी योजनाच होती : प्रतिष्ठा व प्रतीकात्मकता ल्यालेल्या प्राच्य किंवा पाश्चिमात्य

राजसत्तेच्या आकर्षणाचे रहस्य जणू त्यांना उलगडले असावे. तरीही खूप काळपर्यंत राणीचा, तिच्या अधिकाऱ्यांकडून केला जाणारा उल्लेख हा काही फार वैशिष्ट्यपूर्ण नव्हता. जसजसे ईस्ट इंडिया कंपनीचे अधिकार संपुष्टात येत गेले, सार्वभौमत्व अगदी सहजच राजसत्तेतील सिंहासनाधीशाकडे गेले. त्याअनुषंगाने भारतातील सरकारने राणीला नव्या सत्तेच्या परिभाषेत आणि मुख्य धारेत सामावून घेतले; पण या साऱ्यातून तिची यशस्वी घोडदौड कशी होणार होती, याची त्यांना तेव्हा पुसटशीही कल्पना नव्हती. काही काळातच राणी त्यांच्यासाठी स्वनिर्मित घोषणा करणारी एक डोकेदुखी ठरली आणि तिच्या परोपकारी प्रतिमेने त्यांच्यासाठी आणखी कठीण प्रश्न निर्माण केले. तिचा सत्ताकाळ संपुष्टात येईपर्यंत अधिकाऱ्यांना तिने १८५८ मध्ये उच्चारलेल्या शब्दांचा अवमान करण्याची हिम्मत गोळा करता आली नाही, कारण त्यांच्या मनात भय होते की, असे केले तर वसाहतीतील नागरिकांच्या मनातील स्वातंत्र्याची आणि नागरिकत्वाची आकांक्षा आणखी वृद्धिंगत होऊ शकते. तिच्या मृत्यूनंतर केलेल्या घोषणांवर विसंबून राहण्याऐवजी राजघराण्याच्या साहाय्यानेच भारतीय सरकारने स्वतःच्या चुकांचे परिमार्जन करण्यासाठी अनेक असफल प्रयत्न केले.

तिसरे म्हणजे, हे पुस्तक राणी व्हिक्टोरियाच्या भारतीय राजकीय संस्कृतीमधील विस्तारित झालेल्या प्रतिनिधित्वाचाही आलेख मांडणारे आहे. निव्वळ १८५८ च्या तिच्या जाहीरनाम्यामुळे तिची भारतातील प्रतिमा कमालीची उंचावली गेली होती. तिच्यावर सरळ टीकेची झोड उठण्याची उदाहरणे नगण्य होती. टीकाकारांच्या लेखणीच्या कचाट्यात ती सापडली नाही. याला एकमेव अपवाद *ब्रिटानिया*चा होता, ज्यात अगदी मोजक्या वेळी तिची व्यंगचित्रे प्रकाशित झाली होती.[२७] इतरांवर वर्चस्व गाजवणारे, त्यांना मंत्रमुग्ध करणारे तिचे फक्त एक रूप नव्हते. हिंदूंकरिता - ती त्यांची मुघलांपासून सुटका करणारी होती, तर मुस्लिमांसाठी ती अल्पसंख्याकांच्या अधिकारांची पुरस्कर्ती होती. ती आर्थिक आधुनिकीकरण आणि उदारमतवादी सुधारणा घडवून आणण्याच्या बाजूने होती. १८५८ नंतर तिने शेतकऱ्यांच्या वेदनांमुळे आणि दुष्काळाचे बळी ठरलेल्यांच्या दुःखाने सावध होऊन एका परोपकारी सरकारची निर्मिती व्हावी, अशी कल्पनाही मांडली होती. एकोणिसाव्या शतकातील भारतामध्ये धार्मिक सुधारणांच्या ज्या प्रमुख चळवळी होत्या, त्यांच्यासाठीही ती आदरस्थानी होती. ब्राह्मो समाज हे त्यातील एक नाव होते. त्याच वेळी मुस्लिमांमधील पुरुषांच्या शैक्षणिक उन्नतीसाठी झटणाऱ्या सय्यद अहमद खान यांच्याही पाठीशी ती होतीच. काही दिवसांनी भारतीय राष्ट्रवादाची पाठीराखीण अशीच तिची प्रतिमा तयार झाली होती. अगदी भारतीय राष्ट्रीय काँग्रेसकरता ही राज्यकर्ती आणि तिचे राजघराणे हे शत्रू बनण्याऐवजी त्यांच्या लढ्यातील एक

सगळ्यात प्रभावी शस्त्र ठरले होते. एक स्त्री म्हणून असलेला तिचा परिचय आणि विशेषतः १८६१ नंतर एक विधवा म्हणून ती एक असाधारण स्त्री आहे, या कल्पनेला आणखी बळ देणारी ठरली. राणीला साम्राज्यातील लैंगिकतेच्या निकषांवर आधारित राजकारणामध्ये खेचण्याचे जे प्रकार तेव्हा घडले, ते लिंगभेदाच्या पाश्चिमात्य सर्वंकष अभ्यासाकडे आणि वसाहतवादी भारतातील प्रथा-परंपरा यांच्या दिशेने संकेत देणारे होते; पण तत्पश्चात हा समज फारसा विकसित झाला नाही.[२८] स्त्रीशिक्षण, विधवांचे समाजातील स्थान, प्रतिष्ठा आणि विवाह परंपरांतील बदल, सुधारणा, *जनाना* (भारतीय स्त्रियांची राहण्याची जागा) या संदर्भातील विषय आणि काळजीवाहू सेवांचे प्रचार व प्रसार यांसाठीही राणीला आवाहन केले जात असे. या सर्व प्रकाराने १८८० पर्यंत राणी व्हिक्टोरियाला *'मदर ऑफ इंडिया'* म्हणजेच 'भारताची माता' हे गुणविशेषसुद्धा लावले जाऊ लागले. हा तोच काळ होता, जेव्हा 'भारतमाता' या संबोधनाचा उल्लेख सामान्यांच्या संभाषणाचा भाग होऊ लागला होता.[२९] राष्ट्रीय समाजाची व्याख्या करायला मदत होईल अशा कल्पनेच्या अवकाशात तिचा प्रवेश झाला होता आणि हे सारे काही राणीच्या एक दशकीय - १८८७ ते १८९७ - कार्यकाळात घडून आले, जो कालखंड भारतीय राष्ट्रीय काँग्रेसच्या पहिल्या दशकीय वाटचालीचादेखील होता. १९०१ मध्ये तिच्या मृत्यूनंतर अचानक भारताला एका अनामिक, अनाकलनीय, अपरिचित अशा भ्रमातून जाग आली, जेव्हा बिपीनचंद्र पाल यांनी वसाहतवादी नियमांचे विवेचन केले.[३०] तिच्यानंतर आलेल्या तिच्या एकाही वारसदाराची भारतात एक आदर्श राज्याधिकारी म्हणून प्रतिष्ठा राहिली नाही. राजघराण्याचे आणि ब्रिटिशांच्या भारतीय सरकारचे आणि ब्रिटिश राजघराण्याच्या विस्तारित प्रशासनाचे हे अविभाज्य अंग आहे, असेच या संबंधांकडे पाहिले गेले. त्यानंतर १९३० हे वर्ष येतायेता, एकीकडे धर्मनिरपेक्ष आणि समाजवादी तर दुसरीकडे इस्लाम मानणारे अशा घटकांसह वसाहतीत प्रजासत्ताकाचे वारे वाहू लागले होते आणि जून १९४८ मध्ये शेवटच्या ब्रिटिश राजघराण्याच्या घोषणेदरम्यान, ज्यात राजघराण्यातील राजेशाही पदाला रद्दबातल करण्याचा निर्णय जाहीर करण्यात आला, तेव्हा राजेशाहीचा प्रभाव आणि राजेशाहीला प्रभावित करणारे असे काहीच भारतात राहिले नव्हते. यानंतर भारत आणि पाकिस्तान हे आता राष्ट्रकुलाचे नवीन सदस्य होणार होते जिथे राजघराण्यातील लोकांचे यजमानपद भूषविण्याची संधी या देशांना मिळणार होती आणि या एका गोष्टीने ब्रिटिश राजघराण्यात नैराश्य आणि तणाव निर्माण झाले होते. आता सगळाच नूर पालटला होता.

कालौघ हा भ्रम निर्माण करणारा आरसा असतो. भारत आता कदाचित जगातील सगळ्यात मोठे लोकशाही राष्ट्र असेल; पण नव्वद वर्षे ते आत्तापर्यंतचे

एक अत्यंत प्रदीर्घ राजेशाही साम्राज्य होते, ज्याची लोकसंख्या आत्ताच्या भारतापेक्षा कमी होती. मात्र, त्याचा परीघ मोठा होता. (ज्यात पाकिस्तान, बांगलादेश आणि १८८६ नंतर बर्माचा समावेश होता.) आणि या सगळ्याच्या अग्रस्थानी होती एक वामनमूर्ती असलेली गोरी स्त्री, जी ४००० मैल दूर वसलेल्या, आधुनिकतेची कास घेऊ पाहणाऱ्या एका गॉथिक राजमहालात वावरत होती. भारतीय लोक, राजे, राण्या परस्परांसमोर कसे आले, ते कसे एकत्र झाले आणि कसे अलग झाले, या साऱ्यांचा आढावा या पुस्तकात पुढे घेण्यात आला आहे. आधुनिक राजसत्ताकतेच्या पुनर्गठित जीवनाचा हा इतिहास आहे. राजेशाही ते ब्रिटनचे राजकारण आणि संस्कृती यांच्या एकोणिसाव्या शतकातील वाटचालीचा हा एक लेखाजोखा आहे. आणि सगळ्यात महत्त्वाचे म्हणजे, आधुनिक भारताच्या निर्मिती प्रक्रियेतील एका हरवलेल्या अध्यायाची ही कथा आहे.

◆

रेखाचित्रांची यादी

१. द्वारकानाथ टागोर, राणी व्हिक्टोरिया यांनी काढलेले रेखाचित्र (१८४२). रॉयल आर्काइव्हजमधून / ©हर मॅजेस्टी राणी एलिझाबेथ द्वितीय २०१७.

२. विलिअम वायन यांच्या संकल्पनेतून साकारलेले सतलज मोहीम पदक (१८४६). ©द फित्झविलिअम संग्रहालय, केम्ब्रिज, (CM.१४४५-२००९).

३. फ्रँझ झॅव्हर विंटरहाल्टर, राणी व्हिक्टोरिया यांनी काढलेले रेखाचित्र (१८५६). रॉयल कलेक्शन ट्रस्ट / ©हर मॅजेस्टी राणी एलिझाबेथ द्वितीय २०१७ (RCIN ४०६६९८).

४. जोसेफ नॅश, द इंडियन कोर्ट (१८५४). ©व्हिक्टोरिया व अल्बर्ट संग्रहालय, लंडन.

५. ऑस्बर्न येथील लोअर टेरेस येथे महाराज दुलीप सिंग (१८५४). रॉयल कलेक्शन ट्रस्ट / ©हर मॅजेस्टी राणी एलिझाबेथ द्वितीय (RCIN २९०६५५३)

६. शीख राजकुमारांच्या वेशभूषेत राजकुमार आर्थर आणि राजकुमार आल्फ्रेड, ऑस्बर्न (१८५४), रॉयल कलेक्शन ट्रस्ट / ©हर मॅजेस्टी राणी एलिझाबेथ द्वितीय २०१७ (RCIN २९०६१६९)

७. राणी व्हिक्टोरिया यांनी काढलेले महाराज दुलीप सिंग यांचे रेखाचित्र (१८५४), रॉयल आर्काइव्हज / ©हर मॅजेस्टी राणी एलिझाबेथ द्वितीय २०१७.

८. लेडी कॅनिंग, राजवाड्याच्या लाहोर गेट येथून दिसणारी दिल्ली (१८५८), छायाचित्र : जोनाथन टर्नर, हेअरवूड हाउस ट्रस्ट यांच्या सौजन्याने पुनःप्रस्तुत.

९. थॉमस जे. बार्कर, चित्राचे नाव : द रिलीफ ऑफ लखनौ (१८५८). रॉयल कलेक्शन ट्रस्ट / ©हर मॅजेस्टी राणी एलिझाबेथ द्वितीय २०१७ (RCIN ८१३९३०).

१०. टपाल तिकिटावरील राणी व्हिक्टोरियाच्या अर्धाकृती पुतळ्याचे चित्र. नभा

संस्थान (c. १८७६). लेखकाच्या संग्रहातून.

११. सम्राट बहादूर शहा जफर द्वितीय यांचे राजमुकुट. रॉयल कलेक्शन ट्रस्ट/ ©हर मॅजेस्टी राणी एलिझाबेथ द्वितीय २०१७ (RCIN ६७२३६).

१२. राणी व्हिक्टोरियाचा पुतळा, बॉम्बे (आताचे मुंबई) (१८७२). ©ब्रिटिश लायब्ररी बोर्ड (चित्र क्रमांक ९३७ (२८)).

१३ वॅसिली वेरेशशॅगिन, प्रिन्स ऑफ वेल्स अॅट जयपूर, ४ फेब्रुवारी १८७६ (१८७६). व्हिक्टोरिया मेमोरिअल हॉल, कोलकाता यांच्या परवानगीने.

१४. लाला दीन दयाळ, चित्राचे नाव : 'द ड्यूक ऑफ कॅनॉट हॅविंग ब्रेकफास्ट अॅट बाला हिस्सार, गोलकोंडा फोर्ट, हैदराबाद', एच. जे. बॅरेट यांच्या संग्रहातून (१८८९). अल्काझी कलेक्शन ऑफ फोटोग्राफी (ACP : ९९.२३.०००३ (०००३९)).

१५. राजकुमार अल्बर्ट व्हिक्टर, उदयपूरचे महाराणा फतेह सिंग आणि उदयपूरचे महाराज कुमार भूपाल सिंग, उदयपूर (१८९०). © महाराणा ऑफ मेवाड चॅरिटेबल फाउंडेशन, उदयपूर (२००८.०६.०३९५i_R).

१६. इम्पीरिअल असेम्ब्लिज मेडल (१८७७). रॉयल कलेक्शन ट्रस्ट / © हर मॅजेस्टी राणी एलिझाबेथ द्वितीय २०१७ (RCIN ४४३४३९).

१७. इम्पीरिअल असेम्ब्लिज, बोर्न आणि शेफर्ड यांच्याद्वारे काढलेले राज्याभिषेक शामियाना व मुक्तांगण यांचे छायाचित्र, धार संग्रहातून (१८७७). अल्काझी कलेक्शन ऑफ फोटोग्राफी (ACP : ९५.००७९(०००२१)).

१८. एम्प्रेस मिल्स, नागपूर. टाटा सेंट्रल आर्काइव्हज, पुणे यांच्या सौजन्याने.

१९. भारताची सम्राज्ञी झालेल्या राणी व्हिक्टोरिया, डब्ल्यू अॅंड डी डॉवने अॅंड कंपनी (१८७७). रॉयल कलेक्शन ट्रस्ट / © हर मॅजेस्टी राणी एलिझाबेथ द्वितीय २०१७ (RCIN २१०५७३५)

२०. सम्राज्ञीपदाची धुरा स्वीकारताना राणी व्हिक्टोरिया, अंबिका चंद्र घोष यांच्याकडून, चित्राचे नाव : राजराजेश्वरी व्हिक्टोरिया, (कलकत्ता : अरुणदोदय रॉय, १८९५). नॅशनल लायब्ररी, कोलकाता यांच्या परवानगीने.

२१. राजकुमार अल्बर्ट यांच्या शवशय्येशेजारी बसलेल्या राणी व्हिक्टोरिया, घोष यांच्याकडून, राजराजेश्वरी व्हिक्टोरिया (१८९५). नॅशनल लायब्ररी, कोलकाता यांच्या परवानगीने.

२२. एच. एच. भोपाळच्या बेगम, G.C.S.I, *Chiefs and Representatives of India* या छायाचित्र संग्रहातून (c. १८७७) बोर्न आणि शेफर्ड यांच्याद्वारे. अल्काझी कलेक्शन ऑफ फोटोग्राफी (ACP : ९६.२०.०८५२(०००३३)).

२३. सुनीती देवी, कोची बिहारच्या महाराणी (c. १८८७). रॉयल कलेक्शन ट्रस्ट/

© हर मॅजेस्टी राणी एलिझाबेथ द्वितीय २०१७ (RCIN २१०७६१२).

२४ चिमणाबाई द्वितीय, बडोद्याच्या महाराणी आणि सर सयाजीराव तृतीय, बडोद्याचे महाराज, सर बेंजामिन स्टोन यांच्याकडून (१९०५), © नॅशनल पोर्ट्रेट गॅलरी, लंडन.

२५. नॅशनल असोसिएशन फॉर सप्लाइंग फिमेल मेडिकल एड टू द विमेन ऑफ इंडिया यांच्याकरिता कार्ड जमवण्याचा वर्धापन दिन सोहळा (१९८७). नॉर्दन आर्यलंडच्या रेकॉर्ड ऑफिस येथील रेकॉर्ड उपसंरक्षक आणि द मार्चिओनेस ऑफ डफरीन आणि अवा यांच्या परवानगीने.

२६. राणी व्हिक्टोरियाचे सांघिक पोर्ट्रेट, भारतातील राजघराणे आणि बॉम्बे प्रांतातील प्रमुख ब्रिटिश आणि भारतीय पूना फोटोग्राफिक कंपनी) यांच्या सौजन्याने, (c. १८८७), ©महाराणा ऑफ मेवाड चॅरिटेबल फाउंडेशन, उदयपूर (२००९. १०.०१०१-०००३१_R)

२७. राणी व्हिक्टोरियाच्या वर्धापन दिनानिमित्त हरादेवी, *लंडन-ज्युबिली* यांनी काढलेले रेखाचित्र, (लाहोर : शाही छापखाना, १८८८). द बॉडलीयन लायब्ररी, युनिव्हर्सिटी ऑफ ऑक्सफर्ड (हिंदी हारा १).

२८. राणी व्हिक्टोरियाच्या हीरक महोत्सवी वर्धापन दिन वर्षाला सलामी देणारे भारतीय संरक्षक पथक (१८९७), काउन्सिल ऑफ द नॅशनल आर्मी म्युझियम, लंडनच्या सौजन्याने (NAM १९८०-०६-११८-६०).

२९. रुडॉल्फ स्वोबोडा यांनी काढलेले मुन्शी अब्दुल करीम यांचे रेखाचित्र (१८८८). रॉयल कलेक्शन ट्रस्ट/ © हर मॅजेस्टी राणी एलिझाबेथ द्वितीय २०१७ (RCIN ४०३८३१).

३०. रुडाल्फ स्वोबोडा यांनी काढलेले रफिउद्दिन अहमद यांचे चित्र (१८९३). रॉयल कलेक्शन ट्रस्ट/ © हर मॅजेस्टी राणी एलिझाबेथ द्वितीय २०१७ (RCIN ४०३८२५).

३१. कपूरथळाचे महाराज जगतजीत सिंग बहादूर (१९०३). रॉयल कलेक्शन ट्रस्ट/ © हर मॅजेस्टी राणी एलिझाबेथ द्वितीय २०१७ (RCIN २९१६६३३).

३२. व्हिक्टोरिया मेमोरिअल हॉलचे बांधकाम सुरू असताना (१९२०). व्हिक्टोरिया मेमोरिअल हॉल, कोलकाता यांच्या परवानगीने.

व्हिक्टोरियाच्या भारताशी असलेल्या संबंधाचा पहिला सर्वसमावेशक वृत्तांत

राणी व्हिक्टोरिया, तिच्या सत्ताकाळातील एका मोठ्या कालखंडादरम्यान भारतातील ब्रिटिश साम्राज्याच्या प्रमुखपदी होती. तिची भारतातील भावनिक गुंतवणूक अतिशय उत्कट होती आणि म्हणून तिने भारतीय राजकारणात हस्तक्षेप केला, अपरिचित लोक आणि भूप्रदेश, जो तिने स्वतः कधी पाहिला नव्हता, त्यांच्या नोंदी करून घेण्यासाठी तिने कलाकार आणि छायाचित्रकारांना कामाला लावले, स्वतःच्या मुलाला राजदूत म्हणून या उपखंडात धाडले, आणि भारतातील विविध मोहिमांमधून प्राप्त केलेल्या चीजवस्तू स्वतःभोवती मिरवल्या; ज्यात कोहिनूर हिऱ्यापासून ते तिच्या स्वतःच्या भारतीय अंगरक्षकांची तुकडी आणि सेवकांचा समावेश होता.

याबदल्यात भारतीय राजकारण आणि समाज व्हिक्टोरियाच्या प्रभावामुळे मूलभूतरित्या बदलले: येथील महाराजे तिच्या अनुकूलतेचा शोध घेऊ लागले, धर्मप्रचारकांनी तिचा धर्म परिवर्तनासाठी साधन म्हणून वापर केला, आणि भारतीय सुधारक न्याय आणि समानतेचे प्रतीक म्हणून तिच्याकडे आशेने पाहू लागले. ती आकर्षण आणि आदर यांचाही केंद्रबिंदू बनली होती. हजारो लोकप्रिय आत्मचरित्रे आणि आदरांजलीपर लिखाण भारतातील विविध भाषांमध्ये छापखान्यातून बाहेर येऊ लागले, आणि तिच्या — १८८७ आणि १८९७ मधील या दोन वर्धापन दिनानिमित्त आयोजित सोहळे अगदी न भूतो न भविष्यती अशा पद्धतीने आणि उत्साहाने साजरे करण्यात आले.

या नवीन आणि मूळ लेखनात, माइल्स टेलर यांनी भारतावर राणीचा प्रामुख्याने झालेला प्रभाव आणि तिने भारतासंदर्भात निभावलेली प्रमुख भूमिका याचा संपूर्ण लेखाजोखा दिला आहे. अधिकृत कागदपत्रे आणि भरपूर कविता, गाणी, रोजनिशी आणि छायाचित्रे यांच्या आधारावर त्यांनी हे पुस्तक रचले आहे. व्हिक्टोरिया हिने

निव्वळ नामाभिधानापुरता सत्तेचा उपभोग घेतला आणि तिच्यासाठीच्या निष्ठेला कुठलाही जनाधार नव्हता, या कथनाला आव्हान देणारे लिखाण टेलर यांनी या पुस्तकात केले आहे. यांच्या अगदी विरुद्ध महाराणी-सम्राज्ञीची सत्ता ही भारतीय जनमानसात फार खोलवर रुजली होती आणि देशाच्या आधुनिकीकरणाच्या — राजकीय आणि आर्थिक, दोन्हीही — प्रक्रियेत तिचे मोठे योगदान राहिले आहे.

व्हिक्टोरियाच्या भारताच्या या सूक्ष्म आणि मार्मिक शब्दचित्रणात टेलर सुचवतात की भारतातील तिचे शासन — तिचे राज— हे तिच्या कारकिर्दीतील एक सगळ्यात यशस्वी पर्व होते.

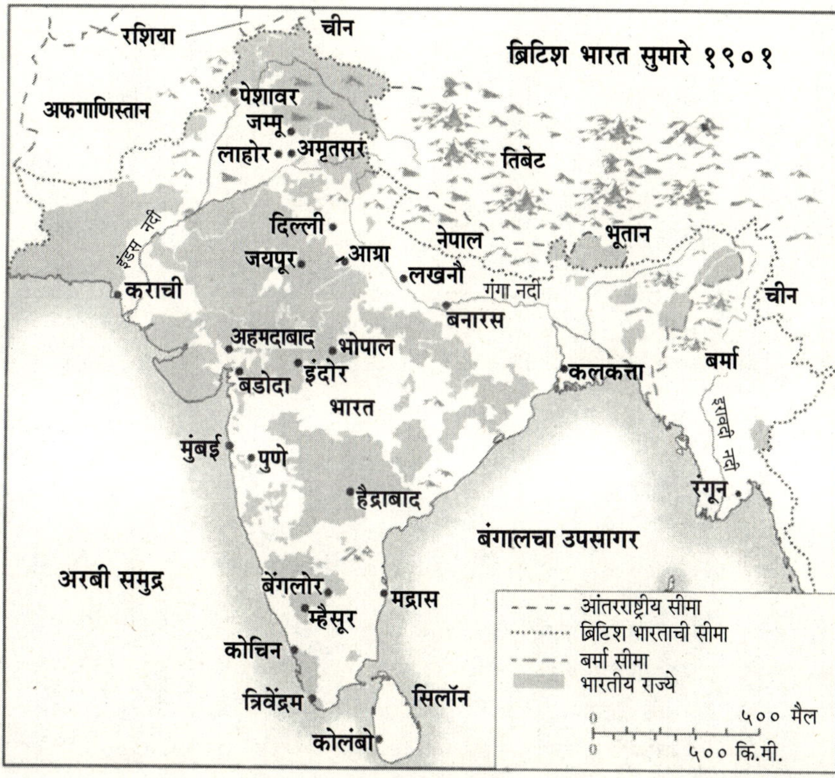
ब्रिटिश भारत सुमारे १९०१
रशिया
चीन
अफगाणिस्तान
पेशावर
जम्मू
लाहोर
अमृतसर
तिबेट
इंडस नदी
दिल्ली
जयपूर
आग्रा
नेपाल
भूतान
लखनौ
गंगा नदी
चीन
कराची
बनारस
अहमदाबाद
भोपाल
इंदोर
बडोदा
कलकत्ता
बर्मा
भारत
इरावदी नदी
मुंबई
पुणे
हैद्राबाद
रंगून
बंगालचा उपसागर
अरबी समुद्र
बेंगलोर
म्हैसूर
मद्रास
कोचिन
त्रिवेंद्रम
सिलॉन
कोलंबो
आंतरराष्ट्रीय सीमा
ब्रिटिश भारताची सीमा
बर्मा सीमा
भारतीय राज्ये
0
५०० मैल
0
५०० कि.मी.

अनुक्रमणिका

१. क्राउन आणि कंपनी । १
२. योद्धा राणी । २३
३. भारताचे प्रदर्शन । ४३
४. 'ते रक्तरंजित बंड' । ६२
५. लोकप्रिय व्हिक्टोरिया । ८८
६. सार्वजनिक कामांची महाराणी । १२६
७. शाही पर्यटक । १५१
८. राणी ते सम्राज्ञी । १८६
९. भारताची माता । २१५
१०. देशभक्त राणी । २३७
११. जुजुबिली । २५९
१२. कैसरची शेवटची वर्षे । २८४
उपसंहार । ३०८
Notes । ३२८

१

क्राउन आणि कंपनी

'भारतीय राज्य कारभारात *हर मॅजेस्टी* फार फार रुची राखून होत्या आणि... या संदर्भातील इत्थंभूत माहिती गोळा करण्यातही त्या अजिबात मागे नव्हत्या.' जॉन हॉबहाउस यांनी हे वाक्य लिहिले आहे. हॉबहाउस हे लॉर्ड एलफिन्स्टन यांच्या कार्यकारी मंडळाचे अध्यक्ष होते आणि व्हिक्टोरियाला १८३७ मध्ये राणीपद मिळाल्यानंतर काही काळातच ते मद्रासचे गव्हर्नर बनले. मिळणारी माहिती दुहेरी शस्त्रासारखी होती. अफवा होती की, चौथ्या विलियम यांच्या दरबारातील सदस्य असलेले एलफिन्स्टन यांना ब्रिटनमधून हद्दपार करून भारतात पाठविण्यात आले होते, कारण तरुण युवराज्ञी त्यांच्याकडे आकृष्ट होऊ लागली होती.[१] त्यांच्यातील जवळीक तशीच होती जशी राणी व्हिक्टोरियाची भारताशी तिच्या सुरुवातीच्या सत्ताकाळात होती.

व्हिक्टोरिया ही एक *'व्हिग'*राणी होती (१७ व्या आणि १८ व्या शतकातील संसदेचे वर्चस्व मानणाऱ्या पक्षाच्या सदस्यांसाठी *व्हिग* ही संज्ञा वापरली जाते), जिला पंतप्रधान आणि तिचे *'व्हिग'* सहकारी लॉर्ड मेलबॉर्न यांनी संविधानिक राजेशाहीच्या सत्याचा परिचय करून दिला होता. तिच्या भावी पतीसंबंधीच्या निवडी काय असाव्यात, याची त्यांनी पुरेपूर काळजी घेतली होती. तिच्या राजमहालात कर्मचाऱ्यांचा चमू त्यांनीच निवड करून धाडला होता. स्वतः लॉर्ड मेलबॉर्न यांनी या अठरा वर्षांच्या राणीला प्रिव्ही काउन्सिलच्या पहिल्या सभेत मार्गदर्शन केले, ज्यातून तिने देश-विदेशांतील सत्ताकारणाच्या जबाबदाऱ्यांच्या प्रदेशात पहिले पाऊल टाकले होते.[२] या जबाबदाऱ्या फार मोठ्या प्रमाणात होत्या, असे नाही; पण *'व्हिग'*च्या १८३२च्या सुधारणा कायद्यात समाविष्ट करून घेण्यात आलेली ती राजघराण्यातील पहिली सदस्य होती, जिच्या राजमुकुटाच्या विशेषाधिकारांना संसदेच्या ताकदीने आणि प्रखर जनाधिकाराच्या साहाय्याने मर्यादित ठेवले होते. तसेच, तिच्या

हॅनोव्हेरियन वारसांच्या नंतरच्या काळामध्ये राजघराण्याच्या वाजवीपेक्षा जास्त सत्ता गाजवण्यावर नियंत्रण मिळविण्यासाठीही ही कृती करण्यात आली होती.

ती राज्य करत असलेल्या कुठल्याही वसाहतींवरील तिच्या लगामापेक्षाही तिच्या अधिकारांवरील लगाम भारतात जास्त घट्ट आवळून ठेवले गेले होते. अठराव्या शतकाच्या उत्तरार्धापासून ब्रिटन, ईस्ट इंडिया कंपनीच्या माध्यमातून तत्कालीन बंगाल, बॉम्बे आणि मद्रास या तीन प्रांतांवर सत्ता गाजवत होते.[३] भारतीय उपखंडामध्येही कंपनीने आपल्या ब्रिटिश संबंधांचा पुरेपूर वापर करायला सुरुवात केली होती. कंपनीकडे विना जबाबदारीचे अधिकार नव्हते. सगळ्या प्रांतांतील गव्हर्नर हे केंद्रीय मंत्रिमंडळातील नियामक मंडळाच्या अध्यक्षांच्या माध्यमातून ब्रिटिश संसदेच्या अखत्यारीत होते; परंतु सन १८१३ आणि १८३३ असे दोन वेळा कंपनीच्या नियमावलीमध्ये लागोपाठ झालेल्या बदलांमुळे कंपनीची पकड जरा कमी झाली. मिशनरी लोकांसाठी भारताचे द्वार मोकळे झाले. भारत आणि भारताबाहेरील व्यापारी कामावरील कंपनीची मक्तेदारीदेखील संपुष्टात आली आणि कंपनीतील भागीदारांचीही कंपनीच्या धोरण आखणीतील मक्तेदारी संपली. सगळ्यात महत्त्वाचे म्हणजे, १८३३च्या नियमावलीतील बदलाने नियामक मंडळाला कंपनीचे संपूर्ण अधिकार मिळवता आले. त्याच्या सर्व कारभाराचे केंद्र बंगालला हलविण्यात आले; त्यामुळे बंगाल प्रांताच्या गव्हर्नरला संपूर्ण ब्रिटिश भारतातील गव्हर्नर-जनरल असे संबोधले जाऊ लागले. असे प्रथमच घडत होते की, भारतासंदर्भातील धोरणे ही लंडनइतकीच कलकत्त्यातही आखली जाऊ लागली. त्या कालखंडातील आधुनिकतेच्या ऊर्मींनी आता डोके वर काढायला सुरुवात केली होती. मुक्त व्यवसाय, राज्यांतर्गत शिक्षण आणि कायद्यांची नोंदणी करणे, अशा काही प्रयोगांची अंमलबजावणी १८२० आणि १८३० या दरम्यान भारतात करण्यात आली, जी तेव्हा ब्रिटनमध्येही कार्यरत नव्हती.[४] कंपनीच्या आणि संसदेच्या या अशा तथाकथित 'द्विसरकारा'त इतर कुणालाही शिरकाव करण्यास अजिबात वाव नव्हता. आणि ज्याचा परदेशी व्यवहारातील अनुभव आणि कार्यकाळाचा पूर्वेतिहास हा सुमार म्हणून गणला जात होता, त्या अंताकडे प्रवास करणाऱ्या राजघराण्याला तर नक्कीच नव्हता; त्यामुळे या सगळ्या काळात खूप अनिश्चितता आणि अस्थिरता भरून राहिली होती.

एका सिद्धान्तानुसार, भारतामध्ये सक्रिय लष्कराच्या एका भागाचा - राजघराण्याचे सैन्यदल - सांभाळ करण्याचे अधिकार राजघराण्याला होते, याशिवाय तीन प्रांतांच्या गव्हर्नर निवडीसंदर्भातील अंतिम निर्णयदेखील राजघराण्याकडे होता. तसेच वरिष्ठ न्यायाधिकारी आणि चर्चशी संबंधित काही लोक इत्यादींच्या निवडीचेही अधिकार त्यांच्याकडे होते. भारतातील चर्च ऑफ इंग्लंडचे प्रमुखपद राजघराण्याकडे होते. यातच १८१३ पासून सगळ्याच भारतीय प्रांतांचे तात्पुरते सर्वोच्च पद हे मुकुटधारी

राजघराण्याच्या सदस्याकडे होते; त्यामुळे भारतीय वसाहतीचे नेमके प्रभारी होते कोण?

राणी व्हिक्टोरियाच्या सत्ताकाळात राजमुकुटाची भारतातील सरकारच्या अस्तित्वात काय भूमिका होती, याचा आढावा पुस्तकातील या प्रकरणात घेण्यात येणार आहे. अनेकांच्या मते, भारतात *'व्हिग'* द्वारे केला जाणारा कारभार होता; पण सगळ्यांचे मत हेच होते असेही नाही. काहीजणांकरिता व्हिक्टोरिया ही राष्ट्रीय पुनरुत्थानाचे आणि ताज्या हवेच्या झुळकीचे प्रतीक होती. भारतीय शासकांनी तिच्या राज्याभिषेकाला प्रतिसाद देताना राजसत्तेचे स्वागत केले. तिच्या पदग्रहणाची आणि भारतातील ख्रिस्ती धर्मप्रचाराच्या अभियानाच्या शुभारंभाची एकच गाठ पडली. त्याअंतर्गत नवीन बिशप यांचे कार्यालय मद्रास येथे १८३५ मध्ये आणि मुंबईमध्ये १८३७ मध्ये स्थापन करण्यात आले आणि नवीन राणी ही ख्रिस्ती धर्म प्रचाराशी संबंधित विविध अभियानांच्या केंद्रस्थानी होती. सन १८४० मध्ये राजकुमार अल्बर्ट यांच्याशी तिचा विवाह झाल्यानंतर आणि त्याच्या दुसऱ्याच वर्षी ब्रिटनमध्ये *'व्हिग'* ते सर रॉबर्ट पील यांच्या नेतृत्वाखालील टोरी सरकार असे जे सत्तांतरण झाले, व्हिक्टोरियाने *'व्हिग'* वरील तिचे अवलंबित्व झुगारून लावले आणि एका स्वच्छ दृष्टिकोनातून ती भारताकडे पाहू लागली.

साम्राज्याचा करार

सन १८३७ पर्यंत भारत आणि ब्रिटनमधील संबंधांना औपचारिक स्वरूप देणारे वेगवेगळे जवळपास चाळीस करार अस्तित्वात होते. यातील एकाही करारात ब्रिटिश राजसत्तेचा उल्लेख नव्हता. मग तो १७६५मधील अलाहाबाद करार असो किंवा भारताचे गव्हर्नर-जनरल लॉर्ड ऑकलंड यांनी राणी व्हिक्टोरियाच्या राज्याभिषेकानंतर लगेचच अवधच्या राजाशी केलेला वादग्रस्त समझोता असो. ब्रिटिश सरकारच्या अशा अनेक निर्णयांच्या उदाहरणांचे पुरावे तेव्हाच्या सरकारी दस्तावेजांमध्ये विखुरलेले आहेत, ज्यामध्ये ईस्ट इंडिया कंपनीच्या प्रतिनिधींनी भारतातील विविध सत्ताधीशांसोबत केलेल्या तहांचा आणि करारांचा समावेश होता.[५] या करारांच्या माध्यमातून आर्थिक आणि लष्करी व्यवस्थांवर शिक्कामोर्तब केले गेले आणि प्रत्येक राज्यांतर्गत कारभारात ब्रिटिश सरकारने किती हस्तक्षेप करावा, याच्याही सीमारेषा आखून दिल्या गेल्या. यातील अनेक करार भडकलेल्या युद्धाच्या आगीतील निखाऱ्यांच्या साक्षीने करण्यात आले होते. अठराव्या शतकाच्या उत्तरार्धात आणि एकोणविसाव्या शतकाच्या पूर्वार्धात मराठा सरदार आणि त्यांचे फ्रेंच सहयोगी यांचा दक्षिणेतील प्रभाव हळूहळू मावळत चालला होता, तेव्हा मुघलांशी हातमिळवणी म्हणून - उत्तर आणि मध्य भारतातील कमकुवत होत चाललेल्या मुघल साम्राज्याशी ब्रिटनने हे करार केले होते. या करारांमध्ये व्यापारांमध्ये देण्यात येणाऱ्या सवलतींचा समावेश होता.

याशिवाय १८३०पासून ब्रिटिश सरकारने भारतात सतीप्रथेला आणि कन्या भ्रूणहत्येला आळा घालण्यासाठी या करारांचा वापर केला होता. या करारांची अंमलबजावणी फक्त भारतापुरतीच नाही तर भारतीय खंडातील इतर क्षेत्रांतही केली जात होती. कंपनीच्या करारानुसार नेपाळ (१८१६), बर्मा (१८२६) आणि (तात्पुरते संरक्षक म्हणून) जावा (१८११) या देशांवरही ब्रिटिश सरकारने आपला वचक कायम केला होता. हीच पद्धत हिंदू महासागरापासून ते अरब देशांपर्यंत आणि अगदी पूर्वोत्तर आफ्रिकेपर्यंत, मुख्यतः तेथील गुलामगिरीची प्रथा समूळ नष्ट करण्यासाठी ब्रिटिशांनी अमलात आणली.[६] एकत्रितपणे पाहिले, तर या करारांमधून भारतातील ब्रिटिशांच्या सर्वसमावेशकतेचे वर्चस्व प्रकट होत होते; पण आश्चर्य म्हणजे अगदी १८३०च्या सुरुवातीपर्यंत आणि जोवर म्हणजे १८६०च्या मध्यापर्यंत याचे संपूर्ण विश्लेषण समोर आले नव्हते, तोपर्यंत या सगळ्यांना एका दस्तावेजात एकत्रित करण्याचा विचार कुणाला शिवलासुद्धा नव्हता.[७]

अपवादात्मक म्हणूनसुद्धा या सर्व करारांवर राजसत्ताधीशांनी नव्हे तर ईस्ट इंडिया कंपनीने स्वाक्षऱ्या केल्या होत्या. सन १६८८-८९मधील क्रांतीनंतर कंपनीने राजाश्रयापासून स्वतःला सोडवून घेण्यास सुरुवात केली आणि शक्य तितका स्वायत्त कारभार चालवण्यास सुरुवात केली. एक सार्वभौम राज्य वाटावे इतका तो कारभार स्वतंत्र झाला होता.[८] भारतीय संस्थानिकांच्या संपर्कात असलेल्या कंपनीच्या कुठल्याही सदस्याला तिथल्या तिथे त्या राजाशी करार करण्याचे अधिकार होते. अशाच प्रकारे, १७६५चा अलाहाबाद करार मुघल सम्राट शाहआलम द्वितीय, ईस्ट इंडिया कंपनीच्या लष्कराचा कमांडर रॉबर्ट क्लाइव्ह आणि बंगाल लष्कराचा कमांडर जॉन कारनॅक या तिघांनी तडकाफडकी केला होता. या करारातील स्वाक्षरीच्या एका फटक्यामुळे भारतातील लाखो शेतकरी आणि त्यांचे उत्पादन कंपनीच्या अधिकाराखाली आले होते. कागदोपत्रीच्या सिद्धान्तानुसार कंपनीचे अधिकारी त्यांच्या मर्जीप्रमाणे भारतात कुठेही कसेही करार करू शकत होते. १७८४ नंतर मात्र कुठलाही करार हा नियामक मंडळाच्या गव्हर्नर-जनरलने नीट पाहिल्याशिवाय पारित केला जात नसे. त्याआधी ही माहिती लंडनचे गव्हर्नर-जनरल यांना द्यावी लागत असे. तोवर आरकॉटचे नवाब आणि पूर्वोत्तर भारतातील कर्नाटक भागातील शासनकर्त्यांशी जुळलेल्या काही घोटाळ्याच्या गदारोळातून ब्रिटिश संसद अजूनही सावरलेली नव्हती. एका करारानुसार ब्रिटिश लष्कराच्या मदतीने फ्रेंच लष्कराशी हातमिळवणी केलेल्या मराठा सैन्याला झुंज देण्यासाठी या नवाबांनी स्वतःच्या सैन्याच्या उभारणीसाठी खूप मोठे कर्ज घेतले होते आणि त्यांना ही अशी कर्जरूपातील आर्थिक मदत पुरवणारे इंग्रज आणि स्कॉटिश खासदार होते; त्यामुळेच ब्रिटन संसदेच्या खालच्या सदनात म्हणजेच *हाउस ऑफ कॉमन्स*मधील आरकॉट यांच्या आवडीनिवडींची

दखल घ्यावीच लागेल असा एक गट होता. तिथे या गटाला समर्थन मिळावे म्हणून बदल्यात हे नवाब जॉर्ज तृतीय (आणि राणी शार्लोट हिला) यांना याचना करीत आणि तक्रारींचे पारडे जड करण्यासाठी रत्न-माणकांच्या भेटी पेश करीत.[९] नवाबाच्या या कर्जाची विल्हेवाट लावण्यासाठी दोन दशकांचा काळ गेला. ब्रिटिश संविधानाला भारतीय राजकारणापासून वेगळे ठेवण्याची कशी गरज आहे, याची निकड जाणवून देण्याचे काम या कर्ज प्रकरणाने केले. त्या काळातील सगळ्यात महत्त्वाचे मानले गेलेले करार - जसे शेरिंगपट्टमचा करार -हे *'कमांडर इन चीफ ऑफ द फोर्स ऑफ हिज ब्रिटानिक मॅजेस्टी'* यांच्या सही-शिक्क्यानेच पारित करण्यात आले होते; पण याही दस्तावेजानुसार ब्रिटिशांच्या कायदेविषयक अधिकारांचे हक्कही कंपनीच्याच हाती होते, हेच सिद्ध होत होते. व्यापार आणि परदेशातील अधिकार भोगणाऱ्या या कंपनीच्या संदर्भात पाहिले, तर या सर्व गोष्टींमध्ये एक तर्क होता. एखाद्या स्वतंत्र व्यक्तीला अशा करारांमध्ये सहभागी करून घेतले असते तर ते अडचणीचे ठरले असते. मात्र, यामुळे कंपनीने ज्यांची कधी दखलही घेण्याचे टाळले असते अशा काही भारतीय करारकर्त्यांना एका वेगळ्या उंचीवर नेऊन ठेवले. ज्यामुळे ते स्वतःला *ब्रिटिश क्राउन* म्हणजेच राजघराण्याचे सहयोगी समजू लागले. या समजुतीमधूनच त्यांनी राजघराण्यातील व्यक्तींना आपण थेट भेटू शकतो हा अधिकार स्वतःकडे घेतला. आरकॉटच्या नवाबाने हेच केले होते; त्यामुळे ब्रिटिश राजघराण्यातील प्रमुखावर म्हणजेच राजा किंवा राणीवर नियंत्रण ठेवण्याचा अर्थ होता भारतातील या लाचखोरीच्या सवयीला आळा घालणे.

राजघराण्यातील व्यक्तीच्या प्रत्यक्ष अनुपस्थितीमुळे अपरिहार्यपणे कंपनी स्वतःच एक वास्तविक स्वतंत्र व्यक्ती म्हणून भूमिका निभावू लागली. हे असे घडणे हा अंशतः एका रचनेचाच भाग होता. म्हैसूरमध्ये टिपू सुलतानवर विजय मिळविल्यावर आणि मुघल साम्राज्याचे केंद्रस्थान असलेली दिल्ली काबीज केल्यावर कंपनीचे गव्हर्नर-जनरल रिचर्ड वेलस्ली कंपनीच्या कलकत्त्यातील मुख्यालयाला ब्रिटिश भारताची राजधानी म्हणून परिवर्तित करण्यास अगदी सज्ज झाले होते. येथील एक महाल कंपनीचे मुख्यालय बनले होते. सरकारी वास्तूदेखील १८०३ पर्यंत उभारण्यात आली होती आणि त्यात सिंहासनासाठी एका कक्षाची सोय करण्यात आली होती; जिथे गव्हर्नर-जनरलचे सिंहासन म्हणून एक रत्नजडित चौरंग ठेवण्यात आला होता जो टिपूच्या महालातून लुटला गेला होता. या वास्तूला गव्हर्नमेंट हाउस म्हटले जात असे; जे लवकरच कलकत्त्यातील एक आकर्षणाचे केंद्र बनले आणि भारताच्या विविध प्रांतांतील शासकांच्या आदरातिथ्याचे स्थान म्हणूनही ते राखीव ठेवण्यात आले.[१०] ते जितके आयरिश होते, तितकेच इंग्लिशही होते. आयर्लंडच्या लॉर्ड लेफ्टनंटचे आसन डब्लिन महाल आणि गव्हर्नमेंट हाउस यांमध्ये साम्य होते.

डब्लिन महालात एक स्वतंत्र आसन कक्ष होता ज्याला 'प्रेझेन्स चेम्बर' म्हटले जात असे. सन १७८० पर्यंत ही व्यवस्था होती. येथेच आयरिश राजांनी ब्रिटिश राजघराण्यातील राजमुकुटाला पाठिंबा जाहीर केल्यानंतर भारतात ज्या पद्धतीने वातावरण विकसित होत होते, त्याच्या अगदी विरुद्ध आयर्लंडच्या लॉर्ड लेफ्टनंट यांनी स्वतःच व्हाइसरॉयपेक्षाही अधिकचे अधिकार उपभोगले. वेलस्ली आणि त्याच्यानंतर आलेला कॉर्नवॉलिस या दोघांनीही आयर्लंडमधील त्यांच्या बरोबरीच्या अधिकाऱ्यांप्रमाणे भारतातील सगळ्या उच्च पदांवर आपला अधिकार सांगत सत्ता उपभोगली.(११) एका तऱ्हेने वेलस्ली आणि त्याच्यानंतर आलेल्या कंपनीच्या उच्चपदस्थ अधिकाऱ्यांनी राजा नसतानाही त्यांच्या विशिष्ट पद्धतीने राजेशाही कारभार केला. भारताच्या विविध राजघराण्यांतील वारसांच्या राज्याभिषेकाला परवानगी देण्याची एक नवीनच प्रथा त्यांनी सुरू केली. वेलस्लीचा भाऊ आर्थर हा स्वतः १८०३मध्ये म्हैसूरचे नवीन राजे कृष्णराज वाडियार तृतीय यांच्या राज्यारोहण समारंभाला उपस्थित होता आणि १८१९मध्ये हेस्टिंग्सचा मार्क्विस थेट लखनौला अवधचा राजा गाझिउद्दीन हैदर शाह याच्या ताजपोशीला परवानगी द्यायला गेला होता.(१२) कलकत्त्याच्या गव्हर्नर-जनरलने तर अशा राजघराण्यातील वारसांच्या तख्तपोशीला लष्करी सलामी देण्याचा रिवाजही सुरू केला. अशा वेळी बंदुकीचे बार उडविले जात असत. सन १८०३पासून सुरू झालेल्या या प्रथेला नंतर कंपनी प्रतिनिधीद्वारे भारतात राजेशाही शिष्टाचाराची अंमलबजावणी करण्याची पद्धत, असे स्वरूप प्राप्त झाले होते.(१३)

दरबारी दौऱ्यांचेही काहीसे असेच होते. अगदी मुघल काळापासून दरबार म्हणजे राज्यकर्त्यांना त्यांच्यावर अवलंबून असलेल्या लोकांना ज्यांना त्यांच्या राजाप्रति आदर व्यक्त करण्याची गरज आहे, अशांना भेटण्यासाठी एक औपचारिक सभा! परस्परांना भेट देणे आणि नजराणे देणे हा या भेटींचा मूळ उद्देश असायचा. नजराण्यांची किंमत भेटणाऱ्या त्या दोन संस्थानिकांच्या कुवतीवर अवलंबून असे. सुरुवात १८१४ मध्ये लॉर्ड मोइरा (१८१३-२३ या काळातील गव्हर्नर जनरल आणि ज्यांना १८१६नंतर मार्क्विस ऑफ हेस्टिंग्ज म्हणून ओळखले जात असे.) यांच्यापासून झाली. त्यांनी दरबाराच्या या प्रथेत आणखी एका गोष्टीचा समावेश केला. दरबाराबरोबरच कंपनीने ज्या भारतीय प्रदेशाशी करार किंवा एखादा तह केला आहे किंवा अप्रत्यक्षपणे जे ब्रिटिशांच्या अखत्यारीत आहेत, त्याला नियमित भेटी देण्याचे त्यांनी ठरवले. लष्कराच्या एका तुकडीसह सोनेरी होड्यांमधून आरामदायी प्रवास करत आणि वाटेत तंबू ठोकून मजा घेत मोइराने बनारस (वाराणसी), लखनौ आणि बरेली येथे दरबाराचे आयोजन केले होते आणि दिल्लीच्या सम्राटाची मुले त्याला भेटायला अलाहाबादला आली होती. बहुधा त्याला भारतातील राजे-रजवाड्यांकडून केल्या जाणाऱ्या दिखाऊ आदरातिथ्याचे वावडे होते, कारण त्यांचा तो रुबाब म्हणजे

फक्त देखावा आहे आणि भारतीय राजघराण्याची ती खरीखुरी ताकद नाही, असे तो मानत असे. भारतीयांकडून कुठल्याही प्रकारचे नजराणे किंवा भेटवस्तू स्वीकारण्याची परवानगी कंपनीच्या अधिकाऱ्यांना नव्हती. समजा, महागडे नजराणे मिळाले तरी ते त्वरित कलकत्त्याच्या तोशाखाना (खजिना) येथे जमा करून नंतर त्याचा लिलाव केला जात असे.[१४] हेस्टिंग्जनंतर आलेले गव्हर्नर-जनरल आम्हेर्स्ट आणि बेंटिंक यांनीदेखील ही दरबार दौऱ्यांची प्रथा आपल्या पद्धतीने सुरू ठेवली; त्यामुळे १८३० पर्यंत कंपनीचे गव्हर्नर-जनरल त्यांच्या कलकत्त्याच्या कार्यालयाच्या तुलनेत जास्तीतजास्त काळ कधी रस्त्यावरून, कधी नदीतून तर अनेकदा घोड्यावरून देशाच्या विविध भागांत दौरे करताना आढळू लागले.[१५] हे सगळे दरबार दौरे, कंपनीच्या अखत्यारीतील प्रदेशांवर असलेल्या त्यांच्या अधिकाराची पाहणी करण्याव्यतिरिक्त ब्रिटिशांप्रति त्यांची निष्ठा कायम आहे किंवा नाही, याचा आढावा घेण्याच्या उद्देशानेही उपयोगी ठरत होते. काही कंपनी अधिकाऱ्यांना राजघराण्याशी सलगी वाढविण्यात जास्त रस होता. राजपुताना प्रांताचा अधिकारी जेम्स टॉड याने तर सरंजामशाहीची अद्भुत कल्पना रचली होती; ज्याअंतर्गत चौथे विलियम ज्यांना 'शौर्याचे आणि न्यायाचे प्रणेता' असे संबोधत, त्यांनी सर्व भारतीय शासकांचे प्रतिनिधित्व करावे, असे म्हणायला सुरुवात केली होती.[१६]

सरतेशेवटी कंपनीने मुघल सम्राटाचे स्थान कायम ठेवत ब्रिटिश राजेशाहीलाही भारतात कायदेशीर मान्यता दिली. सम्राट अकबर द्वितीय जरी १८०३च्या दिल्लीच्या लढाईत पराभूत झाला होता, तरी कंपनीने त्याला दिल्लीच्या लाल किल्ल्याच्या आत दरबार भरवत राहण्यास मुभा दिली होती.[१७] या परिस्थितीचे स्पष्टीकरण देताना सांगितले गेले की, कंपनीला राजेशाही फर्मान काढून साम्राज्यातील काही प्रांतांचा कारभार चालवण्याचे कुळकायद्याचे अधिकार देण्यात आले आहेत; त्यामुळे ते अशा काही प्रांतांचा कारभार चालवू शकतात. साहजिकच अकबर द्वितीयला त्याच्या कवींसोबत आणि चित्रकारांसोबत किल्ल्याच्या सुरक्षिततेत राहण्याची परवानगी देण्यात कंपनीला काही हरकत नव्हती; पण ही एक अत्यंत विचित्र परिस्थिती होती, ज्यामुळे सगळ्या गोष्टींना खीळ बसली होती. हेस्टिंग्ज सम्राटांशी अदबीने वागायला तयार नव्हता आणि कंपनीचे सर्वोच्च पद मानायला अकबर द्वितीय राजी होईना. त्यानंतरच्या काळात ब्रिटिशांनी मग दिल्लीच्या सम्राटाच्या अधिकारांना हळूहळू कात्री लावायला सुरुवात केली. हैदराबादच्या निझामांना आणि अवधच्या नवाबांना त्यांच्या प्रांतांमध्ये स्वतःचे राज्य स्वतःच्या मर्जीने चालविण्यासाठी प्रोत्साहन दिले गेले. ज्यामुळे दिल्लीच्या सम्राटाला जुमानण्याची गरज त्यांना राहिली नव्हती. निझामाने असे करणे सपशेल नाकारले. मात्र, वर नमूद केल्याप्रमाणे लखनौमध्ये, १८१९ मध्ये अवधच्या नवाबाला तिथला राजा म्हणून त्याची तख्तपोशी केली गेली. कंपनीच्या कारभाराने वैतागून अकबर द्वितीयने आपला मोर्चा ब्रिटिश राजघराण्याकडे

वळवला आणि चौथ्या जॉर्जला स्वतःचे एक चित्र भेट म्हणून पाठवले; पण त्या वेळी तो मृत्युशय्येवर होता आणि हा नजराणा त्याच्यानंतर गादीवर आलेल्या चौथ्या विलियमने स्वीकारला. त्यानंतर १८३२मध्ये अकबर द्वितीयने इंग्लंडला एक शिष्टमंडळदेखील पाठवले; ज्याचे नेतृत्व बंगाली सुधारक (आणि कंपनीचे माजी नोकरदार) राजा राममोहन रॉय यांच्याकडे दिले होते. लंडनमध्ये आणि जगात इतरही ठिकाणी अद्वैतवादी आणि उदारमतवादी चळवळीच्या कार्यकर्त्यांमध्ये रॉय फारच लवकर लोकप्रिय झाले. भारतातील सती-प्रथा संपविण्यात त्यांचा सिंहाचा वाटा होता असे जरी मानले जात असले, तरी रॉय यांची ही मोहीम सरकारच्या कागदोपत्री यशस्वी म्हणून गणली गेली नाही. त्यांच्या या लंडन भेटीदरम्यान ते फक्त राजाचे बंधू ड्यूक ऑफ ससेक्स यांनाच भेटू शकले आणि दुर्दैवाने कलकत्त्याला येण्यापूर्वीच त्यांचा मृत्यू झाला. यानंतर मात्र अकबर द्वितीयवरील कंपनीचे फास अधिक जास्त आवळले गेले. त्याचे सम्राट हे नामाभिधान काढून त्याला फक्त राजा हे संबोधन लावण्यात येऊ लागले. एवढेच नाही तर भारतीय चलनावरील त्याची मुद्राही काढून टाकण्यात आली.[१८] सन १८३७ मध्ये जेव्हा त्याचा पुत्र बहादूर शाह जफर हा तख्तावर बसला, त्यानंतर काही महिन्यांत व्हिक्टोरियाला राणीपद बहाल करण्यात आले आणि त्यामुळेच मुघल साम्राज्याला सत्ता गाजवण्याची कुठलीच संधी त्यानंतर उरली नाही. अवधच्या गादीवर विराजमान नवीन राजांचीही फार काही वेगळी अवस्था नव्हती. युरोप आणि लॅटिन अमेरिकेत जेव्हा नवनवीन राजघराण्यांचे पेव फुटले होते, त्या काळात लखनौचा दरबार कंपनीच्या हातातील बाहुले नव्हते; पण ते राजेही उरले नव्हते. अवधच्या दरबाराचेही डोळे मान्यतेकरिता ब्रिटिश दरबाराकडेच लागले होते. १८३५मध्ये अवधच्या नवीन राजाने चौथ्या विलियमला काही नजराणे पाठवले आणि विशेष म्हणजे त्याच्या राजदूताला स्वतः चौथे विलियम आणि राणी ॲडलेड यांनी पाचारण केले.[१९] हळूहळू प्रथा स्पष्ट होत होती. राजसत्तेचे भारतातील अस्तित्व स्वतःकडे राखल्यामुळे कंपनी आणि ब्रिटिश सत्ताधीश यांच्यातील अंतर अस्पष्ट होत चालले होते आणि जेव्हा कंपनीने भारतातील सत्ताधीशांकडे सपशेल दुर्लक्ष केले, तेव्हा ब्रिटिश सत्ताधीशांनी यावर प्रतिक्रिया द्यावी, अशी अपेक्षा होती. निदान एकसंध प्रजासत्ताकासाठी तरी असे होणे आवश्यक होते.

व्हिग-राणी

चौथा विलियम यांच्या मृत्यूनंतर व्हिक्टोरिया हिला राणीपद बहाल करण्यात आले. त्याची घोषणा लंडनमध्ये २० जून १८३७ रोजी करण्यात आली आणि कलकत्त्यात त्याच वर्षी सप्टेंबर महिन्याच्या सुरुवातीला ही घोषणा करण्यात आली. नवीन

राजघराण्याच्या घोषणापत्रात केवळ भारतातच नाही तर ब्रिटिश साम्राज्याखालील इतर कुठल्याही देशाचा किंवा भागाचा उल्लेख नव्हता. इतकेच नव्हे तर एक वर्षानंतर राणीच्या राज्याभिषेकाच्या वेळीही असा कुठलाही उल्लेख केला गेला नाही. तिचे आधिकारिक पदनाम हे *'क्वीन ऑफ ग्रेट ब्रिटन अॅन्ड आयर्लंड, अॅन्ड डिफेंडर ऑफ द फेथ'* असे होते, ज्याला कधीकधी *'क्वीन ऑफ दीज रिआल्म्स'* (या राज्यांची राणी) असेही म्हटले जात असे; पण राणी व्हिक्टोरियाच्या सत्तेच्या कक्षा या ब्रिटिश बेटांच्या पलीकडेही विस्तारलेल्या आहेत, असे संकेत कुठेच नव्हते. भारतात मात्र एक विस्तृत मत तयार केले गेले होते. गव्हर्नर-जनरल यांनी एक पत्रक काढून भारतातील सर्व संस्थानिकांना, राजघराण्यांना राणीच्या राज्याभिषेकाची माहिती दिली होती. राजघराण्याच्या सिंहासनावर ती आरूढ होण्याप्रीत्यर्थ कलकत्त्यात एका अतिउत्साही धर्मोपदेशकाने आपल्या प्रवचनात, 'राणी कशी पूर्व, पश्चिम, उत्तर, दक्षिण अशी चहुबाजूंनी नजर टाकू शकते आणि तिच्या अखत्यारीतील प्रदेशात कशी विहार करू शकते', याचे रसभरीत वर्णन केले.[२०]

पण तिचा हा विहार म्हणजे राज्य करणे नव्हते. ब्रिटन आणि भारत - दोन्हीकडे हे गृहीत धरले गेले होते की, राणी व्हिक्टोरिया ही राज्याच्या संविधानाशी बांधिलकी ठेवूनच राहील आणि तिचे अधिकार हे निर्बंधित राहतील. उदाहरणार्थ, ईस्ट इंडिया कंपनीच्या संचालक मंडळाने अगदी तत्परतेने तिला अभिनंदनाचे पत्र पाठवले. त्यांच्या जुलै महिन्यात झालेल्या बैठकीतही कंपनीच्या नेतृत्वाची मशाल मिरवणाऱ्यांनी नवीन राणीची अगदी भरभरून स्तुती केली. मात्र, तिचे कौतुक करताना ते एक अपेक्षा व्यक्त करायला अजिबात विसरले नाहीत की, कंपनीला त्यांच्या स्वतःच्या कामासंदर्भात जे निर्णय घ्यायचे असतात त्याचे राणी नक्कीच स्वातंत्र्य देईल. '*हर मॅजेस्टी* यांच्या भारतीय प्रांतातील कोटीकोटींचे जनकल्याण आमच्या हाताखालील संसदेकडे अत्यंत विश्वासाने सुपूर्द केले आहे आणि मॅजेस्टीच्या सौम्य आणि परोपकारी छत्रछायेत ते बहरेल आणि अबाधित राहील', अशी एक याचनाच त्यांनी केली होती.[२१] भारतातील कंपनीच्या लोकांनी अगदी हाच सूर आळवला होता. अलवरच्या राजाने राणीच्या राज्याभिषेकानिमित्त तिला परस्पर 'नजर' म्हणून सोने पाठवण्याचा निर्णय घेतला, तेव्हा त्याला रोखण्यात आले. असे करणे शक्य नाही, असे त्याला सांगण्यात आले, कारण 'ब्रिटिशांच्या भारतातील सत्तेचे आणि अधिकाराचे गव्हर्नर-जनरल हे प्रतिनिधी आहेत', आणि म्हणून, '*हर मॅजेस्टी*ला तिच्या आधिपत्याखाली भारतातील जे तिचे सहयोगी, नागरिक आणि अनुयायी आहेत, त्यांच्यातर्फे शुभेच्छा म्हणून दिल्या जाणाऱ्या नजराण्यांना स्वीकारण्याची त्यांची तयारी आहे',[२२] असे राजाला सांगण्यात आले. गव्हर्नर-जनरल लॉर्ड ऑकलंड यांना मात्र राणीच्या पदग्रहणाचे फारसे काही कौतुक वाटले नाही. कलकत्त्याच्या रहिवाशांनी राणीचे

अभिनंदन करणारे एक पत्र पाठवले होते; पण ब्रिटनला भरलेल्या सभेत त्या पत्राची दखल घेतली जाईल, याची खात्री करून घेणारा एकही प्रतिनिधी कंपनी सरकारने पाठवला नव्हता.[२३] भारतातही, शासक म्हणून एका स्त्रीची नियुक्ती झाली आहे, या बातमीसंदर्भात बरेच अविश्वासाचे वातावरण होते. मद्रासच्या राजमुंद्री (राजमामहेंद्रवरम) येथील एका घटनेची नोंद आहे की, तेथील एका स्थानिक राजाचा विश्वासच बसत नव्हता की, 'असे कसे तिला राजकारभार सांभाळायला देणे शक्य आहे? आणि सगळे पुरुष तिची आज्ञापालन करण्यास कसे काय तयार झाले?' इकडे कलकत्त्यात गव्हर्नर-जनरल लॉर्ड ऑकलंड यांची बहीण एमिली एडन हिने एक प्रतिक्रिया नोंदवली होती. राणी व्हिक्टोरियाची मुद्रा असलेल्या चलनाच्या टांकसाळीचे अधिकारी जेम्स प्रिन्सेप यांनी विधान केले, 'चलनावरील मुद्रा बदलवलीच नसती तर बरे झाले असते, असे मला वाटते; जर इथल्या जनतेने, फक्त एका बाईचा चेहरा असलेल्या नाण्यावर अविश्वास दाखवला, तर मला अजिबात आश्चर्य वाटणार नाही.'[२४]

फक्त भारतातील जी राजघराणी आणि संस्थानिक होते, त्यांनीच ब्रिटिश राजेशाहीतील या बदलासंदर्भात सभ्य प्रतिक्रिया व्यक्त केली होती. सप्टेंबर महिन्यात गव्हर्नर-जनरल यांनी काढलेल्या अध्यादेशाची पत्रे भारतातील एक्केचाळीस राजघराण्यांना पाठवण्यात आली होती. पुढील चार महिन्यांत त्यातील अर्ध्या संस्थानिकांनी कलकत्त्याला औपचारिक उत्तरे पाठवली; ज्यात राणीचे अभिनंदन करणारे खलिते होते. हे अभिनंदनसुद्धा गव्हर्नर-जनरल यांच्या माध्यमातून करण्यात आले होते. काहींनी सालंकृत संदेश पाठवले, तर काहींनी या घटनेला किती तोफांची सलामी देऊन साजरे केले, याचे किस्से पाठवले गेले. काहींनी वाद्यवृंदांसोबत या बातमीचे स्वागत केले तर काहींनी हत्तीच्या झुंजी आयोजित करून राणीला सलामी दिली. उदयपूरच्या महाराणांनी तर एक दिवसाचे मौन पाळले.[२५] पण सगळ्यात भावपूर्ण असा संदेश पंजाब प्रांतातील लाहोरमधून महाराजा रणजित सिंग - ज्यांना 'पंजाबचा शेर', असे संबोधले जात असे, त्यांच्याकडून प्राप्त झाला. अर्थात या सत्काराच्या पत्रातील पर्शिअन मजकूर इंग्रजीत भाषांतरित होत असताना अनेक भावना गमावून बसला खरा. मात्र, त्यातील भावपूर्ण संदेश स्पष्ट होता आणि नंदनवनाची आठवण करून देणारा होता. राणीची सत्ता स्थापन होणे याचाच अर्थ असा की, 'सार्वभौमत्वाच्या बागेत आता एका नवीन आकर्षणाचे आगमन झाले आहे आणि या राजेशाही विहाराला संपूर्ण हिरवाई लवून मुजरा करते आहे. या घटनेने साल्साबिल[२६]चे आनंदाचे झरे उचंबळून सर्वदूर झरू लागले आहेत आणि म्हणूनच चहुबाजूंनी परमानंदाची कवाडे खुली झाली आहेत.'[२७] कलकत्त्याच्या परवानगीची पर्वा न करता रणजित सिंग यांनी हे पत्र त्यांचे विश्वासू आणि त्यांच्या लष्कराचे साहाय्यक जनरल जीन-बाप्तिस्त वेंचूरा यांच्याकडे सुपूर्द केले आणि थेट लंडनला जाऊन ते

राणीला पेश करण्यास सांगितले.

रणजित सिंग यांचे हे वैयक्तिक, अलंकारिक आणि भावपूर्ण पत्र म्हणजे योग्य वेळी प्रकट केलेली मुत्सद्देगिरी होती. हे पत्र अगदी त्याच वेळी तयार करण्यात आले, जेव्हा रणजित सिंगच्या शीख राजधानीतील लष्करी तुकडी ही अफगाणचा शाह दोस्त मोहम्मद खान याचे साम्राज्य संपवून त्याच्या जागी शाह शुजा दुर्रानी याला आणण्याचा प्रयत्न करणाऱ्या ब्रिटिशांना साहाय्य करायला निघाली होती.[२८] लॉर्ड ऑकलंड १८३८ मध्ये नोव्हेंबर महिन्याच्या शेवटी आणि अफगाणिस्तानच्या हल्ल्याच्या आधी रणजित सिंग यांना सतलज नदीच्या काठावर भेटायला गेले, तेव्हा या करारात राणी व्हिक्टोरिया अधिक गुंतली गेली. ही भेट रणजित सिंगांनी राणीला लिहिलेल्या पत्राच्या एक वर्षानंतर घडून आली. दोघांच्याही भव्य लवाजम्यांच्या उपस्थितीत ऑकलंड आणि रणजित सिंग यांनी परस्परांना नजराणे दिले आणि जसे ऑकलंड यांनी नंतर नमूद करून ठेवले आहे, 'मला खात्री होती की, त्यांपैकी एकाने तो नेहमीपेक्षा अधिक समाधानाने स्वीकारला असता.' त्याची बहीण एमिली एडन हिने चितारलेले राणी व्हिक्टोरियाचे दिल्लीला सोने आणि माणिकांच्या चौकटीत बसवलेले चित्र रणजित सिंग याला भेट म्हणून देण्यात आले होते.[२९] ही भेटवस्तू कदाचित भारतात राणी व्हिक्टोरियाच्या लोकप्रियतेकडे होणाऱ्या भविष्यातील वाटचालीचे पहिले पाऊल होती. शिवाय, ब्रिटिश सत्तेने एखाद्या राजघराण्यातील व्यक्तीच्या चित्राचा किंवा नावाचा आणि तोही राणीच्या नावाचा वापर करण्याचीही ही पहिलीच वेळ होती. राजेशाही सत्तेच्या गुंत्यातून मार्ग काढण्यासाठी त्यांनी केलेला हा एक प्रयत्न होता. नवीन सत्तेचा स्वीकार करून त्याची घोषणा करताना कलकत्त्याला कुठलाही गाजावाजा करण्याकडे लॉर्ड ऑकलंड यांचा कल नव्हता; पण राणीचे रेखाचित्र ब्रिटनच्या त्या वेळच्या सगळ्यात महत्त्वाच्या मित्र राज्याला भेट देण्यासही तो अनुत्सुक नव्हता. यामध्ये एक स्पष्ट विरोधाभासाही होताच, ज्याचा या पुस्तकात पुढेही वारंवार उल्लेख येणार आहे. भारत आणि ब्रिटन दोन्ही देशांतील संसदीय शिष्टाचारामुळे राणी व्हिक्टोरियाच्या निम्न श्रेणीमुळे तिची दोन्ही देशांच्या राज्यकारभारातील भूमिकाही मर्यादित झाली होती; त्यामुळे सत्तासंबंधांच्या या सारीपाटावर तिचे वारंवार स्वतःला मुख्य स्थानी ठेवणे, ही त्या वेळची गरज होती.

श्रद्धेची राखणदार

एकीकडे भारतात राजकीय नेत्यांनी नवीन राणीसंदर्भातील अपेक्षांना फारसा वाव न देण्याचा प्रयत्न चालवला होता; पण त्याच वेळी ब्रिटिश समाजातील एक वर्ग असाही होता ज्यांना नव्या राणीच्या येण्याने नवीन ऊर्जेचा उत्सर्ग झाल्याचे जाणवत

होते. ख्रिश्चन चर्चसाठी राणी आशेचा किरण होती. लंडनचे बिशप चार्ल्स ब्लॉमफील्ड यांनी राणीच्या राज्याभिषेकाच्या वेळी विधान केले, 'तारुण्यपूर्ण आशा आणि वचन यांच्या सळसळत्या ताजेपणाच्या संचारासाठी तिला या राजेशाही सत्तेच्या सिंहासनावर पाचारण करण्यात आले आहे'. सेंट पॉल येथील कोषागार प्रमुख सिडनी स्मिथ यांच्यासाठी, राणी एक व्हिग-राणी असूनही, तिच्या देशात आणि संपूर्ण जगातच धार्मिक सोशिकपणासाठी म्हणून ती एक 'राष्ट्रभक्त राणी' होती.[३०] व्हिक्टोरियाच्या सत्ताकाळातील तिच्या सुरुवातीच्या काही निर्णयांतून तिच्या साम्राज्यातील श्रद्धेची ती पाठराखण करणारी किंवा राखणदार आहे, असे संकेत मिळाले होते. राणीच्या राज्याभिषेक समारंभानंतर भारतात परत येण्याच्या एक दिवस आधी राणीने भारतातील दोन नवीन बिशप : जॉर्ज स्पेन्सर (मद्रास) आणि थॉमस कार (बॉम्बे), यांची भेट घेतली आणि भारतात ख्रिस्ती धर्म प्रचारासाठी परवानगी देणारे *'लेटर्स पेटंट'* तिने जारी केले. गॉस्पेलचा परदेशी प्रांतांमध्ये प्रचार व प्रसार करणे *हा चर्च ऑफ इंग्लंड*च्या मिशनरी संस्थांचा प्रमुख उद्देश होता आणि म्हणून त्यांच्यासाठी हे पत्र महत्त्वाचे होते.[३१] आणि विशेष म्हणजे ही निव्वळ एक औपचारिकता नव्हती, कारण राणी व्हिक्टोरिया ही त्या काळात धर्मावर अत्यंत श्रद्धा बाळगून होती. अँग्लिकन चर्चच्या परदेशस्थ बिशपांच्या अखत्यारीतील प्रदेशाची जबाबदारी सांभाळणारे आणि ब्रिटिशांच्या सत्ता असलेल्या देशांतील जनतेला ख्रिस्ती धर्माची दीक्षा देण्याकडे कल असणारे लंडनचे बिशप हे व्हिक्टोरियाचे बिशप होते. जेव्हा ती बकिंगहॅम पॅलेसमध्ये निवासास होती, राज्याभिषेकाच्या वेळी करायचे भाषणही त्यांनी तिच्याकडून तयार करून घेतले होते. तिच्या नोंदवह्यांमधे दरबारात वारंवार होणाऱ्या त्यांच्या भेटींच्या नोंदी आहेत आणि त्यांची प्रवचने ऐकण्यासाठी ती कायम उत्सुक असायची, असेही नमूद केले गेले आहे. तिच्या धर्मपरायणतेच्या सुरुवातीच्या काळातील आणखीही काही संकेतांच्या नोंदी सापडतात. तिला वाचनाची फार आवड नव्हती. मात्र, १८३८च्या शरद ऋतूत तिने बराच काळ विलियम विलबरफोर्स यांचे चरित्र वाचण्यासाठी दिला. विलबरफोर्स हे गुलामांच्या लिलावाविरोधातील मोहिमेचे प्रमुख नायक होते आणि क्लॅपहम संप्रदायाचे (Clapham Sect) अग्रणी नेते होते. या संप्रदायाने अँग्लिकन चर्चच्या प्रसारासाठी ब्रिटनबाहेरील देशांमध्ये, ज्यात भारताचाही प्रमुख समावेश होता, भरपूर काम केले.[३२]

कंपनीच्या प्रांतांमध्ये शिरकाव करण्याची परवानगी असल्याने भारतात ब्रिटनच्या मिशनरी चर्चने शतकाच्या पहिल्या काही वर्षांमध्ये भरपूर यशस्वी काम केले. कंपनीच्या प्रांतांमध्ये शिरकाव करण्याची त्यांना परवानगी होती. कंपनीच्या अखत्यारीतील कलकत्त्याच्या (१८१३) विस्ताराला विभाजित करून १८३०च्या मध्य काळात अँग्लिकन बिशपसाठी मद्रास आणि बॉम्बे असे दोन प्रांत आखण्यात आले. तोपर्यंत

प्रोटेस्टंट मिशनऱ्यांनी चर्च मिशनरी सोसायटी आणि *सोसायटी फॉर द प्रोपॅगेशन ऑफ द गॉस्पेल* यांनी संयुक्तपणे तिनेवेल्ली (तिरुनेलवेली) या दक्षिणेच्या अंतिम टोकावर दक्षिण भारतीय प्रदेशांमध्ये चर्च आणि इतर संस्थांची स्थापना करून स्वतःच्या प्रचारात बरेच यश संपादन केले होते. वेसलीयन यांनी मद्रासमध्ये आपले पाय भक्कम रोवले होते. बंगालमधील त्यांच्या मूळ उगमापासून चर्चचे प्रस्थ आता उत्तरेच्या दिशेने पसरू लागले होते. विलियम कॅरे यांच्या नेतृत्वातील बाप्तिस्त मोहिमेची पायाभरणी स्विरामपूर येथे झाली होती आणि मग त्यांनी तेथे एक चर्चचे कॉलेज स्थापन केले. त्यानंतर कलकत्ता, दिल्ली आणि अलाहाबादलाही अशा कॉलेजांची स्थापना केली गेली.(३३) पुन्हा एकदा कलकत्त्याच्या विस्तारित पटलातून अँग्लिकन कार्याला एक नवी उभारी प्राप्त झाली, जेव्हा १८३२मध्ये नियुक्त केले गेलेले चर्चचे पाचवे बिशप डॅनिअल विल्सन यांना १८३५मध्ये संपूर्ण भारताचे मुख्य बिशप नियुक्त केले गेले. त्यांच्या नियुक्तीच्या पहिल्या चारच वर्षांत त्यांनी भारतातील शहरांमध्ये एकूण एकोणीस नवीन चर्चेसची स्थापना केली, ज्यात आग्रा आणि लखनौ या शहरांचादेखील समावेश होता.(३४) त्यांच्या इंग्लिश भावंडांप्रमाणेच स्कॉटलॅन्डचे चर्चही या कार्यात मागे नव्हते. अलेक्झांडर डफ यांच्या नेतृत्वाखाली आधी विदेशी मोहीम आणि नंतर कलकत्त्याला एका कॉलेजची स्थापना स्कॉटलॅन्ड चर्चनेही केली.(३५) कंपनीने सढळ हाताने सुरू केलेल्या अनुदानामुळे कॅथॉलिक धर्मप्रचारकांनाही साहाय्य मिळू लागले होते आणि तिकडे मद्रासमध्ये व पश्चिम भारतात पोर्तुगीज आणि फ्रेंच मिशनरींना त्यांच्या प्रसारासाठी मार्ग मोकळा करून देण्यात आला होता. तसेच धर्मोपदेशकांना लष्करात पाठवण्याचेही काम त्यांनी सुरू केले होते.(३६) भारतात ख्रिश्चन धर्माची कुठवर वाटचाल झाली होती, या संदर्भातील ऐतिहासिक नोंदींमध्ये मतभेद आहेत. याच काळात भारतात मिशनरी खरे तर धर्मांतर करण्याच्या मोहिमेत मोठ्या प्रमाणात एकत्र आले होते.(३७) पण लोकमतानुसार ते खरोखरच ब्रिटन आणि भारत दोन्हीकडे प्रभावी ठरताना दिसत होते. त्यात राजघराण्यातील बदलामुळे तर त्यांना त्यांची मोहीम आणखी सशक्त करण्याची संधी प्राप्त झाली होती.

व्हिक्टोरियाच्या पदग्रहणाच्या काळात भारतातील ब्रिटिशांच्या धोरणांमुळे इव्हानजेलिक अनुयायांमध्ये थोडे चिंतेचे वातावरण होते. प्रथमतः भारतातील ख्रिश्चन धर्माव्यतिरिक्त जे धर्म होते, त्यांच्या संदर्भातील धोरणाला ब्रिटिश सरकारची ना नव्हती. मुस्लीम आणि हिंदू धर्माचे जे धारणा, कायदे आणि नीतिनियम होते, त्याला ब्रिटिश सरकारचा विरोध नव्हता. लोकांनी आणि विशेषतः ब्रिटनच्या स्त्री वर्गाने १८२९मध्ये लॉर्ड बेंटिंक यांच्या भारतातील सरकारवर सती प्रथेवर बंदी आणण्यासाठी दबाव आणला; पण हा बंदीचा निर्णय तेव्हा फक्त कंपनीच्या अखत्यारीतील प्रांतांमध्येच लागू होता; त्यामुळे इतरत्र सती प्रथा विरोधी सुधारकांनी आपली मोहीम

चालूच ठेवली आणि यात व्हिक्टोरियालाही सहभागी होण्याचे आवाहन केले. एका लेखकाने तर लिहिले की, 'पश्चिमी बेंटांवर राज्य करणाऱ्या या तरुण राणीची परोपकारी राजवट' ही 'दुर्दैवी बलिदानाच्या' या प्रथेला संपविण्यासाठी म्हणून लोकांच्या स्मृतीवर कायम कोरली जाईल.[३८] इतकेच नाही तर सहनशीलतेचे प्रदर्शन करण्यासाठी म्हणून, धार्मिक उत्सव आणि सण, देवालये आणि इतर सर्व धार्मिक प्रार्थनेच्या स्वरूपांना राज्याकडून मदत केली जात असे, ज्यात सगळ्यात वादग्रस्त ठरला तो म्हणजे तीर्थयात्रेसाठीचा कर (हा कर हिंदू आणि मुस्लीम यात्रेकरूंना तीर्थक्षेत्रांना जाता यावे यासाठी दोन्हींवर लावण्यात आला होता.) हा कर आणि पुरी येथील जगन्नाथाचे मंदिर जे हिंदूंच्या प्रमुख तीर्थक्षेत्रांपैकी एक होते, यांचा इव्हानजेलिक चर्चच्या लोकांनी कडाडून विरोध केला आणि त्यांच्या धार्मिक सभांचे रूपांतर त्यामुळे एका मोहिमेत झाले. भारतातील 'मूर्तिपूजे'ची प्रथा बंद व्हावी अशी मागणी करणाऱ्या सुमारे ४०० जनहित याचिका व्हिक्टोरियाच्या राणीपदाच्या पहिल्याच वर्षात संसदेपुढे येऊन पडल्या.[३९] या याचिकांच्या समर्थकांनी, एका ख्रिश्चन राणीचे पदग्रहण आणि तिच्या राज्याच्या सरकारने मूर्तीपूजकांच्या धर्माचे लांगूलचालन करणे, हा विरोधाभास प्रकट करायला क्षणाचाही विलंब लावला नाही. 'या अशा व्यवस्थेला पदराखाली घेण्याने आमच्या राणीच्या सिंहासनाचा अवमान होत असतानाही ब्रिटिश सरकार आपली कृती बदलणार नाही का?', असे घणाघाती विधान लीड्सचे रेव्हरंड जॉन एली यांनी राणीच्या राज्याभिषेकाच्या अगदी काही दिवस आधी केले होते आणि काही दिवसांनी न्यू कासलच्या एका ख्रिश्चन धर्म मानणाऱ्या मंत्र्याने आशा व्यक्त केली की, राणीच्या या सत्ताकाळात 'मूर्तीपूजनाच्या अधिकारांचे हनन' होऊन त्याचे संपूर्ण उच्चाटन होईल.[४०]

इंग्लंडच्या चर्चचा भारतीय उपखंडात विस्तार हाच खरा मुद्दा होता, ज्यावर ख्रिस्ती धर्मपरायणवादी राणीच्या सर्व अपेक्षा बऱ्याच कालावधीकरिता स्थिरावल्या होत्या. मद्रास आणि मुंबई येथे झालेल्या नवीन बिशपांच्या नियुक्त्यांमुळे या अपेक्षांनी उचल खाल्ली आणि मग इंग्लंडच्या चर्चने भारतीय उपखंडातील इतरही भागांत आपल्या कक्षा रुंदावण्यासाठीचे प्रयत्न सुरू केले. सन १८४१मध्ये लंडनचे बिशप यांनी ब्रिटनच्या आधिपत्याखालील वसाहतींमध्ये नियुक्त केलेल्या बिशप यांच्यासाठी एक कलोनिअल बिशॉप्रिक्स फंडाची आखणी केली. गॉस्पेलच्या प्रचारासाठी काम करणाऱ्या संस्थेने ही कल्पना मांडली होती. या प्रस्तावाला सुरुवातीला टोरी सरकारमधील विरोधी पक्ष खासदार विलियम ग्लॅडस्टोन यांनी उचलून धरले.[४१] या फंडासाठीच्या कामाचा प्रपंच खरे तर साम्राज्याच्या बाहेर इतर देशांमध्येच जास्त होता. मात्र, त्याचा परिणाम भारत आणि त्या लगतच्या भागांमध्येच जास्त जाणवू लागला होता. लंडनच्या त्यांच्या वरिष्ठांच्या प्रोत्साहनाने प्रेरित होऊन, डॅनिअल

विल्सन या कलकत्त्याच्या बिशपने सिलोनची (आताचे श्रीलंका) राजधानी कोलंबो येथे १८४५मध्ये बिशपच्या आधिपत्याखालील एका नवीन प्रांताची निर्मिती करण्यासाठी पुढाकार घेतला. तसेच ईस्ट इंडिया कंपनीने जेव्हा बर्मा (म्यानमार)वर विजय मिळवला, तेव्हा विल्सन यांनीच रंगून (यांगॉन) येथे पहिल्या इंग्लिश चर्चची पायाभरणी केली. आपला अजेंडा भारतात पुढे चालवताना विल्सन यांनी ठरल्याप्रमाणे कलकत्त्यात मिशनला आणखी विस्तारित करण्याचे काम सुरू केले, जेणेकरून जास्तीतजास्त धर्मप्रचारकांची फळी तयार करून त्यांना उत्तर-पश्चिम आणि दक्षिणेत मद्रासकडे धर्मप्रसार कारण्यासाठी पाठवता आले असते. त्याच बिशप प्रांताचा एक उपविभाग थेट आग्रा येथे स्थापन करण्याचा त्यांचा मानस होता. आग्रा हे जुन्या मुघल साम्राज्याच्या हृदयस्थानी होते, हे येथे उल्लेखनीय.[४२] या कामासाठी आणखी मदत व सहकार्य मिळविण्यासाठी ते १८४५मध्ये ब्रिटनला परत गेले; पण परत आल्यावर त्यांनी पाहिले की, ईस्ट इंडिया कंपनीच्या संचालक मंडळापैकी कुणीही आलेले नव्हते आणि नियामक मंडळापुढे लॉर्ड रिपन यांनी मध्यस्थी करण्यास अनिच्छा दर्शवली; पण तरीही विल्सन यांनी आशा सोडली नाही आणि मार्च, १८४६ मध्ये त्यांना प्रत्यक्ष राणीला भेटण्याची संधी मिळाली. कलकत्त्याला परतणाऱ्या विल्सन यांना राणीने वैयक्तिक भेट म्हणून धर्मोपदेशाचे दहा सोन्याचे फलक दिले जे शहरातील नवीन कॅथेड्रल चर्चमध्ये दोन वर्षांनी व्यवस्थित लावले गेले. खरे तर ही एक छोटीशी भेट होती; पण विल्सन यांनी त्याचा वापर व्यवस्थित केला. मात्र, कलकत्त्याच्या चर्चमध्ये जाणाऱ्या लोकांनी पुढील काळात राणीचे आभार मानण्याची संधी गमावली.[४३]

तसे पाहता, राणी व्हिक्टोरिया इव्हानजेलिक मोहिमेची सन १८३० आणि १८४०या काळातील एक साथीदार होती. मात्र, ती या संदर्भात अनभिज्ञ होती. भारतातील ख्रिश्चन चर्चच्या भविष्यकालीन वाटचालीसंदर्भातील मजकूर असलेले मिशनचे प्रकाशित साहित्य अगदी नित्य नेमाने तिला आणि राजकुमार अल्बर्ट यांना पाठवले जात असे.[४४] जेव्हा लंडनच्या बिशपसोबत तिच्या नियमित भेटीगाठी होत होत्या, तेव्हा अँजेलिकन मुख्यालयातील निर्णयांचे पडसाद नक्कीच जागतिक पातळीवर उमटत होते आणि त्यातून राणी व्हिक्टोरियाला एका विस्तार होऊ घातलेल्या प्रोटेस्टंट साम्राज्याची राज्यकर्ती असण्याची आणि धर्मातील कर्तव्यांची वारंवार आठवण करून दिली जात असे. मात्र, जेव्हा चर्चच्या राज्यकारभाराशी संबंधित एखादा मोठा विषय असे, तेव्हा तिला व्हिग-राणी म्हणूनच गणले जात असे आणि 'व्हिग' सरकारातील सदस्य भारतात चाललेल्या मिशनरींच्या कामासंदर्भात तितकेच अनभिज्ञ होते, जितका ईस्ट इंडिया कंपनीचा या सगळ्याला विरोध होता. अर्थात हे काही नव्याने घडत नव्हते; पण राणी व्हिक्टोरिया - तिचा स्वतःचा प्रत्यक्ष

कुठलाही सहभाग नसतानाही भारतातील धर्म सुधारक चळवळीच्या केंद्रस्थानी होती. भारताबद्दल असलेल्या तिच्या विचारांचा आढावा घेण्यासाठी गरज होती ती, तिच्या सभोवतीच्या वातावरणात बदल घडण्याची आणि तिचे पुरुष सहकारी बदलण्याची आणि अशी परिस्थिती १८४० मध्ये तिचा अल्बर्ट यांच्याशी विवाह झाल्यावर निर्माण झाली. तशीच परिस्थिती पुढच्या एका वर्षात ब्रिटनच्या सरकारमधून व्हिग सदस्यांची गच्छंती झाली, तेव्हा पुन्हा निर्माण झाली.

ईस्ट इंडियाची पुरुष मंडळी

सन १८४१च्या उन्हाळ्याच्या अगदी शेवटी जेव्हा 'व्हिग' सरकार जाऊन ब्रिटनमध्ये कॉन्सर्व्हेटिव्ह पक्षाचे सरकार आले, तेव्हा राणी व्हिक्टोरियाला भारतासंदर्भातील सर्व कारभारांपासून दूर ठेवण्यात आले होते. व्हिग सरकारचे पंतप्रधान लॉर्ड मेलबॉर्न तिला अगदी मोजकी माहिती देत असत. विशेषतः अफगाणिस्तानच्या आक्रमणा-संदर्भातील लॉर्ड ऑकलंड यांनी दिलेला सल्ला चुकीचा ठरला होता, तसेच १८३९ च्या सप्टेंबर महिन्यात रणजित सिंग यांचे निधन झाले, तेव्हा तिला हे कळल्यावर धक्का बसला होता की, रणजित सिंग यांच्या निधनानंतर काही महिलांनी दरबारासमोर स्वतःला जाळून घेतले.(४५) तसे पाहता तिचे माहितीचे स्रोत आणि जनसंपर्क फारच कमकुवत होते. ईस्ट इंडिया कंपनीच्या नियामक मंडळाचे अध्यक्ष हॉबहाउस हे एका मंत्र्याच्या अधिकाराने अनेकदा राजवाड्याला भेट देत असत आणि रात्रीच्या जेवणालाही ते आमंत्रित असत. मात्र, या भेटींमध्ये ते भारतातील राज्य कारभारासंदर्भातील माहिती राणीला कधीच कळू देत नसत. अगदी मेलबॉर्न यांनी त्यांना अनेकदा सूचना देऊनही त्यांनी राणीला अशा भेटींमध्ये माहिती देण्यास टाळाटाळ केली होती, अशी माहिती मिळते.(४६) ही सगळी परिस्थिती बदलण्यास सुरुवात झाली, जेव्हा राणीचा विवाह सॅकस-कोबर्ग आणि गॉथचे राजपुत्र अल्बर्ट यांच्याशी फेब्रुवारी १८४० मध्ये पार पडला. ही घटना राणीच्या राजघराण्यातील राज्यकर्ती म्हणून झालेल्या कारकिर्दीतील बदलाचा एक टप्पा होता आणि भारताशी असलेल्या संबंधांसाठीही हे लग्न एक विशिष्ट वळण देणारे होते. एक विवाहित राणी आणि एका राजघराण्याच्या वारसांचा भविष्यातील प्रवास अशा दमदार शक्यतांमुळे तिच्या सत्तेच्या अस्तित्वाला सुरक्षितता लाभली. तिच्या पदग्रहणाच्या वेळी पाळल्या गेलेल्या शिष्टाचाराची पर्वा न करता इकडे कलकत्त्याच्या सरकारी मुख्यालयाने राणीच्या विवाहाची घोषणा करताना आतषबाजी केली. मद्रास आणि मुंबईच्या जनतेने नंतर आपल्या भावनांचे बांध मोकळे करत तिच्यावर अभिनंदनाच्या पत्रांचा वर्षाव केला. आधी विवाहाच्या शुभेच्छा आणि नंतरच्या दोन वर्षांत राजघराण्याला

मिळालेल्या वारसांच्या जन्मासाठी अभिनंदन करणारी पत्रे राणीला पाठवण्यात येत होती. आधी राजकन्या व्हिक्टोरिया (नोव्हेंबर १८४०) आणि त्यानंतर वेल्सचे राजकुमार अल्बर्ट एडवर्ड (राजकन्येच्या जन्माच्या एक वर्षानंतर) यांचा जन्म झाला. अगदी स्वाभाविकपणे वेल्सचे राजकुमार हे भविष्यातील राजा असणार होते, म्हणून त्यांच्या मोठ्या बहिणीच्या तुलनेत त्यांच्या जन्माच्या वेळी लोकांमध्ये जास्त उत्साह पाहायला मिळाला.[४८] विशेष म्हणजे हे सगळे सोहळे फक्त युरोपीय लोकांनी साजरे केले नव्हते. मुंबईतील एक अत्यंत प्रसिद्ध आणि पारशी समुदायाचे प्रमुख व्यावसायिक जमशेटजी जीजीभॉय यांनी शहरात भाषणे आयोजित करण्यासाठी साहाय्य केले.[४९] राजघराण्याची संस्थाने असलेली राज्ये, जसे कर्नाटक, ग्वालियर, सिंध आणि इंदौर यांनीही ब्रिटनला अभिनंदनपर निरोप पाठवले किंवा इथेच दरबार भरवून आणि आतषबाजी करून राजघराण्यातील या विशेष घटनांचे स्वागत केले.[५०]

भारतात व्हिक्टोरियाचे पदग्रहण आणि तिचा राज्याभिषेक यापेक्षाही तिच्या लग्नाची आणि तिच्या मातृत्वाची जास्त चर्चा झाली आणि या घटना मथळ्यांमध्ये झळकल्या. त्यामध्ये आश्चर्यकारक असे काहीच नव्हते. एका राजघराण्यातील व्यक्तीच्या डोक्यावर मुकुट चढविला जाणे ही एक घटना होती; पण अशा व्यक्तीसाठी जोडीदार शोधला जाणे आणि राजघराण्याला पुरुष वारस मिळणे, हे अधिक विशेष होते. जे कुणी ब्रिटनच्या हाउस ऑफ हॅनोव्हर आणि भारतातील संस्थाने आणि राजघराणे यांची माहिती बाळगून आहेत, ते या गोष्टीला निश्चित दुजोरा देतील. अल्बर्ट यांच्याशी तिचे संबंध जुळणे आणि त्यातून इतक्या लवकर राजघराण्याला एवढ्या भराभर (सतरा वर्षांत नऊ अपत्ये) वारस मिळत जाणे, यातून व्हिक्टोरियाच्या राजघराण्याच्या लांबलचक भविष्याची ग्वाहीच मिळाली होती. याशिवाय १८४० आणि १८४२ या दोन वर्षांमध्ये तिच्या साम्राज्यावर झालेल्या दोन आत्मघातकी हल्ल्यातून तिची सत्ता सहीसलामत सुटणे, याचाही तिला बराच फायदा झाला.[५१] या दोन्ही हल्ल्यांच्या बातम्या भारतात मोठ्या प्रमाणात प्रसारित केल्या गेल्या. तसेच अल्बर्ट यांच्या एक पुरुष कुटुंबप्रमुख असलेल्या भूमिकेबद्दल ज्या कथा निर्माण केल्या गेल्या होत्या, त्यांचीही बरीच चर्चा होती; पण त्यांनी व्हिक्टोरियाच्या राजकीय अस्तित्वाला ज्या प्रकारे आधार दिला, ती भूमिकाही तितकीच महत्त्वाची होती. लॉर्ड मेलबॉर्नना आणि त्यांच्या मंत्र्यांना आता व्हिक्टोरियासोबत तिच्या पतीलाही भेटावे लागत असे आणि अल्बर्ट हे जरी राणीइतकेच तरुण व उत्साही होते, तरी ते संविधानिक विषयांसंदर्भात अजिबात नवखे नव्हते. अल्बर्ट यांनी त्यांच्या मृत्यूपर्यंत (१८६१) राजसत्तेत दुहेरी भूमिकेचे पालन केले. ज्या सार्वजनिक भूमिका राणी निभावू शकत नव्हती, तिथे ते स्वतः हजर राहू लागले. तसेच तिच्या आवाक्याबाहेरील काही विषयांमध्ये रुची घेऊन, त्यात प्रावीण्य संपादन

करण्याचे कामही त्यांनी केले.[५२]

यातील एक कार्य म्हणजे गुलामगिरीविरोधक संघटनेतील त्यांचा सहभाग. या संघटनेच्या जून १८४०मध्ये आयोजित एका भव्य सभेच्या अध्यक्षस्थानी राजपुत्र अल्बर्ट होते. याच सभेत त्यांनी प्रथम एका जाहीर सभेला उद्देशून भाषण केले. कदाचित विलियम विलबरफोर्स यांच्या कामाने भारावलेल्या राणीनेच त्यांना असे करण्याचा आग्रह केला असावा.[५३] सन १८४० संपत असतानाच संघटनेचे गुलामगिरीसंदर्भातील काम हे ब्रिटिश वेस्ट इंडिजमध्ये संपुष्टात आले. (१८३३ मध्येच गुलामगिरीचे निर्मूलन करण्यात आले होते.) आणि त्यांच्या कार्याचा केंद्रबिंदू अमेरिकेतील गुलामगिरीला आळा घालण्यावर स्थिरावला. त्याचबरोबर आफ्रिकेच्या समुद्र किनाऱ्यालगतच्या प्रदेशातील गुलामांची विक्री थांबवणे आणि गुलामांसंदर्भातील उर्वरित काही अधिकार जे ब्राझिलकडे होते, ते संपविण्यासाठी तसेच महासागरापलीकडे होणारी गुलामांची विक्री रोखणे, या कामाकडेही संघटनेने आपले लक्ष केंद्रित केले. यात भर म्हणजे, जेव्हा अल्बर्ट यांनी सभेचे अध्यक्षपद भूषविले, तेव्हा संघटनेतर्फे भारतातील उर्वरित भागांमध्ये गुलामगिरीचे जे अवशेष शिल्लक होते, ते पुसण्यासाठी म्हणून मोहीम चालवली जात होती. त्याचबरोबर त्यांनी संसदेला गळ घातली की, भारतात गुलामगिरीचा एक नवीन घृणास्पद प्रकार रुजू पाहत आहे, त्यावर पहारा ठेवावा. या नवीन पद्धतीनुसार भारतातील गरीब मजुरांना जबरदस्तीने - आपली पाळेमुळे रुजवू पाहणाऱ्या नवीन अर्थव्यवस्था असलेल्या देशांमध्ये - जसे की वेस्ट इंडिज आणि इतरत्र - पाठविण्यात येत असे, ज्याला 'कुली'प्रथा म्हटले जात असे.[५४] पहिल्या सभेनंतर अल्बर्ट पुन्हा गुलामगिरीविरोधी संघटनेच्या कुठल्याही सभेला गेले नाहीत; पण दोन वर्षांनंतर ब्रिटनचे नवीन पंतप्रधान सर रॉबर्ट पील यांनी भारतातील गुलामगिरीसंदर्भात एक भरभक्कम व लांबलचक निवेदन पाठवले होते.[५५]

गुलामगिरीविरोधी संघटनेच्या कामानंतर अगदी स्वाभाविकपणे अल्बर्ट यांचे पुढचे पाऊल म्हणजे इतर इव्हानजेलिक म्हणजेच ख्रिस्ती धर्माच्या कामासाठी स्वतःला वाहून घेणे हेच असणार होते. *सोसायटी फॉर द प्रोपोगेशन ऑफ द गॉस्पेल*, जी ब्रिटनमधील सगळ्यात मोठी आणि पुरातन ख्रिश्चन मिशनरी संस्था होती; या संस्थेचे परदेशातील काम पाहणे हे त्यांपैकी एक होते. १८५१मध्ये अल्बर्ट अध्यक्ष बनले आणि संस्थेच्या १५०व्या वर्धापन दिनी त्यांनी भाषणही केले. अर्थात हे भाषण फारसे संस्मरणीय नव्हते. संस्थेच्या आत्तापर्यंतच्या वाटचालीचा संक्षिप्त इतिहास त्यात सांगण्यात आला. मात्र, त्यात राजपुत्र अल्बर्ट यांनी एक विधान केले की, संस्थेचे 'ख्रिश्चन धर्माला भारत आणि ऑस्ट्रेलिया यांसारख्या देशांच्या कानाकोपऱ्यात नेण्यात' मोठे योगदान आहे, कारण 'शेवटी या प्रदेशांमध्ये अँग्लो-सॅक्सन लोकांचेच वास्तव्य राहणार आहे.'[५६] हे विधान जरा चमत्कारिक

होते. तो प्रसंग आणि तिथे ज्या प्रकारचे श्रोते उपस्थित होते, त्यांच्यासमोर त्यांचे हे विधान म्हणजे जणू संस्थेच्या आणि परदेशातील इव्हानजेलिकल चर्चच्या अनुयायांच्या विधानांचाच पुनरुच्चार होता. मिशनच्या उद्देशांचा अशा प्रकारे जाहीर मंचावर पुनरुच्चार करून अल्बर्ट यांनी एक प्रकारे ब्रिटनच्या राजघराण्याचा आणि भारतात प्रसारित केल्या जाणाऱ्या ख्रिश्चन धर्माचा जणू संबंध प्रस्थापित केला. एकीकडे व्हिक्टोरिया ही इव्हानजेलिक अपेक्षांना तेवत ठेवणारी शांत पणती होती, तर दुसरीकडे अल्बर्ट यांनी या कामाचा जाहीरपणे मौखिक प्रचार सुरू केला.

जनकल्याणाच्या कामातील अल्बर्ट यांची वाढती भूमिका आणि १८४१मध्ये कॉन्सर्व्हेटिव्ह पार्टीचे सरकारमध्ये परत येणे, यांची एकच गाठ पडली. देशाचे प्रशासन बदलले तसे लगेच दरबारातील अधिकारीही बदलले. या बदलामुळे भारत प्रथमच राणी व्हिक्टोरियाच्या जगतातील म्हणजेच राजेशाहीच्या विस्तारातील एक ठळक घटक म्हणून प्रस्थापित झाला. मात्र, राजेशाही कुटुंबात झालेले दोन बदल हे दीर्घकालीन परिणाम करणारे ठरले. सन १८४२ मध्ये लेडी शारलॉट कॅनिंग आणि लेडी सुझॅन रॅमसे यांना राणीच्या शयनगृहाच्या मुख्य कार्यवाह म्हणून नियुक्त करण्यात आले. या दोघींच्याही यजमानांनी (चार्ल्स कॅनिंग यांनी १८४१मध्ये देशाच्या विदेश कार्यालयाचे अवर-सचिव म्हणून आणि जेम्स रॅमसे यांनी १८४३मध्ये उद्योग मंडळाचे उपाध्यक्ष म्हणून) पील यांच्या सरकारात प्रवेश केला.[५७] या दोघांचीही पुढे भारतात वरच्या श्रेणीत गणल्या जाणाऱ्या मोठ्या पदांवर नियुक्ती झाली. रॅमसे (जे डलहौसीचे मार्क्विस म्हणून जास्त ओळखले जात.) हे पुढे १८४८ ते १८५६ या काळात गव्हर्नर-जनरल बनले. त्यांच्यानंतर त्या पदावर कॅनिंग यांची नियुक्ती झाली, जे भारतीय सरकारचे ईस्ट इंडिया कंपनीकडून राजघराण्याकडे म्हणजेच राजमुकुटधारी सत्ताधीशांकडे हस्तांतरण झाल्यानंतर भारताचे पहिले व्हाइसरॉय म्हणून ओळखले गेले. हे दोघेही आपापल्या पत्नींना घेऊन भारतात राहायला गेले होते. मार्क्विस ऑफ द डलहौसी हे १८४८ मध्ये भारतात स्थलांतरित होण्याआधीच राजदरबारातील एक अत्यंत विश्वासू सेवक म्हणून गणले जात होते. यांनीच १८४२ मध्ये सर्वप्रथम, राणीच्या तिच्या सत्ता प्रदेशाच्या बाहेरील पहिल्या भेटीचे आयोजन केले होते. लंडन आणि तिच्या अखत्यारीतील काउंटीबाहेर एडिनबर्ग येथे त्यांनी ही भेट आयोजित केली होती. नवीन आणि तरुण राजघराण्याच्या वारसाचा लोकांना जास्तीतजास्त परिचय व्हावा, हा या आयोजनाचा मुख्य हेतू होता.[५८] हळूहळू पण अगदी सातत्याने, व्हिक्टोरियाला तिच्या प्रदीर्घ सत्ताकाळात भारताशी जोडणाऱ्या साखळीतील बंध स्पष्ट होत चालले होते. पीलच्या मंत्रिमंडळानेसुद्धा राणीला भारतासंदर्भातील बातम्यांचा नियमित पुरवठा करून तिला याबाबत जागरूक ठेवले होते. १८४१ ते १८४३ दरम्यान नियामक मंडळाचे अध्यक्ष म्हणून कार्यरत

असलेले लॉर्ड फिट्झजेराल्ड हे तर असे करण्यात अगदी आग्रही होते. फिट्झजेराल्ड यांनीच राणीच्या दरबारात हजर होण्यासाठी पहिल्या भारतीय पर्यटकाला आणले होते. त्यांचे नाव होते द्वारकानाथ टागोर आणि ते एक उद्योजक व तत्त्वज्ञ होते. राणीने यांचेच रेखाचित्र काढले होते.(५९)

व्हिक्टोरिया आणि त्यांचे पती अल्बर्ट यांच्या जगतात भारतीय राजकारणातील पहिल्यावहिल्या दोन मुत्सद्द्यांची वर्णीदेखील पील सरकारमुळेच लागली. वेलिंग्टनचे ड्यूक आणि लॉर्ड एलेनबरो हे ते दोन राजकारणी. १८४० दरम्यानच्या काळात राजघराण्याच्या भारताकडे पाहण्याच्या दृष्टिकोनावर या दोघांचा प्रचंड प्रभाव होता. वेलिंग्टनचे ड्यूक असलेले आर्थर वेलस्ली हे पुन्हा त्यांच्या जुन्या पदावर म्हणजे लष्कराचे प्रमुख कमांडर म्हणून १८४२मध्ये रुजू झाले. ही भूमिका स्वीकारल्यानंतर त्यांची आणि अल्बर्ट यांची गाढ मैत्री झाली. शिवाय राजघराण्यातील या तरुण सदस्यांना त्यांनी अगदी सहजपणे आणि वारंवार आपल्या छत्रछायेखाली घेतले. त्यांच्या नियुक्तीनंतर त्यांनी लगेचच पोर्ट्स्‌ माउथ नौदलाच्या बंदरांवर राजघराण्यातील सदस्यासाठी एका समारंभाचे आयोजन करून त्याचे यजमानपद भूषविले. त्याच वर्षी व्हिक्टोरिया आणि अल्बर्ट यांनी वॉलमेर महालाला भेट दिली, जे ड्यूक यांचे निवासस्थान होते आणि केन्टच्या किनाऱ्यावर वसलेले होते.(६०) १८४२मध्ये वेल्सच्या राजपुत्राच्या नामकरण सोहळ्यात ते मानाची तलवार घेऊन हजर झाले होते आणि नंतर राणीच्या तिसऱ्या पुत्राचे - आर्थर याचे - ते धर्मपिता म्हणून गणले गेले. आर्थर यांचा जन्म १८५० मध्ये झाला आणि त्यांनी लष्करात काम करण्याचा निर्णय घेतला होता. नामकरणाच्या सोहळ्याचा क्षण फ्रँक विंटरहाल्टर यांनी १८५१मध्ये रेखाटलेल्या चित्रात पाहायला मिळतो; ज्यात राणी आणि अल्बर्ट आपल्या नवजात अर्भकाला घेऊन उभे आहेत आणि ड्यूक त्याला सोन्याचा पाळणा भेट करताना दिसत आहेत. भारतीय व्यवस्था आणि राजकारणासंदर्भातील राणी व्हिक्टोरिया आणि अल्बर्ट यांच्या एकंदर विचारांवर १८४०च्या काळात वेलिंग्टनच्या ड्यूक यांचा प्रचंड प्रभाव होता. निव्वळ नावापुरते पद भूषविणाऱ्या त्यांच्या पूर्वीच्या लष्करप्रमुखांच्या - लॉर्ड हिल - यांच्या तुलनेत ड्यूक यांना भारतातील युद्धनीतीची सखोल माहिती होती. त्याआधी चाळीस वर्षांपूर्वी भारताच्या दक्षिणेत टिपूशी झालेल्या युद्धातील त्यांचे कौशल्य आणि कामगिरी वाखाणण्याजोगी होती. भारतात सरकार राज ठेवूनही त्याच्या आजूबाजूची तटबंदी कडक आणि कायम राखण्यासाठी आखल्या गेलेल्या नीतीमध्ये त्यांचा अजूनही सहभाग होताच; पण आता सत्तरीच्या उंबरठ्यावर असलेल्या वेलिंग्टन यांचे ब्रिटनमधील नागरी सरकारमधील स्थान हे एखाद्या अपंगत्व आलेल्या व्यक्तीसारखे शिल्लक होते. ब्रिटनमध्ये रुजू पाहणाऱ्या सार्वभौम सरकारसंदर्भातील १८४२ आणि १८४८मध्ये त्यांनी मांडलेले मत आणि ते व्यक्त करीत असलेला वैताग यामुळे त्यांचे हसे झाले;

परंतु युद्धनीतीचे जाणकार म्हणून त्यांनी आपली ख्याती कायम राखली होती. त्यांनी पाठवलेल्या फ्रेंच व नेपोलिअन युद्धांच्या (त्याच्या भारतातील मोहिमेचेदेखील) अहवालांचे/माहितीचे संकलन/ग्रंथ १८३० मध्ये प्रकाशित झाले आणि समीक्षकांकडून त्याचे कौतुकसुद्धा झाले. ब्रिटनने १८४० नंतर अफगाणिस्तानवर केलेल्या स्वारीचा वाईट परिमाण झाला आणि परिस्थिती आणखी बिघडली होती. तशातही ड्यूक यांनी भारताच्या राज्य कारभारासंदर्भात जे जाहीर निवेदन केले होते, त्या त्यांच्या शब्दांना फार वजन होते.(६१) राजपुत्र अल्बर्ट यांच्या लष्करी कारकिर्दीसाठी आणि त्यांच्या लष्करी सुधारणेच्या कल्पनांसाठीही ड्यूक यांनी अल्बर्ट यांना खूप प्रोत्साहन दिले. अल्बर्ट यांना लष्करी शिक्षणाचे धडे त्यांच्या शालेय शिक्षणाचा भाग म्हणून देण्यात आले होते. राणी व्हिक्टोरिया यांच्याशी विवाह झाल्यानंतर लगेचच त्यांना ब्रिटिश लष्कराच्या घोडदळ पलटणीची जबाबदारी देण्यात आली होती, ज्याला ११वे हुस्सार्स (11th Hussars) असे संबोधले जात असे. या पलटणीच्या पोशाखातील लाल रंग हा सॅकस-कोबर्ग आणि गॉथ हाउस या दोन्हींच्या (अल्बर्ट यांचे घराणे) पोशाखाशी मिळताजुळता होता. ही जबाबदारी स्वीकारल्यानंतर अल्बर्ट यांनी ब्रिटिश युद्धनीतीमध्ये रुची घ्यायला सुरुवात केली आणि दशकपूर्तीपर्यंत त्यांनी नियमितपणे लष्करी भरती आणि लष्करी तुकड्यांचे आकारमान, शांततापूर्ण वातावरणातील प्रशिक्षण आणि अभ्यास तसेच भारतातील मोहिमांसंदर्भात निवेदने लिहिण्यासही सुरुवात केली. अल्बर्ट यांचा लष्करी कारभारातील सुज्ञपणा पाहून ड्यूक इतके प्रभावित झाले होते की, त्यांनी १८४९मध्ये सूचित केले की, त्यांच्यानंतर लष्करप्रमुख म्हणून अल्बर्ट यांची नियुक्ती केली जाऊ शकते.(६२)

पील यांच्या सरकारमध्ये आणखी एक वरिष्ठ राजकारणी होते, ज्यांच्या मतांचा राजघराण्याच्या भारतासंदर्भातील दृष्टिकोनावर खूप प्रभाव होता. नियामक मंडळाचे नवीन अध्यक्ष लॉर्ड एलेनबरो एडवर्ड लॉ हे त्याच्या नियुक्तीच्या एक वर्षाच्या आतच भारतीय कारभाराच्या गोटात प्रवेशकर्ते झाले, ऑकलंडचे गव्हर्नर जनरल झाले आणि शेवटी भारतावरील राणीच्या उर्वरित सत्ताकाळात कॉन्सर्व्हेटिव्ह पक्षाचा एकछत्री कारभार त्यांनी भारतावर प्रस्थापित केला. अर्थातच सरकारमधील या एका बदलामुळे त्यांच्या धोरणांमध्येही उलथापालथ घडून आली. ड्यूक ऑफ वेलिंग्टन यांच्या १८२८-३० या काळातील मंत्रिमंडळातील एक वरिष्ठ सदस्य असलेले एलेनबरो हे व्हिग सरकारचे अगदी कट्टर विरोधक होते आणि भारतातील अशा व्हिग कारभाराबद्दलही त्यांचे मत विरोधात होते. व्हिग सदस्यांच्या बँक व्यावसायिकांशी आणि ईस्ट इंडिया कंपनीतील भागीदारांशी असलेल्या संबंधांची त्यांना चीड होती. बेंटिंक आणि ऑकलंड यांच्या इंग्रजाळलेल्या धोरणाला त्यांनी कडाडून विरोध केला आणि भारतात त्यांचे आगमन झाल्याबरोबर त्यांनी अगदी नाट्यमयरीत्या, सिंध प्रांत आणि समुद्र तटापलीकडील चीन यांच्यात मध्यस्थी घडवून आणण्याच्या महत्त्वपूर्ण

मोहिमेवर निघण्यापूर्वी अफगाणिस्तानसोबत चाललेल्या युद्धाचा अंत करण्याच्या दृष्टीने पावले उचलली.(६३) पुस्तकाच्या पुढील प्रकरणामध्ये वर्णन केल्याप्रमाणे या मुत्सद्देगिरीने व्हिक्टोरिया आणि अल्बर्ट हे दोघेही आश्चर्यचकित झाले होते.

कलकत्त्याला पोहोचल्याबरोबर एलेनबरो यांनी भारतातील कारभाराच्या अवस्थेबद्दल इत्थंभूत माहिती देण्यासाठी राणी व्हिक्टोरियाला वैयक्तिक स्तरावर पत्र लिहिण्यात एकही क्षण दवडला नाही. हे प्रथेला धरून नव्हते. यापूर्वी गव्हर्नर-जनरल हे त्यांचे सरकारी खलिते आणि ईस्ट इंडिया कंपनीच्या अध्यक्षीय मंडळांसाठीची पत्रे ही आधी नियामक मंडळाच्या अध्यक्षांकडे पाठवीत असत; जे नंतर स्वतःच्या अधिकारांचा वापर करून आणि पत्रातील माहितीची निवड करून ती पुढे राजघराण्याच्या सदस्यांकडे पाठवीत असत. भारतातील सर्व घटनांची माहिती परस्पर पत्रांद्वारे दर महिन्याला राणीला पाठवून एलेनबरो यांनी हा शिष्टाचार मोडीत काढला.(६४) आणि त्यांची ही कृतीच पुढे शिष्टाचारात परिवर्तित झाली आणि त्यांच्यानंतर आलेल्या प्रत्येकाने याचे पालन केले. खरे तर एलेनबरो यांच्यासाठी हा एक साधासा शिष्टाचार होता. ब्रिटिश राजघराण्याचे भारतात एक विशिष्ट स्थान असावे, ही त्यांची संकल्पना होती. १८४३मध्ये त्यांच्या पहिल्या दरबार दौऱ्याच्या वेळी राणी व्हिक्टोरिया यांना एलेनबरो यांनी सांगितल्याप्रमाणे : 'मॅजेस्टी या काय साम्राज्याच्या एक तथाकथित प्रमुख बनण्यासाठी आल्या आहेत?... सर्व राजपुत्र आणि प्रमुख यांना सम्राज्ञीच्या सरंजामाचे सहभागीदार होण्याचा अभिमान वाटावयास हवा'. पुढे विस्तृतपणे बोलताना ते म्हणाले की, 'सत्तेच्या खऱ्या उद्देशांचा विश्वास' वाटावा, अशी कारणे जर राजकुमारीला देण्यात आली असती, तर त्यांनी प्रजासत्ताकाच्या सुधारणेसाठी मदतच केली असती आणि सत्तेतील जनतेचे आयुष्यही त्यामुळे आणखी चांगले झाले असते. शेवटी आपल्या लेखणीचे कौशल्य दाखवत त्यांनी व्हिक्टोरियाला लिहिले की, जर 'लोककल्याण हाच उद्देश मानून... आणि ज्यांना या दूरवरच्या राजघराण्याच्या छत्रछायेचा आसरा देण्याचे वचन देण्यात आले आहे त्या फक्त एका, अनोळखी लोकांच्या देशाकडून मिळणाऱ्या आर्थिक लाभाचा विचार न करता' काळजीपूर्वक राज्य करण्यात आले, तर 'भारताच्या भविष्यातील समृद्धीला कुठलीही सीमा राहणार नाही' असे त्यांना दिसते आहे.(६५) हे पत्र खरेच खूप लक्षणीय होते. तरुण राणीच्या डोक्यात 'सम्राज्ञी' ही कल्पना एलेनबरो यांनीच रुजविली. तीदेखील तिला ही पदवी अधिकृतपणे प्रदान करण्याच्या ३० वर्षांपूर्वी. किती हा निर्धास्तपणा! राजघराण्याच्या मुकुटधारी व्यक्तीचे भारतावरील सत्तेला सरळसरळ गृहीत धरणे हे ब्रिटिशांच्या भारतातील कारभाराच्या गेल्या ८० वर्षांच्या प्रथेला सरळ छेद देणारे होते. या नवीन वळणावरून एलेनबरो राणीला आणि तिच्या मंत्र्यांना पुढे किती काळ वाटचाल करण्यास मदत करणार होते?

२

योद्धा राणी

संपूर्ण जगात, राणीचे नाव असलेले जर कुठले जहाज प्रथम पाण्यावर तरंगले असेल तर ते म्हणजे एक लाकडी वाफेवर चालणारे *व्हिक्टोरिया* जहाज, जे बॉम्बे डॉकयार्डमधून १८३९मध्ये समुद्रात उतरवले गेले. त्यानंतर तब्बल चौदा वर्षं हे जहाज एडन आणि सुएझ यांच्यामध्ये प्रवासी आणि टपाल घेऊन यशस्वीपणे फेऱ्या मारत राहिले.[१] पण त्याची मुख्य कार्यवाही हिंद महासागरात नव्हती; ती उत्तरेत आणि पूर्वेकडे होती. सन १८४२ आणि १८५३ यादरम्यान ब्रिटिश साम्राज्याचा आशिया खंडात न भूतो न भविष्यती असा विस्तार झाला. सिंध ते पंजाबपर्यंत (यातील काही भाग आता आधुनिक पाकिस्तानात आहे.) समुद्री चिनी प्रदेशात आणि खाली बर्मापर्यंत (ज्याला आता म्यानमारचा इरावड्डी त्रिभुज प्रदेश म्हणून गणले जाते.) हे साम्राज्य पसरले होते. राणी व्हिक्टोरियाच्या सत्ताकाळात छोट्या वसाहतींमधील युद्धांमुळे सर्वाधिक रक्तरंजित झालेले हे दशक असावे आणि ईस्ट इंडिया कंपनीच्या लष्कराच्या दोन्ही तुकड्यांनी - नौदल आणि पायदळ - यांनी या युद्धांचे नेतृत्व केले.[२]

एचएमएस व्हिक्टोरिया (जहाजाचे नाव) तर या चक्रातून बचावले; पण राणी मात्र स्वतःला वाचवू शकली नाही. व्हिग-राणी म्हणून भारतीय राज्यकारभारात तिचे स्थान नाममात्र होते; पण १८४० नंतरच्या काळात वाढणाऱ्या तिच्या साम्राज्याशी व्हिक्टोरियाचा सरळ संबंध वाढत गेला. वॉल्टर अर्नस्टन यांनी विधान केल्याप्रमाणे, तिची एक 'योद्धा राणी' म्हणून असलेली भूमिका तरुण माता आणि पत्नी म्हणून जनमानसात असलेल्या ओळखीइतकीच महत्त्वाची होती. आता तह-करारांवर तिच्या नावाने स्वाक्षऱ्या होत होत्या. यातील सगळ्यात प्रचलित म्हणजे वाईटॅनीचा करार ज्याअंतर्गत राजघराण्याच्या म्हणजेच क्राउनच्या अखत्यारीतील न्यूझीलंड नवीन

वसाहत म्हणून स्थापित झाला. आशिया व अरेबियन गल्फमध्येही या कराराच्या माध्यमातून साम्राज्याचा विस्तार करण्यात आला. मस्कत (१८३९) एडन (१८४३) आणि नानकिंग (१८४२) हे करार, ज्यांमुळे ब्रिटिश व्यापाऱ्यांसाठी चीनच्या बंदरांचे दरवाजे उघडले गेले आणि हाँगकाँग बेटाचाही साम्राज्यात समावेश झाला. यांच्याशी ईस्ट इंडिया कंपनीने केलेल्या करारावरील त्यांच्या स्वाक्षऱ्या जाऊन राणीच्या स्वाक्षरीने नवीन करार केले गेले.[३]

अशा बदलांमधून फक्त कायदेशीर नावांची अदलाबदल होत होती असे नाही, तर त्यातून व्हिक्टोरिया आणि अल्बर्ट यांच्या साम्राज्याच्या कारभारातील रुचीचे पुरावेदेखील मिळत होते. स्वगृही, राजेशाहीच्या अधिकाधिक लष्करीकरणाकडे चाललेल्या वाटचालीला खीळ बसवण्याची वृत्ती असलेल्या मंत्र्यांमुळे -- कारण सर रॉबर्ट पील यांनी प्रिन्स ऑफ वेल्स यांच्या म्हणजेच वेल्सच्या राजपुत्राच्या जन्माच्या वेळी काढलेल्या नवीन लष्करी अध्यादेशाला सरळ फेटाळून लावले होते -- राणीने आपला मोर्चा भारताकडे वळविला. इकडे लॉर्ड एलेनबरो यांची भूमिका निर्णायक होती. त्यांच्या गव्हर्नर-जनरलपदाच्या अल्पकालीन कारकिर्दीत, त्यांच्यापूर्वी आणि नंतरही आलेल्या कुठल्याही अधिकाऱ्याने केले नसेल इतके एलेनबरो यांनी ईस्ट इंडिया कंपनीच्या नाकी नऊ आणले होते. व्हिक्टोरिया अर्थातच एलेनबरो यांच्या बाजूने उभी होती आणि क्राउनचे कंपनीपेक्षा वरचढ असणे, यासाठी तिची भूमिका आणखी ताठर बनत चालली होती. प्रथेनुसार तिने सार्वजनिकरीत्या काय बोलावे, या निर्बंधातदेखील राणीचा हा ताठरपणा आणखी वाढत गेला. या काळात भारतात आणि चीनमध्ये मिळवलेल्या विजयी मोहिमांमध्ये देण्यात येणाऱ्या पदकांच्या मुद्द्यावरून तिचे हे वागणे ठळकपणे लक्षात येऊ लागले होते. तिने आग्रहच धरला होता की, हे सर्व सन्मान तिच्याद्वारे आणि तिच्या नावानेच देण्यात यावेत. राजेशाही कारभाराच्या या नूतन पद्धतीची रुजवात भारतात होऊ लागली आणि पंजाब प्रांतातून याला प्रतिसादही मिळाला आणि त्यांनी सत्तेचे प्रतीक राणीकडे सुपूर्द केले. ज्याचे वर्णन कोहिनूरच्या कथेमध्ये आपल्याला वाचायला मिळते. कंपनीची सनद बदलाच्या प्रक्रियेतून जात असताना - १८५३ मध्ये झालेला हा बदल शेवटचा ठरला -- भारत आणि ब्रिटनमधील नियंत्रणाचे केंद्रस्थान हळूहळू राजघराण्याकडे वळू लागले.

गज पलायन

अत्यंत गर्विष्ठ आणि हेकेखोर ही दोनच सगळ्यात सभ्य विशेषणे ज्यांच्या संदर्भात वापरली जातात, त्या लॉर्ड एलेनबरो यांनी ऑक्टोबर १८४१मध्ये लंडन सोडले आणि ते कलकत्त्याला गेले जिथे त्यांनी लॉर्ड ऑकलंड यांची गव्हर्नर-जनरलची

जागा घेतली. निरोप घेताना त्यांनी राणीपुढे अत्यंत विश्वासाने सांगितले की, तिच्या वाढदिवसापर्यंत 'चीनच्या सम्राटाचा राजमहाल आपल्या ताब्यात येणार आहे', आणि मुख्य म्हणजे काही महिन्यांतच, अफगाणिस्तानच्या मोहिमेसंदर्भात सतत येणाऱ्या वाईट बातम्या चांगल्या वार्तेत बदलल्याचे त्यांनी अत्यंत अभिमानाने सांगितले.(५) एप्रिल १८४२ मध्ये जलालाबाद येथे विजय संपादन करताना काही अपहृतांना वाचवता आले आणि थोडीफार लाज राखली गेली. ब्रिटिश सैन्यासाठी हा विजय म्हणजे अफगाणिस्तानातील अपयशाची जणू परतफेड होती. यामध्ये दोन्ही पक्षांना प्रचंड नुकसान सहन करावे लागले होते. परतीच्या वाटेवर ब्रिटिश लष्कराने सीमांवर खूप जाळपोळ आणि लुटालूट करून बरेच नुकसान भरून काढले.(६) वसंत ऋतूच्या आगमनापर्यंत एक गोष्ट स्पष्ट झाली होती की, राजेशाही नौदल आणि ईस्ट इंडिया कंपनीचे नौदल हे चीनवर विजय मिळविण्यात यशस्वी झाले होते. हरलेल्या चीनचे ध्वज मिळवून ते युद्ध विभागाने बकिंगहॅम पॅलेसला पाठवले, ज्यामुळे राणीला आनंद होणे अगदी अपेक्षित होते.(७)

पद सांभाळल्यानंतर पहिल्याच वर्षी एलेनबरो यांनी अफगाणिस्तान आणि चीन या दोन्ही देशांतील युद्धाचा अंत केला. चीनमधील व्यापार सुरू करण्यासाठी निर्माण करण्यात आलेला दबाव हा भारत आणि चीन या दोन्ही देशांमध्ये एक प्रश्नच होता, कारण आतापर्यंत १८३३मध्ये कंपनीच्या मक्तेदारीला संपविण्याच्या प्रयत्नात एक व्यापारी वर्ग समुद्रापलीकडे चीनमध्ये फोफावला होता. गुजरात आणि मुंबईच्या बंदरांवरून काम करणाऱ्या व्यापारी समुदायांनी या व्यवसायांपैकी एक असलेल्या आणि कायदेशीर मानल्या जाणाऱ्या अफूच्या व्यापाराला उचलून धरले. चीनशी मुक्त व्यवहारासाठी आवाज उठवणाऱ्यांमध्ये मुंबईच्या बंदरांवरील व्यापारी आघाडीवर होते. राणीच्या राज्याभिषेकाचे आणि तिच्या मातृत्वाचे कौतुक करणाऱ्या आणि अभिनंदन करणाऱ्यांमध्येही हेच लोक पुढे होते.(८) त्यांच्या मते, व्हिक्टोरिया आणि अल्बर्ट हेच चीनच्या विजयाचे शिल्पकार होते. अल्बर्ट यांनी त्यांच्या मोठ्या मुलीचे नामकरण करताना तिला प्रिन्सेस व्हिक्टोरिया ऑफ हाँगकाँग अशी उपाधी देण्याची मनीषाही व्यक्त केली होती. नोव्हेंबरच्या शेवटी नानकिंग कराराने प्रफुल्लित झालेल्या राणीने या कराराची अधिकृत घोषणा करणाऱ्या बातमीचे कात्रण काढून आपल्या वैयक्तिक रोजनिशीत जपून ठेवले होते.(९) या बातमीत म्हटले होते की, आता या कराराच्या अटींनुसार हाँगकाँग हेदेखील 'शाश्वतरीत्या ब्रिटानिक राजेशाहीकडे सोपविण्यात आले आहे.'

जिथे जिथे कारभाराची लक्तरे झाली होती, त्यांना फक्त पुन्हा सुस्थितीत आणण्याचे काम एलेनबरो यांनी केले नाही, तर त्यांना भारताच्या कारभारावर स्वतःची छाप उमटवायची होती आणि त्यांनी तसा निश्चयच केला होता.(१०)

अफगाणिस्तानातून लष्कर बाहेर काढण्याच्या अंतिम टप्प्याची जबाबदारी त्यांनी पूर्णपणे स्वतःवर घेतली होती आणि त्यानंतर जाहीरनाम्याबरहुकूम ते सत्ता चालवीत राहिले. या पहिल्या अधिकृत घोषणेमध्ये त्यांनी अफगाणिस्तानशी असलेले वैर संपविले आणि असे करून त्यांनी लॉर्ड ऑकलंड यांच्या कारभारावर जणू जाहीर टीकाच केली. या घोषणेबरोबरच त्यांनी शेजारी प्रजासत्ताक किंवा स्वतंत्र राज्यांच्या कारभारात हस्तक्षेप न करण्याचा निर्णय घेतला होता, तो मात्र कायम राखला. यालाच दुजोरा देत त्यांनी एक अध्यादेश काढला आणि तो नेपाळ, हैदराबाद, नागपूर, अवध आणि इतरत्रही पाठवला. यात अफगाणिस्तानातील गझनी आणि काबूलवरील पुनःस्थापित वर्चस्वाचा आणि चीनशी झालेल्या कराराचा उल्लेख होता जे 'राणीच्या आदेशानुसार' होते, असे सांगण्यात आले. तसेच या सर्व स्वतंत्र राज्यांना स्वतःच्या प्रदेशात शांतता राखण्यासाठीचा इशाराही देण्यात आला होता.(११) १८४२ हे वर्ष संपताना त्यांनी फिरोझपूर येथे सतलज नदीच्या किनारी एक दरबार आयोजित केला होता; जेणेकरून ब्रिटिशांनी १८३९ पासून कैद करून ठेवलेल्या अफगाणच्या आमिरला - दोस्त मोहम्मद खान - याला काबूलला परतण्यापूर्वी एलेनबरो यांचा यथोचित आदर सत्कार करण्याची संधी देता आली असती.(१२) एलेनबरो यांनी सिंधचे आमिर यांनी चालवलेल्या विरोधी कारवायांचा सोक्षमोक्ष लावण्यासाठी तिकडे बॉम्बे लष्कराची रवानगी केली होती. सिंधच्या आमिरचा अफगाणिस्तानबरोबर शांती समझोता करण्यास विरोध होता. एका जिंकलेल्या प्रदेशातील मोहीम संपविण्यासाठी त्यांनी चार्ल्स नेपियर यांना संपूर्ण अधिकार दिले होते. त्यानंतरच्या मार्च महिन्यामध्ये मियानी आणि हैदराबादच्या लढाईत या आमिरचा पराभव झाला होता आणि हे प्रांत वर्चस्वाखाली ठेवण्यात आले. सिंध नदीच्या कुशीतील प्रांतांचाही समावेश ब्रिटिश सत्तेत करण्यात आला होता आणि या प्रांतीय मिळकती आणखी समृद्ध करण्यासाठी एलेनबरो यांनी मुक्त व्यापाराची घोषणा करत नदीकाठावर द्यावी लागणारी जकात आणि इतर कर रद्द केले. वसाहतींच्या या साम्राज्यातील नवीन आलेल्या प्रांतांमध्ये राणीच्या वाढदिवसाचा उत्सव संपूर्ण लष्करी इतमामात साजरा करण्यासाठी नेपियर यांनी सगळी जबाबदारी स्वतःकडे घेतली.(१३)

आणि या साऱ्याच्या एक पाऊल पुढे जात, एलेनबरो यांनी अत्यंत नाट्यमयरीत्या गझनी येथील सुलतान मेहमूदच्या कबरीला लावलेली चंदनाची प्रवेशद्वारे काढून ती पुन्हा गुजरातच्या सोमनाथ मंदिरात लावण्याच्या कामाला अधिकृत परवानगी दिली. त्यांनी १६ नोव्हेंबरला केलेल्या घोषणेत ही दारे परत नेण्याचा जो मार्ग सांगितला, तो पंजाबमधून जाणार हेदेखील निश्चित केले. आठ शतकांपूर्वी भारतातील हिंदूंच्या मंदिरातून लुटून नेलेल्या गोष्टी परत आणण्याच्या निर्णयाचे त्यांनी समर्थन केले, ही

त्यांच्या हातून झालेली एक मोठी चूक ठरली. ती द्वारे म्हणजे मूळ द्वारांची प्रतिकृती होती. भारतातील मुस्लिमांनी याला प्रचंड विरोध केला आणि कलकत्त्याच्या व मुंबईच्या इंग्रजी वृत्तपत्रांनी एलेनबरो यांच्यावर धार्मिक बाबींमध्ये हस्तक्षेप केल्याचा आरोप लावत, एक गव्हर्नर-जनरल हे 'मूर्तीपूजना'च्या प्रथेचे समर्थन करत आहेत, असेही म्हटले.[१४] ब्रिटनमध्येदेखील एलेनबरो हे टीकेचे आणि हास्यास्पद विषय झाले होते. त्या काळातील लोकप्रिय व्यंगचित्रकार एच. बी. (जॉन डॉयल) यांनी त्यांना एका बिथरलेल्या हत्तीच्या रूपात चितारले.[१५] भारतीय राज्यकारभारात भूमिका निभावून निवृत्त झालेल्या काही माजी ब्रिटिश अधिकाऱ्यांनी एलेनबरो यांनी लॉर्ड ऑकलंड यांना असभ्य वागणूक दिली, असाही आरोप केला. द *टाइम्स*ने त्यांच्यावर, 'प्राच्यतेची मर्कटचेष्टा' चालवली आहे, असा आरोप केला.[१६] सन १८४३च्या सुरुवातीला, सोमनाथची आणि सिंध जाहीरनाम्याची बातमी पोहोचताच संसदेचे अधिवेशन बोलावले गेले. एलेनबरो हे ब्रिटिश सरकारची कमकुवत बाजू असल्याचे उघडकीस आले आणि त्यांच्या काम करण्याच्या पद्धतीची हेटाळणी केली गेली. या सगळ्याने हर्षित झालेले अँग्लिकन संसद सदस्य रॉबर्ट हॅरी इंग्लिस यांच्या नेतृत्वाखाली लगेच ब्रिटिश सरकारचे सामर्थ्य आणि त्यांची संसाधने यांचा वापर करून हिंदूंच्या 'मूर्तिपूजन' प्रथेला समर्थन देण्यासाठी पुढे आले. आपल्या भरकटलेल्या गव्हर्नर-जनरलला आवर घालण्याचा पील यांनी खूप प्रयत्न केला. मात्र, खासगीत ते स्वतःच्याच निर्णयाबद्दल साशंकता व्यक्त करताना आढळून येत होते.[१७] सिंध प्रांताचे सम्मीलीकरण करण्यात आल्याबरोबर लगेच विरोधी पक्ष सावध होऊन बोलू लागला आणि त्यांनी लगेच नियमावलीच्या पुस्तकांतील मतांचा अभ्यास करून युद्ध करणाऱ्या आमिरच्या विरोधातील नेपियरने केलेल्या आक्रमक कारवाईला आवश्यक कारवाई म्हणून अधोरेखित केले.[१८] सिंध प्रांत हा असा एक सापळा ठरला, शेवटी ज्यामध्ये अवाढव्य व्यक्तिमत्त्वाचे मालक एलेनबरो अडकले. एका वर्षाच्या आत ईस्ट इंडिया कंपनीला त्यांना ब्रिटनमध्ये परत आणण्यात यश आले आणि त्यांच्या जागी त्यांचे जावई सर हेन्री हार्डिंगे, जे पील यांच्या मंत्रिमंडळातील युद्ध विभागाचे सचिव होते, त्यांना हे सारे प्रकार निस्तरायला म्हणून भारतामध्ये रवाना करण्यात आले.

प्रचंड उलाढालीच्या या दोन वर्षांत फक्त एकच व्यक्ती एलेनबरो यांच्या पाठीशी अगदी खंबीरपणे उभी राहिली आणि ती म्हणजे राणी व्हिक्टोरिया. लॉर्ड ऑकलंडनंतर आलेल्या भारतातील या गव्हर्नर-जनरलबरोबर तिचा घरोबा निर्माण झाला होता. फक्त १८४३ मधील सहा महिने सोडले, तर एलेनबरो हे राणीशी अगदी दर महिन्याला थेट पत्रव्यवहार करीत होते. यात त्यांच्या कुप्रसिद्ध ठरलेल्या प्रत्येक घोषणेचा आणि जाहीरनाम्यांचाही समावेश होता. या कालावधीत भारतातून

कुठलीही बातमी आली की, राणी पील यांच्याकडूनही माहिती मागून घेत असे. शिवाय नियामक मंडळाचे फिट्झजेराल्ड हेदेखील काही खासगी माहिती राणीला पोहोचवीत होते. जसे की, काबूलमध्ये ओलीस असलेल्या लेडी साले यांच्या कारागृहातील नोंदींमधील काही भाग त्यांनी राणीला पाठवला होता. नंतर या नोंदींचे पुस्तकही प्रकाशित करण्यात आले. युद्ध विभागातूनही लॉर्ड स्टॅनले हे अगदी नियमितपणे चीन मोहिमेसंदर्भातील माहिती राणीला कळवीत होते.[१९] एकीकडे 'व्हिग' सरकारच्या काळात जेव्हा भारतातील कारभाराची आणि इतर घडामोडींची अगदी कणभर माहिती पोहोचविली जात होती, कॉन्सर्व्हेटिव्ह यांचे सरकार आल्याबरोबर माहितीचा प्रवाह अगदी भरभरून वाहू लागला होता; पण यातील काही पाणी गढूळ होते. अनेक राजकीय नेते, ज्यात पील आणि त्यांचे विदेश सचिव लॉर्ड ॲबरडीन यांचाही समावेश होता, ते राणीला वारंवार एलेनबरो यांच्या चुकांचीही माहिती पुरवीत होते; पण तिने त्यांच्या धोरणांची थोड्याफार प्रमाणात व अनेक प्रकारे पाठराखणच केली. जेव्हा एलेनबरो यांनी अफगाणिस्तानच्या आणि चीनच्या मोहिमेतील यशस्वी लष्करी तुकड्यांना राणीच्या नावाने पदके बहाल केली, तेव्हा तिने त्यासाठी संमती आणि साहाय्य नोंदविले होते. फक्त हे आदेश आपणच पारित करायला हवे होते, अशी तिची इच्छा होती. सन १८४३च्या उन्हाळ्यात तिने पील यांना कळवले की, 'सिंधवरील विजयाशी संबंधित' असे तिचे एक भाषण संसदेच्या अधिवेशनाच्या सुरुवातीला सम्मीलित करण्यात यावे. पील यांनी मात्र तिला अशी संधी मिळण्यापासून वंचित ठेवले. कारण देताना त्यांनी तिला आठवण करून दिली की, ईस्ट इंडिया कंपनीच्या न्यायालयीन संचालक मंडळाचे मत होते की, सिंध प्रांतावरील हा विजय असमर्थनीय आहे; पण व्हिक्टोरियाने ही मागणी लावून धरली आणि तिला एलेनबरो आणि नेपियर यांना एक जाहीर पत्र पाठवायचे आहे, हेही अधोरेखित करून सांगितले. मग नियमावली काढण्यात आली. पील यांनी पुन्हा सांगितले की, 'मॅजेस्टी यांचे जे काही मत आहे किंवा प्रतिक्रिया आहे, ते धाडण्याचे नियमित आणि संसदीय नियमानुसार जे मार्ग आहेत, त्यानुसार म्हणजेच मॅजेस्टीच्या नोकरदारांच्या माध्यमातून पाठवावे.' पण राणी थांबली नाही. जेव्हा एलेनबरो यांना ब्रिटनमध्ये परत बोलावण्याचा निर्णय घेण्यात आला, तेव्हा राणीने या निर्णयाला 'मूर्खपणाचे' असे म्हणत आपले मत मांडले की, 'लॉर्ड एलेनबरो यांनी भारतात कंपनीसाठी दिलेल्या इतक्या महत्त्वाच्या योगदानानंतर त्यांना अशा प्रकारे परत बोलावून घेणे हे कृतघ्नपणाचे वागणे आहे'. आणि तिने शेवटी अत्यंत कठोरपणे त्यांना लिहिले की, 'या सर्व (संसद सदस्य) सभ्य पुरुषांना कळले की, हे राणीचे मत आहे, तरी मला अजिबात वाईट वाटणार नाही'.[२०]

एलेनबरो यांच्यावरील राणीच्या मर्जीला मर्यादा होत्या. एकीकडे संसदेने

एलेनबरो यांच्या धोरणांची संपूर्ण वाट लावल्यानंतर तिने आपल्या रोजनिशीत नमूद करून ठेवले की, 'मला हे सांगितलेच पाहिजे की, सोमनाथासंदर्भातील घोषणा आणि काही ठिकाणी न्यायाची गरज म्हणून केलेले काम सोडले, तर बाकी त्यांनी बरेच चांगले काम केले.' आणि जेव्हा अल्बर्ट आणि राणी यांनी भारतातून परत आलेल्या एलेनबरो यांच्यासोबत बराच काळ घालवला, तेव्हा राणीने लिहिले, 'आम्हाला दोघांनाही त्यांच्या बाजूने ते फारसे प्रभावित करू शकले नाहीत.' एलेनबरो यांच्या बुद्धिमत्तेवर त्यांच्या हेकेखोरपणाने आणि इतरांसाठीच्या तिरस्काराने मात केली असल्याचे राणीच्या या विधानातून कळते.[२१] ज्या एका तत्त्वाकरिता एलेनबरो भारतात प्रयत्नशील राहिले, त्यामुळे राणीचे लक्ष त्यांच्याकडे आकर्षिले गेले. ज्या पद्धतीने त्यांना पदच्युत करण्यात आले त्याबद्दल राणीने पील यांच्यासमोर मत व्यक्त केले, 'भारतातील ही अत्यंत वाईट पद्धत आहे, जिच्या आधारावर संपूर्ण भारतीय गोष्टी हाताळल्या जात आहेत. ईस्ट इंडिया कंपनीकडे एक नकारात्मक शक्ती आहे आणि ती काहीशी विचित्र आहे ज्यामुळे सारे काही आलबेल होण्यापासून रोखले जाते आहे'. पील यांनी हे लगेच मान्य केले आणि सूचित करताना त्यांनी सांगितले की, सद्यस्थिती याहून जास्त काळ राहू शकत नाही आणि 'एकदा का सारे राजमुकुटाच्या (क्राउन) अखत्यारीत आले की, त्याची नीट व्यवस्था लागू शकते' तेव्हाच या परिस्थितीचा अंत होईल. त्यानंतर दोनच आठवड्यांत पील यांनी एक उत्तर सुचविले ज्याचा अर्थ असा होता की, कंपनीने 'स्वतःचा गव्हर्नर नेमून आपण राजेशाहीच्या वरचढ असल्याचे' दाखवू नये. हेन्री हार्डिंगेला गव्हर्नर-जनरल आणि लष्करप्रमुख म्हणून पाठवण्याचा एकच उद्देश होता ज्याचे स्पष्टीकरण देताना पील म्हणाले, 'मी केलेली आणि माझ्या मंत्रिमंडळातील सदस्याची अशी ही नियुक्ती आहे आणि मुख्य म्हणजे अशा व्यक्तीची नियुक्ती जो एलेनबरो यांनी घेतलेल्या निर्णयांना मंजुरी देण्याच्या प्रक्रियेचा भाग आहे'.[२२] पील यांचे कंपनीवर मात करण्याचे हे प्रयत्न दुहेरी सरकारच्या या कालखंडाला संपवू शकले नाहीत. राजमुकुटाची ताकद वाढवणे आणि राजमुकुटापुढे सत्तेला झुकायला लावणे यामध्ये मूलतः जो फरक होता, तो कायम राहिला; पण तरीही यामुळे एक महत्त्वाचे पाऊल पुढे पडले. भारत आणि खंड प्रदेशात राजमुकुटाची सरळ सत्ता स्थापन केली जाऊ शकते, ही कल्पना पील यांनी राणी व्हिक्टोरियाच्या डोक्यात रुजवली. एलेनबरोनंतर नियुक्ती झालेले हार्डिंगे हे भारताचे पहिले गव्हर्नर-जनरल ठरले, ज्यांनी राणीची मुद्रा असलेली पदके आणि पुरस्कार तयार करून उत्तर आणि पश्चिम भारतात असलेल्या ब्रिटिश अस्तित्वाचे प्रतीक म्हणून रुजू केले.

राणीचे लष्कर

राणीच्या नावाने ईस्ट इंडिया कंपनीच्या यशस्वी तुकड्यांना विजयी पद प्रदान करण्याची पद्धत ही लॉर्ड एलेनबरो यांची एक अतिशय उत्कट आणि भावनिक घोषणा होती. ही बातमी कळल्यावर पील यांच्या मंत्रिमंडळातील सदस्यांनी, एलेनबरो यांचा आदेश हा अनेकार्थांनी शिष्टाचाराचे उल्लंघन करणारा आहे, असे मत व्यक्त केले होते.[२३] खरे तर अशा प्रकारच्या सन्मानाची राणीद्वारे घोषणा करण्यात यायला हवी होती, कारण एक तर साधारणपणे भारतात मोहिमेसाठीची पदके कंपनीच्या आणि राजेशाही लष्कराच्या तुकड्यांना दिली जात नाहीत आणि कुठल्याही विशेष सन्मानाशिवाय लढणाऱ्या लष्करी तुकड्यांमधून अशा प्रकारे काही तुकड्यांना सन्मानित करण्याबद्दलही थोडा विरोध होता. विजयाच्या श्रेयात राजमुकुटधारी राणीला समाविष्ट करून घेण्याचा एलेनबरो यांचा विचार होता. त्यांनी आधीच सुचविले होते की, यापूर्वी जलालाबाद येथे एक वर्षापूर्वी ज्यांनी मोहिमेचे नेतृत्व केले, त्या लष्कराच्या घोडदळलाला १५ हुस्सार याला राजपुत्र अल्बर्ट यांचे नाव देण्यात यावे.[२४] आता राणीलाही अशाच प्रकारे समाविष्ट करण्याकडे त्यांचा कल होता. स्वाभाविकपणे तिची याला संमती होतीच. त्यात वेलिंग्टनचे ड्यूक हेही पुढे आले आणि त्यांनी डिसेंबर महिन्यात आपल्या सहकाऱ्यांचीही समजूत घातली.[२५] म्हणून मग राजेशाही टांकसाळीचे प्रमुख विलियम वायन यांना एका यथोचित पदकाची निर्मिती करण्यास सांगण्यात आले.

वायन यांना अनेक आव्हानांना सामोरे जावे लागले. ज्या व्हिक्टोरियाचे चित्र ते ती पंधरा वर्षांची होती तेव्हापासून काढत होते, तिला चितारणे हे त्यांच्यासाठी आव्हान नव्हते, कारण तिचा एक अर्धाकृती पुतळा बनवून त्यावर आधारित तिची मुद्रा याआधीच त्यांनी राजघराण्याची सत्ता असलेल्या स्थानिक प्रांतांमधील चलनावर टाकली होती. खरा प्रश्न असा होता की, यापूर्वी कधीही ब्रिटिश राजघराण्याच्या सदस्यांच्या मुद्रेचा ब्रिटिश लष्करी पदकांसाठीही वापर केला गेला नव्हता. याला सन्माननीय अपवाद होता. जून १८१५च्या युद्धातील विजयानंतर, राजघराण्याच्या अज्ञान वारसाच्या वतीने राज्यकारभार करणाऱ्या प्रिन्स रेंजेन्ट यांची मुद्रा 'वॉटरलू मेडल'वर झळकली होती आणि ती पदके या यशस्वी मोहिमेतील लष्करी अधिकाऱ्यांना आणि प्रत्येक सैनिकाला देण्यात आली होती. नाहीतर शिरस्ता असा होता की, राजघराण्यातील सदस्यांना सलोख्यासाठी किंवा शांतता प्रस्थापित करण्यासाठी विनंती केली जात असे. जसे 'शांती पदका'वर तृतीय जॉर्ज यांची मुद्रा होती जे १८१२च्या युद्धातील मूळ अमेरिकन आदिवासी समूहांना देण्यात आले होते.[२७] भारतात १८४२पर्यंत ब्रिटिश राजेशाहीतील अशा कुठल्याही सदस्याचे चलनांवर

आणि सन्मानांवर अस्तित्व नव्हते. भारतात कार्यरत युरोपीय तुकड्यांना त्यांच्या १७७८ आणि १८३९ या दरम्यान झालेल्या अकरा विविध कामगिऱ्यांसाठी पदक देण्यात आले होते. भारतातील गुजरात ते म्हैसूर या प्रांतांमध्ये या अकरा कारवाया झाल्या होत्या. त्याव्यतिरिक्त या तुकड्यांनी, इजिप्त (१८०१), जावा (१८११), मॉरिशस (१८११), नेपाळ (१८१४) आणि बर्मा (१८२४) येथील मोहिमांमध्येही आपले योगदान दिले होते. सुरुवातीला, शत्रू प्रदेशाच्या भूमीवर पाऊल रोवणाऱ्या एका शिपाई सैनिकाच्या चित्रानंतर ब्रिटानिया आणि ब्रिटिश ध्वजाची प्रतिमा ही पदकांवर वापरण्यासाठी सगळ्यात जास्त सयुक्तिक मानली गेली होती. त्या विशिष्ट युद्ध मोहिमेची माहिती इंग्लिश आणि पर्शियन भाषेत दिलेली असे. कधीकधी थोडी आणखी कल्पकता वापरली जात असे. उदाहरणार्थ, १८२४-२६च्या बर्मा मोहिमेच्या वेळी देण्यात आलेल्या पदकावर ब्रिटिश सिंहांच्या प्रतिमेपुढे नतमस्तक झालेला एक हत्ती काढण्यात आला होता; पण वायन यांच्या पुढ्यात कुठल्याही विशिष्ट नमुन्यांची यादी नव्हती ज्याचा त्यांना उपयोग व्हावा. एलेनबरो मात्र थांबू शकत नव्हते. म्हणून जनरल नॉट यांच्या नेतृत्वाखालील तुकडीला देण्यासाठी सिमल्याहून एक साधेसे पदक पारित करण्यात आले, ज्यावर राजमुकुटाची प्रतिमा आणि जलालाबादच्या मोहिमेचा दिनांक टाकण्यात आला होता.[२८]

वायन यांनी अफगाणिस्तानात पाठविण्यासाठी तयार केलेले पदक १८४३मध्ये पारित करण्यात आले. यासाठी स्थानिक प्रांतांमधील चलनावर असलेली राणीची मुद्रा वापरण्यात आली होती आणि त्याखाली *'व्हिक्टोरिया व्हिंडेक्स'* लिहिले होते. पदकाची डावी बाजू मोहिमेचे नाव आणि दिनांक यासाठी राखीव होती ज्यावर कंदहार, काबूल आणि गझनी हे नंतर टाकण्यात आले.[२९] यानंतर अगदी अशाच प्रकारचे सन्मान पदक सप्टेंबर १८४३मध्ये सिंध प्रांतातील मोहिमेसाठी काढण्यात आले आणि इथेच बदलाला सुरुवात झाली. *बॉम्बे टाइम्स*ने बातमी टाकलीच. 'हीच पहिली संधी होती, जेव्हा कंपनीच्या तुकड्यांना हर मॅजेस्टीच्या सत्ताछायेतील कुठल्याही प्रांतात मिळालेल्या सन्मान पदकाला भारतात इतरत्रही मिरविण्याची विशेष परवानगी देण्यात आली'.[३०] चीनसाठी पदक बनवायला वायन यांना आणखी एक वर्ष लागले. त्यांच्या पहिल्या आलेखनाला तेवढा प्रतिसाद मिळाला नाही, ज्यात चिनी ड्रॅगनवर मात केलेल्या ब्रिटिश सिंहाची प्रतिमा होती. राजपुत्र अल्बर्ट यांना मात्र हे आलेखन आवडले होते. दुसऱ्या आलेखनापेक्षा 'कराराच्या स्वाक्षरीसंदर्भातील आलेखन' असलेले हे पहिले आलेखन त्यांना अधिक आवडले होते आणि यावर एक गमतीशीर टिप्पणी करताना अल्बर्ट यांनी म्हटले, 'कलात्मक दर्शनासाठी मुत्सद्देगिरीच्या नवीन पद्धती या क्वचितच आनंदी विषय म्हणून गणल्या जातात'. सरतेशेवटी, अधिकारिक शिष्टाचाराचा विजय झाला आणि सिंह व ड्रॅगन

नाकारले गेले, कारण ते फार आक्रमक असल्याचे सांगितले गेले आणि मग राजेशाही लष्कराच्या कोटावर असलेल्या खोट्या पाम झाडाचे चित्र असलेल्या चिन्हाच्या पदकाला मान्यता देण्यात आली. युद्धाला साजेसे असे काहीतरी राखले गेले. ध्येय अधोरेखित केले गेले होते. *'Armis Exoposcere Pacem'* (त्यांनी लष्कराच्या ताकदीने शांततेचा आग्रह धरला.)[३१]

स्वगृही राणी व्हिक्टोरिया एक आदर्शाची महामेरू असलेली कुलीन महिला म्हणून जनतेमध्ये लोकप्रिय होत होती तर भारत आणि चीन या देशांमध्ये होणाऱ्या प्रत्येक युद्ध मोहिमेनंतर तिची अगदी विरुद्ध प्रतिमा लोकांच्या मनावर ठसत होती, ती म्हणजे योद्धा राणी! यापूर्वी कधीही ब्रिटिश राजघराण्यातील कुठल्याही सदस्याचे वसाहतींमधल्या युद्ध मोहिमांशी थेट नाव जोडले गेले नव्हते. अशी एक गोष्ट एलेनबरो यांनी सुरू केली होती, जी रोखणे अशक्य झाले होते. दोन शीख मोहिमांमध्ये या पदकांची जास्त कमाई झाली. आता वायन रंगात आले होते. सतलज मोहिमेच्या वेळी दिल्या गेलेल्या पहिल्या पदकांवर फक्त व्हिक्टोरियाचे नाही (व्हिंडेक्स (संरक्षणकर्ती) ऐवजी रेजिना (राज्यकर्ती राणी)) तर तिच्यासोबत विजयाची एक देवदूत अशी प्रतिमाही जोडण्यात आली होती आणि ज्याने कुणी सन्माननीय पद्धतीने शांतता प्रस्थापित करण्याची संधी गमावली, त्याला दुसऱ्या पंजाब सन्मानाच्या वेळी म्हणजे तीन वर्षांनंतर या पदक पुरस्कारावर एक ब्रिटिश अधिकारी शरण आलेल्या शीख नेत्याचे शस्त्र स्वीकार करताना दाखवले होते.[३२] ही सगळी पदके राणीसमोर ठेवण्यात आली होती आणि तिने ती पारित केली होती. आणखी एक म्हणजे १८४८ मध्ये तिने एक वेगळीच भूमिका घेतली होती. मुलतान खालसा करण्याच्या वेळी म्हणजे दुसऱ्या शीख युद्ध मोहिमेत लोकप्रिय झालेल्या मेजर हर्बर्ट एडवर्ड यांना *कम्पॅनियन ऑफ बाथ* हा पुरस्कार देण्याची घोषणा ईस्ट इंडिया कंपनीने त्यांना पुरस्कार देण्यापूर्वी करण्यात यावी, असा आग्रह राणीने व्यक्त केला.[३३] ही पदके फक्त एक तात्पुरते आकर्षण होते. त्यानंतर स्वतःची चूक सुधारण्यासाठी, १८५१मध्ये *'आर्मी ऑफ इंडिया'* असे एक पदक जारी करण्यात आले. ईस्ट इंडिया कंपनीच्या भूदलाच्या आणि नौदलाच्या १७९९ ते १८२६मध्ये यशस्वी कामगिरी करणाऱ्या वरिष्ठांना याने सन्मानित करण्यात आले.[३४] भूतकाळाची दखल घेऊन इतिहासाचे पुनर्लेखन करण्याचा प्रयत्न याद्वारे केला गेला. व्हिक्टोरियाच्या जन्मापूर्वी ज्या मोहिमा आणि युद्धे लढली गेली, त्यातील नायकांनादेखील तिच्या नावाने पुरस्कार आणि सन्मान दिले जाऊ लागले. वेळ अशी बदलली होती. १८४६ मध्ये पुन्हा एकदा सत्तेवर आल्यावर 'व्हिग'सरकारने पील आणि वेलिंग्टन यांच्या कारकिर्दीबद्दल नाराजीदेखील व्यक्त केली. वसाहतीच्या कार्यालयातील तिसरे अर्ल ग्रे यांच्या तुकडीने हॉबहाउस यांच्याकडे तक्रार नोंदवली, ज्यात नमूद केले होते की,

राजेशाही तुकड्यांचा समावेश तोकडा असूनही काही मोहिमांमध्ये त्यांना राणीच्या नावाने सन्मानित केले गेले.[३५] अर्थात याचा काहीच उपयोग झाला नाही. पुन्हा एकदा १८५४मध्ये एका बाजूस व्हिक्टोरियाची मुद्रा आणि दुसऱ्या बाजूला विजयाचे प्रतीक असे एक पदक तयार करण्यात आले आणि भारतातील सर्व प्रकारच्या छोट्या-मोठ्या कारवायांतील सैनिकांना हे 'इंडिया जनरल सर्व्हिस मेडल' बहाल करण्यात आले.

लाहोरची लूट

ही पदके एकीकडे आणि युद्ध मोहिमांमधील रोख पुरस्कार वेगळे होते. एलेनबरो यांच्यानंतर गव्हर्नर-जनरल म्हणून आलेले सर हेन्री हार्डिंगे (१८४४-४७) आणि लॉर्ड डलहौसी (१८४८-५६) यांच्या काळात राणी व्हिक्टोरिया ही भारतातील विविध कारवायांमध्ये अधिक रुची घेऊ लागली. परस्परांना नजराणे देण्यापासून सुरुवात झाली आणि त्याचा शेवट हा युद्धातील लूट गोळा करण्यात झाला. या सर्व प्रकारात हार्डिंगे आणि डलहौसी हे राणीचे मुखत्यार बनले. हार्डिंगे यांची ओळख दरबारी व्यक्ती म्हणून नव्हती; पण १८४४ मध्ये त्यांची नियुक्ती झाल्यानंतर लवकरच ते राणीच्या नजीकचे झाले. तिने त्यांना तिला पत्रे पाठवण्यासाठी सांगितले आणि त्यांनी ते अमलातही आणले. त्यांनी फक्त पत्रे न पाठवता त्यासोबत त्यांच्या मुलाने - चार्ल्सने - काढलेली चित्रेही पाठवली; ज्यामध्ये काही घटना तसेच त्या काळातील काही प्रमुख व्यक्तींची रेखाचित्रे इत्यादी चित्रे होती. पण विशेषतः या चित्रांमध्ये शीख संस्थानांच्या खालसा होण्याचा घटनाक्रम अंकित झाला होता.[३६] डलहौसी असेच सजग होते आणि आपल्या औपचारिक पत्रव्यवहारात विशेषकरून राणीला लिहिलेली पत्रे पाठवायला ते विसरत नसत. ज्यामध्ये मुख्यत्वे करून कंपनीचे कमांडर इन चीफ ह्यू गो यांच्या अपयशाविषयी राणीच्या विश्वासाला दुजोरा देण्याचे काम ते करीत होते.[३७] या दोन्ही गव्हर्नर-जनरल यांना सन्मानित करण्यासाठी राणीने फारच तत्परता दाखवली. भारतात नियुक्ती करण्यात आलेले *ऑर्डर ऑफ द बाथ* या श्रेणीतील नाइट कमांडर म्हणून हार्डिंगे यांच्या नावाची घोषणा करण्यात आली आणि त्यांना सरद सरदार म्हणून पदोन्नतीही देण्यात आली. ही घटना १८४६च्या वसंत ऋतूत पार पडलेल्या युद्ध मोहिमेच्या तीन आठवड्यांनंतरची आहे. डलहौसी भारतात आले तेच *ऑर्डर ऑफ थिसल*ची *नाइट कम्पॅनियन* ही उपाधी घेऊन आणि काही आठवड्यांतच ते मार्क्विस म्हणूनदेखील घोषित केले गेले ज्यासाठी त्यांची १८४९च्या उन्हाळ्यातील एक कामगिरी लक्षात घेतली गेली. या दोन्ही उपाधी देण्यामागे राणीची भूमिका महत्त्वाची होती आणि तिने दोघांनाही

जोरदार पाठिंबा दिला.[३८]

तिच्या या सहकार्याच्या बदल्यात हार्डिंगे आणि डलहौसी यांनी भारताच्या उत्तरेकडील आघाड्यांबद्दलची त्यांची मते राणीपर्यंत पोहोचविण्याचे काम केले. संपूर्ण एकोणिसाव्या शतकात सैन्यातील जी विचारवंत मंडळी होती, त्यांत या दोघांइतके समर्पित कुणीही नव्हते, ज्यांना भारताला हिंद खोऱ्यांच्या मुखापासून ते (आताचे कराची) ते मलाय द्वीपांपर्यंत अभेद्य बनवायचे होते. हार्डिंगेने दोन करारांचा वापर करून पहिले शीख युद्ध संपुष्टात आणले. ज्यामुळे शीख संस्थानाचे राजघराणे बचावले (पुत्र वारस असलेल्या लहानशा दुलीप सिंग याला सिंहासनावर बसवले गेले आणि त्याची आई महाराणी जिंद कौर ही संरक्षक म्हणून कारभार पाहू लागली.) पण असे करताना त्यांनी तेथील महत्त्वाच्या किल्ल्यांना, अफगाणिस्तानशी लागून असलेल्या नदी किनाऱ्यावरील सैन्याला आणि तिकडे उत्तर-पश्चिमेकडील जम्मूच्या महाराजांच्या सत्तेखालील प्रदेशातील काश्मीरला आघात प्रतिबंधक राज्यात (बफर स्टेट) परिवर्तित केले. जुलै १८४७ मध्ये हार्डिंगे यांनी राणीसमक्ष अभिमानाने सांगितले की, हर मॅजेस्टींच्या पूर्वेकडील साम्राज्याचे वैशिष्ट्य म्हणजे त्यातील एकता आणि ताकद ज्याच्यामुळे बाहेरील कुठल्याही आघाताला आत प्रवेश करणे जवळपास अशक्य आहे. एका संरक्षक कवचाचे कडे कराचीपासून सिंगापूरपर्यंत पसरले होते.[३९] पण हार्डिंगेने प्रस्थापित केलेली शांतता फार काळ टिकली नाही. मुलतानचे हिंदू शासक दिवाण मुलराज चोपडा यांनी घुसखोरी करणाऱ्या दोस्त मोहम्मद खान याच्या नेतृत्वाखालील अफगाणिस्तानच्या सैनिकांविरुद्ध शिखांचे दुसरे युद्ध सुरू केले. जानेवारी १८४९मध्ये झालेल्या चिलियावालाच्या या मोहिमेत ब्रिटिशांना खूप नुकसान सोसावे लागले. एक महिन्यानंतर ब्रिटिशांनी गुजरातच्या मोहिमेत विजय मिळवला. लंडनहून येणाऱ्या सूचनांची अजिबात वाट न पाहता डलहौसीने दुलीप सिंगची शरणागती तत्काळ स्वीकारली, त्याच्या आईला आणि त्याला हद्दपार केले आणि संपूर्ण पंजाबवर ताबा मिळवला. त्यांनी राणीला सांगितले, 'आता हा भागदेखील मॅजेस्टीच्या भारतातील साम्राज्याचा भाग आहे'.[४०]

नकाशावर काश्मीर आणि पंजाब यांच्यात नेपाळची राजधानी होती. खरे तर नेपाळींशी काहीही भांडण नव्हते. फार पूर्वी म्हणजे १८१६मध्ये गुरखा सैन्य आणि कंपनी यांमध्ये एक युद्ध झाले होते, त्यानंतर दोन्ही बाजूंमध्ये सामंजस्य आणि सलोखा निर्माण झाला होता; पण १८४६मध्ये येथील दरबारी आणि सरकारी लोक त्यांच्यावर अचानक झालेल्या हल्ल्यात मारले गेले आणि यातून जंग बहादूर हे मुख्यमंत्री म्हणून पुढे आले. राजसत्तेच्या सर्व वारसदारांना हद्दपार करून त्यांनी राजाचा मुलगा सुरेंद्र बिक्रम शाह याला सिंहासनावर बसवले. नंतर १८५०मध्ये बहादूरने युरोपला भेट द्यायचे ठरवले. त्याचे रक्तरंजित व्यक्तिमत्त्व माहीत असूनही

डलहौसी याने राणी व्हिक्टोरियाला त्याला भेट देण्यासाठी प्रोत्साहन दिले. असे करताना त्याचे मत होते की, ही भेट झाली तर नेपाळींच्या फुटीरतेला ब्रिटिशांच्या ताकदीची कल्पना येईल. या भेटीकरता डलहौसीने कलकत्त्याहून कॅप्टन ऑर्फर कॅव्हेनाह यांना त्यांच्या सोबत पाठवले.(४१) जंग बहादूर पॅरिसहून लंडनला आले आणि ते तेच आहेत याची खात्री करून घेतल्यानंतर त्यांना राणीला भेटण्याची परवानगी देण्यात आली. अर्थातच भारत खंडातून आलेल्या कुठल्याही व्यक्तीला अधिकृतपणे भेटण्याची ही राणीची पहिली वेळ होती. जंग बहादूरने या भेटीसाठी स्वतःबरोबर पंधरा पेट्या फर आणि चिलखते आणली होती. भेट संपल्यावर देण्यासाठी नेपाळी राजघराण्यातील सदस्यांची (जी काही थोडी फार त्यांच्याकडे शिल्लक राहिली होती) रेखाचित्रे आणली होती. याच्या बदल्यात त्यांनी राणी व्हिक्टोरिया आणि अल्बर्ट यांची रेखाचित्रे नेपाळला नेण्यासाठी घेतली.(४२)

संपत्ती आणि लूट यांची सगळ्यात जास्त आवक पंजाबातून होत होती. डलहौसीने जप्त केलेली चिलखते आणि इतर शस्त्रे आणि लाहोरच्या खजिन्यातील सर्व मौल्यवान वस्तू, ज्यात सुप्रसिद्ध आणि सगळ्यात कांतिमान असा कोहिनूर हिरासुद्धा होता, ब्रिटनला पाठवले. खरे तर पंजाबमधून नजराण्यांची खैरात आणणे आणि तिकडे देणे या दोन्ही गोष्टी एलेनबरो यांच्या नेतृत्वाखाली १८४३मध्येच सुरू झाल्या होत्या, जेव्हा शेर सिंग याने राणीला चांदीचे तबक पाठवले होते. आपल्या पुतण्याला डावलून त्याने १८४१मध्ये स्वतःलाच लाहोरचा महाराजा म्हणून स्थापित केले आणि दोनच वर्षांत त्याची हत्या झाली. त्याने राणीला पाठवलेले तबक तिच्यापर्यंत पोहोचण्याआधीच त्याची हत्या झाली. आर्थिक परिस्थितीचा अंदाज घेत लॉर्ड रिपन यांनी सुचवले की, ही भेट इजिप्तच्या स्वघोषित खादीव मेहमत अली यांना वळती करावी, ज्याला राणीने मान्यता दिली.(४३) लवकरच देवाण-घेवाणीमधून फक्त घेणे तेवढेच होत राहिले. पहिल्या शीख युद्धाचे समापन करणाऱ्या अमृतसरच्या करारानुसार जम्मूच्या महाराजांना राणीला नजराणा म्हणून दरवर्षी मोठ्या प्रमाणात काश्मिरी शालींचा पुरवठा करण्यास सांगितले होते. ईस्ट इंडिया कंपनीने यात खोडा घातला आणि शाली पाठवण्याऐवजी रक्कम पाठवण्यास सांगितले; पण डलहौसीला हा प्रकार कळल्याबरोबर त्याने पुन्हा पूर्वीची अट घातली आणि मग राणीच्या सत्ताकाळातील उर्वरित वर्षांमध्ये दरवर्षी या शाली ब्रिटनला विंडसर महालात जात राहिल्या.(४४) लढायांतील लूट पहिल्यांदा आली ती १८४७ मध्ये. सिंधच्या आमिरकडून युद्धात शस्त्र म्हणून वापरली जाणारी कुऱ्हाड मिळवून ती हार्डिंगे याने विंडसरला पाठवली होती. असे मानले जाते की, ही कुऱ्हाड १७३९मध्ये दिल्ली काबीज करणाऱ्या नादीर शाहची होती. अर्थात तिच्या सत्यासत्यतेबद्दल अनेक शंका उपस्थित करण्यात आल्या होत्या. पुरातत्त्व अभ्यासक

होरास हेमन विल्सन यांनी असे नमूद केले की, त्या कुऱ्हाडीवरील अभिलेख हा पर्शियन नसून हिंदीत आहे; पण तरीही या लुटीला राजमहालात जागा मिळालीच! अर्थात ती विंडसरच्या स्नानगृहात होती; तरी काय झाले!(४५)

इतर कोणाच्याही तुलनेत डलहौसी यांनी युद्धातून मिळालेल्या दुर्मीळ वस्तू गोळा करण्याची राणीची भूक सगळ्यात जास्त प्रमाणात भागवली. शीख मोहिमेतून मिळालेल्या वस्तू त्यांनी तिला मोठ्या प्रमाणात पाठवल्या होत्या. जून १८४८मध्ये राणीने विनंती केली की, अलिवाल आणि सतलज येथे १८४६मध्ये मिळालेल्या शीख तोफा इंग्लंडला पाठवण्यात याव्यात, ज्या ती विंडसरच्या महालातील खिडक्यांमध्ये ठेवू इच्छिते. याचबरोबर चौदा सहा पौंडाच्या बंदुकाही मागविण्यात आल्या होत्या. पुढील वर्षी तिने आणखी एक विनंती केली. आणखी तोफा आणि आणखी बंदुका - या वेळी छोट्या पल्ल्याच्या तोफा - पाठवण्यास थेट सांगण्यात आले होते; पण सरळ युद्धभूमीवरून हे सारे काही मिळवणे कठीण होते. शेवटी शेर सिंग आणि ध्यान सिंग (जम्मूच्या महाराजांचा लहान भाऊ, ज्याची १८४३मध्ये शेर सिंग याची हत्या झाली असतानाच हत्या झाली होती.) यांनी वापरलेल्या चिलखतांची जोडी पाठवण्यात आली. आणि १८५० मध्ये दुलीप सिंग यानेही चिलखताचा एक संपूर्ण पोशाख राणीला भेट दिला होता.(४६) यानंतर डलहौसी याने स्वतःच आघाडी घेत निर्णय घेतला आणि लाहोरच्या महालातील मौल्यवान गोष्टी पाठविण्याचे ठरवले. यात दोन गोष्टींचा समावेश होता, ज्या डलहौसीला राणीला द्यायच्या होत्या. एक म्हणजे रणजित सिंग यांचे सोनेरी सिंहासन आणि कोहिनूर हिरा. हा हिरा अगदी चौदाव्या शतकापासून भारतातील एका राजघराण्याकडून दुसऱ्याकडे आणि दुसऱ्याकडून तिसऱ्याकडे असा फिरत होता. हिंदू राजाकडून तुर्कीला आणि मग मुघलांकडे, ज्यांनी त्याला आपल्या मयूर तख्तामध्ये जडवले होते. त्यानंतर तो पर्शियन आणि अफगाण हल्लेखोरांच्या हाती लागला आणि शेवटी १८३०मध्ये तो शीख संस्थानिकांच्या ताब्यात आला. रणजित सिंग याचे सिंहासन खूप वजनी होते आणि त्यामुळे ते लगेच लंडनला पाठवणे शक्य नव्हते (पण ते सरतेशेवटी कलकत्त्याहून १८५३मध्ये लंडनला पोहोचले.)(४७) कोहिनूर हिरा तुलनेने फारच छोटा होता आणि डलहौसी यांनी तो आधी स्वतःच्या ताब्यात घेतला. लाहोर ते बॉम्बे असा प्रवास करत हा हिरा त्यांच्याकडे आला होता. त्यांच्या बायकोने स्वतः तयार केलेल्या एका छोट्या चामडी पिशवीत हा हिरा ठेवण्यात आला होता. काश्मिरी सिल्कपासून बनवलेल्या एका कंबरपट्ट्यात घालून तो डलहौसीने स्वतःला बांधून घेतला होता. ही पिशवी त्याच्या शरीरापासून कधीच अलग होत नसे. अगदी स्नानाच्या वेळीही तो ती बरोबर बाळगत असे आणि ती ओली होऊ नये म्हणून एका कडीला टांगून ठेवत असे. अगदी चोख व्यवस्थेत ही पिशवी बंदरावर जहाजाने पाठवण्यासाठी सुपूर्द करण्यात

आली आणि दोन महिने प्रवास केल्यानंतर शेवटी १८५०च्या जुलै महिन्याच्या सुरुवातीला हा हिरा राणीला मिळाला. तिच्या आनंदाला पारावर नव्हता. एक वर्ष आधी १८४९मध्ये राणीने आपल्या रोजनिशीत डलहौसीचे पत्र उद्‌धृत करीत लिहिले होते की, हा हिरा 'जो ऐतिहासिक विजयाचे प्रतीक आहे' आता तिचा झाला होता आणि ३ जुलै १८५०रोजी तिने स्वतः बकिंगहॅम राजवाड्यात जाऊन तो हिरा ताब्यात घेतला.[४८]

पूर्व ते पश्चिम अशा संपूर्ण प्रवासात आपले अस्तित्व राखून असलेल्या कोहिनूरला आणि लाहोरच्या खजिन्यातील इतर संपत्तीला मात्र शिष्टाचाराच्या आणि नियमावलीच्या लाटांवर बराच काळ हिंदकळत राहावे लागले. एवढी मोठी लूट एखाद्या सत्तेच्या हाती लागू शकते, या गोष्टीने ईस्ट इंडिया कंपनीचे डोळेच चमकले होते. भारतीय संस्थांनांशी आणि त्यांच्या राज्यकर्त्यांशी इतकी वर्षे व्यवहार करताना स्थापन केलेल्या प्रत्येक नियमाचे उल्लंघन करणारी ही घटना होती. जर शत्रुत्व संपवण्याच्या अटीवर परतावा म्हणून हा हिरा मिळाला असता, तर तो तहाचा एक भाग म्हणून स्वीकारला गेला असता; त्यामुळे हा हिरा खरे तर कंपनीची संपत्ती होता आणि मग कंपनीने तो स्वतःच्या अधिकारात राणीला भेट दिला असता, असेच काहीसे मत ईस्ट इंडिया कंपनीचे मुख्याधिकारी सर आर्चिबाल्ड गॅलोवे यांनी मांडले. हॉबहाउस यांना हा तर्क कळला, कारण तो व्हिग पद्धतीचा प्रतिवाद होता; पण या वेळी हॉबहाउस यांनी गॅलोवे यांच्याकडे दुर्लक्ष केले आणि त्यांनी त्यांच्या गव्हर्नर-जनरलची आणि राणीची बाजू घेतली. त्यांनी अधोरेखित केले की, राणीने कधीही कुठल्याही करारावर स्वाक्षरी केलेली नाही आणि त्यामुळे कोहिनूर ही युद्धातील लूट आहे, असेच मानण्यात यावे. आंतरराष्ट्रीय कायद्यानुसार लढाईची लूट ही त्या देशाच्या निवडलेल्या मुख्य प्रतिनिधीकडे सुपूर्द करावी लागते.[४९] आणि म्हणून मग हे प्रकरण रेंगाळत राहिले आणि इकडे युद्धातील मिळकत आणि लूट पश्चिमेकडच्या लांबच्या प्रवासाला जात राहिली.

दरम्यानच्या काळात हा तिढा सोडवण्यासाठी एक मार्ग शोधण्यात आला. दोन वर्षांतून एकदा सर्व देशांचे मिळून एक प्रदर्शन भरविण्याची कल्पना मांडली गेली. कंपनी आणि नियामक मंडळ यांच्यात एक सौदा करण्यात आला ज्याला राणीने परवानगी दिली. लाहोरच्या खजिन्यातून लुटण्यात आलेल्या सर्व संपत्तीचे कंपनीद्वारे आयोजित प्रदर्शनाकरिता ज्याच्या कुणाच्या अखत्यारीत ही संपत्ती असेल, त्याने ती द्यावी, असे या सौद्यात ठरविण्यात आले. भारतात तयार केलेल्या वस्तू म्हणून त्यांचे प्रदर्शन केले जाईल, असेही ठरले. या प्रदर्शनातील सर्व वस्तूंच्या विम्याची एक रक्कमही निश्चित करण्यात आली जी दहा हजार पौंड इतकी होती. अर्थातच ही मोठी रक्कम होती.[५०] आपण समजू शकतो की, १८५१मध्ये आयोजित प्रदर्शनात

कोहिनूर आकर्षणाचा केंद्रबिंदू होता आणि त्याचे त्या प्रदर्शनातील अस्तित्व हे खरोखरच अकल्पित होते. शीख युद्ध मोहिमेतून मिळालेल्या लुटीचे खरे मालक कोण? या वादावर यातून एक तात्पुरते उत्तर मिळाले होते. नंतर १८५१ मध्ये कंपनीचे एक शिष्टमंडळ राणीला भेटायला गेले आणि त्यांनी प्रदर्शनातील १०० वस्तू तिच्या स्वाधीन केल्या, ज्यात लाहोरची लूटदेखील सामील होती. ज्या वस्तूंची किंमत कमी होती त्या राजघराण्यांकडून विकत घेतल्या गेल्या आणि कला प्रदर्शन शाळेसाठी त्या राखून ठेवण्यात आल्या; जे या प्रदर्शनाचा कायमस्वरूपी वारसा म्हणून मानले गेले.[५१] शेवटी सगळे आनंदी झाले. प्रदर्शनासाठी ज्या गोष्टी अपेक्षित होत्या त्या मिळवून कंपनीने आपली पत राखली आणि लुटीतील ज्या वस्तूंसंदर्भात वाद होता, त्या त्यांनी राजघराण्याला परत दिल्या. यातच राणीने कोहिनूर स्वतःकडे ठेवला. राजपुत्र अल्बर्ट यांनी तो पैलू पाडण्यासाठी आणि चमकविण्यासाठी ॲमस्टरडॅमला पाठवला आणि नंतर १८५६मध्ये फ्रँक विंटरहाल्टर यांनी त्यांच्या चित्रात, राणीने कोहिनूर तिच्या पोशाखावर ब्रूचवर घातला आहे, असे दाखवले.[५२] कोहिनूर हिऱ्यांच्या या महाराणीने आपला मार्ग काढत शेवटी भारताच्या महाराणीच्या पोशाखापर्यंत मजल मारलीच. आजवर ब्रिटिश राजेशाही साम्राज्यात भारताचे असलेले मध्यवर्ती स्थान कोहिनूरइतके स्पष्टपणे पाहिले जाऊ शकत नाही. तरीही त्याचा राजघराण्याच्या हृदयावर विराजमान होण्याचा प्रवास हा केवळ एक अपघात नव्हता. अगदी सुरुवातीपासून ते शेवटपर्यंत राणीने तिच्या पूर्वेकडील साम्राज्यातील विजयांमधील सगळी मोठी प्रतीके स्वतःकडे राखण्यासाठी पुरेपूर प्रयत्न केले; ज्यात तोफांपासून ते चिलखतांपर्यंत आणि हिरेमाणकांपर्यंत सारे काही समाविष्ट होते. सत्ताकारणात उलटापालट झाली होती. भारतीय नागरी आणि लष्करी कारभारावर असलेल्या सार्वभौम अधिकारांची धुरा आत्तापर्यंत अनौपचारिकपणे ईस्ट इंडिया कंपनीच्या खांद्यावर होती, जी आता ब्रिटिश राजघराण्याच्या हाती येऊ लागली होती. एलेनबरो, हार्डिंगे आणि डलहौसी हे सगळे राजेशाहीचे निष्ठावंत 'टोरी' (ब्रिटनच्या कॉन्सर्व्हेटिव्ह पक्षाचे सदस्य किंवा समर्थक) होते आणि एकनिष्ठ दरबारी होते. तरीही, १८४० पासूनच्या सर्व भारतीय मोहिमांमध्ये दृष्टिआड असूनही, सर्व विजयांचे श्रेय स्वतःकडे घेणारी फक्त राणी होती, हे सिद्ध झाले होते.

दुहेरी समस्या

लाहोरची लूट राणीच्या सुपूर्द करण्यात येणार होतीच; पण असे करण्यासाठी निघालेल्या आदेशाचे पालन करण्यात यावे, असा दबाव भारतातील सरकारावर वाढू लागला होता. तिला एक व्यक्ती म्हणून नाही तर तिच्या राजमुकुटाला म्हणजेच

तिच्या वतीने काम करणाऱ्या तिच्या मंत्र्यांना तो मान देण्यात यावा, असे या आदेशात अपेक्षित होते. सन १८५२मध्ये ईस्ट इंडिया कंपनीला दिलेल्या सनदेच्या अखेरच्या घटका मोजणे सुरू झाले होते, कारण दर २० वर्षांनी तिचे नूतनीकरण करण्यात येत असे. भारतातील ब्रिटिश सरकारने चालू केलेल्या अभूतपूर्व अशा चौकशा आणि त्यांच्याबद्दल असलेले तर्कवितर्क यांची शहानिशा करण्यासाठी मग रांगेने विशेष संसदीय समित्या बसविण्यात आल्या.[५३] आणि नेमके, दोन दशकांतील कंपनीच्या कारभारासंदर्भातील संसदेच्या समित्यांना पुरावे आढळून येऊ लागले आणि एका अविचारी युद्धाच्या धमकीमुळे बर्मामध्ये युद्धच पेटले. यामुळे लॉर्ड डलहौसीच्या नीती धोरणांवर आणखी नजर रोखली गेली. लॉर्ड डर्बी यांच्या अल्पकालीन मंत्रिमंडळाने एप्रिल १८५२मध्ये कंपनीच्या भारतातील कामाचे पुनरावलोकन करण्यासाठी एक समिती नेमली. भारतावर राज्य करणारी दोन सरकारे जवळपास सत्तर वर्षे तग धरून होती; पण आता त्यातील उणिवांची जाणीव कितीतरी प्रकारे होऊ लागली होती. संसदीय चौकशीत, कंपनीने १८३४ पासून जे काही गैरकारभार केले होते त्याचे पुनरावलोकन करणे आणि अशी दुहेरी सत्ता किती व्यवहार्य आहे याचे परीक्षण करणे, असे दोन उद्देश समाविष्ट होते. अशा दोन अधिकारांची संपूर्ण तपासणी करताना पुरावे पुनःपुन्हा हेच सिद्ध करत होते की, क्राउन आणि कंपनी यांच्या एकत्रित सत्तेत असण्यामुळे खूप गोंधळाची स्थिती निर्माण झाली होती. दोन अगदी विरुद्ध वैशिष्ट्ये असलेल्या नौदलाच्या कार्यक्षमतेबद्दलही अनेक प्रश्न उपस्थित केले गेले. राजेशाही नौदल आणि कंपनीची जलवाहतूक साधने यांना दिल्या जाणाऱ्या आदेशांची संस्कृती वेगळी होती, त्यांचे शिष्टाचार वेगळे होते, बढती आणि सन्मान हेदेखील राजेशाही युरोपीय तुकडीमध्ये आणि कंपनीच्या सैन्यामध्ये अगदी वेगवेगळे होते.[५४] सैनिकांची एकनिष्ठता नेमकी कुणासाठी आहे, कंपनीसाठी की राजघराण्यासाठी, याबद्दलही काळजी व्यक्त करण्यात आली.[५५] शेवटी नागरी आणि गुन्हे कायद्याच्या दोन अधिकारिक क्षेत्रांच्या - राणीचा दरबार आणि कंपनीची सदर किंवा न्यायालय - यांच्या अस्तित्वामुळे अनेक संसद सदस्यांना गोंधळात पाडले होते आणि विशेषतः कलकत्त्याच्या आणि मुंबईच्या याचिकाकर्त्यांचा रागराग झाला होता.[५६]

बर्मामध्ये सुरू झालेल्या युद्धामुळे कंपनीच्या बाजूने उभे होण्याचा प्रयत्न करत असलेल्यांच्या समस्यांत आणखी वाढ झाली. ब्रिटिश भारताच्या प्रदेशांचा विस्तार करणे आणि नंतर प्रश्न विचारणे, असे काहीसे मत डलहौसी यांच्या संदर्भात होऊ लागले ते वर्ष होते १८५२. बर्मामधील युद्ध पेटण्यासाठी जी घटना कारणीभूत होती, ती राजेशाही नौदलाचे कॉमडॉर लॅम्बर्ट यांच्या सूडाच्या भावनेतून निर्माण झाली होती. हर ब्रिटानिक मॅजेस्टीच्या जनतेच्या संरक्षणार्थ म्हणून त्यांनी रंगूनची

नाकेबंदी केली होती, कारण त्याची सर्व मालमत्ता जप्त करण्यात आली होती. या कोंडीच्या वेळी मदतीसाठी म्हणून कंपनीची गलबते आणि सैन्यदेखील पाठवण्यात आले होते आणि ज्यामुळे तेथे एक संपूर्ण युद्धच सुरू झाले, जेव्हा अवधच्या राजाने ब्रिटिशांच्या मागण्यांना भीक घालायला सपशेल नकार दिला.[५७] इथे विजय मिळविल्याबरोबर डलहौसीने बर्मातील एक प्रांत पेगू (बागो) हे ब्रिटिश भारतीय प्रांताला जोडण्याचा तत्परतेने निर्णय घेतला. बर्मामध्ये झालेल्या या घटनाक्रमाची चर्चा घडून येताना तिकडे ब्रिटन संसदेत प्रश्न विचारण्यात आला की, हे युद्ध थांबविण्याचे अधिकार नेमके कुणाकडे आहेत? पेगू काबीज करून भारतीय प्रांतास जोडण्याच्या गव्हर्नर-जनरल यांच्या निर्णयाला साहाय्य करण्याची जर कंपनीची इच्छा नव्हती, तर मग कुणाच्या आज्ञेचे पालन व्हायला हवे होते?[५८] हा गृहीत धरला गेलेला प्रश्न आहे हे लवकरच लक्षात आले, कारण ॲबरडीन युतीच्या सरकारने सत्ता सांभाळली. पेगूला समाविष्ट करून घेण्याची घोषणा अपरिहार्यपणे कलकत्त्याहून करण्यात आली जी करताना कुठलाही सामंजस्य करार करण्यात आला नव्हता आणि ही घोषणा गव्हर्नर-जनरलच्या नावाने झाली होती.

भविष्यातील भारतीय सरकारच्या भवितव्याबाबत झडणाऱ्या प्रत्येक चर्चेत राणीला वारंवार आवाहन केले जात होते. कंपनीच्या बाजूने उभे असलेल्यांनी एक गोष्ट मान्य केली की, भारतीय न्यायालयाच्या अधिकारिक क्षेत्रांसंदर्भातील ही जी समस्या आहे, ती सोडविण्यासाठी दोन्ही पद्धतींमधील न्यायाधीशांना एकत्र आणून त्याला राणीचा दरबार म्हणूनच ओळखले जावे. जॉर्ज कॅम्पबेल यांनी प्रतिवाद केला की, जर सरकारचे मुख्यालय आग्र्याला हलवले आणि सर्व भारतीय नागरिकांना राणीची प्रजा बनवले गेले, तर त्यामुळे कंपनीच्या अधिकारांना आणखी सामर्थ्य मिळेल. आणखी एक एकनिष्ठ कर्मचारी मार्शमॅन म्हणाले की, कंपनीबद्दल प्रचंड प्रमाणात तिरस्कार होता; त्यामुळे सरकारला राजघराण्याच्या सुपूर्द करावे आणि त्यायोगे कंपनीकडे असलेल्या अधिकारासाठी आदर प्राप्त करून घ्यावा. लष्कराच्या मनोधैर्याबद्दल म्हणावे तर कंपनी अधिकारांच्या अवमूल्यनाचा परिणाम सारखाच होता. राणीप्रति निष्ठा घोषित करून मोकळे व्हावे, असे हेन्री मॅडॉक यांनीही म्हटले.[५९] इतर टीकाकारांचीही हीच प्रतिक्रिया होती आणि त्यांनी पुढे म्हटले की, अधिकारांचा वापर हा राजाच्या व्यक्तींसाठीच केला गेला पाहिजे. तिच्या सत्ताकाळात अशी पहिली वेळ होती की, व्हिक्टोरियाने भारताचे राज्य करावे, अशी सार्वजनिक मागणी पुढे येऊ लागली होती. कंपनीचे एक माजी अधिकारी जॉन सुलीवन यांनी संसदेला सल्ला दिला की, राणीचे जे वास्तव आहे ते आता मान्य करून तिला तिचे स्थान देण्यात यावे. 'ती 'हिंदोस्तानची किंवा भारताची राणी' आहे आणि तिच्या कुठल्यातरी मुलाला भारताचा *व्हाइसरॉय* बनवण्यात यावे,' असे सुलीवन म्हणाले.[६०]

याची जास्त व्यवस्थित मांडणी जेम्स सिल्क बकिंगहॅम, एके काळचे भारतीय वर्तमानपत्राचे संपादक आणि संसद सदस्य यांनी केली. कंपनीशी मैत्रीचे संबंध नसल्यामुळे त्याला भारतातून बाहेर फेकण्यात आले होते आणि आता या सगळ्या गोष्टींची परतफेड करण्याची वेळ आली होती. त्याच्या भारतीय सरकारकरिता असलेल्या त्याच्या योजनमध्ये त्याने म्हटले होते की, राणी व्हिक्टोरियाला भारताची सत्ताधीश म्हणून घोषित करण्यात यावे, कंपनीच्या सर्व कर्जाची परतफेड राणीला करण्यात यावी आणि भारतामध्ये तिची सत्ता साकारताना जनकल्याणाच्या कामांमध्ये सुधारणा करून, ती करण्यात यावीत.[६१] लॉर्ड एलेनबरो यांनी १८४३मध्ये ज्या विचारांची बीजे रोवली होती आता, त्या रोपट्यांचे वृक्षामध्ये रूपांतर होऊ लागले होते.

पण शेवटी लॉर्ड ॲबरडीन यांच्या मंत्रिमंडळाने विशेष समित्यांनी उपस्थित केलेल्या बहुतेक मुद्द्यांना हात घालण्याऐवजी त्यांकडे कानाडोळा केला. नियामक मंडळाचे अध्यक्ष सर चार्ल्स वूड यांनी भारतातील सरकारकरिता जून १८५३मध्ये एका नवीन मसुद्याची घोषणा केली. यात आणखी उशीर करण्यात अर्थच नव्हता, कारण कंपनीचा करारनामा संपण्यासाठी फक्त आठ महिने उरले होते आणि संसद आणखी केवळ तीन महिने चालणार होती. कदाचित बिलाची घोषणा पुढे ढकलली जाईल या भीतीपोटी आलेली अस्वस्थता राणीने ॲबरडीन यांच्यापर्यंत पोहोचती केली.[६२] या बिलामुळे न्यायव्यवस्थेची सुधारणा एकांगी झाली, तसेच भारतातील प्रशासकीय नियुक्त्यांची आणि लष्करातील भरती यांचीही एक बाजू लक्षात घेतली गेली. इतर बदलांमध्ये, ईस्ट इंडिया कंपनीच्या संचालकांच्या निवडीसंदर्भातील राणीच्या अधिकारांमध्ये लक्षणीय वाढ झाली. आता निवडणुकीसाठी कुणालाच प्रचार करण्याची गरज राहिली नव्हती आणि एवढेच नाही तर अठरापैकी तीन संचालकांची थेट नियुक्ती करण्याचे अधिकार राणीला मिळाले होते. भारतातील नियुक्त्यांवर लक्ष ठेवण्याचे तिचे अधिकारदेखील अबाधित राहिले. काउन्सिलच्या नवीन सदस्यांच्या नियुक्त्यांमध्येही तिची पसंती गृहीत धरली जाऊ लागली. इतक्या थोड्या सत्ताबदलांमुळे १८५३मधील या कायद्यामुळे भारतातील सरकारची थोडी अधिक सूत्रे राणीच्या आणि राजघराण्याच्या हातात आली. कंपनीच्या बाजूने बोलणाऱ्यांच्या आता पुरेपूर ध्यानात आले होते की, त्यांचे आणि कंपनीचे दिवस आता भरले आहेत.[६३]

शतकाच्या मध्य काळात परराष्ट्रीय संबंध असलेल्या भारत आणि परिसरातील इतर राजधान्यांच्या शहरांमध्ये तसेच समुद्रापार असलेल्या राजेशाही चीनमध्ये राणी व्हिक्टोरिया ही आता ब्रिटिश वसाहतींच्या सत्तास्थानी असल्याची प्रतिमा निश्चित झाली होती. कंपनीराजचे सिंहासन उलथवले गेले होते. पंजाबमध्ये ज्या प्रकारे

तिथल्या लुटीसंदर्भात आणि सन्मानचिन्हांसंदर्भात एक रस्सीखेच पाहायला मिळाली. त्यातून सिद्ध झाले की, नवीन राजेशाही प्रतीकांचा उदय झाला होता. हा उदय ब्रिटनमध्ये व्हिग राजकारण्यांनी केलेल्या संघर्षातून झाला होता जो अतिशय नाटकी आणि सार्वजनिकदेखील होता. इतरत्र हा बदल अगदी सूक्ष्म रूपात होता. जेव्हा पेगूच्या भारतीय प्रांतातील निर्णयाच्या नियमांमध्ये बदल करण्यासाठी एका अधिकाऱ्याला १८५५मध्ये रंगूनला पाठविण्यात आले, तेव्हा अवाच्या राजाने, तुम्हाला नेमके कुणी पाठवले आहे, अशी थेट विचारणा केली. तसेच इंग्लिश राज्यकर्त्यांचा हालहवालही त्याने विचारला, तेव्हा राजाच्या तोंडात पानाचा तोबरा होता.[६४] त्यामुळे आलेल्या त्या अधिकाऱ्याला राजा नेमके काय बोलतो आहे हे फारसे समजले नाही; पण राजाच्या बोलण्यावरून त्याने अंदाज बांधला की, जी भावना व्यक्त केली गेली, ती एक तर राणीला उद्देशून होती किंवा मग गव्हर्नर-जनरलला.[६५] काही वर्षांतच, या सर्व साम्राज्याचा खरा सत्ताधीश कोण आहे, याबाबत कुणालाही कुठलीही शंका राहिली नाही.

३

भारताचे प्रदर्शन

शीख राजेशाहीचे अव्हेरले गेलेले वारस महाराजा दुलीप सिंग यांनी आपला १८५४ मधला उन्हाळा आधी बकिंगहॅम राजवाड्यात आणि नंतर ऑस्बर्न हाउस येथे राजपरिवारासोबत घालवला. या भेटींचे पुरावे अनेक रेखाचित्रांच्या स्वरूपात आजही पाहायला मिळतात. लंडनमध्ये दुलीप सिंग फ्रँक विंटरहाल्टर यांच्यासाठी चित्र काढून घ्यायला उभे राहिले होते. हे चित्र चितारले जात असताना राणी व्हिक्टोरिया अगदी कौतुकाने पाहायला यायच्या, कारण एक भव्य, रुबाबदार तैलचित्र तेव्हा साकारले जात होते. ऑस्बर्न येथे, राणी व्हिक्टोरिया आणि अल्बर्ट हे फोटोग्राफीमध्ये नवीन प्रयोग करत होते, तेव्हा राणीने स्वतः दुलीप सिंग यांची काही रेखाचित्रे काढली होती. तसेच राजघराण्यातील मुलांसाठी असलेले एक शिक्षक अर्नेस्ट बेकर यांच्या कॅमेऱ्यासमोरही दुलीप सिंग उभे राहिले होते. राजपरिवाराला छानछोकीने वेशभूषा करायची फार हौस होती आणि दुलीप सिंग यांच्या या भेटीदरम्यान आल्फ्रेड आणि आर्थर यांचेही फोटो काढण्यात आले. दोन्ही राजपुत्रांकरता भारतीय राजघराण्याची वेशभूषा करून देण्यात आली होती, जी या सोहळ्यासाठी खास तयार केली होती. डोक्यावर पगडी, कशिदाकारी केलेले मखमली कुर्ते, पायजामे, चपला आणि मोत्यांचे दागिने.[१] दुलीप सिंग हे एक पाहुणे म्हणून तिथे गेले होते; पण त्यांचे प्रदर्शनही मोठ्या प्रमाणात करण्यात येत होते. पौर्वात्य संस्कृतीबद्दलची सर्व वैशिष्ट्ये या चित्रांतून प्रतीत होत होती - ज्या सदोष भिंगातून पाश्चिमात्य कल्पना आशियाई संस्कृतीकडे पाहत होत्या, ती सर्व - म्हणजे त्यांच्या दुर्मीळ पुरातनतेचे कौतुक करायचे आणि त्या तुलनेत युरोपीय आधुनिकतेपुढे ते किती मागासलेले आहेत हेही दाखवायचे. दुलीप सिंग यांच्याकरिता राजघराण्याला असलेले आकर्षण इथे नमूद करण्याचा मोह आवरत नाही. एकोणविसाव्या शतकातील

प्राच्यतेचे प्रतीक म्हणून राजघराण्याला भारताबद्दल रुची होती हे खरेच आहे; पण यात तथ्य होतेही आणि नाहीही. भारतीय संस्कृतीकडे एका वेगळ्या उंचीवरून पाहण्याची संधी अल्बर्ट आणि राणी व्हिक्टोरिया यांना मिळाली होती. ते सदैव त्यांच्या दरबारात येणारे अभ्यासक, प्रवासी आणि सैनिक यांच्या गर्दीत वावरत असत. ब्रिटनच्या पूर्वेकडील साम्राजाच्या कथा आणि संशोधने घेऊन येणाऱ्या या मंडळींमुळे त्यांच्या ज्ञानात भर पडत होती. भारतीय कला आणि उद्यमांसंदर्भातील कुठल्याही संग्रहालयाला आणि प्रदर्शनांना या दाम्पत्याने मदतीचा हात द्यायला सुरुवात केली होती. इतकेच नाही तर भारतातील राजघराण्याचे राजपुत्र, महाराज, त्यांचे प्रतिनिधी इत्यादी लोक मोठ्या प्रमाणात अल्बर्ट आणि व्हिक्टोरिया यांना भेट द्यायला येऊ लागले आणि भारत सरकारसंदर्भातील त्यांच्या समस्यांचे निवारण त्यांनी करावे, अशी विनंतीही ते करत होते. या आणि अशा प्रकारच्या देवाण-घेवाणीतूनच अल्बर्ट आणि राणी व्हिक्टोरिया यांचा भारताच्या इतिहासासंदर्भातील विचार आणखी प्रगल्भ होत गेला.

राणी व्हिक्टोरियाच्या सत्ताकाळात म्हणजे १८५०च्या दरम्यान सर्वप्रथम भारतीय उपखंडातील तिच्या प्रजेला ब्रिटनमध्ये आसरा मिळू लागला. यातील पहिले उदाहरण म्हणजे संस्थानिकांचे, काही राजघराण्यातील लोकांचे त्यांच्या कुटुंबातून निष्कासन होणे आणि त्यांना ब्रिटनमध्ये आसरा मिळणे. ब्रिटनच्या दरबारने ज्याला छत्रछायेखाली घेतले ते महाराजा दुलीप सिंग हे एकमेव नव्हते. दक्षिण भारतातील एक छोटे राज्य कूर्ग (कोडागु) येथील राजकन्या गौरम्मा असो नाहीतर टिपू सुलतानाचा मुलगा शाहजादा गुलाम मोहम्मद असो, राणीने दोघांनाही मदत केली; परंतु भारताबद्दलचे सगळ्यात मोठे प्रदर्शन जे घडून आले ते म्हणजे एक्सिबिशन ऑफ ऑल नेशन जे हाइड पार्क येथील क्रिस्टल पॅलेस येथे १८५१मध्ये आयोजित करण्यात आले होते. भारतातील दरबार हे या प्रदर्शनातील सगळ्यात मोठे आकर्षणाचे केंद्र होते. आणि ते इतके यशस्वी झाले की, डब्लिन येथे लगेच दोन वर्षांनी आणि १८६२मध्ये आंतरराष्ट्रीय स्तरावरील हे प्रदर्शन केन्सिंग्टन येथे भरवण्यात आले. या प्रदर्शनाच्या मालिकेतूनच भारतात वस्तू संग्रहालयाच्या स्थापनांची रीघ लागली. याची सुरुवात जिथून झाली त्या १८५१च्या प्रदर्शनाची मूळ कल्पना ही राजपुत्र अल्बर्ट यांची होती. राजपुत्र अल्बर्ट यांच्या नजरेतून भारताला बघण्याची सुरुवात येथूनच झाली; मग हे १८५१चे प्रदर्शन जन्मास आले आणि याच शृंखलेत राजघराण्याची दुलीप सिंग आणि राजकन्या गौरम्मा यांच्याशी ओळख होणे आणि त्यांना मदतीचा हात देणे, या घटनांची साखळी जोडली गेली.

राजपुत्र अल्बर्ट आणि भारत

राजपुत्र अल्बर्ट यांची भारताबद्दलची जाणीव जर्मन आणि इंग्लिश दोन्ही परंपरांतून आली होती. प्रशियाचे लंडन येथील राजदूत बॅरन बन्सन आणि जर्मनीतील काही विद्वज्जनांनी अल्बर्ट यांना कला आणि स्थापत्यशास्त्र यांची ओळख करून दिली आणि त्यातून त्यांना यात रुची निर्माण झाली.[२] हीच बाब त्यांच्या भारतीय अध्ययनाला लागू होते. बॉन विद्यापीठात असताना त्यांचा काही प्रमुख *इन्डोलॉजिस्ट* (भारतीय संस्कृती, कला, स्थापत्य आणि इतर विषयांचे अभ्यासक) यांच्याशी परिचय झाला. यामध्ये ऑगस्ट विल्हेल्म स्लेगल यांचा समावेश होता ज्यांच्या पाश्चिमात्य आणि पूर्वेकडील भाषांच्या समान उगमाच्या अभ्यासाने एका संपूर्ण पिढीला प्रोत्साहित केले होते. इंग्लंडला येणाऱ्या जर्मन आणि संस्कृत अभ्यासकांना अल्बर्ट यांनी नेहमीच साहाय्य केले. यात विशेष करून बन्सन यांचे शिष्य मॅक्स म्युलर आणि १८५०च्या उत्तरार्धात जॉर्ज बुहलर आणि थिओडोर गोल्डस्ट्रकर यांचा समावेश होता. या दोघांनीही अल्बर्ट यांना त्यांच्या पुस्तकसंग्रहासंदर्भात आणि वाचनालयाच्या रचनेसंदर्भात महत्त्वाचे सल्ले दिले होते.[३] अल्बर्ट यांच्या वैयक्तिक वाचनालयात भारताबद्दल असलेले जर्मन साहित्य आणि अभ्यास यांची भरपूर रेलचेल आढळून येते. सन १८३० ते १८५० या कालावधीत भारतासंदर्भात प्रकाशित झालेली जवळपास ऐंशी पुस्तके तिथे ठेवली आहेत. जर्मन विद्वानांच्या अभ्यासांचे आणि प्रवास वर्णनाचे साहित्य तर फारच उल्लेखनीय आहे. जर्मन आणि विशेषतः प्रशियन लष्करी दृष्टिकोन याची भारतीय राज्यांमध्ये मोठी मागणी होती. स्थानिक सैन्याला प्रशिक्षित करण्यासाठी हे ज्ञान मिळविण्याचा प्रयत्न होता. शिवाय, जर्मनीतील ड्यूक किंवा डचेस यांच्या अखत्यारीतील छोट्या प्रातांतील या राज्यकर्त्यांचे राजघराण्याशी असलेले संबंध पाहता राणीच्या माध्यमातून त्यांचे भारत प्रवासातील अडसर दूर होणे हाही एक उद्देश त्यात होता. जर्मन भाषक लष्करी अधिकारी आणि जिज्ञासू अमीर-उमराव तसेच राजघराण्यातील प्रवासी यांची १८३० ते १८४० या दशकात एक लांब फळीच निर्माण झाली, जिने भारतासंदर्भातील विषयात कौशल्य संपादन केले. चार्ल्स व्हॉन ह्युगल याने या फळीचे नेतृत्व केले, जो बव्हेरिअन होता आणि ऑस्ट्रियन सैन्यात होता. भारतातील पंजाब आणि काश्मीर प्रांतात १८३०च्या सुरुवातीच्या काळात त्याने केलेल्या प्रवासाची वर्णने खूप लोकप्रिय ठरली. प्रवासादरम्यान १८४५मध्ये तो लंडनमध्ये येऊन गेला आणि त्या वेळी त्याने अनेक वेळा ब्रिटिश राजेशाहीसोबत भोजनही घेतले होते.[४] शिखांच्या इतिहासाचा आढावा घेऊन त्याच्या नोंदी करून ठेवणारा एक म्हणजे लिओपोल्ड व्हॉन ऑर्लीच ज्याचे आत्मकथन १८४८मध्ये प्रकाशित झाले. यात त्याने ब्रिटिश भारताच्या इतिहासाचा मोठा

आढावा घेतला; पण त्याचा हा अभ्यास १८६०मध्ये त्याच्या मृत्यूमुळे खंडित झाला.[५] आणि शेवटी ब्रिटिश राजघराण्याच्या जवळचे असलेले राजपुत्र वॉल्डेमार यांचा उल्लेख करावा लागेल. प्रशियाचे युवराज यांचे दुसरे पुत्र वॉल्डेमार हे शिखांशी झालेल्या दुसऱ्या युद्धाचे साक्षीदार होते आणि त्यांनी आपल्या संपूर्ण अनुभवाचे चित्रण काही रेखाचित्रांमध्ये आणि प्रवास वर्णनात केले होते; जे जर्मन भाषेत १८५०च्या मध्य काळात प्रकाशित झाले. वॉल्डेमार यांनी ब्रिटिश दरबारात जुलै १८४७ मध्ये हजेरी लावली आणि केंब्रिज विद्यापीठाचे कुलपती म्हणून अल्बर्ट यांचा जो पदग्रहण सोहळा होता, त्यासाठी उपस्थित असलेल्या राजेशाही पाहुण्यांमध्ये त्यांचा समावेश होता. ज्यात बॅरन बन्सन हेही उपस्थित होते.[६]

भारतातील जर्मन अभ्यासकांची ही जी फळी होती, ती त्यांच्या इंग्लिश अभ्यासकांच्या तुलनेत अनेक स्तरांवर वेगळी होती. त्यांना ईस्ट इंडिया कंपनीच्या इतिहासात अजिबात रुची नव्हती. शिवाय त्यांना इंग्लिश इव्हानजेलिक प्रचारकांप्रमाणे ख्रिस्ती धर्मपरिवर्तनातही अजिबात रुची नव्हती. त्यांना शिखांच्या लढाऊ परंपरेबद्दल प्रचंड आकर्षण होते आणि आदर होता. एकीकडे युरोपीय सुधारणेचे वारे वाहत असताना त्याच काळात या अभ्यासकांना शिखांच्या धर्माबद्दलही आस्था होती. शीख धर्मामध्ये हिंदुत्व आणि इस्लाम या दोन्ही धर्मांचा समन्वय झाल्याचे जर्मन अभ्यासकांना वाटत होते. प्रोटेस्टंट ख्रिश्चनांप्रमाणे शीख धर्म हा फक्त एका धर्मग्रंथाला - गुरु ग्रंथसाहेब - मानत असे आणि त्यांचा देवही फक्त एकच होता. जर्मन इतिहासकारांचे मत होते की, शीख धर्माचे संस्थापक गुरू नानक यांनी भौतिक जगाचा त्याग केला होता आणि स्वतःचे आयुष्य हे चिंतनाला आणि तीर्थयात्रेला समर्पित केले होते. नानक यांच्या अनुयायांनी स्वधर्म - स्वरक्षणार्थ शस्त्रांचा वापर केला होता. या इतिहासाला केवळ कुण्या एकाच्या नजरेतून दिसलेल्या घटनांमधून मूर्त स्वरूप आले नव्हते, तर त्याची नोंदणी, जर्मनीच्या दक्षिणेकडील कॅथॉलिकांसोबत संघर्षरत असलेल्या व सशक्त राज्यांची छत्रछाया लाभलेल्या जर्मन प्रोटेस्टंट राजघराण्यांकडून झाली होती.

भारतातील जर्मनांच्या अभ्यासाच्या आणखी एका शाखेचे अल्बर्ट यांना आकर्षण जडले होते. अर्थात हा अभ्यास फक्त जर्मन अभ्यासकांपुरता मर्यादित नव्हता. खरे तर त्यांनी त्या शाखेचे नेतृत्व केले होते. ही शाखा होती *आर्यनिझम* (वांशिक श्रेष्ठतेचा अभ्यास करणारी विचारधारा). अर्थातच, नाझी विचारसरणीने गढूळ केलेली एकोणविसाव्या शतकातील आर्यनिझमचा आणि याचा काही संबंध नाही. हा अभ्यास मुळात १८३०मध्ये उदयास आलेल्या भाषारचनाशास्त्राचा अभ्यास होता, ज्यात पूर्व आणि पश्चिमेतील भाषास्रोतांचा मूळ उगम शोधला गेला, ज्यात पुराव्यांसाठी हिंदू संस्कृतीतील संस्कृत भाषेतील लिखाणाचा विशेष अभ्यास केला

गेला. इंग्लंडला संस्कृतचा अभ्यास करणारे जे मुख्य अभ्यासक होते, त्यांचे नाव होरास विल्सन, जे ऑक्सफर्ड विद्यापीठात संस्कृत विभागाच्या बोडेन अध्यासनाचे प्रमुख होते. त्यांच्या आणि बॅरन बन्सन व अल्बर्ट यांच्या अनेक जर्मन संस्कृत अभ्यासकांना ब्रिटनमध्ये परिचित करून दिले. यातील सगळ्यात मुख्य होते मॅक्स म्युलर. १८४६मध्ये एका अल्प भेटीसाठी ते भारतात आले आणि त्यांची ही भेट ईस्ट इंडिया कंपनीद्वारे प्रायोजित करण्यात आली होता; पण ही अल्प भेट त्यांना आयुष्यभर पुरली आणि त्यांना ऑक्सफर्ड विद्यापीठात सामावून घेण्यात आले.[७] त्यांच्या आयुष्यातील बराच काळ हा संस्कृतमधील चार वेदांपैकी एक असलेल्या ऋग्वेदाचे जर्मन भाषांतर करण्यात गेला. काही काळानंतर म्हणजे १८५०नंतरच्या वर्षांमध्ये म्युलर यांना सार्वजनिक स्तरावर जास्त ओळखले जाऊ लागले. ईस्ट इंडिया कंपनीच्या महाविद्यालयांमध्ये संस्कृत आणि इतर भारतीय प्राच्य भाषांचा समावेश अभ्यासक्रमात व्हावा यासाठी ते झटू लागले होते, कारण जर या भाषा ईस्ट इंडिया कंपनीच्या लोकांच्या अंगवळणी पडल्या, तर उत्तर भारतातील लोकांना समजून घेणे आणि आपला कारभार चालवणे कंपनीला अधिक सुकर होईल, असे त्यांचे मत होते. विल्सन यांच्यानंतर ऑक्सफर्ड विद्यापीठातील बोडेन अध्यासनाच्या मुख्यपदी म्युलर यांचे नाव जास्त चर्चेत होते. या पदासाठी उमेदवाराने इव्हानजेलिक असणे आवश्यक होते. या पदासाठीच्या निवडणुकीत इव्हानजेलिक लोकांचे प्राबल्य होते, कारण संस्कृत अभ्यासाचा भारतातील मिशनरी कामासाठी उपयोग व्हावा, अशी त्यांची तीव्र इच्छा होती. मुल्यर यांचे प्रतिस्पर्धी मोनियर मोनियर-विलियम्स यांच्यासाठी संस्कृत म्हणजे लोकप्रिय हिंदुत्वाच्या मौखिक संस्कृतीला सुरुंग लावण्याचे साधन होते. त्यांची घणाघाती विधाने, भारतीय ब्राह्मणांची कॅथॉलिक धर्मोपदेशकांशी केलेली तुलना आणि त्यांच्या प्रचाराच्या पद्धतींमुळे त्यांनी म्युलर यांचा पराभव केला आणि त्यांना अध्यापकांच्या पदापर्यंत पोहोचू दिले नाही.[८] राजपुत्र अल्बर्ट यांनी या निवडणुकीत आपला सहभाग दर्शवला, रुची घेतली याचे कुठलेही पुरावे उपलब्ध नाहीत आणि हे विद्यापीठ त्यांचे विद्यापीठ नव्हते; पण त्यांच्या दोन घोषणांतून असे निदर्शनास येते की, त्यांनी म्युलर यांच्या मवाळ *आर्यनिझम*चा पुरस्कार केला. त्यांनी *सोसायटी फॉर द प्रपोगेशन ऑफ द गॉस्पेल* यांच्या वर्धापनदिन सभेत १८५०मध्ये केलेल्या भाषणात - ज्याचा संदर्भ या पुस्तकाच्या पहिल्या प्रकरणात आला आहे - आणि याच दशकात नंतर, 'भारतातील तारा' या विविध गुणांचा सन्मान करण्यासाठी नियोजित पुरस्काराची योजना करताना - ज्याचा उल्लेख या नंतरच्या प्रकरणात आहे - असे सूचित केले की, इंडो-युरोपियन संस्कृतीचा उगम हा समान आहे, यावर त्यांचा विश्वास आहे. व्हिक्टोरियासंदर्भात बोलायचे झाले तर तिचा आणि म्युलर यांचा परिचय १८६० पर्यंत झाला नव्हता. विंडसर महालात १८६४

मध्ये म्युलर यांनी भारतीय भाषांवर एक व्याख्यान दिले आणि यातील पूर्वेकडील व पश्चिमेतील भाषांमधील संबंधांबद्दल जी विधाने होती, ती राणी व्हिक्टोरियाने टिपून घेतली होती. अल्बर्ट आणि त्यांच्या बोलण्यातील समानता तिला अगदी तीव्रतेने तेव्हा जाणवली. मात्र, मोनियर-विलियम्स यांनी १८८०मध्ये वेल्सचे राजपुत्र यांना आपल्या छत्रछायेखाली घेतले होते. म्युलर राणीच्या सतत संपर्कात होतेच आणि वेदांच्या भाषांतराचे प्रत्येक खंड ते राणीला पाठवीत राहिले. राजघराण्यांकडून त्यांच्या या प्रयत्नांना यश येईल अथवा नाही आणि राणी ते कदाचित वाचणारही नाही, या शक्यतांचीही त्यांनी कधी पर्वा केली नाही. राणीच्या वर्धापनदिन उत्सवानिमित्त १८८७ मध्ये त्यांनी विंडसर पार्क येथे उभारण्यात आलेल्या एका स्मारकासाठी संस्कृतमध्ये शिलालेख लिहून तो अल्बर्ट यांना दिला होता.[९]

अल्बर्ट भारताकडे एक राजपुत्र आणि अभ्यासू व्यक्ती म्हणून पाहत होते. पवित्र रोमन साम्राज्याशी संबंध असलेल्या कोबर्ग या त्यांच्या छोट्याशा संस्थानिक घराण्याचा त्यांना फार अभिमान होता आणि लग्नानंतर युरोपातील जी प्रमुख राजघराणी होती, त्यांच्याशीही त्यांनी सलोख्याचे संबंध राखले होते.[१०] बॉन येथे त्यांचे इतिहासाचे आणि कायद्याचे जे शिक्षक होते, ते फ्रेडरिच कार्ल व्हॉन साविगनी यांचे शिष्य होते. साविगनी यांनी, पवित्र रोमन साम्राज्यातील छोट्या राज्यांमधील पारंपरिक कायदे आणि त्यानंतरच्या काळात स्थापन झालेले मूळ रोमन कायदे, यांच्यातील संबंध सिद्ध केले होते. ते न्यायालयीन पंच होते. या संबंधांसंदर्भात सांगायचे झाले, तर त्यांनी १६४८ नंतर युरोपच्या बदलत चाललेल्या नकाशावर आधीचे कायदे आणि ज्यांनी आधुनिक प्रजासत्ताकाची पायाभरणी केली असे कायदे, त्यांच्यातील फरक अधोरेखित केला. म्हणजेच एकत्रित बॉरबॉन राजेशाहीचा विकास, त्याचे प्रगत वंशज, क्रांतिकारी आणि नेपोलिओनिक फ्रान्स कसा होता, हे त्यांनी दाखवून दिले. सन १८४८-४९ मधील जर्मन क्रांतीदरम्यान, प्रशियन राजे यांचा ऑस्ट्रियन नेतृत्वातील बंड (Bund) संदर्भातील स्थिती जैसे थे ठेवण्यासाठीचा एक मध्यम मार्ग आणि फ्रँकफर्ट संसदेने पुरस्कृत केलेली राष्ट्रीय गणराज्याची स्थापना व्हावी म्हणून प्रशियन राजघराण्याच्या नेतृत्वातील छोट्या राजेशाही राज्यांच्या संघराज्य बनविण्यासंदर्भातील योजना होती, त्याला पाठिंबा घोषित करण्यात अल्बर्ट हे त्यांचे बंधू अर्नेस्ट यांच्या तुलनेत पिछाडीवर राहिले. [१२] जर्मनीत राजपुत्रांच्या स्वतंत्र कक्षाला काहीही अर्थ नव्हता; पण एका कल्पनेचे बीज मात्र त्यातून रोवले गेले. दशकाचा शेवट होत असताना, अल्बर्ट यांचा त्यांच्या घराकडील ओढा वाढू लागला होता. ब्रिटिश साम्राज्यातील युवराजाचा प्रभाव म्हणून त्यांचा त्यातील रस वाढला. सन १८६०मध्ये त्यांच्या दोन मोठ्या मुलांनी केलेल्या वसाहतींच्या दौऱ्यासंदर्भात त्यांनी फार अभिमानाने विधान केले होते. :

> फारच रोचक योगायोग आहे हा, अगदी एकाच वेळी उद्भवलेला... अगदी दोन विरुद्ध टोकांवर स्थित असले, तरी वेल्सचे राजपुत्र हे राणीच्या नावे, कॅनडातील सेंट लॉरेन्स येथे एका अत्यंत विस्मयकारी कामाचे म्हणजेच एका मोठ्या पुलाचे उद्घाटन करणार आहेत, तर दुसरीकडे राजपुत्र आल्फ्रेड हे केपटाउन या बंदरासाठी एका बंधाऱ्याचे भूमिपूजन करणार आहेत.(१३)

या वसाहती आणि नंतरच्या काळात भारत, हे कदाचित त्यांच्या मुलांसाठी सहलीचे आणि सुट्टी घालवण्याचे ठिकाण ठरणार होते. वेगळ्या प्रकारे लिहायचे झाले तर भारत हे व्हिक्टोरियाच्या साम्राज्याचा एक भाग आहे, अशा मताचे अल्बर्ट नव्हते. तिची ख्रिस्ती धर्माप्रति असलेली नैसर्गिक ओढ आणि १८४० मध्ये तिला मिळालेल्या लष्करी यशाचे श्रेय यांच्यात त्यांचाही सहभाग होता. त्यांनी राणीला भारतीय साम्राज्याकडे - म्हणजेच वसाहतींकडे - एक कौटुंबिक उपक्रम म्हणून पाहण्यासाठी प्रोत्साहित केले; पण त्यांची ओढ ही त्या काळातील जर्मनीच्या अभ्यासकांकडेही होती आणि ब्रिटनमधील प्राच्य विद्यांच्या पुनरुत्थानाकडेही त्यांचा कल होता. युरोप आणि भारतीय संस्कृती यांची नाळ एकच आहे, हा या दोन्ही अभ्याससमूहांच्या अभ्यासाचा निष्कर्ष होता.

भारत : एक प्रदर्शन

रॉयल सोसायटी ऑफ आर्टस् या संस्थेचे अध्यक्ष म्हणून युवराज अल्बर्ट यांनी, ब्रिटनने कधीच अनुभवली नव्हती अशा सगळ्यात भव्य भारतीय संस्कृतीच्या, परंपरांच्या प्रदर्शनांचे आयोजन केले. हाइड पार्क येथील क्रिस्टल पॅलेस येथे १८५१मध्ये भरविण्यात आलेले *एक्सिबिशन ऑफ ऑल नेशन्स* येथील भारतीय दरबाराचे प्रदर्शन, हे त्यातील एक. म्हणजे भारतातील ज्या वस्तू इथे लोकांना पाहण्यासाठी मांडण्यात येत, त्यामध्ये असंख्य मौल्यवान गोष्टी होत्या; जसे की, लाहोरचा कोहिनूर हिरा आणि त्रावणकोर येथील सिंहासन. त्यानंतर काही यंत्रे, धातू, मातीच्या वस्तू, वस्त्रोद्योगातील हस्तकला, शस्त्र आणि कच्चा माल इत्यादी वस्तूदेखील इथे ठेवल्या जात असत. राजपुत्र अल्बर्ट यांनी आपली भूमिका चोख बजावली. १८४९ मध्ये त्यांनी रॉयल सोसायटी ऑफ आर्टस् यांना प्रोत्साहन देत सांगितले की, त्यांनी इतर वसाहतींमधल्या अशाच दुर्मीळ वस्तूंचा त्यांच्या वार्षिक प्रदर्शनांमध्ये समावेश करावा. यासाठी काही भारतीय तज्ज्ञांची मदत घेण्याचाही त्यांनी प्रयत्न केला आणि त्यासाठी एक जाणकार भारतीय प्रशासक आणि इतिहासकार म्हणून

प्रसिद्ध असलेल्या माउंटस्टार्ट एल्फिन्स्टन यांना प्रदर्शन आयोगासाठी पाचारणही केले. मात्र, त्याऐवजी ईस्ट इंडिया कंपनीच्या अध्यक्षांकडूनच हे काम भागवावे लागले.[१४]

भारतीय राजदरबार हे १८५१च्या प्रदर्शनातील सगळ्यात प्रमुख आकर्षण ठरले. प्रदर्शनाच्या उद्घाटनाच्या तीन आठवड्यांनंतर द टाइम्स या वृत्तपत्राने लिहिले की, 'प्रदर्शनातील पूर्वेकडे (म्हणजेच भारतीय आणि इतर परदेशी वस्तूंच्या विभागाकडे) दर्शकांचा जो ओघ जाताना दिसत होता, तो पश्चिमेच्या तुलनेत फार जास्त होता.' आणि जेव्हा प्रदर्शनाचा शेवटचा महिना सुरू झाला, वृत्तपत्राने पुढे लिहिले की, 'प्रदर्शनातील भारतीय वस्तू या फक्त आकर्षक नव्हत्या, तर त्यातून माहितीही भरपूर मिळत होती. इतर सगळ्या वस्तूंच्या तुलनेत हा विभाग सर्वांत माहितीपूर्ण होता'.[१५] क्रिस्टल पॅलेसमध्ये, सर्व वसाहतींच्या एकत्रित परिणामाच्या तुलनेत भारताचे अस्तित्व आता जास्त जागा व्यापू लागले होते. फक्त युनाइटेड किंगडम, ऑस्ट्रिया, बेल्जियम, फ्रान्स, जर्मन झॉल्व्हेरियन संघराज्य आणि युनाइटेड स्टेट्स ऑफ अमेरिका यांचे स्थान या प्रदर्शनांमध्ये भारतापेक्षा जास्त होते. फक्त युके आणि फ्रान्स येथील प्रदर्शित केलेल्या भांड्यांची किंमत अधिक होती. भारतातील वस्तू इतक्या मोठ्या प्रमाणात आल्या होत्या की, त्या ठेवण्यासाठी ईस्ट इंडिया कंपनीला त्यांच्या गोदामातील दोन मजले रिकामे करावे लागले होते.[१६] अर्थात कोहिनूरचे सगळ्यात जास्त आकर्षण होते. महालाच्या काचेच्या कामावर मात करण्याची ताकद फक्त या हिऱ्याच्या चकाकीत होती. तिथे ठेवलेल्या काचेच्या पेट्यांमध्ये रांगेने दागदागिने (त्यातील काही चुकीने खाणी आणि खनिजे या विभागात म्हणून ठेवले गेले होते,) गालिचे, शाली आणि घरातील लाकडी सामान, यंत्रे आणि हत्यारे, संगीत वाद्ये आणि शस्त्रे - दिखाऊ आणि वापरातील - (यातील दुसऱ्या प्रकारातील शस्त्रे ही नौदल स्थापत्यशास्त्र आणि लष्कर अभियांत्रिकी या विभागात मोडणारी होती)[१७] भारतीय दरबाराकडून ज्या काही अपेक्षा होत्या, त्या खूप जास्त प्रमाणात सफल झाल्या होत्या. भारतातील प्रदर्शनीय वस्तूंमधील हिरे आणि हत्यारे यांच्यात भारताचा अतुलनीय वैभवशाली भूतकाळ प्रकट झाला तर दुसरीकडे अत्यंत सुपीक भूमीतून मिळणाऱ्या कच्च्या मालाचे रूपांतर मौल्यवान गोष्टींमध्ये करण्यासाठी औद्योगिक अज्ञानातून त्यांचा आळशीपणाही उघडकीस आला. प्रदर्शन संपतासंपता भारतीय हस्तकला आणि रचना यांच्यातील कल्पकता आणि मोहकता याने सगळ्या समालोचकांवर भुरळ घातली होती.[१८]

भारतातील विविध संस्थानिक प्रमुखांनी आणि राजघराण्यातील राजपुत्रांनी या प्रदर्शनासाठी वस्तू पाठवण्यात सक्रिय सहभाग दर्शवला. त्यातील अनेकांच्या सहकार्याशिवाय तर ज्या गोष्टींनी दर्शकांचे चित्त आकर्षित केले आणि प्रसिद्धी

मिळविली त्या प्रदर्शित करणे शक्यही झाले नसते. त्रावणकोर येथील कोरीव सिंहासन, बंगालच्या नवाब निझामाने पाठवलेली अंबारी, शाली, दुपट्टे आणि गालिचे जे काश्मीरमधून धाडण्यात आले होते, जगातील सगळ्यात मोठ्या हिऱ्याचा एक नमुना जो हैदराबादहून गेला होता, बनारसचे पलंग, नागपूरहून पाठवलेले मलमल, कच्छहून कमावलेले कातडे, लखनौचे कपडे, जोधपूर आणि नेपाळवरून आलेल्या हस्तिदंती वस्तू आणि तलवारी, कट्यारी, कुऱ्हाडी आणि जवळपास सर्वच प्रदेशात बनवल्या गेलेल्या बंदुका असे सर्व प्रकार या प्रदर्शनासाठी मागविण्यात आले होते. महत्त्वाची बाब म्हणजे ही सगळी जुळवाजुळव भारतातील प्रांतीय संस्थानिक प्रमुखांकडून करण्यात आली होती. यात कंपनीच्या अधिकाऱ्यांची काहीच भूमिका नव्हती.[१९] पारंपरिक कौशल्ये आणि पद्धती तसेच उपलब्ध स्थानिक मालाचा वापर करून तयार करण्यात आलेल्या या वस्तू विविध भागांतील हस्तकलाकारांकडून मागविण्यात आल्या होत्या आणि त्यांनीही या लोकांना प्रदर्शनासाठी वस्तू पुरविण्यात हात आखडता घेतला नाही. त्या त्या प्रांताचे वैशिष्ट्य असलेल्या कलाकृती विशेष करून पाठविण्यात आल्या. मुख्य म्हणजे या सर्व वस्तू फार दुर्मीळ होत्या आणि फक्त त्या भागातील राजघराण्यांसाठी किंवा संस्थानिकांसाठी त्या तयार केल्या जात असत; पण हे सारे काही अगदी राणीच्या मनासारखे होते. पाठवणाऱ्या अनेक भारतीय राजांनी तर निरोप पाठवून स्पष्टच केले होते की, या वस्तू राणी व्हिक्टोरियासाठी नजराणा म्हणून पाठविण्यात आल्या आहेत. त्रावणकोरच्या राजाने हस्तिदंती नक्षीकाम असलेले सिंहासन मद्रासला पोहोचवले आणि मग तेथून ते लंडनला पाठवण्यात आले. आपल्याकडून हे प्रदर्शनासाठीचे योगदान आहे, असाच त्यांचा समज होता. शिवाय, 'हे आसन माझ्या उदार राणीप्रति असलेल्या प्रगाढ आदराचे एक प्रतीक म्हणून' पाठविण्यात येत आहे, जे 'एक मैत्रीपूर्ण पण नम्र नजराणा आहे, जो एका विश्वासू शरणागत सहकाऱ्याकडून आणि आश्रिताकडून' देण्यात येत आहे.'[२०]

तसेच, बंगालच्या नवाब निझामाने अगदी विशेषकरून निरोप दिला होता की, ही हत्तीची अंबारी म्हणजे राणीला दिलेली भेट आहे. थोड्या नाखुशीनेच पण या वेळी ईस्ट इंडिया कंपनीच्या नियामक मंडळाने भारतीय संस्थांकडून राणीला दिल्या जाणाऱ्या भेटीसंदर्भातील नियमांची पकड थोडी सैल करून ही अंबारी राणीकडे पाठवण्याचा निर्णय घेतला. शिवाय ही भेट प्राप्त झाल्याची पोचपावती राणीच्या हस्ताक्षरात तयार करून घेऊन ती या दोन राजांना पाठवण्याचीही व्यवस्था केली.[२१] अशा प्रकारची अनेक उदाहरणे सांगता येतील. अनेक अत्यंत सुबक, आकर्षक आणि मौल्यवान गोष्टींची गुणवत्ता उत्तम असतानादेखील पुरस्कार देणाऱ्या ज्युरींनी या राजांच्या प्रदर्शनात दाखल झालेल्या भेटींची साधी दखलही घेतली नाही; पण तरीही, सुमारे २५ भारतीय राजांची नावे असलेली यादी बनवून त्यांना त्यांच्या

सहभागासाठी प्रदर्शन सन्मानचिन्ह देण्यात आले (यातील नऊजणांना प्रदर्शनातील वस्तूंच्या याद्यांची एक प्रतही कंपनीकडून भेट देण्यात आली).[२२]

व्हिक्टोरिया, अल्बर्ट आणि त्यांच्या मुलांनी, प्रदर्शनाच्या अधिकृत उद्घाटनानंतर म्हणजेच १ मेनंतर अनेकदा या प्रदर्शनाला भेटी दिल्या. भारतीय दरबाराच्या वतीने डॉ. जे.'फोर्ब्स' रॉयले, जे भारतातील वस्तूंच्या विभागाचे मुख्य होते, त्यांनी राणीला आणि तिच्या कुटुंबाला त्यांच्या १६ जुलैच्या प्रदर्शन भेटीत मार्गदर्शन केले. या भेटीनंतर राणी व्हिक्टोरियाने आपल्या रोजनिशीत नोंदवून ठेवले : 'भारतीय कक्ष हा अत्यंत रोचक विभाग आहे आणि सामान्यतः लोकांकरिता यामध्ये काहीतरी नावीन्य आहे. या... वस्तू आतापर्यंत फक्त सरकारला भेट म्हणून येत होत्या'.[२३] हे तिचे निरीक्षण अत्यंत सूचक होते की, आता ती आपल्या साम्राज्यातील भारताला देशापुढे प्रस्तुत करत होती. भारतीय सभ्यता आणि संस्कृती यांचा एक नमुना या प्रदर्शनाच्या निमित्ताने सार्वजनिक झाला, जो तोपर्यंत फक्त राजेशाहीच्या अवलोकनार्थ उपलब्ध होता.

तिच्या टिप्पणीवरून एक गोष्ट स्पष्ट होत होती की, तिने हळूहळू राजेशाहीला महालाच्या चार भिंतीतून बाहेर आणण्याचा निर्णय घेतला होता आणि आतापर्यंत राजघराण्यांसंदर्भात अनभिज्ञ असलेल्या आम जनतेला उच्चस्तरीय आंतरराष्ट्रीय संबंधांचे आणि त्यातून होणाऱ्या लाभांचे नमुने पाहण्याची संधीच जणू उपलब्ध करून दिली होती. भारतातील या वस्तू, कलाकृती आणि त्याचे निर्माते यांचे प्रदर्शन करताना ते ज्या प्रांतातून एक उपहार म्हणून पाठवण्यात आले आहे, हे सत्य लपविण्याचे काही कारण नव्हते. आदराची भावना म्हणून राणीला पाठविण्यात आलेले एक प्रतीक, असे त्या वस्तूंचे स्वरूप होते.

या १८५१च्या प्रदर्शनातील भारतीय दरबाराचे कार्य इतके वाखाणले गेले की, लगेच रॉयल सोसायटी ऑफ आर्टस् यांनी ईस्ट इंडिया कंपनीशी हातमिळवणी करून याहीपेक्षा मोठे असे 'भारतीय कला आणि उत्पाद प्रदर्शन' भरविण्याची योजना आखली, जे १८५३च्या वसंत ऋतूत लंडनला भरवायचे ठरले. यापुढील बैठकीत, भारतीय वस्तूंच्या किमती आणि त्यांचे उत्पादन मूल्य अशा काही माहितीचे संकलन करण्याचा निर्णय घेण्यात आला, कारण ही माहिती क्रिस्टल पॅलेस येथील प्रदर्शनात प्रस्तुत केली गेली नव्हती. या नवीन प्रदर्शनाकरिता योग्य असलेल्या वस्तूंची आणि कलाकृतींची रेखाचित्रे पुरविण्याचा शब्द ईस्ट इंडिया कंपनीने दिला आणि दुसरीकडे भारतातील विविध प्रांतांना पुन्हा एकदा प्रदर्शनासाठी कलाकृती आणि दुर्मीळ वस्तू पाठविण्यासंदर्भात सूचना केल्या गेल्या; पण हा प्रकल्प बारगळला, कारण या प्रकल्पाला पाठिंबा देण्यासाठी कुणीच पुढे आले नाही आणि अशा भव्य प्रदर्शनाकरिता आवश्यक असलेली मोठी जागाही उपलब्ध होऊ शकली

नाही. भारतातूनही फारच अल्प प्रतिसाद मिळाला होता. मद्रास स्कूल ऑफ आर्ट्सचे अलेक्झांडर हंटर यांनी इतरांच्या वतीने मुद्दा मांडताना सांगितले की, प्रदर्शनात सहभागी होणाऱ्यांना प्रेरित करणारे कुठलेच आश्वासन दिले गेले नव्हते. इतकेच नव्हे तर वस्तू पाठविण्यासाठी येणारा वाहतुकीचा खर्चही उचलण्याची तयारी दर्शविली गेली नव्हती. सरतेशेवटी १८५२च्या शरद ऋतूमध्ये लंडनला भरविण्यात येणाऱ्या या प्रदर्शनाची कल्पना रद्द करण्यात आली आणि अल्बर्ट यांच्या परवानगीने, ज्यांनी विंडसर येथून काही वस्तू प्रदर्शनासाठी पाठविण्यास निवडल्या होत्या, ते डब्लिन येथे भरवण्यात आले. एका अगदी १०० स्क्वेअर फूट जागेमध्ये, मे १८५३मध्ये भरविलेल्या 'भव्य औद्योगिक प्रदर्शना'त या वस्तू मांडल्या गेल्या. सोसायटीने भारतातील वस्तू आणण्याचे अचानक रद्द केले आणि द हेग येथील राजघराण्याच्या संग्रहातील जपानी वस्तूंची प्रदर्शनासाठी निवड केली. द हेग म्हणजे राणी व्हिक्टोरिया यांच्या चुलत बहिणी, राणी सोफियाचे नेदरलॅन्ड्स येथील निवासस्थान. प्रदर्शनातील इतर दुर्मीळ गोष्टींसाठी ईस्ट इंडिया कंपनी, बकिंगहॅम पॅलेस आणि *रॉयल एशियाटिक सोसायटी* यांची मदत घेण्याचा निर्णय झाला. मात्र, पुन्हा भारतात निर्माण झालेल्या किंवा बनवलेल्या गोष्टींना पुन्हा दुसरे स्थान मिळाले. हिरेमाणके, बंदुका आणि रत्नजडित व कलाकुसर केलेली हत्यारे इत्यादींनी सगळ्यांचे लक्ष वेधून घेतले. त्यात गॉग विभागातील ज्यात चीनमधील आणि भारतातील माजी कमांडर यांनी केलेल्या लुटीचा काही भाग ठेवण्यात आला होता. भारताच्या भविष्यातील अर्थव्यवस्थेची झलक मिळेल, असेही काही त्या प्रदर्शनात होते. भारतीय उपखंडातील नद्यांचे आणि रेल्वेचे जाळे दाखवणारा तो मदत नकाशा होता.[२४] कर्तव्य म्हणून व्हिक्टोरिया आणि अल्बर्ट हे अगदी ठरवून डब्लिनला प्रदर्शनासाठी गेले खरे; पण त्यांनी यावर कुठलीही प्रतिक्रिया दिली नाही की टिप्पणी केली नाही. विशेषतः भारतीय कलाकृतींवर, ज्या तिथे प्रदर्शित व्हाव्यात म्हणून त्यांनी विशेष लक्ष घातले होते.

१८६० पर्यंत पूर्वीप्रमाणे भारतीय कलाकृती, शस्त्रास्त्र, हस्तकला आणि इतर तयार होणाऱ्या वस्तू इत्यादींना या प्रदर्शनामध्ये पुन्हा जागा मिळणे थांबले होते. फक्त आणि फक्त भारतीय गोष्टींवर केंद्रित असे प्रदर्शन आता राहिले नव्हते. इतर देशांच्या तुलनेत तर भारताला आता जागा आणि प्रेक्षक दोन्ही कमी मिळू लागले होते. पुन्हा एकदा क्रिस्टल पॅलेसला झालेल्या प्रदर्शनात - ज्याचे उद्घाटन केंब्रिजचे ड्यूक यांनी, जे राणी व्हिक्टोरियाचे चुलत भाऊ होते, यांनी केले होते -- भारताच्या वाट्याला आलेली जागा इजिप्तला दिल्या गेलेल्या जागेएवढी होती; पण *इंडियन म्युझियम ऑफ द ईस्ट इंडिया* कंपनीचे राजघराण्यातील वारस जे 'फोर्ब्स' वॉटसन यांनी ते आयोजित केल्यामुळे तिथे भारतातील कच्च्या मालासाठी आणि हस्तकलांच्या

काही वस्तूंसाठी एक छोटी जागा उपलब्ध करून देण्यात आली होती. या वस्तूंमध्ये बंदुका किंवा शस्त्रास्त्रे यांची झलकही दिसली नाही.(२५) त्याचप्रमाणे, तीन वर्षांनंतर डब्लिन प्रदर्शनात पुन्हा एकदा राजघराण्याच्या संग्रहातील शस्त्रास्त्रे आणि हिरेमाणके तर होतीच; पण त्याचबरोबर या वेळी कच्चा माल थेट भारतातून आला होता, जो लाहोरच्या संग्रहालयातील होता. बेडन-पॉवेल यांनी हा माल पोहोचविण्याची जबाबदारी निभावली होती.(२६) *इम्पीरिअल ॲन्ड कलोनिअल एक्सिबिशन*च्या रूपात मग मे १८८६मध्ये भारताचे दक्षिण केन्सिंग्टनला पुनरागमन झाले. हा वेल्सच्या राजपुत्राचा लाडका प्रकल्प होता, ज्याची सुरुवात राणीने एका अत्यंत शानदार कार्यक्रमाद्वारे केली होती. विशेष म्हणजे या कार्यक्रमात संस्कृत भाषेत राष्ट्रगीत गाण्यात आले होते. आगामी वर्षातील राणीच्या वाढदिवसाच्या कार्यक्रमाची जणू यात झलक पाहायला मिळाली होती. पुन्हा एकदा भारताला प्रदर्शित करण्यासंदर्भातील गोष्टींचे स्वरूप बदलले होते. फक्त उत्पाद नाही तर आग्र्याच्या तुरुंगातील काही कैद्यांनादेखील पारंपरिक कलाकार म्हणून या प्रदर्शनासाठी पाचारण करण्यात आले होते. विस्मयचकित आणि उत्साही राणीने लगेच त्यांची रेखाचित्रे करून घेण्याचे आदेश दिले. इतकेच नाही, तर प्रदर्शनात भारतातील प्रत्येक प्रांतांनुसार तेथील वस्तूंच्या मांडणीसाठी वेगवेगळे विभाग करण्यात आले होते. तेथील वैविध्यांचे - मानवीकृत आणि नैसर्गिक - अशा आधुनिक भारतीय साम्राज्यातील दोहोंचे जनतेला दर्शन व्हावे, अशी व्यवस्था करण्यात आली; पण तरीही काही जुन्या धारणांचा प्रभाव होताच. काही महिन्यांनंतर प्रदर्शनातील भारतीय वस्तूंचा लिलाव करून त्यांची विक्री करण्यात आली. प्राचीन आणि आधुनिक युद्ध सामग्री आणि दुर्मीळ, विलक्षण संगीत वाद्ये या दोन प्रकारांत मोडणाऱ्या वस्तूंची एक यादी बनवून हा लिलाव करण्यात आला.(२७)

सन १८५१च्या प्रदर्शनाचे आणि त्याला मिळालेल्या राजपरिवाराच्या छत्रछायेचे आणखी एक संचित म्हणजे, विशिष्ट प्रकारच्या कापडाची आणि वस्त्रांची वाढलेली मागणी. काश्मीरहून आलेल्या शालींचे १८५१च्या क्रिस्टल पॅलेस येथील प्रदर्शनातील नमुने पाहून सगळे चकित झाले होते. शिवाय दरवर्षी राणीला मिळणाऱ्या सगळ्यात उच्च प्रतीच्या काश्मिरी कपड्यांच्या नमुन्याची माहिती आता सगळ्यांना झाली होती. या प्रदर्शनानंतर तिने लगेचच आपली एक शाल स्कॉटलॅन्डच्या एका कापड उद्योगाला दिली आणि नकळत एका नवीन ग्राहक प्रेरित उद्योगाचा उदय झाला. काश्मिरी कशिदाकारी ज्यामध्ये कुयरीच्या आकाराच्या आकृतींची कशिदाकारी केली जात असे, त्यावरून प्रेरित होऊन पाईस्ले या नवीन डिझाइनचा जन्म झाला. या काश्मिरी शालींच्या पाईस्ले प्रकाराने सुमारे दोन दशके बाजारात सत्ता गाजवली.(२८) 'फोर्ब्स' वॉटसन याने १८६०च्या मध्यात सुरू केलेल्या एका उद्योग प्रकल्पाला तर राणी व्हिक्टोरियाने आपले नावही दिले. या उद्योगामार्फत वॉटसन भारतातील वस्त्रांना

बाजार मिळवून देण्यासाठी इंग्लंडच्या प्रांतीय भागात कुयऱ्यांचे डिझाइन आणि रंगसंगती असलेल्या, नमुन्याची यादी बनवून कदाचित त्याचा वापर करून आणखी वेगवेगळे वस्त्रांचे प्रकार आणि घरगुती सजावटीसाठी करता येईल, असा त्यांचा उद्देश होता.[२९] या सर्व मार्गांनी, इंग्लिश डिझाइनवर रुजलेल्या भारतीय कलांचा जो प्रभाव आहे, त्याची पाळेमुळे राजेशाहीच्या कृपेने भरविण्यात आलेल्या त्या १८५१च्या प्रदर्शनात आहेत. जेव्हा भारतीय साम्राज्याची धुरा ब्रिटनकडे आली, तेव्हा त्यांचे विसाव्याचे पहिले ठिकाण राजघराण्याचा दरबार हे होते. पूर्वेकडील नवलाई राजेशाहीच्या दरबारातून प्रवास करत जनमानसात रुळली.

भारतीय वनवास

क्रिस्टल पॅलेसपासून दूर अल्बर्ट आणि राणी व्हिक्टोरिया यांनी भारतीय वस्तूंचा आपला एक स्वतःचा संग्रह १८५०मध्ये केला होता. त्याचे स्वरूप काहीसे वेगळे होते. भारतातील राजघराण्यातील किंवा संस्थानातील वारसदारांना दत्तक घेणे त्यांनी सुरू केले होते. यामध्ये दोघांचा समावेश होता. कूर्गचे (कोडागु) राजा चिक्क वीरराजेंद्र यांची कन्या राजकन्या गौरम्मा आणि महाराजा दुलीप सिंग ज्याचा ताबा ब्रिटिशांनी १८४९मध्ये घेतला होता. राणी व्हिक्टोरिया ही अनेक नवजात मुलांची धर्ममाता होती. या मुलांमध्ये १८५१मध्ये जन्माला आलेली आफ्रिकन-अमेरिकन सारा बोनेट्टा आणि न्यूझीलंडहून माओरी प्रमुखाचा मुलगा ज्याचे नामकरण अल्बर्ट व्हिक्टर पोमार असे करण्यात आले होते आणि हा समारंभ १८६३मध्ये बकिंगहॅम महालात झाला होता.[३०] तिने दत्तक घेतलेल्या भारतीय मुलांकडे मात्र विशेष लक्ष दिले जात होते. जणू घरातील मुलांप्रमाणेच त्यांना राजघराण्यामध्ये सामील करण्यात आले होते. त्यांचे रूपांतर आणि धर्मांतर अशा विधींद्वारे त्यांना घरात सामावून घेण्यात आले होते.

म्हैसूरच्या बसेल मोहिमेच्या अंतर्गत राजकन्या गौरम्माचा दरबारात प्रवेश झाला होता. मोहिमेच्या वाटाघाटी करताना कूर्गच्या राजाने ईस्ट इंडिया कंपनीला त्याच्या मुलीला राणी व्हिक्टोरियाच्या पालकत्वाखाली ठेवण्याची विनंती केली. म्हणून वयाच्या अकराव्या वर्षी गौरम्मा इंग्लंडला आली. या बदल्यात १८३४ मध्ये ब्रिटिशांनी जप्त केलेली आपली संपत्ती आपल्याला परत करण्यात यावी, अशी अपेक्षा राजाने व्यक्त केली. मोहिमेच्या वाटाघाटीत त्याने आधीच आपल्या मुलांना पणास लावले होते. त्याच्या दुसऱ्या मुलीचा विवाह नेपाळचा राजा जंग बहादूर याच्याशी १८३४मध्ये करण्यात आला. बंगालच्या घोडदळातील निवृत्त मेजर यांच्या पत्नी ड्रुमॉन्ड यांनी गौरम्माला भारतातून जून महिन्यात इंग्लंडला आणि

पर्यायाने बकिंगहॅम महालात आणले.[३१] तिच्या दत्तकविधानाच्या अटींनुसार राणीने तिला आपल्या मुलांशी भेट करून दिली आणि फ्रँक विंटरहाल्टर यांना तिची चित्रे काढण्यासाठी त्यांच्या सुपूर्द केले. तिच्या रेखाचित्रांच्या प्रक्रियेत राणी स्वतः सहभागी होती आणि तिने स्वतःही या भारतीय राजकन्येला चितारले. गौरम्मा राजाच्या मुलांशी खेळत असे. तिच्या आगमनाच्या पहिल्या महिन्याच्या शेवटी तिचे बकिंगहॅम महालातील छोट्या चर्चमध्ये धर्मांतर करण्यात आले. कॅन्टेरबरीचे आर्चबिशप यांनी तिचे धर्मांतर केले. ईस्ट इंडिया कंपनीचे लॉर्ड होर्डिंग आणि जेम्स हॉग हे तिचे पुरस्कर्ते आणि संपूर्ण राजघराण्यातील सदस्य या सोहळ्याला उपस्थित होते. राणी व्हिक्टोरियाने गौरम्माला नामकरणासाठी तीर्थाच्या टाकीपर्यंत स्वतः नेले आणि तिचेही नामकरण व्हिक्टोरिया म्हणून करण्यात आले.[३२] मात्र, या घटनेनंतर बराच गदारोळ झाला. गौरम्माच्या वडिलांनी म्हणजेच कूर्गच्या राजाने आपला निषेध नोंदवत प्रतिवाद केला की, गौरम्माची पालक असलेल्या सौ. ड्रुमॉन्ड यांचे समाजात फारसे प्रतिष्ठेचे स्थान नव्हते आणि त्याने दावा केला की, त्याच्या मुलीच्या पालकत्वासंदर्भात त्याची दिशाभूल करण्यात आली होती. शेवटी गौरम्माची देखभाल करण्याची जबाबदारी पुन्हा सौ. ड्रुमॉन्ड यांच्याकडे सोपविण्यात आली. मात्र, तिच्या पालनपोषणाची आणि निवासाची व्यवस्था भारतीय सरकाराशी संबंधित लोकांकडे - म्हणजेच हॉग्स, होर्डिंग्स आणि वूड्स यांच्याकडे वेळोवेळी करण्यात आली.[३३] कंपनीने त्याच्या मुलीला ज्या प्रकारे वागवले, त्याबाबत राजाने त्याच्या मृत्यूपर्यंत म्हणजेच १८५९पर्यंत सतत तक्रार केली; पण तिकडे गौरम्माने शेवटी जॉन कॅम्पबेल या लेफ्टनंट कर्नलसोबत विवाह केला आणि त्याच्यापासून तिला मुलगीही झाली, जिचे नाव एडिथ ठेवण्यात आले होते.[३४] पूर्वेकडील धर्मांतर करून ख्रिश्चन झालेली म्हणून व्हिक्टोरियाला राजकन्या गौरम्माचे कौतुक होते. विंटरहाल्टर यांच्या रेखाचित्रांमध्ये दिसणारी गौरम्मा ही तिच्या भारतीय वेशभूषेत दिसते. तंग चोळी, चुण्या असलेली साडी, जरीकाम केलेला मोठा, देखणा पदर, आणि या सगळ्यांना आवरून ठेवणारा सोनेरी कंबरपट्टा. तिला दागिन्यांनी मढवले होते आणि तिच्या डोक्यावर खूप सुंदर मुकुट घालण्यात आला होता. तिच्या हातात एक छोटे बायबलही आहे. तसेच राणीने मूर्तिकार कार्लो मॅरोचेट्टी यांना, गौरम्माला जेव्हा हलक्या रंगातील संगमरवरामध्ये कोरलेले क्रॉस देण्यात आले, तो क्षण टिपण्यासही सांगितले. इतके करून ती थांबली नाही तर गौरम्माच्या कोरीव चेहऱ्याचे सौंदर्य आणखी खुलावे म्हणून तिने या अर्धाकृती पुतळ्याला रंगकाम करण्यासही सांगितले.[३५]

असेच सर्व उपचार दुलीप सिंग यांच्यासंदर्भातही करण्यात आले. गौरम्मानंतर दोन वर्षांनी १८५४च्या उन्हाळ्यात दुलीप सिंग बकिंगहॅम महालात आले. त्यांचे वय तेव्हा फक्त आठ वर्ष होते. या 'सौंदर्यवान' चिमुरड्याच्या दयनीय अवस्थेमुळे

ब्रिटिश लष्करातील हेन्री होर्डिंग्स हे कळवळले होते आणि त्यांनी त्याला आपल्या ताब्यात घेतले. डलहौसींना त्याचे फार काही कौतुक नव्हते. 'आता हा मुलगा भिस्तूंचा (पाणी वाहून नेणारे लोक) वाया गेलेला वारस... आणि वृद्ध रणजितचा नाही तर राणी व्हिक्टोरियाचा आहे', असे ते त्याला संबोधत असायचे.(३६) पण तरीही १८४९मध्ये पंजाब खालसा झाल्यानंतर डलहौसी यांनी या कोवळ्या मुलाला जॉन लॉगिन आणि त्यांची पत्नी लेना यांच्या पालकत्वाखाली ठेवण्याचा निर्णय घेतला. लॉगिन हे लखनौच्या ब्रिटिश प्रांतांतील शल्यचिकित्सक होते. किल्ल्याचे तत्कालीन तात्पुरते गव्हर्नर म्हणून लॉगिन यांच्याकडे लाहोरच्या खजिन्याची योग्य विल्हेवाट लावण्याची जबाबदारी होती. दुलीप सिंग हा त्यांच्यासाठी त्या खजिन्यातील एका मौल्यवान हिऱ्याप्रमाणे होता, ज्याची ते विशेष काळजी घेऊ लागले. त्याच्या आईला हद्दपार करून तिला काठमांडूला पाठविण्यात आले होते आणि या तरुण महाराजाला त्याच्या सुरक्षिततेच्या कारणामुळे फतेहगडच्या किल्ल्यात ठेवण्यात आले होते. इथेच त्याच्या पश्चिमी संस्कारांची आणि अभ्यासाची सुरुवात झाली, जी लॉगिन यांच्या देखरेखीखाली होत होती. १८५३ मध्ये त्याचे धर्मांतर करून त्याला ख्रिश्चन करण्यात आले. अनेकांना श्रद्धास्थानांच्या बदलाचे आश्चर्य वाटले. अगदी डलहौसीसुद्धा याने चकित झाले होते. दरम्यान, लाहोरच्या खजिन्यातील किती भाग हा राजपुत्रासाठी, त्याच्या इंग्लंडमधील वास्तव्यासाठी राखायचा आणि रणजित सिंग यांच्या अमृतसर येथील समाधीकरिता किती रकमेची तरतूद करायची, याची व्यवस्था करण्यात येऊ लागली होती.(३७)

दुलीप सिंग याचे इंग्लंडला आगमन झाले, तोवर तो एक सुसंस्कारी १५वर्षांचा तरुण झाला होता. तो इंग्रजीची आणि संस्कारांची उत्तम जाण असलेला युवक होता, असे राणीला आढळून आले. गौरम्माच्या वेळी ती जशी तिष्ठत बसत होती, तशीच दुलीप सिंगचे विंटरहाल्टर यांच्याकडून रेखाचित्र काढून घेताना ती रोज बसत असे. आणि जेव्हा दुलीप ऑस्बर्नला राजपरिवारासोबत राहायला आला, तेव्हा राणीने स्वतः त्याची चित्रे काढली. विंटरहाल्टर याने काढलेली रेखाचित्रे म्हणजे भव्य दिव्य व्यक्तिचित्रणाचा अभ्यास होता. त्यात त्याने दुलीप सिंगला एका शीख राज्यकर्त्याच्या वेषात चितारले होते. किमती वस्त्रे, मोत्यांचे दागिने, उजव्या हातात एक म्यान केलेली तलवार आणि मागे एक देऊळ. या चित्रातील ही एक छोटीशी गोष्ट दुलीप सिंगच्या धर्मांतरासंदर्भात सूचक विधान करणारी होती. या चित्रात त्याच्या गळ्याभोवती असलेल्या माळेत राणीचे एक चित्र होते. हे चित्र लॉर्ड ऑकलंड याने महाराजा रणजित सिंगला १८३९मध्ये सतलज नदीच्या किनारी त्यांच्या भेटीदरम्यान दिले होते. पुन्हा एकदा गौरम्माप्रमाणेच दुलीप सिंग यांच्या अर्धाकृती पुतळ्यासाठी मॅरोचेट्टी यांना बोलावण्यात आले. राणीने याही पुतळ्याचे रंगकाम करण्यास

सांगितले होते. मात्र, अंतिम काम तिला आवडले नाही.(३८) दुलीप सिंग याच्या चित्र नोंदींप्रमाणेच राणीने त्या उन्हाळ्यात त्याच्याशी केलेल्या गप्पांच्याही नोंदी करून ठेवल्या. विशेषतः तिने त्याच्या आयुष्यातील काही अत्यंत दुर्दैवी घटनांची खोलवर चौकशी केली. जसे की त्याचे काका शेर सिंग यांची हत्या, दुलीप सिंग बसलेल्या हत्तीचे एकदम दोन्ही पाय पसरून खाली बसणे इत्यादी. शिवाय तिने त्याला त्याच्या ख्रिश्चन धर्माचा स्वीकार कारण्यासंदर्भातही बरेच प्रश्न विचारले. धर्मांतरामुळे त्याला त्याच्या कुटुंबातून बहिष्कृत करण्यात आले, त्याबद्दलचे त्याचे मतही तिने त्याला विचारले; पण ओघाओघात तिने पंजाबकडून तिला मिळालेल्या काही संस्मरणांचे गुपित दुलीप सिंगजवळ उघड केले. चार्ल्स होर्डिंग्स याने त्याच्या बालपणाची जी चित्रे रेखाटली होती, ती तिने त्याला दाखवली. शिवाय कोहिनूरदेखील तिने त्याला दाखवला आणि त्याला हातात घेण्यासही दिला. मात्र, तिच्या गच्चीवर तिने शिखांची जी शस्त्रे जप्त करून संग्रही ठेवली होती, ती मात्र दाखवली नाहीत. दुलीपसाठी असलेल्या तिच्या ममत्वासंदर्भात कुठलीही शंका नव्हती. मात्र, त्याचबरोबर त्याच्या शरणागतीमध्ये एक प्रकारची सावधता होती. त्याच्या सोळाव्या वाढदिवसाला त्याचे अभिनंदन करताना राणीने नोंदविले की, तो 'जर आपण पंजाबचा खालसा केला नसता, तर तो वयात तरी आला असता का?'(३९)

पुढील दोन वर्षांत दुलीप सिंग पुन्हा राजपरिवारासोबत विंडसर आणि ऑस्बर्न येथे राहायला गेला होता आणि या प्रत्येक भेटीदरम्यान राणी त्याच्या शैक्षणिक प्रगतीचा आढावा घेत असे, जी त्याने लॉगिन यांच्या पालकत्वाखाली असताना प्राप्त केली होती. यातील काही शिक्षण हे पारंपरिक स्वरूपाचे होते. स्कॉटिश हायलॅन्ड्स येथे बंदुकीने केलेली भरपूर शिकार त्यांनी केली आणि १८५८मध्ये युरोपात एका दौऱ्याचेदेखील आयोजन करण्यात आले होते. महाराजांच्या संस्कारपर्वावर राजपुत्र अल्बर्ट यांच्या उत्साहाचा ठसा जाणवतो. मार्च १८५६मध्ये स्टॅफोर्डशायरच्या दौऱ्यावर त्यांना नेण्यात आले; एका खाणीत उतरविण्यात आले आणि त्या वर्षात नंतर बर्मिंगहॅम महालात एका गुरांच्या प्रदर्शनाला उपस्थित राहण्याची संधी दिली गेली तसेच भारतीय खलाशांसाठी निर्वासितांची एक वसाहत उभारण्यासाठी मदतही पुरविण्यात आली. सन १८५९मध्ये स्वयंसेवकांच्या एका तुकडीमध्ये त्याचा समावेश करण्यात आला आणि शेवटी जेव्हा त्याने १८५९मध्ये लंडन सोडले आणि तो व्हिटबायजवळील मालग्रेव्ह हाउस येथे वास्तव्यास गेला, तेव्हा त्याने अनेक ठिकाणी सार्वजनिक कार्यक्रमांमध्ये राणीचे प्रतिनिधित्वदेखील केले.(४०) जसजसा तो वयात येऊ लागला, तसतसे दुलीप सिंग याला पंजाबची आठवण येऊ लागली. राणी व्हिक्टोरियाची अस्वस्थता आता वाढू लागली, जेव्हा दुलीप सिंग तिच्या सान्निध्यात असूनही सतत त्याच्या आईच्या संपर्कात होता. आता त्याला भारताची ओढ वाटू

लागली होती आणि शेवटी तो १८६१मध्ये भारतात आला. त्याने त्याच्या आईला इंग्लंडला आणले. मात्र, पुढील दोन वर्षांतच ती निधन पावली. तिच्या अस्थींचे विसर्जन करण्यासाठी तो पुन्हा भारतात आला आणि कैरोमार्गे परत येत असताना वाटेत त्याने बाबा मुल्लर या जर्मन परंतु एबीसिनिअन वंशातून आलेल्या व अमेरिकेतील एका मोहिमेवर काम करणाऱ्या तरुणीशी विवाह केला. नॉर्फोक इस्टेट या एका ग्रामीण भागात त्यांनी आपला संसार थाटला आणि सहा मुलांना जन्म दिला. यातील पहिला मुलगा व्हिक्टर अल्बर्ट दुलीप सिंग याचा जन्म १८६६मध्ये झाला आणि राणीचा तो नवा धर्मपुत्र ठरला.[४१] भारतातून त्याच्या हद्दपारीनंतर त्याच्या इंग्लंडमधील जबरी वास्तव्याचा त्याला झालेला मनस्ताप आता उफाळून बाहेर येऊ लागला होता आणि १८८०च्या दरम्यान त्याने स्वतःचे धर्मांतर नाकारून, भारतात येऊन आपल्या शीख धर्माचे नेतृत्व करण्याचे मनावर घेतले. पुन्हा आपले अधिकार आणि राज्य परत मिळविण्यासाठी त्याने मदतीची जुळवाजुळव सुरू केली. कैरो आणि मॉस्को येथून त्याला प्रतिसादही मिळाला. मात्र, पुन्हा भारतात जाण्यापूर्वीच १८९३मध्ये त्याचे पॅरिसला निधन झाले. आपल्या मातृभूमीपासून आणि कुटुंबापासून दुरावलेल्या अवस्थेतच त्याची प्राणज्योत मालवली. भारतातील ब्रिटिश राजमध्ये आणि इंग्लंडमध्येही तो त्याच्या आयुष्यातील बराच काळपर्यंत एक डोकेदुखीच ठरला. अनेकदा तर तो धोरण- आखणीतील एक धोकाही होता. एक लाडावलेला राजकुमार अशी प्रतिमा असलेला दुलीप सिंग शीख राष्ट्रधर्माचा मात्र कायम एक केंद्रबिंदूही होता.[४२]

ब्रिटिशांच्या विरुद्ध असलेल्या त्याच्या स्वाभाविक असंतोषाव्यतिरिक्तदेखील दुलीप सिंग याला अगदी त्याच्या मृत्यूपर्यंत राणीच्या विस्तारित राजपरिवारातील एका अत्यंत जवळच्या सदस्याच्या रूपातच कायम स्वीकारले गेले. राजकुमारी विकी हिचा १८५८ मधील विवाह सोहळा असो अथवा राजपुत्र लिओपोल्ड यांचा १८८४मधील अंतिम संस्काराचा विधी असो किंवा मग १८७१मध्ये आयोजित वेल्सच्या राजकुमाराच्या दीर्घायुष्यासाठी केलेल्या शुभेच्छा सभेचे आयोजन असो, या सर्व महत्त्वाच्या घटनांना दुलीप सिंग उपस्थित होता. या प्रत्येक कार्यक्रमात जेव्हा राणीची इतर मुले तिच्या एका बाजूला बसत, दुलीप सिंग यांचे स्थान तिच्या दुसऱ्या बाजूला असायचे. इतर विदेशी राजकुमार, विशेषतः व्हिक्टोरिया आणि अल्बर्ट यांच्या नात्यातील जर्मनीतील छोट्या राज्यातून आलेले राजघराण्यातील लोक यांच्या रांगेत दुलीप सिंगचे स्थान होते.[४३] राणी व्हिक्टोरियाच्या दुलीपप्रतीच्या स्नेहात क्वचितच कमतरता जाणवत असे. १८५७-५८मध्ये भारतात बंड पुकारण्यात आले आणि त्यातील त्याच्या सहभागासंदर्भात जेव्हा संशय घेण्यात आला, तेव्हा राणीने स्वतः त्याची बाजू घेतली.[४४] इतकेच नव्हे तर डिसराइली यांच्या सरकारला

तिने स्वतः विनंती करून दुलीप सिंगच्या वाढत्या कुटुंबासाठी योग्य ती व्यवस्था करण्यास सांगितले. विशेष म्हणजे त्याला नागरी यादीत (राजघराण्याच्या आर्थिक सुविधांसाठी वापरण्यात येणारा सार्वजनिक निधी) समाविष्ट करून घेताना अशा कुठल्याही व्यवस्थेची तरतूद मूळ नियमांमध्ये नव्हती.[४५] अगदी १८८६मध्ये जेव्हा त्याची रशियाशी वाढलेली सलगी निदर्शनास आली, त्या वेळी तिने कबूल केले की, 'त्याचे डोके ठिकाणावर नाही.' मात्र, त्याच्या कुटुंबाची काळजी घेण्याची खबरदारी सरकारने घ्यावी. अगदी तो ब्रिटनला परतला नाही तरीही! राणी आणि महाराजा यांची शेवटची भेट फ्रान्सच्या दक्षिण-पूर्व भागातील ग्रासी येथे मार्च १८९१मध्ये झाली. दोन वर्षांनी त्याचा मृत्यू झाला.[४६]

१८५० दरम्यान वनवास भोगणाऱ्या या दोन मुलांसाठीच्या राणी व्हिक्टोरियाच्या आकर्षणाचे अगदी साधे स्पष्टीकरण देता येईल. तिच्या मनात निःसंशय या विस्थापित झालेल्या राजघराण्यातील दोन मुलांसाठी कणव होती. त्यांच्या विस्थापनात भारतातील तिच्याच सरकारची खूप मोठी भूमिका होती. तिची ही कणव जुन्या लोकांप्रमाणेच नव्यासाठीही होती. दुलीप सिंग जेव्हा लंडनच्या दरबारात आला, अगदी त्याच वर्षी तिने टिपू सुलतानाचा शेवटचा वारस पुत्र शाहजादा गुलाम मोहम्मद याचीही फिर्याद ऐकून घेतली. त्याच्या मुलांना मिळणारे साहाय्य आणि टिपूच्या उरलेल्या वारसांनाही मदत मिळावी, ही विनंती करण्यासाठी तो लंडनला आला होता.[४७] या मदतीसाठी आणखी प्रभाव निर्माण करण्याकरिता त्याने आधीच सगळ्यांना बऱ्यापैकी माहीत असलेल्या टिपूच्या व्यक्तिचरित्राचे प्रकाशन केले. त्याची ही फिर्याद ऐकून घेतल्यानंतर राणी व्हिक्टोरियाने नोंद करताना शाहजादा गुलाम याचा आणि त्याच्या सभ्य वर्तनाचा आदरपूर्वक उल्लेख केला. टिपू जगला असता तर त्याच्या या कुटुंबाची परिस्थिती निराळी दिसली असती, असेही तिने आपल्या रोजनिशीत लिहिले. विजेत्यांच्या बाजूने असूनही तिच्या दिलदारपणात कधीच कमतरता आढळली नाही. तिच्यातील मातृत्व हेही फार प्रबळ कारण होते. टिपू एक अत्यंत निष्ठुर बाप म्हणून ओळखला जात होता.[४८]

दुलीपच्या आईवरील तिचा संताप आणि कूर्गच्या राजाविरुद्ध वाईट पालकत्वासंदर्भात असलेला तिचा तिरस्कार याच्या अगदी विरुद्ध असे वातावरण तिने आणि अल्बर्ट यांनी आपल्या मुलांसाठी निर्माण केले होते. तिच्या मातृत्व भावनेशी समांतर जाणारे असे राजपुत्र अल्बर्ट यांचे वर्तन होते. भविष्यात राजसंघ होण्यासंदर्भात त्यांचे जे आडाखे होते, त्यात त्यांच्या स्वतःच्या मुलांप्रमाणेच जर्मनीच्या अज्ञान राजकन्येचा आणि दुलीप सिंग यांचाही समावेश होता. शेवटी ते दोघेही कुठल्या ना कुठल्या राजघराण्याचे प्रतिनिधित्व करीत होते. अल्बर्ट यांच्या मृत्यूनंतरही राणी व्हिक्टोरिया त्यांच्या राजघराण्यासंदर्भातील स्वप्नाला पूर्ण करण्यासाठी कार्यरत राहिली. याचाच

एक भाग म्हणून तिने सर्व राजकन्यांनाही कुटुंबातील सर्व सोहळ्यांमध्ये आणि समारंभांमध्ये समाविष्ट करून घेतले. विशेषतः दुलीप सिंग यांच्या संदर्भात तर, शिखांचे आणि शिखिझमचे विशेष कौतुक केले जात असे. समरभूमीवरील सुरस कथांचे प्रथमदर्शी कथन आणि अनेक जर्मन तसेच इंग्लिश लेखकांनी १८४० दरम्यान लिहिलेल्या आणि लोकप्रिय ठरलेल्या प्रवासवर्णनांमधूनही शिखांच्या संदर्भातील गोष्टी महालात चर्चिल्या जात असत. युद्धजन्य परिस्थितीतून अक्षरशः जिंकून घेतलेल्या लोकांसंदर्भात किंचितही गर्व आणि अभिमान प्रकट न करता या राजघराण्याने दुलीप सिंग याला त्याच्या धर्म, संस्कृती, परंपरा यांसह वागवले आणि स्वतःसाठीही त्याचा योग्य विनियोग केला.

पण या सगळ्यात सर्वांत महत्त्वाची गोष्ट म्हणजे भारतीय राजपरिवारातील या तरुण मुलांच्या दरबारातील वास्तव्यातून राणी व्हिक्टोरियाचे भारतातील ख्रिश्चन धर्मासंदर्भातील किंवा एकंदरीत आध्यात्मिकतेच्या संदर्भातील अपेक्षांचे प्रतिबिंब दिसते. धर्मांतराच्या विधींमध्ये ते पाहणे शक्य होते. जसे की, गौरम्माचे बाप्तिझम म्हणजे नामकरण जे महालात झाले आणि दुलीप सिंगला स्वतःच्या धर्मांतराच्या सुरुवातीला ज्या मनःस्थितीतून जावे लागले, त्याची त्याला वारंवार आठवण होणे. या दोघांच्याही तैलचित्रांसाठी आणि अर्धाकृती पुतळ्यांसाठीचा राणीचा आग्रह होता, तीदेखील राणीच्या धार्मिकतेशी संबंध राखून होतीच. ही तैलचित्रे काढतानादेखील या मुलांच्या वंशभिन्नतेला प्रामुख्याने प्रदर्शित करण्याचा प्रयत्न होताच; पण त्याच वेळी त्यांच्या पाश्चिमात्य राजेशाहीशी वाढत जाणाऱ्या संबंधांचे आणि ख्रिश्चन देवाप्रतीच्या श्रद्धेची सूक्ष्म प्रतीके त्यांच्यावर दाखवण्याचा प्रयत्नही होता. तिच्या प्रयत्नांनी ती भारतात ख्रिश्चन धर्माचा प्रसार करत होती आणि तो वेगवान होता. गौरम्मा आणि दुलीप यांची तिने परस्परांना ओळख करून दिली, त्या वेळी तिने लॉर्ड डलहौसी यांना लिहिले की, ती भविष्यातील या दोघांच्या विवाहाला (जो कधीच शक्य झाला नाही.) परवानगी देते आहे आणि 'भारतातील वाढणाऱ्या रेल्वेच्या जाळ्यामुळे आता ख्रिश्चन धर्मप्रसाराचे काम वेगाने होऊ शकेल, जे आजवर फार संथ गतीने झाले आहे,' असेही तिने नमूद केले.[४१] बायबल आणि वाफेवर धावणारी आगगाडी; म्हणजेच धर्म आणि उद्योग! पूर्वेकडील प्रदेशांकडे व्हिक्टोरिया आणि अल्बर्ट पाश्चिमात्य नजरेतून पाहत होते; पण भारतातील १८५७-५८ मधील बंडाने हे संपूर्ण चित्रच पालटून टाकले.

४

'ते रक्तरंजित बंड'

भारतातील बंडाची बातमी लंडनला जुलै १८५७ मध्ये पोहोचली. अवधचा लखनौ येथील दरबार १८५७-५८च्या ब्रिटिशांविरोधात उठावाचे केंद्रस्थान मानले जात होते, तेव्हा राणी व्हिक्टोरिया तेथील राजघराण्यातील सदस्यांच्या भेटीगाठी घेत होती. काहींनी या योगायोगाची दखल घेतली किंवा ती घेतली गेली. खालसा केलेल्या अवधच्या राजाची आई मलिका किश्वर आणि राजाचा भाऊ मिर्झा सिकंदर हशमत, तिचे नातू आणि वारस मिर्झा हमीद अली आणि सुमारे शंभर लोकांचा लवाजमा साउथ हॅम्पटन येथे दाखल झाला. पदच्युत राजाला कलकत्त्यालाच ठेवून हा राजेशाही ताफा एक इंग्लिश मध्यस्थ मेजर रॉबर्ट विलबरफोर्स बर्ड यांच्या नेतृत्वाखाली मोहिमेवर निघाला होता आणि असा दावा केला जातो की, लॉर्ड डलहौसी यांनी खालसा केलेल्या या प्रांताच्या निर्णयाला परत फिरविण्यासाठी प्रचंड प्रमाणात पैसा खर्च करण्याची तयारी झाली होती. जवळपास ५०,००० पौंड किमतीचे हिरे-मोती 'रेड सी'मधून प्रवास करताना गमावूनसुद्धा हे अवधी शिष्टमंडळ सुमारे एक वर्ष इंग्लंडला तळ ठोकून होते.[१] ब्रिटनच्या वर्तमानपत्रांसाठी तर आश्चर्य व्यक्त करावे अशी एक गोष्ट घडली - ज्याची बातमी झाली. मलिका किश्वर, जिला भारतात आणि तिच्या प्रांतांत 'राणी माता' म्हणून संबोधले जात असे, ती या संपूर्ण वास्तव्याच्या काळात 'परदा' करून होती.[२] राणी व्हिक्टोरियालाही या आपल्या 'राजस बहिणीची एक झलक पाहायची' होती. कंपनीचे नियामक मंडळ मात्र यामुळे कात्रीत सापडले होते. एकीकडे, '*हर मॅजेस्टी*, ज्यांना अशा हद्दपार झालेल्या विस्थापितांना आसरा द्यावासा वाटतो' म्हणत राणीची मर्जी राखणे आणि तिकडे भारतात कुठलीही राजकीय अडचणीची परिस्थिती निर्माण होऊ देऊ नये, अशी ही अडचणीची स्थिती होती.[३] यातून मार्ग काढताना कंपनीने अवधहून

आलेल्यांकडून परत जाण्याचे वचन मागितले आणि मग जुलै १८५७च्या सुरुवातीला बकिंगहॅम महालात राणीची आणि त्यांची भेट ठरवली. ही पहिलीच वेळ होती, जेव्हा राणी व्हिक्टोरिया एका भारतीय मुस्लीम महिलेला प्रत्यक्ष भेटणार होती. त्यामुळे या भेटीची काटेकोर तयारी केली होती. अल्बर्ट यांची त्यांच्यावर नजर पडणार नाही, अशा महालाच्या व्हाइट दिवाणखान्यातील एका छोट्या खोलीत मलिका यांना बसवण्यात आले. मलिका किश्वरने आपल्या मुलाने पाठवलेला निरोप सांगितला. यात त्याने, अवधच्या दरबाराचे चौथे जॉर्ज आणि चौथे विलियम यांच्याशी असलेल्या सलोख्याच्या संबंधांची, यांची आठवण करून देताना त्याच्यावर लावलेल्या सगळ्या आरोपांचे खंडन केले. राणी व्हिक्टोरियाला विनंती करताना त्याने म्हटले, 'ब्रिटिशांच्या प्रत्येक प्रातांतील नागरिकांना समान न्याय देण्याची जबाबदारी राजघराण्याची आहे'.(४) पण या जबाबदारीची आठवण करून देण्याचा काही उपयोग झाला नाही. जोवर हे अवधचे शिष्टमंडळ लंडनला येऊन राणीला भेटले, तोवर तिकडे भारतात लष्कराने उत्तरेतील प्रांतांमध्ये विस्तारत चाललेली विद्रोहाची आग शमवायला सुरुवात केली होती. यात उत्तर-पश्चिम प्रांतांमधून संपूर्ण बंगाल, दुसरीकडे पंजाब आणि खालच्या प्रांतांपैकी ग्वालियर आणि भोपाळ या शहरांमध्ये लष्कराच्या कारवाया यशस्वी होत होत्या. दिल्लीला नवीन बादशाहला तख्तावर बसवण्यात आले. अवधच्या पूर्वीच्या नवाबाला फोर्ट विलियममध्ये कैदेत टाकण्यात आले. तसेच लखनौ येथील ब्रिटिश प्रांताला वेढा पडला होता आणि तिथल्या राजाची पूर्वीची बायको हसरत महाल हिने दरबारावर आपला हक्क प्रस्थापित केला होता.

१८५७च्या उठावाच्या पार्श्वभूमीवर अवधच्या दरबाराशी पडलेली गाठ राणी व्हिक्टोरियाच्या या उठावातील भूमिकेसंदर्भात एक मोठे विधान करणारी आहे. तसेच तिच्या साम्राज्याच्या विणीतील भारताचे बदललेले स्थान दर्शवणारी आहे. अवधच्या प्रतिनिधींचे सर्व प्रयत्न जरी अयशस्वी ठरले, तरीही एक गोष्ट यातून स्पष्ट झाली की, ईस्ट इंडिया कंपनीसोबत असलेल्या तिढ्यातून जर भारतीय शासकांना न्याय मिळवायचा असेल तर राणीचा दरबार हीच अंतिम याचिकेसाठीची जागा आहे. डलहौसी यांनी खालसा केलेल्या संस्थानांच्या प्रमुखांमधील अवधचे हे प्रतिनिधी राणीकडे न्यायाची अपेक्षा घेऊन गेलेले पहिले शासक ठरले. या घटनाक्रमातून आणखी एक गोष्ट अधोरेखित झाली की, व्हिक्टोरिया ही युरोपीय संस्कृतीतून आणि परंपरेतून आलेली एक अशी ख्रिश्चन राणी होती, जिच्यात धार्मिक फरकाचा आणि सर्वोच्चतेचा एक उमदा मिलाफ होता. ब्रिटिशशासित भारतातील ख्रिश्चन प्रोटेस्टंट विचारधारेच्या बहुतांश कामाच्या पाठीशी ती उभी राहिली, तो काळ होता १८५०चा. भारतामध्ये ख्रिश्चन चर्चचे जाळे पसरविण्यासाठी तिने दिलेल्या पाठिंब्यातून आणि भारतीय राजघराण्यातील पंजाबचे दुलीप सिंग आणि कूर्गची गौरम्मा यांचे धर्मपरिवर्तन

झाल्यानंतर यांना दत्तक घेण्याच्या तिच्या कृतीतून एक गोष्ट आता सिद्ध झाली होती की, जिथे ख्रिश्चन धर्माचा प्रश्न येत असे, तिथे ती ठाम भूमिका घेत असे. सन १८४०मध्ये तिच्या या स्वभावासंदर्भात ब्रिटनमध्ये आणि भारतात एक निरीक्षण नोंदविले गेले. क्रिमीया येथील ख्रिश्चन अल्पसंख्याकांच्या संरक्षणासाठी ब्रिटनने फ्रान्सशी केलेला संघर्ष आणि १८५६मध्ये शियांच्या शाहसोबत पर्शियात झडलेले युद्ध हे उदाहरण ठरले की, ब्रिटन हे धर्मासाठी संघर्ष करायला उत्सुक आहेत. अपरिहार्यपणे, जेव्हा भारतातील बंडाने धार्मिक परंपरांच्या संघर्षाचे रूप धारण केले, तेव्हा राणी व्हिक्टोरियाला आवाहन करताना तिच्या दयाशील वृत्तीला नाही तर तिच्या प्रोटेस्टंट अभिमानाला आवाहन करण्यात आले. अशा प्रकारे, व्हिक्टोरिया, जिचे युद्धभूमीतील अस्तित्व काहीच नव्हते, तीच ब्रिटिश साम्राज्यविरोधातील उठलेल्या अनेक बंडांतील आणि विद्रोहातील ठिणगीचे प्रतीक ठरली.

तसेच हे बंड पुकारले गेले होते, तेव्हा व्हिक्टोरियाच्या कार्यकाळातील कलाटणी देणारी घटना ठरली. सन १८५७ ते १८५८ या संपूर्ण काळात राणी व्हिक्टोरियाचे सर्व लक्ष भारताने वेधून घेतले होते. तिची सर्व शक्ती तिने या काळात भारतासाठी खर्च केली. अल्बर्ट, त्यांचे चुलत भाऊ जॉर्ज, केंब्रिजचे ड्यूक आणि लष्कराचे नव्याने नियुक्त प्रमुख अशा सदस्यांच्या लॉर्ड पाल्मरस्टोन यांच्या मंत्रिमंडळाला तिने मंजुरी दिली आणि ब्रिटनकडून तत्काळ आणि अधिक सशक्त कारवाई व्हावी यासाठी व्यवस्था केली. आपल्या स्वतःच्या माहितीच्या स्रोतांचा वापर करून तिने भारतातील घटनांची सतत माहिती मिळविली होती. जेव्हा बंड पूर्णतः चिरडले गेले, तेव्हा व्हिक्टोरिया आणि अल्बर्ट यांनी आपले संपूर्ण लक्ष युद्धानंतर सारे काही स्थिरस्थावर करण्यावर केंद्रित केले आणि त्यातील सगळ्यात मोठे काम होते, ब्रिटिशशासित भारताला ईस्ट इंडिया कंपनीकडून काढून राजघराण्याच्या अखत्यारीत आणणे. या शाही जोडप्याने संपूर्ण खबरदारी घेत शाही विशेषाधिकारांचे स्थान सर्वोच्च राहील याची खात्री करून घेतली. यानंतर, लॉर्ड डर्बी आणि त्यांच्या मंत्र्यांनी अध्यादेशाचा मसुदा तयार केला ज्यात सत्ता भारतीय नागरिकांच्या हवाली करण्याचे संकेत होते आणि विशेष म्हणजे राणीने आणि तिच्या मर्जीतील मंडळींनी या मसुद्यात असे काही बदल केले ज्यामुळे त्याचा एकंदरीत नूर पालटला आणि भारतीय स्वातंत्र्याच्या प्रवासातील 'मॅग्ना कार्टा' म्हणून या मसुद्याकडे पाहिले गेले.

धर्म बाटवणारी व्हिक्टोरिया

भारतीयांच्या १८५७च्या बंडाचे अनेक हेतू होते, तसेच त्याचे परिणामही अनेक होते. सामाजिक बदल, आधुनिक संपर्कसाधने, धर्म, नवीन कर आणि जुन्या तक्रारी,

या सगळ्यांचे एकत्रित येणे हे आता ब्रिटिशशासित भारतातील एक नेहमीचे दृश्य झाले होते. लष्कराच्या भारतीय तुकडीने पुकारलेला विद्रोह हा एखाद्या वणव्यासारखा पसरला आणि संघातील एका बंडात परिवर्तित झाला.[५] उत्तर भारतातील सर्व लष्करी छावण्यांमधील अगदी सामान्य शिपायांनीदेखील एकापाठोपाठ एक आपल्या अधिकाऱ्यांविरोधात १८५७च्या मे आणि जून महिन्यांत शस्त्र उचलले होते. हा उद्रेक मुळात मीरत येथील तिसऱ्या साधारण घोडदळ तुकडीमध्ये सुरू झाला आणि नंतर दिल्लीतील इतर विविध तुकड्यांमध्ये १० व ११ मे रोजी त्याची लागण झाली. दोन्ही घटनांमध्ये लष्करी जवानांना दिलेल्या रायफलसाठी वापरण्यात येणाऱ्या काडतुसांना प्राण्यांच्या चरबीचे वंगण लावण्याच्या प्रथेमुळे भारतीय शिपायांमध्ये प्रचंड उफाळून आलेला संताप हेच कारण होते. संपूर्ण बंगाल प्रांतात संपूर्ण लष्करी तुकड्यांतील अर्ध्या तुकड्यांनी म्हणजेच ६४ तुकड्यांनी विद्रोह पुकारला. दिल्लीतील मुघलांच्या काळातील जुनी राजधानी असलेल्या शहरात या बंडाचे केंद्रस्थान होते. दिल्लीचा बादशाह राहिलेला बहादूर शहा जफर हा परतून शहरात आला आणि मे महिन्याच्या शेवटी त्याने स्वतःला पुन्हा एकदा शासक म्हणून घोषित केले. अशाच प्रकारे विविध ठिकाणी विद्रोही सरकारांची स्थापना करण्यात आली. ज्यामध्ये झाशी, कामपूर, लखनौ, माळवा आणि मोरादाबाद इत्यादी संस्थानांचा समावेश होता. या सगळ्यांनी दिल्लीच्या तख्ताला आपले समर्थन असल्याचे घोषित केले.

राणी व्हिक्टोरियाला शत्रू म्हणून लक्ष्य करण्यात आले. ६ जून १८५७ रोजी नानासाहेब यांना कानपूरचे पेशवे म्हणून घोषित केले गेले. सत्तेवर येताच त्यांनी आरोप ठेवला की, ब्रिटिश लष्करातील भारतीय लोकांना राणी व्हिक्टोरियाने जबरीने धर्मपरिवर्तन करण्यासाठी एक योजना आखली आहे. इतकेच नाही, तर अशीही एक अफवा उठली की, गव्हर्नर-जनरल यांनी सर्व भारतीय शिपायांचे धर्मपरिवर्तन करण्याच्या प्रस्तावाला स्वतः मंजुरी दिली आहे. या अफवेची लागण लखनौमध्ये झाली. त्यानंतर जुलै १८५७ मध्ये, ब्रिटनच्या विरोधात एक पवित्र युद्ध - फतेह-इ-इस्लाम - या नावाने सुरू केल्याची घोषणा एक पत्रक काढून करण्यात आली. त्यात असे सुचविण्यात आले होते की, 'धर्म बाटवणाऱ्या व्हिक्टोरियापेक्षा आणि इंग्रजांपेक्षा' भारतातील राजांनी एका मुस्लीम शासकासाठी काम केले तरी चालेल.[६] इथूनच दोन्ही बाजूंनी अविश्‍वसनीय अशा रक्तपाताला सुरुवात झाली; पण कुणाचे किती नुकसान झाले याचा काही ताळमेळ नव्हता. ब्रिटिशांकडे मृतांचा आकडा ११,०००च्या घरात होता, ज्यातील तीन चतुर्थांश हे आजारांमुळे मेले होते; पण बंडखोरांतील मृतांची संख्या १००,०००च्या वर होती. शिपायांनी मारलेल्या युरोपीय अधिकाऱ्यांच्या आणि इंग्लिश नागरिकांच्या हत्येचा प्रतिशोध म्हणून मग ब्रिटिश लष्कराने हळूहळू पण नियमित बंड करणाऱ्या लष्करी तुकड्यांचा आणि

त्यांच्या समाजबांधवांचा समूळ नाश करण्यास सुरुवात केली. बंड शमल्यानंतरही अनेक महिने ही रक्तरंजित प्रतिशोध मोहीम चालूच होती, ज्यामध्ये बंडखोरांना तोफेच्या तोंडी देणे किंवा सार्वजनिक ठिकाणी फासावर लटकावणे या प्रकारांचा समावेश होता. सुरुवातीला बेसावध असलेल्या भारतीयांवर ब्रिटिशांनी पूर्व आणि पश्चिमेकडून आणलेल्या युरोपीय फौजेने आणि वसाहतींमधील सैन्याने - यात नुकत्याच पर्शियन युद्धात उपयोगी आलेल्या सैन्याचा आणि केप व सिलोन येथील काही तुकड्या यांचा समावेश होता, ज्यांना चीनला पाठवतापाठवता भारताकडे वळविण्यात आले होते - अचानक मारा केला. बंड चिरडणे आणि या बंडाशी असलेली निष्ठा संपूर्णतः पिळवटून काढणे, हा यामागचा उद्देश होता. ब्रिटिश आणि युरोपातील स्वयंसेवकांच्या सैन्याची कलकत्त्याहून मदत करण्याचीही तयारी दर्शविली गेली होती; पण गव्हर्नर-जनरल विस्काउंट कॅनिंग यांनी ती नाकारली; पण उत्तर-पश्चिम प्रांतांतील राज्यांमधील सैन्याची मदत फार मोलाची ठरली. जंग बहादूर याने नेपाळहून गोरखा फौजा पाठवल्या होत्या तर दक्षिण-पश्चिमेकडे ग्वालियरचे महाराज आणि इंदोर संस्थानचे तुकोज राव होळकर यांच्या सैन्याने राजपूत राज्यांची आणि सागरी किनाऱ्याजवळील फौजांची कोंडी केली होती. उत्तर-पश्चिमेकडील विद्रोह पुकारलेल्या भागात, पंजाबला ब्रिटिशांविरुद्ध शस्त्र उचलण्यापासून थोपविण्यात आले होते. खरे तर बंडाची सुरुवात झाल्यावर लगेच अंबाला, लाहोर, पेशावर आणि इतरही भागांत तैनात असलेल्या ब्रिटिश लष्करातील भारतीय तुकड्यांमध्ये या बंडाची लागण झाली होती.[८] मात्र, अशा वेळी अत्यंत धोकादायक असली तरीही एक योजना आखून सर जॉन लॉरेन्स यांनी आधी शिखांची समजूत घातली आणि त्यामुळे पंजाबच्या फौजांनी ब्रिटिशांना अफगाण आणि रशियाकडून असलेल्या संभाव्य धोक्यामुळे उत्तर-पश्चिमेकडील सीमांच्या रक्षणाची परवानगी दिली. तसेच दिल्लीच्या तख्ताला पुन्हा उलथवण्यासाठी सप्टेंबर १८५७ मध्ये मदतही केली. बहादूर शाह जफरला ताब्यात घेण्यात आले आणि नंतर त्याच्या उपस्थितीत त्याच्या दोन मुलांना आणि एका नातवाला मारून टाकण्यात आले. त्याच्यावर जानेवारीपासून खटला चालवण्यात आला. तरीही भारतीयांचे बंड धगधगत राहिले, कारण झाशीच्या राणीने - जी क्रांतिकारकांमधील सगळ्यात सशक्त महिला शासक होती - या बंडात उडी घेत बंडाच्या नेत्यांना पाठिंबा दिला. ग्वालियरचे नानासाहेब आणि ती दोघेही ब्रिटिशांविरुद्ध लढले. मात्र, जून १८५८मध्ये त्यांचा पराभव झाला. १८५८ हे वर्ष सरतासरता अवध पुन्हा ब्रिटिशांच्या ताब्यात गेले आणि बंगाल व बिहारमध्ये विद्रोहाचे जे थोडेफार निखारे शिल्लक होते, तेही शमवण्यात आले.

उत्तर भारतापुरते मर्यादित असले, तरी या बंडाचे स्वरूप हे फक्त काही लष्करी तुकड्यांनी पुकारलेला विद्रोह, एवढेच नव्हते. ब्रिटिशांच्या कडेकोट बंदोबस्ताला

सुरुंग लागला होता आणि आता त्यांचे सरकार स्थिर नसल्याचे सिद्ध झाले होते. ब्रिटिशशासित भारताच्या सीमारेषा जसजशा उत्तर-पश्चिमोत्तर दिशांकडे पसरत गेल्या, तसतशी आपल्या घरांपासून लांब अगदी तुटपुंज्या पगारावर काम करणाऱ्या भारतीय सैनिकांच्या लष्करावरची ब्रिटिशांची अवलंबितता अधिकाधिक वाढत गेली. युरोपातील तुकड्यांना इथून काढून क्रिमीया आणि पर्शिया येथील युद्धांवर रवाना करण्यात आले होते आणि मग १८५६च्या शेवटी त्यांना चीनकडे पाठवण्यात आले.[९] टेलिग्राफसारख्या आधुनिक प्रसारमाध्यमाचा वापर होऊ लागल्याने लष्करातील असंतोषाची बातमी पूर्वीच्या दशकांपेक्षा अधिक जलद गतीने सर्वत्र पोहोचली आणि जिथे तंतोतंत माहिती पोहोचणे शक्य नव्हते, तिथे अफवांनी आपली कामगिरी अगदी चोख बजावली.[१०] शिवाय १८३५ मध्ये आलेल्या वर्तमानपत्र नोंदणी कायद्यामुळे आता भारतीय वृत्तपत्रांवरील ब्रिटिशांची पकड जरा सैल होत होती आणि १८५७पर्यंत अनेक स्थानिक भाषांतील साप्ताहिके आणि वृत्तपत्रे मोठ्या प्रमाणात छापली जाऊ लागली; पण जून १८५७ मध्ये छापखान्यांवर आणीबाणी कायदा आणून त्यावर बंधने घालण्यात आली. तसेच इंग्रजी वर्तमानपत्रांसह सगळ्यांवर थोड्याफार प्रमाणात सेन्सॉरचा बडगादेखील उगारण्यात आला.[११] उत्तर भारतातील ग्रामीण भागात आर्थिक आधुनिकीकरणानेही आपले काम करायला सुरुवात केली होती. ब्रिटिशांच्या सामानांसोबतच भारतीयांना आपल्या वस्तू विकण्यासाठी आता बाजार मोकळे झाले होते आणि कुठल्याही कायद्याच्या संरक्षणाशिवाय, जमीनदारांनी आणि शेतकऱ्यांनी आपल्या अडचणीत असलेल्या जमिनींचे सौदे करायला सुरुवात केलीच होती.[१२] म्हणून पाश्चिमात्य पद्धतीच्या काहीशा मुक्त अर्थव्यवस्थेमुळे एक प्रकारचे अस्थिर संमिश्र असे फायद्यात राहिलेले आणि नुकसान सहन करणारे असे गट निर्माण झाले ज्यातील काहींनी बंडाच्या परिस्थितीतून स्वतःचा फायदा करून घेतला तर इतरांनी थोड्याशा सवलतींच्या आणि फायद्याच्या बदल्यात निष्ठावंत होण्याची तयारी दाखवली.

या सगळ्यात या विद्रोहाच्या, बंडाच्या हृदयस्थानी धर्म आणि राजकीय सत्ता या गोष्टी महत्त्वाचे मुद्दे ठरल्या. बंदुकीच्या काडतुसांना जनावरांची चरबी लावणे आणि त्याचा वापर करायला भाग पाडणे या एका कारणाने शिपायांमध्ये असंतोषाची ठिणगी पेटली होती. ख्रिश्चन धर्म स्वीकारण्यासाठी अशा प्रकारे आपल्यावर सक्ती केली जाईल, ही भीती त्यांच्या मनात निर्माण झाली होती. या सर्व प्रकारांतून, ब्रिटिशांची हिंदू आणि मुसलमान भारतीयांसाठीची उद्दाम वागणूकच सिद्ध होत होती. जेव्हा दिल्लीला मुघलांचे राज्य पुनःस्थापित झाले, तेव्हा भारतातील पारंपरिक राजेशाही पद्धतीच्या सत्तेला पुन्हा कायदेशीर रूप आले; ज्याची दशकानुदशके चालू असलेल्या कंपनी राजने हेटाळणी करायला सुरुवात केली होती, त्याला कमी लेखून

बाजूला केले जाऊ लागले होते. आधुनिक विचारवंतांनी दया दाखवली तरीही, या बंडासाठी जो धार्मिक आणि राजकीय असंतोष कारणीभूत ठरला त्याची सगळी जबाबदारी तेव्हाचे भारताचे गव्हर्नर-जनरल मार्क्विस डलहौसी यांच्यावर टाकली गेली.[१३] डलहौसी यांच्या कालखंडात प्रोटेस्टंट ख्रिश्चन चळवळीला नक्कीच खूप उधाण आले होते. हिंदू विधवा पुनर्विवाहावरील भारतात असलेली बंधने उठविण्यात आली होती. धर्मपरिवर्तन केलेल्या स्थानिक भारतीय ख्रिश्चन धर्मियांना त्यांच्या संपत्ती अधिकारासाठी अधिकचे संरक्षण पुरविण्यात येणे तसेच बंगाल आणि उत्तर-पश्चिम प्रांतातील गावांमध्ये आणि तेथील शाळांमध्ये ख्रिश्चन धर्मप्रचारकांच्या कामाला अधिक प्रोत्साहन देण्यात येणे, अशा घडामोडी मोठ्या प्रमाणात होताना दिसत होत्या. एप्रिल १८५७मध्ये *सोसायटी फॉर द प्रोपॅगेशन ऑफ द गॉस्पेल* यांनी आपल्या योजनांमध्ये बदल करून भारतातील ख्रिश्चन प्रार्थनास्थळांच्या संख्येत वाढ करण्याचा निर्णय घेतला. यातील तीन ठिकाणे महत्त्वाची होती : दोन उत्तरेत म्हणजे आग्रा आणि लाहोर येथे आणि एक दक्षिणेत म्हणजे मद्रासमधील पालमकोट्टा (पलयनकोट्टाई) येथे. कानपूरस्थित मिशनरी कर्नल म्हणून ओळखले जाणारे ३४ कंबरलॅन्ड पायदळातील लेफ्टनंट कर्नल विलियम मिशेल आणि कर्नल स्टीफन व्हीलर यांच्या माध्यमातून १८५७ मध्येच लष्करातही ख्रिश्चन धर्माचे वर्चस्व वाढत असल्याचे पुरावेसुद्धा मिळतात.[१४] त्या वेळचे ब्रिटिशांचे मत फारच उद्दामपणाचे होते की, जे बंड झाले ते मुळात 'प्राथमिकपणे महोमेडन प्रेरणेतून' निर्माण झाले होते आणि या मतावर ते इतके ठाम होते की, जानेवारी १८५८मध्ये त्यांनी बहादूर शहा जफर याच्यावर आंतरराष्ट्रीय स्तरावर मुस्लीम कटकारस्थान केल्याबद्दल खटलादेखील चालवला.[१५] वर्तमानात इतिहासकारांनी तेव्हाच्या या बंडाला आताच्या जिहाद आणि वहाबी तत्त्वांशी जुळलेले असल्याचे म्हटले आहे; पण त्याच वेळी त्यांनी हेदेखील अधोरेखित केले की, या बंडामुळेच हिंदू आणि मुसलमान हे एकत्र येऊन ख्रिश्चन धर्माविरुद्ध लढले.[१६] शत्रुत्वाशी लढण्यासाठी धार्मिक भिन्नता अतिशय कामी येते. अशीही अफवा ऐकिवात होती की, मीरत येथील पहिल्या बंडाची तयारी ही रविवारी चर्चमध्ये प्रार्थनेसाठी जाणाऱ्या ख्रिश्चन नागरिकांवर आणि सैनिकांवर हल्ला करण्यासाठी केली गेली होती.[१७]

याच काळात डलहौसी यांनी भारतीय उपखंडातील प्रदेशांना ब्रिटनच्या अखत्यारीत आणण्यासाठीच्या मोहिमेची तयारी चालवली होती, जी मराठ्यांसोबतच्या सगळ्यात मोठ्या युद्धानंतरची मोहीम होती.[१८] पंजाबवर १८४९ मध्ये संपूर्ण ताबा मिळवतानाच भारतात सर्वत्र सरळ सत्ता प्रस्थापित करण्यात आली : पश्चिमेकडील सातारा ते सिंध प्रांत, ते राजपुताना आणि उत्तर-पश्चिम प्रांताकडे तंजोर आणि मद्रासमधील आरकॉट, मध्य भारतात नागपूर आणि झाशी, तिकडे जास्तीतजास्त दक्षिणेकडे

म्हणजे हैदराबाद साम्राज्यातील बेरारपर्यंत, उत्तर-पूर्वेकडे सिक्कीम आणि त्याच्याही पलीकडे बर्मातील पेगूपर्यंत. एक सिद्धान्त असाही राबविण्यात आला होता, ज्यानुसार एखाद्या राज्याचा शासक राज्याला वारस न देता मेला तर त्या राज्यावर आपला हक्क सांगणे. या कुप्रसिद्ध सिद्धान्ताचा जनक डलहौसी नव्हता; पण त्याने याची अंमलबजावणी मात्र संपूर्ण उत्साहाने केली. इतके करून तो थांबला नाही, तर उत्तरेत त्याने मुस्लीम शासकांना हाकलून लावण्याची मोहीमच हाती घेतली. सन १८५१मध्ये तर त्यांनी उत्तर-पश्चिम प्रांतांमध्ये मोठ्या प्रमाणात दौरे केले आणि दरम्यान दरबारही आयोजित केले; ज्यात शीख राजांनी त्याच्याशी निष्ठा बाळगण्याच्या शपथादेखील घेतल्या. पूर्वी या राजांनी मुघल साम्राज्यासाठी निष्ठावान राहण्याची तयारी दाखवली होती तसाच काहीसा हा प्रकार होता. पेशावरला गेले असताना डलहौसी यांच्या असे लक्षात आले की, ब्रिटनने 'मुस्लिमांवर विजय मिळविण्यासाठीच्या मोहिमांचा ओघ' गेल्या आठ दशकांनंतर अगदी थांबवून टाकला आहे आणि त्यांना टाचेखाली ठेवणेही बंद केले आहे. हे लोक 'दुराग्रही व आक्रमक हत्यारे आहेत, ज्यांची श्रद्धा म्हणजे प्रत्येक गुन्ह्यावर पांघरून घालणारी चादर आहे'. पिंजोरला पोहोचल्यावर डलहौसी रणजित सिंग यांच्या सुवर्ण सिंहासनावर बसले आणि पतियाळाचे महाराज आणि सतलजचे प्रमुख यांना त्यांनी तिथेच भेट दिली. हे दौरे उत्तर-पश्चिम प्रांतांमध्येही पुढे चालत राहिले. रामपूरला अशाच एका दौऱ्यादरम्यान तिथल्या नवाबाने बोलावलेल्या गायकांच्या समूहाने 'रूल ब्रिटानिया' हे गीत प्रस्तुत केले.[१९] डलहौसीच्या टीकाकारांनी त्यांच्यावर 'दैवत' बनण्याचा प्रयत्न करण्यासंदर्भात बोल लावला. बचावाचा पवित्रा घेत त्यांनी सांगितले की, या दौऱ्यांचे खर्च आणि कलकत्त्यामध्ये प्रदीर्घ काळ अनुपस्थित राहणे या गोष्टी फक्त 'देखावा' करण्यासाठी नाहीत, तर ब्रिटिश ताकदीच्या स्थैर्याकरिता असे करणे आवश्यक आहे.[२०] डलहौसी यांच्या कार्यकाळात ब्रिटिशशासित भारत सरकारकडून उत्तर भारतीय प्रांतांना ब्रिटिशांच्या ताकदीची संपूर्ण जाणीव करून देण्याची खात्रीशीर व्यवस्था केली गेली. त्यांची ताकद ही फक्त उत्तर-पश्चिम सीमाभागांमध्येच आहे, असा गैरसमज कुणी करून घेऊ नये, म्हणून असे केले गेले. याचे एक उदाहरण म्हणजे क्रिमीयामधील अल्मा येथील युद्धाच्या विजयाची बातमी उर्दूमध्ये अनुवाद करून छापण्यात आली.[२१] शेवटी, १८५६ मध्ये लॉर्ड डलहौसी यांनी अवधचे मुस्लीम संस्थान खालसा करून एक पाऊल पुढे टाकले. असे करणे कायदेशीर आहे अथवा नाही, या त्यांच्या सहकाऱ्यांच्या शंका उडवून लावत अवध संपूर्णपणे ब्रिटिशांच्या ताब्यात येत नाही, तोपर्यंत त्यांनी भारतातून आपली वापसी टाळली. सरतेशेवटी अवधच्या नवाबाने आपला मुकुट ब्रिटिश नागरिकांच्या कसा हवाली केला, याचे अत्यंत कारुण्यपूर्ण आणि नाट्यमय वर्णन त्यांनी राणी व्हिक्टोरियापुढे केले.

'पूर्वेकडील एका स्थानिकाने पराकोटीचा अपमान आणि असहायता प्रदर्शित केली... जेव्हा राजमुकुट धारण करणारे एक मस्तक याचनेसाठी सपशेल झुकले'.[२२]

विविध प्रांतांवर आणि संस्थानांवर आक्रमण करून त्यांना खालसा करणे हे डलहौसी करीत असे. फक्त ब्रिटिशशासित भारताच्या सीमारेषांना विस्तारित करणे एवढेच त्यांचे उद्दिष्ट नव्हते. या विजयाद्वारे भूमी पादाक्रांत करतानाच ते प्राचीन मुस्लीम आणि हिंदू राज्ये आणि शाही घराणी, तसेच त्यांचे धर्म आणि भव्य दर्शनीय भौतिक अस्तित्व यांनाच विस्थापित करीत चालले होते. त्यांच्या दरबार दौऱ्यादरम्यान जुन्या शाही मुघल पद्धतींना ख्रिश्चन धर्म मानणाऱ्या ब्रिटन आणि राणी यांना साजेशा स्वरूपात परिवर्तित केले. त्यांच्या प्रशासनाने अशा संस्थानातील किंवा प्रांतातील कंपनी शासकाला अवनती झालेला, भ्रष्टाचारी आणि अनैतिक असल्याचे दर्शवण्यासाठी प्रोत्साहन दिले. उदाहरणार्थ, विल्यम नाइटन यांच्या अवधच्या दरबारातील वर्तनाला[२३] कामुकतेचे नाव देऊन त्याच्या आणि त्याच्या भारतीय शाही कुटुंबाला, त्यांचे शासक आणि लंडन यांच्यातील औपचारिक आणि खासगी सर्व प्रकारच्या संवादाला आणि पत्रव्यवहाराला रोखले गेले. त्याचा परिणाम अतिशय वाईट झाला. असाहाय आणि एकट्या पडलेल्या (त्यांची पत्नी - राणी व्हिक्टोरियाच्या शयनकक्षाची माजी पर्यवेक्षक - हिचे भारतात १८५३मध्ये निधन झाले होते.) डलहौसीला शेवटी १८५६मध्ये भारतातून ब्रिटनला माघारी परतावे लागले. इंग्लंडला पोहोचेपर्यंत त्यांची प्रकृती इतकी ढासळली की, राणी व्हिक्टोरिया व राजपुत्र अल्बर्ट यांना फक्त दुरून हात दाखवण्यासाठी त्यांची खुर्ची जहाजाच्या डेकवर ठेवण्यात आली होती. शाही दाम्पत्य तेव्हा एका शाही बोटीतून सोलेन्टला निघाले असताना डलहौसी यांचे जहाज परस्परांना दिसले; पण तरी जाताजाता त्याने त्या दोघांसाठी एक पेटी दिली, ज्याच्या झाकणावर राणीची प्रतिमा कोरली होती.

भारतातून आलेली बातमी

भारतात झालेल्या विद्रोही उठावाचे नेतृत्व करणारे लोक तिचा तिरस्कार आणि निषेध का करत आहेत, याबाबत राणी व्हिक्टोरिया अनभिज्ञ होती; पण तरीही या बंडाचे मूळ कशात आहे, हे तिला लगेच आकळले. गव्हर्नर-जनरल यांच्या पत्नी शार्लोट कॅनिंग हिला लिहिलेल्या पत्रात तिने लिहिले होते, 'आपल्या धर्माशी प्रतारणा केली जात आहे, ही भीती या सगळ्याच्या मुळाशी आहे'.[२४] हे पत्र राणीने अवधच्या शिष्टमंडळाला भेटल्यानंतर लगेच लिहिले होते; पण तिला त्याच वेळी एकाच गोष्टीची काळजी वाटत होती की, हे बंड रोखण्यासाठी ब्रिटनच्या लष्कराची कुवत कमी पडते आहे. त्या वर्षी, संपूर्ण उन्हाळाभर ती सतत भारतातून येणाऱ्या

बातम्यांकडे डोळे लावून बसली होती. वॉर हाउस आणि घोडदळाकडून ती इंग्लंडमध्ये असल्यास एक तर बकिंगहॅम महालात किंवा ऑस्बर्नला असेल तर तार पाठवून तिला थेट बातम्या पोहोचविल्या जात होत्या. भारतातून युरोपातील सैन्य कमी केले म्हणूनच बंडाची आग इतक्या वेगाने पसरली, असा आरोप तिने केला होता. शिवाय शाही सैन्य आणि कंपनीचे लष्कर असे दुहेरी आदेश देणारी यंत्रणा असल्यामुळेही हा परिणाम झाल्याचे तिने स्पष्ट बोलून दाखवले.[२५] मग १६जुलै रोजी ऑस्बर्न हाउसला जाताना तिने पाल्मरस्टोन आणि त्यांच्या मंत्रिमंडळातील सहकाऱ्यांची भेट घेतली. 'संपूर्ण लष्कराचा वापर करून अगदी संपूर्ण ताकदीने कारवाई करण्याची गरज आहे आणि कुठल्याही प्रकारचे अर्धवट काम व्हायला नको, हे तिने अत्यंत कठोर शब्दांत त्यांना सांगितले'; परंतु अशा विद्रोहाच्या काळातील पाल्मरस्टोन सरकारच्या 'वेळकाढू आणि अर्थशून्य' वागण्याने राणीला कायम चिंता वाटत राहिली. ऑस्बर्नला पोहोचताच तिने आणि अल्बर्ट यांनी भारतातील शाही फौजांसाठी एक लांबलचक अध्यादेश काढला आणि युरोपीय व स्थानिक सैनिकांना एकत्रित आणण्याची कारवाई तातडीने करण्यास सांगितले. त्यानंतर आठवड्याच्या शेवटी ते दोघेही एका स्टीमरने पोर्टस्माउथला गेले; जेथून अल्बर्ट यांच्या तुकडीची - थर्ड रायफल - भारतासाठी रवानगी होणार होती. पूर्वेकडील प्रांतांमध्ये लष्कराच्या एकत्रीकरणासाठी त्यांना पाठवले जात होते.[२६] पुढील दोन महिन्यांत व्हिक्टोरियाने पाल्मरस्टोन यांच्याशी सतत संपर्क ठेवला आणि भारतात अधिक कुमक पाठविण्यासाठी ती सांगत राहिली आणि फक्त आशियातूनच नाही तर कॅनडा आणि मेडिटेरेनियनमधूनही सैन्य भारताकडे पाठविण्यास तिने सांगितले. नंतर हळूहळू, पाल्मरस्टोन यांच्या मंत्रिमंडळातील विदेश सचिव लॉर्ड क्लॅरेनडॉन यांच्या मध्यस्थीने तोडगा निघाला. त्यांनी राणीचा सल्ला लक्षात घेतला आणि परिस्थितीचे गांभीर्य लक्षात घेऊन जास्तीची कुमक पाठविण्याची तयारी केली आणि ब्रिटन, माल्टा आणि कॅनडा येथील सैन्याशी संपर्क साधला.[२७] सन १८४०प्रमाणेच राणी व्हिक्टोरियाची भारतातील घटनाक्रमावरील उत्स्फूर्त प्रतिक्रिया ही एक योद्धा राणीची होती. हेही खरे की, एक दिवस देशभरात प्रार्थना दिवस ठेवण्याच्या लॉर्ड पाल्मरस्टोन यांच्या प्रस्तावाला तिने मंजुरी दिली.[२८] पण तिचा लष्करी आदेश जास्त खणखणीत होता. तिने सर कॉलिन कॅम्पबेल यांचीही भेट घेतली. पाल्मरस्टोन यांनी त्यांची नियुक्ती भारतातील ब्रिटिश लष्कराचे नेतृत्व करण्यासाठी म्हणून केली होती. जुलै १८५७मध्ये ते भारतात जाण्यासाठी निघण्यापूर्वी ही भेट झाली होती. त्यानंतर पुन्हा जेव्हा ते लंडनला आणि मग विंडसरला परत आले, तेव्हा राणीने १८५८च्या मध्यात त्यांची, भारतातील मोहिमेतून परत आलेल्या इतर लष्करी अधिकाऱ्यांची, त्यांच्या बायकांची भेट घेतली तसेच भारतातील तेव्हाची युद्ध परिस्थिती आणि त्यांचे

त्याबाबतचे अनुभव यांची माहिती करून घेतली.[२९]

अशा प्रकारे राणी भारतातील विद्रोहाच्या प्रतिक्रियांपासून दूरच राहिली. अशा विद्रोहापासून ज्याचे पडसाद ब्रिटिश साहित्याच्या कल्पना क्षेत्रात प्रचंड परिणाम करणारे होते. तत्कालीन मासिके, वृत्तपत्रे आणि तथाकथित प्रथमदर्शनी वृत्तान्त यांमधून व्यक्त करण्यात आलेली हिंसा व रक्तपात आणि हे बंद म्हणजे ब्रिटिशशासित भारताचा 'बलात्कार' होता, असे चित्रित करण्यात आले होते. याची तीव्रता स्पष्ट करण्यासाठी युरोपीय समुदायावर आणि विशेषतः बंडात सहभागी असलेल्या शिपायांनी बायका आणि मुलांवर ज्या प्रकारे आक्रमण केले, त्याचा दाखला देण्यात आला.[३०] राणी व्हिक्टोरियाला या सगळ्या अत्याचारांची पुरेपूर माहिती होती आणि ब्रिटनमध्ये ऑगस्टच्या शेवटी या अत्याचाराविरुद्ध जी असंतोषाची लाट आली होती, त्यात तिने ही माहिती वापरलीदेखील! युरोपातील महिलांना आणि बालकांना मारून त्यांचे मृतदेह कानपूरच्या एका विहिरीत टाकून देण्यात आले होते, त्या संदर्भात आपल्या रोजनिशीत तिने नमूद केले, 'जर त्यांना फक्त गोळ्या घालून मारण्यात आले असते तर ते इतके क्रूर वाटले नसते; पण जो छळ झाला तो अत्याचार होता आणि भावनांचा उद्रेक व्हावा असाच होता'.[३१] तरीही, या सनसनाटी बातम्या तिला खिळवून ठेवू शकल्या नाहीत. भारतातील बंडाविरोधात मोहिमेचे अनेक तत्कालीन अधिकाऱ्यांचे अनुभवकथन विंडसर येथील शाही संग्रहालयात गोळा झाले. मात्र, फक्त ॲडलेड केसचे *'डे बाय डे इन लखनौ'* (१८५८) हे एकमेव लोकप्रिय ठरलेले स्मरणचित्र आहे, जे युद्धात सहभागी न झालेल्या एका स्त्रीचे कथन आहे.[३२] इकडे नोव्हेंबर १८५७ मध्ये राणी व्हिक्टोरियाने कॅनिंग यांना सांगितले की, तिला असे वाटते की, 'ख्रिश्चन धर्माला शोभणार नाही असे जे वर्तन जनतेने प्रदर्शित केले' ते फार काळ टिकणार नाही. शिवाय, स्त्रियांवर झालेल्या असभ्य वागणुकीचे पुरावे गोळा करायलाही तिने त्यांना सांगितले.

यासाठी तिने शार्लोट कॅनिंगकडे मोर्चा वळवला. एकोणविसाव्या शतकातील सर्व व्हाइसरॉय यांच्या पत्नींमध्ये शार्लोट कॅनिंग ही राणीच्या सगळ्यात जवळची होती, कारण तब्बल तेरा वर्षे ती राणीच्या शयनकक्षाची प्रमुख होती. ती स्वतःची रोजनिशी बाळगून होती, तसेच ती चित्रकार आणि छायाचित्रकारदेखील होती.[३३] बंड आणि ब्रिटिशांचे प्रत्युत्तर, या संदर्भातील इत्थंभूत माहिती राणीला फक्त शार्लोटकडून मिळत होती. अगदी काडतुसांवरील प्राण्यांच्या चरबीमुळे दुखावलेले भारतीय शिपाई आणि त्यांनी पुकारलेल्या बंडाचा उत्तर-पश्चिमेकडे पसरलेला वणवा, हे सारे ती राणीला कळवत होती. विशेष म्हणजे बंड शमल्यानंतर १८५९ आणि ६० मध्ये शार्लोटच्या पतीने उत्तर प्रांतांमध्ये जे दौरे केले, त्याचे सगळे तपशील, टिपणे तिने कुंचला, लेखणी आणि कॅमेरा यांच्या मदतीने व्यवस्थित गोळा

केले. राणी व्हिक्टोरियाला शार्लोटने लिहिलेल्या अशा तपशीलवार पत्रांमधून कुठल्या प्रकाराच्या उपाययोजना करता येतील, याचाही अंदाज येत राहिला. विशेषतः कानपूर आणि लखनौच्या संदर्भात तर हे फारच उपयोगी होते. तिने राणी व्हिक्टोरियाला नीट समजावून सांगितले की, शिपायांच्या क्रूरतेच्या ज्या काही कथा सांगण्यात आल्या, त्या मृतांच्या पश्चात पेरण्यात आल्या आहेत आणि ते शिपाई जेव्हा जिवंत होते, तेव्हा त्यांनी केलेल्या तथाकथित शारीरिक व लैंगिक अत्याचाराच्या घटनांचे कुठलेही खात्रीशीर आणि विश्वसनीय पुरावे उपलब्ध नाहीत. 'आपण जे बोलतो आहोत त्यातून गरीब बिचाऱ्या शिपायांची बाजू आपण घेत आहोत' आणि 'त्यांच्याबद्दल एक प्रकारची कणव आणि माया आहे' असे प्रतीत होण्याच्या शक्यतेसंदर्भात काळजी व्यक्त करत तिने राणीला आश्वासन दिले की, काही घटनांची आणि त्यासंदर्भातील कथांची पडताळणी करण्याचा तिचा मानस होता. तिचे हे बोलणे राणीने विचारात घेतले. बकिंगहॅम महालात आलेल्या इतर पाहुण्यांकडून तिने याची खात्री करून घेतली की, 'काही वेळा क्रूरतेला अतिरंजित करून सांगितले गेले आहे'. विशेष म्हणजे मे १८५८ मध्ये शार्लोट कॅनिंग हिने स्वतः भीती व्यक्त केली की, यावर दुसऱ्या बाजूकडून 'जरा मोठीच प्रतिक्रिया देण्यात आली' आणि विकृतीच्या सगळ्या पुराव्यांचा स्वीकार करताना जो 'विश्वासघात आणि क्रूरता' दाखवली गेली, त्याचा विसर पडता कामा नये.[३४]

शार्लोट कॅनिंग हिने राणी व्हिक्टोरियाला भारतातील परिस्थितीचे चित्रांच्या माध्यमातून प्रत्यक्ष अवलोकन करण्याचीही विनंती केली. तिने भारतात काम करणाऱ्या दोन छायाचित्रकारांच्या - डॉ. जॉन मरे आणि फेलिक बियाटो - यांच्या चित्रमय बातम्याही राणीपर्यंत पोहोचवल्या. युद्धानंतरच्या सगळ्या परिस्थितीचे सगळ्यात प्रथम अवलोकन करणारे हे दोन छायाचित्रकार होते. या दोघांच्याही संपूर्ण कामाचे संकलन काही काळानंतर राणी व्हिक्टोरियासाठी विकत घेण्यात आले होते; पण त्यांच्या कामाचा राणीला परिचय करून देणारी शार्लोट ही पहिली व्यक्ती होती. विशेषतः तिने बियाटो यांनी आपल्या कॅमेऱ्यात टिपलेली चित्रे लखनौला राणीपुढे सादर केली.[३५] व्हिक्टोरियाने स्वतःही यात बराच पुढाकार घेतला. फेब्रुवारी १८५८च्या सुरुवातीला तिने स्वीडनच्या दरबारातील चित्रकार एग्रॉन लुंडग्रेन यांची भारतात रवानगी केली आणि तिथल्या युद्ध परिस्थितीला चित्रबद्ध करण्यास सांगितले होते. ब्रिटिश मोहिमेच्या अगदी अंतिम टप्प्यात लुंडग्रेन भारतात पोहोचले. इतर कामांसोबतच, लखनौच्या पुनर्बांधणीचा वेळी त्यांनी काही महत्त्वाच्या घटना आकृतिबद्ध करून ठेवल्या होत्या, ज्या नंतर थॉमस जोन्स बार्कर यांनी पुस्तक स्वरूपात आणि एका तैलचित्रात परिवर्तित केल्या.[३६] शार्लोट कॅनिंगने १८५९ मध्ये राणीच्या भारतातील दस्तावेजांमध्ये समाविष्ट करण्यासाठी स्वतःचीही काही जलरंगातील

आणि शाईने काढलेली चित्रे पाठवली होती. यातील अनेक चित्रांमधील दृश्ये फार सुरेख होती - प्राचीन इमारती आणि परिसर. यात युद्धभूमीवरील काही प्रसंगांचादेखील समावेश होता. विशेषतः फरुखाबाद, कानपूर आणि लखनौ.[३७] अशा प्रकारच्या माहितीचा प्रवाह हे सूचित करतो की, राणी व्हिक्टोरियाला भारतीय बंडाच्या रचनेची माहिती इतरांच्या तुलनेत जास्त कळली होती. मरे, बियाटो आणि शार्लोट कॅनिंग यांच्या राणी व्हिक्टोरियापुढे प्रस्तुत करण्यात आलेल्या एकत्रित कामांतून राणी व्हिक्टोरियाला पूर्वेकडील युद्धात जखमी झालेल्या माणसांना व परिसराला पाहता आले. अतिशय सुरेख कोरीव काम असलेल्या मशिदीमध्ये आणि विविध जागांमध्ये कोंबून ठेवण्यात आलेली शस्त्रास्त्रे, वसाहतीतील निकामी झालेल्या इमारतींच्या भिंतींची तोफांच्या माऱ्याने आणि बंदुकीच्या गोळ्यांनी केलेली चाळणी आणि युद्धानंतर उजाड झालेल्या जागांमध्ये भग्न चेहऱ्यांनी बसलेले भरभक्कम पेहरावातील निष्ठावान शिपाई. या सगळ्या प्रतिमा अतिशय निराश करणाऱ्या होत्या. बंडानंतर अभिमानाने सांगाव्यात किंवा भावना जागृत करणाऱ्या या प्रतिमा नव्हत्या. युद्धाने निर्माण केलेल्या गोंधळाच्या आणि अस्ताव्यस्ततेचा त्या पुरावा होत्या.

सत्तांतर

या सगळ्या घटनाक्रमांतून जे स्पष्ट होत होते, ते १८५७चा ऑक्टोबर महिना उजाडताउजाडता आणखी स्पष्ट झाले की, आता भारतातील राज्यकारभार हा ईस्ट इंडिया कंपनी आणि राणीचे मंत्रिमंडळ अशा दोन हातांमध्ये राहणे हे शक्य नाही. किंवा लॉर्ड पाल्मरस्टोन यांनी त्यांच्या खास शैलीमध्ये रंगवून राणी व्हिक्टोरियाला सांगितले त्याप्रमाणे, आता द्विअधिकारिक सरकारचा शेवट करण्याची वेळ आली होती :

> पृथ्वीच्या दुसऱ्या टोकावर वसलेल्या एका एवढ्या मोठ्या देशाचे प्रशासन दोन मंत्रिमंडळांच्या साहाय्याने -- ज्यातील एक हर मॅजेस्टी तुमच्या आणि संसदेच्या आदेशाचे पालन करतात आणि दुसरे, जे वर्षातून ३ ते ४ वेळा फक्त ३ ते ४ तास एकत्र येणाऱ्या, भारतातील भागीदारांच्या एका गटाच्या म्हणण्यानुसार चालतात - चालविण्यात खूप अडचणी आहेत.[३८]

पाल्मरस्टोनच्या सरकारने एका मसुद्याची आखणी करायला सुरुवात केली ज्याद्वारे सर्व सत्ता ही क्राउनच्या म्हणजे शाही कुटुंबाच्या म्हणजेच पर्यायाने त्यांच्या अखत्यारीतील मंत्रिमंडळाच्या हाती येईल आणि ज्यावर संसदेने दिलेल्या संविधानिक अधिकारांचा

वचक राहील. या संदर्भात वृत्तपत्रांचे आणि भारतातील तज्ज्ञांचे दुमत होते.[३९] क्राउनने कंपनीची उचलबांगडी करावी आणि एकाधिकार स्थापन करावा, अशी इच्छा असलेला एक आवाज आता टिपेला पोहोचला होता. '(कंपनी) एक असा पडदा ज्याने ब्रिटिश राजमुकुटाला भारतातील जनतेपासून लपवून ठेवले आहे,' अशा शब्दांत आपल्या भावना मांडताना जॉन हेन्री ट्रीमेनहीर यांनी लिहिले की, 'तो पडदा आता दूर करण्याची वेळ आली आहे'. काही लेखकांनी ठामपणे सांगितले की, 'एक वास्तविक सरकार' म्हणून राजमुकुट भारतातील नैतिक सुधारणांना पुढे नेऊ शकतो. शिवाय त्यांनी इच्छा व्यक्त केली की, राणीने सम्राज्ञी म्हणून संपूर्ण युरोपाचे वसाहतीकरण करावे आणि तिच्या साम्राज्यातील उपखंडांमध्ये ख्रिश्चन धर्म प्रस्थापित करावा.[४०] यात एक सामान्य तर्क होता. राणीच्या हाती सत्ता देणे म्हणजे बंडानंतर भारताला संपूर्णतः ख्रिश्चन धर्माचा स्वीकार करण्यासाठी तयार करण्याचा याहून कुठला चांगला मार्ग होता?

कुतूहलाची गोष्ट म्हणजे क्राउन आणि त्याच्या हातातील अधिकार हे १८५७-५८मध्ये केलेल्या भारतीय संविधान सुधारणांदरम्यान अस्पर्शित राहिले होते. सरकार आणि विरोधक या दोघांनाही कळून चुकले होते की, क्राउनला भारतातील सरकारावर आणि मंत्रिमंडळावर अधिक नियंत्रण हवे होते किंवा मग सरळ कंपनीवरच हे नियंत्रण त्यांना मिळवायचे होते. पाल्मरस्टोन यांच्या मंत्रिमंडळाने असा एक मसुदा तयार करण्यापर्यंत मजल मारली होती, ज्यामुळे कंपनीच्या आणि नियामक मंडळाच्या स्थानी निवडून दिलेले एक प्रशासकीय मंडळ आणता येणे शक्य होते. पाल्मरस्टोन यांनी, ब्रिटिश सरकारचे भारतातील मुख्यालय कलकत्त्याहून आग्र्याला हलविण्याचादेखील सल्ला दिला तसेच 'सत्ताधारी आणि ख्रिश्चन धर्माचे सत्य यातील आत्ताचा जो तिढा आहे', त्याला पूर्णविराम देण्यासंदर्भात एक पाऊल पुढे टाकण्यासही सांगितले. पाल्मरस्टोन यांनी राणीला समजावून सांगितले की, असे करणे म्हणजे तिच्या नावाने चालणाऱ्या सत्तेत अधिकारांची वाढ होणे आहे.[४१] तिच्या मनात अनिश्चितता होती. पाल्मरस्टोनच्या मसुद्यातील मजकुराचे तिने जानेवारी १८५८ मध्ये वाचन केले आणि एक प्रश्न विचारला, 'याचा अर्थ म्हणजे संपूर्ण सत्ता असा होतो का?' तिच्या स्वतःच्या वाचनातही तिला एकवाक्यता जाणवली नाही. तिला अपेक्षित होते की, भारतासंदर्भातील काही थेट जबाबदाऱ्या, उदा. तिकडे पाठवले जाणारे आणि तिकडून येणारे सर्व संदेश, टपाल इत्यादी पाहता येणे, यांचा समावेश असावा. यापूर्वी विदेशी पाठवले जाणारे सर्व टपाल आणि संदेश राणीच्या माध्यमातून जात असत. तसेच तिने भारतात काम करणाऱ्या लष्कराच्या एकत्रीकरणासह त्यांना राजेशाही अधिकारात आणण्याची अपेक्षाही व्यक्त केली. भारतीय प्रशासकीय सेवांमध्ये आणि भारतीय लष्करात केल्या जाणाऱ्या नियुक्त्यांसंदर्भातील संपूर्ण

अधिकारही तिला देण्यात यावेत, अशी इच्छा तिने जाहीर केली.[४२] संपूर्ण अधिकार!

पाल्मरस्टोन आणि त्यांच्या सहकाऱ्यांनी फेब्रुवारी १८५८मध्ये राजीनामे दिले. आता लॉर्ड डर्बी यांच्या मंत्रिमंडळावर ब्रिटिशशासित भारतातील सरकारसंदर्भात सुधारणा सुचविण्याची आणि त्या अमलात आणण्याची जबाबदारी आली. कंपनीच्या हातून अधिकार काढून ते राणीकडे देण्याबरोबरच डर्बी आणि त्यांच्या मंत्रिमंडळाला वेस्टमिन्स्टर येथील सत्ताकारणातही केंद्रस्थानी टिकून राहायचे होते. डर्बी यांचे सरकार अल्पमतांतील होते. एका सरकारला हटविल्यानंतर हट्टाने पेटलेल्या ब्रिटिश संसदेच्या खालच्या सदनाला नंतर आलेल्या सरकारचीही हकालपट्टी करणे सहज शक्य होते आणि अशी शक्यता वर्तविली जात होती की, नवीन सरकारचा भारतासंदर्भातील मसुदा त्यांना नाटकी घडामोडींसाठी आणखी एक संधी उपलब्ध करून देईल, तेव्हा कॉन्सर्व्हेटिव्ह मसुद्याची निवडणूक घटकासंदर्भात नवीन प्रशासकीय मंडळाला कबुली दिली होती, ज्यामुळे मंडळाचा आकार दुप्पट केला जाईल आणि ब्रिटनमधल्या काही मोठ्या शहरी मतदारसंघांमधील मंडळाचे सदस्य नेमण्याचे अधिकारही त्यांना दिले जातील. मात्र, यामुळे राणीची अस्वस्थता वाढली. या मसुद्याच्या सुरुवातीच्या कच्च्या खर्ड्यामध्ये आणखी काही लोकप्रिय मागण्यांचा विचार करण्यात आला होता. अर्थात ख्रिश्चन दबावाला लक्षात ठेवूनच असे केले होते. गव्हर्नर-जनरल यांच्या कार्यकारी अधिकारांना वाढ देण्यात आली आणि आग्रा येथे नवीन बिशपचे अधिकारक्षेत्र निर्माण करण्याचे वचनही देण्यात आले. राजपुत्र अल्बर्ट यांनी या मसुद्यात सुचविलेल्या एका कलमानुसार त्यांनी भारतातील नवीन सरकारला वचन दिले की, देशात रेल्वेव्यतिरिक्त आणखी काही 'सार्वजनिक कामे' सुरू करण्यात येतील. खालच्या सदनाच्या सदस्यांना या नवीन घटकामुळे धीर आला (आणि ज्यामुळे राणीची अस्वस्थता वाढली होती.)[४३] तरीही सहा आठवड्यांनंतर कॉन्सर्व्हेटिव्ह सदस्यांनी स्वतःभोवती एक संकट ओढवूनच घेतले. नियामक मंडळाचे कॉन्सर्व्हेटिव्ह अध्यक्ष असलेले लॉर्ड एलेनबरो यांच्याकडून एक टपाल प्राप्त झाले, ज्यात गव्हर्नर-जनरल कॅनिंग यांच्या अवधच्या जाहीरनाम्याची एक अस्पष्ट प्रत होती जी मार्च १८५८मध्ये घोषित करण्यात आली होती आणि त्यात नमूद केल्याप्रमाणे कॅनिंग यांनी बंडानंतरही ब्रिटिशांबद्दल मनात नाराजी धरून बसलेल्या काही जमीनदारांना शिक्षा करण्याची तयारी केली होती. फक्त सरकारकरिता म्हणजेच मंत्रिमंडळासाठी असलेले हे टपाल व त्यातील मजकूर दोन्ही फुटले आणि ते विरोधी पक्षाच्या हाती लागले. या मजकुराचा वापर करून दोन्ही पक्षांनी चर्चेचा धुरळा उडवला, असे संसद सदस्य ज्यांना वाटत होते की, कॅनिंग यांनी बंडखोरांना जरा मवाळ बनून हाताळले आणि असे सदस्य ज्यांना वाटत होते की, अवधच्या लोकांनी राणीकडे ज्या तक्रारींचा पाढा वाचला, त्यात बरेच तथ्य होते.[४४]

या सगळ्या प्रकारात या कुप्रसिद्ध 'Oude Proclamation' (oude हा अवधचा अपभ्रंश) जाहीरनाम्यासंदर्भात उठलेल्या वादळात फार कमी लोकांची पत राखली गेली. एलेनबरो यांनी राजीनामा दिला. *पंच*ने छापलेल्या व्यंगचित्रात कॅनिंग यांना 'अति 'सभ्य' (किंवा नागरी) पण अर्धेच', असे दाखविण्यात आले; त्यामुळे कॅनिंग यांच्याबद्दल गैरसमज निर्माण झाला आणि तिकडे डर्बी यांना आता आपले सरकार पडणार, या भीतीने ग्रासले. साहजिकच त्यामुळे ते अस्थिर वर्तन करू लागले. या सगळ्या प्रकारात राणी व्हिक्टोरियाव्यतिरिक्त कुणाचीही प्रतिष्ठा टिकली नाही. राणीने डर्बी यांना संसद भंग करण्यापासून मनाई केली आणि तीन वर्षांत चार वेळा सरकार बदलणे अत्यंत कंटाळवाणे आहे, असेही सांगितले.

इतके महत्त्वाचे टपाल भारतात पाठविण्यापूर्वी आपल्याला का दाखवले नाही, या एका मुद्द्यावरून तिने पंतप्रधानांना अक्षरशः धारेवर धरले. डर्बी यांनी आपल्या मुलाला - लॉर्ड स्टॅनले - याला नियामक मंडळाचा अध्यक्ष म्हणून फक्त दोन महिन्यांसाठी नियुक्त केल्यानंतर त्याच्या जागी कादंबरीकार एडवर्ड बुलवर-लीटन यांना आणण्याची तयारी केली, तेव्हा त्याला राणी व्हिक्टोरियाने हरकत घेतली.[४५] शाही विशेषाधिकारातील कुठले घटक भारतासाठीच्या नवीन मसुद्यात समाविष्ट करता येतील, यावर पाल्मरस्टोन काम करतच होते, कारण एकीकडे राणी होती जिने स्वतःच अशा काही विशेषाधिकारांची मागणी तयार ठेवली होती. त्यातील एक म्हणजे भविष्यात भारतात पाठविण्यात येणारे सर्व विशेष टपाल, माहिती, संदेश तिला दाखविण्यात यावे आणि दुसरे म्हणजे मंत्रिमंडळाच्या नियुक्त्यांसंदर्भात तिच्याशी सल्ला-मसलत करून मगच निर्णय घ्यावा. खरे म्हणजे, भारतासंदर्भातील कॅनिंग यांची धोरणे आणि ब्रिटनमधील राजकीय गोंधळाची स्थिती या परिस्थितीत राणी व्हिक्टोरियाकडे भारतातील बंडानंतर निर्माण झालेल्या अधिकारांच्या लढाईतील संकटमोचन म्हणून पाहिले जाऊ लागले होते. कॉन्सर्व्हेटिव्ह पक्षाने तयार केलेल्या भारत मसुद्याचा संसदेच्या खालच्या सदनामधून पार पडलेला लांब आणि ताणलेला प्रवास एकदाचा त्याच्या शेवटाकडे जाऊ लागला होता, जेव्हा त्यातील जवळपास ७१ कलमांना मंजुरी मिळाली. यामध्ये, शाही घराण्याने नियुक्त केलेल्या व्हाइसरॉय आणि पंधरा सदस्यीय प्रशासकीय मंडळाद्वारे सुचविल्या गेलेल्या राज्य सचिवांकडे कंपनीचे अधिकार हस्तांतरित करण्यात यावेत, हे कलम समाविष्ट होते. संसद सदस्य आता राणी व्हिक्टोरियाच्या नवीन भूमिकेबद्दल चर्चा करू लागले आणि सरकारबदलाच्या प्रक्रियेला राणीच्या माध्यमातून एक नैतिक चेहरा देण्याचा त्यांचा विचार होता. जल्लोष करणाऱ्यांमध्ये आघाडीवर असलेल्या सदस्यांमध्ये डिसरेलीसुद्धा होते; ज्यांनी सुचविले की, कायद्यात परिवर्तित होणारा हा जो मसुदा आहे, तो 'शाही महालाचे विशेष कक्ष आहे' आणि आता तिचे नाव भारतीयांच्या स्थानिक जनजीवनावर

कोरले जावे. यात उग्र मतवाद्यांनीही आपला आवाज मिसळला. व्हिक्टोरियाच्या नावाने एक जाहीरनामा घोषित करण्यात यावा, अशी मागणी जॉन ब्राइट यांनी केली. ज्यात ते म्हणाले की, भारतातील राजकीय अपराधांसाठी सर्वसाधारण माफी जाहीर करताना तेथील संपत्ती, मालमत्तेवरचा हक्क आणि दत्तक वारसांचे विधान स्वतःकडे राखण्यात यावे. शिवाय धार्मिक सोशिकतेसंदर्भातदेखील एक विधान जारी करण्यात यावे.(४६)

पण राणी अजूनही समाधानी नव्हती. खालच्या सदनाकडून जुलै महिन्यात पारित झालेला मसुदा पाहून तिला 'धक्काच बसला' कारण काही महत्त्वाच्या बाबींमध्ये सरकारने शाही घराण्याच्या विशेषाधिकारांना समर्पित केले आहे आणि तिच्याशी कुठलाही विचारविनिमय न करता काही महत्त्वाच्या कलमांमध्ये बदल करण्यात आले आहेत, असे तिच्या लक्षात आले. भारतीय नागरी सेवांसाठी स्पर्धा परीक्षांचा प्रस्ताव ठेवण्यात आला होता आणि भारतीय लष्कराच्या उभारणीसाठीचा अंतिम निर्णय घेण्याचे अधिकार संसदेकडे देण्यात आले होते. तिचा संताप तिने डर्बी यांना कळविला, कारण 'सरकारचे प्रमुख म्हणून तिला त्यांच्याकडून अपेक्षा आहे की, त्यांनी तिच्या किंवा शाही घराण्याच्या विशेषाधिकारांचे संरक्षण करावे कारण 'ते अधिकार हे संविधानाचा अविभाज्य भाग आहे, असे तिचे मत होते. भारतीय लष्करातील शाही घराण्याचे वर्चस्व थोडेफार कायम राखण्याच्या डर्बी यांच्या वचनावर सहमत होत शेवटी राणीने आपली नाराजी दूर केली आणि सरतेशेवटी हा मसुदा संसदेच्या वरच्या सदनात म्हणजेच हाउस ऑफ लॉर्डस्‌मध्ये पारित झाला.(४७) यानंतर, कँटरबरीचे मुख्य बिशप यांनी चालवलेल्या मोहिमेतूनही या कायद्याची सुटका झाली. एकीकडे भारतीय धर्मात कुठलाही हस्तक्षेप न करणे किंवा धर्म परिवर्तन होणार नाही या कलमासंदर्भात आदर व्यक्त करतानाच त्यांनी आग्रह धरला की, भारतातील ब्रिटिशशासित नवीन सरकारने ख्रिश्चन धर्मांतरासंदर्भात तटस्थ भूमिका घेऊ नये. जातिव्यवस्था बाद करण्यात यावी, शाळांमध्ये बायबल सक्तीचे करण्यात यावे, हिंदू आणि मुस्लीम सणांना दिली जाणारी मदत थांबवण्यात यावी आणि ज्यांनी ख्रिश्चन धर्म स्वीकारला आहे, त्यांना सापत्न वागणूक देण्यात येऊ नये. डर्बी यांनी त्यांना आश्वस्त केले; पण जास्त नाही. राणीच्या तुलनेत एका धर्मप्रचारकाकडे दुर्लक्ष करणे आणि त्यांना समजावून पाठवणे सोपे होते. या नवीन कायद्यांच्या दुसऱ्या कलमाचे शाहीकरण होणे बाकी होते. यापूर्वीचे ईस्ट इंडिया कंपनीचे जे काही अधिकार कंपनीच्या वतीने चालवीत होती, ते आता या नवीन मसुद्याप्रमाणे 'द्वारे आणि हर मॅजेस्टीच्या नावाने' राबवले जातील, असे या कायद्यामध्ये नमूद करण्यात आले आणि २ ऑगस्टला अगदी रीतसर हे जाहीरही करण्यात आले.(४८)

भारत सरकार कायद्याच्या माध्यमातून राणी व्हिक्टोरियाने यशस्वी कामगिरीचा एक मैलाचा दगड गाठला. तिच्या राज्याभिषेकानंतर ब्रिटनसंबंधित सर्व कामकाजामध्ये राजकारण्यांनी अक्षरशः तिच्या संविधानिक अधिकारांना वारंवार कात्री लावण्याचेच काम केले होते. १८५० पर्यंत असे होते की, शाही विशेषाधिकार ही एक उपयुक्त कल्पना होती आणि ती इतकी सवयीची झाली की, काही वर्षांनंतर वॉल्टर बॅगहॉट यांनी शाही घराण्याला संविधानातील एक 'नाटकी' घटक असेच लिहिले. अनेकांना हे अजिबात पटले नाही.[४१] कंपनीकडून शाही घराण्याकडे सत्तांतर करणाऱ्या या कायद्यातील कलमांवर व्हिक्टोरियाचा असलेला प्रभाव, तिच्या 'मर्यादित अधिकार असलेल्या संवैधानिक राणी' या परिचयाला छेद देणारा होता. मंत्रिमंडळात आणि संसदेत झडलेल्या प्रत्येक चर्चेत तिने तिच्याशी संबंधित प्रत्येक मुद्द्यावर स्पष्टीकरणाचा आग्रह धरला होता. शिवाय तिने कुठल्याही राजनेत्याला सोपवलेले काम कुठल्याही परिस्थितीत हातावेगळे करू दिले नाही; मग फेब्रुवारीमध्ये झालेला सत्ताबदल असो किंवा मे महिन्यात 'Oude' (अवध) जाहीरनाम्यावरून उठलेला गदारोळ असो. भारतातील सुधारणा चळवळीची गती तिने कमी होऊ दिली नाही. या कायद्यातील काही कलमांमधील घटकांसंदर्भात व्हिक्टोरियाची जी आग्रही भूमिका होती, ती किती निर्णायक होती, हे कालांतराने सिद्ध झाले. नवीन प्रशासकीय मंडळ स्थापन करताना निवडून आलेला एक सदस्य आणि समतोल सांभाळण्यासाठी एक अधिनियुक्त केलेला सदस्य अशीच योजना असावी हा आग्रह किंवा भारतात पाठविले जाणारे आणि तिकडून येणारे सर्व संदेश, टपाल यांचे अवलोकन करण्याचा राणीला अधिकार आणि लष्करावरील सर्व अधिकारांचा त्याग करण्यासाठी तिने दिलेला नकार यातून सर्वसाधारणपणे शाही विशेषाधिकारांबद्दल असलेल्या समजाला एक संपूर्ण स्पष्टीकरण मिळाले. मुळात त्या विशेषाधिकारांचे खरे स्वरूप आणि प्रभाव दोन्हीची जाणीव सगळ्यांना झाली; पण यातून निघालेला सविस्तर अर्थ असा होता की, संसदेच्या माध्यमातून राबवल्या जाणाऱ्या भारतीय प्रशासनावर राणीचा अजिबात विश्वास नव्हता; विशेषतः लष्करी तुकड्यांच्या आकड्यांसंदर्भात. कारण तिचा विश्वास होता की, १८५७च्या उठावाच्या वेळी लष्कराची जी दयनीय अवस्था झाली ती तुकड्यांच्या कमी आकडेवारीमुळेच! राणीचे हे प्रत्येक निर्णय, ब्रिटनचे राजघराणे व्हिक्टोरियाच्या नेतृत्वात भारतातील कारभारात छोटी नाही तर एक निर्णायक भूमिका निभावणार, याकडे संकेत करणारे होते. भारत सरकार कायदा पारित झाला. घोडागाड्या भरभरून पत्रे आणि टपाल विंडसर महालाकडे पाठवण्यात येऊ लागले तसेच व्हिक्टोरिया आणि अल्बर्ट यांनी आपले लक्ष पुन्हा एकदा त्यांना पछाडून सोडलेल्या विषयाकडे वळवले आणि तो म्हणजे भारतातील भारतीय लष्कराची पुनर्बांधणी आणि त्यातील सुधारणा. हे सर्व काम संपवून शाही दाम्पत्य

प्रशियामध्ये पॉट्सडॅमला जायला निघाले. राजकुमारी व्हिक्टोरिया ही गरोदर होती. तिला होणारे बाळ हे व्हिक्टोरिया आणि अल्बर्ट यांचे पहिले नातवंड असणार होते जे भविष्यात प्रशियाच्या साम्राज्याचे एक दुर्दैवी वारस ठरले. (विल्हेल्म म्हणजेच भविष्यातील कैसर). पॉट्सडॅममध्ये राहूनच राणीने सत्तांतराच्या कामावर शेवटचा हात फिरवला आणि कालांतराने तिचे हे शेवटचे हात फिरवणे सगळ्यात महत्त्वाचे होते, हे समजले.

भारतीय मॅग्ना कार्टा

नव्या भारत सरकारचे निर्माण तर इंग्लंडमध्ये झाले; पण त्याची घोषणा भारतामध्ये होणे आवश्यक होते. लॉर्ड डर्बी आणि त्यांच्या मंत्रिमंडळातील सहकाऱ्यांनी घोषणापत्राचा मसुदा लिहायला घेतला. अर्थात डर्बी यांनी ओळखले होते की, घोषणापत्र राणीच्या शब्दांत लिहिणे गरजेचे आहे. संसदेत जे काही ठरले होते, त्या सगळ्यांचा पुनरुच्चार या घोषणापत्रात होता आणि ते अत्यंत स्पष्ट व थेट होते. ईस्ट इंडिया कंपनीकडून शाही मुकुटाला म्हणजेच राणीला थेट अधिकार देण्यात येतील, हे गृहीत धरलेलेच होते. गव्हर्नर-जनरल यांना व्हाइसरॉय म्हणून संबोधले जाईल. भारतातील जितके स्थानिक संस्थानिक, रियासत आणि राज्ये यांच्या प्रमुखांशी केलेल्या करारांचा आणि तहांचा स्वीकार केला जाईल, नागरी सेवेमधील नियुक्त्या युरोपातील आणि त्यांच्यासारख्या स्थानिक योग्य उमेदवारांसाठी खुल्या केल्या जातील. धर्म आणि मालमत्ता अधिकार यांचा निर्वाह करण्यासंदर्भात राज्याच्या अखत्यारीतील प्रत्येक नागरिकाला समान आणि निष्पक्षपाती वागणूक दिली जाईल आणि सगळ्यांना अभय दिले जाईल. मात्र, धार्मिक तटस्थतेचे तत्त्व ही समस्या कायम राहिली होती, कारण राणीच्या अधिकृत नामाभिधानात तिचा 'श्रद्धेची संरक्षक' असा उल्लेख होता. डर्बी आणि त्यांचे मंत्रिमंडळ कुठल्याही परिस्थितीत हे शब्द काढून टाकण्यास तयार नव्हते. त्याच वेळी शाही घराण्याची ख्रिश्चन धर्म पाळणारे म्हणून एक स्पष्ट ओळख होती, त्या ओळखीमध्ये या मसुद्यातील एका वचनामुळे - 'कुठल्याही स्थानिक संप्रदायाला किंवा परंपरांना उचकटून टाकण्याचा प्रयत्न केला जाणार नाही किंवा इतर कुठल्याही प्रकारे धर्मप्रचार केला जाणार नाही'- एक विचित्र परिस्थिती निर्माण झाली होती. एका मंत्र्याच्या निरीक्षणाप्रमाणे, 'जर हे सगळे राणीच्या विचारांचे प्रतिबिंब असेल, तर भारतात तिची ओळख धार्मिक सत्यतेशी काहीही घेणे-देणे नसलेल्या व्यक्तीचे प्रतिनिधित्व करणारी म्हणून जाईल. जेव्हा की, तिथे खरी गरज ही तिच्या तटस्थ असण्याची आहे'. पुढे त्याने लिहिले :

*सोसायटी फॉर प्रोपॅगेशन ऑफ गॉस्पेल*ची ती भोक्ती आहे, ज्याचा इथे निषेध केला जातो आणि ती केवळ एक ख्रिश्चन राणी म्हणून असूच शकत नाही, जी ती आहे... आपण आग्र्याला एक नवीन धर्मप्रचारकाचे क्षेत्र निर्माण करण्यासाठी सहमती दिली आणि एक तर आपण ते केले पाहिजे किंवा मग इतरांना ते करू दिले पाहिजे आणि वेळोवेळी आपण इतर धर्मप्रचारक क्षेत्रे शोधलीसुद्धा आहेत; पण भाषा... राणीला तिच्या विशेषाधिकारांचे निर्गमन करण्यापासून रोखणारी हवी.(५०)

हा अडथळा दूर करण्यासाठीचा उपाय म्हणजे, राणी ख्रिश्चन धर्माची उपासक असल्यामुळे ती इतर धर्मांच्या संदर्भात किती सहिष्णू आहे, या गोष्टीला अधोरेखित करणे. जर्मनीला निघालेल्या राणीला एक दिवस आधी म्हणजे ९ ऑगस्टला भेटून लॉर्ड डर्बींनी एवढे सगळे समजावून सांगण्यापर्यंत मजल मारली होती.(५१) याच वेळी आणखी एका अडचणीचा जन्म झाला, जो घोषणापत्रातील धर्माच्या संबोधनासंदर्भात होता. ख्रिश्चन धर्म आणि भारतातील इतर धर्म यांच्या उल्लेखांचा या एकाच मजकुरात कसा व्यवस्थित समावेश करावा या संदर्भात डर्बी विचारविनिमय करत असतानाच, लॉर्ड स्टॅनले यांना *ब्रिटिश मिशनरी सोसायटी*चे एक शिष्टमंडळ भेटायला आले, ज्यांच्याशी बोलताना त्यांनी सांगितले की, भारतात भविष्यात राबविण्यात येणारे धोरण हे धार्मिक तटस्थतेचे असणार आहे आणि 'देशात पूर्वीपासून चालत आलेल्या गोष्टींच्या तुलनेत युरोपातील मतांमुळे कुठलाही प्रभाव पडेल' अशा प्रकारची कुठलीही पावले भारतात उचलली जाणार नाही. डिसरेली यांनी लगेच स्टॅनले यांना कळवले की, त्यांनी वापरलेल्या शब्दांमुळे - ज्यातून जणू स्टॅनले हे ख्रिश्चन धर्माला 'युरोपचा धर्म' असे संबोधित आहेत, असा अर्थ निघतो - बरेच असमाधानाचे वातावरण निर्माण झाले आहे आणि हे शब्द 'अतिधार्मिक समूहांसाठी' लागू नाहीत. डिसरेली पुढे म्हणाले की, 'कुठलेही सरकार हे देशातील धार्मिक भावनांना क्षुल्लक ठरवू शकत नाही. इंग्लंडमधील धार्मिक वर्गाच्या भावना आणि सद्भावना यांना स्पर्श करण्याइतकेच महत्त्वाचे आहे; ते म्हणजे भारतातील स्थानिकांच्या धार्मिक भावनांचे मन जिंकून घेणे'.(५२) लॉर्ड डर्बी आणि त्यांच्या मंत्रिमंडळाला एका स्वाभाविक विरोधाभासाला सामोरे जावे लागत होते. स्वगृहींच्या ख्रिश्चन धर्मप्रसारकांच्या मतांची मर्जी राखली जाईल आणि त्याच वेळी भारतात शांतता व सौहार्द राखता येईल, अशा शब्दांची योजना कशी करायची, हा तो पेच होता. शिवाय या संपूर्ण घोषणापत्रात राणीचा प्रातिनिधिक आवाज राखणे त्यांच्यासाठी बंधनकारक होते. हा मसुदा प्रशियाला पाठवण्याच्या अगदी थोडे आधी स्पेन्सर वॉलपोल यांनी स्टॅनले यांना आठवण करून दिली की, 'भारताचा हा जाहीरनामा

कदाचित आतापर्यंत शाही घराण्याच्या मंत्रिमंडळाने पारित केलेले सगळ्यात महत्त्वाचे कागदपत्र ठरण्याची शक्यता आहे' आणि त्यामुळे त्याला एक ठरावीक उंची हवीच, शिवाय ब्रिटिश सरकारला संबोधित करताना संपूर्ण मसुद्यात राणी या शब्दाने त्याला बदलविण्यात यावे, थोडे अभिनय म्हणून, जी आजवर एक मौल्यवान कल्पना होती आणि थोडे लोकांना खात्री पटवून द्यायला की, सत्तांतर हे एक सत्य आहे आणि ते संपूर्णदेखील आहे'. हे सारे काही फार महत्त्वाचे नाही, असे मानून डर्बी यांनी निष्काळजीपणे मसुद्याची त्यांची प्रत लंडनला ठेवून शहर सोडले.[५३] सुदैवाने, लॉर्ड माल्म्सबरी जे विदेश सचिव होते आणि फार सतर्क होते, शिवाय पॉट्सडॅम येथील शाही मंडळींच्या ताफ्याचा एक भाग असल्यामुळे त्यांच्याकडे राणीला जाहीरनाम्याचा मसुदा दाखविण्याची जबाबदारी सोपविण्यात आली होती. तिने तो वाचला. मात्र, तिला तो फारसा आवडला नाही.

राणी व्हिक्टोरियाची प्रतिक्रिया ही कधीच सहज राहणार नाही, असे गृहीत धरून एकोणविसाव्या शतकातील पंतप्रधानांना त्यांच्या कामाच्या परिणामांची पूर्ण जाणीव होती. तिने लगेच माल्म्सबरी यांना सांगितले की जाहीरनामा 'जवळपास संपूर्ण पुनर्लिखित करण्याची गरज आहे'. जाहीरनाम्याचे तात्पर्य आणि त्यांचा रोख, हा प्रश्न होता. ब्रिटिश सरकार या शब्दप्रयोगाच्या जागी सगळीकडे शाही 'आम्ही' असे शब्द वापरण्यात यावे, अशी इच्छा तिने जाहीर केली. तिने सुचविले (जे डर्बी यांनी आधीच गृहीत धरले होते की, ती सुचविणारच) की, धार्मिक तटस्थतेच्या मुद्द्यासंदर्भात जो मार्ग काढला आहे, त्यातून असे सूचित होते की, तिचे तिच्या धर्माशी असलेले जे दृढ संबंध आहेत; त्यामुळे ती भारतातील इतर धर्मियांच्या संदर्भात सहिष्णू आहे. मसुद्यातील 'गरिबी निर्मूलन' या अस्पष्ट उल्लेखाऐवजी तिला 'भविष्यातील समृद्धी आणि सार्वजनिक कल्याण' अशा काहीशा शब्दांतील एक निश्चित आश्वासन अपेक्षित होते आणि तिला मसुद्यात अपेक्षित होते की, ब्रिटिश शाही घराण्याच्या छत्रछायेतील जनतेला काही विशेष फायदे मिळतील आणि त्याच वेळी त्यांच्या प्राचीन कायद्यांचे आणि त्यांच्या वापराचे जतन करण्याची हमीदेखील तिला या मसुद्यात समाविष्ट करायला हवी होती. या सगळ्यांच्या वर राणी व्हिक्टोरियाला हे घोषणापत्र म्हणजे, तिच्याच शब्दांत सांगायचे तर 'तिच्या नवीन सत्ताकारणाचा शुभारंभ' असलेल्या प्रसंगासाठी साजेसे व्हावे असे वाटत होते.[५४] किंवा जसे माल्म्सबरी यांनी डर्बी यांना सांगितले, 'एका प्राचीन अर्ध- जगताला एका राणीकरिता करायच्या वैयक्तिक संबोधनात पुरेसे अर्थपूर्ण स्वर लावले गेले नाहीत' आणि वर्तमानातील मसुद्याचे स्वरूप हे 'एखाद्या माननीय न्यायाधीशाच्या एखाद्या सामान्य सूचनापत्रासारखे' आहे. माल्म्सबरी यांच्या मते व्हिक्टोरिया ही 'कोणत्याही मंत्र्याच्या कार्यक्षेत्रातील सर्वांत अधीर स्वभावाची व्यक्ती होता. त्यांनी राणीने

दिलेल्या सर्व सूचना डर्बी यांच्यापर्यंत पोहोचविल्या :

> राणीला आनंद होईल जर डर्बी यांनी त्यांच्या प्रभावी शैलीत हा जाहीरनामा अशा प्रकारे लिहिला की, ज्यात उल्लेख असेल की, एक महिला सत्ताधीश शंभर दशलक्षापेक्षा अधिक लोकसंख्या असलेल्या पूर्वेकडील आपल्या प्रदेशाशी कशा प्रकारे संवाद साधते आहे, ज्यांनी गृहीत धरले आहे की, एका रक्तरंजित यादवीनंतर त्यांना एक प्रत्यक्ष सरकार मिळणार आहे आणि या सर्वांची भरपाई करणारी तिची सत्ता असणार यासाठी ती वचनबद्ध आहे आणि तिच्या सरकारची उद्दिष्टे स्पष्ट करणारा हा मसुदा आहे. या दस्तावेजात औदार्य, दातृत्व आणि धार्मिक भावना यांचा उच्चार असावा आणि ब्रिटिश शाही सत्तेचा भाग बनल्यावर त्यांच्या बरोबरीत आल्यामुळे भारतीयांना जे विशेष अधिकार मिळणार आहेत आणि विकासाच्या तसेच सुधारणांच्या माध्यमातून जी समृद्धी त्यांना लाभणार आहे, त्याचा प्रामुख्याने उल्लेख यात असावा, असेही अपेक्षित आहे.[५५]

यामुळे दोन गोष्टी झाल्या किंवा घडल्याच नाहीत. पहिली म्हणजे, लॉर्ड डर्बी यांनी राणीने तपासण्यासाठी केलेल्या सूचना आपल्याला मिळाल्याची पोचपावती तर दिली; पण बरोबर असेही सांगितले की, आता मसुदा छपाईसाठी पाठविण्यात आला आहे; त्यामुळे त्यांना आता पॉट्सडॅमवरून पुन्हा सुचविलेल्या बदलांना पाहणे शक्य नाही; पण त्याच वेळी त्यांनी माल्म्सबरी यांना आश्वस्त केले की, व्हिक्टोरियाने ज्या ज्या गोष्टींबाबत बदल सुचविले आहेत, ते त्यांनी मसुद्यात टाळले आहेत. ते स्वतः, स्टॅनले आणि जॉर्ज क्लर्क (तत्कालीन नवीन स्थायी अवर-सचिव) हे आता आणखी एका बोचऱ्या, काटेरी विषयाकडे वळले होते : *'डिफेंडर ऑफ फेथ'* या मसुद्यात वापरलेल्या शब्दप्रयोगाला भारतीय स्थानिक भाषांमध्ये कसे भाषांतरित करायचे? डर्बी यांना आशा होती - जी अवास्तविक होती की, त्याचा अर्थ अगदी सहजपणे 'धर्माचे संरक्षण करणारी' असा लावला जाईल.[५६] दुसरी म्हणजे ख्रिश्चन मिशनरींचे शिष्टमंडळ भेटायला गेले असता स्टॅनले यांनी त्यांच्याशी केलेल्या प्रामाणिक बोलण्यांबद्दल कुठलीही शंका नसताना, या जाहीरनाम्याच्या अंतिम मसुद्यासंदर्भात मात्र मंत्रिमंडळाने मौन पाळले होते. डिसेंबर महिन्याच्या सुरुवातीला जेव्हा बातमी लंडनला पोहोचली की, नोव्हेंबर १ पासून संपूर्ण भारतात सत्तांतराची घोषणा करण्यात आली आहे, तोवर मंत्रिमंडळातील आणि शाही दरबारातील लोकांव्यतिरिक्त इतर कुणालाही कल्पना नव्हती की, ही घोषणा म्हणजे नेमके काय झाले आहे. ज्यांना माहिती होती, त्यांनी थोडी माहिती पुरवली. नोव्हेंबरच्या सुरुवातीला मॅन्शन

हाउस येथे केलेल्या भाषणात डर्बी यांनी विधान केले की, 'शांततेचा आणि दयेचा संदेश' राणीद्वारे तिच्या साम्राज्यातील भारत देश आणि त्यातील लोकांना पाठविण्यात आला आहे आणि तिकडे आरगीलच्या ड्यूकने लंडनमधल्या इंडिया ख्रिश्चन असोसिएशनच्या एका बैठकीत सांगितले की, घोषणापत्राची व्याप्ती फार काही मोठी नाही आणि कंपनी व शाही मुकुट यांच्यात असलेल्या दरी दूर करणारी आहे.[५७] ख्रिश्चन धर्मीयांनी त्यांच्या स्वभावाप्रमाणे या निर्वाताला स्पष्टपणे नाकारले. फार काळाने म्हणजे ऑक्टोबरमध्ये एका मिशनरी गटाने तर असे गृहीतच धरले की, राणीच्या सत्तेमध्ये येण्याने ख्रिश्चन धर्मप्रसार अधिक वेगाने होईल आणि त्याची गती कमी होण्याची कुठलीच शक्यता नाही. उदाहरणार्थ, लॉर्ड शाफ्ट्सबरी यांनी ऑक्टोबरमध्ये लीड्स येथे एका भाषणात दावा केला की, कुठल्याही सरकारी मदतीशिवाय बायबल हे 'ढगांवर आरूढ होऊन' भारतावर बरसत राहील.[५८] खरेच, इतक्या ताकदीच्या एका दस्तावेजाला एवढ्या मोठ्या कालावधीसाठी लपवून ठेवण्यात आले आणि त्यातून मग सगळ्या अफवांचा जन्म झाला.

हळूहळू घोषणापत्राचे अंतिम स्वरूप उलगडू लागले, तेव्हा त्यातून भारतातील धार्मिक तटस्थतेची ब्रिटिशांची नवीन भूमिका उघडकीस आली आणि मग त्यातून ख्रिश्चनांकडून टीकेची झोड उठण्यास सुरुवात झाली.[५९] व्हिक्टोरिया आणि अल्बर्ट यांनी व्यक्त केलेल्या अनेक चिंतांना आणि शंकांना या घोषणापत्रात समाविष्ट करण्यात आले होते. जे गाळण्यात आले होते, ते मात्र महत्त्वाचे होते. यातील दोन उदाहरणे अगदी निराळी आहेत. ब्रिटिश राजेशाहीच्या इतर प्रजेप्रमाणे भारतीयांना समानतेची संधी देण्यासंदर्भात या घोषणापत्रात कुठेही उल्लेख नव्हता. अर्थात ही गोष्ट आणि हे घोषणापत्र आता भारताच्या आदिम स्मरणाचा भागदेखील नाहीत. या मुद्द्याशी सदृश असे काहीतरी घोषणापत्रातील सातव्या परिच्छेदात आहे जिथे राणीने घोषित केले की, ते 'आम्ही स्वतः, आमच्या भारतीय क्षेत्रातील स्थानिकांप्रमाणेच आमच्या इतर प्रजेच्या कर्तव्याशीदेखील बांधील आहोत.' अर्थात हे विधान व्हिक्टोरियाला जे अपेक्षित होते, त्याच्या जवळपास जाणारे नव्हते.

तिने सांगितले होते की, भारतीय प्रजेला 'ब्रिटिश राजेशाहीच्या इतर प्रजेप्रमाणेच समानतेचे स्थान देण्यात यावे'. तिला जे हवे होते, ते तर घोषणापत्रात नव्हतेच. शिवाय, 'तिच्या नवीन सत्ताकारणाचा प्रारंभ' या तिने सुचविलेल्या बदलाचाही त्यात समावेश नव्हता. कदाचित हा कमी महत्त्वाचा बदल मानला गेला असावा; मात्र, तिच्यासाठी भारतातील तिच्या साम्राज्याच्या वाटचालीची ही नवी सुरुवात तिच्या भावना व्यक्त करणारी होती.

अधिकारांचे आणि सत्तेचे हस्तांतर करण्याच्या प्रक्रियेतील आता फक्त एक शेवटची पायरी शिल्लक होती. डिसेंबर १८५७ मध्ये लॉर्ड पाल्मरस्टोन यांनी

राणीला सुचविले होते की, तिने भारतासाठी ब्रिटनमध्ये दिल्या जाणाऱ्या नाइटहूडप्रमाणे खास सर पदवीची स्थापना करण्यात यावी, जे राणी व्हिक्टोरिया आणि भारतातील राजघराणी यातील बंध आणि निष्ठा व्यक्तिगत स्वरूपात दृढ करण्यासाठी विशेष प्रयत्न करतील. अठरा महिन्यांनंतर राणीने या सूचनेचा पुनर्विचार केला आणि लॉर्ड कॅनिंग यांना तिने शिफारस केली. कॅनिंग यांना वाटले की, ही नवीन पदवी ती फक्त भारतासाठी राखीव ठेवू इच्छिते. त्यांनी ब्रिटिशशासित भारतात चौकशी करणे सुरू केले की, ही कल्पना कशी अमलात आणता येईल; पण त्यांना सांगण्यात आले की, यात फारसे यश तोवर मिळणार नाही जोवर युरोपातील आणि भारतातील पात्रता असलेले सगळे एकत्र येणार नाहीत. कॅनिंग यांना सांगण्यात आले की, भारतातील प्रतिष्ठित लोक कदाचित याकडे तितक्याशा सन्मानाने बघणार नाहीत.[६०] त्यामुळे एक नवीन शौर्य सन्मान *'स्टार ऑफ इंडिया'*, ज्येष्ठ भारतीयांसाठी आणि युरोपातील लोकांसाठी स्थापन करण्यात आला. राजपुत्र अल्बर्ट यांनी या प्रकल्पात फारच उत्साहाने सहभाग घेतला आणि लगेच सन्मानसाठीची विशेष फीत आणि घोषवाक्य तयार करवले ज्याच्यासाठी त्यांनी भारतातील नवीन लिबरल सचिव सर चार्ल्स वूड यांचा सल्ला घेतला. अल्बर्ट यांचे भारताबाबतचे विचार - काहीसे ख्रिश्चन धर्माप्रमाणे आणि थोडे सहिष्णू, पुरातन आणि आधुनिकदेखील - होते. या नवीन सन्मानाच्या कल्पनेवर त्याचा प्रभाव होता. त्याने या सन्मानासाठी निवडलेली पदवी म्हणजे 'पूर्वेचा' किंवा 'प्रभात तारा'. वूड यांना समजावून सांगताना त्याने म्हटले, 'ईस्टर्न स्टार म्हणजे पूर्वेकडील तारा म्हणजे पूर्वीचे तीन राजे किंवा ज्ञानी पुरुष ज्यांनी अर्भक ख्रिस्ताला वंदन केले आणि यालाच आपण एक मुद्रा म्हणून वापरू शकतो - जी ख्रिश्चन धर्माच्या उदयाचे प्रतीक असेल, जी एक अर्थपूर्ण आठवण असेल तसेच भारतीयांपासून लपूनही राहील आणि तरीही एक दिवस इतिहासात तिचा परिचय उघड होईल.' त्याच वेळी अल्बर्ट यांनी आणखी एका गोष्टीकडे इशारा केला, 'जगाला प्रकाशमान करणारा उजेड हा पूर्वेकडून येतो आणि मानववंशांचा उगमदेखील पूर्वेकडूनच झाला आहे; त्यामुळे हे प्रतीक चिन्ह पात्र ठरेल आणि भारतीयांसाठी अविशिष्टही ठरणार नाही'. अल्बर्टने अतिउत्साहाने या पदवी सन्मानाला जोड म्हणून लॅटिन भाषेतील काही घोषवाक्यांची यादी केली आणि त्यातील 'lux caeli dux noster' ('स्वर्गातील प्रकाश आमचा आदेश') या वाक्याची निवड केली.[६१] अल्बर्ट यांनी तयार केलेल्या या सर्व गोष्टी कॅनिंग आणि वूड या दोघांनाही पसंत पडल्या नाहीत. या दोन सुज्ञ व्यक्तींनी सूचित केले की, लॅटिन घोषवाक्य हे ब्रिटिश पदवी सन्मानासाठी, जसे की Garter साठी ठीक आहे; पण ज्या 'राजेशाही सदस्यांचे पूर्वज Garter... च्या चार ते पाच शतकांपासून सिहांसनांवर आरूढ आहेत... त्यांच्यासाठी हे स्वप्नातही शक्य नाही'. अल्बर्ट यांना हे सारे

समजावून सांगण्यात आले की, निदान भारतीयांच्या संदर्भात तरी, ते त्यांचा देश पूर्वेकडे आहे असे मनात नाहीत. भारतातील मुस्लीम हे पश्चिमेतील मक्केकडे तोंड करून नमाज करतात. 'भारतीय हे कधीच स्वतःला प्राचीन समजत नाहीत', कॅनिंग यांनी दरबारात आपली बाजू मांडण्याचा प्रयत्न केला. एक चांगला उपाय म्हणून कॅनिंग यांनी सूचित केले की, भारतीयांसाठी 'स्टार' म्हणजे 'सातारा' जे मराठ्यांच्या एका घराण्याचे नाव आहे, ज्यांचा ब्रिटिशांनी १८०४मध्ये पराभव केला होता आणि या सर्व प्रकारामुळे ही चर्चा उणेपुरे नऊ महिने चालू राहिली. पदवी सन्मानासाठी आणखी काही नावांची शिफारस झाली, ज्यामध्ये *'इंपीरियल स्टार'* (हे नाकारण्यात आले, कारण ब्रिटिश मुकुटाला राजेशाही मान होता.) *'सेलेस्टिअल स्टार'* (प्रशिक्षण), *स्टार ऑफ पीस* (चांगले नाही, कारण हिंदीत शांती म्हणजे युद्धानंतरचा करार किंवा झोप) या नावांचा समावेश होता. एका टप्प्यावर निराश झालेल्या अल्बर्ट यांनी विधान केले की, या घटनाक्रमाला तर 'सुवर्ण अशक्यता' म्हणावे लागेल, कारण यावर कुणाचीच सहमती होत नाही. शेवटी, *स्टार ऑफ इंडिया* हे नामाभिमान अंतिम करण्यात आले.[६२]

जरा तटस्थ होऊन विचार केला तर *स्टार ऑफ इंडिया* हे नामाभिमान, पाश्चिमात्यांच्या ज्या प्रतिष्ठेच्या आणि श्रेणींसंदर्भात असलेल्या कल्पनांना भारतीय रियासतदार, संस्थानिक आणि इतर घराणेशाही यांवर, जे मध्ययुगीन गूढतेचा अंगरखा घालून आहेत आणि राणीला प्रिय असलेले हे रूप आहे, त्यांच्यावर लादण्याचा प्रयत्न करण्यासारखे होते. हा स्थापन केलेला नवीन सन्मान हे सारे साध्य करणारा होता. *ऑर्डर ऑफ बाथ*प्रमाणेच आयरिश लोकांसाठीच्या *ऑर्डर ऑफ सेंट पॅट्रिक*च्या धर्तीवर हा सन्मान होता आणि काही काळातच याच्या सदस्यांकरिता ब्रिटिश भारतीय समाजातील माननीय आणि प्रतिष्ठित लोकांची ओळख ठरू लागला. भारतातील बंडानंतरच्या काळात, *स्टार ऑफ इंडिया* हा सन्मान ब्रिटिशांप्रति भारतातील निष्ठावंतांच्या हजेरीपटसदृश होता, ज्यामध्ये १८५७-५८च्या बंडात ब्रिटिशांना मदत करणाऱ्यांचा प्रामुख्याने समावेश होता. कॅनिंग यांचा आग्रह होता की, फक्त रक्ताच्या नात्याने एखाद्या राजघराण्यातील आहे किंवा 'पुरातन माननीयता' आहे म्हणून त्या व्यक्तीला हा सन्मान देण्याऐवजी तो ब्रिटिशांसाठी सेवा प्रदान करणाऱ्याला देण्यात यावा. पात्र ठरलेल्या भारतीयांची एक लांबलचक यादी शेवटी कात्री मारून फक्त आठवर आली. यातील पाच हिंदू संस्थानांचे प्रमुख - ग्वालियर, काश्मीर, इंदोर व पतियाळा आणि बडोद्याचे गायकवाड - आणि तीन मुस्लीम रियासतदार - हैदराबादचे निझाम, भोपाळच्या बेगम आणि रामपूरचे नवाब हे होते. १८५७च्या आधी जेव्हा कंपनीने दिल्ली आणि अवध येथील रियासतींकरिता बंदुकीच्या सलामीच्या फैरी सुरू केल्या होत्या, त्यात यांनी उत्तरेकडील अनेक

छोट्या संस्थानांचा आणि रियासतींचा समावेश केला होता.(६३) हा सन्मान म्हणजे राणीच्या 'नवीन सत्ते'च्या शुभारंभ दर्शविण्यासाठीही स्थापन करण्यात आला होता. १८६१मध्ये सन्मानित होणाऱ्यांच्या पहिल्या फळीतील लोकांना ही पदवी देण्याचा समारंभ घोषणापत्राच्या पहिल्या वर्धापन दिनाच्या दिवशी ठेवण्यात आला होता.

हा नवीन पदवी सन्मान *स्टार ऑफ इंडिया* १ नोव्हेंबर १८६१मध्ये अलाहाबाद आणि लंडन दोन्ही ठिकाणी एकाच वेळी स्थापन करण्यात आला. चार भारतीय संस्थानिकांनी अलाहाबाद दौरा केला, ज्यामध्ये ग्वालियरचे महाराज (यांच्या पदकात, त्यांच्या प्रतिष्ठेला साजेसे व्हावे म्हणून आणखी एका निळ्या फितीचा समावेश करण्यात आला होता,) काश्मीरचे व पतियाळाचे महाराजा आणि भोपाळच्या रियासतीच्या बेगम (यांनी त्यांना देऊ केलेला *'लेडी नाइट'* हा सन्मान घेण्यास नकार दिला) तर यादीतील उर्वरित लोकांचा पदवीदान समारंभ त्यांच्या संस्थानांमध्ये आणि रियासतींमध्ये केला गेला. कॅनिंग यांना एकाच वेळी आश्चर्यचकित व क्रोधित करणारी एक गोष्ट घडली. सन्मान देण्यासाठीची तयारी झाली असताना हैदराबादच्या निझामाने सुरुवातीला हा सन्मान आपल्या धर्माच्या श्रद्धांच्या विरुद्ध आहे, असे सांगत तो घेण्यास नकार दिला.(६४) लंडनमध्ये पहिले *सर* पद हे वेल्सचे राजपुत्र अल्बर्ट आणि दुलीप सिंग यांना देण्यात आले. दुर्दैवाने बकिंगहॅम महालात झालेला हा समारोह अल्बर्ट यांचा शेवटचा सार्वजनिक समारोह ठरला, कारण यानंतर एकाच महिन्याने ते विषमज्वराने आजारी झाले आणि १५ डिसेंबरला त्यांची प्राणज्योत मालवली. या स्टार सन्मानाने आणखी एक बळी घेतला आणि तो भारतात. कलकत्त्याला परत येत असताना शार्लोट कॅनिंग हिला मलेरिया झाला आणि त्यातच तिचे निधन झाले. चार्ल्स कॅनिंग यांना त्यांच्या पत्नीच्या निधनाचा प्रचंड धक्का बसला. बराकपूर येथे तिच्या स्मृतिस्थळाच्या शिलान्यासाची पूर्तता करण्याआधीच अवघ्या सात महिन्यात त्यांचादेखील मृत्यू झाला. राणी व्हिक्टोरियासाठी तर जणू काळ गोठला होता. त्याच वर्षाच्या सुरुवातीला मृत्यू पावलेल्या तिच्या आईच्या - केंटच्या डचेस - दुःखातून ती अजून सावरली नसतानाच ती आता जगातील सगळ्यात प्रसिद्ध विधवा स्त्री ठरली होती आणि त्यानंतर ती अनेक वर्षे सार्वजनिक जीवनापासून दूर झाली.(६५) याच्या अगदी विरुद्ध, भारतात तिचे अस्तित्व सर्वत्र झळकू लागले. नवीन ब्रिटिश राज टिकवून ठेवण्यासाठी झटणाऱ्या भारतीय सरकारने तिचे नाव, तिच्या प्रतिमा यांचा कानाकोपऱ्यांत प्रसार करण्यास सुरुवात केली होती.

५

लोकप्रिय व्हिक्टोरिया

'**भा**रतात नवीन शतकाचा आरंभ झाला आहे; लोकप्रिय व्हिक्टोरिया हिच्या शासनाचा शुभारंभ झाला आहे', अशी घोषणा भारतात राणीचा जाहीरनामा १ नोव्हेंबर १८५८मध्ये जारी झाल्यानंतर भारतासंदर्भातील प्रथितयश तज्ज्ञ जॉन के यांनी, त्याच्या काही आठवड्यांनी ते लंडनला दाखल झाले, तेव्हा केली. [१] ही बातमी भारतीय उपखंडात प्रसारित करण्यासाठी कुठल्याही प्रकारच्या आर्थिक बाबींची काळजी केली गेली नाही. चार्ल्स कॅनिंग यांचे खासगी सचिव आणि भाषाशास्त्रात निष्णात असलेल्या लेविन बॉवरिंग यांच्या मार्गदर्शनाखाली या जाहीरनाम्याचे भाषांतर भारतातील सगळ्या महत्त्वाच्या भाषांमध्ये करण्यात आले आणि महत्त्वाची शहरे आणि तत्कालीन तीन प्रांत - बंगाल, बॉम्बे आणि मद्रास - येथे, सिंगापूर, मलाक्का आणि स्ट्रेट्स सेटलमेंटच्या किनाऱ्यालगतच्या रियासतींमध्ये त्याचे समारंभपूर्वक सार्वजनिक वाचनही करण्यात आले. सर्वदूर जिथे जिथे ईस्ट इंडिया कंपनीचे जाळे पसरले होते, तिथे तिथे शाही प्रतीकांची आणि आदर्शांची रोवणी करण्यात आली. विशेषतः मुंबई येथील बंदरावर एक झेंडा फडकावून ईस्ट इंडिया कंपनीच्या नौदलाच्या सर्व जहाजांना शाही भारतीय नौदलात परिवर्तित करण्यात आले. सगळे छापखाने कामाच्या ओझ्याखाली गाडले गेले, कारण या जाहीरनाम्याच्या हजारो प्रती छापायला आल्या होत्या. आतषबाजी, दिव्यांची आरास, गरिबांना जेवणावळी आणि नाच यांच्या माध्यमातून सार्वजनिक स्तरावर उत्सव साजरे करून घटनेची दखल घेण्यात आली. अगदी पेशावर ते म्हैसूर, कलकत्ता ते मुंबई आणि गुजरात ते त्रावणकोरपर्यंत उत्सवी आयोजन केले गेले.[२] हजारांच्या घरात अलंकृत संदेश, काही हस्तलिखिते काही ठिकाणी अगदी सही-शिक्क्यानिशी राणीला पाठविण्यात आले. अशा अनेक संदेशांमध्ये राणीची प्रजा म्हणून तिच्याप्रति निष्ठा प्रदर्शित करणारे, निष्ठेची शपथ

घेणारे मजकूर होते, ज्यामध्ये तिच्या या 'थेट सत्ता' शुभारंभासाठी आणि 'भारतात शाही वर्चस्व' स्थापन करण्यासाठी तिचे अभिनंदन केले होते.[३]

हे सर्व काही अत्यंत घाईघाईत झाले. जाहीरनाम्याचा अंतिम मजकूर कॅनिंग यांना लंडनहून ऑक्टोबर महिन्याच्या मध्यास मिळाला आणि अनेक स्थानिक अधिकाऱ्यांनी कळवले की, त्यांना त्यांच्या प्रती अगदी २७ ऑक्टोबरनंतर मिळाल्या. अगदी सगळीकडेच या जाहीरनाम्याचे नशीब फळफळले असे नाही. काही ठिकाणी त्याची अवहेलना झाली. *बॉम्बे कस्टम हाउस*ने ब्रिटिश ध्वज *यूनिअन जॅक* त्या दिवशी उलटा फडकावला, जो एक अपशकुन आहे, असे मत अनेकांनी व्यक्त केले. मद्रासमध्ये जाहीरनाम्याच्या वाचन समारंभासंदर्भात नीट प्रसिद्धी झाली नाही; तेवढा अवधी मिळाला नाही; त्यामुळे या समारंभाला फक्त ब्रिटिश तुकड्याच उपस्थित होत्या. 'संपूर्ण वातावरण एकदम गंभीर, नीरस आणि खिन्न होते', असे नमूद करण्यात आले. त्यामध्ये व्हिक्टोरियाचे नवीन नामाभिधान हे भाषांतर करण्यासाठी फार अवघड होते, कारण हिंदुस्थानात तिच्यासारखी कुणीही स्त्री शासक नव्हती. ती बेगम होती की महाराणी की पातशाह? सुदैवाने, एक साधे पदनाम सुचले. कलकत्त्याच्या ऑकलंड हॉटेलमध्ये एका पदनामाने लक्ष वेधले आणि इथल्या समारंभात तिला 'भारताची सम्राज्ञी' असे संबोधण्यात आले. इतकी घाई-गडबड असूनही राणीच्या जाहीरनाम्याचे भारतात व्यवस्थित प्रसारण झाले आणि त्याला एक महत्त्वही प्राप्त झाले. यापूर्वी कधीही ब्रिटिश राजघराण्याच्या परिचयासंदर्भात भारतातील साम्राज्यात इतके गूढत्व नव्हते. एका अधिकृत घोषणेला भाषांतरित करून, संपूर्ण भारतात आणि उपखंडात व त्याही पलीकडे त्याच्या प्रसारासाठी इतकी मोठी यंत्रणा कामाला लावण्याची ही पहिलीच वेळ होती. हा जाहीरनामा म्हणजे राजेशाहीचा जाहीरनामा होता. याच्या माध्यमातून भारतातील जनतेला अनेक वचने दिली गेली की, राणीच्या इतर प्रजेसंदर्भात केला जातो तसाच, त्यांच्या धर्माचा आणि कायद्याचा सन्मान केला जाईल, देशाच्या प्रशासकीय यंत्रणेला भारतीय जनतेसाठी खुले केले जाईल, सार्वजनिक सेवांचे आधुनिकीकरण केले जाईल, संस्थाने खालसा करण्याच्या धोरणाला समाप्त केले जाईल आणि ज्यांनी ब्रिटिश सत्तेविरोधात शस्त्र उचलले होते, त्यांना अभय दिले जाईल. थोडक्यात, ख्रिश्चन समाजवादी जे. एम. लुडलॉव यांनी म्हटल्याप्रमाणे, हा जाहीरनामा म्हणजे, 'ब्रिटिश भारताचा मॅग्ना कार्टा' होता, भविष्यात भारतीय राज्यपालांना राणीच्या वचनांचा संदर्भ ठेवून तोलले जाणार होते. लुडलॉव यांनी भविष्य वर्तवत पुढे म्हटले आहे की, 'ते या जाहीरनाम्यातील प्रत्येक वचन तोडू किंवा नाकारू शकतील... मात्र, ही मोडलेली प्रत्येक वचने मोडूनही जिवंत राहतील... आणि सूड उगवतील'. भारतात एक कधीही माघार न घेता येणारे पाऊल उचलले गेले. ब्रिटनमध्ये इंग्लिश संविधानाने दुर्लक्षित ठेवलेल्या राणीने

भारतात इंग्लिश अधिकाराची संरचना केली. आरगीलच्या ८व्या ड्यूक यांच्या निरीक्षणाप्रमाणे, भारतात स्थापन झालेल्या 'शासनावरील व्यक्तिगत अधिकारांमुळे' हा देश 'राजकीय वादाच्या भोवऱ्यात अडकला' होता.[५]

पुस्तकाच्या या प्रकरणात कंपनीकडून शाही मुकुटाकडे सत्तांतर केल्यानंतर झालेल्या त्वरित परिणामांचा ऊहापोह केला आहे. सत्ता कशा प्रकारे कार्यान्वित केली गेली आणि तिचे कसे अन्वयार्थ काढण्यात आले. राणीचा हा जाहीरनामा वडीलकी गाजवणारा होता आणि त्याचा सूर पारंपरिक आणि रूढिवादी होता. आता या वचनांना अमलात आणण्याची जबाबदारी उदारमतवाद्यांची होती. भारतीय प्रशासकीय कायदा, १८६१च्या अन्वये चार्ल्स कॅनिंग हे नवीन व्हाइसरॉय बनले आणि त्यांनी स्वतःसाठी सुधारणावादी कार्यकारी अधिकारी गोळा करायला सुरुवात केली. तसेच मंडळाचे विधी आणि अर्थ सदस्य हे ब्रिटनमधील उदारमतवाद्यांमधील सर्वोत्तम सदस्य होते. लंडनच्या मुक्त व्यापाराचे मुखपत्र *'द इकॉनॉमिस्ट'*चे संपादक जेम्स विल्सन स्वतः एका महत्त्वाच्या आर्थिक व्यवहाराशी संबंधित पदाची जबाबदारी स्वीकारण्यासाठी भारतात आले होते. दुसऱ्या एका महत्त्वाच्या पदी - विधी खात्याच्या पदासाठी केंब्रिज येथील नामांकित विधी अध्यापक हेन्री मेन यांना दोनदा विचारणा झाल्यानंतर त्यांनी होकार दिला. मेन काय आणि १८७७ पर्यंतच्या इतर सर्वच कार्यकारी मंडळाच्या कायदेशीर सदस्यांना भारताचा अजिबात अनुभव नव्हता. त्यात त्यांनी उदारमतवादी प्रशासनाच्या तत्त्वांची शपथ घेतली, ज्यामध्ये मुक्त व्यापार कायद्याअंतर्गत मुक्त करार आणि अभिव्यक्ती स्वातंत्र्य यांचा समावेश होता. या साऱ्या कल्पना त्यांच्या मायदेशी बऱ्यापैकी चालल्या होत्या. अर्थात, या कल्पनांच्या अंमलबजावणीसाठी आणि यांना कार्यरत करण्यासाठी त्यांना राज्याच्या मजबूत मदतीची गरज भासत होती. यापूर्वी महाराणी व्हिक्टोरियाच्या ब्रिटनने सरकारी कारभार अनुभवला होता; आता भारताची पाळी होती. मेन यांच्यानंतर १८६९मध्ये आलेले जेम्स फिट्झजेम्स स्टीफन यांनी म्हटल्याप्रमाणे, आता 'परोपकारी लोकशाही'ची चव घेण्याची पाळी भारताची होती.[६] १८५८नंतर आलेले हे भारत सरकार आता कंपनीशासित भारताला एका उदारमतवादी राज्यात परिवर्तित करण्यास निघाले होते. चलन आणि पद हे संपूर्णतः बदलण्यात आले. कायदा व व्यवस्था एका सूत्रात बांधण्यात आली आणि नागरी सेवेची तसेच लष्कराची पुनर्बांधणी करण्यात आली. हे सारे आटोपल्यावर, सरकारने आपले लक्ष रियासतींमधील आणि संस्थानांमधील सुधारणांवर केंद्रित केले. ब्रिटनमधील अशा प्रशासकीय सुधारणांच्या क्रांतीचे काम करणाऱ्यांपेक्षा त्यांच्या भारतातील सहकाऱ्यांचे काम हे जास्त प्रशस्त आणि मोठे होते आणि म्हणून इतिहासकारांनी त्यांच्या कामाकडे योग्य ते लक्ष दिले.[७] १८५८ नंतरच्या ब्रिटिश सत्तेच्या प्रक्षेपणावर, राणीच्या जाहीरनाम्यावरील चर्चेवर आणि

त्यावरच्या कलहावर तिच्या या जाहीरनाम्याचा किती सुदूर प्रभाव राहिला होता, याकडे मात्र त्यांचे संपूर्ण दुर्लक्ष झाले. विद्रोह करणाऱ्यांवर पुन्हा नियंत्रण मिळविण्यासाठी भारतातील ब्रिटिशशासित भारत सरकारने राणीचे पद, तिची प्रतिमा यांचा पुरेपूर वापर केला आणि तोही अगदी न भूतो न भविष्यती अशा प्रकारे! त्याच वेळी, राणीच्या जाहीरनाम्यामध्ये ज्या समानतेची ग्वाही देण्यात आली होती, त्याने एक अशी मोकळी जागा निर्माण झाली, ज्यात भारतीयांना, शाही राज्यसंस्थेत सामील करून घेण्यासाठी दावा करता येणे शक्य झाले. कोणत्याही मार्गाने का असेना; पण आता या नवीन राजसत्तेच्या टप्प्यामध्ये ती निव्वळ नावापुरती न राहता केंद्रस्थानी आली होती.

सार्वभौम

जाहीरनामा जारी झाल्यानंतर भारत सरकार बंडानंतरच्या म्हणजेच १८५८नंतरच्या भारतावरील ब्रिटिश सत्तेच्या स्थापनेत राणी व्हिक्टोरियाच्या नावाला संलग्न करणे, एवढ्यावरच थांबले नाही. शब्द हा एक भाग होता. अत्यंत कमी साक्षरतेचे प्रमाण असलेल्या लोकसंख्येसाठी प्रतिमा ही शब्दांहून अधिक उत्कट असते. भारतीय नाणेनिधी आणि कागदी चलन यांचे पुनर्गठन, तसेच टपाल यंत्रणेचा विस्तार आणि त्यांचे केंद्रीकरण यातून राणीच्या सत्तेला व तिच्या प्रतिमेला तिच्या नव्या प्रजेमध्ये अधिक प्रभावीपणे स्थापित करण्याची मोठी संधी मिळाली. भारतात १८६२पर्यंत प्रसिद्ध असलेला 'कंपनी रुपया' रद्दबादल करण्यात आला. त्या जागी आले राणी, तिचे मुकुटधारी मस्तक आणि तिच्या खांद्याचा भाग एवढी प्रतिमा कोरलेले नाणे; जे १८६२नंतर रुजू करण्यात आले. सगळ्या किमतीच्या नाण्यांवर तिचे अस्तित्व होते; सोन्याच्या मोहरेपासून ते चिमुकल्या तांब्याच्या आण्यापर्यंत. पेपर करन्सी ॲक्ट, १८६१च्या माध्यमातून चलनात आणलेल्या नवीन नोटेवरसुद्धा ती मागच्या बाजूला स्थिरावली होती.[८] ब्रिटिश भारताबाहेर मात्र एक समान नाणे चलनात आणणे कठीण झाले होते. अनेक रियासतींमध्ये आणि संस्थानांमध्ये त्यांच्या स्वतःच्या मालकीच्या टांकसाळी होत्या आणि त्यांनी अगदी आज्ञाधारकपणे त्यांच्या नाण्यांवर असलेली दिल्लीच्या सम्राटाची प्रतिमा जरी काढून टाकली होती, तरी त्या जागी राणीची प्रतिमा टाकण्यास त्यांनी अनिच्छा दर्शवली. स्वतःच्या प्रमुखाची प्रतिमा हवी किंवा कुठलीच प्रतिमा (विशेषतः मुस्लीम राज्यांत जसे भोपाळ आणि हैदराबाद येथील रियासतींमध्ये) नको, अशी त्यांनी भूमिका घेतली. या सगळ्या स्थानिक टांकसाळी बंद करवणे ही आता सरकारची प्राथमिकता झाली होती, कारण दोन वेगवेगळ्या चलनांमुळे व्यापारात अडथळे निर्माण होऊ लागले होते आणि

विशेष म्हणजे त्यातून बनावट चलनाला प्रोत्साहन मिळत होते; परंतु, आर्थिक उपयोगितेला बाजूला ठेवले तर समान नाणे किंवा चलन आणण्यासाठीही मोहीम म्हणजे राणीच्या संपूर्ण भारतातील एकसंध सत्तेचे प्रतीक होते. भारताचे १८७१मधील व्हाइसरॉय मेयो यांनी शेवटी या सगळ्यामुळे नेमके काय पणाला लागले आहे, याची जाणीव करून दिली. भारताचे ब्रिटनमधील राज्य सचिव म्हणजेच आरगीलचे ड्यूक यांना त्यांनी लिहिले, 'मी विचार करणे थांबवूच शकत नाही.'

> *हे किती मोठ्या प्रमाणात आवश्यक आणि गरजेचे आहे की, भारतीय लोकांच्या एका हातातून दुसऱ्या हातात जाणारे एक नाणे जे सत्तेचा परिचय देणारे आहे, ज्याची निकड मोहमदी सम्राटांना भासली आणि त्यांनी ते अमलात आणले आणि ते एका अशा सत्तेने सूचित करावे ज्यांचा हिंदोस्थानात प्रभाव आहे आणि दिल्लीच्या शासकांना मात्र त्याची माहिति नव्हती.*

आणि नेमक्या शब्दांत सांगायचे तर ती प्रभाव टाकणारी सत्ताधीश म्हणजे राणी व्हिक्टोरिया. मेयो यांच्यानंतर त्यांच्या जागी आलेले नॉर्थब्रूक यांनीदेखील हे मान्य केले आणि १८७६ मध्ये स्थानिक नाणेनिधी कायदा पारित करण्यात आला. सर्व रियासतींना आणि संस्थानांना त्यांच्या टांकसाळी बंद करून नाणे किंवा चलन निर्मितीचे अधिकार कलकत्याला सुपूर्द करण्यास सांगितले गेले.[९] काहींनी होकार दिला. मात्र, यासाठी लागणाऱ्या कालावधीमुळे आणि नवीन भारतीय रुपयाच्या मुक्त वापरामुळे छोट्या चलनांची चलती कमी होण्यास मदत झाली.

नवीन रुपयामुळे राणी व्हिक्टोरियाची प्रतिमा भारतभर आणि भारतापलीकडेही सिलोन आणि पूर्व आफ्रिकेतील ब्रिटिश प्रांतांतील चलनांवर दिसू लागली. खरे सांगायचे, तर तिच्या स्वतःच्याच अधिकाऱ्यांना सुरुवातीला त्या रुपयाच्या कुवतीबद्दल शंका होती. एका स्त्रीचे चित्र असलेले चलन कंपनीच्या नाण्यांवर कशी मात करू शकेल आणि तेही हिंदू आणि मुस्लीम जनतेत, ज्यांना स्त्री सत्ताधीशांच्या अशा सार्वजनिक प्रतिमांची अजिबात सवय नव्हती.[११] तरीही भारतीयांना आकर्षित करेल किंवा त्यांची सहमती मिळेल असे चलन, नाणे तयार करण्यासाठी खूपच कष्ट घेण्यात आले. कंपनीच्या रुपयावर राणी व्हिक्टोरियाची प्रतिमा गेली दोन दशके म्हणजेच नाणे चलनात आले, तेव्हापासून होती. नवीन नाण्यांवरील तिची अर्धाकृती प्रतिमा मायदेशातील ब्रिटिश नाण्यांवरूनच घेण्यात आली होती. आता, १८६२मध्ये या नाण्यांवर राणीचे भारतीय रूपांतरण टाकण्यात आले. प्रतिमेतील तिचे नाक आणखी धारदार आणि सरळ करून ठळकपणे दाखवण्यात आले. तिच्या केसांचे

पेड घालण्यात आले आणि तिच्या डोक्यावर मुकुटाची भर टाकण्यात आली. याशिवाय कशिदाकारी केलेले पोलके घातलेल्या या राणीच्या गळ्यात एक मोत्यांची माळदेखील कोरण्यात आली. इतकेच नाही, तर १८६२मध्ये जेव्हा कागदी चलन काढण्यात आले, तेव्हा तिच्या चित्रात आणखी एक बदल करण्यात आला आणि तो म्हणजे तिचे डोळे थोडे काळे करण्यात आले होते. नाणे आणि नोट या दोन्हीवरील प्रतिमांना राणीने मंजुरी दिली. मात्र, तिचे राज्यसचिव सर चार्ल्स वूड यांनी शिफारस केल्यानंतरच. त्यांनी तिला आश्वासन देत सांगितले की, या प्रतिमा म्हणजे 'एका शासकाने जारी केल्याचे अगदी अचूक प्रतीक असेल, दोहोंवरील, सारख्या दागिन्यांमुळे आणि आवरणांमुळे सत्तेचे प्रतिनिधित्व करणारे असेल.'[१२] त्यामुळे एक प्राचीन स्वरूपातील सदैव तरुण स्त्री म्हणून यानंतरच्या तिच्या संपूर्ण सत्ताकाळात ती ब्रिटिश भारतीय चलनावर कायम राहिली.

विशेषकरून भारतासाठी तयार करण्यात आलेली व्हिक्टोरियाची प्रतिमा ही १८६०नंतर भारतात आणि उपखंडात सर्वदूर जारी करण्यात आलेल्या टपाल तिकिटावरसुद्धा विराजमान झाली. भारताचे भूमी अभिमापन-जनरल हेन्री थुलिअर यांनी पहिले टपाल तिकीट तयार केले होते, ज्यावर ब्रिटिश *'पेनी ब्लॅक'*वरील राणीच्या प्रतिमेचा उपयोग केला गेला. मात्र, १८६०च्या अगदी सुरुवातीलाच भारतीय टांकसाळीने एक नवीन रेखाचित्र जारी केले, जे लंडनचा एक छापखाना चालवणारे थॉमस दे ला रू यांनी तयार केले होते. राणीचे अर्धाकृती चित्र अंडाकृती होते, ज्यात राणीने एक अगदी साधा मुकुट घातला होता आणि संपूर्ण केस मागे बांधले होते. ही प्रतिमा तिच्या १८६२मध्ये चलनावर मुद्रित करण्यात आलेल्या प्रतिमेच्या तुलनेत कमी राजसी होती; पण नाणे आणि नोट यांच्यावरील प्रतिमांप्रमाणेच टपाल तिकिटावरील राणी व्हिक्टोरिया ही तरुण दिसणारी होती. तिच्या संपूर्ण सत्तेच्या काळातील हेच एक सर्वसामान्य टपाल तिकीट म्हणून कायम राहिले. तब्बल १८९० पर्यंत या तिकिटांवरील राणीचे रूप तसेच कायम होते. मात्र, त्यानंतर एक अगदी नवीन रेखाचित्र तयार करण्यात आले ज्यात राणीला सम्राज्ञीच्या रूपात, मुकुट परिधान करून, शालीने अर्धवट अंग झाकलेले असे दाखवले गेले. तिच्या भुवया काळ्या रंगात आणि संपूर्ण दिसणारे कान व त्यातील कर्णफुलेदेखील या प्रतिमेत दिसत होते.[१३] चलनाप्रमाणे टपाल तिकीट मात्र भारतात प्रमाणित करण्यात आले नाही. मात्र, एखादे कार्यालयीन टपाल स्थानिक राज्यातून बाहेर पाठवायचे असेल, तर हे विशिष्ट टपाल तिकीट लावण्याची आवश्यकता असे. भारतातील सहा राज्यांनी 'परंपरागत' राज्य बनून राहण्याचा पर्याय स्वीकारला. ज्याच्या अंतर्गत त्यांना भारत सरकारच्या टपाल तिकिटावर स्वतःच्या राज्याचे नाव वापरण्याची परवानगी देण्यात आली. मग काहींनी राणी व्हिक्टोरियाची प्रतिमा रंग

लावून, ती झाकून टाकण्याचे प्रकार केले; पण काहींनी पुढील दशकात भारत सरकारच्या १८६६च्या प्रमाणित टपाल तिकिटावरील राणीची प्रतिमा त्यांच्या राज्यांच्या टपाल तिकिटासाठी वापरायला सुरुवात केली, ज्यात नभा, चंबा किंवा फरिदकोट या राज्यांचा समावेश होता. मात्र, तसे करताना त्या प्रतिमांमधील राणीचे डोळे जास्त मोठे आणि काळे, तर नाक आणि जिवणी ही मूळ चित्रातील प्रतिमेपेक्षा भरीव केली गेली.[१४] समानतेच्या बाबत पाहायचे झाले तर... नाणे, नोट आणि टपाल तिकिट यांवरील राणीची प्रतिमा अजिबात ओळखू येणारी नव्हती; पण एक शाही स्त्री शासक म्हणून पूर्वेकडील व्यवस्थेतील तिचे प्रतिनिधित्व करण्यासाठी ते फार उपयोगी ठरले.

प्रजा

कायद्यासमोर सारे समान राहतील, हे राणीच्या १८५८च्या जाहीरनाम्यातील सगळ्यात मोठे वचन होते. पुस्तकातील यापूर्वीच्या प्रकरणात आपण पाहिले आहे की, राणी व्हिक्टोरिया भारतीयांना तिच्या साम्राज्यातील इतर प्रजेच्या बरोबरीने वागणूक देण्याबद्दल आग्रही होती; पण तिच्या या इच्छेला अंतिम जाहीरनाम्याच्या मजकुरात अक्षरशः नगण्य स्थान देण्यात आले होते. 'समानता' हा शब्द वापरण्याऐवजी त्यात लिहिण्यात आले होते की, राणी जसे तिच्या साम्राज्यातील इतर प्रजेप्रति कर्तव्य करण्यास बांधील आहे, तशीच ती भारतीय प्रजेसाठीही कर्तव्य निभावण्यास बांधील आहे. म्हणजे, नवीन भारत सरकारने सर्वसामान्य शाही विशेषाधिकारांच्या या व्याख्येला तत्त्वतः स्वीकारले होते. घोषणा केल्यानंतरच्या अगदी आठवडाभरातच कॅनिंग यांनी दुजोरा देत सांगितले की, अभय देण्यासंदर्भात जे कलम आहे, त्याची अंमलबजावणी करताना, बंड पुकारले गेले असताना, खुनाच्या अपराधाच्या खटल्यांची सुनावणी होत असताना भारतीय आणि युरोपीय यांच्यात कुठलाही भेदभाव केला जाणार नाही. 'या व्याख्येला एक मर्यादित अर्थ देण्यासाठी' - म्हणजेच, दया किंवा अभय फक्त युरोपीय जनतेपुरतेच मर्यादित - राखण्यासाठी 'जाहीरनाम्याचा जो आत्मा आहे, त्याला जास्तीतजास्त वैशिष्ट्यपूर्ण बनवावे लागेल आणि शाही मुकुटाच्या प्रदर्शनीय प्रतिष्ठेकरिता, जाहीरनाम्यात वापरल्या गेलेल्या शब्दांचे कायदेशीर आणि शब्दशः अर्थापेक्षा भारतीय प्रजेच्या आयुष्यासंदर्भात ते कमी प्रमाणात कनवाळू आहेत, असे नियोजन करावे लागेल.'[१५] मात्र, या महान आणि उदात्त भावना अदृश्य झाल्या - जेव्हा १८६०च्या सुरुवातीला कायदे सुधारणांचे भारतात आगमन झाले. तसेच न्यायालयाने घेतलेले काही महत्त्वाचे निर्णयदेखील या भावनांच्या अदृश्य होण्याला कारणीभूत ठरले.

उदारमतवादी भारताची व्याख्या करणारे तीन महत्त्वाचे कायदे होते : *कोड ऑफ सिव्हिल प्रोसीजर* (१८५९), *पिनल कोड* (१८६०) व *कोड ऑफ क्रिमिनल प्रोसीजर* (१८६१). संविधानात त्यांचे अस्तित्व असले, तरी या कायद्यांचे आगमन होताच त्यांची मांडणी हेन्री मेन आणि जेम्स फिट्झजेम्स स्टीफन, व्हाइसरॉय यांच्या प्रशासकीय मंडळातील पहिल्या दोन विधी सदस्यांनी केली. भारतात येताना ते उदारमतवादाचा शिक्का लावून आले होते आणि भारतीय प्रशासनाला ज्या जागतिक-कंटाळ्याची लागण झाली होती, त्याचा स्पर्शही या दोघांना झाला नव्हता.[१६] मात्र, त्यांच्या पुढारलेल्या विचारांना पूर्वेकडील प्रवासात आगेकूच करता आली नाही. भारतातील १८५७-५८च्या उठावाने अनेकांच्या मतांमध्ये परिवर्तन झाले होते आणि त्यातही भारतातील विधी गटातील लोक तर या संदर्भात सगळ्यात जास्त पुढे होते आणि त्यामुळेच सगळ्यांच्या स्वभावात वाढत जाणारा ताठरपणाही स्वाभाविक होता.[१७] जिल्हा न्यायालयातील खटल्यांमध्ये सामील असलेल्या युरोपीय लोकांना या नवीन कायद्यामुळे आणि *इंडियन हायकोर्ट्स ॲक्ट,* १८६१मुळे दिलासा मिळाला. १८३० मधील 'काळ्या कायद्यांच्या' परतीची आता शक्यता राहिली नव्हती. या कायद्याअंतर्गत तेव्हा कुठल्याही स्थानिक न्यायाधीशांना कुठल्याही प्रकारचे खटले हाताळण्याची मुभा होती. त्या वेळी वंशभेद लक्षात घेतले जात नव्हते. नवीन कायद्याप्रमाणे कुठल्याही सामान्य दंडाधिकाऱ्याला नव्हे, तर फक्त आणि फक्त शांतता न्यायाधीशांना *जस्टिस ऑफ द पीस* असे संबोधले जायचे, त्यांना युरोपीय लोकांच्या वरच्या न्यायालयात पाठविण्यासंदर्भात निर्णय देण्याचा अधिकार होता आणि हे न्यायाधीश गोरेच असावेत, असाही दंडक होता. राणीच्या जाहीरनाम्याच्या मुस्कटात मारण्यासारखा हा सगळा प्रकार होता. निदान *ब्रिटिश इंडियन असोसिएशन*ला - बंगाली जमीनदारांचे मुखपत्र - यांना तरी तसेच दिसत होते आणि त्यांनी कॅनिंग यांचा या सगळ्यासाठी निषेध केला. त्यांनी कॅनिंग यांना राणीच्या जाहीरनाम्यातील शब्दांच्या आत्म्याची जाणीव करून दिली.[१८] सिद्धान्ताप्रमाणे, जो कुणी भारतीय नागरी सेवेच्या प्रक्रियेतून पुढे आला असेल, त्याला *जस्टिस ऑफ द पीस* बनवले जाऊ शकत होते. १८७२मध्ये स्टीफन याने दंडविधान कायद्यामध्ये दुरुस्ती करून ही एक बाब बदलली; जेणेकरून फक्त ब्रिटिश प्रजेतून आलेल्या न्यायाधीशालाच शांतता न्यायाधीश म्हणून या खटल्यांना हाताळता येणार होते. या कायद्यासाठी 'ब्रिटिश प्रजा' म्हणजे जो 'ब्रिटनच्या युरोपीय, अमेरिकन, ऑस्ट्रेलेशियन आणि आफ्रिकन प्रांतात - पण भारतात नाही - जन्माला आलेला, तटस्थ किंवा रहिवासी असेल' अशी व्याख्या करण्यात आली. एखादा मॅल्टीसचा व्यापारी किंवा दक्षिण आफ्रिकेतील एखादा खोईखोई आदिवासी हादेखील असा शांतता न्यायाधीश म्हणून नियुक्त होऊ शकतो. मात्र, कुठलाही भारतीय नाही, असा त्याचा अर्थ होता;

त्यामुळे न्यायव्यवस्थेमध्ये राणीच्या जाहीरनाम्याला फारशी किंमत राहिली नाही. तिच्या शब्दांचा आणि वचनांचाही उपयोग झाला नाही. हेन्री मेन यांनी जानेवारी १८६६मध्ये दिलेल्या सल्ल्याप्रमाणे, 'प्रजा' ही संज्ञा भारतात लागू होणाऱ्या सर्व कायद्यांमध्ये ब्रिटिश प्रजा आणि स्थानिक भारतीय या दोन्हींच्या संदर्भात 'स्पष्टपणे विरोधाभासी' होती.[१९]

अपराधिक शिक्षेसंदर्भात जे काही खटले आणि प्रकरणे होती, त्यात राणीच्या जाहीरनाम्याची काय किंमत होती याबद्दल कुठलाही संभ्रम आता राहिला नव्हता. भारताच्या नवीन दंडविधानात, ज्याची १८६२ पासून अंमलबजावणी करण्यात आली, त्यात राणीप्रति आणि तिच्या शाही मुकुटाप्रति असलेली निष्ठा स्पष्टपणे लिहिण्यात आली होती. या कायद्याचा मूळ मसुदा थॉमस बॅबिंग्टन मॅकॉलेने आणि इतरांनी फार पूर्वी म्हणजे १८३०मध्ये तयार केला होता; पण दंडविधान कायदा मात्र, प्रकाशित झाला तो १८६०मध्ये. वरकरणी पाहता कायद्याच्या इतर बाबींप्रमाणे, दंडविधानाचे हे नवीन स्वरूप म्हणजे फक्त कंपनीऐवजी क्राउनचा व्याख्येत समावेश करणार आहे, एवढी माहिती देणारे होते.[२०] मात्र, सरकारविरोधात म्हणजेच राज्याच्या विरोधात केल्या जाणाऱ्या अपराधासंदर्भातील माहिती देणारे एक नवीन प्रकरण या कायद्यात समाविष्ट करण्यात आले होते. देशद्रोहासंबंधित जो कायदा ब्रिटनमध्ये अमलात आहे, तो संपूर्ण आणि त्याच्या सगळ्या ताकदीनिशी भारतात लागू करण्यात यावा, अशी शिफारसदेखील करण्यात आली होती. कॅनिंग आणि त्याच्या प्रशासकीय मंडळाने ब्रिटिश कायद्यांच्या कक्षेत भारतालाही आणले. ब्रिटनमध्ये १८४८मध्ये परमोच्च बिंदूला पोहोचलेल्या चार्टिस्ट मोहिमेच्या वेळी हा कायदा अमलात आणला गेला. याच्या अंतर्गत राणीविरुद्ध युद्ध पुकारण्यासाठी शस्त्रांची जमवाजमव करणे आणि वाहतूक करणे याला दंडात्मक अपराध ठरविले गेले होते. भारतात या कायद्याला अमलात आणताना राणीबरोबरच सरकारचाही समावेश करण्यात आला आणि अशा प्रकारच्या सरकारविरोधी कारवाईलाही दंडात्मक अपराध ठरविण्यात आले.[२१] या कायद्याप्रमाणे जाहीरनाम्याला राणी आणि तिची प्रजा असलेल्या निष्ठेच्या संबंधांची व्याख्या करणारे, असे मत होते. तिच्या संरक्षणाच्या बदल्यात तिच्या प्रजेने तिला 'खराखुरा आणि निष्ठावान आदर' द्यावा. आणि ते जर असे करण्यास असमर्थ असतील आणि त्यांनी जर राणीविरुद्ध, म्हणजेच भारत सरकारविरुद्ध युद्ध करण्याचा पर्याय निवडला तर त्यांच्यावर कायदेशीर कारवाई करून, खटले भरण्यात येतील.[२२] दंडविधानाच्या नंतरच्या प्रतीमध्ये १८५८च्या घोषणापत्राचे सर्व संदर्भ वगळण्यात आले. मात्र, राणीविरुद्ध बंड केल्यास केल्या जाणाऱ्या दंडात्मक कारवाईशी संबंधित कलम तसेच ठेवण्यात आले. शिवाय १८७० मध्ये तर राणीच्या सत्तेला उलथवून लावण्याचा प्रयत्न करण्याच्या

कटकारस्थानालादेखील दंडात्मक अपराध ठरविण्याचे कलम यात टाकण्यात आले.[२३] राणीविरुद्ध युद्ध पुकारण्याच्या अपराधासाठी आणि ब्रिटिशशासित भारतातील सरकार उलथवून टाकण्याचा प्रयत्न करण्यासाठी १८५८ ते १९०१ या काळात चार भारतीयांवर खटले चालवले गेले. ज्यात वासुदेव बळवंत फडके यांच्यावर पुण्यात १८७९ मध्ये, कोल्हापूरचे महाराज चौथे शिवाजी यांच्यावर १८८१ मध्ये, अवाचे राजे यांच्यावर बर्मा येथे १८८६ मध्ये आणि मणिपूरचे सेनापती यांच्यावर १८९१मध्ये हे खटले भरण्यात आले. प्रत्यक्षात हा कायदा फुसका आणि निष्प्रभ ठरला. फक्त फडके यांच्या खटल्यात राणीच्या सत्तेविरुद्धच्या कारवाईचे काही सरळ संदर्भ आढळून आले. ते भारतातील स्वातंत्र्यासाठी लढत होते, अशी माहिती करून देण्यात आली आणि त्यांच्यावर खटला चालला. त्यात त्यांना शिक्षा झाली आणि त्यांना एडन येथे तुरुंगवासात ठेवण्यात आले आणि तिथे त्यांचा १८८३मध्ये मृत्यू झाला.[२४] फक्त मणिपूरमध्ये संपूर्ण देहदंडाच्या शिक्षेची कारवाई झाली जी आपण यानंतरच्या प्रकरणात पाहणार आहोत. तरीही, देशद्रोहाच्या शिक्षेचा भारतीय दंडविधान कायद्यात समावेश करणे हे भारतातील ब्रिटिशशासित सरकारच्या कटिबद्धतेला स्पष्ट करणारे होते की, जर राणीच्या किंवा तिच्या शासनाच्या विरोधात एखाद्या अपराधाने डोके वर काढले, तर त्यांना शाही सत्तेचा हिसका दाखवण्यात येऊ शकतो. आश्चर्य म्हणजे, १८५८ नंतर भारतात लागू करण्यात आलेल्या नवीन कायद्यांमध्ये राणीच्या जाहीरनाम्याचा हा एवढाच फक्त उल्लेख होता आणि तोही लोकप्रिय व्हिक्टोरिया म्हणून नव्हे तर जास्त प्रमाणात शिक्षा करणारी व्हिक्टोरिया या अर्थाने.

कुठल्याही 'मॅग्ना कार्टा'त त्याच्या नावाला साजेसे म्हणून *हेबियस कॉर्पस* या संज्ञेला किंवा खटल्याशिवाय शिक्षा नाही, या तत्त्वाचा - जे १२१५पासून ब्रिटिशांच्या स्वतःच्या मॅग्ना कार्टामधील मूलभूत अधिकार म्हणून मानले गेले आहे - नक्की सन्मान करेल. तरीही, पुष्कळ शोधूनही स्वातंत्र्याशी संबंधित ही बाबदेखील भारताच्या संदर्भात कुठेच सापडली नाही. वहाबी पंथाशी संबंध असलेल्या जिहादी गटाचे सदस्य असल्याच्या संशयावरून बंगालच्या दोन मुस्लिमांना - अमीर खान आणि हशमादाद खान - यांना १८७०मध्ये अटक करण्यात आली होती.[२५] त्यांना तुरुंगात टाकण्यात आले आणि जेव्हा त्यांच्यावर खटला चालविण्यासाठी कुठलीही तारीख निश्चित होऊ शकली नाही किंवा अगदी आरोपही सिद्ध होऊ शकले नाहीत, तेव्हा कलकत्त्याच्या उच्च न्यायालयात एक याचिका दाखल करण्यात आली. कुठल्याही प्रकाराने हे थेट प्रकरण नव्हते. कंपनीचे शासन असताना नेहमीच *हेबियस कॉर्पस*ला बाजूला ठेवण्यात येत असे. तर ही याचिका घेऊन आलेल्या वकिलाने म्हणजे थॉमस चिशोल्म ॲन्स्टे याने याचिकेच्या समर्थनार्थ राणीच्या जाहीरनाम्याचा

हवाला देऊन त्यातील समानतेच्या हमीची आठवण करून दिली; पण त्याचा काहीही उपयोग झाला नाही. ग्रामीण क्षेत्रासाठी (म्हणजे कलकत्त्याच्या बाहेर जिथे या दोन्ही खान आरोपींना अटक करण्यात आली होती) *हेबियस कॉर्पस* लागूच होत नाही, याचा पुनरुच्चार करताना न्यायाधीशांनी हेही सांगितले की, कुठल्याही संशयिताला अटक करून खटला न चालवता तुरुंगात ठेवण्याचे अधिकार व्हाइसरॉय यांना आहेत.[२६] या खटल्यामुळे एका वादाला तोंड फुटले. भारतीय मुसलमान हे इंग्लिश कायद्याला मानत नाहीत असा त्यांच्यावर आरोप लावला गेला, कारण वहाबी पंथ मुळात भारताला इस्लामच्या कक्षेत असल्याचेच मानत नाही. या आरोपामुळे मागे पडलेला मुद्दा पुन्हा पुढ्यात आला. खरे तर मुद्दा हा होता की, इंग्लिश कायदा आणि त्यातही *हेबियस कॉर्पस*चे तत्त्व हेच भारतीयांना नाकारताना दिसत होते. १८७०च्या या प्रकरणातील निकाल काही वेळा पणाला लावण्याचा प्रयत्न झाला. मात्र, तो कधीही नाकारला गेला नाही आणि *हेबियस कॉर्पस* हे यानंतर कायमच भारतातून अदृश्य झाले. पुन्हा एकदा - राणीच्या जाहीरनाम्याच्या उद्देशाला ब्रिटिश बाबूगिरीने सुरुंग लावला होता.

राणीचे अस्तित्व म्हणजे भारतातील न्यायाचे स्रोत आहे या कल्पनेला शाश्वत स्वरूपदेखील होते, कारण नागरी आणि अपराधिक खटल्यांत ती म्हणजे अंतिम याचिकेची दात्री, अशी परिस्थिती होती. नागरी प्रकरणांमध्ये, लंडनमधील न्यायालयीन समितीच्या प्रिव्ही काउन्सिलचे अस्तित्व १८३३ पासून होते; ज्याने शासकाला सर्वोच्च न्यायदाता म्हणूनच स्थापित केले होते. मात्र, सुनावणीच्या वेळी या सर्वोच्च न्यायाधीशाचे प्रत्यक्ष उपस्थित असणे गरजेचे नाही, अशी तरतूदही यात होती. व्हिक्टोरियाच्या सत्ताकाळात प्रिव्ही काउन्सिलपुढील युरोपातील आणि भारतातील अशा याचिकांची संख्या फार मोठ्या प्रमाणात वाढत गेली होती. १८५८च्या आधी दरवर्षी सरासरी सात इतक्या याचिका भारतातून यायच्या; परंतु १८६० नंतर ही संख्या कित्येक पटीने वाढली. पुढील दशकात म्हणजे १८७०च्या सुरुवातीलाच प्रिव्ही काउन्सिलपुढे येणाऱ्या एकूण दिवाणी खटल्यांमधील दोन तृतीयांश खटले हे भारतातून आलेले होते.[२७] भारतातून खटला लंडनला नेणे म्हणजे इतके सोपे काम नव्हते. सगळ्या कागदपत्रांच्या व्यवस्थेसाठी आणि साक्षीदारांच्या पेशीसाठी खर्च लागायचा. १८६३ नंतर आणखी काही अडचणींची यात भर टाकण्यात आली. ज्या दिवाणी खटल्यांमध्ये रुपये १०,००० पेक्षा जास्त रक्कम सामील आहे, फक्त तेवढेच खटले लंडनला नेण्याची परवानगी देण्यात आली आणि याचिकाकर्त्याच्या विरोधात संपूर्ण खर्च देण्यात येणार असेल तर ती रक्कम वित्तीय अमानत म्हणून अग्रीम भरावी, असाही नियम करण्यात आला. तरीही या वादळाला थोपवून धरता आले नाही. व्हाइसरॉयच्या कार्यकारी परिषदेच्या दोन यशस्वी कायदे

सदस्यांच्या - स्टीफन आणि आर्थर हॉबहाउस - यांनादेखील १८७२ मध्ये प्रतिवाद केला होता की, अंतिम याचिकेचे अधिकार हे भारतीय उच्च न्यायालयाकडे राखीव असावेत, तरीही परिस्थिती फारशी बदलली नाही. त्यानंतर, १८७४ मध्ये आणखी एक अट यात टाकण्यात आली : याचिकेमध्ये कायद्याशी संबंधित काहीतरी 'ठोस प्रश्न' असावा.[२८] १८८०पर्यंत खटल्यांची संख्या नियंत्रणात आणणे शक्य झाले; पण तरीही विसाव्या शतकापर्यंत भारतीय याचिकांनी प्रिव्ही काउन्सिलला सतत व्यग्र ठेवले आणि राणी व्हिक्टोरियाची एक शेवटचा आसरा देणारी न्यायाधीश म्हणून असलेली ख्याती जिवंत ठेवली. भारतातील व्हाइसरॉयच्या माध्यमातून चालवल्या जाणाऱ्या प्रशासनाच्या आणि व्यवस्थांच्या तुलनेत राणीचे जे 'स्टार चेम्बर' होते, त्यात होणारी कार्यवाही ही जास्त पारदर्शक आणि विश्वासार्ह होती.[२९] अपराधिक खटल्यांच्या संदर्भात मात्र या परिस्थितीत फारशी सत्यता नव्हता आणि राणीनेही १८७६पर्यंत तिला असलेला हा विशेषाधिकार स्वतःकडे कायम ठेवला आणि शेवटी, तो अधिकार अगदी विशेष वेळीच वापरण्यात यावा, असे नमूद करण्यात आले. तसेच गव्हर्नर-जनरल आणि व्हाइसरॉय यांनी अशा दयेच्या याचिकांमध्ये माफी किंवा शिक्षेत सूट देण्यासंदर्भात एक पहारेकरी म्हणून स्वतःकडे भूमिका राखून ठेवली. जरी अंतिम याचिकेची सुनावणी करण्याचे विशेषाधिकार शाही घराण्याकडे कायम ठेवले गेले असले, तरीही १८५५मध्ये अमलात आणलेल्या कलमानुसार मृत्युदंड आणि काळ्या पाण्याची शिक्षा या याचिकांमध्ये माफी या संदर्भातील अंतिम निर्णय हा गव्हर्नर-जनरल यांचाच असेल, यात १८५८पर्यंत कुठलाही बदल करण्यात आला नाही. अगदी उशिरात उशिरा म्हणजे १८९० पर्यंत यामुळे संभ्रमाची स्थिती कायम राहिला. यातून व्यावहारिक मार्ग काढण्यासाठी म्हणून, शाही दयेची माफी याचिका लंडनला पोहोचण्याआधीच जल्लादाच्या हातातील फास आवळला जावा, अशी व्यवस्था करण्यात आली.[३०]

म्हणून, राणी आणि तिची प्रजा यांतील नवीन कायदेसंबंधित प्रकरणांमध्ये पोहोचण्याचे नवीन मार्ग १८५८मध्ये खुले होणार असे दिसताच, लगेच पुढील वर्षी करण्यात आलेल्या दंडविधानातील दुरुस्त्या व प्रशासनिक बदल या उपायांनी हे मार्ग बंद करून टाकले गेले किंवा त्यावर प्रतिबंधात्मक उपाय केले गेले. मेन आणि स्टीफन यांनी कायद्यात वर्णभेद आणले. त्यांनी मागे सोडलेल्या या कायद्यातील तरतुदीमुळे राणीच्या १८५८च्या घोषणापत्रातील जे संरक्षक वक्तव्य होते, त्याला काहीच अर्थ उरला नाही. प्रिव्ही काउन्सिलचे दिवाणी खटल्यातील असलेले शाही अधिकार सोडले, तर राणीपर्यंत इतर कायदेशीर याचिका आणि बाबी पोहोचविण्यासाठीचे सर्व रस्ते आता बंद झाले होते. इतके की, १८८२मध्ये चालविल्या गेलेल्या सम्राज्ञी विरुद्ध तेघ सिंग या प्रकरणात कलकत्ता उच्च न्यायालयाने एक पाऊल पुढे टाकत

असा निकाल दिला, ज्यामुळे भारतीय विधिमंडळ हे राणीच्या जाहीरनाम्याहून श्रेष्ठ असल्याचे पाहायला मिळाले.[३१] तर प्रत्यक्षात राणीच्या शब्दांना प्रतिष्ठा किंवा स्थान नव्हते. आणि मग १८७०च्या मध्यापर्यंत, लंडनला पाठविण्यासाठीच्या याचिका कुठल्या असतील, या संदर्भातील अंतिम निर्णय घेण्याचा अधिकार स्थानिक न्यायालये आणि भारताचे सर्वोच्च न्यायालय (म्हणजे काउन्सिलचे व्हाइसरॉय) यांच्याकडे असेल, या तत्त्वाची स्पष्टता करण्यात आली; पण याची फारशी कुणाला माहिती नव्हती. जाहीरनाम्याचा आत्मा म्हणवले गेलेले शब्द तरीही अस्तित्वात राहिले. परंपरेला विलक्षण तडा १८७२ मध्ये गेला, जेव्हा २२ अत्यंत विशिष्ट दस्तावेज राणीला उद्देशून पाठविण्यात आले आणि मुंबईमधील प्रशासकीय मंडळाच्या जाळ्यातून निसटून ते थेट बकिंगहॅम महालात पोहोचले. मात्र, प्रिव्हीच्या कोषागाराचे अत्यंत सजग सदस्य कर्नल थॉमस बीडडल्फ यांच्या नजरेतून ते सुटले नाहीत आणि त्यांनी मग ते भारतात परत पाठवले.[३२] मराठी, पर्शियन आणि इंग्लिश भाषेतील ही कागदपत्रे मुंबई प्रांतातील कनिष्ठ न्यायालयाशी संबंधित होती. वारसाहक्काशी किंवा संपत्तीशी संबंधित या तक्रारी होत्या, ज्याचा राणीच्या कारभाराशी तसा फारसा संबंध नव्हता; पण तिच्या सत्तेच्या कक्षेत येणारा होता. पण हा प्रकार राणीकडून किंवा तिच्या दरबाराकडून तिच्या वतीने न्याय मिळू शकतो, हा विश्वास १८५८नंतर भारतीयांच्या मनात किती खोलवर रुजला होता, याचाच एक पुरावा होता. भारतातील ब्रिटिशशासित सरकारने किचकट तरतुदी घातल्या तरीही आणि हेन्री मेन यांच्यासारख्यांनी भारतीय विधी व्यवस्थेचे कितीही आधुनिकीकरण करण्याचा प्रयत्न केला, तरीही तो विश्वास दृढ राहिलेला दिसत होता.

सेवक

१८५८मध्ये राणी व्हिक्टोरियाने हजारो नागरी सेवकांचा आणि ईस्ट इंडिया कंपनीच्या सैनिकांचा औपचारिक ताबा घेतला. कंपनीकडून शाही दरबाराच्या अखत्यारीत जाण्याचा हा कर्मचाऱ्यांचा प्रवास *गव्हर्नमेंट ऑफ इंडिया ॲक्ट*च्या कलमांच्या यादीतून घडला. खरे तर १ नोव्हेंबर १८५८ रोजी जाहीरनाम्याच्या अंमलबजावणीच्या धावपळीत ही गोष्ट विसरली गेली होती. नवीन कायद्याप्रमाणे कंपनीच्या लष्कराला राणीच्या म्हणजेच शाही लष्करात परिवर्तित करणे गरजेचे होते; पण प्रत्यक्षात ही प्रक्रिया दोन वर्षांनंतर करण्यात आली. याच्या अगदी विरुद्ध नागरी सेवेच्या प्रक्रियेत १८५३ मध्येच दुरुस्ती करून तिची अंमलबजावणीदेखील सुरू झाली होती. प्रशासकीय पदावर स्पर्धात्मक प्रवेश मिळविण्याच्या नवीन प्रक्रियेसंदर्भात बोलायचे झाले, तर भारताला एखाद्या प्रयोगशाळेत वापरल्या जाणाऱ्या प्राण्याचे रूप आले

होते, जी प्रक्रिया कालांतराने आणि अगदी सावकाशीने नॉर्थकोट-ट्रॅव्हेलियनच्या १८५४ मधील अहवालानंतर ब्रिटनमध्ये राबविण्यात आली. तरीही, लष्कर आणि नागरी सेवा या दोन्हींसाठी, १८५८ मध्ये करण्यात आलेल्या बदलांच्या तुलनेत या दोन बाबींमध्ये सत्तांतर प्रक्रिया करण्याची नितांत गरज होती, कारण त्याचा इतरांच्या तुलनेत थेट आणि तत्काळ प्रभाव पडणार होता आणि सगळ्यांच्या नशिबी मान्यतादेखील आली नाही. भारतातील १८५७चे बंड आणि विद्रोही भारतीयांना शमविण्यासाठी आणि नियंत्रणात आणण्यासाठी ज्याची रचना केली होती, त्या शाही दरबाराच्या आधिपत्याखालील सैनिक आणि नागरिक यांच्यासाठीच्या सेवेच्या नवीन अटींमुळे कंपनीच्या सेवकांमध्ये तीव्र प्रतिक्रिया उमटल्या.

कंपनी चार्टरचे १८५८नंतरचे नूतनीकरण भारतीय नागरी सेवेची संपूर्ण सफाई करणारे ठरले. नवीन स्पर्धा परीक्षेचा यात समावेश करण्यात आला.[३३] कदाचित आपल्या सेवा बढतीला व निवृत्ती वेतनाला खीळ बसणार, या चिंतेने आणि स्पर्धेत उतरलेल्या कष्टाळू, मेहनती लोकांमुळे चिंतेत पडलेल्या कंपनीच्या कर्मचाऱ्यांनी या नवीन प्रणालीचा निषेध केला आणि त्यांना मोबदला देण्यात यावा अशी मागणीही केली.[३४] पण नवीन प्रणाली जी भारतीय नागरी सेवा कायदा, १८६१च्या माध्यमातून रचण्यात आली होती, ती लवकरच भारतात रुजली. ते इतके वैशिष्ट्यपूर्ण होते की, भारतीय नागरी सेवेला निव्वळ राजसी बनविण्यासाठीची मागणी आणि प्रयत्न होऊ लागले, ज्याचा स्वतः एक गणवेश असेल आणि यासाठी नवीन शाही भारतीय महाविद्यालयांची ऑक्सफर्ड किंवा केंब्रिजमध्ये स्थापना होऊ लागली; जिथे निव्वळ या स्पर्धा परीक्षेसाठी विद्यार्थी तयार केले जाणार होते.[३५] पण हे सर्व प्रकार करण्यासाठी महालातून मात्र कुठलाही दबाव वगैरे आणण्यात आला नव्हता. भारतीय नागरी सेवेसंदर्भात तर राणी व्हिक्टोरियाच्या मनात कायम संमिश्र भावना होत्या. उशिरात उशिरा म्हणजे १८९०मध्ये तिने नियुक्त झालेल्यांच्या निकृष्ट दर्जाबद्दल खंत व्यक्त केली आणि प्रशासनामध्ये आता 'सद्गृहस्थ' प्रविष्ट होत नाहीत, असे मत मांडताना तिने, गुणवत्तेपेक्षा परंपरागत पद्धतींकडे तिचा कल होता, असे सूचित केले.[३६]

भारतात मात्र नवीन भारतीय नागरी सेवेसंदर्भात कुठल्याही प्रकारची साशंकता आणि संभ्रम नव्हते. प्रशासकीय पदांवर योग्य अर्हता असलेल्या भारतीयांना खुले करण्याची तरतूद आणि वचन हे ईस्ट इंडिया कंपनीच्या १८३३ मधील सनदीतच देण्यात आले होते. हेच वचन आता राणीच्या जाहीरनाम्यात ठळकपणे पुढे आले. या एका वचनामुळे भारतातील शिक्षित प्रतिष्ठितांमध्ये आशेचा किरण निर्माण झाला होता. निष्ठेचा हक्काने पुनरुच्चार करणे, नागरी सेवेसाठी संधी मिळणे आणि वसाहतीच्या सत्तेत आपला प्रभाव निर्माण करण्याचा एक मार्ग मिळवण्यासाठीची ही

संधी होती; पण यात काही अडथळे होते. प्रवेश परीक्षा ही फक्त इंग्रजी भाषेत द्यावी लागणार होती. समुद्रापलीकडे परदेशात प्रवास केला तर हिंदूंना जातीतून बहिष्कृत केले जात असे; त्यामुळे भारतीयांचे या नागरी सेवेतील प्रवेश हे मर्यादितच राहिले, यात आश्चर्य वाटण्यासारखे काही नव्हते. सन १८७८ पर्यंत दहा भारतीय उमेदवार यशस्वी ठरले आणि १८८४ मध्ये त्यात आणखी एका संख्येची भर पडली. भारतीय उमेदवारांनी शेवटच्या परीक्षेपर्यंत मजल मारली, जसे दहापैकी आठ उमेदवारांनी १८६७ मध्ये आणि सातजणांनी १८७२मध्ये; पण त्यांना यश मिळाले नाही. वाढत्या नियमिततेमुळे १८६०नंतर ब्रिटन आणि भारत दोन्ही देशांतून या स्पर्धा परीक्षेत उमेदवारांना समान वागणूक देण्यासंदर्भात मागणी करण्यात आली. मुंबईमध्ये दादाभाई नवरोजी या पारशी व्यापाऱ्याच्या नेतृत्वाखाली ईस्ट इंडिया असोसिएशनच्या स्थानिक शाखेने भारतीय नागरी सेवा घटनेत सुधारणा सुचविल्या. नवरोजी आणि बॉम्बे असोसिएशन यांनी १८६८ मध्ये संयुक्तपणे स्टॅफोर्ड नॉर्थकोट, भारताचे सचिव यांच्याकडे याचिका दाखल केली. ब्रायटनचे पुरोगामी खासदार हेन्री फॉसेट यांनी, भारतीय संसदेचे अप्रत्यक्ष सदस्य म्हणून भूमिका घेत बॉम्बेचीही याचिका उचलून धरली. फॉसेट यांनी राणीच्या १८५८च्या जाहीरनाम्याचा दाखला देत ब्रिटनच्या संसदेच्या खालच्या सदनाला संबोधित करताना सांगितले की, भारतीय लोक या घोषणापत्राला 'त्यांच्या मुक्ततेची सनद' असे मानतात आणि म्हणून भारतीय नागरी सेवेत प्रवेश मिळविण्यासाठी त्यांचे मार्ग सुकर करण्यासाठीच्या त्यांच्या विनंतीचा तो आधार आहे, फॉसेट यांनी या स्पर्धा परीक्षा एकाच वेळी बॉम्बे, कलकत्ता आणि मद्रास प्रांतांत घेण्याच्या योजनेलादेखील उचलून धरले. अर्थात फॉसेट यांच्या या मध्यस्थीचे पुढे काहीच झाले नाही. नागरी सेवेतील प्रवेशासाठीच्या प्रक्रियेतील बदल हळूहळू करण्यात आले; पण त्यात राणीच्या जाहीरनाम्यातील जो निकष होता, त्याचा किंचित अंशही नव्हता. एका भारतीय कायद्याअंतर्गत १८७०मध्ये भारतीय सरकारच्या विविध शाखांना नागरी सेवेतील काही छोट्या शाखांमध्ये भारतीयांना नामनिर्देशित करण्याची परवानगी देण्यात आली. व्हाइसरॉय म्हणून लॉर्ड लिटॉन यांनी १८७८मध्ये प्रस्ताव मांडला की, या 'वैधानिक' सेवेचा एखादा विभाग, 'गुणवत्तेवर आधारित निवड' या संमिश्र वचनाच्या आधारे बंद करण्यात यावा आणि कुठल्याही परीक्षेशिवाय भारतीयांच्या नियुक्त्यांसाठी त्याला राखीव ठेवण्यात यावे. टीकाकारांनी यावर 'भ्रष्टाचाराची आणि लाचलुचपतीची पुनःप्रतिष्ठापना' करणारा प्रस्ताव, अशी सडकून टीका केली. नवीन प्रणालीच्या माध्यमातून १८८६पर्यंत अठ्ठेचाळीस नवीन भारतीय नागरी सेवा अधिकाऱ्यांना समाविष्ट केले गेले. अर्थात एकंदरीत अधिकारिक पदांच्या तुलनेत स्थानिकांची ही संख्या फारशी नव्हती. (संपूर्ण ९५० अधिकाऱ्यांच्या तुलनेत फक्त साडेपाच टक्के!)[३७] जाहीरनाम्याच्या प्रकाशनानंतर

तीस वर्षांनी भारतीय नागरी सेवांमध्ये परिवर्तन घडून आले होते, हे निश्चित! मात्र, ज्या प्रकारची संकल्पना मुळात केली गेली होती, त्याप्रमाणे हे बदल घडले नाहीत. संपूर्ण संरचनेतच, भारतीयांना या सेवांमध्ये त्यांच्या खऱ्या जागीच थोपवून धरले होते.

नवरोजींच्या काळातील भारतीय राष्ट्रभक्त आणि त्यांच्या नंतरच्या काळातील सर्व पिढ्यांसाठी, ज्या कूर्मगतीने भारतीय नागरी सेवेची दारे भारतीयांसाठी खुली करण्यात आली, ते म्हणजे राणीच्या १८५८च्या जाहीरनाम्यात समाविष्ट असलेल्या समानतेच्या तत्त्वावर असलेल्या विश्वासाचे सगळ्यात मोठे उल्लंघन होते. (१८८५मे स्थापना) भारतीय राष्ट्रीय काँग्रेसच्या पहिल्या काही बैठकांमध्ये आणि ब्रिटिश संसदेचे सदस्य झाल्यावर (१८९२-९५) नवरोजी यांनी आपली निराशा जाहीरपणे व्यक्त केली. पुढे १८९३मध्ये त्यांनी 'अँग्लो-इंडियन पद्धती'ला अगदी खुला विरोध करत म्हटले की, 'यातून शासकांच्या घोषणापत्राच्या' मूळ उद्देशाला पराभूत करण्यासाठी 'प्रत्येक क्लृप्ती' काढली जाते आहे आणि ब्रिटिशांची यांच्या आधीच्या भारतातील मुघल शासकांशी तुलना करत विधान केले की, ब्रिटिशदेखील मुघलांप्रमाणेच ज्या भारतीयांना त्यांनी एके काळी नामोहरम केले, त्यांचीच प्रशासनामध्ये भरती करत आहेत.[३८] भारतीय नागरी सेवांमध्ये केल्या जाणाऱ्या स्थानिक भरतीचा अर्थ, एकोणिसाव्या शतकाच्या उत्तरार्धात ब्रिटिश राजाचा विस्तार करताना ज्या वाईट गोष्टींची लागण झाली होती त्यावरील एक रामबाण उपाय, असा काढला जात होता. विशेषत: दुष्काळ आणि अप्रिय ठरलेली कर पद्धती. भारतीय राज्यसंस्थेत, जिथे प्रातिनिधिक सरकार प्रत्यक्षात येण्याची शक्यता कमी होती, तिथे सत्तेच्या कक्षेत प्रवेशाची सुधारित संधी उपलब्ध करून देणे, या गोष्टीला जास्त योग्य मानले गेले. भारतीयांद्वारे आणि भारतीयांसाठी चालविली गेलेली भारतीय नागरी सेवा याची शक्यता ब्रिटिशांनी कधीच नाकारली नाही; परंतु तिच्या अस्तित्वात येण्याचा मार्गही कधीच सुकर करण्यात आला नाही. भारतीय नागरी सेवेसंदर्भातील १९३४मध्ये जवाहरलाल नेहरू यांनी केलेले विधान - 'भारतीय नाही, नागरी नाही आणि सेवा नाही' - हे एका गमावलेल्या संधीकडे अंगुलीनिर्देश करणारे आहे. खऱ्याखुऱ्या भारतीय नागरी सेवेच्या माध्यमातून एका निष्ठावान संमिश्र नोकरशाहीची एक बनावट प्रतिकृती कदाचित तयार करता आली असती, जी ब्रिटिश साम्राज्यात इतरत्र - फ्रेंच, कॅनडामध्ये - दिसली. मात्र, तसे न करता, भारतीयांना कनिष्ठ दर्जाच्या सत्तापदांवर नियुक्त करण्यात आले. मान मोडून कारकुनी करण्याचे प्रशिक्षण देण्यात आले; पण अधिकारांच्या क्षेत्रामध्ये त्यांच्यावर कधीही विश्वास टाकण्यात आला नाही.

राणीच्या भारतीय सेवांच्या इतर काही भागांमध्ये निष्ठा फार मौल्यवान म्हणून गणली जात होती. १८५८ नंतरच्या भारतात, लष्करात तर, हर मॅजेस्टीच्या

सेवकांचा खूप मोठ्या प्रमाणात भरणा होता. व्हिक्टोरिया आणि अल्बर्ट यांनी त्यांच्या चुलत भावाबरोबर - केंब्रिजचे ड्यूक - भारतीय लष्करावर अनेक वर्षे सरळ नियंत्रण राखले होते. आणि १८५७-५८च्या बंडाच्या काळातील विभाजित लष्कराचा त्यांचा जो अनुभव होता, त्यानंतर तर त्यांचा लष्कराच्या ताकदीला वृद्धिंगत करण्याचा निश्चय आणखी दृढ झाला होता. *गव्हर्नमेंट ऑफ इंडिया ॲक्ट*, १८५८च्या कलम ५६ व ५७नुसार लष्कराचे सर्व अधिकार ईस्ट इंडिया कंपनीकडून शाही दरबाराकडे हस्तांतरित करण्यात आले आणि क्षणाचाही विलंब न करता दरबाराने लष्कराची कमांड आपल्या हातात घेतली.[३९] कायदा पारित झाल्याच्या अगदी एक आठवड्याच्या कालावधीत केंब्रिजचे ड्यूक हे युद्ध सचिव जोनाथन पील यांना त्यांच्या भविष्यातील योजनांची आणि हेतूंची माहिती देत होते. अल्बर्ट हेदेखील स्वतःच्या योजनांसह सज्ज झाले होते. त्यांच्या कल्पनेतले भारतातील सैन्याबाबतचे दृश्य असे होते की, त्या वेळी हे लष्कर तीन प्रांतांमध्ये तुकड्यांच्या स्वरूपात विभाजित झालेले होते. मात्र, त्याचे नेतृत्व हे भारतात राज्य करणाऱ्या कंपनी अधिकाऱ्यांच्या तुकडीकडे होते, जे विभागीय स्तरावर आळीपाळीने नियुक्त केले जात होते. त्यांच्या रचनेत सर्व युरोपियन तुकड्या, ज्यात कंपनीच्या आणि शाही सैन्याच्या तुकड्यांतील सैनिकांचा समावेश होता, यांना एकत्र करून त्याचे सर्वसामान्य एकसंध लष्कर तयार करावे आणि त्याचे सर्वाधिकार शाही दरबाराकडे देण्यात यावे, अशी योजना होती. राणीचीही पूर्वीपासून हीच इच्छा होती की, तिच्या साम्राज्यातील प्रदेशांचे संरक्षण हे तिच्या स्वतःच्या सैन्याने करावे. लष्करावर संपूर्ण नियंत्रण मिळविण्यासाठी तत्पर असलेली राणी आणि भारतीय कार्यालयाचा ताबा मिळविण्यासाठी आतुर झालेले शाही लष्कराचे प्रमुख केंब्रिजचे ड्यूक यांना अल्बर्ट यांनी थोडा धीर धरण्याचा सल्ला दिला. भारतातील दोन सैन्यांना एकत्र करून एकसंध लष्कराची स्थापना झाली की, मग सर्व काही आपोआप होईल, असे त्यांचे मत होते.[४०]

संसदेचे मात्र कुठल्याही परिस्थितीत प्राध्यान्यक्रम देऊन असे काही करण्याचे मत नव्हते. मार्च १८५९ मध्ये स्थापन करण्यात आलेल्या पील यांच्या नेतृत्वाखालील आयोगाने पुढील मार्गक्रमणाची माहिती दिली. दोन सैन्यांच्या एकत्रीकरणासंदर्भात मतांची मात्र विभागणी झाली होती. स्थानिक सैन्य आहे तसेच राखावे, या बाजूने बहुसंख्यांनी दुजोरा दिला. फक्त भारतासाठी निर्माण केलेले सैन्य व्हाइसरॉय यांच्या आधिपत्याखाली व भारतीय राज्य सचिव यांच्या आदेशाप्रमाणे चालावे, असे सुचविण्यात आले. अल्पसंख्याकांच्या अहवालाचा कल या शाही दरबाराच्या बाजूने होता. प्रत्येक प्रांतातील स्वतंत्र सैन्य असावे तसेच स्थानिक आणि युरोपीय सैन्य तुकड्यांना एकाच अधिकारक्षेत्रात आणले जावे, असे त्यांनी सुचविले.[४१] फेब्रुवारी

महिन्यात आयोगाच्या शिफारशींची ते प्रकाशित होण्यापूर्वीच बातमी मिळताच राणी प्रचंड संतापली. तिने लगेच लॉर्ड डर्बी यांना तिला अपेक्षित असलेल्या कार्यवाहीची माहिती दिली : स्थानिक सैन्याला रद्द करावे, नियमित शाही सैन्याच्या प्रमुखाकडे लष्कराच्या सर्व आदेशांची आणि सैनिक भरतीची कमांड द्यावी, स्थानिक तुकड्यांची संख्या कमी करण्यात यावी आणि वरिष्ठ युरोपीय अधिकाऱ्यांच्या आणि छात्र सैनिकांच्या निवडीचे अधिकार शाही दरबाराकडे देण्यात यावेत. पील यांना हे सर्व काही सांगण्यासाठी अल्बर्ट हेदेखील सामोरे आले. शाही दरबाराचे एक वर्तुळ पूर्ण करत केंब्रिजचे ड्यूक (जे या आयोगाचे एक सदस्यदेखील होते) यांनीही राणीच्या मागण्यांना समर्थन दिले आणि लॉर्ड डर्बी यांच्याकडे वशिला लावला. राणीच्या या कानउघाडणीने आणि तिच्या कडक भूमिकेने झालेल्या 'अतीव दुःखाने' कळवळून, तसेच शाही दरबाराला आणि राणीच्या अधिकारांना आणखी उभारी दिली तर संसदेकडून होणाऱ्या संभावित विरोधाची शक्यता लक्षात ठेवून, डर्बी यांनी महालातून होणाऱ्या मागण्यांच्या आणि अपेक्षांच्या माऱ्याला आणि घोडदळाकडून (म्हणजेच केंब्रिजच्या ड्यूक यांचे मुख्यालय) टाकल्या जाणाऱ्या दबावाला कसे चुकवता येईल, यासाठी सर्वतोपरी प्रयत्न केले. आयोगाच्या अहवालाच्या प्रकाशनानंतर मार्च आणि एप्रिल असे दोन महिने त्यांच्यावर हा मारा होत राहिला.[४२] या एकाकी झुंज देणाऱ्या पंतप्रधानांची सुटका पाल्मरस्टोन यांच्या नेतृत्वाखालील उदारमतवादी सरकार पुन्हा सत्तेत आल्यावरच झाली. मग जुने व्हिग सदस्य म्हणून काम केलेल्या सर चार्ल्स वूड यांची भारताचे राज्य सचिव या नवीन पदी नियुक्ती करण्यात आली; त्यामुळे भारतात लष्कराच्या एकत्रीकरणासाठीच्या ज्या काही शक्यता होत्या, त्या क्षीण होताना दिसू लागल्या. व्हिग यांची श्रद्धा संसदेमार्फत चालवल्या जाणाऱ्या सरकारवर होती आणि संसदेला मनापासून आवडणारी कल्पना म्हणजे लष्कर, अगदी ते जिथे कुठे कार्यरत असेल तिथे, फक्त त्यांच्या नियंत्रणात असावे. वाईटाच्या शक्यतेचा विचार राणीला भयभीत करून गेला आणि तिने आपल्या मंत्र्यांच्या माध्यमातून आधीच चाल करत वूड यांच्यावर त्यांना सुचविल्या गेलेल्या बदलांची अंमलबजावणी करण्यास सांगितले. आपल्याला नवीन मंत्रालयातील स्थानावर स्थिरस्थावर होण्याची गरज आहे आणि संसदेच्या अधिवेशनाचीदेखील वाट पाहणे आवश्यक आहे, असे कळवून वूड यांनी राणीच्या निर्वाणीच्या निरोपातील हवाच काढून टाकली. वैतागलेल्या आणि संतापलेल्या राणीने वूड यांना धमकी दिली की, तिने सुचविलेल्या सुधारणांची जोवर ते अंमलबजावणी करत नाहीत तोवर ती भारतीय लष्करासाठी कुठल्याही नवीन तुकडीला परवानगी देणार नाही.[४३] ही शाही दरबाराने पुन्हा एकदा घेतलेली टोकाची भूमिका होती.

आणि मग शाही दरबार, मंत्रिमंडळ आणि संसद यांच्यातील तिढा सुटण्यासारखे

काहीतरी घडले. भारतात आणखी एक विद्रोह पेटला आणि या वेळी तो ब्रिटिश लष्करी तुकड्यांनी केला होता. भारतीय लष्करी सुधारणांच्या सभोवताली सुरू असलेल्या चर्चेचे गुऱ्हाळ, जे भारतीयांनी ब्रिटिशांविरोधात १८५७-५८ मध्ये पुकारले होते, त्यानंतर सुरू राहिले; त्यात कुणालाही थेट युरोपीय सैनिकांना आणि त्यांच्या लष्करी तुकडीला विचारणा करण्याचे काही सुचले नाही. मे १८५९ मध्ये, म्हणजे भारतीय शिपायांनी बंड पुकारले त्याच्याबरोबर दोन वर्षांनी, मीरत येथील एका युरोपीय रेजिमेंटने निषेध पुकारला किंवा ज्याला ते 'संप' संबोधित होते, आणि त्यांनी शाही दरबारासाठी काम करण्यास नकार दिला.[४४] भिंतींवरील संदेशांतून, हे सारे वैयक्तिक आहे, असे प्रतीत होत होते.'जॉन कंपनी मेली आहे आणि आम्ही राणीकरिता सैनिक नाही', अशी विधाने आणि घोषणा मीरतच्या सार्वजनिक स्नानगृहाच्या भिंतींवर झळकू लागल्या होत्या. हा विद्रोहही पसरला : अलाहाबाद, बंगालमधील बेहरामपूर आणि अगदी पहाडातील दागशेईच्या छावणीपर्यंत तो पोहोचला. प्रकरणाच्या मुळाशी काही प्रश्न होते. जसे की, सैनिकांना या लष्करातून शाही लष्कराचा भाग होणे बंधनकारक होते का, किंवा त्यांना सेवामुक्त करून पुन्हा नव्याने नियुक्त केले जाणार होते का, किंवा एका तुकडीतून दुसऱ्या तुकडीत किंवा सैन्य दलात जाण्यासाठी त्यांना काही आर्थिक फायदा करून दिला जाणार होता का, जी एक प्रथा होती. कंपनीच्या सैन्यातील सैनिकांच्या सेवा क्षेत्रात फक्त भारताचा समावेश होता. राणीच्या सैन्याचा भाग झाल्यावर त्यांना कदाचित जगभर कुठेही जावे लागले असते. लॉर्ड पाल्मरस्टोन यांनी इंडिया बिलावर संसदेत १८५८मध्ये चर्चा सुरू असताना जी विधाने केली होती, त्यावरून कंपनीच्या तुकड्यांचा समज झाला होता की, त्यांना सैन्य सोडून जाण्याचा अधिकार देण्यात आला आहे. युरोपीय सैनिक युरोपीय जनतेच्या विरोधातच उभे ठाकतात की काय या भीतीपोटी ब्रिटिशशासित भारतीय सरकारने भरभर पावले उचलली आणि असंतोषाचा हा विस्फोट आटोक्यात आणण्याचा प्रयत्न केला. विद्रोह पसरविणाऱ्या मीरत येथील तीन म्होरक्यांची ओळख पटविण्यात आली. मुख्य लष्करी छावण्या असलेल्या शहरांमध्ये विशेष सुनावणी आयोजित करून या निषेधाचा किती फैलाव झाला आहे, याचा अंदाज घेण्याचा प्रयत्न करण्यात आला. जबानी देताना अनेक सैनिकांनी आपल्या साक्षीत मान्य केले की, ते राणीप्रति निष्ठा राखून आहेत. मात्र, ते तिचे सेवक नाहीत. कंपनीच्या लष्करात भरती होताना त्यांनी कंपनीच्या नियमांप्रति कटिबद्ध राहण्यासाठीची शपथ घेतली होती आणि आता कंपनीच विलीन झाल्यामुळे त्यांची शाही दरबाराशी किंवा राणीशी काहीही बांधिलकी नाही; जोवर त्यांना रोख रक्कम देऊन मोबदला देण्यात येत नाही. लाहोरला घेतलेल्या ८३७ मुलाखतींमधील ७३ टक्के सैनिकांनी कबूल केले की, ज्या प्रकारे त्यांची बदली करण्यात आली होती, त्याने ते अजिबात

समाधानी नव्हते. ज्यांनी लष्कर सोडून जाण्याची इच्छा व्यक्त केली, त्यांच्यासाठी विशेष जहाजांची व्यवस्था करण्यात आली आणि १८६०च्या उन्हाळ्यात सुमारे १०,००० तुकड्यांना त्यांच्या मायदेशी रवाना करण्यात आले.(४५) मोठ्या पदाच्या विरोधातील अप्रामाणिकतेचे विधान करणारे १८५९चे हे बंड सगळ्यात शक्तिशाली ठरले. कंपनीकडून शाही दरबाराकडे म्हणजेच लष्कराचे राणीकडे सत्तांतर करताना युरोपीय सैनिकांच्या 'अधिकारांकडे अक्षम्य दुर्लक्ष' झाल्याचे भारतातील तसेच ब्रिटनमधील अधिकाऱ्यांच्या ध्यानात आले. एका भाष्यकाराने तर सूचित केले की, 'पेनच्या एका फटकाऱ्याने' शासक बदलण्यापेक्षा जर एक सामान्य आदेश जारी करण्यात आला असता आणि ज्यात राणीने कंपनीच्या सर्व तुकड्यांना सर्वसामान्य लष्करात पुन्हा दाखल होण्यासाठी काही बक्षिसे जाहीर केली असती आणि त्यांच्या कंपनीकडून मिळणाऱ्या भरपूर कमाईचा उत्साहपूर्वक भाषेत उल्लेख करत असे केले असते, तर सारे काही सोपे झाले असते.(४६) बंडानंतर भारतीयांच्या निष्ठांना स्वतःमध्ये पुनःस्थापित करण्यात गुंतलेल्या ब्रिटिश सरकारने स्वतःच्याच सैन्याच्या आणि सैनिकांच्या देशभक्तीला गृहीत धरले. पील आयोगामुळे जे वातावरण आणि वाद निर्माण झाले होते, त्यांत या एका 'श्वेत विद्रोहामुळे' सर्व परिस्थिती एकदम बदलली. भारतातून बातमी आली की, लॉर्ड क्लाइड - भारतीय लष्कराचे प्रमुख - आणि जनरल विलियम मॅन्सफील्ड - बॉम्बे सैन्याचे कमांडर - यांना असंतुष्ट तुकड्यांच्या भावनांसंदर्भात सहानुभूती होती. मात्र, या घटनेनंतर स्थानिक सैन्याचे भारतातील दिवस भरले, याची त्यांना जाणीव झाली होती. क्लाइड यांच्या लेखी राणी आणि केंब्रिजचे ड्यूक यांच्या म्हणण्यालाही महत्त्व होते आणि ते त्याला इतरांपर्यंत व्यवस्थित पोहोचवतदेखील असत. नवीन राज्य सचिव वूड, ज्यांनी त्यांचा कार्यभार सांभाळल्यानंतर आयोगाच्या शिफारशी अमलात आणण्याचे मनात होते; पण मुळात त्यांनी आल्यावर सगळ्या गोष्टाला खीळ बसली.(४७) आगामी उन्हाळ्यात त्यांनी एक नवीन कायदा आणला, ज्याच्या माध्यमातून त्यांनी स्थानिक लष्कराच्या प्रश्नाचा संपूर्ण निकाल लावला. नियमित लष्करात युरोपीय सैनिकांना व तुकड्यांना सामावून घेतले आणि तीन स्थानिक सैन्यांना त्यांच्या प्रांतातच ठेवण्यात आले आणि त्याबरोबरच हैदराबाद कॉन्टिन्जेन्ट आणि पंजाब फ्रंटियर फोर्स यांचेही अस्तित्व राखण्यात आले. ईस्ट इंडिया कंपनीचे जे ॲडिसकॉम्ब येथील जे सैनिकी महाविद्यालय होते, ते बंद करण्यात आले. एक नवीन अधिकाऱ्यांची तुकडी समाविष्ट करण्यात आली, जी वेळोवेळी नियमित लष्करातून आणि सॅन्डहर्स्ट येथील सैनिकी कर्मचारी महाविद्यालयातून निवडण्यात आली होती. शिपायांच्या तुकड्यांना नोकरी सोडण्याची परवानगी देण्यात आली आणि 'अनियमित' मानल्या गेलेल्या भारतीय पायदळाची व तोफखान्याची शाखा स्थापित करण्यात आली ज्यात त्याने स्वतःचे स्थानिक

अधिकारी नियुक्त केले होते.

न्यायालयाचे स्वतःचे मार्ग ठरले होते. आता भारताला फक्त एकाच सैन्याची शक्ती जाणवू लागली होती आणि ती म्हणजे राणीची. वूड यांनी तयार केलेला भारतीय लष्करासंबंधीचा मसुदा *हाउस ऑफ कॉमन्स*मधून पारित होऊन शेवटच्या अवलोकनासाठी निघाला असताना, लॉर्ड क्लाइड हे ऑस्बर्न हाउसला थांबले होते आणि, 'लष्कराच्या एकत्रीकरणासंदर्भात', त्यांच्या कार्यालयाचे मत 'फार कठोर' होते.[४८] सर्वार्थाने, हे भारतातील शाही लष्कर होते. या लष्कराची सर्वसामान्य संपूर्ण जबाबदारी राणीचे चुलतभाऊ केंब्रिजचे ड्यूक यांच्याकडे दिली गेली. लष्करातील या वरिष्ठ पदांवरील नियुक्त्यांसंदर्भातले विचार सगळ्यांना कळावेत, याची खबरदारी राणीने घेतलीच होती. ज्या सैनिकी संस्थांवर राणीचे वर्चस्व आणि मेहेरनजर होती, त्यामध्ये सॅन्डहर्स्ट येथील शाही तोफखाना, आणि भारतीय सैन्यात नव्याने समाविष्ट करण्यात आलेली अधिकाऱ्यांची तुकडी, म्हणजेच शाही अभियांत्रिकी. ते अनियमित सैनिक म्हणून ओळखले जात. मात्र, जे राणीच्या लष्कराकडून लढले त्यांना नियमित सैनिक म्हणून स्वीकारण्यात आले आणि त्यांच्या पोशाखातील बटणावर इंग्लंडच्या राजमुकुटाचे चित्र कोरण्यात आले.[४९] सैन्याची ही सर्व पुनर्रचना १८६०च्या मध्यापर्यंत पूर्णत्वास आली. या पुनर्रचनेनंतर या नवीन भारतीय लष्करात ६२,००० ब्रिटिश अधिकारी तसेच इतर सैनिक आणि कर्मचारी आणि १,२५,००० भारतीय होते. ज्या स्थानिक तुकड्या स्थापन करण्यात आल्या, त्या जुन्या शिपाई गटांपेक्षा वेगळ्या होत्या. जाणूनबुजून त्यांची निवड ही भारतातील लढवय्या समाजांतून करण्यात आली. उदाहरणार्थ, पंजाबी, शीख आणि मुसलमान, गुरखा, जाट, संथाल, बलुची आणि पठाण. त्यांची नियुक्ती नवीन पद्धतीच्या तुकड्यांमध्ये करण्यात आली; ज्याचा आधार त्यांचा समाज, त्यांचे शेजारी आणि नातलग होते आणि त्यामुळे त्यांच्यात एकजूट राहणे स्वाभाविक होते. फक्त पूर्वीप्रमाणे त्यांना फक्त स्वतःच्या प्रदेशाच्या सीमारेषेच्या नाही, तर संपूर्ण भारतात कुठेही लढावे लागणार होते. जुन्या दोन लष्करांमध्ये विभागलेल्या सैन्याने शेवटची लढाई लढली, ती सिक्कीममध्ये १८६० मध्ये आणि नवीन सैन्याचा पहिला संघर्ष हा भूतानमध्ये १८६४-६५ मध्ये घडला. नंतर १८६७ मध्ये, १३००० ब्रिटिश आणि भारतीय तुकड्यांनी बॉम्बेवरून आगेकूच करून एबीसीनियात युद्ध केले. भारताबाहेरील प्रदेशांमध्ये लढाईला सैन्य पाठविण्याची प्रथा या युद्धापासून सुरू होऊन ती नंतर राणीचे साम्राज्य असेपर्यंत कायम राहिली.[५१] इतिहासातील नोंदीनुसार ४०,०००चे एक दल १८८२मध्ये इजिप्तमध्ये, ८,५००चे एक दल १८८५ला सुदानमध्ये, आणि बर्मामध्ये दोनदा – १८८५ आणि १८८७ – ९,००० सैनिकांची भारतीय लष्कराची तुकडी लढायला गेली होती. निव्वळ एक दशकापूर्वी, भारतातील

विद्रोहाला चिरडण्यासाठी कदाचित आफ्रिकेतील सैन्याचा वापर करावा लागेल अशी परिस्थिती असताना, एक दशकानंतर मात्र भारताचे एक असे कमी खर्चातील लष्करी सैन्य बनले ज्याचा आफ्रिकेत उपयोग केला जाऊ शकत होता.[५२] स्थानिक सैन्य तुकड्या या अनेक वर्षांपर्यंत भारतीय साम्राज्याची एक कमकुवत बाजू म्हणून गणल्या गेल्या होत्या. आता १९४७ नंतर निष्ठेचे प्रतीक बनलेल्या काही प्रांतांमधील लोक हेच भारतीय सैन्यातील नियुक्त्यांसाठी एक जमेची बाजू म्हणून गणले जात आहेत. उदाहरणार्थ पंजाब. राणीकरिता युद्धात उतरणे आणि त्यानंतर सम्राटाकरिता आणि १९१४ ते १८ या काळात असे करताना मोठ्या क्षतीला सामोरे जाणे, हे भारतीय राजेशाही देशभक्तीचे जणू प्रतीकच बनले. मात्र, ब्रिटिशांनी या वृत्तीला अनेकदा गृहीतच धरले आणि कधीही लष्करातील नियुक्त्यांमध्ये 'लढवय्या जमाती'व्यतिरिक्त कुणालाही फारसे विचारात घेतले नाही, आणि स्वतःचे आपले सैन्य उभारण्याच्या भारतीयांच्या उत्साहालाही नियंत्रणात ठेवण्याच्या शक्यतेलाही त्यांनी कधी विशेष महत्त्व दिले नाही.

सनद

राणीचा जाहीरनामा हा फक्त भारतापुरता मर्यादित नव्हता, तर त्याच्या अखत्यारीतील इतर रियासतींना आणि एतद्देशीय प्रातांनादेखील तो लागू होता. सर्व मिळून सुमारे ५६० रियासती आणि संस्थाने होती; ज्यातील चाळीस टक्के भारतातील आणि उपखंडातील होते आणि त्यातील २० टक्के लोकसंख्या अशी ही रचना होती.[५३] या रियासती किंवा संस्थाने संख्येने खूप होती; पण सगळी आकाराने लहान होती. बंगाल ते ओरिसा (आता ओडिशा) असा पश्चिमेकडे जाणारा एक संपूर्ण पट्टा जो, जो भोपाळ आणि ग्वालियरमधून जात, पुढे उत्तरेकडे राजपुतानामध्ये आणि उत्तरेतर आणि पूर्वोत्तर पंजाबचा भाग, ते काश्मीर आणि अफगाणिस्तानच्या सीमेलगतच्या प्रदेशापर्यंत, तसेच गुजरातच्या दक्षिण-पश्चिमेकडील भाग, असा हा विस्तार होता. यात आणखी काही छोटी स्वतंत्र राज्ये होती जसे की, दख्खनचे पठार जे ब्रिटिश प्रांत बॉम्बेच्या अंतर्गत येत होते. दक्षिण भारतात तीन सगळ्यात मोठ्या रियासती/संस्थाने होती : हैदराबाद, म्हैसूर आणि त्रावणकोर. व्हिक्टोरिया या सगळ्यांची राणी झाली आणि पूर्वी दिल्लीच्या सुलतानाकडे असलेल्या सगळ्या साम्राज्याची ती राणी झाली. सुलतानाचे मुकुट आणि सिंहासन १८६१च्या नवीन वर्षाला विंडसरला पोहोचले; पण त्यांची अवस्था फार चांगली नव्हती. चार्ल्स वूड यांनी राजपुत्र अल्बर्ट यांना कळविले की, त्या 'किरीटाला' मुकुट म्हणता येणार नाही, कारण तो टोपीसदृश आहे. आणि सिंहासन म्हणजे एक अतिशय जुनी आणि अति वापरलेली

खुर्ची आहे. त्याला महत्त्व एवढ्यासाठी की, ती एका राजाने वापरली होती.(५४) सत्तेचे प्रतीक असलेल्या या बहादूर शहा जफर द्वितीय याच्या या वस्तू तितक्याशा प्रभावी आणि आकर्षक नव्हत्या. सुदैवाने, १८५८च्या जाहीरनाम्यात राणीने वापरलेले शब्द मात्र इतके प्रभावी होते आणि रियासतींवर व संस्थानांवर इतका प्रभाव टाकणारे होते की, त्यांनी संपूर्ण ब्रिटिशशासित भारतावरच आपली मोहिनी टाकली. तिचे अभिनंदन करणारे खलिते आणि संदेश भारतातील महत्त्वाच्या रियासतींकडून आणि संस्थानांकडून येऊ लागले, ज्यात बनारस, बिकानेर, जिंद, म्हैसूर, नभा, पतियाळा आणि उदयपूर इत्यादींचा समावेश होता. त्याचबरोबर राणीच्या हाती संपूर्ण सत्ता आल्यानंतर तिला भारतातून अनेक नागरी संदेशही पाठविण्यात आले. तिच्या या यश प्राप्तीप्रीत्यर्थ हैदराबादच्या निझामाने तर विशेष दरबार भरवला.(५५) त्यामुळे आता भारतीय संस्थाने आणि रियासती हे ब्रिटिशशासित भारताच्या वस्त्रातील एक धागा बनले आणि सुमारे नव्वद वर्षे हे नाते तसेच टिकून राहिले. भारतीय संस्थानिकांकडून व रियासतींकडून मिळणारी कुशल लष्करी सुरक्षा आणि महसूल यांची पूर्तता झाली नसती, तर ब्रिटिश राज अस्तित्वात राहणे शक्य नव्हते आणि या संस्थानांतील व रियासतींमधील राजघराण्यांना ब्रिटिश राजसत्तेच्या आधाराची गरज होती. राणीच्या जाहीरनाम्यात प्रत्येकासाठी काहीतरी होते.

भारतीय संस्थानांच्या आणि रियासतींच्या संदर्भात बोलायचे झाले, तर राणीने जाहीरनाम्यात आश्वासन दिले होते की, ब्रिटनला 'आमच्या अखत्यारीतील वर्तमान प्रदेश' यांच्या व्यतिरिक्त इतर प्रदेशांत हस्तक्षेप करण्याची इच्छा नाही आणि एतद्देशीय राजांच्या 'अधिकार, गौरव आणि सन्मान' यांची 'आमच्या स्वतःच्या' अधिकार, गौरव आणि सन्मान यांप्रमाणेच कदर केली जाईल, एवढे त्यांच्यासाठी पुरेसे होते. या शब्दांमध्ये दडलेल्या खऱ्या अर्थाला – की, हे आश्वासन म्हणजे डलहौसी यांनी जी 'कमी तेथे आम्ही' ही नवी प्रथा सुरू केली होती, म्हणजे एखाद्या संस्थानाला किंवा रियासतीला वारस नसेल तर त्याची देखभाल आणि त्या संस्थानाचा किंवा रियासतीचा अधिकार हा ब्रिटिशांकडे चालून येईल. या प्रथेचा अंत म्हणजे हे आश्वासन होय -- जाणून घेण्याची कुणाचीही इच्छा नव्हती. याचा आणखी एक अर्थ असा होता की, आता दत्तक विधानाला ब्रिटिशशासित भारतामध्ये संमत करण्यात आले होते. म्हणजेच रक्ताचा वारस नसताना एखाद्याला त्या संस्थानाचे किंवा रियासतीचे प्रमुख पद भूषविण्याकरिता नियुक्त करणे. राणीच्या उर्वरित सत्ताकाळात तिने या संस्थानिकांना व रियासतदारांना दिलेल्या आश्वासनाचा बऱ्याच प्रमाणात सन्मान राखण्यात आला. फक्त १८८६मध्ये राणीच्या भारतीय साम्राज्यात आणखी एक प्रदेश समाविष्ट करण्यात आला आणि तो म्हणजे अवर बर्मा; पण तांत्रिकरीत्या हा प्रदेश भारताच्या बाहेरचा होता. काही मूठभर उदाहरणांमध्ये स्थानिक

शासकांच्या जागी ब्रिटिश प्रशासनाने संस्थानांचा आणि रियासतींचा ताबा घेतला; ज्यात, करौली (१८९०-९३), राजपिपला (१८८४-८७), चंबा (१८९०-९२) आणि मकराई (१८९०-९३) यांचा समावेश होता. आणखी काही ठिकाणी राज्यकर्त्या शासकाला हटवून तिथे भारतीय सरकारने निवडलेल्या प्रमुखाकडे राज्यकारभार सोपविण्यात आला. यात प्रामुख्याने, टोंक (१८७१), सुकेत (१८७८), भरतपूर (१९००), झालावर (१८९६) आणि सगळ्यात नाटकी पद्धतीने बडोदा (१८७५) आणि मणिपूर (१८९१), कारण येथे ब्रिटिश प्रतिनिधींच्या विरोधात कटकारस्थान रचण्यात आले होते.[५६] पण ही दोन उदाहरणे अपवादात्मक होती. कसे कुणास ठाऊक; पण राणीच्या शब्दांनी जादू केली. लेविन बॉवरिंग यांनी नंतर विशद केल्याप्रमाणे, भारतीय राजांना राणीच्या 'जाहीरनाम्याची भूल' पडली होती.[५७] ते शांत तर नक्कीच होते; पण त्यांना खरेच भूल देण्यात आली होती का?

राणीच्या पहिल्या फळीतील व्हाइसरॉय यांनी भारतीय शासकांच्या वैविध्याला गृहीत धरले नव्हते. कॅनिंग, लॉर्ड एल्गिन आणि मेयो यांनी प्रचंड प्रमाणात दरबार दौरे केले आणि रियासतींना व संस्थानांच्या राजांना ब्रिटिशांच्या संघात राखण्यासाठी काम केले. सतत घोड्यावर स्वार होऊन लांबचे प्रवास केल्याने कॅनिंग आणि लॉर्ड एल्गिन यांच्या प्रकृतीने कच खाल्ली, मेयो यांची तर त्यांच्या एका दौऱ्याच्या अंतिम टप्प्यात हत्या करण्यात आली. लॉर्ड लॉरेन्स यांनी कमी दौरे केले आणि ते भरपूर आयुष्य जगले; पण त्यांचे दरबार फार मोठे नसायचे. हे दरबार दौरे फार भुरळ पाडणारे आहेत, कारण १८७७, १९०३ आणि १९११मध्ये जे प्रसिद्ध दिल्ली दरबार आयोजित करण्यात आले होते, त्याचीच प्रतिकृती म्हणून हे पाहिले जातात. त्या प्रसिद्ध दिल्ली दरबारामध्ये ब्रिटिशांनी जेव्हा मुघल सल्तनत संपवून त्याचा ताबा घेतला होता, तेव्हा भारतातील संस्थानिकांनी आणि इतर रियासतदारांनी ब्रिटिशांप्रति निष्ठेची एकत्र शपथ घेतली होती; पण हे नक्कीच दिशाभूल करणारे ठरले. हे पूर्वीचे जे दरबाराचे रूप म्हणजे विदेशी किंवा परराष्ट्र नीतीसंदर्भातील चर्चासत्रांप्रमाणे असत, ज्यात भारतीय संस्थानिक/रियासती यांचे ब्रिटिश राज यांच्याप्रति असलेल्या निष्ठेसंदर्भातील काय काय नियम व अटी राहतील, ते ठरविले जात असे. एक औपचारिक प्रसंग म्हणून या दरबाराच्या आयोजनाला भव्य आणि राजसी बनवले जात असे. मात्र, तेथे केलेल्या व्यवहारावरून असे लक्षात येते की, १८६० मध्ये जे जे व्हाइसरॉय होते, त्या सर्वांनी नवीन ब्रिटिश राज भारतात रुजवले, त्यांनी कधीच या सर्वसामान्यतः एखाद्या पश्चिमेकडील शासकाला दिल्या जाणाऱ्या आदराचा व मुजऱ्याचा स्वीकार करून त्याला फारसे महत्त्व दिले नाही. कॅनिंगने तर अगदी सुरुवातीलाच या सगळ्यांप्रति आपले मत स्पष्ट केले. जेव्हा सत्तांतर झाल्याची १८५८ मध्ये घोषणा झाली, तेव्हाच त्याने लॉर्ड स्टॅनले याला सांगितले होते की,

असे प्रसंग साजरे करण्यासाठी हे जे दिमाखदार सोहळे वगैरे आयोजित केले जात आहेत, ते अयोग्य आहेत. त्यापेक्षा त्याने स्थानिक शासकांना त्यांच्या प्रदेशात जाऊन त्यांची भेट घेण्यास सुरुवात केली. त्याच्या दुसऱ्याच दरबार दौऱ्यादरम्यान म्हणजे १८६० मध्ये त्याने चार्ल्स वूडसमोर घोषित केले की, 'राणीच्या नावाने निष्ठा आणि आदर असल्याचे' कबूल करून घेण्यासाठी भारतीय संस्थानांना आणि रियासत शासकांना कुठल्याही लांगूलचालनाची गरज नाही.[५८] दोन वर्षांत, कॅनिंग यांच्यानंतर आलेल्या लॉर्ड एल्गिन यांनीही हाच मुद्दा मांडला, फक्त जरा वेगळ्या पद्धतीने. कॅनिंग यांनी चार्ल्स वूडला सांगितले की :

> *मला ठाऊक आहे की, काही लोकांच्या संदर्भात हे नेहमीच घडत असते, ज्यांच्या मतांना आदर मिळायलाच हवा, तरी असे वाटते की, सगळीच प्राच्य मंडळी म्हणजे बालके आहेत, जी बाह्य नजराणे, समारंभ आणि उपाधी यांनी भाळून जातात, खूश होतात; शिवाय, त्यांना जर कुणी या सर्व प्रकाराने आनंदी होण्याची परवानगी दिली तर ते स्वतःच्या खऱ्या प्रतिष्ठेचा आणि सत्तेचा ऱ्हास होणेदेखील सहन करतील.*

याविरुद्ध एल्गिन यांनी विधान केले, 'पूर्वेकडील कल्पनाविश्व हे विलक्षणरीत्या बाह्य अवडंबरांमध्ये भावनिक गुंतवणूक करणारे आहे आणि त्याला ते एक प्रतीकात्मक रूप देतात. आणि हे सारे काही त्यांच्यासाठी अत्यंत महत्त्वाचे ठरते, कारण त्यातून त्यांना नात्यांमधली जवळीक सिद्ध करायची असते.'[५९] दुसऱ्या शब्दांत सांगायचे झाले, तर ब्रिटिश राजांच्या ताब्यात राहणे म्हणजे हृदय आणि डोके दोन्ही गहाण टाकणे. जाहीरनाम्यात शब्दबद्ध केल्याप्रमाणे राणीच्या अधिकारांनी ब्रिटिश राज आणि स्थानिक राजे यांच्यातील एकसंघतेच्या अटींना भक्कम आधार दिला होता. हे घोषणापत्र म्हणजे राणी आणि संस्थानिक/रियासतदार यांच्यातील करार होता, जो व्हाइसरॉय यांच्या मध्यस्थीने अमलात आणला जात होता.

सया उक्तीचा खरा अर्थ जर कुणाला कळला असेल तर तो फक्त चार्ल्स अँफरस्टोन अॅटकिसन या स्कॉटलॅन्डच्या माणसाला, जे भारतीय नागरी सेवेतील एक अधिकारी होते आणि ज्यांच्या कार्यकक्षेत भारतीय संस्थानिक प्रमुखांशी असलेली धोरणात्मक कामे पारित केली जात. सर्वप्रथम अवर सचिव म्हणून १८५९ पासून ते सचिव म्हणून १८६८ पर्यंत त्यांनी ब्रिटिशशासित भारतीय सरकारच्या विदेश विभागात तब्बल वीस वर्षे काम केले होते. (फक्त मध्ये तीन वर्षे त्यांची नियुक्ती लाहोर येथे करण्यात आली होती.) अॅटकिसन यांनी केलेले काम हे फार महत्त्वाचे ठरले, कारण त्यांनी भारतीय राज्यांसोबत, भारतालगतच्या प्रदेशातील

आणि पर्शियन गल्फमधील ब्रिटिशांच्या ताब्यातील प्रदेशांशी ब्रिटिश सरकारने केलेले सर्व तह आणि करार यांचे संकलन करून त्यांचे जतन केले. प्रत्यक्षात उत्तरेतर भारतातील संस्थानांपासून व रियासतींपासून सुरू झालेल्या या कामाची १८६२मध्ये एक झलक मिळाली होती. मात्र, नंतर १९२९मध्ये जेव्हा या माहितीचे चौदा खंड आणि त्याची पाचवी आवृत्ती निघाली, तेव्हा ब्रिटिश भारतातील उभारणी कशी कशी होत गेली, याचे मार्गदर्शक दस्तावेज म्हणून ते समोर आले.[६०] ब्रिटिश राज घराण्याच्या तत्त्वांच्या सर्वश्रेष्ठतेबद्दल असलेल्या त्यांच्या दूरदृष्टीमुळेच ॲटकिसन हे १८५८नंतर एक महत्त्वाचे मार्गदर्शक बनले. एक मसूदेकार म्हणून आणि एक समालोचक म्हणूनही. मात्र, दुर्दैवाने फार कमी वेळा इतिहासकारांनी त्यांची दखल घेतली आहे.

भारतातील संस्थानांवरील आणि रियासतींवरील जो ब्रिटिश अधिकार आहे, तो मूळ मुघलांनी या राज्यांवर आणि त्याच्या शासकांवर भोगलेल्या सत्तेतून मिळाला आहे, यावर समाजासंदर्भात प्रतिवाद करण्यासाठी ॲटकिसन यांच्याकडे फार कमी वेळ होता. उलटपक्षी त्यांनी विधान केले की, वास्तविक सर्वश्रेष्ठ सत्ता ही अनेकानेक वर्षे हळूहळू उभी राहत गेली आहे आणि वेळोवेळी केलेले तह आणि करार यांनी ते अधोरेखित झाले आहे. या संदर्भात राणीच्या घोषणापत्राचे महत्त्व म्हणजे त्यात दिलेले वचन की, ईस्ट इंडिया कंपनीकडून जे काही कारमदार करण्यात आले ते संपूर्णतः स्वीकारले जातील आणि स्थानिक राज्याशी असलेल्या कुठल्याही कराराचे उल्लंघन करणार नाही. ब्रिटिश सरकार आणि भारतीय राज्य यांच्यातील जे सामंजस्यपूर्ण संबंध होते, त्याचे स्पष्टीकरण ॲटकिसन यांनी दिले. दुसऱ्या घटकाला राष्ट्रीयत्वाचा उपभोग घेता आला नाही. मात्र, त्यांच्याकडे सार्वभौम सत्ता होती. त्यांच्या बळावर ब्रिटनने स्वतःचा फायदा करून घेऊ नये, ही अपेक्षा ते ठेवू शकत नव्हते. मात्र, त्याच वेळी त्यांना राजेशाहीसोबतच्या संबंधांना राखण्यासाठी 'सक्रिय सहयोग' दाखवण्याचीही गरज होती. त्यांचे राष्ट्रीयत्व हे ब्रिटिश सरकारमध्ये निहित होते, कारण ब्रिटनचे आणि त्यांच्या फायद्याच्या संबंधांचे सूत्र एकच होते आणि राणीने हे संबंध परिपूर्ण करण्यासंदर्भात वचन दिले होते.[६१] आपल्या विधानाच्या समर्थनार्थ ॲटकिसन यांनी हेन्री मेन यांच्याकडे मोर्चा वळवला. या संस्थानांना आणि रियासतींना कुठल्या प्रकारचे सत्ताधिकार आहेत, हे त्यांना निश्चित जाणून घ्यायचे होते. व्हाइसरॉय यांच्या प्रशासकीय मंडळाचे विधी सदस्य असताना मेन यांनी अनेक बैठकांमध्ये आपला मुद्दा मांडण्याचा प्रयत्न केला होता की, ही संस्थाने आणि रियासती उपभोगत आहेत ती 'अर्धवट सत्ता' आहे आणि अशी स्थिती ही अठराव्या शतकात प्रशियन साम्राज्यात होती किंवा नजीकच्या काळात ऱ्हाइन संघराज्यात किंवा जर्मन बंडमध्ये होती. भारतीय राज्ये ही त्यांच्या आंतरिक कारभाराकरिता

ब्रिटिश सत्तेच्या संरक्षणाखाली होती. मात्र, सर्वोच्च सत्तेने ज्या जबाबदाऱ्यांची आखणी केली आहे, त्यांचे पालन करणे त्यांच्यासाठी बंधनकारक होते. अ‍ॅटकिसन यांच्याप्रमाणेच मेन यांनादेखील मान्य नव्हते की, मुघलांनी पाडलेल्या पायंड्याप्रमाणे हे सत्ताकारण चालले आहे आणि त्यांनी विधान केले की, आधुनिक आंतरराष्ट्रीय कायद्यांमध्ये ही अशी 'अर्धवट सत्ता' हे एक खरे तर आदर्श उदाहरण आहे. मोठ्या सामर्थ्यवान सत्ताधीशांनी १८१५नंतर पूर्वेकडील संकल्पना म्हणून युरोपीय राज्य व्यवस्थेला पुनःस्थापित केले असले, तरीही अकबराच्या त्या काळाला फारसे महत्त्व देण्याचे काही कारण नव्हते; त्यामुळे अ‍ॅटकिसन यांचा सिद्धान्त आणि दिवंगत राजपुत्र अल्बर्ट यांचे राजेशाही चौकटीत राहून संस्थानांना देता येऊ शकणाऱ्या स्वातंत्र्यासंदर्भातील जे स्वप्न होते, त्यात खूप साम्य दिसू लागले. लॉर्ड लॉरेन्स यांच्या व्हाइसरॉयपदाच्या कार्यकाळात त्यांनी जे 'जहागीरदारी तत्त्वाचे' आधुनिक रूप अमलात आणण्याचा प्रयत्न केला, त्या वेळी अ‍ॅटकिसन यांनी त्यांना एकटे पाडले. मात्र, कॅनिंग यांच्या दरबार दौऱ्यांमध्ये त्या तत्त्वाची बीजे रोवली गेली आणि त्याचा प्रारंभ झाला होता, हे दिसून येते.[६२]

सन १८५९च्या वसंत ऋतूच्या उत्तरार्धात कॅनिंग यांनी उत्तर भारतीय प्रदेशांमध्ये दौरे सुरू केले. जवळपास १८००० भारतीय सैनिक असलेल्या तगड्या लव्याजम्यासह ते निघाले आणि भारतातील विविध रियासतींचे प्रमुख आणि संस्थानिक यांना ते प्रत्यक्ष भेटले. या भेटींमध्ये त्यानी कंपनीकडून राणीकडे झालेल्या सत्तांतरासंदर्भात या राजांना माहिती दिली. राणी व्हिक्टोरियाला सतत समोर ठेवूनच कॅनिंग यांनी या सर्व भेटी घेतल्या. सुमारे पंधरा महिने त्यांनी २५ दरबार दौरे केले, ज्याची सुरुवात ऑक्टोबर महिन्यात लखनौला अवधच्या रियासतीमधील शाही परिवाराची भेट घेऊन झाली आणि शेवट नोव्हेंबर १८६१मध्ये *स्टार ऑफ इंडिया* या सन्मानाचे पहिले मानकरी असलेल्या राजाची भेट घेऊन अलाहाबाद येथे झाला. एकंदरीत या समारंभांमध्ये सुमारे १३०० स्थानिक प्रमुख सामील झाले होते. या दरबाराच्या माध्यमातून वैयक्तिक भेटीगाठी आणि सार्वजनिक सभा यांचे एकत्रित आयोजन करण्यात आले, कारण युरोपीय आणि भारतीय दोन्हीकडील श्रेष्ठ-कनिष्ठतेच्या वादाला इथे डोके वर काढू द्यायचे नव्हते. शार्लोट कॅनिंग ही या सर्व दरबार दौऱ्यांवर आपल्या पतीच्या बरोबर होती. प्रवास करताना ती छायाचित्रे काढत होती आणि रेखाचित्रेही काढत होती. क्रिमियन युद्धाचे सुप्रसिद्ध चित्रकार विलियम सिम्पसन हेसुद्धा या जोडप्यासोबत प्रवास करत होते. या सर्व दरबार दौऱ्याचा चित्ररूपी दस्तावेज या दोघांनीही राणीला पाठवला होता; ज्यातील भारतीय राजेशाहीची तिला मिळालेली ही पहिली झलक होती आणि त्याने ती भारावूनदेखील गेली होती.[६३] या दरबार दौऱ्यांचा उपयोग कॅनिंग यांनी राणीच्या संदेशाच्या त्यांनी केलेल्या

रूपांतराला या संस्थानिकांपर्यंत पोहोचविण्यासाठी केला. या सर्व प्रमुखांनी आणि राजांनी तिच्याबद्दल दाखवलेल्या निष्ठेसाठी आभार प्रकट करण्यासाठी, तिने जाहीरनाम्यात दिलेल्या आश्वासनांची पुनरुक्ती करण्यासाठी आणि नागरी भावनेला जागृत करण्याचे आवाहन करण्यासाठी ते या भेटी घेत होते. उदाहरणार्थ, फेब्रुवारी १८५९मध्ये त्यांनी लाहोर येथे पंजाबच्या प्रमुखांना सांगितले की, ब्रिटिश सरकारला त्यांचीही गरज आहे; पण फक्त युद्ध करण्यासाठी नाही, तर 'राणीच्या सरकारला तुमच्या सेवेचीही आवश्यकता आहे'. कॅनिंग यांनी स्पष्ट केले की, त्यांची शांततेच्या काळातही गरज आहे आणि त्यांची दंडाधिकारी आणि महसूल अधिकारी म्हणूनही नियुक्ती होऊ शकते, याची त्यांनी खात्री बाळगावी. आणि या सेवा फक्त त्यांच्या स्वतःच्या फायद्यासाठी नाहीत, तर त्यातून जनसामान्यांनाही लाभ व्हावा, अशी राणीची इच्छा आहे, असेही त्यांनी सांगितले. नोव्हेंबर १८५९मध्ये त्यांनी लखनौला अवधच्या तालुकादारांची भेट घेतली आणि 'राणीच्या सत्तेच्या हवाल्याने' त्यांनी सांगितले की, त्यांना त्यांची मालमत्ता परत करण्यात आली आहे आणि आता त्यांची स्थिती सुधारू शकते. या दरबार दौऱ्यानंतर साधारणतः मे १८६० मध्ये कॅनिंग यांच्याकडे एवढी माहिती गोळा झाली की, ते आता राणीला उत्तर भारतासंदर्भात त्यांना आढळलेल्या अनेक गोष्टी सांगू शकण्याच्या स्थितीत आले. 'या सर्व प्रमुखांमध्ये आणि राजांमध्ये निष्ठेची मनोवृत्ती मुरलेली आहे, हे दिसून आले, जी कायम राखण्यासाठी एक स्थिर, दानशूर आणि समजूतदार पण त्याच वेळी कणखर वागणुकीची आवश्यकता आहे, ज्यामुळे राणीसाहेबांचा भारतातील अधिकार हा अभेद्य राखला जाऊ शकतो.'[(६४)]

कॅनिंग यांच्या १८५९ ते ६१ दरम्यान केलेल्या दरबार दौऱ्यांत सुमारे १५० पेक्षा जास्त सनद - करारनामे - दिले गेले; ज्याच्या माध्यमातून राणीच्या जाहीरनाम्यातील आश्वासने, जसे की, त्यांची स्थानिक पदवी, मालमत्ता आणि वारस यांचा ब्रिटिशशासित भारत सरकारकडून यापुढे कारभार पाहिला जाईल, अशी व्यवस्था केली गेली. प्रत्यक्षात या सर्व सनदींमध्ये एक गोष्ट मुख्यतः नमूद केली होती की, राणीसाहेब यांची 'अशी इच्छा आहे की, भारतातील काही राज्यांचे प्रमुख आणि राजे यांच्या सरकारांनी आता त्यांच्या स्वतःच्या प्रदेशाचा राज्यकारभार चालवावा आणि त्याला शाश्वत स्वरूप यावे'. असेही वचन देण्यात आले होते की, जर एखाद्या संस्थानाला किंवा रियासतीला नैसर्गिक वारस नसेल, तर ब्रिटिश सरकार त्या राज्यातील दत्तक विधानाने येणाऱ्या वारसाला, जो 'धर्म आणि वंश यांबरहुकूम' असेल, तर त्याला स्थापित होण्यासाठी मदत करतील.[(६५)] या सनदींनी भारतात ब्रिटिश राजची एक साम्राज्य म्हणून स्थापना केली, जे विविध तहांच्या आणि करारांच्या सूत्रात बांधलेले होते. फरक फक्त एवढाच होता की, आता हे करार ईस्ट इंडिया कंपनीच्या नाही,

तर शाही दरबाराच्या म्हणजेच राणीच्या नावाने होते.

सुधारणावादी राजांनी आता भारतीय प्रशासकीय मंडळ कायदा, १८६१नुसार अस्तित्वात आलेल्या व्हाइसरॉय कायदे मंडळात सहभागी होण्यास सुरुवात केली होती. व्हाइसरॉय नेतृत्वातील प्रशासकीय मंडळाच्या तुलनेत कमी प्रभावी असूनही कायदे मंडळ हे बदलत्या काळाचे एक सुचिन्ह होते. बनारसचे महाराज ईश्वरी प्रसाद नारायण सिंग यांच्या १८६२मधील नियुक्तीने सुरुवात झालेल्या या कायदे मंडळात नंतर सात महाराजांना 'अनधिकृत' सभासद म्हणून समाविष्ट करण्यात आले. त्यांनी १८५७-५८मध्ये ब्रिटिशांविरोधात विद्रोहाच्या वेळी दिलेल्या सहकार्याची फक्त परतफेड म्हणून नाही, तर या राजांची निवड करताना आणखी एक निकष लावण्यात आला होता आणि तो म्हणजे या प्रत्येकाच्या प्रदेशातील प्रशासन हे आदर्शत्वाचा एक नमुना होते. एक उदाहरण घ्यायचे झाले तर मेताब चंद, जे बुर्द्वान (बर्धमान)चे महाराज होते आणि राम सिंग द्वितीय, जयपूरचे महाराज यांनी त्यांच्या राज्यात गोळा झालेला महसूल हा दुष्काळाची नुकसानभरपाई म्हणून वापरला होता. रामपूरचे नवाब युसूफ अली खान, ज्यांची कॅनिंग यांनी फतेहगडला नोव्हेंबर १८५९मध्ये भेट घेतली, त्यांनी त्यांच्या राज्यातील बँक सेवेचे आधुनिकीकरण केले होते. विजियानगरमचे महाराज विजयरामा गजपती राजू तृतीय आणि बनारसचे महाराज हे दोघेही शिक्षणाचे पुरस्कर्ते होते. कायदे मंडळाचे सदस्यत्व मिळाल्यामुळे हे सारेजण वारंवार कलकत्त्याला एकत्र येऊ लागले; ज्यामुळे त्यांच्यात एक नवीन मैत्री निर्माण होण्याची शक्यता दिसू लागली आणि झालेही तसेच. जयपूरचे महाराज आणि विजियानगरमचे महाराज यांची मैत्री अशीच झाली.[६६] अर्थात हे राजे राणीप्रति असलेला स्नेह आणि ब्रिटनप्रति निष्ठा यांचे सार्वजनिक प्रदर्शन करण्यासंदर्भात थोडे कचरत. बनारसच्या महाराजांनी राणीच्या हायलॅन्ड रोजनिशीचा अनुवाद करून, तो हिंदी भाषेत प्रकाशित केला. बुर्द्वानच्या राजांनी कलकत्त्याला राणीच्या पुतळा उभारणीसाठी निधी दिला. ज्या प्रदेशात दुष्काळाने हजारो लोकांचे बळी घेतले, त्या भागातील इंग्लंडच्या रहिवाशांनादेखील यांनी मदत पाठवली. कोटसवोल्ड गावात बनारसच्या महाराजांनी १८६४ मध्ये एक विहीर बांधून दिली, तर विजियानगरमच्या महाराजांनी हाइड पार्क, लंडन येथे १८६७ मध्ये पिण्याच्या पाण्याचे कारंजे तयार करून दिले.[६७] खरे तर, व्हाइसरॉय यांच्या सरकारमधील हे शोभेचे घटक होते. फक्त विजियानगरमच्या महाराज्यांव्यतिरिक्त कुणीही कधीही कायदे मंडळाच्या १८६०मधल्या कुठल्याही चर्चेत सहभाग घेतला नाही आणि कुठला मुद्दाही मांडला नाहा; पण 'ब्रिटिशशासित भारत सरकारमध्ये स्थानिक घटकांना समाविष्ट केले गेले' म्हणून राणीने या गोष्टीचे स्वागतच केले.[६८]

एक राजा मात्र असा होता, ज्याला सनद पाठवण्यात आली नाही आणि कायदे

मंडळाचे सदस्य होण्याचे निमंत्रणही पाठवण्यात आले नाही आणि तो म्हणजे म्हैसूरचा राजा. अगदी १८३१पासून म्हैसूरच्या राजधानीवर ब्रिटिशांची सरळ सत्ता स्थापन झाली होती. तिथले कृष्णराज वाडियार, तृतीय हे अक्षरशः नावापुरते राजा होते आणि ब्रिटिशांच्या हातातील बाहुले होते, ज्यांच्यावर कमिशनर लेफ्टनंट-जनरल सर मार्क क्युबन यांची कडक नजर होती. वाडियार यांना कराराच्या कुठल्याही काठीचा आधार नसल्यामुळे, नैसर्गिक वारस न मिळाल्यास ब्रिटिश या संस्थानाला खालसा करतील आणि सत्ता स्वतःच्या हातात घेतील, ही अस्थिरतेची टांगती तलवार वाडियार घराण्यावर सतत होती.[६९] राणी व्हिक्टोरियाचा १८५८चा जाहीरनामा म्हणजे असलेल्या अस्थिरतेला सावरण्याची एक संधी आहे, असे वाडियार राजांना वाटले; त्यामुळे सत्तांतराची घोषणा साजरी करण्यासाठी आयोजित केलेला म्हैसूर येथील सोहळा इतर ठिकाणी केलेल्या आयोजनांच्या तुलनेत अधिक भव्य आणि देखणा होता. महाराजांनी थेट राणीला पत्र लिहिले आणि त्यांच्या बालपणी त्यांनी अनुभवलेल्या त्यांच्या देशाला पुन्हा परत मिळवून दिल्याबद्दल राणीचे आभार मानले. इतक्या वर्षांच्या त्यांच्या राज्यावरील ब्रिटिशांच्या सत्तेच्या काळात राणीला प्राचीन हक्क, प्रथा, वहिवाटी आणि परंपरा यांचा किती आदर आहे, हे त्यांनी पाहिले आहे आणि धर्माचे स्वातंत्र्य आणि अभय देण्याचे वचन, हेदेखील वाखाणण्याजोगे आहे, असे त्यांनी तिला लिहिले. 'इतके दयाळू आणि मानवी कृत्य केवळ एका ब्रिटिश राणीच्या हृदयातूनच स्त्रवू शकते,' असे वाडियार राजा यांनी लिहिले. एकीकडे वयोवृद्ध झालेले कमिशनर क्युबन यांनी १८६०मध्ये म्हैसूर सोडले आणि ते मायदेशी परतत असताना सुएझ येथे प्रवासादरम्यान त्यांचा मृत्यू झाला. वाडियार तृतीय यांनीही आपली मनीषा स्पष्ट केली की, त्यांचे राज्य खालसा व्हावे, अशी त्यांची अजिबात इच्छा नाही. आपली संपूर्ण राजेशाही पुन्हा एकदा स्थापन झालेली त्यांना पाहायची होती आणि म्हणून त्यांनी राणीकडे धाव घेतली आणि जिला ते 'हिंदुस्थानची सम्राज्ञी' असे संबोधित असत, तिला मदतीचे साकडे घातले. तिला अनेक नजराणे पाठविण्यात आले - अगदी घोडे, जनावरे, दागिने - आणि नंतर आणखी एक संधी आली ती म्हणजे वेल्सच्या राजकुमाराचा विवाह व त्यानंतर राणीच्या नातवाचा राजकुमार अल्बर्ट व्हिक्टर याचा जन्म. या दोन्ही वेळा राणीचे अभिनंदन करणारी पत्रे वाडियारांकडून विंडसर महालात पाठवली गेली.[७०] कॅनिंग आणि वूड यांना हा सर्व प्रकार काय आहे ते कळले होते आणि 'या सेवानिवृत्ती वेतनावर जगणाऱ्या राजांच्या' अशा वागण्याचा त्यांना त्रासही झाला. मात्र, राणी आणि राजपुत्र अल्बर्ट यांचे मत होते की, भारतातील ब्रिटिश अधिकारी या राजाला वागणूक देण्यात 'फार गलथानपणा करीत आहेत', हेही त्यांना ठाऊक होते, म्हणून ते गप्प राहिले.[७१] भेटवस्तू मिळाल्याची पोचपावती देणारा एक

खलिता राणीने वाडियार यांना पाठवला; त्यामुळे महाराजांच्या आशा अधिकच पल्लवीत झाल्या. मग त्यांचे काही प्रतिनिधी लगेच त्यांचा प्रस्ताव व परिस्थिती सांगण्यासाठी लंडनला पोहोचले. राणीच्या १८५८च्या जाहीरनाम्याचा दाखला देत त्यांनी याचिका दाखल केली. 'सत्तर हजार ब्रिटिश संगिनींच्या मोलाचे असे हे दस्तावेज आता भारतात आहेत', आणि *लिबरल प्रेस ऑफ लंडन*ने लगेच त्याला मान्यता दर्शवली.[७२] केव्हाही खालसा होण्याच्या भीतीची टांगती तलवार म्हैसूरवर अनेक वर्षे होती. सरतेशेवटी, १८६७ मध्ये ब्रिटिशशासित भारत सरकारने त्यांच्या दत्तक विधानाला मान्यता देऊन, दत्तक वारसाला राजगादीवर बसवले. वाडियार तृतीय यांना पुन्हा राजसत्ता मिळवता आली नाही. मात्र, त्यांच्या नातवाला ते शक्य झाले. १८६३ मध्ये जन्माला आलेले चामराजेंद्र हे ब्रिटिशांच्या संस्कारांत वाढले आणि वयाच्या अठराव्या वर्षी त्यांना म्हैसूरचे महाराज म्हणून गादीवर बसविण्यात आले. इतकेच नाही तर त्यांना त्यांचे वारस घोषित करण्याचीही संधी देण्यात आली; त्यामुळे वाडियार राजघराणे हे म्हैसूर राज्यामध्ये पुनःस्थापन झाले. या निर्णयाचे स्पष्टीकरण *हाउस ऑफ कॉमन्स*ला देताना स्टॅफोर्ड नॉर्थकोट, भारताचे राज्य सचिव यांनी, ब्रिटिशशासित भारत सरकार यांचे नवीन धोरण आणि 'थोर सम्राट अकबर आणि त्याच्यानंतर आलेल्या सर्वच उत्तराधिकाऱ्यांनी हिंदू कौशल्य आणि सहकार्य यांचा स्वतःसाठी वापर केला', अशी तुलना केली. भारतीयांनी नोंद घ्यावी म्हणून नॉर्थकोट यांनी राणीच्या घोषणेला एक शाही तडका दिला : 'महाराजांचे दत्तक पुत्र यांना गादीवर बसवून त्या माध्यमातून हे घराणे पुढे चालत राहावे अशी राणीसाहेबांची इच्छा आहे.'[७३] मुळात राणीने म्हैसूरसंदर्भात वैयक्तिक स्तरावर आणि सार्वजनिकरीत्या कुठलेही वक्तव्य केले नव्हते. मात्र, म्हैसूरचे महाराज व भारत सरकार यांनी वाटाघाटीसाठी तिचा वापर करणे सुरूच ठेवले.

म्हैसूरचे प्रकरण सूचित करणारे होते. आता इतरही राज्यांतील राजांना राणी व्हिक्टोरियापर्यंत पोहोचण्यासाठी प्रोत्साहन मिळाले होते, जेणेकरून ते आपल्या मागण्या पुढे रेटू शकत होते. उदाहरणार्थ, इंदोरचे होळकर महाराज तुकोजी राव द्वितीय यांनी असा प्रयत्न केला. भारतातील १८५७-५८ च्या विद्रोहानंतर स्वतःच्या प्रदेशाला जबरीने ब्रिटिशांच्या स्वाधीन करावे लागल्याने आणि त्यांच्या निष्ठेवर प्रश्नचिन्ह लावल्यामुळे उद्विग्न झालेल्या होळकर यांनी वरिष्ठ आणि अनुभवी भारतीय मुत्सद्दी जॉन डिकिन्सन यांची भेट घेतली आणि लंडनमध्ये त्यांनी होळकरांची बाजू मांडावी म्हणून आग्रह केला. डिकिन्सन यांनी होळकरांना शाही कुटुंबाची मर्जी प्राप्त करण्यासाठी इंग्लंडला जावे आणि 'स्वतः राणीला आपला परिचय करून द्यावा', यासाठी प्रोत्साहित केले. त्यांनी स्पष्ट केले की, 'जर महाराज स्वतः राजेशाही दरबारात हजर झाले आणि पहिले भारतीय महाराज आणि मराठा सामर्थ्याचे

परिचित नाव म्हणून ब्रिटिश दरबाराला भेट देणारे पहिले राजघराण्यातील व्यक्ती असे त्यांनी स्थान मिळवले, तर शाही परिवाराचे आभार मानल्यासारखे होईल आणि मान्यवर राजकीय व्यक्तींमध्ये तुमचा समावेश होईल.'(७४) दुसरे उदाहरण हे टोंकच्या नवाबाचे होते. आपले राजकीय शत्रू आणि त्याच्या कुटुंबाच्या हत्येचा कट रचण्याच्या आरोपावरून राजपुताना राज्यातून निष्कासित केल्या गेलेल्या या नवाबाने थेट राणीपुढे आपली कैफियत मांडण्याचा निर्णय घेतला आणि त्यांनाही मध्यस्थीसाठी एक प्रतिनिधी सापडले. इल्टुडस थॉमस प्रिचार्ड असे त्यांचे नाव होते जे एक निवृत्त लष्करी अधिकारी होते. या चुकलेल्या राजांना आणि नवाबांना मदत करायला असे बरेच लोक उपलब्ध होते. अनेक वर्षे *ॲबओरिजिन्स प्रोटेक्शन सोसायटी*चे सचिव असलेल्या फ्रेडरिक चेसन यांनी तर १८७२मध्ये टोंक, सुरतचा नवाब, तंजोरच्या सर्व राण्या आणि इतर अनेकांना एकत्र केले आणि एकत्रित याचिका दाखल करण्याचा सल्ला दिला, जेणेकरून सर्व जनतेचे त्याकडे लक्ष वेधले जाईल. अर्थातच ही याचिकादेखील राणीच्या जाहीरनाम्याच्या आधारावरच केली गेली.(७५) हा प्रकार जरा विचित्रच होता. पुरोगामी, कायदेतज्ज्ञ, निवृत्त लष्करी अधिकारी आणि भारतीय राजघराण्यातील लोक हे जे संघटन तयार झाले होते आणि राणीकडे संरक्षणाची मागणी करीत होते, यातून राणीच्या १८५८च्या जाहीरनाम्यानंतरच्या काळातील तिच्या शब्दांनी केलेल्या जादूच्या प्रभावाचे उत्तम उदाहरण होते. आणि हे सगळे घडून येण्यासाठी जाहीरनाम्याच्या प्रकाशनानंतर फार काळ जावा लागला नाही.

मध्यस्थीदेखील प्रत्यक्ष उपस्थित राहून केली जाऊ लागली. याचे एक उदाहरण १८७६ मध्ये मिळाले, जेव्हा हैदराबादचे धूर्त पंतप्रधान सर सालार जंग हे थेट विंडसरलाच पोहोचले. आर्थिक क्षेत्रातील एक तज्ज्ञ थॉमस पाल्मर यांनी त्यांना आश्वस्त केले होते की, १८५८च्या जाहीरनाम्यानुसार ईस्ट इंडिया कंपनीचे हैदराबादवर कर्ज होते. झालेल्या सौद्याचा पुनर्विचार केला जाऊ शकतो. म्हणून सालार जंग यांनी राणी व्हिक्टोरियाशी परस्पर भेट व्हावी, असे निवेदन केले. सर सालार जंग यांच्या युरोप भेटीची अनेक प्रयोजने होती. त्यांच्या राज्यातील प्रस्तावित रेल्वे प्रकल्पासाठी आर्थिक साहाय्य मिळवणे, एवढाच एक उद्देश त्यात विहित नव्हता. राणीकडून त्यांना बेरार प्रांताच्या पुनःस्थापनेची ग्वाही हवी होती. प्रचंड प्रमाणात कापसाचे उत्पादन देणारा हा प्रदेश ब्रिटिशांनी १८५३ मध्ये आपल्या ताब्यात घेतला होता, जो आता हैदराबादला परत मिळावा असे सालार जंग यांना वाटत होते. तत्कालीन व्हाइसरॉय लीटन यांनी सालार जंग यांना युरोपला जाण्यापासून रोखण्यासाठी म्हणून बरेच प्रयत्न केले. त्यांना ते कलकत्त्यालाच थांबवण्याच्या विचारात होत; पण ते शक्य झाले नाही आणि पॅरिस येथे त्यांचा पडून अपघात

झाला; तरीही व्हीलचेअरवर बसून शेवटी त्यांनी जून १८७६ मध्ये राणीची भेट घेतलीच.(७७) पण ही भेट दोन्ही पक्षांसाठी असमाधानकारक ठरली. राणी व्हिक्टोरियाला सांगण्यात आले की, या हैदराबादी मंत्र्याला 'फक्त हवा-पाण्यासंदर्भात बोलण्याची' परवानगी देण्यात आली आहे आणि तिने आश्चर्य व्यक्त करत म्हटले की, त्यांना आणखी एखादी भेट घ्यायची परवानगी होती का? अर्थातच अशी परवानगी देण्यास नकार देण्यात आला. लीटन यांनी राणीला आगाऊ सूचनाही दिली की, संसदेला अनेकदा लाच देता येईल इतकी रक्कम आणि दागिने घेऊन सर सालार जंग तिकडे येत आहेत. तरीही राणीच्या महालाचे दरवाजे त्यांच्यासाठी उघडेच राहिले. ऑगस्ट महिन्याच्या शेवटी राणीने डिसरेली यांच्याकडे तक्रारही केली की, हे फार 'दुर्दैवी' आहे की, सालार जंग यांना त्यांचे मुद्दे आणि परिस्थिती मांडण्याची संधी नाकारण्यात आली, जेव्हा की, तिच्या प्रजेला असे करण्याचे विशेष अधिकार होते.(७८)

राणीच्या हाती सत्ता आल्यानंतरच्या पहिल्या दोन वर्षांत भारतीय राजघराण्यांच्या ताकदीचा कस लावणारी सगळ्यात वादग्रस्त याचिका तिच्यापुढे आली ती बडोद्याहून. हे संस्थान अनेक छोट्याछोट्या प्रांतांमध्ये विभागलेले होते आणि अगदी उत्तरेकडील बॉम्बे प्रांतापर्यंत त्याची पोहोच होती. या संस्थानाचे गायकवाड घराणे आणि त्याचे प्रमुख खंडेराव हे आधुनिकतेचे भोक्ते होते आणि उघडपणे नसले, तरी ते राणीचे चाहतेही होते. १८६६ मध्ये बॉम्बेमध्ये त्यांनी राणीचा पुतळा उभारण्यास आर्थिक मदत केली होती; पण १८७०मध्ये त्यांचा अचानक मृत्यू झाला आणि त्यांचे नावडते लहान बंधू माधवराव हे संस्थानाचे प्रमुख झाले. लवकरच गायकवाड आणि संस्थानातील ब्रिटिश रहिवासी असलेले कर्नल रॉबर्ट फायर यांच्यात जुंपली. प्रशासनात भ्रष्टाचार केल्याचे आरोप ब्रिटिशांनी माधवरावांवर लावले आणि आपल्या राज्यकारभारात फायर हे अतिशय लक्ष घालतात, असा प्रतिआरोप राजांनी केला. यातून काहीतरी चांगला मार्ग काढण्याच्या हेतूने १८७४ मध्ये माधवराव बॉम्बेहून दादाभाई नौरोजी यांना संस्थानाचे दिवाण म्हणून घेऊन आले आणि ब्रिटिशशासित भारत सरकारचे ते प्रतिनिधी असल्यामुळे फायर यांच्या जागी त्यांची नियुक्ती व्हावी, असाही डाव त्यांनी खेळला आणि मग गोंधळाला सुरुवात झाली. फायर यांच्यावर विषप्रयोग करण्याचा प्रयत्न करण्यात आला आणि या कटामध्ये गायकवाड यांचे नाव गोवण्यात आले. चौकशीसाठी एका आयोगाची स्थापना करण्यात आली; ज्यामधील सदस्यांची विभागणी बरोबरीत करण्यात आली होती. म्हणजे यातील तीन सदस्य युरोपीय आणि तीन भारतीय होते. भारतीय सदस्यांमध्ये ग्वालियरचे महाराज जयाजीराव, जयपूरचे महाराज रामसिंग आणि ग्वालियर संस्थानाचे माजी दिवाण दिनकरराव यांचा समावेश होता. हे प्रकरण प्रसारमाध्यमांच्या न्यायालयातही गाजले; ज्यात नवीन राजे गायकवाड यांना असभ्य, रानटी वगैरे ठरविण्यात आले. तर

आयोगाच्या भारतीय सदस्यांनी मत दिले की, त्यांची या कटातील भूमिका सिद्ध होऊ शकलेली नाही; पण तरीही व्हाइसरॉय यांना गायकवाड यांना सत्तेतून कमी करण्याचा सल्ला देण्यात आला. ते आपल्या राज्याचा कारभार नीट सांभाळू शकले नाहीत, असे कारण त्यांना सत्तेवरून काढताना देण्यात आले. अर्थात हा आरोप फारच कमकुवत होता, अत्यंत विचित्र अशी ही तडजोड होती आणि ज्यावर इंग्लिश प्रसारमाध्यमांनी लगेच उड्या टाकल्या.[८०]

यावर एक शाही तोडगा काढण्यात आला. या खटल्यासंदर्भातील इत्थंभूत माहिती राणी व्हिक्टोरियाला कळविण्यात येत होती आणि गायकवाड यांच्या गुन्ह्याला मोठे करून दाखवण्यामागे ब्रिटिश अधिकाऱ्यांचे काही गैरहेतू आहेत, याची तिला जाणीव होती. तिच्या सत्ताकाळात भारतीय राजाला अशा प्रकारे त्याच्या सत्तेतून बाजूला करण्याचा हा पहिलाच प्रसंग होता आणि म्हणून असे करताना जनमताचा कौल घेतल्याशिवाय कारवाई करू नये, असे मत तिने मांडले. गायकवाड यांच्या संबंधांतील खटल्याचा निकाल जाहीर करताना राणीच्या नावाचा त्यात उल्लेख करणे शक्य नव्हते. मात्र, तिने विनंती केली की, कुठल्यातरी मार्गाने तिचा संदर्भ यामध्ये देण्यात यावा. या आयोगातील किमान तीन भारतीय सदस्यांचे ती आभार मानते, एवढा तरी उल्लेख असावा.[८१] म्हणजे ती समाविष्ट होतीच. तिकडे कलकत्त्याला चार्ल्स ॲटकिसन यांनी गायकवाड यांच्या पदच्युत होण्यासंदर्भात घोषणेचा मसुदा तयार केला आणि त्यात राणी व्हिक्टोरियाला शांतता प्रस्थापित करणारी व्यक्ती म्हणून संबोधित केले. निर्णय देताना घोषणेमध्ये स्पष्ट करण्यात आले की, माधवराव गायकवाडांना पदच्युत करतानाच आधीचे गायकवाड म्हणजेच जयाजीराव यांनी केलेल्या कामाची दखल घेत राणी तिथल्याच गायकवाड घराण्याला बडोदा येथे पुनःस्थापित करीत आहे आणि असे करताना तिला आनंद होतो आहे की, गायकवाडांच्या विधवा जमनाबाई यांच्या आग्रहावरून त्यांना त्यांच्याच कुटुंबातील योग्य वारस निवडून संस्थान चालवण्याची परवानगी देण्यात येत आहे.[८२] आणि सर्व कारभार हा पुन्हा स्थिरस्थावर व्हावा यासाठी इंदोरच्या होळकरांचे दिवाण माधवराव यांना बडोद्याला मंत्री म्हणून पाठवण्यात आले. पुढचे पाऊल म्हणजे दत्तकपुत्र गोपाळराव, ज्यांचे नामकरण दत्तकविधानानंतर सयाजीराव असे करण्यात आले. त्यांच्या शिक्षणासाठी एक इंग्लिश शिक्षक नियुक्त करण्यात आला. एक नाही तर दोन स्त्रियांना – जयाजीराव यांच्या विधवा आणि माधवरावांच्या पत्नी राणी या दोघींना त्यांच्या पुरुषांनी केलेल्या गोंधळाला निस्तरण्यासाठीचे श्रेय देण्यात आले. या सर्व प्रकरणावर पडदा टाकण्यासाठी १८७५ मध्ये वेल्सचे राजपुत्र यांनी बडोद्याला भेट दिली. भारत सरकारने बॉम्बेहून त्यांना बडोद्याला नेले आणि तिथे नवीन वारसाच्या गादीवर स्थानापन्न होण्याच्या सोहळ्याला उपस्थित राहून त्यांनी

दत्तकविधानाला मान्यता दिली. हे क्षण खूप बोलके होते. इथूनच एका प्रथेला सुरुवात झाली. भारतीय कारभारात जेव्हा कधी कठीण प्रसंग आले, तेव्हा त्या समस्येचे निराकरण करण्यासाठी ब्रिटिश राजघराण्याला पाचारण करण्यात येऊ लागले.

यशाचे प्रमाण कमी-जास्त असले, तरी १८५८नंतरच्या काळात भारतीय राजे राणीच्या सत्तेकडे आकर्षित होऊ लागले. सनद, दरबाराचे आयोजन आणि न्यायालयीन मुत्सद्देगिरी यांच्या माध्यमातून भारतातील राजेशाहीपर्यंत सहज पोहोचण्यासाठी आणि त्यांच्याशी जुळवून घेण्यासाठी भारत सरकारने राणीच्या नावाचा पुरेपूर उपयोग केला. वसाहतींच्या सत्ताकारणात राणीला असे काही स्थान देण्यात आले, जे तिच्या स्वतःच्या मायदेशात म्हणजेच ब्रिटनमध्ये कुणाच्याही परिचयाचे नव्हते; त्यामुळे तिच्या या भूमिकेला प्रशंसा मिळण्याचा प्रश्नच नव्हता. मात्र, हे असे धोरण होते ज्यामुळे एक विलक्षण पेच निर्माण झाला. या सर्व भारतीय राजांपुढे राणीच्या नावाचे गाजर दाखवून भारत सरकार आपला हेतू साध्य करण्याचा प्रयत्न करत होते. मात्र, त्यामुळेच हे राजघराण्यातील लोक राणीच्या परिघात आतपर्यंत जाण्यास उत्सुक होऊ लागले. अर्थात त्यातील फार थोडे लोक इंग्लंडपर्यंत पोहोचू शकले, काहींनी आपल्या प्रतिनिधींच्या माध्यमातून तिच्यापर्यंत पोहोचण्याचा प्रयत्न केला आणि काहींनी नजराण्यांच्या आणि मौल्यवान वस्तूंच्या माध्यमातून तिला गाठले; पण राणीकडे जाणारा हा ओघ थांबवणे कठीण होऊन बसले. भारत सरकारने त्यातूनही मार्ग काढलाच. कंपनीकडून राणीकडे सत्ता आल्यानंतरच्या काळात तिच्याकडे पाठवल्या जाणारी पत्रे, खलिते, उपहार यांचा मारा रोखण्यासाठी १८६१मध्ये सुरुवातीला नजराण्यांच्या संदर्भातील एक धोरणात्मक पाऊल उचलले गेले आणि प्रत्यक्ष राणीला भेटण्यासंदर्भातील मुद्द्यावर नंतर विचार केला गेला. राणीला कुठलाही नजराणा पाठविण्यापूर्वी त्याला एक तर स्थानिक सरकारची (म्हणजेच प्रेसिडन्सीतील किंवा प्रांतातील) किंवा मग कलकत्त्याहून भारत सरकारची परवानगी घेणे बंधनकारक केले गेले. चार्ल्स वूड यांनी एक नमुना पत्र तयार केले, जे राणीला काहीतरी विशिष्ट नजराणा पाठविण्याची इच्छा असलेल्या भारतातील राजघराण्यांना पाठवण्यात येणार होते. *'स्टार ऑफ इंडिया'* या सन्मानासंदर्भातील गोंधळ निस्तरण्याचा अनुभव गाठीशी असल्याने वूड यांना आता असे पेचप्रसंग कसे हाताळावे, हे चांगलेच कळले होते. शासक आणि तिची संवेदनशीलता या दोन्हीची त्यांना पुरेपूर कल्पना आता आली होती. 'राजेसाहेबांनी राणीला नजर केलेली वस्तू ही सुंदर तर आहेच आणि राणीच्या नजरेत ती फार वैशिष्ट्यपूर्ण आहे', राजांना पाठवायच्या पत्राच्या नमुन्यात वूड यांनी लिहिले होते. 'राणीसाहेबांनी मात्र मला आदेश दिला आहे की, मी तुम्हाला कळवावे, राणीसाहेबांसाठी सगळ्यात जास्त स्वीकृत केले जाणारे

जर काही असेल तर ते राजेसाहेबांचे मैत्रीपूर्ण पत्र आहे'. पत्राचा शेवट करताना वूड यांनी जे सौहार्दपूर्ण व हृदयाला स्पर्श करून जाणारे शब्द वापरले आहेत, ते म्हणजे आदर्श वागणुकीच्या नियमावलीत समाविष्ट केले जावे, असे आहेत. ते लिहितात, 'एका दूरवरच्या मित्राकडून आलेले प्रेमाचे दोन शब्द हाच सगळ्यात मौल्यवान नजराणा आहे.'[८३]

परंतु, नजराणे - आणि आता शब्दही - राणीपर्यंत पोहोचतच राहिले. नवीन नियमांना बगल देण्याचे पर्यायही लवकर आणि अगदी सहज शोधले गेले. मुंगेर, बिहारच्या राजाने राणीला एक चंदेरी कोच पाठवला, तर पतियाळाच्या महाराजांनी तिच्यासाठी दागिने धाडले. मग शेवटी १८६७ मध्ये फतवा काढण्यात आला की, राणीला पाठविण्यात येणारी प्रत्येक गोष्ट ही भारत सरकारला दाखवल्याशिवाय पाठवता येणार नाही; पण तरीही या नजराण्यांच्या प्रवाहाला बांध घालता आला नाही. त्यानंतरच्या वर्षात लॉर्ड लॉरेन्स, नवीन व्हाइसरॉय यांनी तर तक्रार करीत म्हटले की, भारतीय राजांनी आणि प्रतिष्ठित लोकांनी राणीला नजराणे पाठविण्यापासून रोखण्यासाठी अधिक उपाययोजनांची गरज आहे. 'राणीने आपल्याला सहकार्य करावे किंवा आपली बाजू घ्यावी, अशी विनंती करण्यासाठी' अशा उद्देशाने ते हे उपहार तिला पाठवतात, असेही मत त्यांनी व्यक्त केले. या पेचाची एक मजेशीर अडचण अशीदेखील होती की, राणी स्वतः हे सगळे नजराणे स्वीकारायला तयार होती. भारतातील राज्य सचिव नॉर्थकोट यांनी तर नोंदवून ठेवले आहे, 'हा सगळा प्रकार फारच तापदायक आहे, कारण जे चालू आहे, ते कुठे थांबवायचे याच्याबद्दल काहीच ठरलेले नाही'. राणीच्या बाजूने थेट संपर्क थांबविण्यासाठी भारत सरकारने बरेच प्रयत्न केले. एका गंभीर आजारातून उठलेल्या आणि बरे झालेल्या वेल्सच्या राजकुमाराचे अभिनंदन करण्यासाठी १८७३ मध्ये भारतातून पत्रे आणि भेटवस्तू यांचा जो मारा राजमहालावर झाला, त्यानंतर पुन्हा एकदा १८६७ मध्ये केलेल्या नियमांना लागू करण्यात आले. यात एक छोटासा बदल करण्यात आला होता आणि तो म्हणजे, आलेल्या नजराण्यांना पोचपावती देण्याचे काम राणी करेल. मात्र, ते फक्त काही विशिष्ट प्रसंगीच.[८४] पुढील पाच वर्षांनी या नियमांचा फास आणखी आवळण्याचा प्रयत्न केला गेला. कुठल्या प्रकाराची संस्मरणीय भेटवस्तू राणीला पाठविण्यात यावी, याबाबतचा निर्णय ब्रिटिशशासित भारत सरकार घेईल, असा नवीन फतवा काढण्यात आला आणि ते संस्मरण स्वीकारल्याची पोचपावती आणि आभाराचे पत्र व्हाइसरॉय यांनी दिले, तर ते पुरेसे ठरणार होते का? मात्र, १८८१मध्ये यात आणखी एक अडथळा निर्माण केला गेला. स्थानिक भाषेतील सगळ्या पत्त्यांचे इंग्रजी भाषांतर असणे आवश्यक आहे आणि त्याची वैधता आणि स्पेलिंग हे भारत सरकार तपासून पाहणार, अशी ती नवीन अट होती. सरतेशेवटी, १९०६ मध्ये

असे ठरले की, भेटवस्तू पाठवणाऱ्या ज्या व्यक्तीने स्थानिक सरकारला आणि कलकत्त्यातील अधिकाऱ्यांना नजराण्यासंदर्भात कळविले आहे, फक्त तेवढेच नजराणे राणीकडे किंवा सम्राज्ञीकडे पाठवण्यात येतील.[८५] राणीच्या हाती भारताची सत्ता आल्यानंतर अर्धे शतक उलटून गेल्यावर शेवटी भारत सरकारचे एका पोस्टमनपासून ते शासकापर्यंत आणि पुढे शाही टपालाचे नियंत्रक आणि संपादक असे परिवर्तन झाले.

भारतीय राजे, तसेच भारतीय जनता यांच्यासाठी कंपनीकडून राणीच्या हाती सत्ता जाणे याला खराखुरा अर्थ होता. सार्वभौमत्व हा कंपनी राजच्या काळातील एक भ्रम होता. ब्रिटनमध्ये आणि भारतात कंपनी आणि शाही घराणे या दोन सत्ताकेंद्रांमुळे खूपच संभ्रमाचे वातावरण निर्माण झाले होते. ब्रिटिश प्रशासनाच्या अखत्यारीतील स्वतंत्र राज्ये कुठली आणि ज्यांनी कंपनीकडे सत्ता सोपवली आहे, अशी राज्ये, अशा प्रदेशांच्या अस्तित्वासंदर्भातील हा संभ्रम होता. भारतातील १८५७-५८च्या बंडानंतर ब्रिटनला लवकरात लवकर ही परिस्थिती मूळ पदावर आणायची होती आणि भारतावर पुन्हा नियंत्रण प्राप्त करायचे होते आणि सत्ता मिळविण्यासाठी प्रयत्न करणाऱ्या विरोधकांना निःशस्त्र करायचे होते. या सगळ्याला जर नैतिक आणि कायद्याचे रूप द्यायचे झाले, तर राणी हाच त्यासाठीचा उत्तम पर्याय होता. एक दूरच्या प्रदेशातील राज्ञी जिला क्षमा, न्याय आणि समानतेचे प्रतीक म्हणून प्रस्तुत करणे शक्य होते. आणि १८५८नंतर भारत सरकारने केलेल्या सर्व उपक्रमांत सगळीकडे तिचा उल्लेख होता; राजेशाही सत्तेच्या नवीन उभारणीमध्ये तिचे नाव आणि तिची मूर्ती ही केंद्रस्थानी उभी होती. एक प्रतीक म्हणून किंवा शून्य किंमत असलेली व्यक्ती म्हणून तिला पाहिले जात होते. मात्र, तिच्या हाती सत्ता आल्यानंतर तिने नियुक्त केलेल्या सर्व व्हाइसरॉय यांनी राणीचा वावर हा सतत दिसावा आणि तिच्या भारतीय साम्राज्याच्या कारभारात तिला तिच्या अधिकाऱ्यांइतकीच रुची आहे याकडे लोकांचे लक्ष जावे, यासाठी सतत प्रयत्न केले. ती अलाउद्दीनच्या दिव्यातील जिनीप्रमाणे होती; जिने जादूने दहशत आणि विद्रोहातील प्रचंड संताप दूर केला. सगळ्याच जिनींच्या संदर्भात जे सत्य आहे, तेच राणीच्या बाबतही लागू होत होते. तिच्या जादूचा उपयोग आणि परिणाम कसे होतील, हे सांगणे निव्वळ अशक्य होते. राणीच्या १८५८च्या जाहीरनाम्याचा ब्रिटिश राजच्या राजकीय संस्कृतीवर तिच्या स्वतःच्या सत्ताकाळात होणाऱ्या परिणामाला ब्रिटिशशासित भारत सरकारने कमी लेखले होते. ज्या घोषणांना आणि आश्वासनांना लोकांपर्यंत नेण्यासाठी स्वतः भारत सरकारने मोठ्या प्रमाणात जाहिरात केली होती, त्या राणीच्या शब्दांनी ब्रिटिश सत्तेला मागे खेचण्याऐवजी त्यांची महत्ता वाढवून दाखवली होती. ब्रिटिश बाबूगिरीने आणखीही काही गोष्टींचे चुकीचे आडाखे मांडले होते. कुणालाही वाटले नव्हते

आणि त्यांनी कल्पनादेखील केली नव्हती की, तिला लॉर्ड डर्बी सरकारने १८५८मध्ये जेवढे विशेषाधिकार दिले होते, त्याचे ती स्वतः इतके काटेकोर पालन करेल. ज्या उत्साहाने आणि उत्कटतेने तिने आणि राजपुत्र अल्बर्ट यांनी भारताच्या राज्यकारभारात उडी घेतली, त्याने तिच्या राजकीय सल्लागारांचे धाबे दणाणले होते. तिला थांबविण्यासाठी जे काही करता येईल ते केले गेले. तरीही, ज्या भारतीय शासकांसोबत तिने सतत संपर्कात राहणे अपेक्षित होते, त्यांची जबाबदारी राणीने अत्यंत गंभीरपणे स्वीकारली होती. तिच्याकडे जे औपचारिक सत्तेचे अधिकार होते, त्यावर तिने आपला मालकी हक्क बजावला होता; विशेषतः लष्कराच्या संदर्भात. मात्र, भारतीय नागरी सेवेबद्दल तिला कधी फारशी आपुलकी वाटली नाही. सत्ता हाती आल्यानंतरच्या चार वर्षांत फार क्वचित राणीने भारतातून आलेले कुठले टपाल नजरेखालून घातले असेल. भारतातील ब्रिटिश राज भरात येत होते आणि त्याच्या केंद्रस्थानी राणी व्हिक्टोरिया होती. रशियातील झार किंवा जर्मनीतील कैसर यांच्या तुलनेत पाहिले, तर व्हिक्टोरिया ही भारतातील सत्तेचे मूर्त रूप होती. ती फक्त नावाने नाही तर तिच्या कार्यानेही सम्राज्ञी होती.

६

सार्वजनिक कामांची महाराणी

‘आमची अशी प्रामाणिक इच्छा आहे... भारतातील शांततापूर्ण उद्योगाला एक चालना मिळावी’, आणि ‘जी कामे सार्वजनिक उपयोगितेची आणि उत्थानाची आहेत, त्यांना प्रोत्साहन मिळावे’, असे राणीच्या १८५८च्या जाहीरनाम्यात लिहिले होते. कंपनीकडून राणीच्या हाती सत्ता जाताच भारतात एका नवीन सरकारी कारभाराच्या पद्धतीचा उदय झाला, जो एका न्याय्य राजसत्तेच्या माध्यमातून राबविला जाणार होता आणि म्हणून या उदार आणि परोपकारी राणीच्या राज्यातील भारतीय प्रजेच्या भौतिक आयुष्यात मोठ्या प्रमाणात बदल घडून येतील, अशी अतीव अपेक्षाही निर्माण झाली होती. एक प्रबुद्ध सत्ता उन्नत आर्थिक विकास निर्माण करू शकते किंवा वसाहतवादी संख्याशास्त्री रॉबर्ट माँटगोमेरी मार्टिन यांनी, राणीच्या लंडनमध्ये निर्माण झालेल्या आशावादासंदर्भात बोलताना १८६२मध्ये नमूद केल्याप्रमाणे, ‘भारतातील प्रत्येक वर्षी एक स्थिरचित्त आणि चांगले सरकार असणे... म्हणजेच... अखंड उद्यम आणि भांडवलासाठीची संधी असते.’[१] राणी व्हिक्टोरिया म्हणजे भारतीय अर्थव्यवस्थेतील ब्रिटिश मध्यस्थ अशी एक प्रतिमा १८६० आणि १८७० दरम्यान निर्माण झाली. आधुनिकतेची प्रतिनिधी म्हणून तिच्याकडे पाहिले जाऊ लागले, कारण भारतातील रेल्वेचे जाळे विस्तारले होते, जलस्रोतांना बांध घालण्याचे काम मोठ्या प्रमाणात झाले होते आणि संपर्क-संवादांच्या साधनांमध्ये टेलिग्राफच्या आणि वाफेच्या बोटींच्या माध्यमातून टपालसेवा यांमुळे क्रांती घडून आली होती. भारतातील पहिल्या कॉटन मिलच्या प्रवेशद्वारावर ती विराजमान झाली. नागपूरला जमशेदजी टाटांच्या या मिलचे नाव एम्प्रेस मिल असे ठेवण्यात आले, तर त्या काळातील सर्वाधिक भरभराट होत असलेल्या बॉम्बे शहरातील गॉथिक पद्धतीच्या इमारतींच्या कोनशिलांवर तिचे नाव आरूढ झाले.

अपरिहार्यपणे, तिच्या हीरक महोत्सवी वर्धापन वर्षात म्हणजेच जवळपास चाळीस वर्षांनंतर, राजसत्तेच्या अखत्यारीतील भारतातील आर्थिक स्थितीबद्दल स्वतःचे अभिनंदन करून घेण्याचे मात्र फारसे काही कारण उरले नव्हते. ईस्ट इंडिया कंपनीच्या सत्ताकाळात भारतीय संसाधनांचा जितका उपसा झाला होता, त्यापेक्षा जास्तच राजसत्तेने त्यांच्या या सत्ताकाळात केला. भारतातील रेल्वेमध्ये सरकारच्या साहाय्याने जी गुंतवणूक करण्यात आली होती, त्याच्या नफ्याचा मलिदा हा देशाबाहेर नेण्यात आला आणि तो लंडन शेअर बाजारात स्थायिक झाला. स्थानिक भारतीय उद्योगांचे तर जन्मतःच गळे आवळले गेले आणि कारण होते संरक्षण शुल्काचा अभाव! ब्रिटिश करधारकांवर भारताचा कुठलाही भार येणार नाही, या वारंवार उच्चारल्या जाणाऱ्या आश्वासनानुसार भारतातील ब्रिटिश परराष्ट्रीय धोरणासाठी भारतीयांना मात्र कराचा भुर्दंड द्यावा लागत होता. (अफगाणिस्तानविरुद्ध युद्ध (१८७८-८०), बर्मा (१८८५-८६), आणि भारतालगतच्या इतर प्रदेशांतील कारवाया, जसे एबीसीनिया (१८६८) आणि इजिप्तव्याप्त प्रदेश (१८८२)). याशिवाय भारतातील व्हाइसरीगल सरकारचे खर्च त्यांचा देखील यात समावेश होता. भारतातील शहरी मध्यमवर्गीयांवर १८५८नंतर आणखी एक कर लादण्यात आला - उत्पन्न आणि मुद्रांक कर. याशिवाय गरीब शेतकरी उत्पादकांवर आधीपासून असणाऱ्या करांत वाढ करण्यात आली. सगळ्यात त्रासदायक ठरला तो मिठावरील कर. सगळ्यात कहर म्हणजे भारतीय कारभार पाहणारे ब्रिटिश प्रशासन हे पंजाब, बिहार, ओरिसा आणि राजपुताना येथे १८६० नंतर लागोपाठ आलेल्या दुष्काळाच्या वेळी अगदीच निष्प्रभ आणि दोषीदेखील ठरले. तसेच १८६० पासून ते १८७६-७७ दरम्यान मध्य आणि दक्षिण भारतात आलेल्या आपत्तीमध्ये आणि १८९७ च्या देशभरातील दुष्काळाच्या परिस्थितीतही ते निष्प्रभ ठरले, ज्यामध्ये तेव्हा सुमारे १५ दशलक्ष भारतीयांचा मृत्यू झाला होता. भारतीय अर्थव्यवस्थेचे हे लोकांचे आणि उत्पन्नाचे ब्रिटिश शोषण - १८८०नंतरच्या भारतीय राष्ट्रवादींच्या लढ्यातील एक महत्त्वाचे शस्त्र बनले आणि ब्रिटिश सत्तेच्या किंवा राजसत्तेच्या धोरणांवर लावले गेलेले ते आजतागायतचे महत्त्वाचे आरोप आहेत.[२]

राणी व्हिक्टोरिया या सर्व घणाघाती आरोपांच्या आणि टीकेच्या माऱ्यातही आश्चर्यकारकरीत्या सहीसलामत राहिली. नागरीकरणाच्या नावाखाली ब्रिटिशांनी केलेल्या कामावर १८५८नंतर भारतात तिचे नाव कोरले गेले. मात्र, कुठल्याही आरोपात नाही. उद्योगक्षेत्राशी निगडित भारतीय देशभक्तांत बॉम्बे पारसी. दादाभाई नवरोजी, ज्यांनी भारतीयांचे शोषण होत असल्याचे समोर आणले होते आणि जे ब्रिटिश संसदेतील पहिले भारतीय सदस्य होते आणि रोमेश चंद्र दत्त, जे बंगाली नागरी सेवा अधिकारी, अनुवादक आणि इतिहासकार होते. या दोघांनीही राणी

म्हणजे न्यायासाठीची शेवटची संधी म्हणून पाहणे सोडून दिले. त्याचप्रमाणे, ब्रिटिश राजच्या विरोधातील एक अत्यंत महत्त्वाचे ब्रिटिश संसद सदस्य विलियम वेडरबर्न यांनी १८९७ मध्ये, राजसत्तेतर्फे साजरा होणारा उत्सव आणि भारतातील भयानक दुष्काळ यांची तुलना करीत *'स्केलेटन अॅट द ज्युबिली फीस्ट'* (वर्धापन दिन सोहळ्याच्या मेजवानीला आलेला कंकाळ) असे लिखाण केले, ज्यात राणीचा अजिबात उल्लेख केलेला नव्हता.[३] हे कसे शक्य होते? पुस्तकातील या प्रकरणाची सुरुवात ही राणी व्हिक्टोरियाची तिच्या सत्तेच्या अगदी अंतापर्यंत प्रतिष्ठा दुष्काळाने पिचून गेलेल्या भारतीयांची सहवेदना जाणणारी एक व्यक्ती म्हणून कशी विकसित होत गेली, याचे परीक्षण करण्यापूर्वी १८५८ नंतर ती कुठल्या प्रकारे ब्रिटिश आणि स्वदेशी भांडवल आणि उद्योग यांसाठी भारतात समानार्थी बनली, या विश्लेषणाने करण्यात येत आहे. शेवटी हे विश्लेषण, आर्थिक व्यवस्थेच्या विरोधात निदर्शने होत असताना राणी एका पितृछायेचे प्रतीक, जे इव्हानजेलिकल सुधारकांनी किंवा धर्मप्रचारकांनी निर्माण केलेले नव्हते, कसे बनली, यावर येऊन थांबते.

सुधारणेचा काळ

राणीच्या जाहीरनाम्याच्या म्हणजे १८५८नंतरच्या भारतातील आर्थिक विकासासंदर्भात केलेल्या प्रत्येक वक्तव्यात आकाशातील पिता म्हणजे देव आणि राणी या दोघांचा उल्लेख हे अगदी आवश्यक घटक होते. लष्कराला मुठीत ठेवण्याची आणि धर्म परिवर्तनाची जी भाषा पूर्वी वापरली जात होती, त्याऐवजी आता भारताच्या पायाभूत सुविधांच्या आधुनिकीकरणाचे नवे ध्येयधोरण हाती घेतले गेले. जिथे बायबल पोहोचू शकत नव्हते अशा ठिकाणी लोखंड, स्टील आणि विटा पोहोचू लागल्या आणि तेदेखील तलवारीचा आधार न घेता. १८७१ पर्यंत ५००० मैल इतके आगगाडीचे रुळ पसरवले गेले. उत्तर भारतीय प्रदेशातील नद्यांचा वापर वाहतुकीसाठी आणि सिंचनासाठी होऊ लागला.[४] या बदलत्या वातावरणाने व्हाइसरॉय विस्मयचकित आणि उत्साही झाले होते. हरिद्वारला गंगेच्या किनाऱ्यावर उभे राहून त्यात प्रार्थना करणाऱ्यांना पाहून लॉर्ड एल्गिन (भारताचे १८६२-६३ या काळातील व्हाइसरॉय) यांनी १८६३च्या एका संध्याकाळी लिहिले, 'गंगेच्या पवित्र प्रवाहात जुन्या श्रद्धा वाहून जाताना आणि गंगेच्या त्याच पात्रात उभारल्या जाणाऱ्या भव्य कालव्याच्या रूपातील नवीन श्रद्धेचा उदय होताना पाहणे विस्मयकारक आहे'. सात वर्षांनी लॉर्ड मेयो (भारताचे व्हाइसरॉय, १८६९-७२) यांनी अजमेर येथे एकत्र झालेल्या राजपुतानाच्या प्रमुखांना उद्देशून बोलताना म्हटले :

प्रत्येक तासाला या भव्य साम्राज्याने राणीच्या सिंहासनाला अधिकाधिक जवळ खेचून आणले आहे. आणि वर्षामागून वर्षे वाफेवर चालणाऱ्या बोटींनी आणि आगगाडीच्या रुळांनी इंग्लंडला भारताला त्याच्या कवेत घेणे शक्य केले आहे. पण ज्या धाग्यांमध्ये ती स्वतःला लपेटून घेऊन इच्छिते त्या तारा लोखंडी नाहीत, कारण आता आक्रमण करून जिंकण्याचे दिवस गेले आहेत आणि सुधारणेच्या काळाची सुरुवात झाली आहे.[५]

भारतीय साम्राज्यातील या तांत्रिक कायापालटामध्ये, विशेषतः रेल्वेचे जाळे विस्तारण्यामध्ये अधिकाऱ्यांनी राणी व्हिक्टोरियाला आवाहन केले. अगदी १८४०मध्ये झालेल्या या कामाच्या प्रारंभापासून भारतातील रेल्वेच्या विकासाला ख्रिश्चन धर्माच्या बाहूंची उपमा दिली गेली आणि त्याचा तसाच प्रचारही करण्यात आला. कला आणि विज्ञान यांना एकत्र आणणारा 'खरा धर्म', ज्यात 'प्रभूच्या सत्याच्या वचनांचा' प्रसार करण्यासाठी मिळालेला मार्ग म्हणजे ही विकसित वाहतुकीची साधने, असे मानण्यात येत होते. बुर्द्वान (बर्धमान) आणि कलकत्ता या दरम्यान पसरलेल्या सगळ्यात महत्त्वाच्या मार्गाच्या उद्घाटनाच्या वेळी १८५५ मध्ये कलकत्त्याच्या बिशप यांनी एका लांबलचक धार्मिक कार्यक्रमाचे आयोजन केले होते; ज्यात जुन्या कराराचे विस्तृत वाचन केले गेले आणि ईस्ट इंडिया कंपनी आणि गव्हर्नर-जनरल यांना आशीर्वादही दिले गेले.[६] अशाच धार्मिक कार्यक्रमाचे आयोजन १८५८नंतरही ख्रिश्चन धर्मप्रसारकांनी केले होते. मात्र, या वेळी आशीर्वादाचा वर्षाव कंपनीच्या अधिकाऱ्यांवर नाही तर राणीवर झाला. लाहोरला १८५८मध्ये पंजाब रेल्वेच्या उद्घाटनाच्या वेळी २०० पंजाबी प्रमुखांच्या उपस्थितीत ब्रिटिशशासित भारत सरकारने आधी ख्रिश्चन धर्माप्रमाणे सर्व आयोजन केले आणि राणीचा 'हिंदुस्थानची सम्राज्ञी' म्हणून जल्लोष केला.[७] भारतीय शिपायांनी पुकारलेल्या बंडाच्या आणि त्यानंतरच्या काळात, रेल्वेचा लष्करी कामांसाठी जास्त उपयोग झाला आणि नंतर १८७० आणि १८८०मध्ये आलेल्या दुष्काळाच्या काळात मदतकार्यासाठी तिचा वापर करण्यात आला. अगदी शतकाच्या उत्तरार्धात खऱ्या अर्थाने रेल्वेचा वापर हा मुख्यतः प्रवासी वाहतुकीसाठी केला जाऊ लागला.[८] पण त्याचा उपयोग काहीही असला, तरी प्रत्येक रेल्वेमार्गाचे आणि जंक्शनचे उद्घाटन म्हणजे चर्च आणि राजसत्ता या दोघांसाठी फक्त नावापुरते का असेना; पण त्या समारंभाच्या केंद्रस्थानी असण्याचे निमित्त बनले होते. संमतीची मोहर देण्याचा सन्मान त्यांना अशा निमित्ताने मिळू लागला होता. फेब्रुवारी १८६३मध्ये बनारस-जबलपूर या रेल्वेमार्गाच्या उद्घाटनप्रसंगी एल्गिन यांनी तर चक्क तिथल्या स्थानिक महाराजांसाठी राणीचे प्रतिनिधित्व करीत एक दरबार आयोजित केला होता. सर जॉन लॉरेन्स (व्हाइसरॉय

१८६४-६९) यांनी अशाच प्रकाराचा एक समारोह १८६४ मध्ये कलकत्ता ते लाहोरमार्गे अमृतसर या मार्गाच्या उद्घाटनानिमित्ताने ऑक्टोबरमध्ये आयोजित केला होता. त्यांनी तर लाहोरच्या नवीन रेल्वे स्टेशनचे छायाचित्र काढून थेट राणीला पाठवले होते.[९] पुढे काही काळानंतर म्हणजे १८७८मध्ये जेव्हा रेल्वेसंदर्भातील कुतूहल हळूहळू शमू लागले, तेव्हा सतलज नदीवर बहावलपूर येथे बांधण्यात आलेल्या 'एम्प्रेस ब्रिज'च्या उद्घाटनाच्या वेळीही लाहोरचे बिशप यांनी साग्रसंगीत सगळे धार्मिक विधी आयोजित केले होते.[१०]

राणीच्या नावाशी जुळलेले रेल्वे हे फक्त एकच तंत्रज्ञान नव्हते. एक वेळ अशी होती की, १८४० ते १८५०च्या दरम्यान नदी आणि त्यावरील कालवे यांची जोड रेल्वेमार्गांशी करून त्याला भारताच्या आर्थिक भविष्याकरिता आवश्यक मानले जात होते. काही प्रकल्पांचे, जसे गंगेवरील कालव्यांचे प्रकल्प ज्यांची सुरुवात रुरकीला १८५४ मध्ये झाली, त्यांचेही ख्रिश्चन धर्मप्रथेनुसार नामकरण समारंभ करण्यात आले. या कालव्यांचे १८५० आणि १८६०च्या दरम्यान विस्तारीकरण करण्यात आले, तेव्हा त्यातील नवीन घटकाला राजेशाही नाव मिळाले : 'क्वीन्स चॅनल' जे सोलाणी जोडकालव्याला म्हटले जाऊ लागले; तेथे संरक्षक सिंहांच्या चार प्रतिमा उभारण्यात आल्या आणि गंगेचा कालवा अलाहाबादला जिथे यमुनेच्या संगमावर मिळतो, त्याला 'व्हिक्टोरिया फीडर' असे म्हटले जाऊ लागले.[११] तिच्या गावीही नसलेल्या पश्चिम आणि पूर्व-भारतीय उपखंडांना जोडणाऱ्या, वाफेवर चालणाऱ्या बोटींच्या आधुनिकीकरणाची पुरस्कर्ती म्हणूनदेखील राणीचा लौकिक होता. मुळात ईस्ट इंडिया कंपनी वाफेवर चालणाऱ्या बोटींच्या आगमनासाठी फारशी उत्सुक नव्हती; त्यामुळे व्यावसायिक संस्थांनी आणि त्यांच्या पुरस्कर्त्यांनी हा विषय संमतीसाठी राणीपुढे मांडला, कारण टपाल करार आणि प्रवासी वाहतुकीतून मिळणाऱ्या फायद्याचे त्यांना आकर्षण होते. पेनिन्सुलर आणि ओरिएंटल कंपनीला १८४० मध्ये एक राजेशाही करारपत्र देण्यात आले आणि टपालासाठी भारत आणि ऑस्ट्रेलियातील मेल स्टीम पॅकेट कंपनीला १८४७ मध्ये करारबद्ध करण्यात आले.[१२] पण यातील सगळ्यात मोठी झेप घेण्याची संधी ही १८६९ मध्ये वाफेवरच्या बोटींच्या मार्गांना मिळाली, जेव्हा भारत आणि ब्रिटन या दोन देशांमध्ये ही सेवा सुरू झाली; जी सुएझच्या कालव्यामुळे शक्य झाली होती. वेल्सचे राजपुत्र आणि राजकन्या यांनी या पूर्ण झालेल्या प्रकल्पाला मार्च १८७०मध्ये भेट दिली, जेव्हा कालव्याचे एक द्वार उघडून त्यांनी त्याचे अगदी नुकतेच अधिकृतपणे उद्घाटन केले होते.[१३] भारताकडे निघालेली पहिली वाफेवरील बोट नव्या मार्गाने निघाली ते वर्ष होते १८७२. एकदा बेंजामिन डिसरेली यांनी अतिउत्साहात इजिप्तच्या 'खेदिवे'चे या कालव्याच्या प्रकल्पासाठीचे भागभांडवल राणीच्या नावाने विकत घेतले; ज्यामुळे हा

कालवा राजेशाही भारतीयांच्या मनोविश्वावर अंकित झाला. राणी व्हिक्टोरियाच्या आनंदाला पारावर उरला नाही : यातून 'भारतासंदर्भातील संपूर्ण सुरक्षिततेची ग्वाही आम्हाला मिळाली आहे', तिने आपल्या रोजनिशीत नमूद करून ठेवले.[१४] भारताकडे आणि तिथून इतरत्र असा हा वाफेवरील बोटींचा उद्योग, ज्यात प्रवासी वाहतूक, टपालांची देवाण-घेवाण, लष्करी तुकड्यांचा प्रवास आणि मालवाहतूक या सगळ्यांचा समावेश होता, दिवसेंदिवस वाढतच गेला आणि मग बोटींच्या कंपन्यांनी बोटींच्या नामकरणाचा सपाटा लावला. पेनिन्सुलर आणि ओरिएंटल कंपनीने जहाजांना १८७८मध्ये कैसर-ए-हिंद आणि १८८७मध्ये व्हिक्टोरिया अशी नावे दिली. दोन्ही बोटी या सुएझ कालव्यामार्फत बॉम्बेच्या दिशेने जाणाऱ्या होत्या.[१५] राणी व्हिक्टोरियाने पूर्वेकडील प्रदेशाकडे कधीच प्रवास केला नसला, तरी भारताच्या दिशेने निर्माण केलेल्या नवीन मार्गातील बोटींच्या सफरीतील आत्मा ही राणी व्हिक्टोरियाच ठरली.

नवीन तंत्रज्ञानाने तर राणी व्हिक्टोरियाने तिच्या भारतीय प्रजेसाठी उच्चारलेल्या शब्दांनी त्यांना तिच्या आणखी जवळ आणले. टेलिग्राम म्हणजे तार करणे या व्यवस्थेचा प्रवास फार मंदगतीने झाला. मुख्य रेल्वेमार्गांपुरतेच ते मर्यादित होते; पण कलकत्ता आणि सिमला (विशेषतः १८६०पासून त्यांचा फारच विस्तार झाला, कारण सिमला हे व्हाइसरॉयचे आणि त्यांच्या सरकारातील अधिकाऱ्यांचे उन्हाळ्यातील सुट्टी घालवण्याचे ठिकाण होते.) आणि लंडन यांच्यातील समुद्र आणि भूमी यामार्फत तत्काळ संपर्काची माध्यमे वाढत गेली, तेव्हा टेलिग्रामला पर्यायच उरला नाही.[१६] राणीने प्रजेला टेलिग्राममार्फत केलेला पहिला संदेश हा जानेवारी १८७२ मध्ये वेल्सच्या राजपुत्राच्या आजारपणातून उठण्याच्या बातमीचा होता. त्यानंतर लगेचच तिचा दुसरा टेलिग्राम संदेश आला, तो मेयो यांच्या हत्येसंदर्भात दुखवटा व्यक्त करणारा होता. त्यानंतर राणीने भारतातील व्हाइसरॉय यांना टेलिग्राममार्फत पाठविलेले संदेश हे दुसऱ्या अफगाण युद्धाच्या काळात रीतसर वर्तमानपत्रात प्रकाशित केले जाऊ लागले.[१७] टेलिग्राममार्फत संदेश पाठवण्याच्या व्यवस्थेची अवस्था तेव्हा अशी होती की, त्यामार्फत फार काही सांगणे शक्य नव्हते; पण तरीही त्याचा अर्थ असा होता की, जे काही सांगायचे आहे ते लवकर सांगता येणे शक्य आहे. राणीच्या १८८७ आणि १८९७ मधील वर्धापन सोहळ्यासाठी, भारतातून शेकडो टेलिग्राम तिला पोहोचले; महालाने त्यांची त्वरित दखल घेत त्या निष्ठा व्यक्त करणाऱ्या प्रत्येक संदेशाला लगेच व्हाइसरॉय यांच्या माध्यमातून आभार प्रकट करणारे टेलिग्राम पाठवले.

रेल्वे, बोटी, जहाज, टेलिग्राम आणि सगळ्यात महत्त्वाचे म्हणजे सुएझचा कालवा यामुळे ब्रिटिश भारताचा केंद्रबिंदू हा पूर्वेकडून पश्चिमेकडे - कलकत्त्याहून बॉम्बेकडे - स्थलांतरित झाला. विशेषतः १८५०नंतर बॉम्बेची तीव्र गतीने भरभराट

झाली. इतकेच नाही तर ब्रिटनच्या समुद्रापलीकडील प्रदेशांमधील 'एशियन टायगर' महानगराचे ते पहिले उदाहरण ठरले.[१८] कंपनीकडून राजघराण्याकडे सत्ता हस्तांतर आणि बॉम्बेची आर्थिक उन्नती यांची एकच गाठ पडली. ब्रिटनमध्ये तेव्हा फार प्रचलित असलेल्या व्हिक्टोरियन गॉथिक पद्धतीच्या आणि विशेषतः चर्चच्या बांधणीत त्याचा परिचय होत होता. नागरी संस्थांच्या पुन्हा उभारणीच्या महत्त्वाकांक्षी प्रकल्पांसाठी हे शहर महत्त्वाचे स्थान बनले. गॉथिक शैलीच्या बांधणीचे पुनरुज्जीवन करण्यासाठी इंग्लिश स्थापत्यशास्त्रज्ञ आणि नागरी अभियंता यांच्या आकर्षणाचे केंद्र असलेले भारतातील बॉम्बे हे तेव्हा एकमेव शहर ठरले. एकोणिसाव्या शतकातील बॉम्बेमधील वैशिष्ट्यपूर्ण स्थापत्यशास्त्राच्या कथांचे व्यवस्थित संकलन करण्यात आले आहे आणि तेही विशेषतः ब्रिटिशांकडून. जसे की, नमूद करून ठेवण्यात आले की, गव्हर्नर हेन्री बार्टल फ्रेरे यांचे आर्थिक आणि सामाजिक नियोजन, तत्कालीन महापालिका आयुक्त आर्थर क्रॉफर्ड यांचे लवचीक अंदाजपत्रक आणि हेन्री कॉनीबेअर आणि जॉर्ज गिल्बर्ट स्कॉट यांच्यासारख्या इंग्लिश रचनाकारांच्या नमुन्यांचे अख्खे पुस्तक यामुळे या वास्तू उभ्या राहिल्या.[१९] तरीही, बॉम्बेच्या व्हिक्टोरियन गॉथिक वास्तू नमुन्यांच्या नोंदींमध्ये राणी नेहमीच अनुल्लेखित राहिली. काही सखोल निरीक्षणांनंतर असे आढळून येते की, राणी व्हिक्टोरियाने स्वतः तिच्या नावाचा उल्लेख असलेल्या अक्षरांच्या पद्धतीची रचना स्वतः केली होती.

ब्रिटिश राजघराण्याप्रति निष्ठावान असलेल्या बॉम्बेमधील पारसी, ज्यू आणि ब्राह्मण व्यापारी समुदायांनी या शहराच्या भौतिक पुनर्विकासामध्ये विशेष महत्त्वाची भूमिका बजावली. जुन्या बंदरांच्या आणि किल्ल्यांच्या परिसरातील कोलाबासारख्या ठिकाणी या समुदायाच्या लोकांनी स्वतःच्या मालकीच्या किंवा विकत घेऊन त्या जागा शहराच्या नागरी वापरासाठी शहराला दान केल्या. जीजीभॉय आणि जमशेटजी (१७८३-१८५९) या दोन पारशी घराण्याच्या दोन पिढ्यांनी आणि कार्सेटजी (१८११-७७) यांच्यासह, काही पारशी व्यावसायिक जसे फ्रामजी कोवासजी (१७६१-१८५१), कोवासजी जहांगीर रेडिमनी (१८१२-७८) आणि दिनशॉ पेटिट (१८२३-१९०१) यांनी शहरासाठी प्रचंड पैसा ओतला. त्यांनी शाळांना, इस्पितळांना, गरिबांच्या गृहप्रकल्पांना, पाणपोयांना, पुरवठ्यासाठी, जनावरांच्या उपचारासाठी आणि नवीन बॉम्बे विद्यापीठासाठी मोठ्या प्रमाणात अनुदान दिले.[२०] लोककल्याणाचे हे एक खूप वेगळे उदाहरण होते; ज्यामध्ये खासगी फायद्याचा लोककल्याणासाठी वापर करून पापाला पुण्य करण्याचा प्रयत्न केला गेला होता. देशभक्तीचे हे उल्लेखनीय स्वरूपदेखील होते. जमशेटजी जीजीभॉय हे ब्रिटिश राजघराण्याचे एक चाहते होते. एक ब्राह्मण असामी जगन्नाथ शंकरशेट यांचे सहकार्य मिळवून जीजीभॉय यांनी व्हिक्टोरिया संग्रहालय आणि उद्यानांसाठी राजधानीला

उपलब्ध करून दिले जे १८६२ मध्ये सगळ्यांसाठी खुले झाले. नवीन राजघराण्याच्या सरकारसाठी हे एक स्मारकच होते. या संग्रहालयाचे आणखी एक सहायक होते भाऊ दाजी लाड जे एक स्थानिक डॉक्टर आणि शिक्षणतज्ज्ञ होते; त्यांनी असे विधान केले की, 'या संग्रहालयाहून अधिक चांगले स्मारक आणि याहून अधिक चांगला नजराणा' असूच शकत नाही आणि 'लोकांच्या राणीप्रति असलेल्या समर्पणाचे ते कायमस्वरूपी प्रतीक आहे'. जीजीभॉय यांच्या देशभक्तीची दखल घेऊन त्यांना सन्मानित केले गेले. त्यांच्या देहावसानाच्या अगदी एक वर्ष आधी १८४१मध्ये त्यांना सन्मानित करण्यात आले आणि ब्रिटिश राजघराण्यांकडून *सर* पदवी मिळविणारे ते पहिले भारतीय ठरले.[२१] त्यांचा मुलगा कार्सेटजी यांनी शंकरशेट यांच्यासह १८५८च्या सत्तांतराचे स्वागत यानिमित्ताने आयोजित उत्सवांचे यजमानपद भूषवून केले.[२२] फ्रामजी कोवासजी यांची निष्ठा ही व्यावसायिक अधिक होती. एक अत्यंत निष्णात फलोत्पादक म्हणून ओळखल्या जाणाऱ्या कोवासजी यांनी भारतातील पहिला आंबा बोटीने राणीला भेट म्हणून पाठवला होता.[२३] बॉम्बेमध्ये कोवासजी जहांगीर रेडिमनी हे आपल्या नावाला शोभेल अशा प्रकारे बॉम्बेच्या खाडीलगतच्या भागावरील म्हणजेच 'बॅक बे'मधील जागांचे मालकी हक्क मिळविण्यासाठी गुंतवणूक करीत होते, त्यांनी एल्फिन्स्टन महाविद्यालय सुरू केले आणि क्रॉफर्ड मार्केटची स्थापना केली. तर तिकडे थेट ब्रिटनमध्ये त्यांनी रीजेन्ट्स पार्क येथे एक पाणपोई उभारण्यासाठी निधी दिला आणि विंडसरजवळच्या बॅगशॉट येथील अल्बर्ट अनाथालयालादेखील आर्थिक मदत पाठवली.[२४] तर दिनशॉ पेटिट यांनी १८८७ मध्ये व्हिक्टोरिया ज्युबिली तंत्रविज्ञान संस्थेला आपली संपत्ती दान केली.[२५]

राणी व्हिक्टोरियाचे आणखी एक निष्ठावान चाहते म्हणजे जनकल्याणासाठी काम करणारे म्हणून ओळखले जाणारे डेव्हिड ससून- जे एक ज्यू व्यापारी होते आणि तिथल्या छळाला कंटाळून १८३०मध्ये ते बगदादहून बॉम्बेला आले. त्यांच्या पारसी शेजाऱ्यांप्रमाणेच त्यांनी आपली काही संपत्ती आणि जमिनी या शहराच्या विकासासाठी ब्रिटिश सरकारला दिल्या आणि गोद्यांच्या परिसरातील जागा दिल्या ज्यांवर त्यांचे नाव आजही अंकित आहे. त्यांनी अनेक प्रसिद्ध संस्थांचीही उभारणी केली; ज्यात वैशिष्ट्यपूर्ण अशा मेकॅनिक्स संस्था, उद्योग संस्था आणि सुधारगृहे इत्यादींचा समावेश आहे. व्हिक्टोरिया उद्यानातील घड्याळ्याच्या मनोऱ्यासाठीही त्यांनीच निधी दिला होता. राजपुत्र अल्बर्ट यांचा मृत्यू झाल्यानंतर व्हिक्टोरिया संग्रहालयाचे नाव व्हिक्टोरिया आणि अल्बर्ट संग्रहालय असे करण्यात आले, तेव्हा डेव्हिड ससून यांनीच नवीन संग्रहालयात राजपुत्र यांचा पुतळा लावण्यासाठी १८६४ मध्ये चबुतरा दान केला होता. त्यांचा मुलगा अल्बर्ट ससून यांनी अल्बर्ट यांचा

पूर्णाकृती पुतळा तयार करून, तो संग्रहालयाला भेट दिला ज्याचे अनावरण १८६९ मध्ये करण्यात आले. यानंतर त्यांनी सुधारगृहांना दोन मोठ्या रकमा दान दिल्या. एक रक्कम ही एडिनबर्गचे ड्यूक यांनी जेव्हा शहराला भेट दिली, तेव्हा दान करण्यात आली आणि दुसऱ्या वेळी वेल्सच्या राजपुत्राच्या आजारपणाच्या काळात निधी देण्यात आला. शिवाय वेल्सचे राजकुमार जेव्हा बॉम्बेला भेट देण्यासाठी आले होते, तेव्हा अल्बर्ट ससून यांनी आणखी एका अश्वारूढ राजकुमाराच्या पुतळ्याची घोषणा केली होती, जो नंतर १८७९मध्ये उभारण्यात आला.[२६]

समुद्रकिनाऱ्यालगतच्या पादचारी मार्गाच्या एका टोकावर राणी व्हिक्टोरियाचा पुतळा (ज्याचे अनावरण १८७२मध्ये झाले) आणि दुसऱ्या टोकाला वेल्सचे राजपुत्र यांचा पुतळा; या राजघराण्यातील दोन सदस्यांच्या उपस्थितीने शहराच्या मध्यवर्ती भागाची स्थापनाच जणू झाली होती. मुळात बॉम्बेच्या या पारसी आणि ज्यू समाजाची राजेशाही निष्ठा ही वैशिष्ट्यपूर्णच होती. ब्रिटिश राजघराण्यासाठी असलेले हे निष्ठेचे उत्साहवर्धक सामान्य वातावरण होते, असा यातून मथितार्थ काढणे चुकीचे ठरेल. राजेशाहीच्या अल्पशा संरक्षणामध्ये असलेले हे काही धार्मिक अल्पसंख्याक समाज आणि बाहेरील देशातून आलेले समूह असल्यामुळे जीजीभॉय किंवा ससून यांसारख्या कुटुंबांना असे निष्ठावान राहण्याची अनेक कारणे होती. त्याच वेळी बॉम्बेमध्ये असे जनकल्याणासाठी काम करणारे अनेक लोक होते; जसे ब्राह्मण समाजातील शंकरशेट किंवा भाऊ दाजी लाड, ज्यांची देशभक्ती हीदेखील तितकीच उत्साहवर्धक होती. मात्र, बॉम्बेच्या वातावरणनिर्मितीतील त्यांचे योगदान हे आश्चर्यकारक होते आणि त्याची माहितीही राणीला करून देण्यात आली होती. तीही थोडीथोडकी नाही तर संपूर्ण एक खंड तिला १८८६ मध्ये सादर करण्यात आला होता.[२७]

बाराव्या शतकात उदयास आलेल्या शिल्पकलेवर आधारित असलेली वास्तुशास्त्रातील गॉथिक ही पद्धत फारशी आधुनिक नव्हती; पण ती राजेशाहीचे ठळक प्रदर्शन करणारी मात्र नक्की होती. औद्योगिक विकासात आणि पुरोगामी लोकतंत्राच्या काळात अशा प्रकारच्या वास्तुकलेचा वापर करणे म्हणजे जुन्या राजांनी आणि त्यांच्या धर्मगुरूंनी चालवलेल्या सत्ताकाळाचे अत्यंत भुलवून टाकणाऱ्या पुनरागमनासारखे होते. ब्रिटिश साम्राज्यातील पहिले औद्योगिक विकास झालेले महानगर म्हणून बॉम्बेसाठी ही वास्तुकला मात्र अगदी योग्य होती. कोरीव कामाने सजलेले मनोरे आणि घंटाघरे यांच्या पार्श्वभूमीवर कारखान्यातील चिमण्या आणि त्यातून निघणारा धूर धूसर झाला आणि सार्वजनिक सभांना चर्चसारख्या दिसणाऱ्या इमारतींमुळे एक पावित्र्य प्राप्त झाले. तर, जिथे इतर धंदेवाइकांना गुंतवणूक करायला भय वाटत होते, तिथे कुठल्याही परिणामांची तमा न बाळगता जेव्हा बॉम्बेच्या निष्ठावान उद्योगपतींनी शहराच्या पुनर्विकासाचे बीज रोवले, तेव्हा सरकारने त्याची

फळे चाखायला घेतली. फ्रेरे यांच्या नेतृत्वात आणि ब्रिटनबाहेरील सगळ्यात मोठ्या सार्वजनिक रोख्यांच्या माध्यमातून शहरातील मध्यवर्ती वास्तूंनी १८६० ते १८७० या काळात आकार घेतला. किल्ल्यांच्या परिसरातील तटबंदी हटविण्यात आली आणि लोकांना चालण्यासाठी असलेल्या मोकळ्या जागेशेजारील या परिसरात मग सरकारी इमारतींची उभारणी करण्यात आली : उच्च न्यायालय, टांकसाळ, सचिवालय, तार कार्यालय आणि विद्यापीठ. पोर्ट ट्रस्टने पुढील सर्व समुद्र बुजवून बंदर तयार करायच्या योजना हाती घेतल्या आणि १८७० ते १८८० दरम्यानच्या काळात आणखी दोन बंदरांची निर्मिती करण्यात आली. नावे होती - प्रिन्स डॉक आणि व्हिक्टोरिया डॉक. इथल्या नवीन इमारतींमध्येही राणीचे अस्तित्व ठळकपणे जाणवणारे होते. उच्च न्यायालयाच्या प्रवेशद्वारावर 'व्ही. आर.' अशी अक्षरे कोरण्यात आली आणि विद्यापीठातील घड्याळ्याच्या मनोऱ्यावरून आठवड्याच्या शेवटच्या दिवशी 'ईश्वर राणीचे रक्षण करो' असा उद्‌घोष होत असे.[२८] मग १८७८ मध्ये राणीच्या नावाने उभारल्या जाणाऱ्या कदाचित सगळ्यात मोठ्या इमारतीचे काम सुरू झाले. ग्रेट इंडियन पेनिन्सुलर रेल्वेच्या मायघराचे म्हणजेच व्हिक्टोरिया सेंट्रल टर्मिनसचे काम सुरू झाले. फ्रेडरिक विलियम स्टीव्हन्स यांची रचना असलेले आणि दहा वर्षांनी कार्यरत झालेले हे टर्मिनस रेल्वेचे मुख्य केंद्र म्हणून बॉम्बेचे आणि राजेशाहीच्या आधुनिकतेचे एक मुख्य प्रतीक बनले. रंगवलेल्या काचा, चकाकणाऱ्या फरशा, उंच मनोरे, कमानदार खिडक्या आणि दारे तसेच मध्यभागी असलेले घुमटाकार छत. एखाद्या महालातील दिवाणखान्याची प्रतिकृती वाटावी असे व्हिक्टोरिया टर्मिनसचे रूप होते. घुमटाकार आढे असलेले हे छत म्हणजे आधुनिक अभियांत्रिकीचा नमुना होते आणि आगगाड्यांचे प्लॅटफॉर्म व शेड हे त्या वेळचे जगातील सगळ्यात मोठे प्लॅटफॉर्म ठरले. संपूर्ण इमारतीत विजेवर चालणाऱ्या दिव्यांचा झगमगाट होता. इतकेच नाही तर तेथे एक उपाहारगृहही तयार करण्यात आले. हा भाग निराळा की, त्याच्या मालकाने पहिली दोन वर्षे येथे मद्यपानाला मज्जाव केला आणि तो आपल्या तत्त्वांवर कायम राहिला. वर्तमानपत्रांच्या म्हणण्यानुसार व्हिक्टोरिया टर्मिनस ही 'भारतातील सर्वोत्तम वास्तू' होती. राणी येथेही हजर होतीच. घुमटावर एका स्त्रीचा भव्य पुतळा उभारण्यात आला, जो 'प्रगती'चे प्रतीक मानला गेला. घुमटाच्या खाली राणीचा एक लहान पुतळा ठेवला गेला.[२९] राजकुमार अल्बर्ट व्हिक्टर यांच्या १८८९मधील दौऱ्याने सुरुवात होऊन १९२४ मध्ये गेटवे टू इंडिया निर्मिती झाली नव्हती, तोवर व्हिक्टोरिया टर्मिनस म्हणजे राजघराण्यातील सदस्य आणि व्हाइसरॉय यांच्याशी संबंधित लोकांच्या भारतातील समारंभपूर्वक आगमनाचे मुख्य केंद्र बनले; त्यामुळे आधुनिक बॉम्बे त्याच्या एकोणिसाव्या शतकातील रूपात 'केवळ राणी व्हिक्टोरियाच्या जगाचा निर्विवादपणे भाग होता', असे निरीक्षण ॲसा ब्रिग्स यांनी

त्यांच्या *व्हिक्टोरियन सिटीज* या दर्जेदार ग्रंथात नोंदविले आहे.[३०] तसेच राणी व्हिक्टोरियाचेही बॉम्बेशी नाते होते. या शहराच्या वसाहतवादाची एक आवश्यक घटक प्रतिमा म्हणून नाही, तर त्याच्या सामाजिक आणि आर्थिक प्रगतीचा उत्सव म्हणून तिचे तिथे स्थान होते.

मात्र, तिला प्रतिस्पर्धी होता : तिचा स्वतःचा मुलगा. झपाट्याने झालेला विकास आणि कायापालट या संदर्भात बढाई मारण्यासाठी महानगरपालिकेने एका मोठ्या आंतरराष्ट्रीय प्रदर्शनाचा १८८५ मध्ये घाट घातला. फ्रेंच ऑस्ट्रेलियन असलेले जुल्स जुबेर, ज्यांनी १८८३ च्या कलकत्ता प्रदर्शनाची संकल्पना मांडली होती आणि तडीस नेली होती, त्यांनी या भव्य आयोजनाची जबाबदारी घेण्याचा प्रस्ताव दिला आणि बॉम्बेचे गव्हर्नर सर जेम्स फर्ग्युसन यांनी त्याला मान्यताही दिली. मात्र, नंतर नशीब म्हणा किंवा मग वेल्सचे राजपुत्र म्हणा, यांचा यात प्रवेश झाला. आपल्या वडिलांची बरोबरी करण्यासाठी म्हणून त्यांनी स्वतःच्या आयोजनाच्या योजना सांगितल्या आणि १८८६ मध्ये लंडनला *'इंपीरियल अॅन्ड कलोनिअल प्रदर्शन'* भरवून त्याचे यजमानपद स्वतःकडे घेण्याची घोषणा केली. कलकत्त्यावर मात करणे बॉम्बेसाठी शक्य होते. मात्र, थेट राजघराण्याच्या प्रकल्पाला टक्कर देणारा प्रकल्प अमलात आणणे त्यांच्या कल्पनेतही शक्य नव्हते आणि त्यातही, आपण जी संकल्पना सत्यात आणण्याचा प्रयत्न करत आहोत, तसेच आयोजन इतर कुठली संस्था करण्याचा विचार करते आहे, हे ऐकल्यावर राजपुत्र 'थोडे खट्टू झाले', अशी माहिती मिळाल्यावर तरी बॉम्बे महानगरपालिकेला प्रदर्शनाचा विचार करणे शक्य नव्हते. शहरासाठी असलेल्या या भव्य आयोजनाची कल्पना मग सोडून देण्यात आली आणि या प्रदर्शनात भारतातील बॉम्बेचे म्हणून जे काही ठेवले जाणार होते, ते सारे मग तिकडे राजघराण्याच्या मायदेशातील प्रेक्षकांसाठी इंग्लंडला रवाना करण्यात आले.[३१] हा प्रकार म्हणजे नाक कापण्यासारखे होते आणि तेही थेट राजघराण्याकडून!

दुष्काळाची राणी

दारिद्र्य, गरिबी आणि 'विकास' मांडीला मांडी लावून बसले होते. राणीच्या थेट सत्ताकाळाच्या पहिल्या दोन दशकांत भारतातील नोंदवल्या गेलेल्या दुष्काळांपैकी सगळ्यात भीषण दुष्काळी परिस्थिती अनुभवाला आली. सर्वप्रथम १८६० मध्ये तीन दुष्काळ पाहायला मिळाले : पंजाबच्या दोआब प्रांतात, जो पुढे अवध आणि राजपुतानामध्ये १८६० मध्ये पसरला. ओरिसा आणि बिहारमध्ये १८६५-६६ मध्ये आणि राजपुताना राज्यात १८६८-७० या काळात दुष्काळाची स्थिती निर्माण झाली

होती. कोरडा दुष्काळ आणि पिकांची क्षती यांच्यामुळे वाईट झालेली परिस्थिती ब्रिटिशांच्या काही धोरणांमुळे आणखी बिकट झाली. त्यांनी बाजारात हस्तक्षेप करण्यास सरळ नकार दिला. दुष्काळी भागातून धान्याची निर्यात त्यांनी थांबवली नाही आणि परिस्थिती अगदी निकराची होईपर्यंत मदतकार्य करण्यात आले नाही व जी मदत दिली, ती फारच तोकडी ठरली. त्याच काळात आयर्लंडमधील 'भीषण दुष्काळ' आणि त्या दुष्काळाची झळ सोसलेल्या काही भारतीय प्रशासकांच्या अनुभवांतूनही कुणीही धडा घेतला नाही.[३२] काही भारतीय तज्ज्ञांच्या मते, ब्रिटिशांचे हे कातडीबचाव धोरण, भारतीय जनतेच्या आयुष्याला चांगल्या अर्थाने स्पर्श करण्याची एक गमावलेली संधी ठरले. या मताला दुजोरा देणारी काही उदाहरणेही होती. मद्रास लष्कराचे एक निवृत्त कर्नल जॉर्ज थॉमस हॅली यांनी नमूद केले आहे की, ओरिसामधील दुष्काळाचा सामना करताना मुघल सरकारने कसे सिंचनाच्या पद्धतींमध्ये आमूलाग्र बदल घडवून आणले आणि भविष्यात अशी भीषण परिस्थिती पुन्हा निर्माण होऊ नये म्हणून जनसंपर्कातून जागृतीही केली. भारतातील कालव्यांच्या संकल्पनेचे लढवय्ये ऑर्थर कॉटन यांनी मँचेस्टर येथे संपन्न झालेल्या सामाजिक विज्ञान परिषदेत सांगितले की, ओरिसातील दुष्काळ हा 'शहाण्या, मायाळू आणि सक्षम सरकार' म्हणून भारतीय प्रजेला सामोरे जाण्याचा क्षण होता. 'जेव्हा पीक आले नाही, तेव्हा हे सरकार दुष्काळग्रस्त जनतेची काळजी घेणार, असे आश्वासन जर एखाद्या जाहीरनाम्यातून राणीसाहेबांनी दिले असते तर... त्या आश्वासनाचे कधीच विस्मरण झाले नसते.'[३३] यापूर्वी, दुष्काळाच्या काळात राणीला मदतीचे आवाहन केले गेले होते आणि तिने त्या कामात लक्षही घातले होते. सन १८४०च्या उत्तरार्धातील व्हिग सरकारने राणीला आयर्लंडला, तिथल्या दुष्काळी परिस्थितीमुळे निर्माण झालेल्या असंतोषाच्या लाटेला थोपविण्यासाठी पाठवले होते. आणि या दुष्काळाची झळ जेव्हा थोड्या काळाकरिता लँकेशायरला १८६०मध्ये पोहोचली, तेव्हा राणी व्हिक्टोरियाने स्वतः लँकेस्टरची डचेस या नात्याने २००० पौंडांची मदत केली होती, जी लंडनमधील कापड कामगारांसाठी तयार करण्यात आलेल्या मदत फंडाला देण्यात आली.[३४] अशीच एखादी कृती भारतातील दुष्काळग्रस्तांच्या संदर्भात केली जाऊ शकत नव्हती का? लँकेशायरमधल्या भूकबळींसाठी म्हणून त्रावणकोरच्या राजांनी स्वतःच्या खजिन्यातून १८६३मध्ये आर्थिक मदत पोहोचती केली होती.[३५] या ऋणाची परतफेड खरे तर बाकी होती. मार्च १८६८मध्ये, तिच्या स्वीय सचिवांच्या सल्ल्यानुसार राणी व्हिक्टोरियाने भारतातील राज्य सचिव स्टॅफोर्ड नॉर्थकोट यांना विचारणा केली होती की, 'या गरीब बिचाऱ्या लोकांसाठी तिचे हृदय कसे पिळवटून आले आहे आणि या अशक्य यातनांच्या काळात तिची सहानुभूती त्यांच्या सोबत आहे,' हे भारतीय प्रजेपर्यंत कसे पोहोचवता येईल. तिच्या

या कल्पनेचे नॉर्थकोट यांनी स्वागत केले. मात्र, दुष्काळाच्या दोन वर्षांनंतर अशा प्रकारची भावना व्यक्त करण्याला उशीर झाला आहे, असे मत त्यांनी व्यक्त केले.[३६] परंतु, त्यानंतर जेव्हा बंगालमध्ये सहा वर्षांनी ही दुष्काळी परिस्थिती पुन्हा उद्‌भवली, तेव्हा मात्र राणीची भूमिका योग्य वेळ साधून व्यक्त करण्यात आली.

त्या दशकातील दुसरा भीषण दुष्काळ हा बिहारमध्ये १८७४ मध्ये पडला. बंगालच्या उत्तर - पश्चिमेच्या टोकावरील या प्रदेशातील या परिस्थितीचा सामना मात्र ब्रिटिश भारताने अगदी पद्धतशीरपणे केला. पिकांच्या नुकसानीचे अगदी पहिले अहवाल जेव्हा पोहोचले, त्याआधीच भारताचे व्हाइसरॉय लॉर्ड नॉर्थब्रुक आणि बंगालचे लेफ्टनंट गव्हर्नर सर रिचर्ड टेम्पल यांनी मदतकार्याची पूर्वतयारी करून ठेवली होती. त्यासाठी बर्माहून अधिकचे धान्य विकत घेऊन, साठवून ठेवले होते आणि त्याच्या सुयोग्य वितरणासाठी हजारो मदतकार्य करणाऱ्या लोकांनाही तैनात केले होते.[३७] तिकडे ब्रिटनमध्ये नवीन पंतप्रधान डिसरेली यांनी संसदेच्या अधिवेशनाच्या सुरुवातीला राणीच्या भाषणाचा प्रामुख्याने उल्लेख करीत, या दुष्काळाचा निकराने सामना करणे हेच सरकारचे प्राधान्यक्रमावरील काम आहे, असे सांगितले. लंडनच्या लॉर्ड मेयर यांनी एका मदत फंडाचीही स्थापना केली, जो राणीच्या नावाने होता. असाच एक निधी कलकत्त्यातही स्थापन करण्यात आला, ज्यात राणीने जानेवारी १८७४ मध्ये स्वतःचे १०,००० रुपये (१ हजार पौंड) दिले, ज्याचा वृत्तपत्रांमधून एक महिन्यानंतर खूप गवगवा झाला. सर्व मदत निधीचा भारतातील आकडा १,३१,००० पौंड आणि लंडन येथील आकडा १,४६,००० पौंड होता. या दोन्ही रकमांत भारत सरकारने समान रक्कम टाकली. अन्नधान्याच्या तुटवड्याच्या भयंकर परिस्थितीचा सामना करण्यासाठी आदर्श उपाययोजना म्हणून या सगळ्याचे कौतुक करण्यात आले. दूरदृष्टी, आर्थिक मदत आणि कानाकोपऱ्यांतून आलेली स्वयंस्फूर्त मदत या सगळ्याच्या एकत्रित येण्यामुळे बंगालमधल्या १८७४ च्या या दुसऱ्या दुष्काळाला नामोहरम करणे शक्य झाले. वर्षाच्या नंतरच्या काळात जेव्हा ब्रिटिश संसदेचे कामकाज स्थगित करण्यात आले, तेव्हा लॉर्ड जॉर्ज हॅमिल्टन, भारतातील राज्य अवर सचिव यांनी नॉर्थब्रुक आणि टेम्पल यांचे, ज्यांनी 'राजकीय अर्थव्यवस्थेला' झुगारून देऊन हर मॅजेस्टीच्या प्रजेचे उपासमारीने मृत्यू होण्यापासून रक्षण केले, अशा शब्दांत कौतुक केले.[३८]

अल्प असले तरीही कलकत्ता मदत निधीत राणीने दिलेल्या आर्थिक सहभागामुळे १८७४ मध्ये तिच्या औदार्याबाबत भारतीयांमध्ये आणि विशेषतः बंगाली जनतेमध्ये तिचे फार प्रस्थ वाढले. लगेच त्याच वर्षी कलकत्त्याच्या ब्रिटिश इंडिया असोसिएशनच्या एका शिष्टमंडळाने - प्रांतातील प्रमुख जमीनदारांचा एक समूह - लगेच नॉर्थब्रुक आणि टेम्पल यांच्या कार्यवाहीचे आभार मानले : 'पूर्वेकडील ब्रिटिश शासनाच्या

इतिहासात पहिल्यांदा राज्याने आपले कर्तव्य ओळखून प्रजेच्या यातनांची दुष्काळात दखल घेतली,' त्यांनी लिहिले आणि पुढे हे शिष्टमंडळ असेदेखील म्हणाले की, 'हे दखलपात्र आहे की, राणीसाहेबांच्या या सरकारचे हे जे धोरण आहे, ते हिंदू आणि मोहमदी यांच्या ऐतिहासिक काळापासून चालत आलेल्या शासकांच्या प्रजेप्रति असलेल्या कर्तव्याच्या परंपरेला धरून तर आहेच; पण त्यात आधुनिक राजकीय अर्थकारणाचे आदर्श पाठदेखील शिकायला मिळतात'. या राज्याचे सगळ्यात मोठे आणि धनाढ्य जमीनदार म्हणजेच बुर्द्वानचे महाराज मेताब चंद यांनी या कार्याची परतफेड म्हणून राणीच्या पुतळ्यासाठी निधी गोळा करायला सुरुवात केली. हा पुतळा बंगाल प्रांतातील पहिला पुतळा होता, ज्याचे अनावरण कलकत्त्याला १८७८ मध्ये झाले आणि उत्तर मिथिलामधून नॉर्थब्रुकने 'लंडनची महान राणी' या गीताचा अनुवाद पाठवला ज्यात, 'रयतेचा मृत्यू हा अन्नाच्या एका दाण्यासाठी होऊ नये' या तिच्या संकल्पासाठी तिच्यावर कौतुकाचा वर्षाव करण्यात आला होता.[३१] राजघराण्यांकडून मिळालेल्या मदतीपेक्षाही ती मदत ज्या उद्देशाने करण्यात आली होती, त्याला जास्त महत्त्व प्राप्त झाले होते.

भूकबळीचे भयंकर संकट काही वर्षांतच पुन्हा एकदा भारतात परतले आणि या वेळी ते युरोपच्या संपूर्ण वृत्तपत्रविश्वाचे लक्ष वेधून घेणारे होते. सन १८७६-७८ मधील या दुष्काळाने सर्वप्रथम वेढले ते दक्षिण-मध्य भारतातील दख्खनच्या पठारी भागाला आणि मग ते जवळपास संपूर्ण दक्षिणेमध्ये पसरले. उत्तरेच्या काही भागांमध्येही या दुष्काळाचे अस्तित्व होते. डिसरेली यांच्या सरकारने पुन्हा एकदा आश्वासन दिले की, या परिस्थितीचा सामना करण्यासाठी सर्वतोपरी प्रयत्न केले जातील आणि राणीच्या भाषणाची शपथ घेऊन त्यांनी सांगितले की, 'वर्तमानातील या दुष्काळाला आटोक्यात आणण्यासाठी सर्व प्रकारच्या साधनांचा संपूर्ण ताकदीने वापर तर केला जाईलच. मात्र, पुन्हा भविष्यात अशा परिस्थितीचा सामना करावा लागू नये यासाठीदेखील उपाययोजना करण्यात येतील.' पण संपूर्ण साधनांचा वापर झाला नाही. नवीन वर्षी १८७७ मध्ये, दिल्लीच्या राजेशाही संमेलनाच्या अध्यक्षस्थानी असलेल्या लॉर्ड लीटन यांनी एका तातडीच्या प्रशासकीय मंडळाची स्थापना केली आणि सर रिचर्ड टेम्पल यांना दक्षिणेत मद्रासपर्यंत मदतकार्याचा आढावा घेण्यासाठी पाठविण्याचा निर्णय घेतला. या प्रसंगी टेम्पल यांचे परवलीचे वाक्य होते आणि ते म्हणजे 'कपात'. मदत कुणाला आणि किती द्यायची, हे ठरविण्यासाठी या वेळी अत्यंत कठोर निकष लावण्यात आले. आधी दिल्या जाणाऱ्या सामग्रीच्या वाटपाला निम्म्यावर आणण्यात आले आणि अन्नधान्याची तातडीने मागणी आणि पुरवठा करण्याचे प्रयत्नही थांबवले गेले. बॉम्बेमध्ये मदतकार्य करणाऱ्या कार्यकर्त्यांमध्ये बेबनावाची स्थिती निर्माण झाली आणि इतकेच नाही; तर रिचर्ड टेम्पलच्या सहकाऱ्यांनीही

त्रोटक उपाययोजनांबद्दल नंतर आपली नाराजी व्यक्त केली.[४०] लंडनहून राणी व्हिक्टोरिया इकडे लक्ष ठेवून होती आणि भारतातील स्थितीसंदर्भात जाणून घेण्यासाठी आता ती निव्वळ तिकडून येणाऱ्या पत्रांवर अवलंबून नव्हती. पूर्वीच्या दुष्काळाच्या तुलनेत या वर्तमानातील दुष्काळाबद्दल वर्तमानपत्रांमध्ये मोठ्या प्रमाणात छापून येत होते. रिचर्ड टेम्पलच्या टीकाकारांनी त्यांचा रोष, भाषणे, पत्रके आणि मासिकांमधील लेख इत्यादींतून प्रसारित करण्यास सुरुवात केली होती. यात फ्लॉरेन्स नाइटिंगेलनेदेखील उडी घेतली. ब्रिटनमधल्या दारिद्र्याला त्याच्या खऱ्याखुऱ्या स्वरूपात चित्ररूपात प्रकाशित करणाऱ्या *ग्राफिक* या चित्ररूप वृत्तपत्राला आता भारताच्या रूपात आणखी एक तोलामोलाचा विषय मिळाला होता. शोधपत्रकारितेचे जनक मानले जाणाऱ्या *पॉल मॉल गॅझेट*ने तर हेन्री हाइंडमॅन यांना या परिस्थितीचे वृत्तसंकलन करण्यास पाठवले. या दुष्काळाने आणि अन्नधान्यांच्या तुटवड्याच्या परिस्थितीने ज्या काही गोष्टी हाइंडमॅन यांच्या नजरेत भरल्या, त्यात बंगालमधील दुष्काळानंतर भारतासंदर्भात ब्रिटिशांना असलेल्या आकर्षणात अचानक झालेली वृद्धी, वेल्सच्या राजकुमाराचा भारतदौरा आणि राणी व्हिक्टोरियाने राजेशाहीचे सर्वोच्च पद स्वीकारणे, या तीन गोष्टींचा समावेश होता.[४१] *पंच* या मासिकातही थोड्याफार फरकाने हाच मुद्दा मांडण्यात आला होता. त्यामध्ये प्रसिद्ध झालेल्या व्यंगचित्राचे शीर्षक होते 'विवादित साम्राज्य!', ज्यात राणी तिच्या सिंहासनावर स्थानापन्न झालेली आहे, तिच्या डोक्यावर राजमुकुट आहे आणि एका हातात राजदंड आहे आणि तिच्या रिकाम्या हाताने ती एका दरिद्री शेतकऱ्याला (ज्याच्या डोक्यावरदेखील राजमुकुट आहे) हाकलून लावण्याचा प्रयत्न करते आहे, असे दाखविण्यात आले होते.[४२] पण उल्लेखनीय म्हणजे, याच्या अगदी विरुद्ध राणीने या दुसऱ्या दुष्काळी परिस्थितीवर जास्त लक्ष केंद्रित केले होते आणि त्या संपूर्ण वर्षात या संकटाची वाढलेली भीषणता आणि तिचे स्वरूप यांचे अधिक आकलन झाल्यावर त्याचा उल्लेख ती 'भयभीत करणारे', 'भयंकर', 'दुर्दैवी' आणि 'निराशाजनक' असा करू लागली.

ही परिस्थिती हाताळण्याच्या टेम्पल यांच्या कार्यक्षमतेवर जरी तिने विश्वास दाखवला होता, तरी तिने १८७७ च्या उन्हाळ्यात लीटन यांना स्वतः दक्षिण दिशेकडे प्रवास करून, तिथल्या अन्नतुटवड्याच्या परिस्थितीची हाताळणी कशी सुरू आहे, याचा आढावा घेण्यास सांगितले. शिवाय व्हाइसरॉय यांच्या स्वतः लक्ष घालण्याने धोरणांमध्ये जो काही थोडा फरक झाला होता, त्याचेही तिने कौतुक केले. या वेदनेवर उपचार म्हणून लीटन यांनी राजघराण्याच्या दयाळूपणाचे मलम लावण्याचा प्रयत्न करत राणीच्या वाढदिवसाचे निमित्त साधून एक 'दुष्काळी' गॅझेट काढले आणि या दुष्काळाच्या नियोजनामध्ये आणि मदतकार्यात सहभागी झालेल्यांच्या सन्मानार्थ त्यांची नावे यात प्रकाशित केली.[४३]

यानंतरचा अन्नतुटवडा आणि दुष्काळ १८९६ मध्ये पडला, जो दुसऱ्या वर्षीच्या उन्हाळ्यापर्यंत अस्तित्वात होता. ते वर्ष होते १८९७. राणीच्या हीरक महोत्सवी वर्धापन दिनाचे ते वर्ष होते. या दुष्काळाची सुरुवात बुंदेलखंडात झाली आणि पूर्वेकडे तो बंगालपर्यंत आणि नंतर दक्षिणेकडे मद्रासपर्यंत पोहोचला आणि मग बॉम्बेला त्याने घेरले. नेमकी त्याच वेळी बॉम्बेमध्ये प्लेगचीही लागण झाली. या वेळी मदतकार्य जारी करताना, १८८०च्या दुष्काळाच्या वेळी ज्या नवीन निर्देशांची मांडणी करण्यात आली होती, त्यात जे मुद्दे समाविष्ट केले गेले नव्हते, त्यांचाही वापर केला गेला; परंतु धर्मार्थ मदतीच्या संदर्भात जोखमीचे जे सल्ले देण्यात आले होते, दुर्दैवाने त्यांची मात्र कुणीही दखल घेतली नाही. या संकटाला प्रतिसाद देताना संपर्ण जग जणू समीप आले होते. मदतकार्यास हातभार लावण्यासाठी थेट ब्रिटनहून स्वयंसेवक भारतात आले तसेच कॅनडा आणि ऑस्ट्रेलियाहूनही मदतीचा ओघ येऊ लागला होता.[४४] लॉर्ड मेयर यांच्या मॅन्शन हाउस फंडातून ब्रिटनमध्ये ५००,००० पौंडांची मदत आली, त्यातील फक्त एक दशलक्ष पौंड भारताला देण्यात आले. मग राजघराण्याने यात सहभाग घ्यायचा निर्णय घेतला. राजदरबारातून राणीने ५०० पौंड निधी गोळा केला आणि कॅनॉटच्या ड्यूक यांनी लार्ड मेयर फंडाच्या उद्घाटनप्रसंगी भाषण केले.[४५] पुन्हा एकदा राणी व्हिक्टोरिया धर्मार्थ सुरू असणाऱ्या कार्याशी जोडली गेली. खरे तर हे सारे काही म्हणजे राणीच्या चांगल्या प्रतिमेचा सरकारने उपयोग करण्यासारखे होते. उदाहरणार्थ, उत्तर-पश्चिम प्रांतात जून १८९७ मध्ये जवळपास ज्यांनी मदतकार्यात सहभाग घेतला होता, अशा एक दशलक्ष लोकांना राणीच्या हीरक महोत्सवी वर्षाचे निमित्त साधून तीन दिवसांचा पगार अग्रिम देण्यात आला. 'आपल्या महान राणी ज्यांच्या दयाळूपणामुळेच गेल्या काही महिन्यांत आपल्याला भरपूर साहाय्य आणि मदत मिळाली; त्यामुळे ही भेट त्यांना देण्यात येत आहे,' असे गौरवोद्गार त्या वेळी काढण्यात आले होते. इतरत्र गावकरी राणीच्या सुरक्षा देण्याच्या वृत्तीबद्दल बोलत होते. रात्री शेकोट्यांच्या भोवताली बसलेले लोक आणि घराघरांतील लोक एकच विधान करत होते की, 'केवळ राणीच महान आहे, जिने या प्रचंड मोठ्या आणि आवाक्याबाहेरच्या संकटाचा यशस्वीपणे सामना केला,' असे दुष्काळ निवारणाचे काम करणाऱ्या बंगालमधल्या एका अधिकाऱ्याने सांगितले. बॉम्बेमधल्या एका अधिकाऱ्याने सांगितले की, सहायता करणाऱ्या कर्मचाऱ्यांचे एकच ध्येय होते की, 'माता सम्राज्ञी राणी यांच्या मायाळू आणि मानवी संदेशात सांगितल्याप्रमाणे तिच्या प्रजेतील प्रत्येकाचे भूकबळी जाण्यापासून रक्षण करण्याकरिता सर्वतोपरी प्रयत्न करायचे आहेत.'[४६]

एवढे होऊनही ब्रिटिशांचे दुष्काळ आणि अन्नाचा तुटवडा असतानाचे बाजारपेठेत हस्तक्षेप न करण्याचे धोरण मात्र बदलले नाही. इतकेच नाही तर हे धोरण

अधिकाधिक प्रशासकीय होत गेले. दुष्काळ, नापिकी आणि अन्नाच्या तुटवड्याची स्थिती राणीच्या सत्ताकाळात पुन्हा एकदा उद्‌भवलीच आणि तीदेखील १८९९-१९००मध्ये, ज्यात तीन वर्षांपूर्वी दुष्काळाने पोळलेल्याच प्रदेशांचा जास्तीतजास्त समावेश होता. विशेषतः बॉम्बेला या दुष्काळाची झळ मोठ्या प्रमाणात पोहोचली; पण तरीही कपातीच्या धोरणामध्ये मात्र काडीइतकाही बदल झाला नाही. कुणीतरी सांगितल्याप्रमाणे, भारतासाठी धर्मार्थ गोळा केलेल्या निधीचा पैसा दुष्काळग्रस्त लोकांना धान्याचे वितरण करण्याऐवजी सार्वजनिक कामासाठी वळता करण्यात आला. खरे तर आजमितीलाही, देण्यापेक्षा असा काही निधी आपल्याला पाठवण्यात आला, याचेच अपार कौतुक आणि समाधान होते. तरीही, भारतातील दुष्काळाच्या प्रत्येक काळात एक गोष्ट मात्र कायम राहिली आणि ती म्हणजे या सततच्या दुःखांच्या, यातनांच्या आणि मृत्यूच्या सावटाच्या काळात राणी व्हिक्टोरिया ही मातृत्वाच्या भूमिकेत होती आणि लोकांच्या आयुष्यातील दुःख वाढण्याऐवजी त्यांचे रक्षण कसे होईल, यासाठी राज्यकारभारामध्ये ती सहभाग घेत होती, असा एक समज लोकांमध्ये होता.

अनैतिक अर्थशास्त्र

धर्मार्थ कामांची राणी, उद्योगांची राणी! असे असतानाही १८५८नंतरच्या भारतात राणी व्हिक्टोरिया ही तिच्या एका व्हिक्टोरियन तत्त्वामुळे जुळलेली होती आणि ते म्हणजे मुक्त व्यापार. अर्थव्यवस्थेचे उदारीकरण ही नवीन शासकांच्या सत्तेची मध्यवर्ती भूमिका होती. सार्वजनिक खर्चात कपात, ग्रामीण अर्थव्यवस्थेचे व्यावसायिकीकरण आणि व्यापार आणि उपभोगिता कराचे निर्मूलन या तत्त्वांसाठी बराच झगडा चालला आणि ब्रिटनमध्ये त्याला यशदेखील मिळाले. हे सारे घडले ते १८४० ते १८५० या दहा वर्षांत. आता हीच तत्त्वे कदाचित भारतात निर्यात करण्यात येणार होती. *लंडन इकॉनॉमिस्ट*चे चालक आणि संपादक जेम्स विल्सन यांची चार्ल्स कॅनिंग यांच्या पहिल्या व्हाइसरॉयपदाच्या काळात अर्थ खात्यात नियुक्ती होणे हेच बदलाचे पहिले पाऊल होते. १८४३ मध्ये निघालेल्या आपल्या अगदी पहिल्या आवृत्तीपासून *इकॉनॉमिस्ट*ने ब्रिटनमध्ये मुक्त अर्थव्यवस्था आणण्याच्या विचाराचे समर्थनच केले होते.[४७] विल्सन यांच्या मालकीच्या *इकॉनॉमिस्ट*ने जरा हटके भूमिका घेतली होती. भारतातील करांचा स्रोत जरा संकुचितच होता. मोठमोठ्या जमीनदारांकडून सरकारच्या वतीने वसूल करण्यात येणाऱ्या महसुलावर हे सारे काही अवलंबून होते. व्यक्तिगत मालमत्तेवर कर आकारणे आणि उत्पन्न याकडे लक्ष देणे आता आवश्यक होते. भारतातील ब्रिटिश सत्तेचा ज्यांना उपयोग होत होता, त्यांच्याकडून सरकारच्या

खर्चासाठी थेट आर्थिक सहभाग असणे गरजेचे होते. मग विल्सन यांनी आपल्या पोतडीतून प्राप्तिकर काढून फेब्रुवारी १८६० मध्ये तो भारतासमोर आणला.[४९]

पण भारत म्हणजे ब्रिटन नव्हे. नवीन प्राप्तिकराचा निषेध करण्यात आला. मद्रासमध्ये याबाबत निषेध नोंदवताना, हा कर म्हणजे १८५८च्या जाहीरनाम्याचे सरळसरळ उल्लंघन आहे, असे म्हटले गेले आणि राणी आपल्या अधिकारांचा वापर करून या कराला फेटाळून लावेल, असे अगदी ठामपणे वर्तवण्यात आले.[५०] आता करदात्यांच्या कक्षेत आलेल्या भारतीयांच्या भल्यासाठी प्रयत्न करायला विरोधक बांधील नव्हते. विल्सनचे काही वरिष्ठ अधिकारी त्याच्या या कृतीमुळे अस्वस्थ झाले होते आणि नेमके त्याच्या ऑगस्ट १८६० मध्ये झालेल्या अकाली मृत्यूनंतर त्यांना सगळ्यांनाच कंठ फुटला. मायदेशी लंडनमध्ये मुक्त व्यापाराची मुक्तकंठाने स्तुती करणाऱ्या लोकांनी भारतासाठी मात्र वेगळ्याच गीताची रचना केली होती. नवीन कराच्या समर्थनार्थ मत व्यक्त केल्याबद्दल मद्रासचे गव्हर्नर चार्ल्स ट्रेव्हेलयान यांना त्यांच्या नियुक्तीच्या चौदा महिन्यांनंतरच परत बोलावून घेण्यात आले. इतकेच नाही तर तत्कालीन व्हाइसरॉयदेखील याच्या विरोधात होते, अशी अफवा होती. 'प्राप्तिकर न भरणाऱ्या ४०,००० युरोपीय नागरिकांचे लष्कर घेऊन भारताचा राज्यकारभार चालविण्यापेक्षा हा कर भरणाऱ्या ८०,००० नागरिकांचा कारभार करणे केव्हाही सोयीस्कर', असे त्यांनी म्हटल्याचाही दावा करण्यात आला.[५१] भारतासाठी अयोग्य म्हणून प्राप्तिकराला टीकाकारांनी सडकून विरोध केला. तब्बल एक दशकानंतर संसदेला पुरावे सादर केले गेले, ज्यात ट्रेव्हेलयान यांचाही समावेश होता व या पुराव्यांना सगळ्यांनी संमती दिली. कराच्या अंमलबजावणीच्या कठोर पद्धतींना, बाबूगिरीच्या निर्लज्जपणाचा पुरावा, असे संबोधत पत्रकारांनी म्हटले की, ही कृती 'इंग्लंडमार्फत करण्यात आली, जे राणीचे राज्य आहे आणि भारतात एखाद्या देवतेच्या नावाप्रमाणे अतिशय भक्तिभावाने जिचे नाव घेण्यात येते.'[५२] लॉर्ड नॉर्थब्रुक यांनी मग हे धोरण १८७३ मध्ये रद्द केले; पण त्याचे पुनरुज्जीवन १८७८ मध्ये 'परवाना कर' या नावाच्या पडद्याआड करण्यात आले, जे खरे तर लपणारे नव्हतेच आणि ज्यामुळे सुरतमध्ये दंगे उसळले. त्यानंतर पुन्हा हा कर प्राप्तिकर म्हणून १८८६ मध्ये परत लागू करण्यात आला. मात्र, या वेळी तो फक्त शेतीव्यतिरिक्त होणाऱ्या उत्पन्नावर लावण्यात आला.

उत्पन्नावर कुठलाही कर नसल्यामुळे १८५८ नंतर कुठल्याही जमीनधारकाकडून वसूल केल्या जाणाऱ्या महसुलामुळे त्यांचे फार हाल झाले होते. त्यातून काही फार उत्पन्न झाले किंवा ते वाढले असे मुळीच नव्हते. मात्र, आयर्लंडप्रमाणेच भारतातही ब्रिटिशांचे जे मुक्त व्यापाराचे तत्त्व होते, त्याच्या वाढीसाठी बराच संघर्ष घडत होता. मध्यस्थांच्या (जमीनदारांच्या) माध्यमातून किंवा थेट शेतकऱ्यांकडून जमिनीची

भाडेपट्टी ठरली होती. मात्र, शेतीमधील सुधारणांसाठी कुठलेही प्रोत्साहन दिले जात नव्हते. एका बंगाली सुधारकाचे तर असेही म्हणणे होते की, १८५८चा जाहीरनामा म्हणजे बंगालमधील भूमी समझोत्यासाठीचा योग्य क्षण होता, जेणेकरून जमीनदारांच्या जाचातून शेतकऱ्याची सुटका झाली असती आणि राणीचे 'त्यांच्या हृदयातील स्थान कायम' राहिले असते.(५३) सन १८६०नंतर जसजसा भारत जागतिक अर्थव्यवस्थेचा भाग बनत गेला, तसतसे सधन व नवीन शेतकरीवर्गाने प्रोत्साहन देऊन उभ्या केलेल्या तोट्याच्या पीक उत्पन्न क्षेत्राची आणि त्यावर उदरनिर्वाह करणाऱ्या वर्गाची चिरपरिचित लक्षणे ठळकपणे दिसू लागली. कापसाचे आणि कापडाचे उत्पादन आणि त्याला आवश्यक सर्व गोष्टींचे, जसे की नीळ यांच्या माध्यमातून अर्थव्यवस्थेच्या काही भागांचे मोठ्या प्रमाणात व्यावसायिकीकरण झाले. सधन शेतकरी आणि जमीनदार यांच्या सततच्या पिळवणुकीने गांजलेल्या भारतीय कष्टकऱ्यांनी आणि शेतात राबणाऱ्या शेतकऱ्यांनी शेवटी निषेधाचा मार्ग स्वीकारला, ज्याची दोन उदाहरणे फार चर्चिली गेली. एक म्हणजे बंगालच्या नीळ उगवणाऱ्या पट्ट्यातील शेतकऱ्यांचे आणि दुसरे १८७५ मधील दख्खन प्रांतातील कापूस उगवणाऱ्या शेतकऱ्यांचे. या दोन्ही प्रकरणांच्या वेळी राणी व्हिक्टोरिया शेतकरी रयतेच्या बाजूने उभी असलेली दिसते. निळीचे पीक घेणाऱ्यांच्या दयनीय अवस्थेकडे सगळ्यांचे लक्ष वेधून घेण्यासाठी ढाक्यात दीनबंधू मित्रा यांनी *नील दर्पण* म्हणून एक नाटक प्रकाशित केले, ज्यात त्यांनी एक पोस्टमन म्हणून भटकंती करताना जे अनुभव घेतले आणि शेतकऱ्यांची अवस्था पहिली, त्याचे चित्रण केले होते. या नाटकाच्या प्रस्तावनेत मित्रा यांनी राणीच्या मातृत्व वृत्तीच्या नवीन आयामाकडे संकेत केले होते : 'प्रेमळ हृदयाची राणी व्हिक्टोरिया जी सगळ्या जनतेची माता आहे. दाईच्या दुधावर आपल्या बाळांनी पोसले जाणे अयोग्य आहे, हे तिच्या ध्यानात आल्यावर तिने त्यांना आपल्या मांडीवर घेऊन, आपल्या पदराखाली घेतले आहे.'(५४) हे नाटक खूप मोठ्या प्रमाणात प्रसारित झाले आणि त्याचे एक मुख्य कारण होते की, त्याचा अनुवाद धर्मप्रचारक जेम्स लाँग यांनी केला. ब्रिटिशशासित भारत सरकारने लाँग यांच्यावर खटला चालवला, ज्याचा उपयोग त्यांनी नीळ पिकवणाऱ्या शेतकऱ्यांच्या होणाऱ्या पिळवणुकीसंदर्भात जागृती निर्माण करण्याकरिता केला आणि त्यांनी असाही दावा केला की, हे सारे करण्यामागे त्यांचा एकमेव हेतू होता की, पुन्हा ब्रिटिशांविरुद्ध भारतीयांनी कुठलेही बंड करू नये.(५५)

अशाच प्रकारे, दख्खनमध्ये उसळलेल्या दंगलीमागे एक कथा होती की, राणीने 'आदेश जारी केले आहेत की, सर्व शेतकऱ्यांचे गहाणपत्र जे मारवाड्यांकडे (सावकारांकडे) आहे ते त्यांना परत करण्यात यावे आणि मग ते संपूर्ण कर्जमुक्त होतील.'(५६) उच्च नैतिक अधिकाऱ्यांना आव्हान देणाऱ्या लोकप्रिय चळवळी या

नेहमीच कुजबुजीने आणि अफवांमुळे अधिक भडकतात. राणी व्हिक्टोरियाचे सर्वशक्तिमान असणे १८५८ नंतर ग्रामीण भारताच्या काळजापर्यंत पोहोचले असल्याचे समजले जात होते. अर्थात हा समज चूक होता की बरोबर, हा भाग अलाहिदा!

ख्रिश्चन धर्मप्रचारक आणि त्या कार्यांनी वाहिलेल्या मिशनच्या लोकांनी आणि असंतुष्ट भारतीय सरकारी अधिकाऱ्यांनी, राणीच फक्त आर्थिक न्याय करू शकते, या मिथकाला आणखी खतपाणी घातले. यासाठी त्यांनी सामान्य भारतीयांवर असलेल्या करांच्या ओझ्याचे कारण वापरून योग्य हेतू साध्य केला. खर्च आटोक्यात आणण्यात आलेले अपयश, ठामपणे प्राप्तिकराची अंमलबजावणी करण्यातील असमर्थता आणि जमिनीतून मिळणारा अल्प महसूल अशी परिस्थिती असताना शेवटी वित्तव्यवस्था रुळावर आणण्यासाठी नेहमीचा आणि यशस्वी ठरलेला उपाय केला गेला आणि तो म्हणजे उपभोग्यतेवर कर लावणे. काही उदारमतवादी जसे की चार्ल्स ट्रेव्हेलयान आणि हेन्री फॉसेट यांनी १८७० च्या सुरुवातीलाच तक्रारीचा सूर लावला की, भारत सरकारने ठरलेल्या महसुलाची वसुली करण्याची प्रथा पूर्णतः टाकून दिली आहे आणि आता ते 'वार्षिक वसुली' या नवीन अर्थकारणाचा अवलंब करीत आहेत. प्रत्येक अंदाजी तुटीचे अप्रत्यक्ष करांच्या माध्यमातून फायद्यात रूपांतर करून घेण्यात येऊ लागले.[५७] जमिनीइतकाच महसूल ज्यातून प्राप्त करणे शक्य आहे, अशा तीन प्रमुख जकात महसुलांची मोजणी करण्यात आली; ज्यात मीठ, अफू आणि मद्य यांवरील कर होते. प्रत्यक्षात मिठाच्या उत्पादनावरील जकात कर सगळ्यात जास्त वाढत गेला; इतका की, १८६० ते १८९० या तीन दशकांत तो चारपट झाला.[५८] भारताने सगळ्यात कमी ते एकदम भरमसाट कर अशी झेप घेतली. व्हिक्टोरियनांच्या कल्पनेतला मुक्त व्यापार म्हणजे सर्व करांचे निर्मूलन असा असताना भारतात मात्र त्याची विरुद्ध वाटचाल सुरू होती. टीकाकारांनी यासाठी ब्रिटिशशासित भारत सरकारला जबाबदार धरले होते, कारण या सर्व मालाच्या उत्पादनावर आणि विक्रीवर त्यांचेच नियंत्रण होते. या सर्व परिस्थितीसंदर्भात जर कुणी काही करू शकत होते, तर ती फक्त एक महिला होती : राणी व्हिक्टोरिया!

भारतातील सर्व महसुलांमध्ये मिठावरील जकात ही सगळ्यात जास्त लवचीक होती. उदाहरणार्थ, ब्रिटिशशासित भारत सरकारच्या आधीच्या शासकांपैकी मुघल आणि ईस्ट इंडिया कंपनी यांनी त्यांच्या थेट अखत्यारीतील सर्व प्रांतांत मिठाच्या उत्पादनाला स्वतःच्या हातात ठेवले होते. जमिनीवरील, तलावातील, समुद्रातील आणि पहाडांवरील मिठाचे उत्पादन सरकारी अधिकाऱ्यांच्या करड्या पहाऱ्यात केले जात असे आणि हे अधिकारी उत्पादन केले जात असलेल्या ठिकाणावरून थेट महसूल वसूल करीत असत; ज्यामुळे व्यापाऱ्यांना आणि विक्रेत्यांना खरेदी करणाऱ्या ग्राहकाकडून थोडाही नफा कमावण्याची सोय उरत नसे. अवैध खासगी मीठाचे

होणारे उत्पादन (विशेषतः समुद्र किनाऱ्यावरील) आणि रियासतींतून किंवा संस्थानांच्या सीमांमधून ब्रिटिशशासित भारतात होणारी मिठाची तस्करी रोखण्यासाठी मोठ्या प्रमाणात उपाययोजना करण्यात आल्या होत्या. तस्करीचे सगळ्यात कौशल्यपूर्ण उदाहरण म्हणजे जकात गोळा करण्यासाठी ज्या सीमा ठरविण्यात आल्या होत्या, त्यातील कडक गस्त असलेल्या 'ग्रेट हेज' या बंगाल आणि राजपुताना प्रांतांना विभाजित करणाऱ्या सीमेवरील तस्करी. मिठावरील कर हा खरे तर जनगणना किंवा डोईपट्टी कर होता, कारण हा एक असा जिन्नस आहे, ज्याची प्रत्येक व्यक्तीला गरज असते आणि प्रत्येकजण त्याचे सेवन करतो.[५९] प्रत्यक्षात कधीच न दिसणारा आणि तरीही निर्धोकपणे लावला जाणारा हा मिठावरील कर तुटीचे अंदाजपत्रक असेल, तेव्हा सर्वांत प्रथम समोर येऊन उभा ठाकत असे; पण या मिठावरील कराने पुरोगामी लोकांना अस्वस्थ केले होते. व्हाइसरॉय लॉर्ड नॉर्थब्रुक यांनी या करात वाढ केली, तेव्हा मद्रासमधील एक गव्हर्नर व्हेरे होबार्ट (१८७२-७५) यांनी निषेध व्यक्त केला होता. फ्रान्सच्या राज्यक्रांतीच्या पूर्वसंध्येला कुप्रसिद्ध ठरलेल्या गॅबेलचा (राज्यक्रांतीच्या आधी फ्रान्समध्ये अस्तित्वात असलेला मिठावरील कर) अप्रत्यक्ष उल्लेख करणे आता सामान्य झाले होते.[६०] *हाउस ऑफ कॉमन्स*मध्ये चार्ल्स कॅनिंग व्हाइसरॉय असतानाचे त्यांचे सहकारी जॉर्ज बाल्फोर यांनी या कराच्या निर्मूलनासाठी चालवलेल्या मोहिमेचे नेतृत्वदेखील केले होते. यावर त्यांनी १८७५मध्ये एक सोपा तोडगादेखील काढला होता : राणी व्हिक्टोरियाने सर्व आशियाई प्रथांना फाटा देऊन आणि वेल्सच्या राजपुत्राच्या भारतीय दौऱ्याचे निमित्त साधून एक जाहीरनामा काढून मिठावरील कराचे निर्मूलन करावे. अशा तऱ्हेने आशियाई लोकांना विश्वास वाटेल की, 'हे मोफत मिळालेले मीठ खाल्ल्याने आपले इमान हे भारताच्या सम्राज्ञीला समर्पित आहे.'[६१] राणी म्हणजे परोपकारी सत्ताधीश म्हणून तिची प्रशंसा करणारा आणखी एक उदारमतवादी! ब्रिटिशांच्या संवेदनशीलतेवर भारताने अनेक वैचित्र्यपूर्ण परिणाम केले होते.

भारतातील अफूवरही राज्यांची मक्तेदारी होती. १८७०पर्यंत अफूचा व्यापार हा निव्वळ चीनला निर्यात करण्यापर्यंत सीमित राहिला नव्हता, तर त्याचा पुरवठा भारतीयांनादेखील केला जाऊ लागला होता. भारतातील अफूबद्दल राणी व्हिक्टोरिया सर्व काही जाणून होती. तिला त्याची माहिती होती. मागे १८५१मध्ये आयोजित केलेल्या भव्य प्रदर्शनामध्ये डॉक्टर रॉयल यांनी जेव्हा खसखशीच्या फुलांना उकलून त्याच्या आतील रचनेचे विश्लेषण केले की, त्यातून बिया कशा मिळविल्या जातात, तेव्हा राणीने अगदी लक्षपूर्वक त्यांचे हे प्रस्तुतीकरण पाहिले होते.[६२] अफूच्या विरोधातील मोहीम चालविणाऱ्यांनादेखील राणी व्हिक्टोरियाबद्दल माहिती होती आणि ते तिला जाणून होते. अगदी १८७०च्या मध्य काळापासून त्यांनी तिच्या

आणि अधिकाऱ्यांच्या नावाचा उल्लेख करून, अफूच्या व्यापारावर आणि पुरवठ्यावर 'पॉपी प्लेग' म्हणून जबरदस्त टीका केली होती. नावाप्रमाणेच अफूचा व्यापार दडपण्यासाठी *अँग्लो-ओरिएंटल सोसायटी*मार्फत चालवली गेलेली मोहीम ज्याची स्थापना क्वेइकर्स यांनी १८७४ मध्ये केली होती; त्यांनी सुरुवातीच्या काळात या व्यापारातील चीनच्या भूमिकेवर टीका केली; पण त्यांनी राणीलाही यासाठी जबाबदार धरलेच. सोसायटीतर्फे काढल्या जाणाऱ्या *फ्रेंड ऑफ चायना* या मासिकाच्या एप्रिल १८७६च्या अंकात त्यांनी विधान केले की, आता राणी ही सम्राज्ञी आहे, तेव्हा 'हा एक सुखावह निष्कर्ष नसला, तरी अगदी स्पष्ट तर्क सांगतो की, राणी या विध्वंसक विषाच्या वाढीकरिता, उत्पादनाकरिता आणि विक्रीकरिता जबाबदार आहे'.[६३] व्यावहारिक दृष्टीने पाहिले तर ब्रिटिशशासित भारत सरकार आणि संसद या सर्व प्रकारांतील गुन्हेगार आहेत, हेदेखील मासिकाने मान्य केले. तरीही नैतिकतेचे मूर्तिमंत उदाहरण म्हणून पाहिल्या जाणाऱ्या राणीला यातून बाजूला ठेवणे शक्य नव्हते. 'तिच्या चकाकणाऱ्या मुकुटावरील या विद्रूप करणाऱ्या काळ्या छायेला पुसून टाकण्यासाठी' ती या सर्व प्रकरणात हस्तक्षेप का करत नाही, असा सवाल १८७७ मध्ये आयोजित शांघाय मिशनरी संमेलनात विचारला गेला होता. तिला नव्यानेच मिळालेल्या सम्राज्ञी या उपाधीचा अशा प्रसंगी उपयोग करून ती ईस्ट इंडिया कंपनीकडून मिळालेल्या या वारशाला घालवून का टाकत नाही, असा सवाल सॅम्युएल मॅनडर या उद्योगपती आणि समाजसेवी यांनी याच वर्षी उपस्थित केला.[६४] पुढे १८९०च्या सुरुवातीला अफूविरोधी मोहिमेने आणखी एक पाऊल पुढे टाकले आणि त्याला गती आल्यावर त्याचा परिणाम असा झाला की, विलियम ग्लॅडस्टोन यांच्या सरकारवर दबाव निर्माण झाला आणि अफूच्या भारत, चीन आणि बर्मा या देशांमधील तस्करीचा शोध घेण्यासाठी एका राजेशाही आयोगाची स्थापना करावी लागली. इकडे सोसायटीने आपल्या प्रचाराचा वेग आणखी वाढवला. सम्राज्ञी राणीच्या नावाने आता ब्रिटिशशासित भारत सरकार बर्माकडूनही अफूवरील महसूल वसूल करण्याचा प्रयत्न करीत आहे, असा दावा करीत *अँग्लो-ओरिएंटल सोसायटी*ने पुढे म्हटले की, 'सम्राज्ञी राणीच्या भारतातील प्रजेच्या नशिबी आता तोच विनाश सहन करणे आले, जो त्यांनी अगदी सहज खुल्या दिलाने (सरकारने) चिनी प्रजेच्या भाळी कोरला.'[६५] या दबावात भर टाकली ती भारताने. स्टार ऑफ ऑर्डर या राजेशाही सन्मानाच्या उद्देशाची - 'स्वर्गाचा प्रकाश आपला मार्गदर्शक' – आठवण करून देत, पूना येथे जनाना मिशन (स्त्रियांसाठीची मोहीम) चालविणाऱ्या सुंदरबाई पोवार यांनी अफूविरोधी मोहिमेसंदर्भात अधिक आवाज उठवला आणि त्यांनी १८९१-९२ या एका वर्षात थेट उत्तर भारतापर्यंत दौरे काढून, या मोहिमेचा प्रचार व प्रसार केला. सरतेशेवटी १८९४-९५च्या राजेशाही आयोगाला फार थोड्या

गोष्टी सावरता आल्या आणि विसाव्या शतकाच्या पूर्वार्धापर्यंत लोकांच्या प्रचंड विरोधानंतर आणि बाजारपेठेच्या दबावानंतर अफूचा व्यापार थांबवण्यात आला. आयोगापुढे जी जबानी आणि पुरावे सादर करण्यात आले, त्यात असेही सुचविण्यात आले होते की, या अफूच्या व्यापारात राणी व्हिक्टोरियाला काही विशेषाधिकार देऊन संलग्न करण्यात आले होते; अर्थात तिने त्यांचा वापर केला तर... अजमेर येथील अफू सेवन करणाऱ्या एका व्यक्तीने धर्मप्रचारक संस्थेला सांगितले की, आपल्या या व्यसनाला घालविण्यासाठीचे काही औषध असेल तर ते राणीने आपल्याला पाठवावे. आणखी एका साक्षीदाराने बॉम्बेमध्ये पसरलेल्या अफवेची माहिती दिली की, शहरामध्ये जितके अफूविक्रीचे अड्डे आहेत, ते ताबडतोब बंद करण्याची राणीची योजना आहे.[६७] अफूच्या अमलाइतकाच राणीच्या नावाचा अंमलदेखील भारतात प्रभावी होता.

भारतातील मद्य व्यापारदेखील ख्रिश्चन धर्मप्रचारकांच्या दृष्टिक्षेपात आला होता. संपूर्ण देशातील मद्यविक्री व्यवसाय ब्रिटिशशासित भारत सरकारच्या नियंत्रणात होता आणि सरकार सगळ्या मद्यविक्री दुकानांकडून अबकारी कर वसूल करीत असे.[६८] एकीकडे भारतातील ब्रिटिश लष्करातील मद्यपानावर करडी नजर ठेवली जात असतानाच दुसरीकडे जास्तीतजास्त महसूल वसुलीच्या उद्देशाने मद्यपानावरील राज्यांच्या मक्तेदारीवर संपूर्ण लक्ष केंद्रित केले गेले होते. व्यसनमुक्तीचे जोरदार वाहणारे वारे १८५८नंतर प्रदूषित होऊ लागले होते. राणीच्या अखत्यारीतील लष्करातील मद्यपानाच्या प्रमाणाला कसे रोखायचे हा आता चिंतेचा विषय झाला होता. लष्करात मद्यपानावर संपूर्ण बंदी असावी, असे काहींना वाटत होते, तर काहीजण संयम (थोड्या प्रमाणात मद्यपान) ठेवण्याबाबत विचार मांडत होते आणि काहीजण मात्र भारतातील सैनिकांसाठी विशेषकरून तयार केलेल्या मवाळ आणि मद्याचे प्रमाण कमी असलेल्या पेयानेही संतुष्ट होते.[६९] हिंदू सुधारकांनीही मद्य तस्करीचा आणि त्याच्या उपलब्धतेचा मुद्दा उचलून धरला होता. ब्राह्मो समाजाचे एक नेते केशब चंद्र सेन हे १८७०मध्ये ब्रिटनला गेले होते आणि युके अलायन्स या प्रमुख स्थानिक व्यसनमुक्ती संघटनेच्या बैठकीत त्यांनी आपले विचार मांडले होते. राज्यांच्या मालकीच्या मद्यव्यापाराचे साक्षीदार असलेल्या आणि त्याने व्यथित झालेल्या सेन यांनी बैठकीत बोलताना म्हटले की, 'हा व्यापार आणि ही परिस्थिती राणीसाहेब व्हिक्टोरिया यांच्या सगळ्यात निष्ठावान प्रजेपैकी एक असलेल्या भारताच्या प्रशासनावरील एक कलंक आहे'.[७०] पुढे १८८०मध्ये मद्यविरोधी गटाची भारतातील ताकद वाढतच गेली. मोक्ष देण्याचे काम करणाऱ्या साल्व्हेशन आर्मीचे भारतात १८८२मध्ये आगमन झाले आणि त्यांच्या आक्रमक पद्धतींनी त्यांनी अनेकांची पळता भुई थोडी, अशी अवस्था केली. विशेषतः त्यांच्या मादक पदार्थमुक्ती मोहिमेने

तर सगळ्यांना हादरवून सोडले होते. ब्रिटिश व्यसनमुक्ती संघाचे अध्यक्ष विलियम केन यांनी १८८८मध्ये भारताला भेट दिली आणि भारतीय राष्ट्रीय काँग्रेसच्या अलाहाबाद येथील बैठकीत सहभागही घेतला. दोन वर्षांनी त्यांनी अँग्लो-इंडियन व्यसनमुक्ती संघटनेची स्थापना करण्यासाठी मदत केली. काही वर्षांतच ही मोहीम एका राष्ट्रीय चळवळीमध्ये रूपांतरित झाली; जी मुख्यतः भारतीयांनी चालवली होती, जिला ब्रिटनमधील भाषणांचे दौरे करणाऱ्या वक्त्यांची साथ लाभली होती.(७१)

या वक्त्यांपैकी एक होते थॉमस इव्हान्स, ज्यांना या पेयाच्या पेल्यातून उठलेल्या वादळात वारंवार राणीला खेचून आणण्याची खोड होती. मद्याची कायदेशीर विक्री म्हणजे राणीच्या १८५८च्या जाहीरनाम्यातील 'पवित्र वचनांचा' भंग करणे आहे, असा युक्तिवाद करीत इव्हान्स यांनी सांगितले की, असे वचन देण्यात आले होते की, ब्रिटिश राजसत्ता भारतीय धर्मांच्या कारभारात ढवळाढवळ करणार नाही आणि मद्यपान हे हिंदू आणि मुसलमान या दोन्ही धर्मांमध्ये निषिद्ध मानले गेले आहे.(७२) अर्थात, राणीचे नाव घेऊन तिला विरोध करण्याच्या इव्हान्स यांच्या प्रयत्नांचा फारसा काही परिणाम झाला नाही. शिवाय, या जाहीरनाम्यातील हे मुख्य वचन सोडल्यास भारतीय व्यसनमुक्ती सुधारकांनी जाहीरनाम्यातील वचनाच्या आधारावर कधीही अशा प्रकारचे कुठले विधान केल्याचे पुरावे उपलब्ध नाहीत. अगदी अँग्लो-इंडियन व्यसनमुक्ती संघटनेच्या कुठल्याही बैठकीत किंवा ग्वालियरच्या ब्राह्मणांनी चालवलेल्या सशक्त कायस्थ व्यसनमुक्ती मोहिमेतदेखील असा मुद्दा उचलला गेला नाही. भारतातील व्यसनमुक्ती चळवळीत केल्या गेलेल्या विधानांतील आणि आरोपांतील राणीचे स्थान हे त्यांच्या कक्षेबाहेर होते. इतकेच नाही तर ती तशा संदेशांच्या कक्षेतही नव्हती. भारतीय लष्करातील व्यसनाधीनतेवर टाच लावण्याच्या मोहिमेची ती समर्थक होती.(७३) मात्र, मद्यविक्रीला होणाऱ्या विरोधाबाबत ती निरुत्साही होती आणि व्यसनमुक्ती सुधारक हे अतिउत्साही कार्यकर्ते आहेत, असे तिचे मत होते. यातील एक म्हणजे बेसिल विलबरफोर्स म्हणजेच विलियम यांचे नातू आणि साउथहॅम्पटन येथील सेंट मेरीजचे शैक्षणिक मुख्याधिकारी, यांना तिने खुला विरोध केला होता. आपल्या तब्येतीच्या कारणाने आणि थोड्या फार प्रमाणात अधिकाधिक भारतीयांना मद्यपान त्यागण्यासाठी शपथ घ्यायला प्रोत्साहित करण्याच्या हेतूने विलबरफोर्स हे १८९०मध्ये भारतात आले होते.(७४) तिच्या मायदेशात काय किंवा भारतात काय, नैतिकतेच्या पुरस्कर्त्यांच्या गटांचे नेतृत्व करण्याची कुठलीही आकांक्षा राणीला नव्हती.

ख्रिस्ती धर्मप्रचारकांनी आणि भारतीय राज्यांच्या वित्तीय विकासाच्या विरोधकांनी केलेल्या सर्व प्रयत्नांनंतरदेखील राणी व्हिक्टोरियावर कुठल्याही टीकेचा परिणाम झाला नाही आणि ती यातून सहीसलामत बाहेर आली. दुष्काळाच्या आणि भूकमारीच्या

काळात राजसत्तेमार्फत देऊ केल्या गेलेल्या मदतीच्या कामाचा एक भाग म्हणून राजघराण्यांकडून काढण्यात आलेल्या पत्रकांच्या वाटपाच्या कामाची गती राणीच्या अधिकाऱ्यांनी एकदम वाढवली. उलट मीठ, अफू आणि मद्य यांवरील अबकारी करावरून उठलेल्या वादळात राणीवर सतत टीकेची झोड उठल्याने भारतात तिच्या सर्वशक्तिमान असण्याला आणखी बळ मिळाले. बाजारपेठेतील जुलुमाची नाही, तर मातृत्वाची ती मूर्तिमंत उदाहरण ठरली. व्यापारातील जुलुमाच्या विरोधात निर्माण झालेल्या नैतिक शक्तीची मिणमिणती पणती मात्र तेवत राहिली. जिचे नंतर गांधी आणि त्यांच्या समर्थकांनी १९२० आणि १९३०मध्ये पलित्यात रूपांतर केले आणि ब्रिटिश राज आणि भारतातील मिठासारख्या मूलभूत वस्तूंवरील त्यांचे नियंत्रण यांच्याविरुद्ध जनमानसाला पेटून उठवायला वापर केला; पण राणीची प्रतिमा कायम होती. १८८० मध्ये एका बंगाली विलापात राणी व्हिक्टोरियाला 'दीन जननी' म्हणून संबोधण्यात आले होते.[७५] कितीही अंतरावर असले, तरीही भारतीय तिच्या काळजाच्या जवळ आहेत, असाच विश्वास दृढ होता. म्हणून जेव्हा तिच्या मुलांनी आणि वारसांनी भारताला भेटी देण्याला सुरुवात केली, तेव्हा ते राणी व्हिक्टोरियाचे संदेशवाहक आहेत, अशी आशा निर्माण झाली होती.

७

शाही पर्यटक

पंजाबमध्ये १८६१ मध्ये एक भविष्यवाणी करण्यात आली होती की, 'पश्चिमेकडून पूर्वेकडे' एक राजा येईल आणि 'रक्ताच्या थेंबालाही स्पर्श न करता तो या देशावर राज्य करेल'. धर्मप्रचारकांनी या संकेताला उचलून धरले आणि भारतात ख्रिश्चन धर्माच्या उदयाचा काळ आता जवळ आला आहे, असे ते मानू लागले. तत्कालीन व्हाइसरॉय चार्ल्स कॅनिंग यांनी तर एक झणझणीत विधानदेखील केले की, 'रशियाचा सम्राट किंवा लुई नेपोलियन भारतात जरी आत्ता येऊन ठाकले, तरी ते आगंतुक नसणार आहेत.' पण अफवांचा केंद्रबिंदू होते शीख साम्राज्य ज्यांना तख्तावरून बाजूला करण्यात आले होते आणि कदाचित दुलीप सिंग हे पुन्हा येऊन सत्ता हातात घेतील, असे सगळ्यांना वाटत होते; पण चार्ल्स वूड यांनी राजपुत्र अल्बर्ट यांना सुचवले की, वेल्सचे राजपुत्र यांना भारतात पाठवण्याचे हे संकेत आहेत.[१] अल्बर्ट यांचे निधन झाले आणि पुढील सर्व गोष्टी मग बाजूला ठेवाव्या लागल्या; पण मुळात जेव्हा ब्रिटनचे राजपुत्र भारतात आले, ते पश्चिमेकडून नाही तर पूर्वेकडून आले. राजपुत्र आल्फ्रेड, एडिनबर्गचे ड्यूक आणि व्हिक्टोरियाचे द्वितीय पुत्र हे भारतात येताना सिंगापूर, पेंगमार्गे ऑस्ट्रेलियातून भारतात आले. ब्रिटिश शाही घराण्याच्या सदस्याने भारताच्या मातीवर पाऊल ठेवण्याची ही घटना घडली २२ डिसेंबर १८६९रोजी कलकत्त्यामध्ये. त्यानंतर त्यांचे मोठे बंधू वेल्सचे राजपुत्र अल्बर्ट एडवर्ड यांनी १८७५-७६मध्ये आणि त्यांचे सगळ्यात मोठे पुत्र राजपुत्र अल्बर्ट व्हिक्टर जे कॅलेन्सचे ड्यूक होते, त्यांनी १८८९ मध्ये भारतात दौरे केले. त्याशिवाय कॅनॉटचे ड्यूक आर्थर (व्हिक्टोरियाचे तिसरे पुत्र) यांनी १८८० मध्ये सहा महिने कामही केले. राणी व्हिक्टोरियाने भारताला कधीच भेट दिली नाही. पूर्वेकडील तिचा प्रवास टस्कनीपर्यंतच झाला; त्यामुळे भारतातील तिच्या मुलांमार्फत केल्या

गेलेल्या दौऱ्यांना फार महत्त्व आहे, कारण या दौऱ्यांमुळे ब्रिटिश राजेशाही म्हणजे काय हे भारत आणि त्याच्या उपखंडाना कळले आणि त्यांचे अस्तित्व भारतीयांनी अनुभवले; यामुळेच प्रत्यक्षातील राणीची सत्ता आणि तिच्या वतीने अस्तित्वात असलेले व्हाइसरॉय यांच्या अधिकारांचे अस्तित्व यातील फरक प्रत्यक्ष दिसला. या शाही भेटींमुळेच भारतातील ब्रिटिश साम्राज्याचा विस्तार आणि मर्यादा दोन्ही लक्षात आले; ज्यात त्यांच्या लष्करी सामर्थ्यावर आणि भौगोलिक परिघावर जास्त भर होता. दोन पिढ्यांच्या स्वरूपातील राजसत्तेच्या दीर्घकालीन भविष्याचीही ग्वाही यातून मिळाली आणि त्यांच्या आधुनिकतेकडे होण्याऱ्या वाटचालीचे पुरावे अत्यंत समारंभपूर्वक उद्‌घाटन करण्यात आलेल्या नवीन रेल्वेमार्गांच्या, बंदरांच्या आणि इतर सार्वजनिक कामांच्या रूपात मिळाले. या दौऱ्यांचा एक लोकप्रिय सार्वजनिक घटना म्हणून ब्रिटनमध्ये जेवढा गाजावाजा झाला, त्याची दखल इतिहासकारांनी तर घेतलीच. मात्र, भारतातील ब्रिटिश राजमध्ये शाही घराण्याच्या असलेल्या महत्त्वाला फारसा काही फायदा होऊ शकला नाही.(२)

१८५८ मध्ये कंपनीकडून राजघराण्याच्या हाती सत्ता आल्यानंतर ब्रिटिश सत्ताधीशांच्या संदर्भातील भारतीयांच्या मानसिकतेची परीक्षा घेणारे हे दौरे महत्त्वाचे होते; पण काळ मात्र अनुकूल नव्हता. राजपुत्र आल्फ्रेड यांच्या भारतभेटीच्या वेळी देशाला दुष्काळाचा विळखा पडला होता आणि अन्नधान्याचा प्रचंड तुटवडा होता. त्यातच ओरिसातील १८६६च्या या परिस्थितीला हाताळताना ब्रिटिशशासित भारत सरकारने जो कद्रूपणा दाखवला होता, त्याच्या विरुद्ध मोठ्या प्रमाणात जनाक्रोशही होता. १८७२ मध्ये व्हाइसरॉय लॉर्ड मेयो यांची हत्या झाली होती आणि वहाबी समुदायाने या हत्येचा कट रचल्याचा संशय असल्यामुळे सगळीकडे एक दहशतीचे वातावरण होते. अशा वातावरणात, भारतात शाही पाहुण्यांचे स्वागत कसे केले जाईल? याची स्पष्ट कल्पना नसतानाही, ब्रिटिशशासित भारत सरकारने या दौऱ्यांचे नियोजन शक्य तितक्या चांगल्या पद्धतीने केले आणि कुठल्याही तक्रारीला वाव ठेवला नाही; पण अनेक गोष्टी त्यांच्याही हाताबाहेरील होत्या; अगदी आलेले शाही पर्यटकसुद्धा!

'चालता-बोलता जाहीरनामा' : भारतात राजपुत्र आल्फ्रेड यांचा दौरा, १८६९-७०

चहुबाजूंनी फिरस्ती करत राजपुत्र आल्फ्रेड याने भारतात जवळपास चार महिने घालवले.(३) तो नाखुशीने आलेला पर्यटक होता. आपल्या आईने आपल्याला थोडे समजून घ्यावे आणि नौदलातील आपला कार्यकाळ कमी करावा अशी त्याची इच्छा

होती. त्याच्या या दौऱ्यातील निरुत्साहाला अनेक गोष्टी कारणीभूत होत्या. भारतात पोहोचण्यापूर्वी आल्फ्रेड विविध देशांचा दौरा करीत, सुमारे अडीच वर्षे समुद्र सफरीवर होता. सिडनीमध्ये त्याच्यावर प्राणघातक हल्लादेखील झाला होता आणि न्यूझीलंडमध्ये असताना तिथल्या प्रदीर्घ काळ धगधगत असलेल्या माओरी युद्धात त्याने उडी घेतली होती.[५] ऑस्ट्रेलियातील त्याच्यावरील फसलेल्या हल्ल्यामुळे त्याच्या दौऱ्याला थोड्या काळाकरिता खीळ बसली आणि म्हणून त्याचे भारतातील नियोजित आगमन थोडे लांबले. तो जसा भारतात पोहोचला, तेव्हा कलकत्ता पोलिसांना माहिती मिळाली की, एक संशयित फेनिअन (स्वतंत्र आयरिश प्रजासत्ताकाकरिता लढा देणारे संघटन) समर्थक जो एका सर्कशीत लपलेला होता, तो राजपुत्राच्या गॅलॅटिया जहाजाचा मेलबर्नपासून पाठलाग करीत होता.[६]

राजपुत्र आल्फ्रेड यांच्या भारतभेटीची पूर्वतयारी आणि नियोजन करताना सरकारकडे कुठल्याही प्रकारची नियमावली नव्हती. यापूर्वी शाही ब्रिटिश अतिथी ब्रिटनच्या अखत्यारीतील वसाहतींमध्ये कुठल्याही व्हाइसरॉयच्या मदतीवर विसंबून नव्हते. या वसाहतींना भेटी देताना कुठल्याही सोपवलेल्या अधिकाऱ्याच्या अनुपस्थितीत ब्रिटिश साम्राज्याचा एक भाग होते, ज्यात त्यांच्या स्वतःच्या नियमावली आणि शाही मुकुटाचे प्रतिनिधित्व करणारे गव्हर्नर जनरल तिथे होते. याच्या अगदी विरुद्ध भारताचे व्हाइसरॉय यांच्याकडे शाही सत्तेचे संपूर्ण अधिकार देण्यात आले होते. ज्यामुळे एक कळीचा मुद्दा उपस्थित झाला होता की, राजसत्तेचा राजपुत्र हा व्हाइसरॉय यांच्या पदाहून श्रेष्ठ आहे काय? याचे उत्तर नाही, असे सांगण्यात आले आणि त्यामुळे भेट द्यायला येणारा राजपुत्र हा व्हाइसरॉय यांचा अतिथी आहे आणि जोवर लॉर्ड मेयो होते, तोवर राजपुत्र त्यांच्या दौऱ्याचा एक भाग होते आणि उर्वरित दौऱ्यात ते प्रथेप्रमाणे राणीचे प्रतिनिधी म्हणून वावरले. इतर शिष्टाचारांच्या संदर्भात मात्र अडेलतट्टूपणाच अनुभवायला मिळाला. एक मुद्दा आयोजनाच्या परिमाणाचा होता. आधी भव्य दरबार आयोजनाची कल्पना केली गेली होती; पण नंतर राजपुताना आणि पंजाबमधील अन्नतुटवडा आणि दुष्काळी परिस्थिती लक्षात घेता दौऱ्यात कपात केली गेली. मेयो यांनी एक दरबार इतरत्र घेण्याची कल्पना मांडली आणि तो आग्र्याला आयोजित करण्याचे ठरले. मात्र, तोदेखील काही कारणास्तव रद्द करण्यात आला आणि सगळ्या भारतीय राजांना, प्रमुखांना, रियासतदारांना व संस्थानिकांना कलकत्त्याला हजर होण्यास सांगितले होते.[७]

एवढे सारे होऊनही ही शाही भेट अभूतपूर्व ठरली. भव्यतेची अपेक्षा दोन्ही बाजूंनी होती. आल्फ्रेड याने लॉर्ड मेयो यांना बोलूनही दाखवले की, त्याला 'राजेशाही इतमामाची' अपेक्षा होती, तर बनारस गॅझेटमध्ये अंदाज व्यक्त करण्यात आला होता की, राजपुत्र स्वतःबरोबर येताना 'त्याचे शाही वैभव' घेऊन येणार. कलकत्ता

आणि बॉम्बेमधील काचेचे आणि विजेच्या दिव्यांचे दर एकदम आसमंताला भिडले, कारण दोन्ही शहरांतील अँग्लो-इंडियन समुदायांनी शहरांतील सर्व सार्वजनिक वास्तूंना दिव्यांच्या माळांनी सजविण्याचा घाट घातला आणि कलकत्त्यात तर अशीही कुजबुज होती की, या निमित्ताने शहरातील गरिबांच्या वस्त्यांनासुद्धा दिव्यांनी सजवायचे आहे. आल्फ्रेड यांच्या या दौऱ्यासाठी लष्कराने केलेली तयारी फारच भरीव होती. उदाहरणार्थ, आग्र्याला त्यांच्या भेटीनिमित्त निव्वळ बंगालहून घोडदळाच्या आणि पायदळाच्या एकोणीस तुकड्या बोलावण्यात आल्या होत्या. थोडा करमणुकीचा खेळ म्हणून तर थोडे प्रथा म्हणून; पण ब्रिटिश अधिकाऱ्यांचे असे मत होते की, या शाही भेटीत शिकारीचा सहभाग असणे आवश्यक आहे आणि त्यासाठी आफ्रिकेतील खेड्याप्रमाणे मोठ्या प्रमाणात कुंपण घातलेल्या छावण्या आणि विवक्षित स्थळी पोहोचण्यासाठीचे रस्ते तयार करण्याचे काम अनेक महिने आधीपासून सुरू करण्यात आले होते आणि त्यामध्ये हजारो मजुरांना कामाला लावण्यात आले होते.(८)

ब्रिटिशशासित भारत सरकारने या दौऱ्यावरील खर्चात कपात करण्याचे दुष्काळ हे एकमेव कारण नव्हते. कंपनीकडून राणीकडे सत्तांतर झाल्यानंतर भारतीय संस्थानिकांनी, प्रमुखांनी, राजांनी आणि रियासतदारांनी तिला थेट महागड्या भेटी पाठवण्याचा जो सपाटा लावला होता, त्याबाबत अनेक वेळा या अधिकाऱ्यांनी चिंता व्यक्त केली होतीच आणि राजपुत्राच्या या भेटीच्या वेळी भारतीय महाराज हे नजराण्यांच्या अपेक्षेने राजपुत्राला नजराणे देतील असे वर्तवले जात होते. लंडनमधील भारतीय कार्यालयाने यासाठी एका मोठ्या दरबाराच्या आयोजनाचा खर्च निघावा म्हणून १० हजार पौंड एवढी रक्कम मंजूर केली होती, ज्यात आग्रा येथील दरबारात भेटींची देवाण-घेवाण समाविष्ट होती; पण हा दरबार मेयो यांनी रद्द केला. संभावित टीकेला टाळण्याच्या प्रयत्नात व्हाइसरॉय यांच्या कार्यालयाने ८ हजार पौंडांची सोय केली, ज्यात राजपुत्र त्यांच्या दौऱ्यादरम्यान देऊ करणाऱ्या भेटींच्या खर्चाचा समावेश होता; पण असे करताना त्यांनी गृहीत धरले की, या बदल्यात राजपुत्राला मिळणाऱ्या भेटी ते सोबत नेणार नाहीत आणि ते इथल्या तोषाखानामध्ये (सरकारी तिजोरीत) जमा करतील; नंतर ज्याचा लिलाव करून रक्कम सरकारच्या खात्यात जमा करण्यात येईल. मात्र, असे करणे म्हणजे अवमानास्पद ठरेल, म्हणून आरगीलचे ड्यूक आणि भारताचे राज्यसचिव यांनी मेयो यांचा निर्णय रद्द केला आणि राजपुत्राला भेटी देणे आणि घेणे याची परवानगी दिली. मात्र, त्यात त्यांनी सांगितले की, भारतीय प्रमुखांकडून येणाऱ्या नजराण्यांना परवानगी देण्यात यावी व ते मर्यादित असावेत, ज्यात 'अशा भेटींच्या मूल्यापेक्षा कुतूहल वाटाव्या अशा, प्राचीन शस्त्रास्त्रे किंवा स्थानिक उत्पादनाचे काही नमुने आणि भेटी अशा स्वरूपात असाव्यात, ज्यात

त्याच्या किमतीपेक्षा त्याचे वैशिष्ट्यपूर्ण असणे अपेक्षित आहे.'(९) आणि विशेष म्हणजे या शिष्टाचाराच्या नियमामुळे भारतीय प्रमुखांना तर एक अपूर्व संधीचे आमंत्रणच मिळाले आणि म्हणून त्यांनी फक्त नजराणेच नाही तर अत्यंत कलाकुसर असलेली शस्त्रे, गालिचे आणि त्यांच्या राज्यांमध्ये सहज उपलब्ध असलेली मौल्यवान हिरे-माणके घेऊन रांगाच लावल्या.

हवाईमार्गाने प्रवास सुरू होण्यापूर्वी पहिल्यांदाच आणि केवळ एकदाच, कलकत्ता हे शाही पर्यटकांचे स्वागत करणारे पहिले शहर होते. गॅलॅटिया जहाजाने नांगर टाकले आणि हुगळी नदी ते फोर्ट विलियम एवढा परिसर व्यापला. बंदरालगतच्या मैदानामध्ये सुमारे अडीच मैलांपर्यंत शाही पाहुण्यांच्या ताफ्याला बोटीतून उतरताना आणि सरकारी बंगल्याकडे जाताना पाहण्यासाठी रांगा लागल्या होत्या. राजपुत्राच्या स्वागतासाठी घोड्यावर स्वार झालेल्या दलामध्ये भारताचे तत्कालीन व्हाइसरॉय, बॉम्बे आणि मद्रासचे गव्हर्नर आणि ग्वालियर, जयपूर, रेवा, भरतपूर, अलवार, धोलपूर आणि कपूरथळा या संस्थानांचे महाराज, तसेच भोपाळच्या बेगम आणि त्यांची मुलगी यादेखील बग्गीमध्ये उपस्थित होत्या. कलकत्त्याला राजपुत्राने घालवलेला दोन आठवड्यांचा काळ हा ब्रिटिश भारताच्या ऐतिहासिक राजधानीच्या प्रतिष्ठेला शोभेल असाच अँग्लो-इंडियन पद्धतीचा उत्कृष्ट नमुना होता. राजधानीच्या विविध भागांमध्ये रोषणाई, आतषबाजी तर भव्य प्रमाणात करण्यात आली होती, तसेच हिब्रू प्रार्थनांचे आयोजन, महोमेडन साहित्य सहवासाला भेट, सेव्हन टँक्स हॉल येथील एका हिंदू मेजवानीला उपस्थिती; जिथे एका संस्कृत महाविद्यालयातील अध्यापकांनी राजपुत्राला वेदांच्या ऋचांमधून आशीर्वाद दिले आणि खास नृत्याचे आयोजनही येथे करण्यात आले होते, तसेच विद्यापीठ आणि चेम्बर ऑफ कॉमर्स येथून आलेले संदेशवाचन, मैदानी आणि शिखांचे खेळ, बॉलनृत्य आणि ऑपेराचे आयोजन (डॉनिझेट्टी यांचे लुक्रेझिया बोर्गिया) अशा भरगच्च कार्यक्रमांचा या भेटीत समावेश होता. गॅलॅटिया बोटीचा पुरेपूर उपयोग करण्यात आला, ज्याच्या माध्यमातून स्थानिक राज्य प्रमुखांनी राजपुत्राची वैयक्तिक भेटही घेतली आणि भेट संपण्याच्या पूर्वसंध्येला आयोजित बॉलनृत्याचा कार्यक्रम या बोटीच्या डेकवरच ठेवण्यात आला होता. राजपुत्राच्या आगमनाने आणि आतषबाजीने सगळ्यात जास्त जनतेच्या गर्दीला आकर्षित केले होते. तसेच राणीप्रतीच्या निष्ठेचे अगदी भव्य प्रदर्शनदेखील करण्यात आले, ज्यात मैदानाच्या पूर्वेकडील भागात 'देवाची राणीवर कृपा असो' हे शब्द गॅसच्या माध्यमातून उजळण्यात आले होते आणि त्याच वेळी राणीचे एक मोठे रेखाचित्र बाजूला फिरत्या चक्रावर लावण्यात आले होते. शहरातील सर्व प्रमुख इमारतींवर 'हिंदुस्तानच्या सम्राज्ञीवर देवाची कृपा असो' असे घोषवाक्य लिहिलेले फलक झळकताना दिसत होते.(१०)

कलकत्त्यामधील राजपुत्राच्या एकूण रहिवासाच्या काळात व त्यातील बहुतांश औपचारिक कार्यक्रमांत युरोपीय लोकांनी भारतीयांना संख्येने मागे टाकले होते. उदाहरणार्थ, सरकारी बंगल्यावर दुसऱ्या दिवशी भेटायला येणाऱ्या प्रत्येक आठ युरोपीय व्यक्तींमागे फक्त एक भारतीय असा तो आकडा होता. तरीही, कलकत्त्याच्या भेटीचे वैशिष्ट्य ठरले ते म्हणजे *स्टार ऑफ इंडिया* सन्मान समितीची बैठक आणि इथे मात्र भारतीयांच्या उपस्थितीने ब्रिटिशांना खुजे ठरवले; सात महाराज आणि निव्वळ एक राजपुत्र! रद्द करण्यात आलेल्या दरबाराला पर्याय देण्यासंदर्भात राणी व्हिक्टोरियाने सुचविल्याबरोबर लॉर्ड मेयो यांच्यापुढे मोठेच संकट उभे राहिले. त्याच्या मोठ्या भावाप्रमाणे म्हणजेच वेल्सच्या राजपुत्राप्रमाणे राजपुत्र आल्फ्रेड हा काही ब्रिटिश साम्राज्यातील अधिकृत सन्मान प्राप्त झालेला सदस्य नव्हता; त्यामुळे राजपुत्राच्या स्वतःच्या सदस्य होण्याची घोषणा करणारा समारंभ सगळ्यात वरिष्ठ सन्मानित सदस्यांच्या उपस्थितीत करणे असा बैठकीचा जो प्रमुख उद्देश होता, तो व्यर्थ ठरला, कारण पंजाबी आणि राजपुताना महाराजांच्या रूपात नाइट ग्रॅन्ड कमांडर यांना या बैठकीसाठी पाचारण करण्यात आले होते. शिष्टाचाराचे नियम कायम राखून या सगळ्याचे आयोजन कसे करायचे, यासाठी मेयोच्या कार्यालयातील अधिकाऱ्यांची फारच दमछाक झाली होती. चार्ल्स गर्डलस्टोन यांनी वेल्सच्या राजपुत्राच्या उदाहरणाचा अभ्यास केला, जेव्हा राजपुत्राला सेंट पॅट्रिक, डब्लिन येथे एक वर्षापूर्वीच *नाइट ऑफ द ऑर्डर*ने सन्मानित करण्यात आले होते; पण ते विसंगत होते. नंतर त्यांनी सल्ला घेण्यासाठी बंगाल नागरी सेवेतील एका सहकाऱ्याची मदत घेण्याचे ठरवले 'ज्याची रुची सन्मानचिन्हे आणि मध्यकालीन सन्मान प्रदान करणाऱ्या आयोजना - वाचनात होती.' त्यांच्या चर्चेतून एका योजनेने आकार घेतला, ज्याअंतर्गत असे ठरले की, राजपुत्राचे सन्मानित असण्यासंदर्भातील घोषणेच्या समारंभाचे आयोजन हे शासकीय बंगल्याच्या मार्बल हॉल आणि थ्रोन रूममध्ये करण्यात यावे, जेथे थ्रोन रूममधील मुख्य व्हाइसरॉय सन्मान प्रदान करणारे प्रमुख म्हणून विराजमान होतील आणि इतर सन्मानित सदस्य हे त्यांच्या पुढ्यात प्रेक्षक म्हणून आसनांवर बसतील. या *स्टार ऑफ ऑर्डर* समितीच्या शाखेला मान्यता देणारे शाही आज्ञापत्र इंग्लिश आणि हिंदुस्थानी भाषेत वाचण्यात येईल आणि त्यात राणी व्हिक्टोरियाचा उल्लेख 'हिंदुस्तानची सम्राज्ञी' असा करण्यात येईल.[११] अर्थात, हे तर अगदी स्पष्टच होते की, जितक्या पाहुण्यांना कलकत्त्याला या समारंभासाठी आमंत्रित करण्यात आले होते, त्या सगळ्यांच्या बसण्याची व्यवस्था ही शासकीय बंगल्यात करणे अशक्य होते. म्हणून मग या सोहळ्यासाठी खास उभारण्यात आलेल्या शामियान्यात व्हाइसरॉय यांचा दरबार भरवण्याचे ठरले.

आणि मग या सोहळ्यादरम्यान जे काही घडले, ती उत्स्फूर्त नाट्याची एक

झलक होती, ज्यात भारतीय राजांची प्रमुख भूमिका होती. सिंहासनाचे स्थान जसे होते तसेच ठेवण्यात आले. मात्र, इतर खुर्च्या होत्या त्या अर्धचक्राकार आकारात सिंहासनाच्या एका बाजूपासून दुसऱ्या कोपऱ्यापर्यंत रचण्यात आल्या. राजपुत्राला ब्रिटिश अधिकाऱ्यांनी शामियान्यात आणले, ज्यांच्या मागे भोपाळच्या बेगम आणि लॉर्ड मेयो यांच्या पत्नी होत्या आणि त्यापाठोपाठ मग फलक, नामाभिधान आणि कागदपत्रे समारंभपूर्वक आणण्यात आली. समारंभाचे आणि सन्मान प्रदान करणारे प्रमुख यांच्यापुढे राजपुत्र यांनी गुडघे टेकून मानवंदना दिली, तशी ग्वालियरच्या महाराजांनी त्यांना पदवी प्रदान केली आणि जयपूरच्या महाराजांनी त्यांच्या गणवेषावर तारा असलेले पदक लावले. शामियान्याच्या बाहेर ६५ हत्ती होते, ज्यातील काहींवर छत असलेले हौदे बसवले होते. पदग्रहणानंतर राजपुत्र ज्यावर बसणार होते, त्यात डलहौसीचा चांदीचा हौदा ठेवण्यात आला होता.[१२] हा सारा जामानिमा राजपुत्राच्या पदग्रहणाच्या घोषणेची वाट पाहत शामियान्याबाहेर सज्ज होता. या उत्स्फूर्त सोहळ्यात कुठल्याही क्षणी जे काही केले जात होते, त्यात भारतीय राजांनी राजपुत्राप्रति आदरभाव व्यक्त करण्यासाठी ते केले आहे, असे काहीही नव्हते. सन्मानित सदस्यांच्या एका गटाचे वरिष्ठ सदस्य म्हणून ते प्रतिनिधित्व करीत होते आणि त्या गटात आता त्यांनी राजपुत्राला सामील करून घेतले होते. ब्रिटिश सत्तेच्या अखत्यारीतील वसाहतींमध्ये असलेल्या प्रथेच्या अगदी विरुद्ध या सोहळ्यात भारतीय राजाने एका ब्रिटिश राजपुत्राच्या पोशाखावर मानाचे चिन्ह लावले होते. फक्त हत्तीवरील चांदीच्या हौद्यामुळे ब्रिटिश हे इतरांच्या पुढे आहेत हे आणि शामियान्यात बैठकीची जी व्यवस्था होती, ती श्रेणीव्यवस्था दर्शवणारी होती आणि ती भारतीय राजांमधल्या श्रेणीव्यवस्थेची होती; भारतीय आणि युरोपीय यांना विभाजित करणारी नव्हती.

या सोहळ्यानंतर राजपुत्र आल्फ्रेड यांनी कलकत्त्याहून प्रयाण केले, तसे भारतातील इतर भागांतील त्यांच्या दौऱ्यासाठी ब्रिटिशशासित भारत सरकारने पाळायच्या शिष्टाचाराचे तीन तेरा वाजले. किमती नजराण्यांवरची बंदी पुनर्विचारात घेऊन त्याबद्दलच्या नियमांना सुसंघटित करण्यात आले. सेव्हन टँक्सला भेटायला आलेल्या विद्वानांनी राजपुत्राला चांदीचा हुक्का दिला आणि सोन्याची अत्तरदाणी दिली. यावर कहर म्हणजे रेवाच्या महाराजांनी अडीच हजार पौंडांचा एक हिरा भेट दिला. (पण हा तर 'फार छोटा नजराणा आहे' असे मेयो यांनी आरगील यांना सांगितले).[१३] येथून राजपुत्र बनारसच्या महाराजांसोबत त्यांच्या संस्थानातील जंगलात शिकारीसाठी निघून गेले. तिथूनच ते बनारस या पवित्र शहरालाही भेट देणार होते, जेणेकरून त्यांना भारतातील इतर ठिकाणांच्या तुलनेत 'स्थानिक शहरांचा' उत्तम अंदाज येऊ शकतो, असे मेयो यांनी राणीला सांगितले. आता प्रशंसेचे वारे वाहू

लागले होते. छावणीला जाताना बुर्द्वान येथे राजपुत्र तिथल्या एका स्थानिक राजाचे अतिथी म्हणून गेले आणि तिथे त्यांनी न्याहारी केली. या प्रसंगाचे फार कौतुक झाले आणि एक बंगाली कवी तारानाथ तर्कवाचस्पति यांनी सांगितले की, संस्कृत भाषेत यावर एक भाषणही परिचित आहे आणि बनारसमध्ये कवी भरतेंदू हरिश्चंद्र यांनी राजपुत्राला प्रत्यक्ष एक फूल भेट देण्याचा प्रयत्न केला, ज्याला विलियम मुइर, उत्तर-पश्चिम प्रांताचे लेफ्टनंट गव्हर्नर यांनी परवानगी दिली नाही आणि असे करता येणार नाही असे सांगितले. म्हणून हरिश्चंद्र यांनी आपल्या काही मित्रांना घरी आमंत्रित केले आणि यांच्यासमक्ष राजपुत्राच्या चरित्राचे वाचन केले. आलेल्या लोकांनी मग आपल्या प्रतिक्रिया प्रकाशित केल्या, ज्यात 'शाही राजपुत्राने या शहराला भेट देण्याची ही जी सुरुवात केली आहे, त्याबद्दल त्यांना मनापासून आनंद झाला आहे.'[१४] या अशा स्थानिक स्वागताची राजपुत्राने मात्र दखल घेतली नाही. गंगेचे पात्र आणि तिच्यात एकाच वेळी पन्नास हजार यात्रेकरू स्नान करतानाचे दृश्यही त्याला फारसे आकर्षित करू शकले नाही. त्याने आपल्या आईला एकान्तात सांगितले की, त्यातील कितीजण त्या पाण्यात बुडून मेले असतील, याची काहीच कल्पना नाही; पण जे असे वाहून गेले 'ते त्यांच्या शेजाऱ्यापेक्षा आधी स्वर्गाचे दर्शन घेतील अशी त्यांची समजूत घातली जाईल', तो म्हणाला.[१५] थोडक्यात, एवढ्या मोठ्या प्रदेशाचा प्रवासही त्याच्या मानसिकतेच्या कक्षा रुंदावू शकला नाही.

राजपुत्राचे मार्गक्रमण जसजसे दिल्लीच्या दिशेने होऊ लागले, तसतशा बंडाच्या स्मृतीदेखील दृष्टिपथात यायला सुरुवात होऊ लागली. शहरात आगमन होताच आग्र्याला राजपुत्राला तोफांची सलामी देण्यात आली आणि ताज महालाचे रूपांतर आनंदमेळ्यात झाले, जिथे रामपूरचे नवाब, त्यांचे कुटुंब आणि पन्नास स्थानिक प्रमुखांना आमंत्रित करण्यात आले होते. चर्च मिशनरी संघटनेच्या सिकंदरा येथील अनाथालयाला भेट देणे हे या दौऱ्यात समाविष्ट होते. जिथे कॉइअरने 'हिंदुस्थानी'मध्ये राष्ट्रगीत सादर केले. यानंतर अकबराच्या समाधीलाही भेट देण्यात आली. स्थानिक लष्कराच्या पलटणीने आयोजित केलेल्या बॉलनृत्यालाही राजपुत्र आल्फ्रेड यांनी हजेरी लावली. तसेच उत्तर-पश्चिम प्रांताचे लेफ्टनंट गव्हर्नर मुइर यांच्या पत्नीनेदेखील असेच आयोजन केले होते, जिथे आल्फ्रेड उपस्थित राहिले.[१६] लुडलाव महालात निवास करीत राजपुत्राने चार दिवस दिल्लीत घालवले. राजघराण्याप्रति निष्ठा व्यक्त करणारे संदेश आणि भाषणे राजपुत्रासमोर सादर करण्यात आली; ज्यात मुघल साम्राज्याशी आता कुठलाही संबंध उरला नाही, असे संकेत देण्यात आले. 'एका मृत साम्राज्याच्या अवशेषांसोबत जगत आहोत', असे या संदेशामध्ये लिहिण्यात आले होते. त्यानंतर राजपुत्राने १८५७ मध्ये विद्रोह करणाऱ्या लष्करी पलटणीने जो मार्ग वापरला होता, त्याचा उपयोग करीत दिल्लीच्या पर्वतराजीवरून रपेट केली

आणि ब्रिटिशांनी काबीज केलेल्या प्रदेशाचे अवलोकन केले.[१७]

दिल्लीहून राजपुत्र आल्फ्रेड प्रवास करत पंजाबच्या दिशेने गेले. तेथील सगळे प्रमुख या प्रसंगी लाहोरला एकत्र उपस्थित झाले. १८५७-५८ मध्ये ब्रिटिश राज वाचविण्यासाठी ज्या निष्ठेने सगळ्यांनी कंपनीला मदत केली होती, त्याची ही एक झलक होती. यातील सगळ्यात शक्तिवान प्रमुख म्हणजे (काश्मीर, पतियाळा, बहावलपूर, जिंद, नभा, कपूरथळा आणि मालेरकोटला) यांच्या प्रमुखांनी राजपुत्राच्या आगमनाच्या वेळी त्याचे स्वागत केले आणि दुसऱ्या दिवशी कडेकोटातील या शहराच्या अकबरी दरवाजाजवळ त्यांचा संपूर्ण लवाजमा हत्तीच्या सवारीसह राजपुत्राची वाट पाहत होता. नव्याने तयार करण्यात आलेल्या पॅलॅडियन माँटगोमेरी सभागृहात एका शाही मेजवानीचे आणि नृत्याचे आयोजन करण्यात आले होते. राजपुत्राने मग शहरातील संग्रहालयाला भेट दिली, जिथे अनेक प्राचीन वस्तू ठेवण्यात आल्या होत्या. या संग्रहालयाचे संरक्षक बेडन हेन्री बेडन-पॉवेल होते.[१८] आलेल्या सर्व प्रमुख अतिथींकडून भेटवस्तू स्वीकारण्यासाठी एक वेळ निश्चित करण्यात आली होती आणि याप्रसंगी भेटीसंदर्भातील नियम फार ताणण्यात आले. काश्मीरचे महाराज येताना दोन शाली घेऊन आले होते; ज्यांची किंमत सुमारे १,२५० पौंड होती आणि त्या तयार करण्यासाठी सुमारे ३ वर्षे आणि ३०० कारागीर लागले होते. सार्वजनिकरीत्या राजपुत्राला सांगण्यात आले होते की, त्यांनी याचा स्वीकार करू नये. मात्र, ही भेट राणीला देण्यासाठी म्हणून ते ताब्यात घेऊ शकतात. उत्तरेकडील त्याचा दौरा जसजसा संपत आला, तसतसा आल्फ्रेडने अमृतसरकडे परतीचा प्रवास सुरू केला. तिथे मंदिराला व टँकला भेट दिली आणि मग अवधचा एक लांबलचक दौरा केला, ज्यात वाटेत त्याने हिमालयाची झलक पाहिली. लखनौ व कानपूरला त्याने १८५७-५८ मधील शहिदांच्या स्मारकांना भेट दिली आणि श्रद्धांजली वाहिली. लखनौ प्रांतातील आणि कानपूरच्या फार प्रसिद्ध नसलेल्या विहिरीतून वेचलेली निवडक फुले त्याने आईला भेट म्हणून पाठवली. त्याने लखनौच्या कैसरबाग महालात अवधच्या तालुकादारांची भेटही घेतली, जे १८५७ च्या उठावाच्या वेळी ब्रिटिशांशी एकनिष्ठ राहिले होते. आल्फ्रेडला त्याच्या 'शक्तिशाली सत्ताधीश आणि सम्राज्ञी' हिचा पुत्र असे संबोधित करीत त्यांनी एक रत्नजडित तलवार आणि ढाल भेट दिली. या लांब राजकीय प्रवासामध्ये त्याला पुन्हा एकदा शिकारीच्या रूपात आणखी एक सुटकेचा श्वास मिळाला आणि या वेळी तो तेराईच्या जंगलात होता आणि हा विश्राम दोन आठवड्यांचा होता. त्यानंतर त्याने दक्षिणेकडे कूच केले.[१९]

जेव्हा राजपुत्र आल्फ्रेड याला जबलपूर येथे निरोप देण्यात आला, त्यापूर्वी त्याने तेथे ग्रेट इंडियन पेनिन्सुला रेल्वेच्या उत्तर व पश्चिम या दोन विभागांना एकत्र

जोडणाऱ्या जंक्शनच्या कामाच्या पूर्ततेच्या कामाच्या शुभारंभाला उपस्थिती लावली मग लॉर्ड मेयो आणि त्यांच्या सहकाऱ्यांनी अंदाज बांधला की, हा शाही दौरा यशस्वी झाला आहे.[२०] व्यवस्थाच अशी होती की, राजपुत्राने लखनौ आणि जबलपूर वगळता कुठेही भाषण केले नाही आणि अगदी साध्या गणवेशात सभांना उपस्थित राहून त्याने काही भाष्यकारांची निराशाही केली; पण तरीही, ब्रिटिशशासित भारत सरकारने त्याच्या समक्ष भारतातील ज्या काही वैविध्यपूर्ण गोष्टी त्याच्या अवलोकनासाठी प्रस्तुत केल्या, त्या त्याने अत्यंत प्रामाणिकपणे पाहिल्या. भारतातील बंडाची स्मरणचित्रे सर्वत्र विखुरलेली होती. यातच उत्तर भारतात जवळपास अडीच महिने वास्तव्य केल्यानंतर राजपुत्राने उर्वरित भारताचा दौरा पूर्ण करण्यासाठी फक्त चार आठवडे घेतले. जेव्हा १८६८ मध्ये पहिल्यांदा या दौऱ्याची आखणी करण्यात आली होती, तेव्हा राजपुत्राच्या बॉम्बे आणि मद्रास भेटींचा त्यात समावेश नव्हता. १८६९ मध्ये राजपुत्राचा प्रवास जेव्हा भारतीय उपखंडाकडे होऊ लागला, तेव्हा बॉम्बे भेटीला यात समाविष्ट करण्यात आले होते, जे टाळणे अजिबात शक्य नव्हते, कारण रेल्वेचे संपर्क जाळे पूर्णत्वास आले होते. शिवाय मद्रासचा समावेश करणेही तर्कसंगत होते, कारण राजपुत्राचे जहाज गॅलॅटिया हे कलकत्त्याच्या दक्षिणेकडे प्रवास करीत त्याच्या कॅप्टनला सोबत घेणार होते. आणखीही बऱ्याच योजना होत्या; पण त्या सगळ्याच फलश्रुत झाल्या नाहीत. ज्यात एक योजना ही होती की, मद्रासला जाताना त्यांना हैदराबादला उतरवण्यात यावे; पण हे शक्य झाले नाही. निझामाच्या राजधानीत ब्रिटिश औपचारिकतेला टाळले जाण्याचा हा प्रकार पहिल्यांदा घडला नव्हता.[२१]

बॉम्बेमध्ये मात्र रेल्वेतून येताना राजपुत्राचे एका शिष्टमंडळाद्वारे स्वागत करण्यात आले, ज्यात गव्हर्नर विलियम विसे-फिट्झजेराल्ड आणि बॉम्बे प्रांताच्या कानाकोपऱ्यांतून गोळा करून आणलेल्या राजा-महाराजांचा समावेश होता, ज्यात बडोद्याचे गायकवाड, कोल्हापूरचे राजे, कच्छचे राव आणि जुनागढचे नवाब होते. यावरील खर्च आता नियंत्रणाबाहेर जाऊ लागला होता. महानगराच्या रोषणाईवरील खर्च तर आवाक्याबाहेर झाला होता आणि राजपुत्र आणि प्रांतातील प्रमुख यांच्यात झालेल्या भेटी व नजराण्यांच्या देवाण-घेवाणीतील चढाओढ लक्षणीय होती. इतकी की, बडोद्याच्या गायकवाडांना एका नवीन खलाशी घराच्या निर्मितीच्या खर्चाला आवर घालण्यास सांगावे लागले. राजपुत्राने या भेटीदरम्यान शहरातील प्रभावी पारशी समाजाच्या लोकांच्याही भेटी घेतल्या आणि समाजाच्या धर्मगुरूंनी त्याच्यासाठी पहलवीमध्ये (प्राचीन पर्शियन) संदेशही दिला. या सहा दिवसांच्या भेटीचे वैशिष्ट्य सांगायचे झाल्यास राजपुत्रासाठीच्या मेजवानीचे आयोजन एलिफन्टा गुंफेत करण्यात आले, जे हिंदूंचे एक जवळपास भग्नावस्थेतील श्रद्धास्थान होते; त्यामुळे इथे जमलेल्या

पाहुण्यांपुढे लष्कराच्या वाद्यवृंदाने जेव्हा *'द रोस्ट बीफ ऑफ ओल्ड इंग्लंड'* हे गाणे वाजवले, तेव्हा कलकत्त्याच्या पत्रकारांनी या 'असंवेदनशीलतेसाठी' बरीच टीका केली होती.[२२] मद्रासला पोहोचता पोहोचता तर हा दौरा अधिकच अर्थहीन झाला. राजपुत्राचे मद्रासला रेल्वेने आगमन झाले आणि उतरल्यावर एका मिरवणुकीचा भाग बनून त्याला रेल्वे स्टेशनपासून सरकारी बंगल्यापर्यंत नेण्यात आले. गर्दीतून मार्ग काढताना आणि सजवलेल्या कमानीखालून रथांच्या मिरवणुकीतील क्रमावरून एक गोष्ट लक्षात येत होती की, भारतीय राजांचे भारताच्या या भागात फारसे महत्त्व दिसून येत नव्हते. पहिल्या चार वाहनांमध्ये गव्हर्नर आणि त्याचे अधिकृत सहकारी आणि स्थानिकप्रमुख बसले होते आणि राणीचे सगळ्यात कट्टर प्रशंसक असलेले त्रावणकोरचे राजा यांना पाचव्या वाहनात जागा देण्यात आली होती. दुसऱ्या दिवशी प्रथेप्रमाणे राजपुत्राच्या सन्मानार्थ एक मेजवानी, एक सार्वजनिक सभा आयोजित करण्यात आली होती आणि स्थानिक प्रोटेस्टंट ख्रिश्चन धर्मप्रमुखांनी तेथे भाषण केले. इतर कुठल्याही धर्मप्रचाराच्या कामाचा सहभाग नसलेल्या या दौऱ्यातील हे एकमेव मोठे धर्माशी संबंधित आयोजन होते.[२३] मद्रास भेटीची ही औपचारिकता आटोपून राजपुत्राने पुन्हा आपल्या बोटीवर प्रवेश केला आणि आणखी शिकार करण्यासाठी म्हणून सिलोनच्या दिशेने प्रस्थान केले.

भारतातील आल्फ्रेड यांच्या या दौऱ्याचा प्रवास तसा नियोजनाप्रमाणे आटोपला. उत्तरेतील भारतीय राजे खूश झाले होते आणि बॉम्बे व मद्रास प्रांतांतील प्रमुखांना या भेटीचे समाधान वाटत होते. नजराणे आणि भेटींसंदर्भातील जे काही नियम अमलात आणण्याचा प्रयत्न केला होता, तो काही फारसा कामी आला नाही. मेयो यांचे सचिव ओवेन टुडर बर्न यांनी दिलेल्या भेटींच्या तुलनेत आलेल्या भेटींचा समतोल साधण्यासाठी बरीच मेहनत करून आकडेमोड करीत हिशेब केला गेला; पण हिशेबात त्यांनी रेवा संस्थानकडून मिळालेले हिरे आणि काश्मिरी शालींना वगळले. हिऱ्यांची रवानगी सरकारी तोषाखान्यात केली गेली आणि इतर गोष्टी राजपुत्र स्वतःसोबत घेऊन गेले, ज्यातील काही लोकांच्या अवलोकनार्थ दोन वर्षांनी एका प्रदर्शनात ठेवण्यात आल्या होत्या. भारतीय राजांना दिलेल्या भेटींमध्ये ब्रिटिश बनावटीची घड्याळे, ज्याला भेट देण्यात येत आहे त्याचे नाव कोरलेल्या तलवारी, त्रिमितीदर्शक यंत्रे आणि बंदुकी यांचा समावेश होता ज्यांची, भारतीयांनी दिलेल्या भेटींच्या तुलनेत नगण्य अशी हेटाळणी स्थानिक वृत्तपत्रांनी केली. आणखी एका गोष्टीची कमतरता राजपुत्राच्या या भेटीसंदर्भात नोंदविण्यात आली ती म्हणजे, कुठल्या राजपुत्राद्वारे परोपकारी कृतीचा अभाव! राजपुत्राच्या निघून जाण्यानंतर ही चूक सुधारण्यात आली आणि त्यासाठी बॉम्बेच्या एका स्थानिक शाळेसाठी निधी पाठवण्यात आला. या दौऱ्याकरिता कुठलेही आर्थिक अंदाजपत्रक ठरवले गेले

नव्हते; पण करण्यात आलेल्या खर्चाची जुळवणी केल्यावर तो अपेक्षेपेक्षा जास्तच होता, असे दिसून आले. यातील खर्चामध्ये लॉर्ड मेयो यांनी स्वतःच्या खिशातून भरपूर रक्कम टाकली होती.[२४] दौऱ्यातील कार्यक्रमांना उपस्थित राहण्यासाठी प्रसारमाध्यमांना फारसे प्रोत्साहन देण्यात आले नव्हते. क्रिमियन युद्ध, भारतीय दमन आणि अमेरिकेतील यादवी युद्धाचे वार्तांकन करून प्रसिद्ध झालेल्या विलियम होवार्ड रसेल यांना मेयो यांनी आमंत्रित केले होते. मात्र, त्यांनी कारणे देत येण्याचे टाळले. मुख्य शहरे सोडली तर दौऱ्याच्या इतर मार्गाचा माग काढणे वर्तमानपत्रांसाठी अशक्य होते. राजपुत्राचा ठावठिकाणा जाणून घेण्यासाठी त्यांना शाही जथ्यातील अधिकाऱ्यांवर विसंबून राहावे लागले होते. तरीही प्रसिद्धी झालीच आणि सुमारे चार हजार छायाचित्रे तयार झाली होती; पण ती स्मरणिकांच्या रूपातच होती, कारण राजपुत्राच्या जाण्यानंतर ती सामोरी आली.[२५] पण तरीही राजपुत्र आल्फ्रेड याने आपली छाप सोडली आणि महत्त्वाचे म्हणजे राणीचे महत्त्व तो अधोरेखित करून गेला. *मद्रास टाइम्स* या वृत्तपत्राने त्याचा उल्लेख 'चालता-बोलता जाहीरनामा' असा केला. भारतात आणि तिकडे इंग्लंडमध्येही त्याला भारताचा व्हाइसरॉय करण्याची मागणी होऊ लागली.[२६] तो मात्र मायदेशी परतून खूश होता. चार वर्षांनी त्याने रशियातील एका राजघराण्यातील मुलीशी विवाह केला. भारतातील मार्गक्रमणापेक्षा कदाचित कमी कष्टप्रद असेल; पण हे लग्न म्हणजे शाही कौशल्याच्या उदाहरणांपैकी एक होते, जे त्याने साध्य करून दाखवले होते.

शाहजादा : भारतात वेल्सचा राजपुत्र, १८७५-७६

लहान भावाच्या भारतदौऱ्यानंतर पाच वर्षांनी वेल्सचा राजपुत्र अल्बर्ट एडवर्ड याने केलेला भारतदौरा हा भारतातील शाही दौऱ्यातील एक वेगळा दौरा होता; आवाका आणि उद्दिष्ट या दोन्ही स्तरांवर तो वेगळा होता.[२७] वेल्सच्या राजपुत्राने केलेला प्रवास हा प्रदीर्घ होता आणि त्याही पुढे तो चालत राहिला. सुमारे पाच महिने (आणि बोटीवरील येण्याचे आणि जाण्याचे दिवस धरून आठ महिने) हा दौरा चालला आणि सिंहासनाच्या वारसाला सिंहासनापर्यंत घेऊन जाणारा ठरला, कारण त्याला हा भारतीय उपखंड ओलांडतानाच शाहजादा म्हणून संबोधिले जाऊ लागले होते. कोणालाही न दुखावता उत्तर भारतातील राजांचे महत्त्व कमी करून पश्चिमेतील राजांना या दौऱ्यामुळे समान स्थान मिळाले. ही जणू एक लांब पल्ल्याची शर्यत होती जी अत्यंत प्रेक्षणीय होती. भारताबाहेरील राजपुत्राचा सर्व खर्च - ज्यामध्ये त्याच्या बोटीच्या सेरॅपिसच्या जुळवणीचा आणि स्थानिक राजांना देण्यासाठीच्या नजराण्यांचा खर्चदेखील सामील होता- तो सुमारे ६० हजार पौंड (जो आताच्या किमतीप्रमाणे

अंदाजे २ दशलक्ष पौंड एवढा येईल.) एवढा संसदेने पुरवला होता. ज्यात ब्रिटिशशासित भारत सरकारने स्वतःचे ३० हजार पौंड टाकले, ज्यातील जास्तीतजास्त खर्च हा राजपुत्राच्या प्रवासाकरिता ज्या विशिष्ट रेल्वे डब्यांची व्यवस्था करावयाची होती, त्याकरिता आणि त्याच्या सुरक्षा व्यवस्थेकरिता करण्याचे नियोजन होते. राजपुत्राने भेट दिलेल्या शहरांपैकी महत्त्वाच्या शहरांमधून चाळीस ते साठ हजार पौंडांपर्यंत वर्गणी गोळा करण्यात आली होती, ज्यातून सार्वजनिक कार्यक्रमांचा खर्च करण्याचे ठरले होते. शिवाय बऱ्याच प्रमाणात सार्वजनिक इमारतींच्या रंगरंगोटीवरदेखील पैसा ओतण्यात आला होता. शाही महाल, देवळे आणि मशिदी यांच्या डागडुजीवरही भरपूर खर्च करण्यात आला होता. भारतीय राजांचे आणि प्रमुखांचे रत्नांनी सजलेले भव्य दरबार आणि इतर खर्च एकत्र केल्यास व्हिक्टोरियन काळातील राजपुत्राचा हा भारतदौरा म्हणजे सगळ्यात दिमाखदार शाही सोहळा ठरला. काही इतिहासकारांनी सिद्ध करून दाखवले आहे, त्याप्रमाणे हा दौरा प्रसिद्धी माध्यमांमध्ये सगळ्यात जास्त गाजला.[२८] भारतातील विस्तारत चाललेल्या रेल्वेच्या जाळ्याद्वारे आणि छोट्या-छोट्या ठिकाणांपर्यंत पोहोचलेल्या तारसेवेतून (ज्याचे भारतात १८६९ मध्ये आगमन झाले होते.) सन्मानित केल्या गेलेल्या राजपुत्राच्या या दौऱ्याचे वार्तांकन ब्रिटनमध्ये आणि त्याही पलीकडे मोठ्या प्रमाणात झाले. *द टाइम्स*चे प्रथितयश पत्रकार विलियम होवार्ड रसेल (*टाइम्स*ने या एका दौऱ्यावर तब्बल १० हजार पौंड खर्च केले.) आणि *इलस्ट्रेटेड लंडन न्यूज*चे विलियम सिम्प्सन, तसेच नुकतेच नावारूपास येऊ लागलेले *स्टँडर्ड*चे प्रतिनिधी जी. ए. हेन्री यांनी या दौऱ्याचे दर दिवशीचे वार्तांकन राजपुत्राच्या मायदेशी होईल, याची काळजी घेतली होती. सभा, समारंभ, लष्करी प्रदर्शन आणि खेळ असे सगळे इत्थंभूत वर्णन वार्तांकनामध्ये होते.[२९] रसेल यांचे वार्तापत्र *शिकागो डेली ट्रिब्यून*मध्ये आणि हेन्री यांचे वार्तापत्र *न्यूयॉर्क टाइम्स*मध्येही प्रकाशित करण्यात आले होते. काही उत्सुक आणि श्रीमंत लोक दौऱ्यात वेगवेगळ्या टप्प्यांवर सहभागी होत राहिले आणि काहींना तसे करणे शक्य झाले नाही; ज्यातील एक नाव म्हणजे अमेरिकी परराष्ट्रीय वकिलांची बायको ज्युलिया स्टोन; पण काही दिवसांनंतर त्यांनी लिहिलेल्या प्रवासवर्णनात या दौऱ्याचे इतके किस्से होते की, जणू काही ते या दौऱ्यात सहभागी झाले होते.[३०] भारतात वेल्सचे राजपुत्र हे सावज आणि शिकारी असे दोन्ही होते.

या दौऱ्यातील प्रसिद्धीमाध्यमांच्या इतक्या गुंतण्याचे आश्चर्य वाटण्यासारखे काही नव्हते. त्याच्या भावाच्या तुलनेत वेल्सचे राजपुत्र हे बातमीसाठी अनुरूप अशी व्यक्ती होते. तारुण्यसुलभ लहरीपणा बाळगून असलेला हा राजपुत्र लंडनच्या आधुनिकता आणि फॅशन आवडणाऱ्या समाजाच्या केंद्रस्थानी होता आणि राणीच्या शोककाळात तो शाही घराण्याचा समाजातील चेहरा बनला होता. नवीन वास्तूंचे

उद्‌घाटन करणे, दानधर्माला मदत करणे आणि उत्तर अमेरिका आणि पूर्वोत्तर मेडिटेरेनियन भागात प्रवासाला जाणे या सगळ्या गोष्टी तो करत होता. इतकेच नाही तर त्याच्या १८६३ मध्ये झालेल्या विवाहानंतर वेल्सचा राजपुत्र हा भारतात सगळ्यात जास्त चर्चेचा आणि कुतूहलाचा विषय बनला होता. भारतातील ब्रिटिश अधिकाऱ्यांचे नियम धाब्यावर बसवून भारतीय राजांनी आणि संस्थानिकांनी राजपुत्राच्या विवाहप्रसंगी त्याच्या बायकोला म्हणजेच डेन्मार्कच्या राजकुमारीला अनेक महागड्या भेटवस्तू पाठवल्या होत्या. त्यानंतर जेव्हा राजपुत्र एका गंभीर आजारातून बरे झाले, तेव्हा १८७२ मध्ये भारतात देवाचे आभार मानण्यासाठीचे अनेकदा आयोजन करण्यात आले आणि त्यायोगे भारतातून आणि नगरपालिकांमधून इतक्या निरोपांची ब्रिटनला रवानगी झाली की, शेवटी राणी व्हिक्टोरियाला संदेश पाठवण्याऱ्यांचे आभार मानण्यासाठी टेलिग्राम पाठवणे भाग पडले होते.[३१] त्यामुळे राजपुत्राच्या भारतात येण्याची बातमी मार्च १८७५मध्ये ज्या क्षणी कळली, तेव्हा संपादक, पत्रकार आणि प्रकाशकांनी लगेच त्या घटनेसंदर्भातील शक्यतांचे चर्वितचर्वण करण्यास सुरुवात केली. या दौऱ्याच्या नियोजनासाठी प्रसिद्धीमाध्यमांनी भराभर तयारी सुरू केली आणि *द टाइम्स* आणि *इलस्ट्रेटेड लंडन न्यूज*ला अधिकृत ओळखपत्र देण्यात आले. इतकेच नाही तर *द टाइम्स*च्या रसेल यांची तर राजपुत्राचे 'मानद स्वीय सचिव' म्हणून नियुक्ती करण्यात आली. लंडनमधील प्रमुख वर्तमानपत्रे आणि *रॉयटर्स न्यूज एजन्सी* यांच्यात सेरॅपिस बोटीत जागा मिळविण्यासाठी चढाओढ लागली होती आणि राजपुत्रासाठी आयोजित केलेल्या शिकारी मोहिमांमध्येही शिरकाव करून घेण्यासाठी ते सर्वतोपरी प्रयत्न करत राहिले.[३२] या अधिकृत दौऱ्यातून बाहेर टाकल्या गेलेल्या *ग्राफिक* या वर्तमानपत्राने मग राजपुत्राच्या लंडनहून निर्गमनाच्या नंतर लगेच भारतातील त्याच्या दौऱ्यासंदर्भात एक विशेष पुरवणी प्रकाशित केली, ज्यामध्ये राजपुत्र कोणकोणत्या ठिकाणांना भेटी देणार याबद्दल माहिती होती. तसेच राजपुत्राचे भारतामध्ये आगमन होण्यापूर्वीच त्याच्या दौऱ्याच्या मार्गक्रमणाचे नकाशे लंडनमध्ये प्रकाशित झाले होते. अर्थात त्यातील सर्व माहिती अगदी तंतोतंत बरोबर नव्हती.[३३] दौऱ्याची घोषणा झाल्याबरोबर भारतातही सगळ्यांचे लक्ष त्याकडे आकर्षित झाले होते. मद्रासमध्ये तर तमिळ भाषेत राजपुत्राचे चरित्रदेखील प्रकाशित करण्यात आले. कलकत्त्यामध्ये रॉयल टुरिस्ट (शाही पर्यटक) असे एक निव्वळ या भेटीसाठी वाहिलेले मासिक काढण्याचे ठरले. क्राउन नावाच्या सुगंधी द्रव्य बनवणाऱ्या कंपनीचे मालक विलियम स्पार्क्स थॉम्सन यांनी घोषित केलेल्या राजपुत्रासंबंधीच्या कविता लेखनाच्या स्पर्धेसाठी भारताच्या सर्व भागांतून प्रवेशिका येऊन धडकल्या.[३४] एकदा सुरू झालेल्या या उन्मादाला मग अंतच उरला नव्हता. कलकत्त्याचे एक उद्योजक सौरिन्द्रो मोहन टागोर, जे ब्रिटन आणि युरोपचे भोक्ते होते, त्यांनी कविता

आणि गाणी रचून तसेच शाही दाम्पत्याची चित्रे प्रकाशित करून त्याचे कलकत्त्यात वाटप केले.[३५] आणि हे सारे काही घडत होते ते राजपुत्राचे भारतात जेमतेम आगमन झाले होते तेव्हा.

आधुनिक दृष्टिकोनातून पाहिल्यास राजपुत्राचा दौरा जरी एकमेव आणि महत्त्वाचा घटक असला तरी प्रसारमाध्यमांनी तयार केलेला एक कार्यक्रम, एवढेच त्याचे अस्तित्व नव्हते. खरे म्हणजे प्राथमिकतेने तो राजपुत्राचा प्रदर्शनीय कार्यक्रम होता. पहिल्या शाही भारतभेटीनंतर लगेच दुसऱ्याचे आयोजन करण्यात यावे ही कल्पना मुळात तत्कालीन व्हाइसरॉय डिसरेली किंवा लॉर्ड नॉर्थब्रुक यांची नव्हती. राणी व्हिक्टोरियाने त्यासाठी धोशा लावला होता. उदयोन्मुख शाही वारस म्हणून घराण्याच्या व्यवसायांत आपले मोठे भागभांडवल असावे म्हणून अल्बर्ट एडवर्ड यांचे अधूनमधून प्रयत्न सुरूच होते. त्यातील भारत नावाची ही व्यवसायाची शाखा त्याला आकर्षित करणारी ठरली. भारतभेटीची आपली इच्छा त्याने डिसरेली यांच्या समक्ष ठेवली आणि आपल्या २० मार्चच्या अंकात *द टाइम्स*ने या संभावित दौऱ्याची बातमी प्रकाशित करून उघड केली.[३६] या संदर्भात आपला सल्ला घेतला नाही आणि आपल्याला विचारलेही गेले नाही म्हणून राणीने आपली नाराजी प्रकट केली; पण 'आलीया भोगासी, असावे सादर' या तत्त्वाचा आधार घेत तिने 'अत्यंत नाखुशीने' या दौऱ्याला परवानगी दिली आणि मग आगामी काही महिने राणीच्या लोकांशी वेल्सच्या राजपुत्राचे लोक सगळ्या व्यवस्थांसंदर्भात सल्ला-मसलत करत राहिले.[३७] राणीला अनेक गोष्टींसंदर्भात आक्षेप होता. सर्वप्रथम तर ती राजपुत्राच्या प्रकृतीसाठी चिंतेत होती, कारण काही वर्षांपूर्वीच त्याला झालेल्या विषमज्वराच्या आजारातून तो अजूनही पूर्णतः ठणठणीत बरा झालेला नाही, असे तिचे मत होते. प्रवासादरम्यान आणि भारतातही एखाद्या आजाराची लागण होण्याची शक्यता आणि अगदी हिवाळ्यातही उष्ण वातावरण असताना दौऱ्यातील कार्यक्रमाच्या रूपरेषेचे व्यग्र स्वरूप पाहिल्यावर तिच्या काळजीत भरच पडली होती. लखनौचे माजी शल्यचिकित्सक आणि लॉर्ड मेयो यांचे डॉक्टर असलेले डॉ. जोसेफ फेयरर, ज्यांनी राजपुत्र आल्फ्रेड याची भारतदौऱ्यादरम्यान सोबत केली होती, त्यांनाच वेल्सच्या राजपुत्राचे वैद्यकीय सल्लागार म्हणून नियुक्त करण्यात आले आणि त्यांचे पहिले काम होते ते म्हणजे भारतात जाताना, तेथे फिरताना आणि इतरत्रच्या प्रवासातील आरोग्याला असलेल्या संभावित धोक्यांची एक यादी तयार करणे.[३८] राजपुत्रासंदर्भात राणीच्या चिंतेचे दुसरे कारण होते, त्याच्या नीतिमत्तेच्या कल्पना. तो जिकडे निघाला होता, त्या संदर्भातील नाही तर ज्या लोकांना तो स्वतः बरोबर घेऊन जाण्यास आग्रही होता, ते तिच्या काळजीचे कारण होते. ज्यांचा लौकिक फारसा प्रशंसनीय नाही, अशांची संगत राजपुत्राला आवडत असे आणि नेमके भारतात जाताना लौकिकार्थाने सर्वांत

कुप्रसिद्ध असलेल्यांनाच बरोबर नेण्याची त्याची तयारी होती. त्याने निवडलेल्या लोकांपैकी तिघेजण अत्यंत धोकादायक असल्याचे राणीचे मत होते. यात सुथरलॅन्डचे ड्यूक ('सभ्यतेचे सगळे नियम अमान्य असलेला'), लॉर्ड कॅरिंग्टन ('याचे चरित्र फारसे आदरणीय नाही') आणि लॉर्ड चार्ल्स बेअर्सफोर्ड; पण तिने निर्णय डिसरेली यांच्यावर सोपवला आणि शेवटी तिघांनाही राजपुत्रासोबत जाण्याची परवानगी देण्यात आली. या दुर्लौकिकाचा समतोल साधण्यासाठी मग बायबलची आणि तलवारीची निवड करण्यात आली. म्हणजे या तिघांसोबत रॉबिन्सन डकवर्थ यांना धर्मोपदेशक म्हणून समाविष्ट करण्यात आले (राणी व्हिक्टोरियाचे म्हणणे होते की, याची अजिबात गरज नाही, कारण 'धर्मोपदेशक सर्वदूर पसरलेले आहेत आणि ते कुठेही भेटू शकतात') शिवाय जनरल डिघटन प्रोबीन जे १८५७-५८ युद्धातील जाणकार ('प्रतिष्ठित आणि सुरक्षित') हेदेखील राजपुत्रासोबत गेले. सुदैवाने राणीने या सगळ्या कारवाईचे प्रमुख संयोजक म्हणून सर हेन्री बार्टल फ्रेरे, बॉम्बेचे माजी गव्हर्नर यांच्या नावाला संमती दिली.[३९]

पण या सर्व चिंतांवर मात करणारी आणखी एक काळजी राणीला सतावत होती. तिला वाटत होते की, वेल्सचा राजपुत्र या भेटीनिमित्ताने भारतात गेल्यास तेथील स्थानिकांना तोच खरा सत्ताधीश आहे आणि राणी नाही, असे वाटू शकते; त्यामुळे भारतातील तिचे प्रतिनिधित्व करणाऱ्या व्हाइसरॉय यांच्या अधिकारांची पायमल्ली होऊन, राजपुत्र या दौऱ्यादरम्यान कुठले नवीन पायंडे पाडू शकतील अशा सर्व शक्यता आणि त्यायोगे असलेल्या परिस्थितीसंदर्भातील परवानग्या तिने आधीच नाकारल्या होत्या. भारतात फिरताना राजपुत्र हे शाही घराण्याचे प्रतिरूप म्हणून नाही तर 'त्या घराण्याचे ज्या प्रांतावर राज्य आहे, त्याचे प्रथम व्यक्ती' आणि व्हाइसरॉय यांचे अतिथी म्हणून राहतील, असे तिने स्पष्ट केले.[४०] या निर्बंधांचा अर्थ होता की, राजपुत्रासाठी दरबाराचे आयोजन केले जाणार नाही आणि कुठलेही शाही सन्मान राजपुत्र इतर कुणाला आणि कुणी राजपुत्राला प्रदान करणार नाही. या भारत भेटीदरम्यान राजपुत्राने तिच्या वतीने कुठलाही संदेश भारतीयांना द्यावा यालाही तिने सपशेल नकार दिला. इतकेच नाही तर या भेटीच्या स्मरणार्थ एखादे पदक जारी करण्याची कल्पनाही तिने धुडकावून लावली.[४१] आईच्या या ढवळाढवळीने राजपुत्र वैतागला होता आणि त्याच्यावर 'एक प्रकारचे पालकत्वाचे कवच' लादले जात असल्यासारखे त्याला वाटले. ही भेट म्हणजे सर्वथा त्याची कल्पना होती आणि वयाच्या तेहतिसाव्या वर्षी आपण काय करतो आहोत, याची त्याला संपूर्ण जाणीव होती, कारण त्याने फेयरर आणि फ्रेरे यांच्यासारख्या तज्ज्ञांचा सल्ला घेतला होता.[४२] तरीही काही सूक्ष्म माहिती वगळून, जे राणीने आपल्या विशेषाधिकारानुसार रोखून धरले होते, एक सोन्याचे नाही पण चांदीचे पदक जारी करण्यात आले. मूळ

कार्यक्रम रूपरेषेनुसार आखले गेलेले आग्रा आणि लखनौ येथील दोन दरबार रद्द करण्यात आले. राजपुत्राच्या या दौऱ्याचा एक भाग म्हणून कलकत्ता येथे करण्यात येणाऱ्या *स्टार ऑफ इंडिया* सन्मानप्राप्त अतिथींच्या बैठकीसाठीच्या आसनासंदर्भात अतिशय काळजीपूर्वक व्यवस्था करण्यात आली होती; जेणेकरून तिथे राजपुत्राला प्रथम दर्जाचा मान मिळू नये. सगळ्यात महत्त्वाचे म्हणजे व्हाइसरॉय यांना आपल्या कार्यक्रमपत्रिकेचा पहिला खर्डा फाडून फेकून देत सगळा कार्यक्रम नव्याने लिहायला घ्यावा लागला होता. मूळ कार्यक्रमाप्रमाणे लॉर्ड नॉर्थब्रुक हे राजपुत्राच्या आगमनाच्या वेळी त्याला कलकत्ता येथे भेटणार होते आणि पुढील दोन महिने त्याच्यासोबत या दौऱ्यात सहभागी होत बॉम्बेला बोटीवर त्याला निरोप देण्यापूर्वी राजपुत्रासोबत उत्तर-पश्चिम प्रांतांमध्ये प्रवास करणार होते. याचा अर्थ असा होता की, बॉम्बेला पोहोचताच राजपुत्र हा थेट प्रतिनिधी म्हणून भारतीय राजांसोबत समारंभपूर्वक उर्वरित दौरा करणार होता; पण नॉर्थब्रुक यांनी मग आपल्या रोजनिशीत बदल केला आणि राजपुत्राच्या बॉम्बे आगमनापूर्वीच तेथे पोहोचून त्यांनी संपूर्ण एक आठवडा भारतीय राजांसोबत दरबाराचे आयोजन केले. हा आठवडा त्यांच्यासाठी फार धकाधकीचा ठरला.[४३] अशा प्रकारे राणीने आपले वर्चस्व कायम राखले आणि वेल्सच्या राजपुत्राला त्याचे स्थान कळून चुकले.[४४] फरक फक्त एवढाच होता की, राजपुत्र हा भारताला भेट देत होता आणि स्वतः राणी नाही. राजपुत्राचा हा दौरा म्हणजे ब्रिटिश राजच्या इतिहासातील एक परिवर्तनीय क्षण ठरला. त्याला आणखी एक कारण होते आणि ते म्हणजे राजपुत्र हा भविष्यातील सत्तेचा वारस होता आणि वारस म्हणून भारतास भेट देणारा तो राजघराण्यातील सदस्य होता, जो 'भावी सम्राट' होता आणि यावर विश्वास ठेवण्यासाठी त्याला प्रत्यक्ष पाहणे आवश्यक होते.[४५]

राजपुत्राच्या या दौऱ्याची संपूर्ण संकल्पना ही फ्रेरे यांची होती, ज्यांच्या आधुनिकतेच्या ऊर्मींनी यापूर्वीच बॉम्बेसारख्या शहराचा कायापालट केला होता. आता त्यांनी भविष्याच्या बांधणीसाठी भूतकाळाकडे डोळे लावले होते. श्रद्धांजली आणि श्रद्धा यांद्वारे शक्तिप्रदर्शन करण्याच्या पारंपरिक व्हिक्टोरियन पौर्वात्य पद्धतीला फ्रेरे सामंतवादी असे संबोधित असत. त्यांच्या चरित्र लेखकाने नमूद करून ठेवले आहे की, 'शाही असणे काय असते ते भारतातील जनतेने हाडामांसाच्या रूपात पाहावे'. 'पूर्वेकडील मानसिकतेला... त्यांना ज्याच्याप्रति निष्ठा अर्पण करायची आहे, अशा आपल्या सत्ताप्रमुखाला प्रत्यक्ष पाहायचे असते आणि एखाद्या कायद्याच्या किंवा संविधानाच्या मिणमिणत्या कंदिलाच्या प्रकाशावर अवलंबून राहण्याची कल्पना त्यांना पसंत नाही.'[४६] अर्थात, स्वतःला बार्टल फ्रेरे यांच्या ब्रिटनमध्येही अशा कुठल्याही कायद्याचे आणि लिखित संविधानाचे अस्तित्व नव्हते किंवा १८७५पर्यंत अनेक शिक्षित भारतीयांना इतके शब्द-ज्ञान होते की, त्यांना राणीच्या १८५८च्या

जाहीरनाम्याचा अर्थ संपूर्ण कळला होता, तरीही याची दखल घेण्याऐवजी फ्रेरे आपल्या विचारांवर अडून बसले आणि त्यांनी अशी एक योजना आखली आणि दौऱ्याची रूपरेषा तयार केली की, जिच्या माध्यमातून भारताच्या कानाकोपऱ्यांतील जनतेला त्यांच्या भावी सम्राटाचे प्रत्यक्ष दर्शन घेता येईल. त्या भावी सम्राटाकडून फारसे काही बोलण्याची अपेक्षा नव्हती : तसा सल्लाच त्याला देण्यात आला होता आणि जर नवीन भाषा शिकण्याची त्याला उत्सुकता नसेल तर हिंदुस्थानी वगैरे शिकण्याची त्याला गरजही नव्हती.[४७] पण त्याच्याकडून भरपूर मोठी कार्यक्रमपत्रिका मात्र अपेक्षित होती. या दौऱ्याची बातमी भारतात वाऱ्यासारखी पसरली आणि रियासती, संस्थाने, राज्ये, प्रांत यांच्याकडून निमंत्रणाचा भडिमार होऊ लागला. संपूर्ण प्रवासाच्या मार्गांमधील जी काही बऱ्यापैकी मोठी गावे आणि शहरे यांच्याकडेही फ्रेरे एक उद्देश ठेवून पाहत होते. राजपुत्राच्या या लांब प्रवासादरम्यान ब्रिटिश राजच्या काळातील वाढत्या विकासाची जी काही उदाहरणे होती, त्याच्याशी राजपुत्राचा संबंध जोडण्याचा ते प्रयत्न करीत होते, ज्यात नवीन बंदरांचे आणि रेल्वेमार्गांचे उद्घाटन करणे सामील होते. ब्रिटिशशासित भारत सरकारने एका वैशिष्ट्यपूर्ण रेल्वेबोगीची रचना केली, ज्यातून राजपुत्राचे कलकत्त्याला आगमन झाल्यानंतर त्याला भारतात इतरत्र प्रवास करता येणार होता. या बोगीच्या दोन्ही बाजूला विशेष बाल्कनी तयार करण्यात आल्या होत्या; जेणेकरून कुठल्याही रेल्वे स्थानकात पोहोचताना किंवा तिथून निघताना लोक या बाल्कनीत उभ्या असलेल्या राजपुत्राला पाहू शकतील; परंतु राजपुत्राला इतके उघडपणे लोकांसमोर सतत आणण्यात धोकाही होता. ही गोष्ट लक्षात घेऊन फ्रेरे यांनी राजपुत्राच्या सुरक्षिततेसंदर्भात अतिशय काळजीपूर्वक व्यवस्था केली होती. त्यांनी खात्री करून घेतली होती की, दिल्ली ते लाहोर या प्रवासादरम्यान सुरक्षारक्षकांची एक रांग ठरावीक अंतरांवर तैनात केली जावी.[४८] या सगळ्या व्यवस्थेचे बारकाईने संयोजन करणे या दौऱ्याच्या यशस्वितेच्या दृष्टिकोनातून अत्यंत महत्त्वाचे होते. भारतातील अधिकाधिक आधुनिक वातावरणात जास्तीतजास्त लोकांना राजपुत्राला पाहण्याची संधी मिळावी अशी फ्रेरे यांची मनीषा होती.

पूर्वेकडील त्याच्या या प्रवासासाठी जेव्हा राजपुत्र निघाला, तेव्हा वेल्सच्या राजपुत्राच्या मोठ्या लवाजम्यासोबतच त्याच्याकडून खूप अपेक्षाही होत्या. एक 'मौजमजा' म्हणून ज्याची सुरुवात झाली होती - भारतीय राजांशी भेटीगाठी घेण्याबरोबरच राजपुत्र त्याच्या मित्रवर्गासोबत जंगलात शिकार करतो आहे - उन्हाळ्याच्या उत्तरार्धापर्यंत, हाच 'शाही घराण्याचा विकास' आहे, असेच मानले जाऊ लागले, असे डिसरेली यांचे मत होते. अगदी दौऱ्याच्या अंतापर्यंत राणी मात्र साशंक होती. राजपुत्राला आपला दौरा अर्धवट सोडावा लागेल अशा कोणत्या परिस्थिती निर्माण होऊ शकतात, याची ती कल्पना करत राहिली. जसे की, रशियासोबत युद्ध,

प्रशियासोबत युद्ध किंवा अगदी बर्मासोबतही युद्धाची शक्यता होती. तिला अपेक्षा होती की, या दौऱ्याच्या खर्चाची संसदेत पडताळणी झाल्यानंतर हा संपूर्ण प्रकल्प बारगळेल.[४९] पण *हाउस ऑफ कॉमन्स*ने भारताप्रति आश्चर्यकारकपणे उदारता दाखवत निर्णय जाहीर केला की, राजपुत्राच्या या सर्व खर्चाचा भार भारतीय करदात्यांवर टाकण्याची अजिबात गरज नाही. सरतेशेवटी थोड्या नाखुशीने राणीने आणि संसदेने राजपुत्राच्या ऑक्टोबरमध्ये प्रस्तावित या भारतदौऱ्याच्या शेवटच्या टप्प्यातील तयारीस मान्यता दिली. आता त्याच्या सोबत जाणाऱ्या कर्मचाऱ्यांची संख्या दुप्पट झाली होती. भारतीय लष्करी जहाज सेरॅपिसची नाव करण्यात आली आणि प्रवासासाठी तिच्या बांधणीला सुरुवात करण्यात आली. सेरॅपिसवर काम करणाऱ्यांची एकूण संख्या ४९९ एवढी होती. पंधरा इतर जहाजे (ज्यात मालवाहू जहाजे आणि छोट्या बोटी होत्या.) सेरॅपिसबरोबर तयार करण्यात आल्या आणि हा सगळा लवाजमा पाहण्यासाठी किनाऱ्यावर खूप गर्दी झाली होती.[५०] राजपुत्राला निरोप देण्यासाठी लॉर्ड सॅलिसबरी आले होते आणि वेस्टमिन्स्टरच्या कुलपतींनी त्याला निघताना आशीर्वाद दिले; पण तरीही राणीकडून मात्र रीतसर परवानगी मिळाली नाहीच. तो निघण्यापूर्वीचे तिचे व्यक्तव्य होते की, त्याच्या बायकोला म्हणजेच वेल्सच्या राजकुमारीला त्याने असे एकटे सोडून जाणे तिला अजिबात आवडलेले नाही. शिवाय तिच्या नवऱ्याच्या अनुपस्थितीत राजकुमारीने राणीसोबत विंडसरला राहायला यावे, असा आग्रहदेखील त्याने केला नाही. या शाही जोडप्यामधील संवादासाठी अगदी शेवटच्या क्षणाला काही व्यवस्था करण्यात आली, ज्यामध्ये राजकुमारीला प्रत्येक आठवड्याला टेलिग्रामच्या माध्यमातून तिच्या नवऱ्याला पन्नास शब्द पाठवण्याची परवानगी देण्यात आली होती आणि निघताना राजपुत्र एडवर्डने अलेक्झांड्राला एक बग्गी आणि चार घोडे भेट म्हणून दिले, जेणेकरून कदाचित राणीने तिला विंडसरला बोलावून रोखून ठेवण्याचा प्रयत्न केलाच तर तिला पळून जाण्याची संधी मिळावी.[५१] अलेक्झांड्रा त्याच्याबरोबर कॅलाईसपर्यंत प्रवास करत गेली. शेवटी सप्टेंबर महिन्याच्या शेवटी राजपुत्राने मेडिटेरेनियनच्या दिशेने आपला प्रवास सुरू केला; ज्यामध्ये त्याने अथेन्स, कैरो आणि एडन येथे विश्रांती घेत हिंद महासागरातून बॉम्बेच्या दिशेने कूच केले.

ब्रिटिश साम्राज्यातील स्वयंनियुक्त द्वितीय शहर असलेल्या बॉम्बेने ८ नोव्हेंबरला आपल्या राजपुत्राच्या स्वागतासाठी एकमेवाद्वितीय अशी जय्यत तयारी केली होती. नक्कीच त्याने लोकांचे लक्ष वेधून घेतले होते. भारताचे तत्कालीन व्हाइसरॉय लॉर्ड नॉर्थब्रुक, बॉम्बेचे गव्हर्नर सर फिलिप वूडहाउस तसेच कोल्हापूर, उदयपूर आणि कच्छचे महाराज हे संपूर्ण दोन आठवडे तिथे होते. त्यांच्या सोबतीला दोन तरुण राजे होते जे प्रथमच त्यांच्या संस्थानांबाहेर पडले होते. ते म्हणजे बडोद्याचे गायकवाड

आणि म्हैसूरचे महाराज.[५२] आणखी एका तरुण राजाची मनधरणी करण्यात नॉर्थब्रुक यांना यश आले नाही आणि ते म्हणजे हैदराबादचे निझाम जे आपल्या राजवाड्यातून बाहेर जाण्यास अजिबात तयार नव्हते आणि जेव्हा ते प्रवास करण्यासाठी शारीरिकदृष्ट्या सक्षम नाहीत, असे प्रमाणपत्र त्यांना मागण्यात आले, तेव्हा त्यांना हा सगळा प्रकार अपमानास्पद वाटला. निझाम आणि वेल्सचा राजपुत्र यांची परस्परांशी प्रत्यक्ष भेट व्हावी अशी ज्यांची इच्छा होती, ते हैदराबादचे पंतप्रधान सालार जंग मग बॉम्बेला राजपुत्राच्या भेटीसाठी आले किंवा कदाचित हैदराबाद दरबाराची कायम हीच इच्छा होती.[५३] आणि जे भारतीय राजे या भेटीसाठी उपस्थित राहणार होते, त्यांच्या संदर्भात बोलायचे झाल्यास त्या सगळ्यांना राजपुत्राला दिल्या जाणाऱ्या भेटींसंदर्भात आणि स्वतःबरोबर आणण्याच्या लष्करी लवाजम्यासंदर्भात कडक निर्देश जारी करण्यात आले होते. त्यांच्या कुटुंबांची माहिती देताना त्यांना त्यांचे रेखाचित्र देण्यास सांगितले होते. शिवाय राजपुत्राची भेट घेताना त्यांच्या वंशवृक्षासंदर्भात आणि त्यांच्या प्रांताचा संपूर्ण इतिहास कळविण्यासही सांगितले गेले. बॉम्बेच्या सर्व नगरपालिकांना आणि सार्वजनिक संस्थांना ताकीद देण्यात आली होती की, कुणीही राजपुत्राकडे आर्थिक मदतीची याचना करू नये आणि त्यांच्यापुढे कुठल्याही वादाची फिर्याद मांडू नये. स्वागतासाठी केलेली रस्त्यांची सजावट स्थानिक कैद्यांनी केली होती.[५४] शिष्टाचाराचे सगळे नियम उडवून देऊन राजपुत्राच्या आगमनाच्या वेळी त्याला बोटीतून उतरताना पाहण्यासाठी आणि त्याच्या मिरवणुकीस प्रचंड जनसमुदाय लोटला होता. पत्रकारांनी दर्शकांचा हा आकडा दोन लाख असल्याचे तेव्हा लिहिले होते. राजपुत्र बोटीतून उतरू लागल्यावर सर्व भारतीय राजे पुलावर एकत्रित झाले होते. आगमनप्रसंगी युवराजाने लष्करी पोशाख घातला होता आणि टोपीसारखे हेल्मेट घातले होते. मिरवणुकीत संपूर्ण रस्ताभर फलक झळकत होते, ज्यावर बॉम्बेमधील नव्याने झालेल्या प्रगतीचा आलेख दाखवला गेला होता. मात्र, यातील एका फलकाने एका पत्रकाराचे लक्ष वेधून घेतले, कारण त्यावर लिहिले होते, 'आईला सांग, आम्ही खूप आनंदी आहोत.' मुसलमान वसाहतीतील एका घरावर तो झळकत होता.[५५]

वेल्सच्या युवराजने बॉम्बेमध्ये संपूर्ण दोन आठवडे घालवले. त्याच्या वाढदिवसाला म्हणजेच त्याच्या आगमनाच्या दुसऱ्याच दिवशी ९ नोव्हेंबरला त्याने शासकीय निवासात भारतीय राजांकरिता एका मेजवानीचे आयोजन केले आणि त्याच्या दुसऱ्या दिवशी बॉम्बेच्या गव्हर्नरच्या निवासस्थानी आयोजित केलेल्या मान्यवरांसाठीच्या कार्यक्रमाला उपस्थिती लावली. नजराण्यांची देवाण-घेवाण झाली. बडोदा संस्थानाकडून आयोजित चहापानाच्या कार्यक्रमाने सगळ्यांचे लक्ष वेधून घेतले. मात्र, कोल्हापूरच्या महाराजांनी सतराव्या शतकातील मराठ्यांची सन्माननीय तलवार राजपुत्राला भेट

दिली, जी सगळ्यात जास्त प्रतीकात्मक होती.[५६] विशेष म्हणजे, जरी हे सगळे युवराजाच्या आगमनाप्रीत्यर्थ होते, तरी हे सगळे शिष्टाचार भारताचे व्हाइसरॉय त्याच्या शेजारी बसले असताना करण्यात आले; पण ज्या नजराण्यांचे खरे महत्त्व होते, ते देण्याचा कार्यक्रम युवराजाच्या आगमनापूर्वी जेव्हा व्हाइसरॉय दोन आठवडे बॉम्बेमध्ये होते आणि भारतीय राजांच्या त्यांनी भेटी घेतल्या, तेव्हा करण्यात आला; त्यामुळे राणीचे वर्चस्व अबाधित राहिले. त्यांचे काम झाल्यावर व्हाइसरॉय पुन्हा उत्तरेकडे परतले. त्यांच्या अनुपस्थितीत वेल्सच्या राजकुमाराने जो एकमेव कार्यक्रम केला, तो म्हणजे बॉम्बे बंदरांचा पायाभरणी समारंभ - जेथे तो प्रमुख अतिथी होता. या कार्यक्रमाला तो फ्रीमॅसन्सचा प्रतिनिधी म्हणून उपस्थितीत राहिला, कारण एक वर्षापूर्वीच त्याला फ्रीमॅसन्सचे ग्रॅन्डमास्टर म्हणून घोषित करण्यात आले होते. मद्रास आणि कलकत्त्याच्या त्यांच्या शाखांतील सदस्यांसमोर बॉम्बे मॅसन्स सदस्यांनी या घटनेचे खूप अभिमानाने कौतुक केले, कारण संपूर्ण भारत भेटीदरम्यान राजपुत्राने उपस्थिती लावलेला 'मॅसन्सद्वारे आयोजित हा एकमेव कार्यक्रम' होता.[५७] पण त्या वेळी राजपुत्राच्या हातात राजचिन्ह आणि राजदंड नाही, तर गवंड्याचे सामान होते.

बॉम्बेनंतर पुण्याला एक छोटीशी भेट दिल्यावर राजपुत्राच्या कार्यक्रमपत्रिकेत अचानक एक मोठा बदल करावा लागला. म्हैसूरमध्ये सर्वत्र पसरलेल्या कॉलऱ्याच्या साथीमुळे हा बदल करावा लागला. दौरा समुद्रमार्गेच पुढे निघाला, जो गोवामार्गे सिलोन आणि पुढे समुद्रातून जात नंतर रेल्वेने मद्रासपर्यंत पोहोचला. सुधारित कार्यक्रमपत्रिका दक्षिणेतील अनेकांसाठी 'अतिशय निराशाजनक' होती खरी; पण यातून त्यांना स्वतःची मुत्सद्देगिरी दाखविण्याची संधीही प्राप्त झाली.[५८] राजपुत्र आणि त्याचा लवाजमा १८ नोव्हेंबर रोजी बडोद्याच्या दिशेने निघाला, जे २५० मैल उत्तरेकडे होते. हे प्रस्थान अतिशय घाईघाईत करण्यात आले, कारण बडोद्याहून अगदी आग्रहाची विनंती करण्यात आली होती. तेथील संस्थानचे उत्तराधिकारी माधरा राव आणि महाराणी म्हणजेच गायकवाड यांच्या आई यांनी हे निमंत्रण पाठवले होते. आपल्या अजून वयात न आलेल्या पुत्राच्या अधिकाराला ब्रिटिशांच्या सर्वश्रेष्ठत्वाची मोहोर लागावी म्हणून त्यांची धडपड चालली होती; त्यामुळे बडोदा शहरातील रेल्वे स्थानकासाठी आणि संपूर्ण रस्त्याच्या कामांसाठी हजारो भारतीय मजुरांना कामावर लावण्यात आले होते. शिवाय राजपुत्राला परतताना बटेर पक्ष्याची शिकार करता यावी आणि डुकरावर भालाफेक करण्याचा आनंद लुटता यावा म्हणून ही व्यवस्था करण्यात आली होती.[५९] राजपुत्राच्या भारतीय दौऱ्याला लाभलेले शाहीपण हे बडोदा संस्थानच्या भेटीतून मिळाले होते. रेल्वे स्थानकावर उतरल्यावर त्याला चांदीच्या शिडीवरून हत्तीवरील अंबारीवर चढवण्यात आले होते, ज्यावर रत्नजडित छत्र लावले होते. गायकवाडांच्या हत्तीच्या सोबतीने त्याचा हत्ती चालवण्यात आला

होता, जो स्थानकापासून ब्रिटिश निवासस्थानापर्यंत नेण्यात आला. गायकवाडांचा अतिथी म्हणून त्याच्यासाठी कुस्ती आणि जनावरांच्या शर्यती आयोजित करण्यात आल्या होत्या; ज्यात म्हशींचा, हत्तींचा आणि गेंड्यांचा समावेश होता. एवढे मात्र नक्की की, वेल्सच्या राजपुत्राने बडोद्याला जो खूप वेळ दिला, तो त्याने माणसांमध्ये न घालवता अधिकतर प्राण्यांच्या सहवासात घालवला, कारण मकरपुरा महालातील एका औपचारिक मेजवानीव्यतिरिक्त - जेथे राजपुत्र आणि माधरा राव यांनी भाषण केले होते - राजपुत्राने इतर सर्व वेळ हा प्राण्यांच्या खेळांमध्ये घालवला आणि मुख्य मुद्दा हाच होता, कारण शिकारी आणि प्राण्यांच्या शर्यती या प्रथा अनेक काळापासून सत्ताधीशांच्या राजसपणाचे द्योतक मानले गेले आहे आणि संस्थानच्या गादीवर नव्यानेच बसलेले बडोद्याचे गायकवाड आणि ब्रिटिश सिंहासनाचा उत्तराधिकारी असलेला राजपुत्र यांच्यासाठी या प्रथेचे प्रदर्शन करणे आवश्यक होते.[६०]

बडोद्याची स्वारी यशस्वी झाल्यानंतर तिकडे बॉम्बेला सेरॅपिसवर पुन्हा एकदा प्रवासासाठी जमवाजमव होऊ लागली होती. राजपुत्र बॉम्बेहून निघण्यापूर्वी पुन्हा एकदा भेटणाऱ्यांची रीघ लागली होती; ज्यामध्ये आणखी काही भारतीय राजे, आगा खान, जिजीभॉय परिवाराचे काही आणखी सदस्य आणि प्राध्यापक मोनिएर - विलियम्स यांचा समावेश होता. प्राध्यापक महोदयांना त्यांच्या ऑक्सफर्ड येथील भारतीय संस्थेच्या स्थापनेसंदर्भात राजपुत्राची मदत हवी होती आणि त्यांनी तो विषय या भेटीमध्ये चर्चेला घेतला होता.[६१] जहाजावरील पाहुण्यांना आधी पोर्तुगीजांच्या अखत्यारीतील गोवा प्रांतामध्ये नेण्यात आले आणि मग मलबार किनाऱ्याला स्पर्श करीत (कारण कॉलऱ्याच्या साथीमुळे इथल्या किनाऱ्यावर उतरणे धोक्याचे होते.) सेरॅपिस बोटीचा प्रवास पुढे दक्षिणेकडे होत राहिला आणि १ डिसेंबरला ती सिलोनची राजधानी कोलंबो येथे पोहोचली.[६२] भारताच्या अगदी विरुद्ध सिलोन ही शाही वसाहत होती आणि आपल्या भारतीय शेजाऱ्यांच्या तुलनेमध्ये तिच्याकडे जास्त स्वातंत्र्य आणि स्वयंशासन होते. तरीही भारताप्रमाणेच सिलोननेदेखील बंडाचा अनुभव घेतला होता. येथील बंडखोरांनी जेव्हा स्थानिक बुद्धिस्ट कांदीयन राजघराण्याला पुन्हा एकवार सत्तेवर आणण्याचा प्रयत्न केला, तेव्हा १८४८मध्ये या बेटावर सैनिकी शासन लादण्यात आले होते; त्यामुळे अगदी तीस वर्षांपर्यंत इथे वसाहतीचे अधिकार मोडकळीस आले होते.[६३] इथल्या भेटीमध्ये ब्रिटिश सत्तेसाठी बळकटी मिळविण्याची वेल्सच्या राजपुत्राकडून अपेक्षा होती. जहाजाने नांगर टाकताक्षणी किनाऱ्यावर उतरल्याबरोबर राजपुत्राने शहराकडे आगेकूच केली आणि त्याच्या स्वागतासाठी उभारण्यात आलेल्या कमानींमधून तो अभिवादन करत पुढे गेला. एक कमान फळांनी सजवली होती, तर दुसरी दोन हत्तींच्या प्रतिमांपासून तयार करण्यात आली होती; ज्यात दोन्ही हत्तींच्या उंचावलेल्या सोंडांमुळे रस्त्याच्या मध्यभागी

कमान तयार झाली होती. गव्हर्नर सर विलियम ग्रेगरी यांच्यासोबत भोजन झाल्यावर मशालींच्या प्रकाशात हत्तीवरून एक मिरवणूक काढण्यात आली. ही भेट जितकी जास्त राजस करता येईल, तितकी करण्याचा हा प्रयत्न होता.[६४]

राजपुत्र सिलोनला आला होता, तोच हत्ती मिळविण्यासाठी; पण दरम्यान, त्याला सिलोनच्या अस्त पावलेल्या राजघराण्याच्या भग्नावशेषांकडे एक नजर टाकणे आवश्यक होते. बेटाच्या अगदी मध्यावर स्थित जुनी शाही राजधानी कांदीयनपर्यंत गव्हर्नर यांनी राजपुत्राची सोबत केली. त्यांनी तेथे कांदीयन राजाच्या खजिन्यातील सगळ्यात पवित्र आणि मौल्यवान गोष्ट पाहिली. ती गोष्ट म्हणजे बुद्धाचा दात ही होती. राजपुत्राने आणि त्याच्या सहकाऱ्यांनी मात्र त्या गोष्टीकडे अत्यंत तुच्छतेने आणि थिल्लरपणे पाहिले. डॉ. फायरेर यांना वाटले की, तो दात सील या समुद्री प्राण्याचा आहे आणि राजपुत्राने सारवासारव करताना रेव्हरंड डकवर्थ यांना एखाद्या बुद्धिस्ट उपासकांशी संवाद साधून निर्वाण म्हणजे काय, हे विचारण्यास सांगितले.[६५] तरीही, ग्रेगोरी यांच्याकरिता ही भेट मदतीची ठरली, कारण यामुळे जुन्या राजघराण्यासंदर्भातील जी ऊर्मी लोकांमध्ये शिल्लक होती, ती थोडीफार शमली. त्यांनी लॉर्ड कॅरनरवोन यांना सांगितले की, कांदीयन हे 'साक्षात राजाच्या उपस्थितीसाठी आसुसले आहेत'. आणि राजपुत्राच्या या भेटीने नेमके हेच साध्य केले की, 'आता त्यांना कल्पनाविलासात रमण्याची गरज भासणार नाही. त्यांनी आता राजमुकुटाच्या खऱ्या वारसाचे दर्शन घेतले आहे.'[६६] परतताना राजपुत्राला हत्ती मिळाला. रुवानवेल्ला येथील छावणीलगतच्या भागात शिकारीसाठीची योग्य जागा शोधण्यासाठी एक हजारपेक्षा जास्त लोकांना कामाला लावले गेले. कोसळणाऱ्या पावसात तीन दिवस घात लावून बसल्यानंतर राजपुत्राने सावजाला घेरले आणि आपली पहिली हत्तीची शिकार केली. प्रत्यक्षात काही सिलोनी शिकाऱ्यांनी हत्तीला जायबंदी करून झाडाला बांधले आणि मग राजपुत्राला त्या प्राण्याचा जीव घेणारी गोळी चालवण्याची संधी दिली. ही घटना म्हणजे भारतातील ब्रिटिश सत्तेचे रूपक ठरावी.[६७] बेटावरील या भेटीचा समारोप कोलंबोमध्ये तेथील पुरुषप्रमुखांच्या भेटी, एक मेजवानी आणि शासकीय निवासात बॉलनृत्याचे आयोजन याने झाला. मग सेरॅपिस पुन्हा एकदा परतीच्या प्रवासाला लागली आणि तिने तुइतकोरिन (थूथुकुडी)च्या दिशेने कूच केली. इथे राजपुत्राने ख्रिश्चन धर्मप्रचारकांच्या आग्रहाखातर एका नवीन रेल्वे शाखेचे आणि तिनेवेल्लीपर्यंतच्या रुळांचे उद्‌घाटन केले. त्यांच्या एका शिष्टमंडळाची त्याने रेल्वे स्थानकावरच भेट घेतली. जिथे त्याला तमिळ भाषेतील बायबल भेट देण्यात आले.[६८]

आता दौऱ्याची दिशा उत्तरेकडील होती, जी मदुराईमार्गे मद्रास अशी लांबलचक होती. बॉम्बेमधील धावपळ आणि सिलोनमधील दमट हवामान यांच्या तुलनेत मद्रास

सर्वार्थाने जरा थंड भासले. राजपुत्राच्या भेटीसंदर्भात तयारी करण्यात महानगरपालिकेने हात आखडता घेतल्याचे दिसत होते. राजपुत्राचे स्वागत रेल्वे स्थानकावर करण्यात आले, जिथे संपूर्ण इमारत निव्वळ एका पांढऱ्या कापडाने सजवण्यात आली होती. जणू काही झोपायला घालतात तशा कपड्यांमधील ही इमारत चैतन्यमय तर नव्हतीच; पण संपूर्ण शहरदेखील जणू झोपेतच होते. राजपुत्राला पाहण्यासाठी 'फारसे कुणी तिकडे नव्हतेच', असे एकाच्या लक्षात आले. स्थानिक पत्रकारांनी खऱ्या समस्येकडे अंगुलीनिर्देश केला. मुळात त्या गर्दीतील पांढरे हेल्मेट घातलेली कुठली गोरी व्यक्ती हा राजपुत्र आहे, हेच लोकांना ओळखता आले नाही.[६९] या सगळ्या लाजिरवाण्या परिस्थितीत मग मद्रासचे गव्हर्नर जे बकिंगहॅमचे तिसरे ड्यूक आणि चांदोसचे गव्हर्नर राहिले होते, त्यांनी प्रवेश केला. आपल्या तीन कन्यांसोबत (त्यांच्या पत्नीचे नुकतेच निधन झाले होते.) ड्यूक यांनी या भेटीला मग शाही मुलामा देण्याचा प्रयत्न केला. सार्वजनिक ठिकाणी प्रवेश करताना राजपुत्राच्या डोक्यावर सोनेरी छत्र धरण्यात यावे, जेणेकरून इतर गोऱ्या लोकांमध्ये त्याचे शाही असणे ओळखता येईल, असा सल्ला ड्यूक यांनी दिला. आधी रद्द करण्यात आलेल्या दौऱ्याच्या तारखांसाठी आणि भेटींसाठी आता राजपुत्राला तयार करण्यात आले. म्हैसूरचे महाराज आणि त्रावणकोरचे राजा आणि आरकॉटचे नवाब यांच्यासोबतच्या भेटींचे आयोजन करण्यात आले, ज्यामध्ये तंजोरच्या राजकुमारी यांची पडद्याआडूनची भेटही समाविष्ट होती. तसेच नवीन बंदरांच्या पायाभरणीच्या कार्यक्रमासाठीही वेळ काढण्यात आला. (या कार्यक्रमाला मद्रास फ्रीमॅसन्सच्या स्थानिक सदस्यांना निमंत्रण देण्यात आले होते.). गुंडी येथे आयोजित धावण्याच्या शर्यती (आणि शिकारीसाठी एक जागा शोधणे) हेही कार्यक्रमपत्रिकेत समाविष्ट करण्यात आले.[७०]

सुवर्ण छत्रधारी राजपुत्राने येथून कलकत्त्याकडे कूच केली, जिथे त्याला नाताळ साजरा करायचा होता आणि *स्टार ऑफ इंडिया*च्या सन्मानधारी लोकांसोबत नवीन वर्ष साजरे करायचे होते. कलकत्त्यातील कार्यक्रम आणि बॉम्बे येथील वास्तव्य यात फारसा फरक नव्हता. तिकडच्याप्रमाणे इकडेदेखील उत्तर भारतातील भारतीय शासक राजपुत्राला भेटायला आले. त्याच्या आगमनाच्या वेळी तेदेखील जहाज बंदरावर येत असताना फलाटावर उभे राहून, राजपुत्र मैदानात येईपर्यंत वाट पाहत उभे होते. बर्माच्या दरबारनेही आपले एक शिष्टमंडळ पाठवले होते. कलकत्त्याच्या वास्तव्यातील पहिला दिवस आलेल्या भारतीय राजांच्या भेटीगाठी घेणे आणि त्यांनी आणलेल्या भेटींचा स्वीकार करणे आणि त्यांना भेटी देणे यात गेला. संध्याकाळी शासकीय निवासावर राज्यातर्फे मेजवानीचे आयोजन करण्यात आले होते. ही पहिलीच वेळ होती, जेव्हा ब्रिटिश वृत्तपत्रसृष्टीचे लोक भारतातील शाही घराण्याच्या समक्ष उपस्थित होऊ शकले होते आणि या संधीचा त्यांनी या प्रतिथयश घराण्यांची

भव्य ओळख करून देण्याकरता पुरेपूर उपयोग करून घेतला. बॉर्न आणि शेफर्ड या कलकत्त्याच्या प्रसिद्ध छायाचित्रकारांच्या संस्थेनेदेखील या संधीचा फायदा घेत भरपूर छायाचित्रांची कामे केली.[७१] आलेल्या राजांच्या तुल्यबळ दिसण्यासाठी राजपुत्रालाही स्वतःच्या रुबाबाचे प्रदर्शन करणे गरजेचे होते. कलकत्त्याला त्याच्यासाठी सागवानी लाकडातील चांदीचे काम केलेले एक विशेष आसन तयार करण्यात आले होते; पण त्याने त्याच्यावर बसण्यास नकार दिला आणि आलेल्या राजांबरोबर समोर कोचावर बसणे पसंत केले. नाताळच्या या छोट्याशा उत्सवी विश्रामानंतर राजपुत्राची भरगच्च कार्यक्रमपत्रिका पुन्हा अमलात आणण्यात आली. नदीच्या पलीकडे बराकपूरला एक भेट ठरली होती, जिथे कॅनिंग यांच्या स्मारकावर श्रद्धांजली अर्पण करण्याचे ठरले होते. मग राजपुत्राच्या परतीच्या पूर्वी २८ डिसेंबरला भारतीय राजांची पुन्हा एकदा भेट घेण्याचा कार्यक्रम होता आणि तेव्हा जणू काही संपूर्ण जगच गव्हर्नर यांनी भरवलेल्या बैठकीत गोळा झाले. तब्बल २०० जणांना राजपुत्रापुढे प्रस्तुत करण्यात आले, ज्यात टिपू सुलतानच्या बऱ्याच नातवंडांचा समावेश होता. तसेच कलकत्ता प्रांतांतील जमीनदारांच्या समूहाचा, कलकत्ता ब्रिटिश इंडियन संघटनेचा आणि फ्रीमॅसन्सच्या कलकत्ता लॉज यांचाही त्यात समावेश होता. आपल्याला भेटीसाठी रांगेत उभे राहावे लागले, म्हणून फ्रीमॅसन्सचे सदस्य मात्र संतापले होते. ठरल्याप्रमाणे कार्यक्रम आखले असले तरीही कलकत्त्यातील काही प्रसंगांमध्ये ब्रिटिश अधिकारीवर्गालाही परिस्थिती नियंत्रणात ठेवणे शक्य झाले नाही. स्थानिक मनोरंजनाचा आस्वाद घेण्यासाठी राजपुत्र देबेन्द्रनाथ टागोर यांच्या बेलगाचिया येथील घरी गेले तसेच त्याने कलकत्ता विद्यापीठालाही भेट दिली, जिथे त्याला मानद पदवीही प्रदान करण्यात आली. रेसकोर्सला राजपुत्र दोनदा गेले, ज्यामध्ये एका वेळी ते पोलोचा सामना पाहायला गेले होते.[७२]

जानेवारी १ रोजी सकाळी आठ वाजता राजपुत्राचा दिवस सुरू झाल्यानंतर त्या दिवशी त्याच्या दौऱ्यातील सगळ्यात मोठ्या कार्यक्रमाचे आयोजन केले गेले आणि ते म्हणजे *स्टार ऑफ इंडिया* या सन्मानाचे मानकरी असलेल्यांची बैठक. हा एकमेव प्रसंग असा होता, जेव्हा राजपुत्र राणीचा प्रतिनिधी म्हणून तेथे उपस्थिती लावणार होता. हा एक भव्य सोहळा होता. नव्याने सन्मान मिळवणाऱ्या या प्रत्येक वीर पुरुषाला त्याचा स्वतंत्र असा तंबू देण्यात आला होता, जिथून ते येऊन या सन्मानाच्या कक्षेत सामावले जाणार होते आणि वेल्सच्या राजपुत्राच्या हस्ते त्यांच्या अंगरख्यांवर सन्मानचिन्ह लावण्यात येणार होते.[७३] हा सोहळा समाप्त होताच राजपुत्राला लगोलग लॉर्ड मेयो यांच्या अर्धाकृती पुतळ्याचे अनावरण करायला जायचे होते. तिथून परत रेसकोर्सवर येणे, शासकीय निवासामध्ये मेजवानी आणि १८७६ च्या पहिल्या दिवसाचे समापन करताना ते नाट्यगृहाकडे जाणार होते.

शहरातील या भ्रमंतीच्या वेळी अचानक एका भारतीयाने राजपुत्राच्या बग्गीकडे धाव घेतली आणि त्याच्या मांडीवर काहीतरी फेकले. अर्थात ते काही जीवघेणे नसून फक्त कागदपत्रे आहेत, हे लगेच लक्षात आले. सुरक्षाव्यवस्था भेदून एका भारतीय फिर्यादीला आपली तक्रार राजपुत्रापर्यंत पोहोचवणे शक्य झाले होते.(७४)

दौऱ्याकरिता राजपुत्रासोबत आलेल्या मंडळींनी पहिल्यांदा राजपुत्रासाठीच्या विशेष डब्यात प्रवेश केला आणि कलकत्ता सोडले. पुढे ते उत्तर-पश्चिमेकडे बंगाल ते बांकीपूर असा प्रवास करते झाले. बांकीपूरला नीळ पिकवणाऱ्या शेतकऱ्यांनी राजपुत्रापुढे आपले गाऱ्हाणे मांडण्याचा प्रयत्न केला; पण त्यांना हाकलून लावण्यात आले. त्यानंतर राजपुत्राच्या दौऱ्याचा पुढचा टप्पा होता बनारस, जेथे बनारसच्या महाराजांनी रामनगरात राजपुत्राचे स्वागत केले. या वेळी त्यांनी त्याला राणी व्हिक्टोरियाच्या हायलॅन्ड रोजनिशीचे भाषांतर व एक सोन्याची काठी दिली.(७५) ही एक शाही भेट होती; पण याहून मोठी शाही भेट राजपुत्राच्या लखनौभेटीत त्याची वाट पाहत होती. अवधच्या तालुकादारांनी राजपुत्राला चक्क त्यांचे स्वतःचे राजमुकुटच भेट म्हणून दिले. आता तो खरेच एक राजपुत्र दिसू लागला होता. या प्रांतांत बंडाच्या आठवणींचा वावर होता. लखनौ काबीज केले, त्या प्रसंगीच्या अनुभवी लष्करी अधिकाऱ्यांचा सन्मान करणे, प्रांतातील स्मारकाला भेट आणि काही दिवसांनंतर कानपूरला चर्चमध्ये आयोजित श्रद्धांजली प्रार्थनेला उपस्थिती लावणे, असा मोठा कार्यक्रम होता, ज्याचा संबंध १८५७ च्या बंडाशी होता.(७६) पण इतिहासाची आणि स्मरणांची मोठी जत्राच दिल्ली येथे राजपुत्राची वाट पाहत होती, जिथे तो ११ जानेवारीला पोहोचला. मोठ्या जनसमुदायाने ओसंडून वाहणाऱ्या मिरवणुकीच्या माध्यमातून राजपुत्राला त्याच्या जुन्या शहराच्या पर्वतराजींमध्ये खास बनवल्या गेलेल्या छावणीपर्यंत नेण्यात आले. लाल किल्ल्याच्या मोर महालात बॉलनृत्य आणि मग जनाना दरबारात रात्रीचे जेवण असा बेत होता. ब्रिटिशांच्या वर्चस्वाला हवा देण्यासाठी म्हणून मुद्दाम दिल्लीच्या आधीच्या राजाच्या सहा नातवंडांना राजपुत्राच्या सेवेत हजर करण्यात आले होते.(७७) दौऱ्यातील सगळ्यात मोठ्या लष्करी प्रदर्शनासाठी दिल्लीची निवड करण्यात आली होती. म्हणून मग १२ जानेवारीला राजपुत्राने वीस हजार तुकड्यांचे अभिवादन स्वीकारले, ज्याचे संयोजन आणि संचलन मेजर फ्रेडरिक रॉबर्ट्स यांनी केले होते. यानंतर दोन दिवसांनी बंडातील उठाव करणाऱ्या सैनिकांविरुद्ध केलेल्या कारवाईची पुनर्बांधणी करून प्रात्यक्षिक प्रस्तुत करण्यात आले.(७८) ब्रिटिशांच्या सत्तेला गंभीर आव्हान देणाऱ्या त्या संघर्षाची आग पुन्हा अनुभवणे म्हणजे ब्रिटिश लष्कराच्या ताकदीसंदर्भात केलेले हे एक दमदार विधान होते.

दिल्लीमध्ये सहा दिवसांचे वास्तव्य करून, दौऱ्याची दिशा आणखी उत्तरेकडे

सरकली आणि १७ जानेवारीला पंजाबची राजधानी असलेल्या लाहोर येथे राजपुत्राचे आगमन झाले. तोवर परिचित झालेल्या दिनक्रमाची सुरुवात झाली. प्रांतप्रमुखांसोबत एक बैठक आणि एक बॉलनृत्य तेही विशेष करून युरोपीय लोकांकरिता, 'सैनिकी उद्योजक प्रदर्शन' व त्याला भेट आणि शालिमार उद्यानामध्ये मेजवानी.[७९] लहान राजपुत्राच्या १८७०मधील भारतभेटीप्रमाणे, या वेळी मात्र पंजाब आणि काश्मीरचे प्रमुख शासक वेल्सच्या राजपुत्राला भेटायला लाहोरला आले नाहीत. स्वतः राजपुत्रच त्यांना भेटायला गेला. तिकडे जाताना वाटेत वझिराबादला त्याने चिनाब नदीवर बांधलेल्या अलेक्झांड्रा या रेल्वपुलाचे उद्घाटन केले आणि मग तो पुढे उत्तरेकडे जम्मूला गेला. काश्मीरची राजधानी असलेल्या जम्मूला हत्तीवरील सवारीचा प्रदेश म्हणूनही ओळखले जात असे. इथे शत्रूची चाहूल जाणवू लागली होती. रशियात तयार केलेल्या वस्तू बाजारात उपलब्ध असलेल्या आढळून आल्या. पोलोबरोबरच काही कवायती आणि पवित्र नृत्य लामांनी सादर केले. आणखी एका मॉक (डमी) युद्धाचे प्रात्यक्षिकही प्रस्तुत करण्यात आले.[८०] राजपुत्रासोबतच्या मंडळींनी पुन्हा पूर्वेकडे प्रवास सुरू केला, जो लाहोर ते आग्रा असा होता आणि मध्ये अमृतसर व पतियाळा येथेही मुक्काम झाला. अमृतसरमध्ये त्यांनी तुरुंगाला भेट दिली आणि शाही दयेचे प्रतीक म्हणून राजपुत्राच्या सल्ल्यावरून काही कैद्यांची सुटकाही घोषित करण्यात आली. दौरा संपतासंपता आता राजपुत्र खरोखर भावी राजा-सम्राटासारखा वागू लागला होता. राजपुत्राने शिखांच्या पवित्र सुवर्णमंदिरालासुद्धा भेट दिली या प्रसंगी मंदिर आणि तेथील जलाशय यांवर रोषणाई करण्यात आली होती; पण मंदिरामध्ये प्रवेश करताना त्याने आपली पादत्राणे बाहेर काढून ठेवण्यास मात्र नकार दिला. आपण फक्त दर्शक किंवा पर्यटक नाही तर एक राजपुत्र आहोत आणि सर्व धर्मांना समान वागणूक देणारे आहोत हे सिद्ध करण्यासाठी म्हणून त्याने आणखी एका धर्मप्रचारक शिष्टमंडळाची भेट घेतली.[८१]

दौऱ्याचा तिसरा महिना संपत असताना सगळ्यांचा उत्साह आणि ताकद दोन्ही आता हळूहळू संपू लागले होते. राजपुत्राच्या अमृतसर येथील मुक्कामाच्या साक्षीदारांनी सांगितले की, त्याची वर्तणूक फक्त आज्ञाधारक व्यक्तीची होती. शारीरिक थकवा आणि क्रीडा प्रकारातील सहभागातून झालेल्या जखमांचे परिणाम आता दिसायला लागले होते. त्याच्या सहकाऱ्यांच्या तुलनेत राजपुत्र जास्त काटक आणि सहनशील वाटत होता. मात्र, तरीही तोदेखील फेब्रुवारीच्या पहिल्या आठवड्यात आजारी पडला. त्याच्या डॉक्टरला याचे अजिबात आश्चर्य वाटले नाही. 'एवढ्या तापदायक आणि थकवा आणणाऱ्या वातावरणात कुणी किती दिवस तग धरून राहणार?' फायरेर कुरकुरले.[८२] कार्यक्रमपत्रिकेतील थोडीशी विश्रांती आग्र्यालाही मानवणारी होती. गावाबाहेर एक शानदार छावणी उभारण्यात आली. शामियान्यांमध्ये उंची

सामान ठेवण्यात आले आणि शेकोट्या पेटवण्यात आल्या; पुढील दोन आठवड्यांकरिता राजपुत्राने इथेच मुक्काम केला. इथूनच त्याने आग्र्याला भेट दिली आणि जम्मूप्रमाणेच इथेही हत्तीवर सवारी केली. तो दोनदा ताज महाल पाहायला गेला, त्यातील एक भेट ही पौर्णिमेच्या रात्रीची होती. आग्र्याहूनच त्याने अनेक सफारी केल्या, ज्यात एक दिवस भरतपूरला शिकार, अकबराच्या भग्न झालेल्या फतेहपूर सिक्री या शहराला भेट आणि ग्वालियर तसेच जयपूरला भेट; जिथल्या स्थानिक राजांची आपल्या या शाही पाहुण्याची मर्जी राखण्यासाठी जणू चढाओढच लागली होती. ग्वालियरला महाराज सयाजी राव यांनी तयारीत कुठलीही कसूर ठेवली नाही. त्यांनी तर संपूर्ण एक महालच बांधला; ज्यातील पहिला पाहुणा म्हणजे राजपुत्र होता. महालाचे नाव 'जय विलास महाल' असे ठेवण्यात आले. बग्गीने गेलेल्या राजपुत्राचे शहराच्या वेशीवर त्याच्या यजमानांनी स्वागत केले, ज्या वेळी सैन्याच्या १४ हजार तुकड्या तिथे हजर होत्या. ग्वालियरच्या ताकदीचा आणि ब्रिटिश राजघराण्याप्रति निष्ठेचा तो एक प्रभावी नमुना होता. नवीन महाल अजून संपूर्ण तयार झाला नव्हता. 'जणू बकिंगहॅम महालच नव्याने रंगवला होता!' असे *टेलिग्राफ*च्या एका वार्ताहराने कुत्सितपणे लिहिले होते; पण तरीही आलेल्या अतिथीने सर्व सजावटीचा आस्वाद घेतला आणि कौतुक केले.[८३] सयाजी राव जे काही करू शकत होते, राजपुतानाचे राजे त्याहून जास्त करू शकत होते. ग्वालियरहून आग्र्याला परतताना राजपुत्र वाटेतील ढोलपूरहून गेले; जिथे आणखी एक महाल, तोही इटालियन लाल वाळूच्या खडकातून बांधलेला अगदी वेळेत तयार झाला होता. आग्र्याहून राजपुत्र पुन्हा राजपुतान्याला गेले आणि तिकडून त्यांनी जयपूरचा मार्ग धरला. तिथे मात्र कुठलाही नवीन महाल त्यांची वाट पाहत उभा नव्हता. त्याऐवजी, राजपुत्राच्या स्वागतासाठी म्हणून जयपूरच्या महाराजांनी संपूर्ण शहर गुलाबी रंगात रंगवले होते; पण एवढे करून ते थांबले नाहीत. जयपूरमध्ये प्रवेश करताच त्या परिसरातील टेकड्यांवर लावलेल्या भव्य अक्षरांतील स्वागत संदेशानंतर प्रचंड मोठ्या कमानींच्या खालून राजपुत्राची मिरवणूक नेण्यात आली. 'देव राणीचे रक्षण करो' या शिङ्ग्यांवरील घोषणांच्या निनादात मग राजपुत्र आणि त्याच्या सहकाऱ्यांना बग्गीतून उतरवून अंबारी असलेल्या हत्तीवर बसवण्यात आले आणि मग शहरात त्यांचा प्रवेश झाला. भावी पिढीला व देशातील जनतेला हे भव्य स्वागत पाहण्याचे भाग्य लाभावे म्हणून या सोहळ्याचे क्षण एका विशाल तैलचित्रात बद्ध करण्यासाठी जयपूरच्या महाराजांनी रशियाचे प्रसिद्ध चित्रकार व्हॅसिली व्हिरिशेगन यांना बोलावले होते. त्यांनी मिरवणुकीचे उजेडातील क्षण टिपले; पण रात्री मशालींच्या उजेडातला सोहळा त्याहून अवर्णनीय होता. तेथे पोहोचल्यावर दुसऱ्या दिवशी राजपुत्राने त्याच्या पित्याच्या स्मृतिप्रीत्यर्थ उभारल्या जाणाऱ्या अल्बर्ट संग्रहालयाची पायाभरणी केली. शाही घराण्याचे फलक

असलेल्या व्यासपीठावरून हा समारंभ प्रस्तुत करण्यात आला.[८४] आणखी एका शिकार मोहिमेसाठी जयपूरची निवड करण्यात आली. राजपुत्राकडून केल्या जाणाऱ्या आणखी एका शिकारीची बातमी मिळविण्यासाठी सर्व प्रसारमाध्यमांचे प्रतिनिधी सज्ज झाले होते. इतरांच्या मदतीने आणखी एका आधीच जायबंदी केलेल्या जनावराची राजपुत्राने हत्या केली, ज्याची बातमी बनवून *रॉयटर्स* या संस्थेने सर्वप्रथम लंडनला पाठवली आणि मग तिकडे चर्चा रंगात आली की, आता खऱ्या अर्थाने राजपुत्र एडवर्ड हा राजा बनण्यासाठी तयार झाला आहे. एका गीतकाराने लिहिले,

`The hunting is over, the victory won/ The crown has been earned and everything done'

ज्यात पुढे असेही म्हटले होते,

`He has won it by valour, no man about Town/ Ever brought like the prince, a wild Elephant down / And now he must wear an Imperial Crown.'[८५]

दौरा आता हळूहळू शांत होऊ लागला होता. एका छोट्या गटासोबत राजपुत्र प्रथम तेराईच्या जंगलात तीन आठवड्यांसाठी शिकारीला गेला आणि नंतर पुढे त्यांनी नेपाळची सीमा ओलांडली. तिथे पंतप्रधान जंग बहादूर यांचे पाहुणे बनून त्यांनी टेहळणी आणि शिकार केली. ५ फेब्रुवारीला राजपुत्राने आणि त्याच्या सहकाऱ्यांनी नेपाळ सोडले आणि एका घोडाबग्गीने ते अवधमार्गे लखनौला परतले. रामपूरच्या नवाबांना भेटायला म्हणून त्यांनी पिलिभित येथे विश्रांती घेतली. लखनौवरून त्यांनी पुन्हा रेल्वेप्रवास केला आणि ७ फेब्रुवारीला ते अलाहाबादला पोहोचले, जिथे दौऱ्यातील आणखी एक महत्त्वाचा कार्यक्रम होणार होता. *स्टार ऑफ इंडिया* मान मिळालेल्या उर्वरित वीरांना तो सन्मान बहाल करायचा होता.[८६] तरीही एका महत्त्वाच्या महाराजांना भेटायचे राहून गेले होते आणि ते म्हणजे इंदोरच्या होळकर घराण्याचे तुकोजी राव महाराज द्वितीय. त्यांची भेट घेण्यासाठी राजपुत्राने त्यांच्या राज्यापर्यंत जाणाऱ्या शानदार नवीन रेल्वेमार्गावरून प्रवास केला. त्यानंतर ते सर्व लोक बॉम्बेच्या दक्षिणेकडे गेले, जेथे देवीची नुकतीच लागण झाली होती आणि त्यामुळे येथे त्यांनी फक्त गव्हर्नर फिलिप वूडहाउस यांच्यासोबत भोजन केले आणि त्यांचा निरोप घेतला. पुन्हा एकदा लाटांवर स्वार होत राजपुत्राने परतीचा प्रवास सुरू केला. मात्र, निघण्यापूर्वी सर्व जनतेचे आणि भारतीय राजांचे आभार मानणारे पत्र द्यायला तो विसरला नाही आणि आपल्या औदार्याचा एक नमुना देत, त्याने बॉम्बेतील काही सार्वजनिक कामांना निधीसुद्धा दिला.[८७]

जंगली जनावरे, भारतीय प्रदेशातील वैशिष्ट्यपूर्ण वनस्पती आणि प्राणी यांनी भरलेल्या सेरॅपिसने ११ मार्च रोजी बॉम्बे बंदराचा किनारा सोडला आणि मायदेशी

परतण्याचा मार्ग धरला. जणू काही शाही सन्मानाने तृप्त होणे शिल्लक होते की काय म्हणून राजपुत्राने आणखी काही शाही घराण्यांचा पाहुणचार घेण्याचे ठरवले. परतीच्या वाटेवर त्याने इजिप्तच्या इस्मा-इल पाशा तसेच स्पेन आणि पोर्तुगालच्या राजांना भेटण्याचे ठरवले. बॉम्बे सोडल्यानंतर शेवटी दोन महिन्यांनी सेरॅपिसने पोर्ट्समाउथ येथे नांगर टाकला. राजपुत्राच्या परत येण्याने त्याच्या घरातील स्त्रियांना आनंद झाला होता. त्याच्या सुरक्षित परतण्यासाठी वेस्टमिन्स्टरच्या कुलपतींनी आभार मानले आणि मग दौऱ्याच्या निमित्ताने जी भौतिक गोष्टींच्या देवाणघेवाणीची संस्कृती उदयाला आली होती, ती ज्या टप्प्यावरून सुटली होती; तिथून पुढे पुन्हा सुरू झाली. सेरॅपिसला सार्वजनिक करून लोकांसाठी खुले करण्यात आले आणि ज्या दुर्मीळ प्राण्यांना भारतातून आणले होते त्यांची रवानगी लंडनच्या प्राणिसंग्रहालयात करण्यात आली. भारतीय राजांकडून मिळालेल्या भरमसाट भेटवस्तू साउथ केन्सिंग्टनच्या वस्तू संग्रहालयात प्रदर्शनार्थ ठेवण्यात आल्या. राजपुत्राचे लंडन येथील निवासस्थान मार्लबोरो हाउस येथे नंतर फक्त अशा भारतीय वस्तूंसाठीचे विशेष दालन तयार होईपर्यंत ही व्यवस्था केली होती. या सगळ्याच्या वार्तांकनामुळे काही पत्रकारांच्या वार्तापत्रांचे सर्वाधिक खपाची माहिती, असे रूपांतर झाले होते.[८८]

मायदेशी, राजकीय राजधानीच्या मूल्यांकनाप्रमाणे वेल्सच्या राजपुत्राचा भारतदौरा यशस्वी ठरला होता. सिंहासनाच्या वारसाने आपला आळशी निष्काळजीपणा बाजूला टाकून अधिक शौर्याचे, मुत्सद्देगिरी आणि समर्पण या गुणांचे प्रदर्शन केले होते, ज्याची कुणीही अपेक्षा केली नव्हती. भारतात राजपुत्राच्या या दौऱ्याचा परिणाम संमिश्र होता. या दौऱ्याचा रचयिता फ्रेरे यांनी राणी व्हिक्टोरियाला सांगितले की, भारताने अजूनही राजसत्तेच्या अधिकाराला स्वतःला बहाल केलेले नाही.[८९] अर्थातच भारताने सिंहासनाच्या वारसाला, त्यांच्या वर्तमान आणि भविष्यातील राजसत्तेला हजारो भारतीयांनी स्वतःच्या डोळ्यांनी पाहिले. मुस्लीम साहित्य सभेच्या कलकत्त्याच्या शाखेने तर निष्कर्ष काढला की, शाही घराण्याच्या व्यक्तीला प्रत्यक्ष पाहण्याइतके महत्त्वाचे काहीच असू शकत नाही.[९०] राजपुत्रानेदेखील भारतीयांच्या काही अपेक्षांची पूर्तता केली. ब्रिटिश अधिकाऱ्यांनी बॉम्बे व इतर भेटींच्या ठिकाणी भारतीय राजांना दिलेल्या वागणुकीसाठी राजपुत्राने त्यांच्यावर जी टीका केली, त्याच्या बातम्या मोठ्या प्रमाणात प्रकाशित झाल्या होत्या. त्याच्या प्रत्यक्ष छोट्या कृतीची दखल घेत त्याच्या उदारपणाला आणि दयाळूपणाला अधोरेखित करून त्याला राजपुत्राला शोभणाऱ्या वर्तनाचा नमुना असे संबोधित केले गेले. त्याचबरोबर एक तक्रारही होतीच की, राजपुत्राला खऱ्याखुऱ्या भारताचे दर्शन करवले गेले नाही; त्यामुळे त्या खऱ्या भारतातील जनतेचे काय हाल होत आहेत, हे त्याला - त्याच्या आईला म्हणजेच राणीला सांगणे शक्य झाले नाही. बंगाल आणि पुण्याच्या लेखकांनी

राजपुत्राला विनंती केली की, त्याने या दौऱ्यादरम्यान जे काही पाहिले, त्याचे 'खरेखुरे वर्णन' त्याने राणीसमोर करावे. *हिंदू पॅट्रिऑट* या पत्रिकेने त्याला आग्रह केला की, 'तिला सांगा की, तुम्ही जे काही चकाकणारे या देशात पाहिले ते सर्वच सोने नव्हते.'[११] आणि हे सर्व पोहोचवण्यात तो अयशस्वी झाला असता, तर त्याच्या शाही दूत असण्याला काही अर्थ नव्हता.

वारस आणि राजकन्या : नंतरचे दौरे

वेल्सच्या राजपुत्राच्या दौऱ्यानंतर इतके भव्य आयोजन कधीच झाले नसले, तरी शाही पर्यटकांच्या भारतभेटीचे एक प्रस्थ मात्र त्यानंतर स्थापित झाले. राणी व्हिक्टोरियाच्या विस्तारित कुटुंबीयांनी मग भारतभेटींचे सत्र चालू ठेवले आणि ते दीर्घ काळ चालत राहिले; पण त्यांच्या भेटींमध्ये त्यांनी आपल्या कार्यक्रमपत्रिकेत फक्त राजस भारतालाच समाविष्ट केले आणि शिकार व सोहळे यांच्या सोबतीने त्यांनी नेहमी एका राजकीय मुत्सद्देगिरीच्या अंशाचा त्यात समावेश केला. कॅनॉट आणि स्ट्रॅथियर्नचे ड्यूक म्हणजेच राणी व्हिक्टोरियाचे तिसरे पुत्र हे भारतात पर्यटक किंवा शाही अतिथी म्हणून आले नाहीत, तर ते इथले रहिवासीदेखील होते. १८८३ मध्ये त्यांनी मीरत येथे लष्कराची धुरा सांभाळली होती आणि थोड्या काळाकरिता १८८५ मध्ये ते रावळपिंडीलादेखील तिथल्या लष्कराची कमांड सांभाळायला गेले होते. त्यानंतर त्यांना बॉम्बे प्रांताच्या लष्कराचे प्रमुख म्हणून बढती देण्यात आली जे पद त्यांनी नंतर चार वर्षे सांभाळले.[१२] प्रत्यक्षात राणी व्हिक्टोरियाच्या सत्ताकाळात भारतात कार्यकाळ असलेला तो एकमेव शाही कुटुंबातील सदस्य होता. शिवाय भारताचा नागरिक आणि बॉम्बे येथील लष्करी नियुक्ती अशी दुहेरी भूमिका निभावताना तो एकमेव शाही वारस होता, ज्याला ब्रिटिशशासित भारत सरकारच्या कामकाजात भाग घेण्याची संधी मिळाली.

भारतातील ड्यूकचे कर्तव्य हे मुख्यतः लष्करी स्वरूपाचे होते. मात्र, तरीही फेब्रुवारी १८८४ मध्ये तो आग्रा आणि मथुरेच्या तपासणी मोहिमेवर निघाला होता, ज्यात भरतपूरच्या महाराजांसोबत एक शिकारीची मोहीमही समाविष्ट होती. त्यानंतर त्याने काश्मीरलाही भेट दिली. अर्थात ही भेट 'खासगी स्वरूपा'ची होती; पण पंजाबपासून काश्मीरपर्यंत त्याचे स्वागत त्या त्या प्रदेशातील राजांनी आणि प्रमुखांनी केले.[१३] त्यानंतर १८८५ मध्ये ड्यूकने प्रथमतः भारतीय परकीय धोरणामध्ये दोनदा निर्णायक मध्यस्थी केली. मार्च महिन्यात तो पंजाब प्रांतातील रावळपिंडी येथे तत्कालीन व्हाइसरॉय लॉर्ड डफरिन यांची साथ करायला गेला, जिथे काबूलच्या आमिरबरोबर अतिशय संवेदनशील वाटाघाटी चालल्या होत्या. नजराणे, रोख

रक्कम, शस्त्रे आणि मनुष्यबळ अशी सगळी आमिषे मिळाल्यानंतर काबूलच्या आमिरने ब्रिटिशांशी हातमिळवणी करण्याचा निर्णय घेतला. या चर्चेत ड्यूकला सामील करून घेतल्याने, ब्रिटिश त्याला निव्वळ एक सामंतवादी राजा म्हणून वागणूक देणार नाहीत, अशी ग्वाही काबूलच्या आमिरला देण्यात यश आले, असा निष्कर्ष *टाइम्स*च्या एका वार्ताहराने काढला होता.(१४) या घटनेनंतर चार वर्षांनी ड्यूकला एका विशिष्ट कामगिरीसाठी हैदराबादला पाठवण्यात आले होते. आपल्याच दरबाऱ्यांच्या संगतीत रमलेल्या निझामाला त्याच्या बेफिकीर सुरक्षित कवचातून बाहेर काढून त्याने युरोपीय अतिथींचाही सन्मान करावा, हे पटवून देण्याची जबाबदारी ड्यूकवर सोपवण्यात आली होती.(१५) ब्रिटिश आणि निझाम यांच्यातील संबंधांसंदर्भात आणखी एक पाऊल पुढे नेणारी ही अत्यंत महत्त्वाची भेट होती. राजपुत्राच्या या हैदराबाद भेटीपूर्वी व्हाइसरॉय निझामाला भेट देण्यास कचरत आले होते; पण या भेटीनंतर मात्र त्यांच्या भेटींचे प्रमाण वाढले.

राणी व्हिक्टोरियाच्या सत्ताकाळातील शेवटच्या शाही भेटीमध्येही कॅनॉटचे ड्यूक यांचा सहभाग होता, तो एका मार्गदर्शकाच्या रूपात. राणीचा नातू राजपुत्र अल्बर्ट व्हिक्टर याने १८८९-९० मधील हिवाळ्यात शाही दौऱ्यांमधील सगळ्यात दीर्घ भारतदौरा केला, जो दक्षिणेत त्रावणकोर येथून पूर्वेकडे बर्मापर्यंत तर उत्तरेकडील हिमालयाच्या एका कोपऱ्यात वसलेल्या दार्जिलिंगपासून ते थेट रावळपिंडीपर्यंत होता. व्हाइसरॉय यांचे अतिथी म्हणून अल्बर्ट भारतात आला होता, तरी त्याच्या येण्याचे मुख्य कारण त्याच्या प्रकृतिस्वास्थ्याचे होते आणि मायदेशातील घोटाळ्याच्या वादळापासून त्याची सुटका करण्याचाही त्यामध्ये उद्देश होता. सरतेशेवटी यापूर्वीच्या शाही भेटींच्या सर्व घटकांचा समावेश असलेला अल्बर्ट व्हिक्टर याचा हा दौरा किंवा भारतभेट होती. सुरुवातीला सारे काही नगण्य वाटले होते. भारतातील फक्त आठ राज्यांनी राजपुत्राच्या भेटीची इच्छा व्यक्त केली.(१६) आगमनानंतर त्याचे जहाज तब्बल दोन तास बॉम्बे बंदरामध्ये उभे होते, कारण त्याच्या येण्याची तेव्हा कुणी दखलच घेतली नाही आणि जेव्हा तो बोटीवरून उतरून खाली आला, तेव्हा त्याच्या पुढ्यात 'टुकार रिकामे बाक आणि भकास पिवळ्या खुर्च्या ठेवलेल्या होत्या'. तेथून मग राजपुत्र अल्बर्ट व्हिक्टरला पुणे येथे पाठवून देण्यात आले, जेथे त्याचे काका, कॅनॉटचे ड्यूक यांनी त्याची जबाबदारी स्वीकारत त्याला इतर प्रांतांमध्ये ओळखी करून देण्यासाठी नेले. इथेच भारतीय शासकांशी बैठका घेण्यात आल्या. आगा खान आणि दख्खनच्या सरदारांशी भेटी झाल्या आणि मग ड्यूक यांच्या मार्गदर्शनाखाली राजपुत्राची हैदराबादला रवानगी करण्यात आली.(१७) खरेतर १८८९च्या आधी ब्रिटिश राजघराण्यातील कुठल्याही व्यक्तीने हैदराबादच्या निझामाची भेट घेतली नव्हती आणि आता एकदम दोन शाही कुटुंबसदस्य निझामाच्या दरबारात हजेरी

लावत होते. ब्रिटिश सिंहासनाच्या वारसाच्या या प्रथम भेटीसाठी हैदराबाद दरबाराने अजिबात हात आखडता घेतला नाही आणि सर्व सोहळ्यावर तब्बल २ लाख पौंड खर्च करण्यात आले. या आयोजनाचे वैशिष्ट्य म्हणजे राजपुत्रासाठी एक मोठा केक तयार करून त्याच्या पुढ्यात ठेवण्यात आला आणि त्यातून पक्षी उडत बाहेर पडले होते.[९८]

हैदराबादहून राजघराण्यातील हे सदस्य मग म्हैसूरला गेले, जे अल्बर्ट व्हिक्टरच्या वडिलांनी त्यांच्या दौऱ्यादरम्यान वगळले होते. म्हैसूरच्या नवीन महाराजांनी राजपुत्राची त्यांच्या विशेष लाकडी महालात भेट घेतली. या प्रसंगी संपूर्ण महाल विजेच्या दिव्यांनी सजवण्यात आला होता.[९९] या ठिकाणाहून मग सारे त्रावणकोरमधील कोर्टाल्लम (कुट्टालम) येथे दाखल झाले. त्यांच्या प्रवासासाठी त्रावणकोरच्या राजाने एक विशेष बग्गी तयार केली होती, ज्यात एक सिंहासन ठेवण्यात आले होते. म्हणजे राजपुत्राला कुठे दरबार आयोजित करण्याची इच्छा झाली, तर बसण्यासाठी विशेष आसन त्याच्याकडे असावे, हा त्यामागचा उद्देश होता.[१००] मद्रास येथे एक छोटासा विसावा घेण्यात आला, जिथून पुढे ते बर्माला गेले. राजपुत्र हा बर्माला भेट देणारा ब्रिटिश राजघराण्यातील पहिला सदस्य ठरला. त्याच्या स्वागतासाठी तिथे कुठल्याही उत्सवी आयोजनाची सोय करणे शक्य नव्हते, कारण सुरक्षा व्यवस्था फार गंभीर होती. रंगून ते पेंगू या संपूर्ण मार्गावर मोठ्या प्रमाणावर पोलीस तैनात केले होते; त्यामुळे ही मंडळी मग कलकत्त्याकडे रवाना झाली. अर्थात तिथेही त्यांच्या स्वागतासाठी सारे काही आलबेल होते असे नाही. मग राजपुत्राच्या भेटीसाठीच्या तयारीची जबाबदारी एक विभाग दुसऱ्या विभागावर ढकलू लागला होता. राजपुत्राच्या सन्मानार्थ नेमके काय करायचे, या संदर्भात युरोपीय समुदायातसुद्धा एकमत होत नव्हते. शेवटी दोन भारतीय महाराज - दरभंगा आणि विजयानगरम - हे मदतीस धावून आले. प्रस्तावित आयोजनाची सगळी आर्थिक जबाबदारी स्वीकारण्याची त्यांनी तयारी दाखवली.[१०१] असे प्रकार फार कमी प्रमाणात घडले आहेत. राजपुत्र अल्बर्ट यांच्या कलकत्त्याच्या कार्यक्रमपत्रिकमध्ये जास्तीतजास्त युरोपीय अधिकारी समुदायाचा आणि अगदी मोजक्याच भारतीय प्रतिनिधींचा - ज्यात कूचबिहार आणि दरभंगाचे महाराज, सौरिन्द्रो मोहन टागोर आणि मुर्शिदाबादचे नवाब यांचा समावेश होता. शहराच्या मैदानात कलकत्ता सामुदायिक उत्सव असे नामाधिमान असलेल्या फक्त एका समारोहात केवळ काही स्थानिक प्रतिष्ठित व्यक्तींना व्हिक्टर अल्बर्ट यांना भेटण्याची इच्छा आहे, असे व्हाइसरॉय लॉर्ड लॅन्सडॉवेन यांनी अगदी निक्षून सांगितले, तरीही हा कार्यक्रम राजपुत्र आणि भारतीयांच्या भेटीसाठी राखून ठेवण्यात आला.[१०२] पण फक्त एका भाषणाने सर्व मुसळ केरात गेले, ज्यात राजपुत्राला आव्हान करण्यात आले की, 'आशा आहे की, *हिज रॉयल हायनेस* हे हजारो भारतीय

प्रजेच्या निरर्थक जगण्यासंदर्भात चौकशी करतील'. तीव्र मतभेदाचे वारे वाहत होतेच. सरतेशेवटी येथे जमलेल्या विद्यार्थ्यांनी स्वागत समितीच्या सर्व तयारीची धूळधाण केली.(१०३)

कलकत्त्याच्या बाहेर पडताच दौऱ्यावर असलेल्या या मंडळींचा दिनक्रम पुन्हा 'जैसे थे' सुरू झाला आणि त्याच्या वडिलांनी आणि काकांनी ज्या प्रथेचा पायंडा पाडला होता, त्याच मार्गाने राजपुत्र पुढे चालू लागला. बनारस, नेपाळ आणि बडोद्याच्या परिसरात शिकारीच्या आणखी मोहिमा राबवण्यात आल्या. भारतातील लष्करी बंडाच्या स्मारकांना भेटी देण्यात आल्या, ज्यात लखनौ आणि कानपूर समाविष्ट होते आणि राजपुत्राची सोबत करायला या बंडाला सामोरे गेलेले जाणकार लष्करी अधिकारी आणि त्यातून बचावलेले लोक मार्गदर्शक म्हणून सोबत होते. शेवटी दिल्लीच्या टेकड्यांवरून ब्रिटिशांनी काबीज केलेल्या प्रदेशाचे अवलोकन करण्यासाठीही राजपुत्राला नेण्यात आले. पंजाबमध्ये या आयोजनाचे स्वरूप भव्य होते. लाहोरला अंबारी असलेले हत्ती, रावळपिंडीला लष्करी परेड, अमृतसरला शिखांचा एक सोहळा (पगडी रसम) आणि पतियाळाला एक दरबार, असे आयोजनाचे स्वरूप होते.(१०४) परतीच्या प्रवासात मग कुटुंबाशी संबंधित कामाची पूर्तता करण्यात आली. राणी व्हिक्टोरियाची इच्छा होती की, राजपुत्राने आग्र्याला अब्दुल करीम, तिचे मुन्शी किंवा सचिव यांच्या वडिलांची भेट घ्यावी. राणी व्हिक्टोरियाच्या पुतळ्याचे अनावरण करण्यासाठी उदयपूर येथे जाताना, जयपूर येथे राजपुत्राने आपल्या पित्याप्रमाणे हत्तीवरून शहरात प्रवेश केला. आतापर्यंत अल्बर्ट व्हिक्टर याचा असा समज होता की, तो एक राजपुत्र असल्यामुळे 'सगळेच त्याला चांगली वागणूक देत आहेत', जे त्याच्या आजीचे निरीक्षण होते.(१०५) तो बॉम्बेला परत आला, तेव्हा त्याच्यासाठी आता शहराने जास्त चांगली तयारी केली होती. भारतीय राष्ट्रीय काँग्रेस आणि त्याचे रिपब्लिकन अतिथी चार्ल्स ब्रॅडलाफ हे शहरातून निघून गेले होते. एक आठवडाभर मग उत्सवाचे आणि सार्वजनिक समारोहाचे वातावरण होते, ज्यात दिनशॉ पेटिट यांनी अर्थसाहाय्य दिलेल्या कुष्ठरोग्यांच्या आश्रमाचा पायाभरणी समारोहदेखील समाविष्ट होता.(१०६) पुन्हा राजपुत्राचा पुढील दौरा सुरू झाला, जो हाँगकाँग आणि जपानचा होता आणि तो संपवून शेवटी १८९० च्या उन्हाळ्यात तो मायदेशी परतला.

राजपुत्र अल्बर्ट व्हिक्टर याचा दौरा राजपुत्र आर्थर याने १८६९-७० मध्ये केलेल्या आणि वेल्सच्या राजपुत्राने १८७५ मध्ये केलेल्या दौऱ्यांच्या नमुन्यात अगदी पक्का बसणारा होता. तरीही काही महत्त्वाचे फरक यात होते. भारतातील मोठ्या शहरांपासून राजपुत्राने हातभर अंतर ठेवले होते. पहिल्या भेटीच्या वेळी बॉम्बेला वगळण्यात आले होते, कारण तेथे भारतीय राष्ट्रीय काँग्रेसची बैठक भरात

आली होती. मद्रासला औपचारिकता म्हणून भेट दिली गेली. कलकत्त्याला सर्व प्रकारे सल्ला-मसलत करून, राजपुत्राला भारतीयांपासून जास्तीतजास्त दूर ठेवण्याचे प्रयत्न करण्यात आले होते. भारतीय राजकारणाचा धुरळा राजपुत्राला स्पर्श करता कामा नये, यासाठी सर्व खबरदारी घेण्यात आल्यामुळे तशी कुठली शक्यता उरली नव्हती. ब्रिटिशशासित भारत सरकारने आता सावध राहणे शिकून घेतले होते.

राजपुत्रांच्या दौऱ्यांमुळे ब्रिटिश राजघराण्याला भारताच्या सान्निध्यात आणले होते आणि त्यांनी अप्रत्यक्षपणे भारतीय जनतेला राणी व्हिक्टोरियाच्या संपर्कात ठेवले. आणखी दोन दौरे झाले, ज्यातील एक १९०५-०६ आणि दुसरा १९२१मध्ये करण्यात आला. अर्थातच या दौऱ्यांची तुलना १८७५-७६ मध्ये झालेल्या दौऱ्यांशी अजिबात होऊ शकत नाही. यॉर्कचे ड्यूक राजपुत्र जॉर्ज १९०५ मध्ये भारतात आले; पण त्यांचा कार्यक्रम हा शिष्टाचाराच्या नियमांशी घट्ट बांधलेला होता आणि १९२१ मध्ये राजपुत्र एडवर्ड यांच्या येण्याचा काळ हा अमृतसर येथील हत्याकांडाच्या धुमसणाऱ्या विरोधाचा होता आणि त्यामुळे या संपूर्ण दौऱ्यावर बहिष्काराचे सावट होते. या शाही पर्यटकांना जेवढे जास्त भारतभेट देणे शक्य होत गेले, तेवढा त्यांनी भारत कमीतकमी पाहिला. ब्रिटिशशासित भारत सरकारला सिंहासनाच्या वारसाचे प्रदर्शन भारतवासीयांना करून द्यायचे होते. यातील फक्त एडवर्ड यांची १८७५-७६ मधील भारतभेट एक प्रसंग होता, जेव्हा वेल्सच्या राजपुत्राचे ब्रिटिश भारताला दर्शन झाले, त्याला गावांमध्ये आणि शहरांमध्ये फिरवण्यात आले आणि भारतीयांना भेटण्याची त्याला परवानगी देण्यात आली. तरीही त्या वेळी भारतीय वर्तमानपत्रांची तक्रार होती की, त्याला खरा भारत दाखवला गेला नाही. शेवटी फक्त एका व्यक्तीला हे शाही दौरे म्हणजे ब्रिटिश राजचा एक महत्त्वाचा घटक असल्याचे वाटत होते आणि ती म्हणजे राणी व्हिक्टोरिया. तिचे पुत्र त्यांच्या वडिलांच्या आकांक्षांची पूर्तता करीत होते. भारताला त्यांनी आपल्या घराण्याच्या कामकाजाचा एक भाग बनवले होते आणि राणी आपल्या महालात स्थिर असताना या मुलांनी तिच्यासाठी भारतापर्यंत एक सेतू बांधला होता. एका सम्राज्ञीने असेच वागायचे असते, नाही का?

८

राणी ते सम्राज्ञी

१८८१मध्ये बेंजामिन डिसरेली यांच्या मृत्यूच्या काही काळानंतर त्यांचे एक चित्र पॅरिसच्या एका सिगारेट पाकिटावर झळकले होते, ज्यात राणी व्हिक्टोरियाला भारताची सम्राज्ञी हे पद बहाल करताना ते तिच्यापुढे झुकलेले दिसत आहेत. डिसरेली यांच्याकरिता फ्रेंच लोकांच्या मनात फार आदर होता; परंतु राणी व्हिक्टोरियाला सम्राज्ञी बनवण्याआधीच ते मृत्यूपश्चात युवराज अल्बर्ट यांच्याशी संवाद साधायला निघून गेले.[१] राणीच्या नवीन नामाभिधानासाठी संसदेच्या संमतीची गरज होती; पण या कल्पनेला संसदेत फारसा प्रतिसाद मिळू शकला नाही आणि ब्रिटनमध्ये, परदेशात आणि विशेषतः भारतात राजसत्तेला एक नवे परिमाण मिळवून देणारा शिल्पकार म्हणून डिसरेली यांची ओळख कायम झाली. राणीचे राजसी पद आणि त्याचबरोबर १८७५ मध्ये सुएझ कालव्याच्या प्रकल्पातील भागभांडवलाची खरेदी, १८७८ मध्ये सायप्रसला ब्रिटिश साम्राज्याच्या कक्षेत सामावणे, यामध्ये या वृद्धत्वाकडे झुकलेल्या पंतप्रधानांच्या राजकीय मुत्सद्देगिरीचा आणि कौशल्याचा पुरावा दडला होता, कारण त्यांनी ब्रिटिश साम्राज्याला पूर्वेशी जोडणाऱ्या सर्व मार्गांच्या रक्षणाची ग्वाही मिळवली होती आणि त्याचबरोबर ब्रिटिश भौगोलिक राजकारणाला भारताचे महत्त्व अवगत करवून दिले होते. अगदी १८७७ च्या सुरुवातीला तत्कालीन भारतीय व्हाइसरॉय लॉर्ड लीटन, ज्यांना स्वतः बेंजामिन डिसरेली यांनी निवडले होते, त्यांनी भारतात - दिल्ली दरबारात एका शाही मेळाव्यात सम्राज्ञी या नवीन उपाधीची घोषणा केली होती. अनेकांसाठी ब्रिटिश राजसत्तेच्या कथेला इथेच सुरुवात होते. एक राजघराण्यातील सत्ताधीश, एक किंवा दोन अतिशय महत्त्वाकांक्षी राजनेते, पूर्वेकडील दुर्मीळ, अवर्णनीय सौंदर्य आणि परमोच्च आदर आणि संपूर्ण औदासीन्य या दोन भावनांच्या मध्ये कुठेतरी झुलणारी

भारतीय जनता अशी सगळी पार्श्वभूमी त्या वेळी होती.[२] जवळून पाहिले असता ही कथा वाटली, त्यापेक्षा जास्त गहिरी होती. आपल्याला सम्राज्ञी म्हणण्यात यावे ही जेवढी राणी व्हिक्टोरियाची इच्छा होती, तेवढीच तीव्र भावना डिसरेली यांच्यादेखील मनात होती. मुळात ही उपाधी आपल्यासाठी सर्वसामान्यपणे वापरली जात आहे, असाच राणीचा समज होता; पण कौशल्यपूर्ण खेळी खेळण्याऐवजी डिसरेली यांनी हे शाही उपाधीपद प्रकरण कायद्याच्या मसुद्याच्या स्तरावर इतके निष्काळजीपणे हाताळले की, १८७६ मध्ये सर्व पक्षांतील राजनेते, अगदी राणीच्या बाजूचे आणि रिपब्लिकनसुद्धा या प्रस्तावाच्या विरोधात उभे राहिले. इकडे भारतात लीटन याने अत्यंत नाटकी आणि उत्सवी पद्धतीने घोषणा केली, तरी सकारात्मक प्रतिक्रियांचे वारे वाहू लागले, कारण राणी ते सम्राज्ञी या उपाधीबदलामुळे भारतात परिवर्तनाचा काळ येईल, अशी भाबडी आशा भारतीयांना वाटली होती. शेवटी राणी व्हिक्टोरियाने स्वतः या नामाभिधान-बदलाचे स्वागत केले आणि हा प्रसंग साजरा करण्यासाठी तिने भारतीय महिलांसाठी एका नवीन पदवी सन्मानाची घोषणा केली. अगदी अफगाणिस्तान आणि इजिप्तपर्यंत आपल्या या नवीन अधिकारांच्या घोषणेचे काय परिणाम आहेत हे जाणून घेण्यासाठी मग तिने तिच्या तिसऱ्या मुलाला म्हणजेच कॅनॉटच्या ड्यूकला भारतात वरिष्ठपदाची जबाबदारी घेण्यासाठी पाठवून दिले.

राणीच्या माथ्यावरील कलंक

भारताची सम्राज्ञी या नवीन उपाधीसंदर्भात राणीव्यतिरिक्त कुणीही फारसे उत्साही नव्हते. आगामी काळात १८७६ मध्ये तिची मोठी मुलगी युवराज्ञी बनली होती. तिच्या दुसऱ्या मुलाचा विवाह रशियाच्या एका शाही कुटुंबात झाला होता आणि तिच्या मोठ्या मुलाने, जो गादीचा वारस होता नुकताच भारतदौरा यशस्वीरीत्या पार पाडला होता, ज्यात शाही देखाव्याचे सर्व फायदे समाविष्ट होते. तिच्या पतीच्या - अल्बर्टच्या निधनानंतर संपूर्ण युरोपवर तिने नजर टाकली, तेव्हा तिथे असे जग होते, जिथे जवळपास सगळ्या राज्यांनी साम्राज्याला वाट मोकळी करून दिली होती. जर्मनी, इटली, पोर्तुगाल (ब्राझील) आणि अगदी नुकतीच फ्रान्सनेसुद्धा; पण शाही दुस्वासाची आणि शत्रुत्वाची ठिणगी पडली ती अगदी घराच्या कुंपणात, जेव्हा राणी व्हिक्टोरियाने तिच्या मुलीशी प्रशियाच्या युवराज्ञीशी केलेल्या पत्रव्यवहारावर उपाधीची मोहर लावली. १८७३ मध्ये माय-लेकींत वादाला सुरुवात झाली, जेव्हा जर्मनीतील प्रशियन की पूर्वेकडील इंग्लिश लोक जास्त अपराधी आहेत, यावरून दोघींची बाचाबाची झाली.[३] तर जेव्हा डिसरेली यांनी भारतात राणीला नवीन उपाधीने भूषविण्यात यावे ही कल्पना मांडली, तेव्हा त्याला भरपूर प्रोत्साहन मिळाले. ज्या

सुयोग्य वाटणाऱ्या उपाधींची यादी डिसरेली याने राणीला सादर केली, त्यातील 'राणी-सम्राज्ञी' ही पदवी तिला आवडली. निदान यातील दोन्हींचे विभाजन करून ते वापरण्यासाठी तिची मनाई नव्हती, कारण भारत हा अवलंबित देश होता आणि ब्रिटन हे प्राचीन राज्य होते. याचबरोबर तिने अनेक वर्षांपासून दडपून ठेवलेली इच्छाही व्यक्त केली की, ब्रिटिश वसाहतींमध्येही ड्यूक हे पद निर्माण करण्यात यावे आणि ते तिच्या मुलांना देण्यात यावे.[४] या संदर्भात डिसरेली यांनी ह्यूज केर्न्स, लॉर्ड कुलपती यांच्याशी सल्ला-मसलत केली आणि उपाधीसंदर्भातील घोषणा करण्यासाठी काय करावे, कसे करावे याबाबत सल्ला मागितला. एका वरिष्ठ भारतीय अधिकाऱ्याने या घोषणेच्या भारतात होणाऱ्या संभाव्य परिणामांची चाचपणी केली.[५] आयर्लंड संघ कायद्याने स्थापन प्रथेचा संदर्भ घेत (जेव्हा राजघराण्यातील सत्ताधीशाची उपाधी बदलण्यात आली होती.) डिसरेली यांनी ताकीद दिली की, राणीच्या उपाधीचा बदल 'ही घटना कायद्याने अंकित केलेली असावी आणि त्यात विशेषाधिकाराची भूमिका नसावी.' आणि या संदर्भातील विधान संसदेच्या नवीन सत्राच्या आरंभाच्या वेळी केल्या जाणाऱ्या शाही भाषणात केले जाईल आणि मग या संदर्भात एक कायदा केला जाईल.'[६]

कायदा आणि त्याचा मसुदा भलेही फार संक्षिप्त होता. मात्र, त्यावर पुढील तीन महिने होत राहिलेली चर्चा दीर्घ आणि अत्यंत कडवी होती. सरकारचा हेतू काय आहे, हे जेव्हा डिसरेली यांनी १७ फेब्रुवारीला उघड केले, तेव्हा हाउस ऑफ कॉमन्स आश्चर्यचकित झाले. नवीन उपाधी काय आहे हे सांगणे टाळत डिसरेली यांनी दावा केला की, असे बदल करण्याची गरज असल्याचे १८५८ मध्ये लॉर्ड डर्बी यांच्या मंत्रिमंडळाच्या विचाराधीन होते, तसेच शाही घराण्याला असलेल्या विशेषाधिकारांचाही त्यांनी पुसटसा उल्लेख केला, ज्यामुळे पुरोगामी विरोधकांच्या डोक्यात तिडीक गेली.[७] वसाहतींमध्ये या उपाधीच्या उपयोगाच्या परिणामांमुळे गैरसमज निर्माण होऊ शकतात ही भीती आणि वापरले जाणारे शब्द हे इंग्लिश नाहीत यावरून आगामी दिवसांमध्ये उपाधींमध्ये वापरल्या जाणाऱ्या शब्दांसंदर्भात संभ्रम वाढतच गेला. उपाधीतील शब्द हे कदाचित फ्रेंच साम्राज्याच्या *बोनापार्टीजम* (नेपोलियनने त्याचे शाहीपण जपण्यासाठी फ्रेंच राज्यक्रांतीची जी तत्त्वे अंगीकारली आणि सत्ता गाजवली, तो विचारवाद) याच्या जवळ जाणारे किंवा आणखी एक पाऊल पुढे म्हणजे रशियातील जुलूमशाही साम्राज्याच्या मतांशी जुळणारे आहे, असे मत व्यक्त केले गेले. लिबरल पक्षाचे एक सदस्य रॉबर्ट लोवे, ज्यांनी स्वतःच्याच पक्षाचे एक विधेयक दहा वर्षे पारित होऊ दिले नव्हते, त्यांनी हा मुद्दा उचलून धरला.[८] विरोधकांच्या भूमिकेसंदर्भात डिसरेली यांनी राणीपुढे आश्चर्य व्यक्त केले. मग लिबरल पक्षाच्या मनधरणीसाठी मागच्या दाराने प्रयत्न करण्याचे

ठरले, ज्यासाठी लॉर्ड ग्रॅनव्हिले आणि आरगीलचे ड्यूक यांची मदत घेण्यात आली; पण याने प्रकरण आणखी चिघळले आणि जेव्हा खरोखरच सगळे लिबरल संसद सदस्य बैठकीला एकत्र बसले, तेव्हा त्यांनी या विधेयकाला हाणून पाडण्यावर सहमती दर्शवली. विरोधकांना विश्वासात घेऊन त्यांच्याशी उपाधीमध्ये वापरायच्या शब्दांसंदर्भात सल्ला घेण्यासाठीचे सर्व अधिकार राणीने डिसरेली यांना दिले; पण त्यांच्या विरोधात त्यामुळे कवडीचाही फरक पडला नाही. दिवसेंदिवस राणी आणखी क्रोधित होत गेली. लिबरल पक्षाच्या ताठरपणाबद्दल माहिती मिळाल्यावर तिने निळ्या पेन्सिलीने आपला स्वीय सचिव - हेन्री पॉनसॉनबी - याला पत्र लिहिले : 'राणीचा आग्रह आहे की, तिला सम्राज्ञी अशीच उपाधी देण्यात यावी, कारण तिचे अस्तित्वच तसे आहे आणि ते प्राच्य किंवा पौर्वात्य विचारांशी जुळणारे आहे.'(९) तिने अल्बर्ट यांचे चरित्रकार थिओडोर मार्टिन यांनाही बोलावणे धाडले आणि तिला या नवीन उपाधीची कशी गरज आहे, असे स्पष्टीकरण देणारे लिखाण वर्तमानपत्रात करणाऱ्या व्यक्तीला शोधण्यासही त्यांना सांगितले; पण वर्तमानपत्राचे मत वेगाने विरुद्ध दिशेला जाऊ लागले. विधेयक तीन आठवड्यांनी पुन्हा एकदा पूर्ण वाचनासाठी संसदेच्या पटलावर समोर आले, तेव्हा साहजिकच एका मोठ्या संकटाची चाहूल लागणे सुरू झाले होते.(१०)

संसदेत चर्चा सुरू होण्याच्या आदल्या दिवशी एक स्फोट झाला. राणीला स्वतःलाच ही उपाधी नको आहे आणि डिसरेली ती तिच्यावर लादण्याचा प्रयत्न करीत आहेत, अशी जोरदार अफवा पसरली. या अफवेमुळे झालेल्या नुकसानीची थोडी तरी भरपाई व्हावी म्हणून मग स्वतः राणी व्हिक्टोरियाने डिसरेली यांना सल्ला दिला की, त्यांनी संसदेत असे विधान करावे की, ब्रिटनमध्ये म्हणजे तिच्या स्वतःच्या राज्याने तिला दिलेले राणी हे भूषण बदलण्याची तिची कधीच मनीषा नव्हती आणि तिच्या मुलांना वसाहतींद्वारे मिळणाऱ्या उपाधी 'नेहमी' स्वीकारण्याची गरज नाही; पण विरोध मावळला नाही. इतर वसाहतींना आणि प्रत्यक्ष भारतातही या संदर्भात विश्वासात घेऊन त्यांच्याशी याबाबत चर्चा केली नाही, असा डिसरेली यांच्यावर आरोप लावण्यात आला. प्रस्तावित उपाधींसंदर्भात टीकाकारांचे मत होते की, दोन नामाभिधान लावण्याची कुठलीही प्रथा नाही आणि त्यामुळे सामान्यतः राणी ही उपाधी असताना सम्राज्ञी हे नामाभिधान सोडून देण्यात यावे. भारतातील ब्रिटिश राजसत्तेला 'सुलतानी' स्वरूप देण्याचा कुठलाही प्रयत्न नाही आणि उपाधी बदलल्यास खूप मोठ्या प्रमाणात चलन बदलण्याची गरज आहे, या आरोपाला डिसरेली आणि त्यांच्या सहकाऱ्यांनी कडाडून विरोध केला. मग प्रस्तावित उपाधीचा आधी कुठे कुठे उपयोग होतो आहे, याचा शोध सुरू झाला.(१२) समिती स्तरावर चर्चा दुसऱ्या आठवड्यात प्रवेश करत असताना डिसरेली यांनी हुकमाचा एक्का शोधला. व्हिटॅकर

अल्मानॅकमध्ये[१३] नमूद असलेली राणीसाठीची सम्राज्ञी ही उपाधी एका भूगोलाच्या शालेय पुस्तकात आहे, असे एका विद्यार्थ्यांकडून डिसरेली यांना समजले. त्यांनी ही माहिती संसदेत सादर केल्यानंतर या अशा फुटकळ माहितीमुळे विरोधक आणखी वैतागले आणि त्यांनी यावर मतदानाची मागणी केली ज्यात सरकार अगदी थोडक्या फरकाने जिंकले. संसदेच्या वरच्या सदनात - *हाउस ऑफ लॉर्ड्स*मध्ये समितीच्या स्तरांवर बिलाची अगदी पंगू अवस्था होती आणि त्याला आणखी काही अडथळेही पार करायचे होते. लॉर्ड शाफ्टस्बरी यांनी काही वेगळी नावे सुचवली, ज्यात 'लेडी पॅरामाउंट' आणि आमची 'सॉव्हरिन लेडी' यांचा समावेश होता; पण हा प्रस्ताव दुर्लक्षिला गेला आणि अगदी थोडक्यात हे विधेयक या स्तरावरून निसटले.[१४]

पण गोंधळ संपला नव्हता. राणी राज्यात भ्रमंतीसाठी निघाली आणि ईस्टरसाठी संसद स्थगित झाली. सार्वजनिक स्तरावर या विषयावर देशाच्या कानाकोपऱ्यांत बैठका झडू लागल्या. दशकापासून थंड बस्त्यात असलेली रिपब्लिकन सदस्यांची हालचाल पुनरुज्जीवित झाली. न्यूकॅसलचे संसद सदस्य जोसेफ कोवेन त्यांचे नामधारी नेते होते, तर कवी जेम्स थॉमसन यांनी स्वतःच्या आरोपांची एक यादीच तयार केली.[१५] काही आठवड्यांतच डंडीचे संसद सदस्य एडवर्ड जेनकिन्स यांनी अत्यंत कुत्सितपणे एक मजेशीर पत्रक काढले, ज्याचे शीर्षक होते 'राणीच्या माथ्यावरील कलंक'. हे पत्रक प्रचंड लोकप्रिय झाले आणि वर्ष संपतासंपता त्याच्या सुमारे एक लाख प्रती छापल्या गेल्या. पंच आणि इतर व्यंगात्मक वर्तमानपत्रांना आणि मासिकांना त्यामुळे पुढे अनेक आठवडे पुरेल असा विषय मिळाला.[१६] संसदेच्या बाहेर चाललेल्या या चर्चेच्या गुऱ्हाळातून नवीन उपाधीसंदर्भात काही व्यवहार्य सूचना-सल्ले बाहेर आले, तर बऱ्याच प्रमाणात एक भयावह भाकीतदेखील करण्यात आले की, ब्रिटन आता जुलूमशाही राष्ट्र बनण्याच्या दिशेने मार्गक्रमण करीत आहे. सर्व आरोपांच्या लक्ष्यस्थानी डिसरेली होते. इंग्लिश भाषाविरोधी किंवा आफ्रो-एशियाटिक भाषांचे प्रेमी अशी डिसरेली यांची प्रतिमा बनली आणि ब्रिटनमध्ये त्याचे व्यंगचित्र झाले जे मोठ्या चर्चेत राहिले. मात्र, पूर्वोत्तर हवामानाच्या कुठल्याही प्रकारात हे विधेयक बसत नव्हते. एक जुलमी रशियन सुलतान जो ब्रायटन पॅव्हेलियनला (शाही निवासस्थानाला) क्रेमलिनमध्ये बदलू शकतो किंवा एक ज्यू भुरटा फेरीवाला जो व्हिक्टोरियाला तिच्या इंग्लिश सन्माननीय पदवीच्या बदल्यात एक नवीन नामाभिधान लावण्यासाठी प्रोत्साहन देतो, अशी डिसरेली यांची वर्णने ब्रिटनचे लोक करू लागले होते.[१७]

देशाच्या आणि देशवासीयांच्या काय भावना आहेत आणि राणीचा स्वभाव नेमका कसा आहे याबद्दल डिसरेली यांचा अंदाज सपशेल चुकला. एक व्हाइसरॉय आणि त्याच्यानंतर आलेला दुसरा, दोघेही भारतात कुठलेही मत प्राप्त करू शकले

नाहीत आणि शेवटी त्यांना वसाहतींचे सचिव लॉर्ड कॅरनरवोन काय दिशा ठरवतात यावर विसंबून राहावे लागले. यातून एखादा असामान्य तोडगा कसा काढता येईल याबाबत दोन्ही पक्षांचे लोक चर्वितचर्वण करत होते. हेन्री फॉसेट म्हणून एक संसद सदस्य होते, ज्यांनी आपली इच्छा व्यक्त केली की, संसदेचे सत्र पुन्हा सुरू झाल्यावर 'भारताची महाराणी' ही उपाधी राणीने ग्रहण करावी, असा त्यांचा आग्रह राहणार आहे. डिसरेली यांच्या अंदाजाप्रमाणे लिबरल पक्षाच्या नेत्यांनी राणीच्या अनुपस्थितीत प्रिव्ही काउन्सिलची एक बैठक बोलावून त्यात फॉसेट यांना समर्थन देण्याचा निर्णय घेण्याचा घाट घातला होता. राणीने यावर एक प्रति-चाल सुचवली. लंडनमध्ये परत येताच तीच स्वतः काउन्सिलची एक तत्काळ बैठक बोलावणार होती आणि त्यात उपाधीला औपचारिक करण्याचा प्रस्ताव ठेवणार होती. दोन्ही बाजूंच्या या खेळींसाठीचा दिवस कधीच उजाडला नाही; पण शाही उपाधी कायद्याला एका घोषणापत्राची जोड देण्याची गरज होती, ज्यात भविष्यात सर्व परकीय आणि वसाहतींमधील आंतरराष्ट्रीय संबंधांसंदर्भात एक विशिष्ट शब्दप्रयोग- ज्यातून नवीन शाही पद्धती-प्रथा अधोरेखित होईल- असणे आवश्यक होते.[१८] पुन्हा एकदा डिसरेली यांनी पायावर धोंडा पाडून घेतला. त्यांनी ग्वाही दिली की, ही नवीन उपाधी राणी युनाइटेड किंगडमसाठी वापरणार नाही. मात्र, इतर वसाहतींत आणि ब्रिटनवर अवलंबून असलेल्या प्रदेशांमध्ये त्याचा कसा वापर केला जाईल, हेदेखील त्यांनी स्पष्ट केले नाही. या विधानांमुळे विरोधकांना पुन्हा एकदा या विधेयकाचा फज्जा उडवण्याची संधी मिळाली.[१९] असे लक्षात येत होते की, सत्तेतील या परिवर्तनाने कुणीही आनंदी नव्हते. शाही उपाधी विधेयकाची फत्ते होणे, तर सोडाच; पण डिसरेली यांनी उचललेल्या प्रत्येक पावलामुळे त्यांनी स्वतःच्याच सरकारसाठी टीका आणि टीकाच ओढवून घेतली होती. आगामी काही वर्षांत ब्रिटनमध्ये तर ही उपाधी वापरली गेलीच नाही; पण त्याहीपुढे म्हणजे तिचा संपूर्ण अस्वीकार करण्यात आला. स्थानिक पातळीवर 'सम्राज्ञी' असा जरासाही उल्लेख झाला, तर संसदेच्या खालच्या सभागृहात गदारोळ माजायचा. साम्राज्य हे तिरसट ब्रिटिशांसाठी नव्हते. या सर्व प्रकारांत डिसरेली यांनी राणीची नाराजीही ओढवून घेतली होती. जो बदल आवश्यक आहे, त्यात अवमानकारक असे काय आहे की, त्यामुळे विरोधक असे चवताळून उठत आहेत, या कुतूहलाच्या पलीकडे आता ती गेली होती. तिच्या स्वतःच्याच राज्यात इतका अडथळा निर्माण झाल्यामुळे नवीन उपाधीसंदर्भात आता भारतात तरी वातावरणनिर्मिती करण्याची गरज आहे, असे मत व्यक्त करण्यात आले आणि त्यासाठी ब्रिटिश सरकारने आपला मोर्चा भारताचे नवीन व्हाइसरॉय लॉर्ड लीटन यांच्याकडे वळवला.

शाही मेळावा

भारताचे नवीन व्हाइसरॉय म्हणून रॉबर्ट बुलवर-लीटन यांची निवड ही सहज नव्हती. स्वतः लीटन यांच्यासाठीही ही घोषणा धक्कादायक होती. त्यांनी डिसरेली यांना समजावून सांगितले की, या पदासाठी आवश्यक असलेले ज्ञान त्यांच्याकडे नाही आणि 'भारताशी संबंधित सर्व माहिती आणि त्या देशाचे प्रश्न या संदर्भात ते संपूर्णतः अनभिज्ञ' आहेत.(२१) राजकीय मुत्सद्देगिरांच्या कंपूतून निवडलेले लीटन हे एका ख्यातनाम पित्याचे म्हणजेच कादंबरीकार एडवर्ड बुलवर-लीटन यांचे प्रसिद्ध सुपुत्र होते. परदेशातील त्यांच्या प्रतिष्ठित नियुक्त्या या म्हणजे पॅरिस, कोपनहेगन, व्हिएन्ना आणि अथेन्स येथील कुठल्याही धोरणाच्या यशस्वितेपेक्षाही त्यांनी ओवेन मेरेडिथ या टोपणनावाने केलेल्या कवितांमुळे त्यांनी जास्त नाव कमावले.(२२) तरीही, युरोपमधील महत्त्वाच्या शहरांच्या राजधानींत मोठा कार्यकाळ व्यतीत केलेले लीटन हे फ्रेंच आणि ऑस्ट्रियन साम्राज्यांच्या अंताचे आणि जर्मनीतील साम्राज्याच्या उदयाचे साक्षीदार राहिले होते, जे भारतात जबाबदारी स्वीकारण्यासाठी लागणाऱ्या तयारीसाठी अगदीच अयोग्य नव्हते. फ्रान्समधील लुई नेपोलियन यांच्या साम्राज्यशाहीचा सूर्य जेव्हा अगदी तळपत होता, तेव्हा लीटन जर्मनीत होते. १८६४ मधील श्लेशविग-हॉल्स्टेन येथील संकटाच्या वेळी जर्मन राजांना नामोहरम होताना आणि त्यांनी ऑस्ट्रियन साम्राज्यापासून हंगेरीला विलग होतानाचेही ते साक्षीदार होते. १८७० मध्ये प्रकाशित झालेल्या दोन लेखांमध्ये त्यांनी नमूद केले होते की, युरोपातील राज्यांमधील नजीकचा इतिहास पाहता आता त्यातून शिकवण घेण्याची वेळ आली आहे. त्यांनी नमूद केले की, ब्रिटनमधील युरोपवासी हे घराणेशाहीच्या आणि राजघराण्यांच्या संस्कृतीला वृद्धिंगत करण्यात अपयशी ठरले आहेत आणि म्हणून ते राजांप्रति आणि त्यांच्या घरंदाजपणाप्रति निष्ठाही ठेवू शकले नाहीत. फ्रान्सची 'मध्यमवर्गीय घराणेशाही' लाजिरवाणी होती आणि त्यांच्यात राष्ट्रीय भावनेचा अभाव होता. तिकडे जर्मनीमध्ये लष्करी प्रशासकीय व्यवस्था होती, त्यांनी नमूद केले.(२३) त्यांच्या या परराष्ट्रीय नियुक्त्यांच्या प्रवासादरम्यान लीटन यांच्या काही रोचक ओळखीही झाल्या. *द लाइफ ऑफ जीसस* (१८६३) या वादग्रस्त पुस्तकाचे लेखक अर्नेस्ट रेनन यांच्याशी अथेन्समध्ये १८६३ मध्ये त्यांचा परिचय झाला; पण त्यांना भेटून लीटन यांचा अपेक्षाभंग झाला होता. आणखी एक फ्रेंच लेखक जे अथेन्समध्येच त्यांना भेटले त्यांनी लीटन यांना खूप प्रभावित केले होते; त्यांचे नाव होते आर्थर दे गोबिनेवू, जे वर्ण सिद्धान्तवादी होते. त्यांच्या *Traite des ecritures cuneiformes* या पुस्तकाचे लीटन यांनी १८६७ मध्ये परीक्षण केले होते, ज्यातील गोबिनेवू यांच्या 'पूर्वोत्तर बुद्धी' आणि त्याच्यावरील मंतरलेल्या

वस्तू आणि चिन्हे यावर केलेल्या अभ्यासाचे लीटन यांनी अधिक चिंतन केले होते.(२४) यातील काही कल्पनांनी लीटन यांच्या मनात घर केले होते आणि त्यांच्या भारतामधील आगमनानंतर त्या सर्व कल्पनांनी उचल खाल्ली होती.

मार्च १८७६ मध्ये लीटन यांची नियुक्ती घोषित करण्यात आली. पूर्वेकडे त्यांचा प्रवास सुरू झाल्यावर भारतातून सेरॅपिस या बोटीने ब्रिटनला परतणाऱ्या वेल्सच्या राजपुत्राची त्यांनी ठरवून भेट घेतली. एप्रिल महिन्याच्या मध्यंतरात ते कलकत्त्याला पोहोचले आणि त्यांनी डिसरेली यांना सांगितले की, त्यांना राणीच्या नव्या उपाधीसंदर्भात घोषणा करण्याची इच्छा आहे आणि ती, 'अत्यंत नाटकी पद्धतीने प्रभावीपणे आणि राजकीय महत्त्व प्राप्त असलेली' अशी असावी, अशी अपेक्षा आहे. मग राणीच्या नजरेमध्ये त्यांची प्रतिमा आणखी उंचावली. त्यांनी वचन दिले की, 'राणीच्या उपाधी ग्रहणाला ते शक्य तितके प्रभावी व परिणामकारक करण्याचा प्रयत्न करतील; जेणेकरून हर मॅजेस्टीला स्पष्टपणे मुघलांच्या त्या प्राचीन तख्तावर आपला अधिकार स्थापित करता येईल. हर मॅजेस्टीच्या भारतीय प्रजेच्या कल्पनेतील आणि प्रथेतील जी सर्वोच्च सत्ताधीशाची प्रतिमा आहे, ती याच तख्ताशी जुळली आहे.'(२५) मे महिन्याच्या सुरुवातीलाच त्यांच्या योजनेतील सर्व भारतीय राजांच्या मेळाव्याच्या तयारीला आकार मिळू लागला आणि ब्रिटिश राजसत्तेच्या आतापर्यंतच्या प्रवासातील सगळ्यात भव्य आणि देखणा सोहळा करण्यासाठी काय काय करता येईल, यासाठी त्यांचे अधिकारीदेखील कामाला लागले.

भारतासारख्या देशात काम करण्यास ते अननुभवी आहेत, हे स्वतः मान्य करूनही लीटन यांच्या कामाची गती लक्षणीय होती. ब्रिटनमध्ये शाही उपाधी कायद्यासंदर्भातील वादळ अजून पूर्ण शांत झाले नव्हते; पण इकडे लीटन यांनी आपले काम अत्यंत चातुर्याने आणि कौशल्याने करणे सुरूदेखील केले होते. त्यांच्या सहकाऱ्यांची त्यांना अतिशय समर्पक साथ असली, तरीही कामामागील प्रेरणा मात्र ते स्वतःच होते. लीटन यांची दोन प्रमुख उद्दिष्टे होती. पहिले म्हणजे मायदेशी राणीच्या उपाधी किंवा नामाभिधान बदलण्यावरून विरोधी पक्षाने केलेल्या भाषणांमुळे झालेले नुकसान भरून काढणे आणि त्यासाठी ते म्हणत त्याप्रमाणे 'आशियातील मनांमधील उत्साह' जागृत करणे. ते परिस्थितीवरच सोपवताना त्यांनी लॉर्ड सॅलिसबरी यांनादेखील सांगितले की, भारतीय राजकीय भावना या मूक आणि बधिर आहेत. स्वतःच्याच निरीक्षणांवर आधारित तात्पर्याला, ज्याला ते 'स्थानिक स्वभावांचे बारकाईने केलेले निरीक्षण' असे संबोधत असत. लीटन यांच्या डोक्यात होते की, भारतीय राजांना आणि इतर छोट्याछोट्या प्रदेशांच्या प्रमुखांना विश्वासात घ्यावे, ज्यांना ब्रिटिशांनी विनाकारण दुर्लक्षित ठेवले आहे. सुयोग्य सन्मान, नजराणे आणि थाटमाट या सर्व लांगूलचालनाला ब्रिटिश घराण्याप्रति निष्ठा असा मुलामा

देत आपला फायदा करून घेण्याची ही सरंजामशाही वृत्ती होती. अगदी ३०० वर्षांपासून ब्रिटिश राजघराण्याचे याप्रमाणेच निष्ठावान राहिलेले सॅलिसबरी यांचे घराणे असल्यामुळे त्यांना हा सर्व प्रकार गैर वाटला नाही आणि त्यांना ही कल्पना आवडली. अशा प्रकारे लीटन यांनी राणीलाही आश्वस्त केले की, ऑस्ट्रियासारख्या कोसळत चाललेल्या साम्राज्यांचे नशीब आपल्या वाट्याला येऊ नये असे ब्रिटिश भारताला वाटून ते असा प्रसंग टाळण्याचा प्रयत्न करतील.(२६) दुसरे म्हणजे लीटन यांना भारतातील ब्रिटिश लष्कराचे भव्य प्रदर्शन घडवून आणून त्याच्या साम्राज्याची ताकद रशियाला दाखवायची होती. त्याचबरोबर युरोपातील इतर प्रबळ राज्यांनाही त्या बलाची जाणीव करून द्यायची होती. ऑटोमन साम्राज्याची अस्थिरता पाहता पूर्वेकडील आपली ताकद वाढवण्याचा ही राज्ये प्रयत्न करीत असल्याचा अंदाज होता. मग भारतातील फ्रेंच आणि पोर्तुगीज राजदूतांनाही जानेवारीत होणाऱ्या शाही मेळाव्याचे निमंत्रण पाठवण्यात आले.(२७)

ही बैठक किंवा ज्याला सुरुवातीला दरबार असे संबोधित करण्यात येत होते, त्याच्या घोषणापत्राची तयारी पुढील तीन महिने चालली. या शाही योजनेसंदर्भात दोन्ही देशांतील वृत्तपत्रे आपल्या तिरस्काराचे प्रदर्शन करतील, या भीतीपोटी सर्व कामकाज अत्यंत गोपनीय पद्धतीने चालले होते. आयोजनाच्या सगळ्या तपशिलावर १० ऑगस्ट रोजी दोनपैकी एका व्हाइसरॉय यांच्या बैठकीत शिक्कामोर्तब झाले. मेळाव्याचा दिवस १ जानेवारी १८७७ असणार हे सर्वप्रथम निश्चित करण्यात आले. मात्र, तीन दिवसांच्या उत्सवाची कल्पना रद्दबातल करण्यात आली, कारण देशाच्या दक्षिण आणि पश्चिम भागांत दुष्काळाचे वातावरण होते. कार्यक्रमाचे स्थळ मात्र चर्चेच्या अगदी नंतरच्या टप्प्यात ठरवण्यात आले. बॉम्बेचा विचार केला जात होता; तो जुलै महिन्याच्या शेवटासाठी; पण तार्किकदृष्ट्या उत्तरेतर किंवा देशाच्या मध्य भागामध्ये हे आयोजन व्हावे, असे बोलले जात होते. त्यासाठी आग्रा, जबलपूर किंवा दिल्ली या शहरांची नावे सुचवण्यात आली आणि दिल्लीला पसंती देताना 'रेल्वेमार्फत संपर्कास सोपे, रहिवासी छावण्यांसाठी भरपूर जागेची आवश्यकता आणि ऐतिहासिक महत्त्व' असे स्पष्टीकरण देण्यात आले.(२८) एकदा दिल्लीची निवड झाल्यानंतर तपशिलाच्या इतर भागांचा आणखी सखोल विचार केला गेला; जसे की, वीस वर्षे उलटून गेल्यावरही ब्रिटिशांविरोधातील पहिल्या बंडाच्या खुणा ज्यावर कायम आहेत, त्याचा कायापालट करावा लागेल. लीटन यांनी या वेळी दोन अत्यंत महत्त्वाचे निर्णय घेतले. पहिला निर्णय म्हणजे सोहळ्याची जागा ही मोकळ्या मैदानात आणि शहराच्या उत्तर-पश्चिमेकडे असावी. १८५७ च्या बंडाला तोंड देण्यासाठी शहराच्या सीमारेषेवरील पर्वतराजींमधून इंग्रजांनी प्रवेश केला होता. स्थळाच्या निवडीमागे मुख्यत्वे भौगोलिक कारण होते. मात्र, त्याला ऐतिहासिक

महत्त्वही होते. मूत्रपिंडाच्या आकाराचे हे स्थळ शहराला कवेत घेणारे आणि त्याकडे नजर ठेवून होते. दुसरा निर्णय म्हणजे, भारतातील मुस्लीम राजांच्या उपस्थितीबाबत - विशेषतः हैदराबादच्या निझामाच्या उपस्थितीसंदर्भात होता, कारण वेल्सच्या राजपुत्राच्या १८७५मधील दौऱ्याच्या वेळी त्यांनी बॉम्बेला यायला दिलेला नकार त्यांना अजूनही खटकत होता - उत्सुक असलेल्या लीटन यांनी मग प्रस्ताव ठेवला की, फतेहपुरी मस्जिद आणि झीनत-उल मस्जिद ही त्यांच्या कायदेशीर मालकांच्या सुपूर्द करण्यात येईल. आणखी एक विचारपूर्वक खेळी खेळत लीटन यांनी जामा मस्जिद या दिल्लीतील सगळ्यात मोठ्या मशिदीच्या डागडुजीसाठी आर्थिक मदत देऊ केली, कारण मस्जिद असलेल्या मार्गावरूनच कार्यक्रमस्थळाकडे जाण्याचा रस्ता होता. या सर्व कृतींमागे निव्वळ स्थानिक उपयोगिता नव्हती, तर लीटन यांची नजर कॉस्टन्टिनोपल येथील वाढत्या तणावाकडेही होती. लीटन यांना अशी माहिती पुरविण्यात आली होती की, संकटकाळी डिसरेली यांनी जी रशियाविरोधी भूमिका घेतली होती, त्याला बॉम्बे शहराने विशेष समर्थन दिले होते.(२९)

स्थळ आणि कार्यक्रमाचा दिनांक ठरल्यावर लीटन आता जास्तीतजास्त वेळ दरबाराच्या सांकेतिक आणि कलात्मक रचनेकडे देऊ लागले आणि त्याहीपेक्षा राजांना आणि राज्यप्रमुखांना नवीन व योग्य शाही अनुक्रमात कसे बसवता येईल, यावर ते काम करत होते. तसे पाहता हा सारा सामान्य कामकाजाचाच भाग होता. त्यांच्या आधी या पदावर काम करणाऱ्यांनी पाडलेल्या प्रथा लीटनदेखील पुढे चालवत होते. आयोजनप्रसंगी देण्यात येणाऱ्या तोफांच्या सलामीमध्ये वाढ करण्याचा प्रस्ताव ठेवण्यात आला. अस्तित्वात असलेल्या *स्टार ऑफ ऑर्डर* या घरंदाजपणासाठी प्रदान केल्या जाणाऱ्या सन्मानाच्या कक्षा रुंदावण्यात याव्यात, असे ठरले. विशेषतः राणी व्हिक्टोरियाला आता वाटू लागले होते की, सन्मानांपैकी वरच्या स्तरावरील *ग्रॅन्ड क्रॉस* आता काही भारतीय राजांना, जे ख्रिश्चनधर्मीय नाहीत, त्यांनाही देण्यात यावा. लंडनमध्ये कुणाच्याही गावी नव्हता असा एक सन्मान लीटन यांनी पुनरुज्जीवित केला आणि त्याचे नाव होते *ऑर्डर ऑफ ब्रिटिश इंडिया.*(३०) जितके अधिक करता येणे शक्य होते, ते लीटन यांना हवे होते. भारतीय राजांना पुन्हा एकत्रित करून सरंजामशाहीला मानाचे स्थान देण्यासाठी एक नवे सन्माननीय पद आणि त्याला साजेसे पदक आवश्यक असल्याचे त्यांना वाटले. मग कलकत्ता येथे एक 'राजदूतांचे महाविद्यालय' स्थापन करण्याचा विचार झाला आणि चौदाव्या शतकातील व्हेनिसमधील लिब्रो डी'ओरो हे स्थानिक घरंदाजांच्या सन्मानाच्या प्रथेचा आधार घेत त्याची सुरुवात झाली. भारतातील राज्यकर्त्यांच्या ढाली, तलवारी आणि रंग असलेले फलक तयार करण्याची तयारी सुरू करण्यात आली, जी जबाबदारी आधी कलकत्त्यावर होती; नंतर मात्र लाहोरस्थित मेयो कला विद्यालयाने ही जबाबदारी घेतली. ही सर्व तयारी

करत असताना विद्यालयाचे प्राचार्य जॉन लॉकवूड किपलिंग यांचा व्हाइसरॉय यांच्या अधिकारीवर्गात समावेश करण्यात आला. काही वरिष्ठ ब्रिटिश अधिकारी आणि राजे यांचा समावेश असलेले एक सल्लागार मंडळ असावे, असेही लीटन यांचे म्हणणे होते.[३१] शेवटी लीटन यांनी वॅल प्रिन्सेप या चित्रकाराला लंडनहून भारतात येण्यास सांगितले आणि त्याने आयोजित केलेल्या या भव्य सोहळ्याचे क्षण टिपून नंतर त्याला चित्ररूप देऊन आलेल्या विशिष्ट अतिथींना त्याचे वाटप करण्यात यावे, असे सांगितले.[३२] या कामासाठी स्थानिक धनाढ्य राजांकडून निधी गोळा करण्याचेही ठरले. परंपरा प्रस्थापित केल्या जात होत्या, ज्यांचा उगम अगदी मुघलांच्या काळाइतका मध्ययुगीन होता.

सप्टेंबर महिना अर्धा संपत आला, तोवर आयोजनातील काही ठरलेल्या वैशिष्ट्यपूर्ण आकर्षणांमध्ये बदल करण्यात आले. ठरल्याप्रमाणे आता हे आयोजन म्हणजे दरबार नाही तर एक शाही मेळावा म्हणून गणले जाणार होते. दरबाराचे आयोजन हे छत असलेल्या ठिकाणीच होत असे आणि या विशिष्ट आयोजनाकरिता जितके लोक येणे अपेक्षित होते, त्यांना सामावून घेऊन शकेल इतका मोठा शामियाना बनवणे शक्यच नव्हते. शिवाय सर्वसाधारणपणे दरबारांमध्ये मोठ्या प्रमाणात ज्या नजराण्यांची आणि भेटींची देवाण-घेवाण केली जाते, त्याला आणि आलेल्या राजांमधील आणि प्रमुखांमधील प्रांत आणि मान-मरातब, उच्च-नीच भेदभाव हे प्रकार टाळण्याचा लीटन यांचा उद्देश होता.[३३] जे छोटे राजे आणि प्रमुख होते त्यांना आमिष दाखवण्यात आले की, या शाही मेळाव्याला उपस्थित राहण्यासाठीचा त्यांचा खर्च हा ब्रिटिशशासित भारत सरकार करणार आणि अशा दूरच्या प्रदेशातून येणाऱ्या राजांच्या समूहासाठी दिल्लीमध्ये राहण्याची विशेष व्यवस्थादेखील केली गेली. निझामाला दिल्लीतील माजी ब्रिटिश प्रतिनिधी यांचे घर मेटकाफ हाउस देण्यात आले, ज्याचे छप्पर १८५७ च्या बंडाच्या वेळी विद्रोहकांनी केलेल्या हल्ल्यात उडून गेले होते आणि आता त्याची घाईघाईने डागडुजी करण्यात येत होती.[३४] प्रसारमाध्यमांकडून सकारात्मक प्रतिसाद मिळावा, यासाठीचे प्रयत्न म्हणून भारतीय आणि युरोपीय संपादकांना या सोहळ्यात सरकारने स्वखर्चाने निमंत्रित करून, सामावून घेतले होते.[३५] याव्यतिरिक्त सर्व कार्यवाहीला आणखी मुलामा देण्यासाठी काही परोपकाराची कामे करण्याचेही ठरवले गेले. जसे की, काही कैद्यांची सुटका करणे, मृत्युदंडाची शिक्षा रद्द करणे, तिन्ही भारतीय प्रांतांच्या मुख्य शहरांमध्ये गरिबांना भोजनदान आणि भारतामध्ये सर्वदूर रोषणाई आणि आतषबाजीसाठी आर्थिक मदत करणे.[३६]

राणीच्या नवीन उपाधी घोषणेसाठी आयोजित या शाही मेळाव्यात व्हाइसरॉय यांनी स्वतः राणीलाही अगदी ठळकपणे समाविष्ट करून घेतले होते. लीटन यांच्या

पुढाकाराने हा प्रसंग साजरा करण्यासाठी एक नाणे तयार करण्यात आले, ज्यांचे वाटप केले जाऊ शकणार होते. सुवर्ण आणि रौप्य अशा दोन धातूंचा उपयोग करून बनवलेल्या या नाण्यांवर राणीची प्रतिमा आणि तिचे पर्शियन भाषेतील नामाभिधान *'कैसर-ए-हिंद'* हिंदी अक्षरांमध्ये आणि इंग्रजीत *'एम्प्रेस ऑफ इंडिया'* असे कोरण्यात आले होते. एक विशिष्ट चलनदेखील जारी करण्यात आले, ज्यात सगळ्यात कमी किमतीचा आणादेखील बाजारात आणला गेला.[३७] सॅलिसबरी यांनी लीटन यांच्याकडे स्पष्ट केले की, उपाधीच्या भारतीय अनुवादाला स्वीकार आणि मान्यता मिळण्यासाठी बराच काळ लागला. ॲसिरियन तज्ज्ञ आणि भारतीय सल्लागार मंडळाचे सदस्य सर हेन्री रॉलिन्सन यांनी अनुवादासंदर्भात सल्ला दिला होता आणि मंडळाचे सदस्य इस्लामचे अभ्यासक सर विलियम मूर यांनीही मदत केली होती. *कैसर-ए-हिंद* ही उपाधी वादविवादाशिवाय संमत झाली नव्हती. मुळात ही पदवी पुरुषांसाठी होती, स्त्रियांसाठी नाही. फक्त फायद्याचा विचार करण्याची वृत्ती असलेल्या सॅलिसबरी यांनी स्पष्ट सांगितले की, सरकारला एका सत्ताकाळातून दुसऱ्यात प्रवेश करताना चलनावर लिंगबदल करण्याची इच्छा नाही. उपाधीचा स्थानिक भाषेतील अनुवादही एक धक्काच होता, कारण डिसरेली हे *एम्प्रेस* या इंग्लिश शब्दप्रयोगासंदर्भात आग्रही होते.[३८] उपाधीबद्दल चाललेल्या गोंधळाने राणी विचलित झाली नव्हती. तिचे सर्व लक्ष तिच्या वापरल्या जाणाऱ्या प्रतिमेकडे लागले होते. पहिली दोन नाणी तिने सपशेल नाकारली. त्यांच्यावरील तिच्या प्रतिमेत तिचे नाक फारच लांब आणि कपाळ अतिशय चपटे झाले असल्याचे तिने सांगितले. दुसऱ्या वेळी, तिचा चेहरा आणि गाल 'जास्त गुबगुबीत आणि फुगलेले' आहेत, असे मत तिने व्यक्त केले.[३९] लीटन यांच्या यादीतील इतर गोष्टी मग पुढे सरकल्या. दिल्ली येथे होऊ घातलेल्या या सोहळ्यात आणि यानंतर भारतात कुठेही आयोजित केल्या जाणाऱ्या अशा प्रकारच्या उत्सवी समारंभामध्ये राजघराण्याच्या प्रथा-परंपरांची आब आणि पत राखली जावी, असे राणीने निक्षून सांगितले. डिसरेली यांनी विनंती केली की, शाही मुकुट घातलेले राणीचे एक चित्र व्हाइसरॉय यांच्या शामियान्यात लावण्यात यावे. त्या वर्षी मे महिन्यात पूर्ण झालेल्या हाइनरिच वॉन अँजेली यांनी काढलेल्या राणी व्हिक्टोरियाच्या चित्राच्या प्रती त्याने राणीच्या डोक्यावर मुकुट आणि चेहऱ्यावर जाळीचे आवरण चढवल्यानंतर पाठवण्यात आल्या.[४०] या सर्व कल्पनांचे स्वागत तर लीटन यांनी केलेच; पण यामध्ये स्वतःच्या काही गोष्टीदेखील यात जोडल्या. स्वतःच भेटींसंदर्भात केलेले नियम त्यांनी शिथिल केले आणि ब्रिटिश पद्धतीच्या विशिष्ट घड्याळांची मागणी नोंदवली. या घड्याळांमध्ये राणीचे चित्र टाकण्यात येणार होते आणि जानेवारीमधील या मोठ्या सोहळ्यापूर्वी भारतीय राजांशी ठरलेल्या एका वैयक्तिक भेटीदरम्यान ते त्यांना भेट देऊन सोहळ्यामध्ये ते त्यांनी घालावे,

असे नियोजन करण्यात आले. शाही मेळाव्यासंदर्भातील योजनांचा सपाटा पुढे असाच सुरू राहिला. एका नवीन शाही मुकुटाच्या निर्मितीचेही लीटन स्वप्न पाहू लागले होते, ज्यात लावले जाणारे रत्न हे भारतातील एखाद्या राजाच्या प्रांतातील असावे, अशी त्यांची इच्छा होती. तसेच एका जनकल्याण निधीची स्थापना करून ब्रिटनमधील रुग्णालयांना आणि भारतातील कुष्ठरोगी आश्रमाला तो पुरवण्यात यावा, असेही त्यांना वाटत होते आणि या निधीचा आकडा त्यांनी १ लाख पौंड एवढा ठरवला होता.[४१] सॅलिसबरी यांनी निधीच्या कल्पनेपासून लीटन यांना परावृत्त केले आणि शाही मुकुट ही चैन आहे, गरज नाही हेदेखील पटवून दिले; ज्यामुळे ती कल्पनादेखील थंड बस्त्यात गेली. शिमल्याच्या गार हवेत व्हाइसरॉय यांच्या कल्पनांना पंख फुटले होते आणि ते अक्षरशः वाटेल तिकडे तरंगत सुटले होते. डिसरेली यांनी केलेल्या टिप्पणीनुसार लीटन यांच्या 'घोषणा योजना' आता अरेबियन नाइट्सच्या कथांप्रमाणे भासत होत्या.[४२] आता लीटन यांनी जमिनीवर येण्याची आणि मुख्य कार्यक्रमावर लक्ष केंद्रित करण्याची गरज होती.

सोहळ्यासाठी तयार केलेल्या स्थळावरील संपूर्ण तयारी डिसेंबर महिन्याच्या मध्यापर्यंत पूर्ण झाली होती. हजारो लोक आणि प्राणी दिल्लीच्या दिशेने मार्गक्रमणा करीत होते. उदाहरणार्थ, बडोद्याच्या गायकवाडांनी त्यांच्या दिल्ली आगमनापूर्वी ५२० पुरुष, ११४ घोडे, २४ बैल, २१ उंट आणि १० हत्ती असा ताफा रवाना केला होता. जयपूरच्या महाराजांनी - ज्यांना दिल्लीपर्यंतचे अंतर कमी होते - त्यांनी १००० पुरुष, ३०० घोडे, ३०० बैल, १३० उंट आणि १५ हत्ती पाठवले तसेच जोधपूरच्या महाराजांनी या दोघांवरही मात करत १७०० पुरुष बरोबर आणले होते. मात्र, प्राण्यांमध्ये ते फक्त १५ हत्ती घेऊन येऊ शकले.[४३] या सर्व लवाजम्याने तयार केलेल्या मंचावर प्रमुख भूमिका सादर करण्यासाठी लष्कराचे आगमन झाले. या सोहळ्याला येणाऱ्या भारतीय दरबारातील बहुप्रतिष्ठित आणि प्रमुख गणल्या जाणाऱ्या राजांना त्यांच्या आगमनप्रसंगी व्हाइसरॉय यांच्या बग्गीतून कार्यक्रमस्थळी आणण्यात आले आणि तोफांची सलामीसुद्धा देण्यात आली. सर्वप्रथम हा सन्मान मिळाला तो भोपाळच्या बेगम यांना. बरोबर २३ डिसेंबरला लीटन यांचे दिल्लीच्या रेल्वे स्थानकावर आगमन झाले. त्यांची पत्नी, मुले आणि काही वरिष्ठ अधिकारी यांच्या सोबत आलेल्या लीटन यांनी मग हत्तीवरून तब्बल तीन तास रेल्वे स्थानक ते कार्यक्रमस्थळापर्यंत शहराची पाहणी करत रपेट मारली. भारतीय राजे आणि त्यांच्या ताफ्यांनी लीटन यांच्या मार्गावर दुतर्फा रांगा लावल्या होत्या, ज्यात मध्येच ब्रिटिश राज लष्कराच्या लाल रंगाच्या गणवेशातील सैनिकांच्या छोट्या रांगा होत्या. जामा मस्जिदीच्या समोर मुद्दाम एक जागा मोकळी सोडण्यात आली होती, जिथे परदेशी पाहुण्यांसाठी आणि राजदूतांसाठी ही मिरवणूक पाहायची सोय करण्यात

आली होती.[४४]

पुढचे दहा दिवस शाही मेळाव्यासाठी आलेल्या पाहुण्यांनी दिल्ली गजबजली होती. जुन्या दिल्लीच्या माथ्यावर दिव्यांच्या प्रकाशांनी झगमगणारा उपनगराच्या रूपातील जणू एक आकाशाचा तुकडाच तयार झाला होता. आलेल्या निमंत्रितांची संख्या सुमारे १,००,००० (दिल्लीची लोकसंख्याच मुळात १,६०,००० एवढी होती.) असल्याचा अंदाज होता. वसवलेल्या छावणीला स्वतःचे रस्ते होते, शौचालये होती, सांडपाणी व्यवस्था होती आणि मोठ्या प्रमाणात मार्गदर्शक फलक होते. येथील लीटन यांच्या निवासाची व्यवस्था असलेला भाग गॅसवर चालणाऱ्या दिव्यांनी (जयपूरचे अभियंता - महाराज राम सिंग द्वितीय यांच्या सौजन्याने) सजला होता. छावणीत विशेष पोलीस दल, एक टेलिग्राम ऑफिस आणि रुग्णालयाचे काही तंबू होते.[४५] घोषणेच्या सोहळ्यानंतरच्या काही दिवसांमध्ये लीटन यांनी ज्या भारतीय प्रदेश प्रमुखांनी या कार्यक्रमाला उपस्थिती लावली, त्यांना परत भेटण्याच्या जुन्या शाही प्रथेचादेखील सन्मान केला. जारी करण्यात आलेली पदके, फलक आणि भेटी यांचीही देवाण-घेवाण झाली. राजांनी इतक्या भेटवस्तू आणल्या होत्या की, त्या एकत्र गोळा करून साठवण्यासाठी एक विशिष्ट लोखंडी पिंजराच मागवावा लागला. काहींच्या स्वाभिमानाचाही आदर करण्यात आला. उदाहरणार्थ ग्वालियरचे महाराज आणि काश्मीरचे महाराज यांना भारतीय लष्करात मानद जनरल बनवण्यात आले. मात्र, ज्यांनी सोहळ्याला नख लावण्याचा प्रयत्न केला, त्यांना वेळीच आवरले गेले. डलहौसी यांनी १८५८ मध्ये ब्रिटिशांच्या अखत्यारीत आणलेल्या बेरार प्रांताला हैदराबादकडे पुन्हा सुपूर्द करण्याच्या मागणीवरून, सोहळ्याच्या आयोजनाचा फायदा घेऊन असंतोष पसरवण्याचा प्रयत्न करणाऱ्या हैदराबादचे पंतप्रधान सालार जंग यांना लीटन यांनी शांत राहण्याचा सल्ला दिला. लीटन यांनी सालार जंग यांना, निझामाकडे व्हाइसरॉय यांच्या विधानाचा विपर्यास करून प्रस्तुत केल्याबद्दल चांगला दम दिला. समारंभात निष्ठा आणि स्वामिभक्ती या लीटन यांच्या शब्दांचा अनुवाद सालार जंग यांनी निझामाकडे मैत्री आणि सहयोग असा केला. (लीटन यांनी मग सरकारच्या दुभाष्याला निझामाकडे पाठवून, त्यांना प्रत्यक्षात आज्ञापालक आणि इमानदार असे म्हणायचे होते, हे स्पष्ट केले.)[४६] प्रत्यक्ष मुलाखती फार महत्त्वाच्या ठरल्या. व्हाइसरॉय यांना लवून केलेला मुजरा म्हणजेच राणीला प्रणाम करणे आहे, हे सांगून लीटन यांनी वैयक्तिक भेटीमध्ये त्याची खात्री करून घेतली होती.

मुख्य कार्यक्रम म्हणजे उपाधीची घोषणा करणे हे १ जानेवारीला करण्यात आले.[४७] प्रिन्सेप यांच्या समूहचित्रांमध्ये हा सोहळा म्हणजे एक चार भिंतींच्या आत घडलेला छोटासा उत्सव वाटतो. मात्र, तत्कालीन छायाचित्रकारांनी टिपलेल्या क्षणांमध्ये या आयोजनाच्या भव्यतेचा प्रकर्षाने अंदाज येतो. दोन अर्धचंद्राकृती सज्जे

फक्त भारतीय राजांना बसण्यासाठी तयार करण्यात आले होते, ज्यात हे राजे त्यांच्या राज्यांच्या ध्वजासमोर बसले होते. हे दोन दर्शक सज्जे मुख्य शामियान्याच्या दोन बाजूला एकसारख्या अंतरावर स्थित होते. मुख्य शामियाना म्हणजे एक सर्व बाजूंनी खुला असा मोठा मंच असलेला तंबू होता, ज्यात मध्यभागी व्हाइसरॉय यांचे आसन ठेवण्यात आले होते आणि त्यावर राणीचे मोठे चित्र टांगण्यात आले होते. सर्व उपस्थितांनी आपले स्थान ग्रहण केल्यावर राणीच्या नव्या उपाधीच्या घोषणेचा संकेत म्हणून तुतारी फुंकण्यात आली आणि राष्ट्रगीत वाजवण्यात आले. मेजर ओस्मन्ड बार्नेस, १८५७-५८चे बंड शमवण्याच्या मोहिमेतील एक वरिष्ठ अधिकारी आणि एबीसीनिअन मोहिमेतील जाणकार यांनी संचलनाची जबाबदारी घेतली होती. लष्कराच्या गणवेशातील अंगरखा आणि त्यावर त्यांना मिळालेल्या सर्व सन्मानांनी मढलेला कोट, तसेच शाही शस्त्रे घातलेल्या बार्नेस यांनी घोषणापत्राचे वाचन केले आणि नंतर याचे उर्दू भाषांतरही वाचून दाखवण्यात आले. त्यानंतर लीटन यांनी आपले भाषण केले, ज्यात त्यांनी राणीच्या नवीन उपाधीचा उद्देश समजावून सांगितला. ते जे काही बोलले ते सभास्थळी उपस्थित असलेल्या सगळ्यांना ऐकायला गेले अथवा नाही याबाबत संशय आहे, कारण त्यांच्यात आणि दर्शकांसाठी तयार केलेला सज्जा यांमध्ये जवळपास शंभर मीटर अंतर होते. आपल्या अधिकारवाणीने आणि निर्णायक भाषणाला लीटन यांनी राणीच्या १८५८च्या जाहीरनाम्याच्या उल्लेखाने सुरुवात केली आणि 'साम्राज्य आणि भारतीय राजे व प्रजा यांचे मिलन' झाले आहे, असे म्हणून त्यांचे स्वागत केले. त्यांनी सैनिक, अधिकारी आणि गैर अधिकारिक युरोपीय लोकांची प्रशंसा केली आणि भारतीय राजांच्या ब्रिटिशांप्रति असलेल्या निष्ठेचेही कौतुक केले. त्यांनी कशाही संदर्भात फारसा कुणाबद्दल विरोध प्रदर्शित केला नाही. ज्या भारतीयांना त्यांच्या देशातील सरकारमध्ये स्थान मिळावे अशी इच्छा आहे, त्यांना त्यांनी स्पष्ट सांगितले की, 'वर्तमान स्थितीत इंग्लिश अधिकाऱ्यांच्या सर्वोच्च देखरेखीची आणि प्रशासनाला दिशा देण्याची' गरज आहे. जे भारताबाहेरील शत्रू होते, त्यांनाही अप्रत्यक्ष ताकीद देण्यात आली. परकीय शक्तींना सांगण्यात आले की, 'आता कुणीही राणीच्या सत्तेतील अमर्याद साधनसंपत्तीला आणि तिच्या भारतातील सहयोग्यांची निष्ठा व सरंजामावर मात केल्याशिवाय भारतीय साम्राज्यावर हल्ला करू शकत नाही.' आत्तापर्यंत सारे काही ठीक चालले होते; पण सोहळ्याच्या समापनासंदर्भात कुठलाही शिष्टाचार ठरला नव्हता. काही भारतीय राजांनी जसे ग्वालियर, उदयपूर, जयपूरचे महाराज आणि हैदराबादच्या निझामाच्या वतीने थांबलेले त्यांचे पंतप्रधान सालार जंग यांनी अचानक उत्स्फूर्त भाषणे दिली. तसेच भोपाळच्या बेगम, ज्या एकमेव महिला शासक होत्या, त्याही बोलायला उभ्या राहिल्या; पण आलेली गर्दी पांगायला लागली होती. मेजवानीची

व्यवस्था संध्याकाळी करण्यात आली होती. दिवस बऱ्याच अंशी ठरवल्याप्रमाणे आणि अगदी एक-दोन प्रसंग सोडले तर व्यवस्थित पार पडला होता. मात्र, एक विचित्र गोष्ट म्हणजे लीटन यांनी या सगळ्या गदारोळामध्ये स्वतःचे विशेष पदक हरवले.[४८]

आपण आखलेले हे भव्य आयोजन यशस्वी झाले असल्याचे लीटन यांचे मत होते. 'फक्त एक थाटमाट असलेला कार्यक्रम नाही... हा एक ऐतिहासिक सोहळा होता.'[४९] लष्कराच्या ताकदीचे प्रदर्शन आणि शाही निष्ठा यांतून मेळाव्याने आपले उद्दिष्ट साध्य केले होते. एकूण त्रेसष्ट भारतीय राजे या कार्यक्रमाला उपस्थित राहिले. ब्रिटिशशासित भारत सरकारच्या अखत्यारीतील भूभाग हा इंग्लंड, इटली आणि फ्रान्स यांच्या एकत्रित भूभागाइतका आहे, अशी माहिती लीटनच्या अधिकाऱ्यांनी लंडनला पुरवली.[५०] ब्रिटिश राजमध्ये आता फक्त भारतीय राजांच्या अखत्यारीतील प्रदेश अधिकृतकरीत्या सामील करण्यात आला. एवढेच नाही तर शेकडो भारतीय पुरुषांना (आणि काही महिलांचाही यात समावेश होता.) नामाभिधान आणि नवीन दर्जा देण्यात आला. अर्थातच १८७७ मध्ये लीटन यांनी केलेल्या दानधर्माचा खरा फायदा हा भारतीय राजांच्या तुलनेत भारतीय राज्य प्रशासनाला झाला. सन्मान स्वीकारणाऱ्यांच्या यादीत वकील, अभियंते, सल्लागार, कारकून, पोलीस अधिकारी, दुष्काळग्रस्तांना मदत करणारे, शल्य चिकित्सक आणि बांधकाम व्यावसायिक यांचाच जास्तीतजास्त समावेश होता. भूतकाळाशी जुळलेली नाळदेखील कापण्यात आली. ब्रिटिशांविरोधाच्या बंडातील जवळपास १६,००० कैद्यांची सरसकट सुटका करण्यात आली. विद्रोहाच्या आठवणींची पाटी आता पूर्ण कोरी झाली होती, कारण ज्यांना १८५८ मध्ये माफी देण्यात आली नव्हती, त्यांनाही या वेळी मुक्त करण्यात आले होते.[५१] हे सारे काही अर्थपूर्ण होते काय? अर्थात लीटन यांनी दावा केला की, शाही मेळाव्याने त्यांच्या अंदाजपत्रकाला कुठेही भोक पडलेले नाही; पण त्यांच्या आकडेमोडीमध्ये संशयाला खूप वाव होता. लष्करी तरतूद फक्त २३००० पौंड दाखवण्यात आली होती, ज्याबद्दल भारताचे ब्रिटिश राज्य अवर सचिव जॉर्ज हॅमिल्टन यांचे म्हणणे होते की, एवढी किंवा याबरोबरीची रक्कम लष्कराच्या संपूर्ण वार्षिक आर्थिक तरतुदीइतकी आहे. सारवासारव करण्यासाठी लीटन यांनी अंदाज बांधत आकडेमोड केली आणि सांगितले की, या सोहळ्यासाठी पाहुण्यांच्या येण्या-जाण्यासाठी जेवढी रेल्वे वाहतूक वापरली गेली, त्यातून सर्व खर्चाचा समतोल साधला जाईल.[५२]

व्हाइसरॉय यांच्या या संपूर्ण देखाव्याचा भारतीयांनी काय अर्थ लावला? भारतीय वृत्तपत्रांना यामध्ये सामावून घेणे याचा अर्थ एकच होता की, अनुकूल नसले, तरी या सोहळ्याचे संपूर्ण वार्तांकन करण्यात आले होते. लीटन यांनी

भाषणात भारतातील गोऱ्या समुदायासंदर्भात केलेल्या उल्लेखाचे *सिव्हिल ॲन्ड मिलिटरी गॅझेट* यांनी स्वागत केले आणि अशा प्रकारचे आणखी वक्तव्य व्हायला हवे होते, असे मत व्यक्त केले. *बंगलोर स्पेक्टेटर* या वर्तमानपत्राला वाटले की, सर्वोच्च शक्तीचे प्रदर्शन करून भारतीय राजांना प्रभावित करण्याची ही कृती योग्य होती.[५३] मात्र, काहींना लीटन यांचे भाषण म्हणजे एक गमावलेली संधी वाटली. भारतीयांसाठी विशेष अशी काही सूट-सवलत घोषित करण्यात आलीच नाही. भारतीय जनतेसाठी एक प्रातिनिधिक सरकार देण्यासंदर्भात किंवा प्रशासनात भारतीयांच्या प्रवेशाबद्दल या भाषणात काहीच नव्हते. काही स्थानिक भाषक वृत्तपत्रांनी तर टीका करताना एक पाऊल पुढे टाकले आणि १८५८ मध्ये झालेल्या सत्तांतराच्या माध्यमातून ज्या प्रमुख गोष्टी आणि काही आशा निर्माण झाल्या होत्या, त्या फोल ठरल्याचा पश्चात्तापदेखील व्यक्त केला. नवीन शाही उपाधी ही अनावश्यक आणि निष्फळ असल्याचेही त्यांनी म्हटले, कारण ती उपाधी एका पुरुष सत्ताधीशासाठीची होती. देशातील काही भागांत दुष्काळ असताना अशा प्रकारच्या सोहळ्यावर केलेल्या खर्चाबद्दलही निषेध व्यक्त करण्यात आला आणि ज्या भारतीय राजांनी याला हातभार लावला, त्या संदर्भातही खेद व्यक्त करण्यात आला. तरुण कवी रवींद्रनाथ टागोर यांनी एक कविता लिहिली, ज्यात देशाला गरज असताना भारतीय राजांच्या 'सोन्याच्या सिंहासनाला' मिठी मारण्याच्या कृतीचा निषेध करण्यात आला.[५४] *इंडियन चारीवरी* या वृत्तपत्राने मात्र या सर्व प्रकारचे अगदी समर्पक समापन केले, ज्यात त्यांनी लीटन यांना एखाद्या जत्रेत शाही चित्रांची भिंगातून झलक दाखवणारा एक फेरीवाला म्हणून संबोधले.[५५]

सरत्या काळाबरोबर, शाही मेळावा हे शाही गर्वितेचा वस्तुपाठ म्हणून कमी तर वसाहतवादी शक्तीच्या अभ्यासासाठीचे प्रकरण बनले. बर्नार्ड कोहेन याने याचे वर्णन भारतीय राजांच्या वतीने करण्यात आलेला 'दुय्यम दर्जाचा... विधी' असे केले, कारण त्यांनी म्हटले की, ब्रिटिशांनी मुघलांच्या काळातील जुन्या सरंजामशाही उत्सवांचा उपयोग करीत यानिमित्ताने स्वतःच्या काही नवीन प्रथा निर्माण केल्या. अगदी काही काळापूर्वीच ज्युली कॉडेल यांनी १८७७ चा सोहळा विशद करताना म्हटले की, हा संपूर्ण प्रकार 'सरंजामशाहीच्या अधीनतेचा' जो 'आधुनिक फॅसिस्ट समूहाच्या अपेक्षांच्या' यादीत पहिल्या क्रमांकावर येतो. काही घटना खरेच या विधानाच्या सत्यतेकडे बोट दाखवणाऱ्या होत्या. जसे की, मेळाव्यासाठी दिल्लीची निवड केली गेली, जी मुघलांची जुनी राजधानी होती आणि १८५८ मधल्या ब्रिटिशांच्या सततच्या माऱ्याच्या वेदनेने कण्हत होती. शिवाय वक्तृत्वामध्ये अकबराच्या वयासंदर्भातही काही चुकीचे संदर्भ आले होते.[५६] पण अर्थातच हे असे निर्णायक विधान करणे जरा कठोरपणाचे ठरेल. प्रथमतः लीटन यांना भारतीय राजांचे आणि

प्रमुखांचे सबलीकरण करायचे होते आणि त्यांना कनिष्ठ दाखवणे किंवा त्यांचा दर्जा कमी करणे, असा त्यांचा कुठलाही हेतू नव्हता. लीटनच्या या दिमाखदार आयोजनाची मुख्य प्रेरणा आणि त्यावरील प्रभाव हा मध्यकालीन युरोपीय कल्पकता आणि काही मुघलांच्या प्रथा हे होते. लीटन यांच्या स्वतःच्या काव्यात्मक दंतकथा आणि कविता यातील काही प्रसंग या शाही आयोजनाच्या निमित्ताने जिवंत झाले होते. उदाहरणार्थ, राजाच्या आजूबाजूला एका वर्तुळात बसवण्यात आलेले शूर-वीर, भव्यता आणि ताकद यांचे प्रदर्शन करण्यासाठी आयोजित केलेल्या स्पर्धा आणि मिरवणुका, तसेच उच्चभ्रू, थोर पुरुषांच्या एका नवीन गटाचे उद्‌घाटन करणे इत्यादी. याच प्रकारे ब्रिटिश भारतीय राजघराण्यांना आपल्या शाही घराणेशाहीच्या समूहात समाविष्ट करून घेण्यास ते उत्सुक होते. लीटन यांनी युरोपात शाही घराणी आणि उच्चवर्णीय यांमधील जी दरी अनुभवली होती, त्याप्रमाणे भारतीय शासकांना वेगळे पाडण्याचा त्यांचा हेतू मुळीच नव्हता. दुसरे म्हणजे आलेल्या भारतीय राजांमध्ये आणि शासकांमध्ये नेहमी जो दावा केला जात असे त्याच्या अगदी विरुद्ध अधीनतेचा भाव फारच कमी होता. नजराण्यांच्या देवाण-घेवाणीच्या माध्यमातून आपली वैयक्तिक निष्ठा प्रदर्शित करणे आणि आटा (जेवण) आणि पान (विडा खाणे) जे व्हाइसरॉय यांनी दिलेल्या परतीच्या भेटीत राजे/शासक आणि व्हाइसरॉय यांच्यात एकान्तात घडले. फक्त दर्शक म्हणून उपस्थित राहण्याशिवाय १ जानेवारीच्या आयोजनातील कुठल्याही समारंभाच्या प्रत्यक्ष संयोजनात या राजांनी आदर, अदब दाखवल्याचे दिसले नाही. मात्र, प्रिन्सेप यांनी या सोहळ्याचे केलेले चित्रण, ज्यात लीटन मंत्रमुग्ध झालेल्या प्रेक्षकांसमोर भाषण करीत आहेत, ते मात्र नक्कीच दिशाभूल करणारे आहे. अर्धवर्तुळाकार प्रेक्षक बैठक तयार करण्याच्या कल्पनेमागे राजांमधील श्रेष्ठताक्रमाचा वाद होऊ नये हा उद्देश होता. तरीही त्यातील काहीजण कार्यक्रम संपताना अचानक उठून मंचावर आले आणि त्यांनी भाषणदेखील केले. व्हाइसरॉय यांच्याप्रति आदरभाव किंवा त्यांच्या आज्ञा पालन करण्याचा कुणाचाही मानस दिसला नाही. तिसरा मुद्दा म्हणजे या शाही मेळाव्याचा सगळ्यात जास्त लाभ जर कुणाला झाला असेल, तर तो याच राजे मंडळींना आणि शासकांना झाला. त्यांच्या अधिकाराला आणि श्रेष्ठतेला अधोरेखित करूनच हे राजे आणि शासक आपापल्या क्षेत्रांमध्ये परतले. हैदराबादच्या निझामाबद्दल बोलायचे झाले तर त्याचे दिल्लीला येणे म्हणजे त्याचे त्याच्या राज्यातून प्रथमतःच बाहेर पडणे होते. त्याच्या या प्रवास वर्णनाचे पुढे एक मोठे बाडदेखील प्रसिद्ध करण्यात आले होते.[५७] इतरांमध्ये भोपाळच्या बेगम आणि बडोद्याचे गायकवाड यांच्यासाठी - त्यांची प्रगतशील आणि आधुनिक शासक म्हणून प्रतिमा वृद्धिंगत करणे हा त्यांच्या युक्तीचा भाग होता. भारतात सर्वत्र आणि परदेशातही फिरस्ती करून स्वतःला सुधारणावादी शासक म्हणून प्रस्थापित करणे

हे त्यांचे उद्दिष्ट होते.[५८] दरबारातील कवींना या सोहळ्याचे वर्णन लिहिण्यासाठी आमंत्रण देण्यात आले होते तसेच इतर लेखकांनी आणि भाष्यकारांनी, भारतीय राजांच्या एवढ्या मोठ्या प्रमाणातील उपस्थितीमुळे या सोहळ्याला कशी भव्यता प्राप्त झाली, यावर भर दिला.[५९] कल्पित सामंतशाहीच्या भूतकाळाच्या आठवणी जागृत करण्याऐवजी लीटन यांच्या या दिल्ली आयोजनाने भारतीय राजांच्या आधुनिकतेकडे चाललेल्या वाटचालीत एक जोरदार मुसंडी मारण्यासाठी त्यांना मदत केली.

नवीन उपाधीच्या घोषणेचे पडसाद आणि परिणाम दिल्लीच्या पलीकडेही ऐकायला आणि पाहायला मिळाले. घोषणा ही भारतासाठीचे आयोजन होते; त्यामुळे त्या काळी त्याकडे दुर्लक्ष केले गेले. तीन प्रांतीय सरकारांनी प्रांतांतील प्रमुख शहरांमध्ये आयोजनाच्या निमित्ताने विविध कार्यक्रमांसाठी फार थोडी म्हणजे १००० ते २००० भारतीय रुपयांची तरतूद केली. या सगळ्या कार्यक्रमांची अगदी इत्थंभूत माहिती देणारे अहवाल उपलब्ध आहेत; ज्याचा अर्थ असा होतो की, फक्त दिल्लीतच नाही, तर भारतात इतरत्रदेखील उपाधी घोषणेचे कार्यक्रम ठरवून साजरे करण्यात आले होते. त्यामध्ये लोकांच्या उत्स्फूर्त सहभागाचा लवलेशही नव्हता.[६०] तरीही या आयोजनातील ब्रिटिशांची भूमिका ही फक्त मेळावा पार पडावा, घोषणापत्राच्या वाचनासाठी एक अधिकारी पुरवून सोहळ्यासाठी स्थानिक उच्चभ्रूंना मदतीची विनंती करावी, एवढ्यापर्यंतच मर्यादित होती. काही ठिकाणी एक उपचार म्हणून दरबार भरवले गेले आणि मिळालेल्या पैशातून अनेकांनी फक्त रोषणाई आणि आतषबाजी यांच्यावर खर्च केला; पण काही ठिकाणी लक्षणीय गोष्टीही घडल्या. उदाहरणार्थ, विजयद्वार उभारणे – ज्यावर राणीच्या नवीन उपाधीचा उल्लेख इंग्लिश, उर्दू आणि स्थानिक भाषेत करणे वगैरे प्रकार घडले; पण यातील सगळ्यात नाट्यमय प्रकार अजमेर येथे घडला. जेथे आना सागर जलाशयात तराफ्यांवरून आतषबाजी करण्यात आली. 'एक महाकाय मनुष्याची आकृती आकार घेते आणि त्याच्या हातात एक फलक असतो, ज्यावर स्थानिक भाषेत (मारवाडीमध्ये) लिहिलेले असते, 'राणीवर देवाची कृपा असो.'[६१] इतर ठिकाणी या घोषणेकडे औद्योगिक संधी म्हणून पाहण्यात आले. नागपूरमध्ये जे बडोद्याचे एक पारसी उद्योजक जमशेटजी टाटा यांनी १ जानेवारीला एक नवीन कारखाना उघडला आणि त्याचे नाव 'एम्प्रेस मिल्स' असे ठेवले.[६२]

दिल्लीच्या बाहेर घोषणेच्या कार्यवाहीसंदर्भातील सूर उत्सवाबद्दल नसून या संपूर्ण प्रकाराकडे धर्मार्थ काम आणि दया म्हणून पाहिले गेले.[६३] तंजोरपासून ते मद्रासपर्यंत, जिथे जिथे नवीन वर्षात दुष्काळामुळे आणि धान्याच्या तुटवड्यामुळे भूकबळी जात होते, तिथल्या हेन्री सुलीवन थॉमस या महसूल अधिकाऱ्याने स्पष्ट करून सांगितले की, सरकारने दिलेला निधी हा संकटात असलेल्या विधवांसाठी

वापरला जात आहे. विधवा राणीच्या नावाने अशा स्त्रियांना एक पांढरे वस्त्र देण्यात येत आहे, अशी माहिती त्याने पुरवली. दरिद्री लोकांना दान आणि अन्नवाटपाचा प्रकार सर्वदूर पसरला होता. बनारसमध्ये सगळ्यात मोठे अन्नछत्र आणि इतर धर्मार्थ कामे करण्यात आली. १५००० गरिबांना जेवण देण्यात आले आणि कैद्यांची सुटका करण्यात आली. स्थानिक शासक प्रमुखांनी मग पुढे येत आर्थिक साहाय्य करायला सुरुवात केली. इमारती बांधणे, घड्याळाचे मनोरे उभारणे, धर्मशाळा आणि सार्वजनिक स्नानगृहे किंवा नवीन *सेराय* (धर्मशाळा) उभारणे अशी कामे उपाधी घोषणेच्या निमित्ताने करण्याचे आश्वासन आसामच्या चाचर येथे देण्यात आले.(६४) अशा प्रकारे व्हिक्टोरियाच्या नवीन उपाधीचा संबंध जनकल्याणाशी जोडला गेला, जो दुष्काळी परिस्थितीत फार कमी परिणामकारक मात्र राजघराण्याच्या मायाळू वृत्तीचे आणि भारतातील राजघराण्याच्या परंपरा आणि सत्ता यांचे प्रदर्शन करणाऱ्या कृती म्हणून मोठा प्रभावी ठरला. काही स्थानिक संघटनांच्या सार्वजनिक सभांमध्ये उपाधी घोषणा सोहळ्यासंदर्भातील ही भावना प्रामुख्याने दिसून आली. म्हैसूरमधल्या धारवाडमध्ये व्हिक्टोरियाची तुलना 'सद्‌गुणी आणि परोपकारी' अशा राजा आणि राणी यांच्याशी केली गेली, 'ज्यांची नावे प्रत्येक हिंदू मुलांना शिकवायला हवीत.' यांच्याविरुद्ध काही स्मरणचित्रांमध्ये, ज्यातील एक म्हणजे फरुखाबाद येथील सय्यद अहमद खान यांच्या महोमेडन अभिनंदन समितीच्या स्मरणिकेत व्हिक्टोरियाची तुलना सर्वोच्च मुस्लीम शासकांशी करण्यात आली होती.(६५) देशाच्या आणखी काही भागांमध्ये उपाधीची घोषणा अधिक सुधारणांची आशा पल्लवीत करून गेली होती. बॉम्बे प्रेसिडेन्सीमधील अलिबाग येथे एक स्मरणिका प्रकाशित करण्यात आली. राणीच्या १८५८च्या जाहीरनाम्यातून मिळालेल्या संकेतांची आठवण करून देत या नवीन उपाधी घोषणेच्या निमित्ताने विविध सवलती देण्याचीही मागणी करण्यात आली, ज्यात मिठावरील आणि जमिनीवरील करात कपात करणे आणि कायदेविषयक बाबींमध्ये स्थानिक भारतीयांच्या प्रतिनिधित्वात वाढ करण्यासंबंधी मागणी करण्यात आली होती. अभिनंदनाच्या भाषणांमध्ये मुख्यत्वे करून सुधारणांसाठीचा आग्रह धरण्यात आला होता. अशी इच्छा व्यक्त करणाऱ्या प्रांतांमध्ये ब्रिटिशशासित भारताचा भाग अधिक होता. जसे कलकत्ता रहिवासी (ज्यांनी सर्वोच्च आणि लोकाभिमुख कायदे मंडळासाठी सार्वत्रिक निवडणुकांची मागणी केली), हैदराबादच्या सिकंदराबाद येथून, नदीलगतच्या लष्करी ब्रिटिश छावणीचा भाग होते तिथून (त्यांनी १८५८च्या भारतीय मॅग्ना कार्टा यातील भावनेची आठवण करून दिली.) आणि विशेष म्हणजे सगळ्यात लोकप्रिय असलेल्या पुणे येथून एक मागणी आली की, भारतीय राजांचे आणि शासकांचे एक नवीन प्रशासकीय मंडळ स्थापन करण्यात यावे आणि लष्करामध्ये तसेच नागरी सेवांमध्ये भारतीयांसाठी सर्वोच्च दर्जा निर्माण

करण्यात यावा.[६६] परंतु १८७७ मध्ये राणीची मुघलांशी तुलना करून तिला मुघल शासकांच्या रांगेत नेऊन बसवण्यापेक्षा तिला भारतीयांनी भारतीयांसाठी अगदी घरगुती करून टाकले होते.

या सभांव्यतिरिक्त या एका घटनेला असे अनेक कंगोरे होते, ज्यातून नवीन सम्राज्ञीला आदरांजली वाहिली गेली. कविता, तिच्या आद्याक्षरांना घेऊन रचलेली काव्ये, भाषणे, पुस्तके, गाणी तसेच वैविध्यपूर्ण आणि अगदी भरमसाट सांगीतिक रचना तिच्या नवीन उपाधीच्या सन्मानार्थ प्रस्तुत करण्यात आल्या. काही प्रकाशित झाल्या तसेच अनेक फक्त संकलित करून आणि निवड करून स्थानिक अधिकाऱ्यांनी दिल्लीला पाठवून दिल्या. त्या तिथेच धूळ खात पडून राहिल्या. 'उत्साहाच्या भरात जे दोन शब्द लिहू शकतात' अशा भारतीयांबद्दल मात्र लीटन, जे एक अतिशय उत्तम कवी-अधिकारी म्हणून गणले जात, यांनी अतिशय कद्रूपणे या साहित्यिक आणि सांगीतिक आदरांजलीसंदर्भात राणीला माहिती दिली.[६७] एकंदरीत पाहिले, तर असे सांगूनही त्यांनी राणी व्हिक्टोरियाच्या नावाशी आणि सत्तेशी आता जुळलेल्या अनेकानेक आणि वैविध्यपूर्ण संदर्भाच्या लेखी पुराव्यांना उघड केले होते. शिवाय आगामी काळात ती ज्या कार्यकारण भावांशी जोडली गेली, त्यांचा किंवा तिच्या नावाने ओळखल्या जाणाऱ्या कार्याचाही यातून परिचय मिळाला. प्रसृत झालेले अधिकांश लेख आणि कविता परिचित नावांशी जुळलेल्या होत्या. सौरिन्द्रो मोहन टागोर यांनी वेल्सच्या राजपुत्रासाठी लिहिलेल्या कवितांचा प्रवास पुढे चालू ठेवत त्यांच्या कामात व्हिक्टोरिया-गिती-माला किंवा बंगाली काव्यातील इंग्लंडचा संक्षिप्त इतिहास आणि व्हिक्टोरिया साम्राज्यन किंवा संस्कृत काव्य या दोन संग्रहांची भर टाकली आणि आणखी सत्तावीस प्रकारचे लेखन साहित्य पाठवून दिले. बॉम्बेवरून बोमनजी कार्सेटजी कोवासजी यांनी वेल्सच्या राजपुत्रासाठी ज्या कविता रचल्या होत्या, त्यात आणखी काही कवितांची भर घातली आणि 'भारत देशाचे राष्ट्रगान' असे नवीन शीर्षक असलेले गीतही रचले. काही वर्षांनी टागोर यांची प्रतिभा आणखी वृद्धिंगत झाली. वेस्टमिन्स्टर ॲबीचे ख्रिश्चन संन्यासी फ्रेडरिक हारफोर्ड यांच्या सांगण्यावरून टागोर यांनी संस्कृत आणि बंगाली राष्ट्रगान रचून व चाल लावून राणीला पाठवले.[६८] इतरांच्या रचना १८७७ मध्ये लोकांसमोर आल्या. तंजोरचे कवी वेदम वेंकटराय शास्त्री यांच्या मुलाने वडिलांनी १८५८ आणि १८७५ मध्ये रचलेले काव्य पुनःप्रकाशित केले.

ब्रिटिश राजमध्ये नव्याने आपले स्थान निर्माण करणाऱ्या एका नवीन निष्ठावंतांची फळीदेखील यानिमित्ताने पुढे आली होती. डी. व्ही. पाणंदीकर या बॉम्बे येथील शालेय शिक्षकाने निष्ठा दर्शवणाऱ्या गीतांचे मराठीत भाषांतर करून, ते त्यांच्या विद्यार्थ्यांकडून गाऊन घेतले. काही सामान्य अधिकारीवर्गातील होते, ज्यात सिंधचे

भाषांतरकार, कानपूरचे उपजिल्हाधिकारी, ढाक्याचा एक पर्यवेक्षक आणि रंगून येथील एका कनिष्ठ न्यायालयातील न्यायमूर्ती अशांचा यात समावेश होता. या सर्वांनीच राणीच्या सन्मानार्थ काव्यरचना केल्या होत्या. विविध लेखकांनी निष्ठेच्या स्वतःच्या संकल्पनांना प्रकट केले. यातील अनेकजण कुठल्यातरी विचारांचे, पंथांचे किंवा धर्माचे कट्टर समर्थक होते. तेलुगू भाषेतील काही काव्यांमध्ये ब्रिटिशांनी मुघलांच्या ताब्यातून भारताची मुक्तता करण्याच्या कृतीची तुलना रोमन साम्राज्याच्या कब्जातील कार्थेजची हॅनिबलकडून केलेल्या सुटकेशी केली.[६९] *व्हिक्टोरिया साम्राज्यन* यात, भारताला त्याच्या स्वतःच्या धर्मापासून विलग करणाऱ्या शक्तिशाली मोहमेडन शासकांच्या स्थानी विराजमान झाल्याबद्दल टागोर यांनी राणी व्हिक्टोरियाचे फार कौतुक केले. राणीला हिंदू देवीच्या रूपात पाहून तिचे वर्णन करणे तर सामान्य होते. पुरीच्या जगन्नाथ मंदिराच्या मठाचे प्रमुख आणि ओरिसामधील दुष्काळग्रस्तांसाठी काम करणाऱ्यांतील ज्येष्ठ कार्यकर्ते महंत नारायण दास यांनी राणी व्हिक्टोरियाला लक्ष्मीचा अवतार असे संबोधले होते, तर जोधपूरच्या दरबारामधील कवी मूरादन यांनी तिला त्यांच्या काव्यामध्ये चक्रवर्तीपद बहाल केले. एका बंगाली कवितेमध्ये तिला दुर्गा म्हटले होते.[७०] बिल्किस आणि कैदाफ या मुस्लीम महिला शासकांशीही राणी व्हिक्टोरियाची तुलना केली गेली. आपल्या न्यायासाठी लोकप्रिय असलेल्या पर्शियन राजा नौशेरवान यांच्या जागीही राणीला ठेवण्यात आले. इतिहासाच्या नोंदी ठेवणाऱ्या लेखकांनी तर दिल्लीच्या सत्ताधीशांच्या आणि भारतीय राजवंशांच्या वंशावळीमध्ये तिचा समावेश केला.[७१] इतर लेखकांनी आपल्या काव्यात राणीच्या कौतुकाबरोबरच सुधारणा करण्याची मागणी जोडली. मौंग उन यांनी रंगूनहून पाठवलेल्या कवितेमध्ये गरिबांसाठी रुग्णालये तसेच मोफत अन्न आणि सरकारी शाळांची मागणी नोंदवली होती. बॉम्बेवरून बोमनजी कार्सेटजी यांनी आपल्या राष्ट्रगानासोबत एक पुस्तक जोडले होते, जे एक वर्षाने प्रकाशित झाले, ज्यात भारतातील साधनसंपत्तीच्या 'वाहून' जाण्यासंबंधी तक्रार केली होती आणि त्याचबरोबर न्यायव्यवस्थेत आणि स्थानिक सरकारमध्ये भारतीयांच्या नियुक्तीची मागणी केली होती.[७२] मग राणी व्हिक्टोरियाच्या भारतामध्ये कायमच निष्ठेच्या पदराआडून सुधारणेची भाषा बोलली गेली.

निष्ठावादाच्या या प्रवाहापासून लीटन हे कायम अनभिज्ञ राहिले. कलकत्त्याला परतल्यावर त्यांनी आपल्या भाषणातल्या विधानाचा पुनरुच्चार करत म्हटले की, भारतीयांना कदाचित सरकारी प्रशासनात समाविष्ट करून घेतले जाईल; पण ही प्रक्रिया हळूहळू होईल. 'विद्वान विचारवंतांऐवजी उदारमतवादी विचारवंतांना' निर्माण करण्यासाठी कलकत्त्यातील शिक्षित उच्चभ्रू तिथल्या विद्यापीठाचा वापर करत असल्याचा आरोप लावत लीटन यांनी त्यांच्यावर आगपाखडही केली. शहरातील

ब्रिटिश इंडिया असोसिएशननामक संस्थेसोबतही लीटन यांनी कापसावरील कर आणि त्याच्या धोरणाच्या इतर बाबींसंदर्भात वाद घालण्यास सुरुवात केली.[७३] त्याच वर्षी लीटन यांनी वादग्रस्त ठरलेला *व्हर्नाक्यूलर प्रेस ॲक्ट* अस्तित्वात आणला; ज्यामुळे स्थानिक वर्तमानपत्रांना प्रकाशनापूर्वी अनेक चौकशांना सामोरे जावे लागत होते. शाही मेळाव्याच्या काही महिन्यांपूर्वीपासून जो आधुनिकतेचा आणि पुढारलेपणाचा आव ब्रिटिशशासित भारत सरकारने आणला होता, तो जसा आला तसाच हळुवार नाहीसादेखील झाला. शेवटी लीटन यांनी सर्वतोपरी प्रयत्न करूनही १८७७ नंतर संबोधित केले जाणारे ब्रिटिश भारतीय साम्राज्य हे युरोपीय उपखंडाचाच एक भाग असल्याचे भासू लागले होते. त्याच छावण्या, तीच प्रशासकीय बाबूगिरी आणि मोडलेली आश्वासने. लीटन यांच्या भारतातील भूकबळी, दुष्काळ, मालमत्तेची लूट आणि भारतीयांचा केलेला विश्वासघात यांवर नजर ठेवून असलेल्या समाजवादाच्या उदयोन्मुख लढवय्या ॲनी बेझंट यांनी लंडनमध्ये कडवी टीका केली. 'सम्राज्ञीपद मिळालेल्या, इंग्लिश मोगल शासक, सर्व स्थानिक भारतीय शासकांच्या सर्वेसर्वा महिला शासक' असे सारे काही असूनही, भारतीय लोक 'आपल्यावर प्रेम करीत नाहीत आणि आपल्या दिखाऊपणाने त्यांचे समाधान होत नाही', असे विधान बेझंट यांनी केले.[७४] हे विधान लीटन यांच्यासाठी प्रचंड घडामोडीच्या १८७७ या वर्षाच्या सर्व श्रमांचे वाभाडे काढणारे होते. मात्र, दिल्लीच्या या मुख्य घटनेपासून अगदी दूर, भारताच्या कानाकोपऱ्यांत राणी व्हिक्टोरियाप्रति निष्ठा ही जिवंत होती आणि सुस्थितीत होती.

शाही आदेश

भारतात ज्या वेळी भव्यदिव्य सोहळ्याच्या माध्यमातून लीटन राणीच्या नवीन उपाधीची घोषणा करीत होते, तेव्हा स्वतः राणी व्हिक्टोरिया तिच्या विंडसर महालात बसून एका लहानशा आयोजनात रात्रीच्या भोजनाचा आस्वाद घेत होती. त्या वेळी तिच्या आजूबाजूला तिच्या कुटुंबीयांबरोबर काही अत्यंत विश्वासू दरबारी उपस्थित होते, ज्यात डिसरेली यांचादेखील समावेश होता. दिल्लीच्या कार्यक्रमासंबंधी माहिती देणारी तार लीटन यांनी आधीच पाठवली होती आणि राणीने आधीच आपल्या नवीन उपाधीप्रमाणे स्वाक्षरीदेखील केली होती. प्रथमतः तिने 'V. R. & I.' असे स्वाक्षरी म्हणून लिहिले होते. त्या दिवशी तिने फक्त भारतीय दागिने चढवले होते, ज्यामध्ये *स्टार ऑफ इंडिया*चे सन्मानचिन्ह आणि मोती, हिरे आणि माणके होती, जे तिला वेल्सच्या राजपुत्राच्या भारतदौऱ्याच्या वेळी इंदोर आणि ग्वालियरचे महाराज आणि नेपाळचे पंत्रप्रधान सर जंग बहादूर यांच्यातर्फे भेट म्हणून

पाठवण्यात आले होते. तिचा मुलगा आर्थरने 'राणी आणि भारताची सम्राज्ञी' हिच्या सन्मानार्थ मद्याचा पेला उंचावून व्हिक्टोरियाला अभिवादन केले.(७५) ती संपूर्ण संध्याकाळ अगदी शांततापूर्वक आणि कुठल्याही बडेजावाशिवाय पार पडली. मात्र, भारताबद्दल राणीला असलेल्या उत्साहाला तोड नव्हती.

भारत आणि भारतातील राजमुकुट धारण करणाऱ्या ब्रिटिश राजघराण्याची भूमिका हे दोन्ही १८७८मध्ये पुन्हा एकदा वादंगात सापडले, जेव्हा डिसरेली यांच्या मंत्रिमंडळाने अशक्त होत चाललेल्या तुर्की साम्राज्याच्या दोन बाजूंनी असलेल्या रशियाच्या प्रभावाचा अंदाज घेत, पूर्वेकडील प्रश्नांसंदर्भात युक्तिवाद करण्याचा प्रयत्न केला. पुढे बर्लिन येथे भरउन्हाळ्यात भरलेल्या अधिवेशनात जेव्हा युरोपातील महत्त्वाच्या राज्यांनी सहभाग घेतला, तेव्हा हे प्रकरण अगदी तापले होते. पूर्वेकडे भारतात लीटन यांनी प्रशासनाला बाजूला ठेवून, अफगाणिस्तानच्या आमिरवर प्रभाव टाकण्याच्या रशियाच्या प्रयत्नावर कुरघोडी करण्यासाठी मध्यस्थी करताना लष्कराची मदत घेतली आणि पश्चिमेकडून कॉन्स्टन्टिनोपलचे संरक्षण करण्याच्या सातत्याने ब्रिटनने मेडिटेरेनियनमधून आपले लष्कर पुढे नेले. मोठ्या प्रमाणात सुमारे ५ हजार भारतीय घोडदळाचे आणि लष्करी तुकड्यांचे मग माल्टा येथे मे १८७८ मध्ये आगमन झाले आणि जेव्हा बर्लिनला परराष्ट्र अधिकाऱ्यांनी, सायप्रसला ब्रिटिशांचे संरक्षण मिळण्याबाबत संमती दिली, तेव्हा तिकडे भारतीय लष्कराची रवानगी करण्यात आली. आपल्या नेहमीच्या निष्काळजी स्वभावाला अनुसरून डिसरेली यांनी राणीला आश्वस्त केले की, सायप्रसवर ताबा मिळविणे अत्यंत आवश्यक होते, कारण त्याचा अर्थ असा होतो की, आता भारतीय साम्राज्य आणि ब्रिटन हे 'जुळले' आहे.(७६) लवकरच हा सारा प्रकार एक कौटुंबिक बाब ठरला. केंब्रिजचे ड्यूक आणि राणीचे चुलत भाऊ, जे लष्कराचे प्रमुखदेखील होते, ते भारतीय उपखंडासह सर्वदूर सैन्याची पाहणी करण्यासाठी रवाना झाले. राजपुत्र आल्फ्रेड स्वतःच्या नावेतून निघाले आणि विशेष म्हणजे कॅनॉटच्या या तरुण ड्यूकने बेटावर असताना आपल्या स्वतःच्या सैन्य तुकडीचे नेतृत्वही केले.(७७) इकडे मायदेशी भारतीय साम्राज्यात रशियाच्या विरोधात युद्धाचे वातावरण निर्माण झाल्याचे दिसत होते, कारण ठिकठिकाणी देशभक्तीने आणि विजयश्रीने ओतप्रोत भरलेल्या गाण्यांचे सूर आळवले जात होते आणि व्यंगचित्रकारांनी आपल्या शब्दांच्या आणि लेखणीच्या फटकाऱ्यांनी तुर्कीच्या विदीर्ण होत जाण्याला चित्रित केले, ज्यामध्ये रशियाच्या झडप घालून लुटण्याच्या प्रवृत्तीला नियंत्रणात आणल्याचे दाखवले गेले होते.(७८) कुठलाही प्रयत्न न करता (उलट प्रतिकार करत) राणी व्हिक्टोरिया पुन्हा 'योद्धा राणी' म्हणून ओळखली जाऊ लागली.

एका व्यक्तीला मात्र याचे अजिबात आश्चर्य वाटले नव्हते. विरोधी पक्षनेते

विलियम ग्लॅडस्टोन यांनी डिसरेली सरकारच्या परराष्ट्रीय धोरणावर लिबरल पक्षाने आधीच केलेल्या हल्ल्याला आणखी तीव्र केले, जेव्हा अफगाणिस्तानमध्ये १८७८च्या शेवटी युद्ध पेटले. १८३९ मध्ये जेव्हा अफगाणिस्तानात रशियाच्या राजदूतांचा वावर दिसला आणि तिथले आमिर शेर अली खान यांनी स्पष्ट केले की, ब्रिटिशांकडून आलेले कुठलेही शिष्टमंडळ ते आपल्या देशात खपवून घेणार नाहीत, तेव्हा प्रतिक्रिया म्हणून ब्रिटिशांनी आपले सैन्य पाठवून युद्धाची तयारी दाखवली होती.[७९] ही आक्रमक भूमिका स्वतः लीटन यांचीच होती. भारतातील राजकीय आणि लष्करी, दोन्हीकडून दिले गेलेले सल्ले लीटन यांनी शिताफीने टाळले आणि आघाडी घेण्याची आपली भूमिका त्यांनी राणीला पटवून दिली. तसेच तिला त्यानंतरच्या प्रत्येक घडामोडीची इत्थंभूत माहिती ते देत राहिले.[८०] अशातच आमिरचा मृत्यू झाला आणि त्याचा मुलगा मोहम्मद याकूब खान याने ब्रिटिशांबरोबर एका करारावर स्वाक्षरी केली; पण तरीही त्याच वर्षी काही काळाने युद्ध पेटले. नवीन आमिरचा लहान भाऊ अयुब खान याने बंड पुकारले आणि आमिरला तख्तावरून उतरवून सत्ता स्वतःच्या हातामध्ये घेतली. त्याच्या भावापेक्षा अयुब खान याचा कारभार वेगळा होता. त्याच्या सैन्याने जुलै १८८० मध्ये मायवंद येथे ब्रिटिश आणि भारतीय लष्कराचा पराभव केला आणि त्याच वर्षी नंतर त्याने कंदाहारला वेढा घातला, तेव्हा सैन्याचे नेतृत्वदेखील केले. या नवीन आमिरचा सामना करताना, ज्याला सरतेशेवटी मेजर- फ्रेडरिक रॉबर्ट्स यांच्या नेतृत्वाखाली लष्करी तुकडीने त्याच्या महालातून पळवून लावले. लीटन पुन्हा एकदा युद्धनीती आणि डावपेच रचण्यासंदर्भातील निर्णायक भूमिका घेण्यात केंद्रस्थानी आले. ते घेत असलेल्या प्रत्येक निर्णयाची माहिती ते थेट राणी व्हिक्टोरियाला देत असत.[८१] ग्लॅडस्टोन यांची अस्वस्थता शिगेला पोहोचली होती. त्यांनी डिसरेली यांच्यावर संसदेच्या अधिकारांना कात्री लावल्याचा आरोप केला. उदाहरणादाखल त्यांनी अफगाणिस्तानमध्ये घुसखोरी करून तिथे करार करण्याच्या आणि युद्ध पुकारण्याच्या राजघराण्याच्या अधिकारांचा उल्लेख केला.[८२] अशीच जर नवीन शाही पद्धत असेल तर आता दिव्यातून बाहेर आलेल्या जीनीला पुन्हा बंदिस्त करण्याची गरज निर्माण झाली होती.

अशा प्रकारे ब्रिटनमध्ये १८८०च्या शिशिरात होणाऱ्या सार्वत्रिक निवडणुकांमध्ये अफगाणिस्तानातील युद्ध हेच केंद्रस्थानी राहिले. राणीच्या नवीन उपाधीसंदर्भात आणि त्याला असलेल्या अनेक अर्थांमुळे डिसरेली यांच्या काळातील परराष्ट्रीय आणि शाही धोरणांचे बदलते अर्थ यावरही यादरम्यान बरीच चर्चा झाली. एकदाचे निवडणुकांचे निकाल जाहीर झाले, ज्यामध्ये ग्लॅडस्टोन यांच्या लिबरल पक्षाला बहुमत मिळाले, तेव्हा डिसरेली आणि लीटन यांनी त्याच दिवशी राजीनामे दिले. अर्थात भारतातील त्यांच्या परराष्ट्रीय धोरणाला आणि इतर गोष्टींना मतदारांनी

नाकारले होते. या बातमीने आपल्याला धक्का बसला असल्याचे राणीने सांगितले. फक्त तिच्याशी संघर्ष म्हणून नाही तर एक पाऊल पुढे जात, तिच्या सत्ताकाळातील पहिल्या लिबरल पंतप्रधानाने पहिल्या लिबरल व्हाइसरॉयची भारतामध्ये नेमणूक केली. भारताचे नवीन राज्य सचिव म्हणून नियुक्त झालेल्या लॉर्ड हॅर्टिंग्टन यांना लिहिलेल्या पत्रामध्ये राणीने आपली भीती व्यक्त केली की, पक्षीय राजकारणात भारताला ओढले जाऊ नये, गेल्या काही काळात ते वारंवार घडताना दिसत आहे.[८३] खरेच खूप पक्षीय राजकारण होत होते की मुळात राणी एका चुकीच्या पक्षाला पाठिंबा देत होती?

ग्लॅडस्टोन यांच्या नेतृत्वाखाली नवीन प्रशासन आल्यावरही अफगाण युद्धाचे वादळ शमले नव्हते. सगळ्या मंत्रिमंडळ स्तरावरील चर्चेमध्ये १८८० च्या उन्हाळ्यात आणि त्यानंतरही राणी मात्र एकटी पडल्याचे दिसत होते. कंदाहार हातचे जाऊ देऊ नका, म्हणून तिने हॅर्टिंग्टन यांचा पिच्छा पुरवला होता, कारण १८५८ च्या जाहीरनाम्यामुळे गरज भासल्यास आणखी एक राज्य खालसा करण्यास मनाई नव्हती.[८४] एकोप्याची भाषा करणारा जाहीरनाम्याचा हा अत्यंत छान अर्थ तिने आणि राजपुत्र अल्बर्ट यांनी काढला होता. जेव्हा कंदाहारमधून लष्कराला काढून टाकण्याच्या निर्णयावर मंत्रिमंडळ ठाम राहिले, तेव्हा तिने विनंती केली की, जोवर काबूलमध्ये एक स्थिर शासक नियुक्त होत नाही तोवर ही कार्यवाही लांबवण्यात यावी. थोडक्यात, १८८१च्या संसदेच्या नवीन सत्राच्या शुभारंभाला राणीच्या भाषणामध्ये अफगाणिस्तानचा मुद्दा येऊ नये, यासाठी तिचा प्रयत्न चालू होता.[८५] पण सरतेशेवटी ग्लॅडस्टोन यांच्या मंत्रिमंडळाचा विजय झाला आणि मार्च १८८१ मध्ये कंदाहारमधून ब्रिटिश सैन्याला परत बोलावण्याचा निर्णयावर शिक्कामोर्तब झाले. त्या वर्षी अयुब खानने पुन्हा एकदा कंदाहारवर हल्ला केला, तेव्हा प्रदेशात थोड्याफार प्रमाणात शांतता प्रस्थापित करण्यात यश आले.

अफगाणिस्तान युद्धासंदर्भातील राणीची भूमिका पुढाकाराची किंवा आक्रमक होती तसेच अपरिचित होती आणि तिच्या भारतीय प्रदेशाच्या विस्तारासंदर्भात तिने स्वतःहून जेव्हा सूचित केले, तेव्हाच ही भूमिका सर्वांसमोर आली. मोहिमेतून परतलेल्या अधिकाऱ्यांकडून मिळणाऱ्या माहितीमुळे ती उत्साही झाली होती.[८६] ग्लॅडस्टोन यांच्या मिडलोथियन मोहिमेमुळे आणि तिच्या घराणेशाहीला निवडणुकीचा मुद्दा केल्यामुळे आता ती ग्लॅडस्टोन यांच्यासमोर मान ताठ करून, गर्वाने बोलू लागली होती. तिच्या सगळ्यात कुशल पंतप्रधानांच्या म्हणजेच डिसरेली यांच्या निधनामुळे ती दुःखी होती. डिसरेली यांनी संसदेच्या वरिष्ठ सदनामध्ये आपल्या मृत्यूपूर्वी १८ मार्चला कंदाहारसंदर्भात मुद्दा उपस्थित केला होता. (१९ एप्रिलला त्यांचे निधन झाले.) खरे म्हणजे तिच्यातील लढवय्या वृत्ती पुन्हा जागृत झाली होती.

यातून एक संकेत मिळतो की, डिसरेली आणि लीटन यांच्या संभाषणातून आणि त्यांच्या लढ्यांतून राणीनेही काही गोष्टी आत्मसात केल्या होत्या. राजघराण्यातील मुकुटाच्या वर्चस्वासंदर्भातील जी टीका तिला सहन करावी लागली होती, त्याची धार तिच्या नवीन उपाधीच्या घोषणेनंतर भारतामध्ये तसेच ब्रिटनमध्येही आता कमी झाली आहे, हे त्या दोघांनी तिला पटवून दिले. तसेच १८७०च्या उत्तरार्धातील शक्तिप्रदर्शनाच्या काळामध्ये भारत हा किती सहज आटोक्यात येणार आहे, हे तिला समजावून देऊन त्यांनी तिची मर्जीदेखील प्राप्त केली होती. तिच्या कानाशी लागणाऱ्या अनेक सल्लागारांमुळे आणि माहीतगारांमुळेच कदाचित परराष्ट्रीय धोरणांसंदर्भातील राणीची आक्रमक भूमिका मवाळ राहण्यासही थोडी मदत झाली असावी.

लीटन आणि डिसरेली यांच्या परराष्ट्रीय धोरणाचा वारसा पुढेही असाच चालत राहिला. अलेक्झांड्रियामधील बॉम्बहल्ला आणि १८८२मधील इजिप्तमधील लष्करी हालचाल, ही त्याची दोन ठळक उदाहरणे आहेत. फ्रान्सच्या सोबतीने ब्रिटनने इजिप्तमध्ये प्रवेश केला आणि तिथल्या अहमद अरबीला (ब्रिटनमध्ये ज्याला अरबी पाशा असे संबोधले जात असे.) तख्तावरून बाजूला केले. अरबी हा एक लष्करी अधिकारी होता आणि १८७८ मध्ये त्याने अफगाणिस्तानमध्ये सत्ता काबीज केली होती.[८७] पुन्हा एकवार मोठ्या प्रमाणात ५७०० स्थानिक अधिकारी आणि पलटणी भारतीय सैन्याला सुएझ कालव्याच्या मार्गाने पाठवण्यात आले. यातील १३६० लोकांना जनरल सर हर्बर्ट मॅकफेर्सन यांच्या नेतृत्वाखाली एडन येथे रोखून ठेवण्यात आले, राणीचा मुलगा आणि कॅनॉटचा ड्यूक यांच्याही अखत्यारीमध्ये सैन्याचा एक भाग होता. १३व्या बंगाल लान्सर्सचा मानद कर्नल म्हणून तो ही जबाबदारी सांभाळत होता. तेल-अल-कबिरच्या युद्धभूमीवर तो सक्रिय होता, ज्यामुळे राणी फार अस्वस्थ झाली होती. मात्र, हे युद्ध जिंकल्यावर त्याने पाठवलेल्या पत्राचे जाहीर वाचन झाले, तेव्हा तिला हायसे वाटले. त्याच्या शौर्यपूर्ण कामगिरीचे कौतुक म्हणून तिने त्याचे एक तैलचित्र काढण्याचेही आदेश नंतर दिले होते.[८८] तिच्या मुलाच्या कामगिरीसंदर्भात राणी व्हिक्टोरियाला जसा अभिमान वाटत होता, तसाच अभिमान तिला भारतीय लष्कराच्या या युद्धातील सहभागाबद्दल होता. आठवणीत कायम कोरला जावा, अशा १८ नोव्हेंबर १८८२ या दिवशी तिने अत्यंत गर्वाने हॉर्स गार्ड येथे इजिप्तमधल्या व्हिक्टोरिया रेजिमेंटची परेड पाहिली ज्यामध्ये तिचा मुलगा कॅनॉटचा ड्यूक १३ बंगाल लान्सर्सचे नेतृत्व करीत होता.[८९] काही दिवसांनी तिने भारतीय उपखंडातील काही निवडक अधिकाऱ्यांसोबत आणि इतरांसोबत भेट घेतली, ज्यात एकोणचाळीस अधिकाऱ्यांचा आणि बारा भारतीयांचा समावेश होता. त्यांना इजिप्त मोहिमेनिमित्त तयार करण्यात आलेली सन्मान पदके आणि त्या पदकांसह एक तेल-अल-कबीर बकलदेखील भेट देण्यात आले.[९०] दरबारात एक

भारतीय सैनिकांची तुकडी असावी या तिच्या जुन्या आकांक्षेने पुन्हा एकदा उचल खाल्ली आणि एका नवीन योजनेने आकार घ्यायला सुरुवात केली आणि ती म्हणजे तिच्या सैनिक पुत्रासाठी, आर्थरसाठी एका स्वतंत्र लष्करी तुकडीची स्थापना करणे होय.

स्वतःसाठी काहीतरी मोठी कामगिरी मिळविण्याच्या हेतूने कॅनॉटच्या ड्यूकनेच स्वतः भारतात काम करण्यासंदर्भात कल्पना मांडली. लॉर्ड हॅर्टिंग्टन यांना त्याने पूर्वीच म्हणजे सप्टेंबर १८८१मध्ये सांगितले होते की, त्याला भविष्यात केंब्रिजचे ड्यूक यांच्यानंतर प्रमुखपद भूषवायचे आहे आणि त्यासाठी भारतात काही काळ आधीच अनुभव संपादन करणे आवश्यक आहे. मग त्याच्यासाठी सुयोग्य अशी एक नियुक्ती आणि कामगिरी शोधण्यात आली. उत्तर-पश्चिम प्रांतांच्या प्रमुखपदी त्याला नियुक्त करण्यात आले. आर्थर आणि लुईशेन हे त्याचे सल्लागार मग १८८२ मध्ये प्रवासाला निघाले. एका राजकीय अधिकाऱ्यालादेखील कॅनॉटच्या ड्यूकसोबत देण्यासाठी राणीने आग्रह धरला होता, जेणेकरून लष्कराबरोबरच काही नागरी कामकाजाचादेखील तिला अंदाज घेता यावा; पण अर्थातच तिची ही विनंती व्हिगने नाकारली.[११] मग राणीने वाट पाहणे सुरू ठेवले की, कधी एकदा तिच्या टोरीचे सरकार स्थापन होणार. पुढे १८८५ मध्ये पुन्हा एकदा तिने आर्थरसाठी मोठी जबाबदारी मिळावी म्हणून प्रयत्न सुरू केले आणि मोठी जबाबदारी म्हणजे बॉम्बे लष्कराची कमांड त्याला द्यावी, अशी तिची इच्छा होती. या मागणीसाठी भारतातून तिला पाठिंबा मिळावा असे ती पाहू लागली आणि इकडे मायदेशी तिला लॉर्ड सॅलिसबरी यांच्या रूपात तो पाठिंबा मिळाला, कारण त्यांचा या गोष्टीला विरोध नव्हता. भारतातील लष्करी सेवांच्या सर्वोच्च पदांमधील एकाकडे आर्थर यांना पोहोचवण्यासाठीची सर्व तयारी झाली होती.[१२] पण एक समस्या होती. त्याच वेळी प्रवेश झाला लॉर्ड रॅन्डॉल्फ चर्चिल यांचा. लॉर्ड सॅलिसबरी यांचे भारतीय राज्य सचिव. कॅनॉटच्या ड्यूकला संपूर्ण एका कमांडची धुरा देण्यावरून त्यांनी जो थयथयाट केला - जमालगोट्याची एक मात्रा दिल्यानंतर ते शांत झाले - तेव्हा अगदी सॅलिसबरी यांनाही शांतपणे त्यांचे म्हणणे ऐकून घ्यावे लागले. ड्यूकच्या नियुक्तीला विरोध करण्याबरोबरच, व्हाइसरॉय यांच्याशी थेट संपर्क करून राणीने ही मागणी कशी काय ठेवली, यावर त्यांनी आश्चर्य व्यक्त केले. संपूर्ण मंत्रिमंडळाची एक तातडीची बैठक बोलावण्यात आली आणि त्यातील सोळापैकी चौदा सदस्यांनी चर्चिल यांना समर्थन घोषित केले. ड्यूक यांना बॉम्बेला पाठवलेच जाऊ शकत नाही, कारण त्यांचा वावर हा नागरी विषयांमध्येही होऊन त्याचे राजकारण होईल, यावर चर्चिल ठाम होते. 'चांगलीच नाराज होऊन' राणीने आर्थर यांच्यासाठी रावळपिंडी येथे देण्यात आलेली पर्यायी नियुक्ती स्वीकारली. एक वर्षानंतर जेव्हा बॉम्बेची जागा

रिक्त झाली, तेव्हा रॅन्डॉल्फ चर्चिल यांनी कुठलेही आढेवेढे न घेता ड्यूकची तिथे नियुक्ती केली.[९३] तिथे आर्थर याने आपल्या कौशल्याचे प्रदर्शन करत एक परिश्रमी प्रमुख म्हणून काम केले. गव्हर्नर रे यांच्या कायदा समितीमध्ये त्याचा समावेश करण्यात आला. मात्र, त्याने फक्त समितीच्या मार्च १८८८मध्ये भरलेल्या सत्राला उपस्थिती लावली. तो कधीच काही बोलला नाही, फक्त जेव्हा मतदान करायचे होते, तेव्हा त्याने ते कर्तव्य प्रामाणिकपणे पार पाडले.[९४] राणीचा नवीन भारतीय विजय प्रत्यक्ष साकारताना आणि त्या कार्यवाहीमध्ये भाग घेण्यास मात्र कॅनॉटच्या ड्यूकला वेळेवर येता आले नाही. आवाची राजधानी असलेल्या बर्मावर मिळालेल्या विजयानंतर राणी व्हिक्टोरियाने, हा तिच्या साम्राज्याच्या विस्ताराचा भाग असल्याचेच दाखवले. आपल्या 'हावरटपणा'साठी क्षमा मागून तिने तत्कालीन व्हाइसरॉय लॉर्ड डफरिन यांना, कॉनबाउंग राजवंशाचा पराभव केल्याबद्दल तिथले हिरे पाठवून देण्यास सांगितले. मागणीचा पुरवठा करत थिबा राजाचा मुकुट राणीला पाठवून देण्यात आला आणि जप्त केलेल्या बंदुकाही पाठवल्या गेल्या, ज्यामुळे ती अधिक खूश झाली.[९५] तिच्यातील जुने लढवय्येपण अजूनही जिवंत होते आणि सुस्थितीमध्ये होते, हेच यातून सिद्ध झाले. आता राणीच्या भारतीय साम्राज्याचे प्रतीक म्हणून फक्त काही लूट एवढेच अस्तित्वात नव्हते. आता तिच्या मनाप्रमाणे घडले होते. तिच्या सततच्या प्रयत्नांना यश आले होते आणि तिच्या दिवंगत पतीची युवराज अल्बर्ट यांची इच्छा पूर्ण झाली होती. राजघराण्यातील शाही सदस्य, एक राजपुत्र आता भारताचा रहिवासी झाला होता.

सरतेशेवटी, राणीच्या नवीन उपाधीचे अस्तित्व ब्रिटनपेक्षा अधिक भारतात होते. साम्राज्याची कल्पना ब्रिटिशांना नक्कीच आवडणारी होती. मात्र, त्यांना कुणी साम्राज्यवादी जनता समजण्यावर त्यांचा आक्षेप होता. तसेच त्यांना त्यांच्या प्राचीन खंडाच्या संविधानाची उपखंडीय लुटीच्या निरपेक्षतेत सरमिसळ होण्याच्या कल्पनेचा तिरस्कार वाटत होता. म्हणून मग राणीची नवीन उपाधी ही फक्त निर्यात करण्यासाठी आहे, असे त्यांचे मानणे होते. भारतात 'सम्राज्ञी'पदाची कल्पना हीच मुळात नावीन्यपूर्ण होती. नवीन भारतीय साम्राज्याच्या उद्‌घाटनाला वैशिष्ट्यपूर्ण बनवण्यासाठी लीटन यांनी त्यांच्या कल्पकतेचा पुरेपूर वापर केला होता. त्यांना एवढे परिश्रम घेण्याचीही कदाचित गरज नव्हती. कुठल्याही गाजावाजाशिवायदेखील नवीन शाही उपाधीच्या घोषणेने भारतात लोकप्रिय मान्यता, वसाहतीच्या सत्तेसोबत सहकार आणि सहकार्य यांच्या नवीन संधी आणि मातृत्वपूर्ण देखरेखीखालील सुधारणा आणि विकास यांची एक लाट पसरली होती.

९

भारताची माता

‘भारतातील सभ्यतेचे पुनर्निर्माण हे स्त्रियांकडूनच व्हावे.’ राणी व्हिक्टोरियाचा तिसरा मुलगा आणि कॅनॉटच्या ड्यूकने भारतात आगमन होताच घोषणा केली.(१) एका सैनिक-राजपुत्राकडून अशा प्रकारची घोषणा होणे जरा विचित्र होते. भारतातील सामाजिक सुधारणा चळवळींमध्ये १८८०पासून ‘स्त्रियांचे’ प्रश्न आता ऐरणीवर यायला लागले होते. अनेक मुद्दे होते; ज्यांनी सुधारकांना सतत कार्यरत ठेवले होते. विवाहयोग्य वय आणि बालविवाहासंदर्भातील प्रथा, विधवांसंदर्भातही समाजाचा व्यवहार, स्त्रियांचे शिक्षण आणि त्यांचे आरोग्य आणि लष्करी छावण्यांमध्ये चालणारा वेश्याव्यवसाय (या संदर्भातील कुप्रसिद्ध ‘संसर्गजन्य रोग’ कायदा), हे सगळे विषय चर्चेमध्ये होते. यातील बहुतांश विषय हे भारतालाच लागू होते आणि उर्वरित तिकडे ब्रिटनमध्ये कार्यरत असलेल्या दबाव गटांमुळे इतरत्र विस्तारत होते.(२) बंगाली पुरुषांचा ‘बायकीपणा’ आणि सामान्यतः सतत उत्तेजित असणारे भारतीय पुरुष, हे कॅनॉटच्या ड्यूक यांचे विचार पाश्चिमात्य देशांतील रूढिवादी विचारांचे प्रतीक होते. त्यांचे शासक आणि सत्ताधीश यांच्या तुलनेत भारतीय पुरुष हे शारीरिकदृष्ट्या कमकुवत आणि नैतिकदृष्ट्या मागासलेले आहेत, असाही एक मतप्रवाह पश्चिमेकडे रूढ होता. या अशा वसाहतवादी दृष्टिकोनातून भविष्यातील भारतात तेथील स्त्रिया - तेही ब्रिटिश प्रभावाखाली येऊन - या कदाचित नेतृत्व करण्यास सज्ज होतील, अशी कल्पना करणे म्हणजे सुधारणांच्या प्रवासात फक्त एक पाऊल पुढे जाणे होते.(३)

तरीही, कॅनॉटच्या ड्यूक यांचे हे मत व्यक्त करणे जरा असामान्य होते. तिकडे मायदेशी, तत्कालीन समाजव्यवस्थेमध्ये स्त्रियांच्या स्थानासंदर्भातील सार्वजनिक चर्चांमध्ये शाही घराण्याने भाग घेण्याचा प्रकार कधी घडला नव्हता. व्हिक्टोरिया

स्वतःच्या देशातील स्त्रियांना मतदानाचा अधिकार देण्याच्या सक्त विरोधात होती. शिवाय पुनर्विवाह करणाऱ्या स्त्रियांचाही तिला तिरस्कार होता. भारतासंदर्भात मात्र ही कथा जरा वेगळी होती. इकडे शाही घराणे अनिर्बंध होते. कॅनॉटचे ड्यूक आणि त्यांचे सल्लागार म्हणजेच प्रशियाची युवराज्ञी लुइस (कुटुंबात तिला लुईझेन म्हणून बोलावले जात असे.) या दोन्ही प्रमुख व्यक्ती भारतात स्त्रियांच्या सार्वजनिक क्षेत्रातील प्रवेशाच्या समर्थनार्थ उभे राहिलेल्यांपैकी होत्या. शाळा आणि रुग्णालयांच्या माध्यमातून या स्त्रियांना समाजकार्यात अधिकाधिक भाग घेण्याची संधी मिळावी, असे त्यांचे मत होते. स्वतः राणी व्हिक्टोरियाने यात प्रत्यक्ष सहभाग नोंदवत भारतातील मुलींच्या शिक्षणात रुची दाखवली; ज्याचा परिणाम म्हणजे तिच्या नावाने खूप मोठ्या प्रमाणात शाळा उघडल्या गेल्या. १८८४ आणि १८८८ मध्ये भारताचे व्हाइसरॉय असलेले लॉर्ड डफरिन यांच्या पत्नी, ज्या डफरिनच्या काउंटेस होत्या, त्यांनी युरोपीय आणि भारतीय स्त्रियांसाठी सुरू केलेल्या परिचारिका प्रशिक्षणाच्या कार्यक्रमाला पुढे नेत राणीने या कार्याची भलावण केली. सगळ्यात महत्त्वाचे म्हणजे एकोणिसाव्या शतकात भारतातील सर्व प्रकारच्या स्तरांतील स्त्रिया; राण्या ते राजकन्या, हिंदू समाजसुधारक, ते धर्मप्रचारात असलेल्या स्त्रिया आणि दक्षिण आशियात कार्यरत असलेला युरोपीय समाज, स्त्रियांसाठी काम करणाऱ्या संस्था यांची राणी व्हिक्टोरिया ही एक आदर्श व्यक्ती बनली होती. पुस्तकाच्या या प्रकरणात विशद केल्याप्रमाणे राणी व्हिक्टोरियाच्या सत्ताकाळातील शेवटचा एक चतुर्थांश काळ हा भारताला मिळालेल्या शाही स्पर्शाचा आणि प्रामुख्याने स्त्रीचा स्पर्श असलेला काळ होता.

विधवा

भारताची राणी म्हणून १८५८ नंतर व्हिक्टोरियाची नवीन ओळख स्थापित होत असताना युवराज अल्बर्ट यांच्या १८६१ मध्ये झालेल्या निधनानंतर राणी व्हिक्टोरियाची जी कायमची प्रतिमा भारतात स्थिरावली, ती होती एक विधवा म्हणून. ब्रिटनमध्ये वैधव्याकडे एक सहज स्थिती म्हणून पाहिले जायचे; पण राणीने उर्वरित आयुष्य पतीनिधनाच्या दुःखात घालवून स्वतःचे वेगळेपण प्रस्थापित केले; पण भारतात आणि तेही हिंदू संस्कृतीमध्ये वैधव्य ही खूप ठळकपणे जाणवणारी गोष्ट होती.[४] राणीची ही मवाळ प्रतिमा तिच्या आणि तिच्या दरबाऱ्यांनी तिचे पती अल्बर्ट यांच्या निधनापूर्वी तसेच नंतर जे वातावरण निर्माण केले होते, त्या कथनावर आधारित होती. युवराज अल्बर्ट यांच्या निधनाचा शोक म्हणून १८६१पर्यंत सरकारी स्तरावर सुतक पाळले गेले; पण एकनिष्ठ विधवा पत्नी आणि आपल्या दिवंगत पतीच्या

कामाला पूर्णत्वाकडे नेणारी स्त्री म्हणून राणीची जी प्रतिमा होती, ती ब्रिटिशशासित भारत सरकारच्या माध्यमातून निर्माण झाली नव्हती. ध्वज अर्ध्यावर आणण्यात आले होते, अधिकाऱ्यांनी आणि ब्रिटिश प्रजेने काळे कपडे घालावे अशी अपेक्षा होती आणि शोकाचा हा काळ वाढत वाढत मे महिन्यापर्यंत गेल्यामुळे राणीच्या वाढदिवसासाठी आयोजित नृत्याचे आयोजन रद्द करण्यात आले होते. अल्बर्ट यांच्या स्मृतीत बॉम्बेमध्ये बांधले जाणारे एक स्मारक वेगाने आकारास येऊ लागले आणि या व्हिक्टोरिया संग्रहालयाला सुमारे १०,००० पौंडांचा निधी सरकारकडून त्वरित देण्यात आला आणि संग्रहालयाच्या नियोजित नावाऐवजी त्याचे नाव व्हिक्टोरिया आणि अल्बर्ट संग्रहालय असे करण्यात आले. 'कलेच्या सर्वोत्कृष्ट शाखा' आणि 'औद्योगिक समुदायातील नम्र वर्गांना' समर्पित व्यक्तिमत्त्व म्हणून अल्बर्ट यांचे स्मरण केले गेले.[५] त्यावर भारतीयांच्याही प्रतिक्रिया येत राहिल्या. त्यांनी अल्बर्ट यांच्या कुटुंबवत्सलतेवर जास्त भर दिला. उदाहरणार्थ १८६३ मध्ये त्यांच्या स्मृतीत लिहिलेल्या एका कवितेत, जी बॉम्बेमध्ये राहणाऱ्या गुजराती रहिवाशांकडून विशेषतः गायली जात असे, त्यातील एक तृतीयांश भाग हा अल्बर्ट यांचा विवाह, त्यांची मुले आणि त्यांनी वेल्सच्या राजपुत्राला, त्यांच्या मुलाला आणि वारसाला दिलेल्या शिक्षणासंबंधी होता.[६]

मुळात अल्बर्टनामक कारभाराला भारतात जिवंत ठेवण्यात अप्रत्यक्षपणे राणी हीच प्रेरणा होती. सर जॉन लॉरेन्स यांना १८६४ मध्ये तिने सांगितले होते की, भारत हा तिच्या दिवंगत पतीचा पवित्र वारसा आहे. तिने इच्छा व्यक्त केली की, तिच्या भारतीय प्रजेने कायम तिच्या पतीच्या नावाचे प्रेमाने स्मरण करावे.[७] त्यांच्या एकत्रित आयुष्याचे तिचे अनुभवकथन करणे हेच तिच्या इच्छापूर्तीचे अखेरचे माध्यम होते. म्हणून अल्बर्ट यांच्या निधनानंतरच्या दोन दशकांमध्ये इंग्लंडमध्ये त्यांच्या आयुष्यावर आणि प्रभावासंदर्भातील तीन अभ्यासपूर्ण साहित्य प्रकाशित झाले. ज्यामध्ये चार्ल्स ग्रे यांचे *'अर्ली इयर्स ऑफ द प्रिन्स कान्सर्ट* (१८६७)', राणीची स्वतःची रोजनिशी *'लीव्हज फ्रॉम द जरनल ऑफ अवर लाइफ इन द हायलॅन्ड* (१८६८)' आणि त्यानंतर १८८४ मध्ये याचा दुसरा भाग प्रकाशित झाला आणि थिओडोर मार्टिन यांनी लिहिलेले *'लाइफ ऑफ द प्रिन्स कान्सर्ट'* जे १८७५ ते १८८० या काळात पाच खंडांमध्ये प्रकाशित झाले, या सगळ्यांचा समावेश होता. या सगळ्या साहित्य प्रकाशनात स्वतः राणीचा मोठा सहभाग होता. चार्ल्स ग्रे हे युवराज अल्बर्ट यांचे माजी सचिव होते आणि नंतर राणीचे सचिव म्हणून त्यांनी काम केले होते. अल्बर्ट यांचे चरित्र ग्रे यांनी राणीच्या 'मार्गदर्शनाखाली' लिहिले. स्वतःच्या रोजनिशीच्या प्रकाशनासाठी तिने प्रिव्ही काउन्सिलचे एक कारकून आर्थर हेल्प्स यांची मदत घेतली आणि १८६६ मध्ये मार्टिन यांना युवराजांच्या चरित्र

लिखाणासाठी नियुक्त केले. या तिन्ही साहित्यिक कलाकृतींनी मग भारतापर्यंत प्रवास केला. ग्रे यांनी लिहिलेले चरित्र, तिच्या 'हायलॅन्ड रोजनिशी'ची स्कॉटिश प्रत ही, नंतर तब्बल तीस वर्षे भारतातील तिच्या परिचितांना आणि भेटीच्या रूपात पाठवण्यासाठीची मुख्य वस्तू राहिली. तिची रोजनिशी भारतातील तीन भाषांत अनुवादित आणि प्रकाशित झाली; ज्यामध्ये मराठी अनुवाद गणपतराव जाधव यांनी १८७१मध्ये, हिंदीतील अनुवाद बनारसचे महाराज यांनी १८७५ मध्ये आणि शेवटी गुजराती भाषेतील अनुवाद मंचरजी भावनगरी यांनी १८७७ मध्ये केला आणि तो प्रकाशित झाला. १८६२ ते १८८२ या काळात लिहिलेला दुसरा खंडदेखील गुजरातीमध्ये आणण्यात आला आणि १८८६ मध्ये तो प्रकाशित झाला. त्याच वर्षी स्वतः भावनगरी यांनी तो राणीला भेट केला. मार्टिन यांनी लिहिलेल्या चरित्राचे संक्षिप्त रूप हिंदी भाषेत १८९२ मध्ये प्रकाशित झाले (ज्यात नवीन उपशीर्षकांचा समावेश होता आणि त्यात युवराज अल्बर्ट यांचे वर्णन 'भविष्यातील भारतीय सम्राटांचा पिता' असे करण्यात आले होते).[९] या सगळ्या कथनातून शाही दाम्पत्याची कुठली प्रतिमा निर्माण केली गेली?

ग्रे यांच्या चरित्र कथनात अल्बर्ट यांच्या आयुष्याच्या पूर्वार्धाचा आढावा घेतला होता. *'अर्ली इयर्स ऑफ द प्रिन्स कॉन्सर्ट'* यात व्हिक्टोरियाशी झालेल्या पहिल्या भेटीदरम्यान कोबर्गचा हा राजपुत्र ब्रिटिश राजघराण्यासाठी किती योग्य होता, याचेच विस्तृत वर्णन आहे. त्याच्या शालेय आणि महाविद्यालयीन दिवसांसंदर्भातील कथाही यात मोठ्या प्रमाणात सांगितल्या आहेत. बेल्जियमचे किंग लिओपोल्ड यांनी अल्बर्ट यांना केलेले मार्गदर्शन आणि त्यांनी मध्य युरोप व इटलीमध्ये केलेले दौरे यांचाही समावेश या पुस्तकातील वर्णनांमध्ये आहे. याशिवाय त्यांच्या प्रेमाच्या बहरण्याचेही अगदी सविस्तर आणि खूप व्यक्तिगत वर्णन यात आहे. त्या दोघांचे मिलन हे दोन राजवंशांच्या मिलनापेक्षाही प्रेम करणाऱ्या दोन हृदयांचे मिलन होते, असे यात लिहिले आहे. सुरुवातीला फक्त व्यक्तिगत स्तरावर वाचण्यास उपलब्ध करून देण्याच्या उद्देशाने लिहिलेल्या या चरित्राच्या नंतर चार आवृत्त्या पहिल्याच वर्षी प्रकाशित झाल्या आणि लवकरच अल्बर्ट यांचे सगळ्यात आवडते चरित्र म्हणून राणीची पावती त्याला मिळाली. यामध्ये थोडा प्रणय आणि सार्वजनिक जीवनासाठी वाहून दिलेल्या दोन आयुष्यांच्या वर्णनाची कथा असे हे पुस्तक होते. भारतात या चरित्राचा अनुवाद प्रकाशित झाला नाही. फक्त कलकत्ता मोहमदीन विद्यालयाचे प्राचार्य विलियम नासाव लिस जे *टाइम्स ऑफ इंडिया* या वर्तमानपत्राचे एक मालकदेखील होते, त्यांनी असा प्रयत्न केला होता आणि ग्रे यांना त्यांनी आश्वासनही दिले होते की, एखाद्या तरी हिंदुस्तानी भाषेत या चरित्राचा अनुवाद करण्याचा ते प्रयत्न करतील, कारण त्यामुळे *'हर मॅजेस्टी* यांच्या भारतीय प्रजेला कल्पना येईल

की, सदाचारी आणि चांगला युवराज आपले आयुष्य जनकल्याणासाठी आणि त्याच्या राज्यातील प्रजेच्या सुखासाठी कसे उपयुक्त करू शकतो.'(१०) हे पुस्तक नक्कीच एक संदेश देणारे होते, एवढे मात्र खरे!

*'लीव्हज फ्रॉम द जरनल ऑफ अवर लाइफ इन द हायलॅन्ड'*चा जो हुकूमशाही भाव होता, तो कायम होता. मात्र, त्यात राणी व्हिक्टोरियाला तिच्या पतीच्या शेजारी स्थानापन्न करण्यात आले होते, ज्यामुळे हे पुस्तक म्हणजे एका शोकाकुल विधवेच्या पवित्र समर्पणाची कथा बनले. तसेच एका शाही दाम्पत्याने त्यांचा कारभार कसा सांभाळला याचे वर्णनदेखील यामध्ये वाचायला मिळाले. शीर्षक सुचवते त्याप्रमाणेच हे पुस्तक म्हणजे शाही दाम्पत्याच्या कौटुंबिक प्रवासाचे १८४० ते १८६० या तीन दशकांचे वर्णन आहे, ज्यात स्कॉटलॅन्डमधील त्यांच्या निवासस्थानी तसेच वेल्स, आयर्लंड आणि चॅनल आयलॅन्ड्स आणि डेवोन तसेच कॉर्नवॉल येथील त्यांच्या सफरींचे आणि त्यांच्या पॅडल स्टीमर बोटीवरून केलेल्या प्रवासाच्या वर्णनांनी ते भरलेले होते. शाही कुटुंबाच्या व्यक्तिगत आयुष्यातील घडामोडींच्या आणि राहणीमानाच्या काही बाबी वाचकांसमोर प्रस्तुत करणारे हे पुस्तक होते. व्हिक्टोरिया आणि अल्बर्ट हे कसे मुलांची काळजी घेणारे; परंतु त्याच वेळी त्यांच्यावर नियंत्रण ठेवून असलेले पालक होते, हेही पुस्तक वाचताना कळते. राणीने आपल्या या रोजनिशीत नमूद करताना लिहिले आहे की, तिला तिच्या मोठ्या मुलाला, वेल्सच्या राजपुत्राला *'अर्ल ऑफ डब्लिन'* बनलेले पाहायचे होते आणि तिच्या मोठ्या मुलीच्या, विकीच्या प्रशियन राजघराण्यात झालेल्या विवाहाचे विस्तृत वर्णनदेखील तिने यात केले आहे. विविध कलांची आणि विषयांची माहिती असलेली व्यक्ती म्हणूनच युवराज अल्बर्ट यांची ख्याती असल्याचे यात नमूद करण्यात आले आहे. शाही कुटुंबाच्या या युरोप सफरींदरम्यान स्कॉटलॅन्डच्या दऱ्या-खोऱ्यांतून आणि प्रवाहांतून प्रवास करताना युवराज आपल्या कुटुंबाला ही माहिती पुरवीत असे. एक अत्यंत कुशल गिर्यारोहक आणि हरिणांची शिकार करणारा म्हणूनही त्यांचे वर्णन केले आहे. *'लीव्हज फ्रॉम द जरनल ऑफ अवर लाइफ इन द हायलॅन्ड'* म्हणजे एक असे प्रवासवर्णन आहे, ज्यात राणीच्या राज्यातील जवळच्या प्रदेशांना अनुभवण्याची संधी वाचकाला मिळते. तिने लिहिलेल्या, नमूद करून ठेवलेल्या निरीक्षणांतून इंग्लिश, स्कॉट आणि वेल्श या ब्रिटिश बेटांच्या भौगोलिकतांमधील राष्ट्रीयतेचा फरक प्रामुख्याने समोर येतो. तसेच या तीन देशांतील राणीप्रति असलेल्या निष्ठेचे दर्शनदेखील यातून होते. विशेषतः १८४० मध्ये जेव्हा ती आणि अल्बर्ट यांनी राज्याच्या सीमा ओलांडून पहिल्यांदा स्कॉटलॅन्डला भेट दिली, तेव्हा तिने तिच्या प्रवासाच्या कार्यक्रमाची माहिती देताना ऐतिहासिक अँग्लो-स्कॉटिश युद्ध ते १७०७च्या संघापर्यंतच्या निसर्गरम्य प्रदेशांचे अवलोकन करण्याचे ठरवले होते,

असे दिसते. राणीची रोजनिशी माहितीपूर्ण होती, ज्यातून राणी एक समर्पित पत्नी आणि माता आणि अनेक वर्षांच्या संघर्षानंतर आणि बंडखोरीनंतर एकसंध झालेल्या तिच्या राज्यात सर्वदूर प्रवास करून आलेली एक शाही शासक म्हणून आपल्याला दिसते. *'मोअर लीव्हज फ्रॉम द जरनल ऑफ अवर लाइफ इन द हायलॅन्ड'* हे १८८४ मध्ये प्रकाशित झाले, ज्यात त्यांच्या कथेचा पुढील भाग होता. राणी व्हिक्टोरियाच्या उर्वरित आयुष्यावर असलेल्या अल्बर्ट यांच्या छत्रछायेचा त्यावर प्रभाव होता. जो प्रवास त्यांनी परस्परांसोबत केला होता, तो पुन्हा एकट्याने पार पाडताना त्याच्या शेजारी नसण्याची आणि त्याच्या ज्ञानाची भासणारी कमतरता राणीने यात विशद केली होती.

भारतात राणीच्या लेखनीय कामाचा अनुवाद म्हणजेच समर्पणाचे प्रतीक होते, जे तिच्या पुत्रांच्या भारत भेटींदरम्यान त्यांच्या माध्यमातून राणीला अर्पण करण्यात आले होते किंवा त्याचे अनुवादक जर इंग्लंडमध्ये असतील तर ते प्रत्यक्ष त्यांनी राणीला सादर केले.(११) सुशोभित केलेले, लाकडी कलाकुसरीच्या चित्रमय गोष्टींनी सजलेले आणि हस्तलिखित स्वरूपातील राणीच्या रोजनिशीचे हे भारतीय भाषांतर फार महागडे होते आणि फक्त मागणीनुसार त्यांची छपाई करण्यात आली होती; त्यामुळे बहुतांश भारतीयांच्या ते आवाक्याबाहेरचे होते. त्यांचे वितरण अत्यंत मर्यादित होते, तरीही या पुस्तकाने काही नवीन विक्रम प्रस्थापित केले. असा दावा करण्यात आला की, अशा प्रकारच्या कुठल्याही उपक्रमामध्ये, प्रथमतः रोजनिशीच्या मराठी भाषांतराच्या खरेदी करणाऱ्यांमध्ये हिंदू स्त्रियांचा समावेश होता. शिकवण किंवा धडे देण्यासाठी या पुस्तकांचा वापर केला जात होता. गुजराती भाषांतराचा उपयोग हा राजांच्या कर्तव्यांचा जनतेला परिचय करून देण्यासाठी झाला म्हणून त्याचे स्वागत करण्यात आले. 'दिल्ली दरबाराच्या वैभवाला साजेसा असा माणिक' असे त्या पुस्तकाचे कौतुक केले जात होते.(१२) राणीच्या दोन्ही पुत्रांच्या भारतदौऱ्याच्या आधी किंवा नंतर प्रकाशित करण्यात आलेल्या *लीव्हज फ्रॉम द जरनल ऑफ अवर लाइफ इन द हायलॅन्ड* या पुस्तकांच्या भारतीय प्रतींमध्ये राणीला पवित्र आणि समर्पित मात्र एक अत्यंत कार्यक्षम आणि कार्यरत विधवा राणीच्या रूपात प्रस्तुत केले होते. आता ती कदाचित योद्धा राणी राहिली नव्हती. तिच्या या रूपाच्या वर्णनात आता बंडखोर झाशीच्या राणीचे रूप पाहिले जाऊ लागले होते. आता ती भारतीय स्त्रियांच्या आणि राण्यांच्या जनजागृतीने पेटलेल्या उदात्त भूमिकेच्या नवीन प्रकारात सामावली गेली होती.

माता

राणीच्या पुत्रांनी केलेल्या भारतीय दौऱ्यांमुळे व्हिक्टोरियाच्या प्रतिमेचा आणखी एक घटक भारतात अधोरेखित झाला आणि तो म्हणजे भारताची माता असण्याचा. तिच्या प्रजेला मायेने सांभाळणे हे तिच्या धार्मिक आणि शैक्षणिक कामाचे घटक होते. भारतातील ख्रिश्चन धर्मप्रचारकांनी ख्रिश्चन राणीच्या त्यांच्या धर्मप्रचाराच्या कामातील एक तरुण सेविका म्हणून असलेल्या प्रतिमेचा आणि त्याच्या कथांचा वापर केला. उदाहरणार्थ १८७०च्या मध्यंतरात रेव्हरंड बाबू यांनी राणीचे लिहिलेले चरित्र जे तमिळ व तेलुगूमध्ये प्रकाशित झाले होते. एक दंतकथा ज्यात राणी आफ्रिकेतील एका प्रमुखाला बायबल भेट देते आणि हीच कथा ख्रिश्चन धर्मामुळे 'ब्रिटनची महानता' आहे अशा प्रकारे 'महाराणीर सख्य / *द टेस्टिमनी ऑफ द क्वीन'* या बंगाली पुस्तिकेत पुन्हा सांगितली गेली, जी १८९५मध्ये ख्रिश्चन ट्रॅक्ट सोसायटीने प्रकाशित केली आणि राणीच्या निधनानंतर तर बंगाली भाषेत लिहिलेले आणखी एक साहित्य *म्हणून द क्वीन ॲन्ड हर बायबल* याच्या तब्बल १५००० प्रती, जी संख्या त्या काळातील या अशा प्रकारच्या क्षणिक वाचनाच्या साहित्यासाठीची एक मोठी छपाईची संख्या होती, कलकत्त्याला प्रकाशित करण्यात आल्या.[१४] राणी व्हिक्टोरियाच्या दोन वर्धापन दिन सोहळ्यांची वर्षे आणि तिचे निधन या काळातही तिच्या लोकप्रिय तमिळ चरित्राचे पेव फुटले होते, जे शालेय विद्यार्थ्यांच्या वाचनासाठीचे साहित्य म्हणून पाहिले जाऊ लागले. हे पुस्तक म्हणजे बक्षीस किंवा भेट देण्यासाठी सुयोग्य उपहार आहे, असा सामान्य संकेत यातून दिला गेला.[१५]

याव्यतिरिक्त मात्र स्थानिक प्रांतीय भाषांमधील साहित्याचे सगळे लक्ष हे राणी व्हिक्टोरिया म्हणजे एक मातृत्वाचे प्रतीक यावर केंद्रित झाले होते. विशेष म्हणजे जेव्हा हिंदुस्तानात 'भारत माता' या संकल्पनेचा उदय होऊन ती स्थिरावत होती, तेव्हाच राणी व्हिक्टोरियालादेखील या देशाची म्हणजेच भारताची आई किंवा माता संबोधण्याची कल्पना रुजू लागली होती आणि याचा पुरावा म्हणजे किरण चंद्र बॅनर्जी यांनी बंगालीमध्ये लिहिलेल्या आणि १८७३ मध्ये प्रकाशित झालेल्या *भारत माता* या पुस्तकात भारताचे जे स्त्री व्यक्तिमत्त्व चित्रित करण्यात आले, ते राणी व्हिक्टोरियाच्या रूपातील होते, जिच्याकडे न्याय मागता येऊ शकत होता. आणखी एका बंगाली साहित्यात १८७०च्या काळात भारत मातेची आणि राणीची तुलना करण्यात आली आणि राणी म्हणजे न्याय आणि बुद्धी यांचा स्रोत, असे मांडण्यात आले.[१६] भारताला एका स्त्रीरूपात आदर्शवत मानण्यात आणि एका दूरवर वसलेल्या राणीच्या छत्रछायेत असल्याचे मानण्यात कोणताही विरोधाभास नव्हता. खरे तर म्हणूनच अगदी तिच्या मृत्यूपर्यंत अनेक प्रमुख भारतीय सुधारकांनी, ज्यात

काही राष्ट्रवादी नेत्यांचाही समावेश होता, राणी व्हिक्टोरियाचे गुणगान करताना तिच्या घरंदाज सदाचारी असण्याचेही तोंडभरून कौतुक केले. हे सिद्ध करण्यासाठी अगदी थोडी उदाहरणेदेखील पुरेशी आहेत. एक हिंदी भाषक लेखक भारतेंदू हरिश्चंद्र ज्यांनी राजपुत्र आल्फ्रेड यांच्या भारतदौऱ्याच्या काळात १८७० मध्ये बनारस येथे युवराज अल्बर्ट यांची प्रशंसा करणारे भाषण केले होते, त्यांनी १८८२मध्ये इजिप्तमध्ये कारवाई करणाऱ्या राणीचेदेखील स्वागत केले होते. अर्थात त्या मोहिमेत भारतीय सैन्याचा समावेश होता, यासाठी हे कौतुक नव्हते. दुसरे एक उदाहरण म्हणजे इच्छाराम सुरायाम देसाई या गुजराती पत्रकाराने लिहिलेल्या *हिंद आने ब्रिटानिया* (१८८६) हे पुस्तक ज्यात ब्रिटिश सत्तेवर कडाडून टीका केली होती आणि आरोप लावले होते. देसाई यांच्यावर ब्रिटिशांनी कारवाईदेखील केली. मात्र, तरीही त्यांच्या लेखणीला कुणी थांबवू शकले नाही. राणीच्या वर्धापन दिन सोहळा वर्षात म्हणजे १८८७ मध्ये त्यांनी राणीच्या आयुष्यावर पुस्तक लिहिले, ज्यात एक विधवा राणी म्हणून जगताना तिच्या नैतिक व्यक्तिमत्त्वाचा आढावा घेतला होता. त्यानंतर होते बिपिन चंद्र पाल जे भारतीय राष्ट्रीय काँग्रेसचे सदस्य होते. जुन्या राष्ट्रवादी नेत्यांशी १९०५ मध्ये फारकत घेऊन त्यांनी स्वदेशी व स्वराज्य अशी मोहीम हाती घेतली; पण त्याआधी काही वर्षांपूर्वी १८९१ मध्ये त्यांनीदेखील राणीच्या आयुष्याचा आढावा घेणारे लिखाण केले होते, ज्यात त्यांनी राणीच्या व्यक्तिगत नैतिकतेची प्रशंसा केली होती. प्रजेप्रति असलेली तिची दयाळू वृत्ती आणि चिरंतन वैधव्याचा स्वीकार करण्याचे तिने घेतलेले व्रत याचेदेखील पाल यांनी कौतुक केले होते.[१७] या प्रत्येक उदाहरणासंदर्भात पुढे येणाऱ्या दिवसांमध्ये मात्र अभ्यासकांनी राणीला आदरांजली वाहण्याच्या प्रथेचा बीमोड केला. एकोणिसाव्या शतकाच्या उत्तरार्धात भारतीय राष्ट्रीयत्वाशी आणि देशभक्तीच्या मोहिमेतील नव्या फळीतील लोकांशी जुळलेल्या या अशा साहित्याच्या वारशामुळे ते लाजिरवाणे झाले होते. राष्ट्रनिर्माणाच्या पार्श्वभूमीवर पितृत्ववादी साम्राज्याचे आलंकारिक रूप म्हणून त्या काही काळाकरिता मग 'भारताची माता' हे संबोधन अस्तित्वात राहिले.

भगिनी

एकोणिसाव्या शतकातील भारतात सत्तेकडे पावले टाकणाऱ्या महिलांचे प्रमाण फार कमी होते; पण अशा सर्व स्त्रियांसाठी राणी व्हिक्टोरिया आदर्श होती.[१८] काहींच्या हातून सत्ता निसटून गेली होती. डलहौसी आणि १८५७ पूर्वीच्या आधीचे गव्हर्नर जनरल यांच्या संस्थाने खालसा करण्याच्या आणि ब्रिटिशांच्या अखत्यारीत घेण्याच्या धोरणामुळे बेघर झालेल्या अनेक महाराणींची आणि त्यांच्या कुटुंबीयांची एक मोठी

यादीच तयार झाली होती. यातील अनेकांना त्यांना निष्कासित करून आश्रय दिलेल्या प्रदेशात ब्रिटिशशासित भारत सरकारकडून निवृत्ती वेतन देऊन मदत केली जात होती.[१९] याच्या अगदी विरुद्ध म्हणजे भारतातील काही राज्ये अशी होती, जिथे स्त्री शासकांची त्यांच्या सत्तेवरील पकड अगदी घट्ट होती आणि त्यातील एक राज्य होते भोपाळचे. काही राज्यांमध्ये काही काळ स्त्रियांचे राज्य होते. यातील प्रमुख राज्ये म्हणजे राजकोट (१८६२-६७), बलरामपूर (१८८२-९४), नंदगाव (१८८३-९१), कूच बिहार (१८५७-६०, १८६३-८३) आणि म्हैसूर (१८९४-१९०२) येथे जोवर सत्तेवरील पुरुष वारस वयात येत नाही, तोवर त्यांच्या वतीने महिला शासक म्हणून काहींना भारत सरकारने परवानगी दिली होती. सत्तेत आपली भूमिका निभावणाऱ्या या महिला शासकांमध्ये एक गोष्ट समान होती आणि ती म्हणजे या सगळ्यांची आदर्श राणी व्हिक्टोरिया होती.

पण या भगिनींमध्ये सारे काही आलबेल नव्हते. १८५८ मध्ये भारतातील सत्तेचा अधिकार संपूर्णतः हाती घेताना ब्रिटिश राणीला कडव्या आणि घणाघाती प्रतिक्रियेला सामोरे जावे लागले आणि ती प्रतिक्रिया प्रथम आली होती एका महिला शासकाकडून. अवधची बेगम आणि अवधच्या राजाची पहिली बायको हजरत महल हिने राणीच्या जाहीरनाम्याला प्रत्युत्तर म्हणून स्वतःचा एक जाहीरनामा 'अवधच्या प्रजेच्या पालकांकडून' या शीर्षकाखाली जारी केला.[२०] राणी व्हिक्टोरियाच्या जाहीरनाम्यावर तिने कडाडून टीका केली आणि राणीच्या या कल्पनेबद्दल आवाज उठवला की, आता ही राणी इथल्या करारांचा सन्मान करणार, इथल्या ख्रिश्चन धर्माव्यतिरिक्त अस्तित्वात असलेल्या धर्मांचा आदर करणार, क्षमा आणि दया दाखवणार आणि इथल्या जनतेची स्थितीही सुधारणार? बेगमने आपल्या जाहीरनाम्यातून शाही अधिकार आणि भारतीय जनतेची मातृमयी राणी - या राणी व्हिक्टोरियाच्या स्थानाला आव्हान दिले. बेगमने तिच्या पत्रकातून दिलेले आव्हान राणीपर्यंत पोहोचले आणि तिने वाचले, याचा काही पुरावा नाही. आणि ब्रिटिशांनी हजरत महलला गप्प करण्यासाठी तिची हकालपट्टी नेपाळला केली; पण तिचे व्रत दुसऱ्या एका शाही स्त्रीने उचलले आणि १८५८च्या जाहीरनाम्याच्या विरोधाला आणखी थोड्या अधिक सार्वजनिक स्तरावर आव्हान दिले. द्वितीय शिवाजी, ज्यांचे १८५५ मध्ये निधन झाले होते, त्यांची वारस असलेल्या तंजोरच्या राणीने आणि तिच्या समर्थकांनी १८६०मध्ये राणीवर आरोप लावला. ब्रिटिशांकडून खालसा करण्यात आलेले तंजोरचे संस्थान पुनःस्थापित करून त्याच्या वारसाला राज्य चालवण्याची परवानगी देण्याचे वचन राणीने पाळले नाही, असा त्यांचा आरोप होता. हा असा विश्वासघात म्हणजे 'त्यांच्या न्याय्य आणि विश्वासू अपेक्षांसोबत केलेली ढळढळीत लबाडी आहे,' असे विधान केले गेले होते. भारतीय राज्य शासकांसाठी, प्रमुखांसाठी 'भारताचे मॅग्ना

कार्टा' म्हणून गणल्या गेलेल्या राणीच्या जाहीरनाम्याच्या उद्देशाला स्मरून तंजोरच्या या स्त्री वारसाच्या वतीने विनंतीअर्ज करण्यात आले.[२१] पण हे सगळे घडत असताना मात्र या राजकन्येने वैयक्तिक पातळीवर वेगळीच रणनीती अवलंबली होती. तिने मद्रासच्या गव्हर्नरला पत्र लिहून कळवले की, ती स्वतः राणीला 'माता' आणि 'आपल्या प्रजेचीही माता' मानते, असे म्हटले होते.[२२] याशिवाय वेल्सच्या राजपुत्राच्या १८७५ मधील दौऱ्याच्या कार्यक्रमपत्रिकेत आपल्या राज्याचा किंवा आपल्या भेटीचा समावेश करून घेण्याचाही तिने अयशस्वी प्रयत्न केला. तरीही हार न मानता तिने नजराणा म्हणून राजपुत्राच्या बायकोसाठी सोन्याची मेखला घेतली आणि पाठवून दिली. शिवाय त्याच्या या भेटीच्या प्रीत्यर्थ तंजोर राज्यात तिने एक वैद्यकीय शाळादेखील उघडली.[२३] अर्थात जी भेट घडलीच नाही, त्याच्या स्मरणार्थ हे सगळे करणे हास्यास्पद होते. पुढे १८८५ मध्ये तिचा मृत्यू झाल्यावर तिच्या पुत्राला गादीचा वारस मानण्यास ब्रिटिशशासित भारत सरकारने नकार दिला.[२४] तरीही तंजोरच्या महाराणीने शाही मुकुटाप्रति असलेली त्यांची निष्ठा कधी कमी होऊ दिली नाही. राणीच्या १८८७ आणि १८९७ मधील वर्धापन दिन सोहळ्यांमध्ये तर हे अगदी स्पष्टपणे दिसले. आणखी एक गोष्ट यातून सिद्ध झाली की, भारतातील ब्रिटिश सरकारव्यतिरिक्त राणी व्हिक्टोरियाचे भारतीय प्रमुखांशी संवाद साधण्याचे एक वेगळे माध्यम अस्तित्वात होते. शिवाय सगळ्या गोष्टींचे निवारण करण्याचा मार्ग होताच जो नंतर तंजोरला मिळालेल्या वागणुकीतून सिद्धदेखील झाला. आणखी एक पदच्युत केलेले राजघराणे म्हणजे घाटातील साताऱ्याच्या भोसल्यांचे. पुण्याच्या दक्षिणेला वसलेल्या या संस्थानाच्या शेवटच्या महाराजांच्या विधवेने राणी व्हिक्टोरियाला विचारले की, 'त्या विश्वाच्या सत्ताधीशाने जगाची सत्ता कुणाकडे सोपवली आहे?' जो ईस्ट इंडिया कंपनीद्वारे आमच्यावर झालेल्या अन्यायाला न्याय देईल?[२५]

इतर राज्यांतील महिलांच्या विकासासंदर्भात राणीला नेहमी माहिती दिली जात असे. दक्षिण भारतातील त्रावणकोर येथून लेडी ॲनी नेपियर मद्रासचे गव्हर्नर यांच्या पत्नी यांनी राणीला एका सुधारणावादी राजघराण्याद्वारे चालवले जाणारे राज्य कसे असते याची अगदी भरपूर आणि इत्थंभूत माहिती पुरवली होती. त्यांनी राणीला लिहिलेल्या पत्रांमध्ये जलरंगातील काही चित्रेही पाठवली होती, ज्यामध्ये त्रावणकोरची झलक पाहायला मिळत होती. चित्रांसोबत असलेल्या नोंदींमध्ये चित्रांतील विषय लिहिले होते. राज्याच्या दिवाणांच्या मुलींनी सार्वजनिक ठिकाणी आधुनिक पोशाख करून फिरणे या गोष्टीचे कौतुकदेखील या पत्रांमध्ये केले होते. ब्रिटनमध्ये परतल्यावर लेडी नेपियर या थेट बालमोर येथे राणीबरोबर राहायला गेल्या आणि या त्यांच्या सहवासामध्ये त्यांनी व्हिक्टोरियाला दक्षिण भारताबद्दल खूप गोष्टी सांगितल्या.[२६]

निष्ठा प्रदर्शनात त्रावणकोरच्या महिलांची आपली एक पद्धत होती. त्यांनी स्वतः राणीला तिच्या १८८७ च्या वर्धापन दिन सोहळ्यानिमित्ताने विशिष्ट पत्रे लिहिली आणि त्रावणकोरच्या दरबाराकडून राजा रवी वर्मा यांच्याकडून काढून घेतलेले महाराणीचे चित्रही त्यांनी पाठवले होते. दुर्दैवाने, लेडी नेपियर यांनी राणीला सगळेच काही सत्य सांगितले नव्हते. त्रावणकोरच्या महाराजांच्या राण्यांना खरे शाही स्थान नाही, कारण त्या खालच्या वर्गातील स्त्रिया आहेत आणि त्यामुळे त्यांना दरबारापासून दूर ठेवण्यात येते. साहजिकच महाराणी म्हणून ज्यांचे चित्र रवी वर्मा यांनी काढून राणी व्हिक्टोरियाला पाठवले होते, ते त्रावणकोरच्या महाराजांच्या बहिणीचे होते, हे राणीला कळवले गेले नाही.[२७]

भारतातील ज्या महिला शासकांसोबत राणी व्हिक्टोरिया यांचे फार निकटचे संबंध आले, ती म्हणजे भोपाळच्या बेगम. जवळपास एक शतकापर्यंत आणि तेही नियमितपणे कुठल्यातरी एका मुस्लीम राजघराण्याच्या स्त्रियांनी या मध्य भारतातील विस्तारित राज्यावर शासन केले.[२८] पहिल्या शासक बेगम यांनी कधी परदा केला नाही. त्या फक्त भारतातच सर्वदूर नाही तर परदेशातही प्रवासासाठी गेल्या. दोघींनी - सिकंदर बेगम यांनी १८७०मध्ये आणि कैखुसरौ जहाँ यांनी १९०३ मध्ये - मक्का या पवित्र स्थळाची भेट घेतली. दोन अशा घटना घडल्या की, ज्यामुळे या सगळ्यांनी इतरांचे लक्ष वेधून घेतले. पहिली घटना म्हणजे सिकंदर बेगमने आपल्या हज यात्रेचा सगळा वृत्तान्त उर्दूत लिहिला ज्याचे भोपाळच्या ब्रिटिश प्रतिनिधींच्या पत्नीने नंतर इंग्रजीत भाषांतर केले आणि हे भाषांतर कलकत्ता आणि लंडन येथे प्रकाशित झाले; ज्याने सगळ्यांचे लक्ष वेधून घेतले.[३०] दुसरे उदाहरण होते शाह जहानचे. भारतातील विशिष्ट शासकांसाठी, राज्यकर्त्यांसाठी स्थापित *स्टार ऑफ इंडिया* ही पदवी व सन्मान स्वीकारण्यासाठी ती भोपाळहून कलकत्त्याला प्रवास करून गेली आणि या वेळी ती छायाचित्रांमध्येही झळकली. हिऱ्या-माणकांनी नटलेल्या तिच्या बटूमूर्तीचे छायाचित्र जगभरात गाजले.[३१] सिकंदर आणि शाह जहान दोघींचाही राणी व्हिक्टोरियाशी थेट संपर्क होता. शाह जहानने १८५४ मध्ये राणीच्या मूर्तीसाठी थेट परवानगी मागून घेतली होती आणि सिकंदर हिने राणीला नजराणे पाठवण्याबरोबरच १८६७ मध्ये तिच्या नावाने एक शाळादेखील सुरू केली होती. तरीही हे संबंध जास्त बहरले ते शाह जहानच्या दुसऱ्या टप्प्यातील राज्यकाळात! आपल्या इंग्रजीच्या सरावाकरिता आपण दर महिन्याला राणी व्हिक्टोरियाला पत्र लिहिले तर चालेल काय? अशी विचारणा शाह जहानने १८७० मध्ये लॉर्ड मेयो यांच्याकडे केली.[३२] त्यानंतर १८७४ मध्ये तिने राणीला पुस्तकांची एक मालिकाच पाठवली. यात पहिले होते उर्दू भाषेतील भोपाळचा इतिहास ज्यात शाह जहानने भोपाळ आणि ब्रिटिश राजघराण्यातील सहयोगांना आणि संबंधांना केंद्रस्थानी ठेवून

लिखाण केले होते आणि सोबतच तिच्या आईच्या हज यात्रेचा वृत्तान्तदेखील लिहिला होता. या भेटीची परतफेड म्हणून मग राणी व्हिक्टोरियाने पतीच्या निधनानंतर त्याच्या स्मृतीत लिहून घेतलेल्या ग्रे यांच्या *अर्ली लाइफ ऑफ द प्रिन्स कॉन्सर्ट* या चरित्राची आणि तिच्या हायलॅन्ड रोजनिशीची एक प्रत पाठवून दिली.[३३] या भेटींच्या देवाण-घेवाणीला आपण कुठल्या स्वरूपात पाहायचे? याचा अर्थ काय काढायचा? त्या दोघी प्रत्यक्ष कधीच भेटल्या नाहीत, तरी भोपाळची बेगम ही राणी व्हिक्टोरियाच्या निष्ठावंतांच्या यादीत अग्रक्रमावर होती. बरोबर वीस वर्षांनंतर जेव्हा मेरी कर्झन या भारतात भोपाळच्या दौऱ्यावर जाणार होत्या, तेव्हा राणीने त्यांना बेगमसंदर्भात अगदी इत्थंभूत माहिती दिली होती.[३४] पण तिच्या नवऱ्याच्या प्रतापांमुळे जेव्हा बेगम संकटात सापडली, तेव्हा मात्र राणीने तिला फारशी मदत केली नाही. सिद्दिक हसन खान हा मुस्लीम अभ्यासक होता. मात्र, त्याचे वहाबी चळवळीशी संबंध असल्याचा ब्रिटिशांना संशय होता. प्रजेला भडकवण्याचे काम तो करतो आहे आणि आपल्या बायकोची सत्ता उधळून लावण्याचा त्याचा विचार असल्याचा त्याच्यावर आरोप होता. जेव्हा या सगळ्या परिस्थितीची माहिती लॉर्ड डफरिन यांनी राणी व्हिक्टोरियाला दिली, तेव्हा तिने बेगमच्या 'मूर्खांसारख्या लग्नाला' नावे ठेवली.[३५] अर्थातच, लग्नासाठी योग्य जोडीदाराची निवड केली नाही, हा राणीचा सल्ला बेगमच्या काहीच उपयोगाचा नव्हता. भारतातील शाही घराण्यातील स्त्रियांशी राणी व्हिक्टोरियाला फक्त पत्रव्यवहारापुरते संबंध ठेवायचे नव्हते. फक्त स्त्रियांसाठी म्हणून एक सन्मान भारतात स्थापन करण्यात यावा, असेही तिने १८७६ मध्ये सूचित केले होते. *ऑर्डर ऑफ द क्राऊन ऑफ इंडिया* असे त्याचे नामकरण करून सॅलिसबरी आणि लीटन यांनी १८७७ च्या उन्हाळ्यात त्याला संमती दिली होती. या सन्मानासाठी भारतातील प्रमुखपदावरील स्त्रियांचा विचार केला जाणार होता; ज्यात राजघराण्यातील सदस्या, भारतीय राजांच्या स्त्रिया, व्हाइसरॉय यांच्या पत्नी आणि ब्रिटिशशासित भारतीय प्रशासनातील वरिष्ठ अधिकाऱ्यांच्या बायका यांचा समावेश होता.[३६] ब्रिटिशांच्या इतिहासातीलदेखील हा एकमेव सन्मान ठरला, जो फक्त स्त्रियांकरिता होता. अर्थात, मुळात या सन्मानाच्या अस्तित्वात असण्याच्या संपूर्ण काळात म्हणजे १९४७ पर्यंत यावर युरोपीय महिलांचेच वर्चस्व राहिले (एकूण १०९पैकी ८६ युरोपीय). जे सोळा सन्मान भारतीय स्त्रियांना देण्यात आले, ते सन्मान जाहीर झाल्याच्या पहिल्या फेरीतील होते, जे १८७८ मध्ये देण्यात आले. त्यातही भारतातील राज्यांच्या वरिष्ठता श्रेणीप्रमाणे हे देण्यात आले होते - जसे बंबा सिंग (दुलीप सिंग यांच्या पत्नी), भोपाळच्या बेगम, म्हैसूरच्या महाराणी, बडोद्याच्या गायकवाड आणि हैदराबादच्या बेगम साहिबा. यात तंजोरच्या राजकन्येलाही सामावून घेण्यात आले होते आणि

सन्मानपात्र होण्यासाठी फक्त राजघराण्यात विवाह केलेला असणे आवश्यक आहे, हा समज चुकीचा आहे असे सिद्ध करण्यासाठी म्हणून मग उत्तर बंगालच्या एका छोट्या जमीनदाराच्या कासीम बाजारच्या महाराणी यांनाही दुष्काळाच्या वेळी त्यांनी केलेल्या सहायता कामासाठी हा सन्मान जाहीर करण्यात आला. या सन्मान श्रेणीच्या बाहेरील आणखी दोन अशा ज्या भारतीय महिलांनी भूकबळींच्या आणि अन्न तुटवड्याच्या काळात मदतकार्यात काम केले होते, त्यांनाही यात स्थान देण्यात आले. : शाम मोहिनी ऑफ दिनाजपूर (बंगाल) आणि बंगालमधीलच सियारसोलच्या हारो दुंदारी देबिया यांची नावे निवडण्यात आली.[३७] राणीच्या संदर्भात बोलायचे झाले, तर भारतातील स्थानिक राजघराणेशाही तिच्या ब्रिटिश राजच्या स्थैर्याकरिता इतकी महत्त्वाची होती की, त्यासाठी हा सन्मान देताना त्या राजघराण्यातील स्त्रियांचे प्रत्यक्ष कार्य कितीही नगण्य असले तरीही त्याने काही फरक पडत नव्हता. सन्मान प्रदान करण्यासाठी ज्या प्रकारचे आयोजन केले होते आणि त्याची जी स्थिती होती त्यावरून या स्त्रियांचे ब्रिटिश दरबारातील स्थान कसे दुय्यम होते, हे पुन्हा एकदा सिद्ध झाले होते.[३८] हैदराबाद येथे तर एक सन्मानचिन्ह पाठवून देण्यात आले होते आणि ते आपल्या बेगमला देण्यात यावे, असा निरोप देण्यात आला. बडोद्याच्या महाराणींना इतरांपेक्षा वेगळी वागणूक देण्यात आली. त्यांना सन्मानचिन्ह एका निवासी ब्रिटिश अधिकाऱ्याच्या पत्नीने दिले आणि त्यांच्या पोशाखावर त्यांनी सन्मानाची पिन लावली. तंजोरमध्ये तसे औपचारिक पद्धतीचे आयोजन होते. मात्र, राजकन्येचे सन्मान स्वीकाराचे आणि धन्यवादाचे भाषण तिच्या वतीने वाचून दाखवण्यात आले. फक्त म्हैसूर येथे महाराणी या सार्वजनिक स्थानी उपस्थित राहिल्या आणि त्यांनी स्वतःच भाषण केले. त्यांना असे एकटे बाजूला करून मग सन्मान प्रदान करण्यात आला, तरीही त्यामुळे त्यांच्यामध्ये आणि राणीमध्ये जे वैयक्तिक संबंध प्रस्थापित झाले ते या सन्मानामुळेच! कासीम बाजार येथे सन्मान मिळाल्यावर महाराणीने आपले बंगाली भाषेतील धन्यवादाचे भाषण स्वतःच केले. मात्र, ते पडद्याआडून, ज्यात तिने राणी व्हिक्टोरियाला 'जगाची सत्ताधीश' व 'भारताची सत्ताधीश माता' असे संबोधले.

तर अशा प्रकारे, आपल्या सम्राज्ञी या नवीन उपाधीला ग्रहण करण्याआधी राणी व्हिक्टोरियाने तिच्या भारतीय शासक भगिनींचा एक छोटा मात्र समर्पित गट तयार केला होता. तिचे भारतातील शाही प्रशंसक हे सुधारक, एक स्वतंत्र वैयक्तिक आयुष्य जगणारे आणि त्यांच्या स्वतःच्या राज्याच्या प्रशासकीय कामांमध्ये कार्यरत होते. नवीन पिढीत जरा वेगळ्या पद्धतीच्या शाही पुरोगामी लोकांचा उदय झाला. जे सुधारक होते. मात्र, मोठ्या प्रमाणात सत्तेत सहभागी नव्हते आणि त्यांनी त्या सत्तेचा फारसा वापरही केला नाही. मात्र, भारतीय महिलांच्या सामाजिक भूमिकेसंदर्भातील

त्यांची वृत्ती सुधारणावादी होती. दोन राज्यांच्या महाराणी या इतरांपेक्षा जरा वेगळ्या ठरल्या. एक होत्या सुनीती देवी ज्या कूच बिहारच्या महाराजांच्या पत्नी होत्या, तर दुसऱ्या होत्या चिमणाबाई, ज्या बडोद्याच्या गायकवाडांच्या पत्नी होत्या. कूच बिहार हे उत्तर-पूर्व बंगालमधील एक अतिशय छोटे राज्य होते. तिथल्या महाराजांनी ब्राह्मो समाजाचे एक नेते चंद्र सेन यांच्या कन्येशी विवाह केला होता. हा विवाह म्हणजे सुधारणावादाकडे प्रवास करणाऱ्या कलकत्त्याचा आणि एका छोट्या राजघराण्याचा एक विचित्र संगम होता.[३९] राणी व्हिक्टोरियाच्या वर्धापन वर्षानिमित्त १८८७च्या उन्हाळ्यात आयोजित सोहळ्यात सुनीती देवी यांनी आपल्या पतीबरोबर सहभाग घेतला होता आणि त्यासाठी त्या लंडनला गेल्या होत्या आणि पुढील संपूर्ण एक वर्ष त्या तिकडे रहिवासास होत्या. तब्बल तीन दशकांनंतर आपल्या त्या भेटीच्या आठवणींना उजाळा देत त्यांनी एक चित्र काढले होते, ज्यात राणीच्या दरबारातील अनौपचारिक जवळिकीला चित्रित करताना, ओळख करून दिली असता राणीच्या गालाला गाल लावून अभिवादन करणे आणि नृत्य या दोन गोष्टी प्रामुख्याने दाखवण्यात आल्या होत्या. तिच्या नंतरच्या स्मरणचित्रांतून जी गोष्ट काढून टाकण्यात आली होती, तीदेखील अत्यंत महत्त्वाची होती आणि ती म्हणजे तिचा पोशाख! इंग्लंडच्या वाटेवर असताना तिला आणि महाराजाला राणीचा निरोप देण्यात आला की, या सोहळ्याच्या निमित्ताने राणी व्हिक्टोरियाची अशी इच्छा आहे की, निमंत्रित भारतीय शासकांनी त्यांच्या स्थानिक पोशाखांमध्येच सोहळ्यात सहभाग घ्यावा; पण या कूच बिहारच्या जोडप्याला एका अडचणीला सामोरे जावे लागले. त्यांच्या या सफरीच्या सुरुवातीलाच त्यांनी युरोपीय पद्धतीचे कपडे शिवून घेतले होते आणि जेव्हा ते कलकत्त्याहून निघाले, तेव्हा त्यांना हा निरोप मिळाला होता. मग वाटेतच कपडे शिवून घेण्यासाठी घाईघाईने सोय करण्यात आली. जेव्हा ते दरबारात पोहोचले, तेव्हा सारे काही ठीकठाक होते. सुनीती देवींनी साडी घातली होती; पण त्यांच्या डोक्यावर आभूषण नव्हते. कधी नव्हे ते राणीला केलेली क्लृप्ती कळली आणि 'युरोपीय कापडापासून काहीसे पूर्वेकडील वस्त्र' तयार करण्यात आले आहे, हे तिने ओळखले. शिवाय राजे स्वतः आपल्या रत्नजडित आभूषणांशिवाय आले होते.[४०] इंग्लंडहून कलकत्त्याला परतताना या दाम्पत्याला एक मुलगा झाला, ज्याचे नामकरण अनायासेच व्हिक्टर असे करण्यात आले आणि राणी व्हिक्टोरिया त्याची धर्ममाता बनली. पुढील काळात सुनीती देवी तिच्या स्वतःच्या दरबारात पाश्चिमात्य पद्धतीचे कपडे घालूनच वावरू लागली. भारतीय इतिहासातील महिलांची भूमिका या विषयात तिने प्रभुत्वही संपादन केले. तिने बुद्धाची पत्नी यशोधराचे चरित्र लिहिले, राजपुतानाच्या राजकन्येवर अभ्यासपूर्ण लेखन केले आणि महाभारतातील व रामायणातील स्त्रियांच्या संदर्भातही तिने पुस्तक लिहिले.[४१] राणी व्हिक्टोरियासंदर्भात

सुनीती देवी यांनी कालांतराने व्यक्त केलेले मत हे बरेचसे सुसूत्र होते. तिने राणीचा उल्लेख, 'एक चांगली पत्नी, एक चांगली माता आणि एकंदरीतच एक चांगली स्त्री', असा केला; पण आत्मचरित्रात मात्र तिने लिहिले की, राणीसोबत घालवलेला वेळ हा तिच्या उर्वरित आयुष्याला वळण देणारा ठरला, ज्यातून भविष्यात ती तिच्या नवऱ्याच्या बरोबरीने सार्वजनिक ठिकाणी दिसणार, हा संकेत सगळ्यांना मिळाला.

या जोडप्याहून अधिक परदेश वाऱ्या करणारे शाही दाम्पत्य म्हणजे गायकवाड आणि त्यांची दुसरी पत्नी श्रीमंत लक्ष्मीबाई मोहिते (१८७१-१९५८) ज्या गायकवाडांशी १८८५ मध्ये विवाहबद्ध झाल्यावर चिमणाबाई द्वितीय म्हणून ओळखल्या गेल्या. बडोद्यातील ब्रिटिश रहिवासी कर्नल फायर यांच्यावर प्राणघातक हल्ला केल्याप्रकरणी पदच्युत केलेल्या गायकवाडांच्या गादीवर सयाजीराव यांना बसवण्यात आले होते आणि चिमणाबाई या पडद्यात असायच्या; पण दाम्पत्य म्हणून या दोघांनी राणी व्हिक्टोरियाला दोन प्रसंगी भेट दिली. एक १८९२ मध्ये आणि दुसरी १९०० मध्ये.[४२] त्यांच्या दुसऱ्या लंडनवारीनंतर लिहिलेल्या आणि प्रकाशित झालेल्या एका लेखात गायकवाडांनी नमूद केले आहे की, चिमणाबाई यांनी 'बडोद्यात मिळत नाही अशा स्वातंत्र्याचा (त्यांनी) ब्रिटनमध्ये भरपूर आनंद घेतला.' बडोद्यात महिला एकान्तवासात राहतात आणि 'अनेक वेळा तर अगदी मीसुद्धा त्यांच्या डोईवरचा पदर बाजूला करू शकत नाही', असेही त्यांनी लिहिले होते.[४३] स्वतः चिमणाबाई यांनी युरोपीय आधुनिकता आणि भारतीय पुराणमतवादीपणा यांच्यातील संबंधांचा राजकीय कार्यक्रम म्हणून पुढे उपयोग केला. स्त्रियांच्या नेतृत्वातील सामाजिक सुधारणा यासंबंधीचा त्यांचा संदर्भ ग्रंथ 'भारतीय जीवनात स्त्रियांचे स्थान' हा १९११ मध्ये प्रकाशित झाला. याच वर्षी पाचवे जॉर्ज आणि राणी मेरी यांचा राज्याभिषेक झाला होता आणि त्यांच्या पुस्तकात शाही घराण्यातील अनेक उदाहरणे होती. तेराव्या शतकातील दिल्लीची सुलताना रझिया बेगम, जहांगीरची बायको नूर जहान, अठराव्या शतकातील माळव्याची राणी अहिल्याबाई, भोपाळच्या तत्कालीन बेगम आणि राणी व्हिक्टोरिया जिच्या छत्रछायेखाली विश्वाने प्रथमतःच एका साम्राज्याचा एवढा विस्तीर्ण व्याप अनुभवला होता.[४४] चिमणाबाई या नंतर भारतातील स्त्री चळवळीतील एक प्रमुख व्यक्ती बनल्या आणि बडोद्यामध्ये मुलींच्या शिक्षणासाठी शाळा सुरू करण्याच्या गायकवाड घराण्याच्या प्रयत्नांमध्ये त्या सक्रियपणे सहभागी झाल्या. अशा पद्धतीने राणी व्हिक्टोरियाच्या दरबारातील तिच्या भेटींमुळे भारतातील नव्या पिढीच्या राजघराण्यांतील महिला सदस्यांसाठी त्यांच्या पतीच्या छोट्या गटात सहभागी होण्याची संधी देणारा मार्ग मोकळा झाला.

मुली

भारताची माता म्हणून जिचे आदराचे स्थान निर्माण झाले होते, त्या राणी व्हिक्टोरियाने एक खबरदारी घेतली. एकुणातच लिंगभेदासंदर्भातील राजकारणात तिला खेचले जाऊ नये म्हणून ती अतिशय काळजी घेत होती. ब्रिटनच्या समाजकारण्यांनी आणि सुधारणावाद्यांनी जेव्हा भारताला आपल्या कार्याचे आणि मोहिमांचे एक क्षेत्र म्हणून पाहायला सुरुवात केली, तेव्हा भारतातील स्त्रियांचे अनेक प्रश्न केंद्रस्थानी होते. शिवाय भारतातील विशेषतः हिंदू सुधारक चळवळींनी जातिप्रथांना आणि कुटुंब व्यवस्थेतील परंपरांना आव्हान दिले, तेव्हादेखील स्त्रियांसंदर्भातील प्रश्नांनी उचल घेतली. भारतातील महिलांच्या स्थितीसंदर्भातील राणीच्या सहभागाची नोंद ही फार जुनी म्हणजे १८६०मधली आहे. मानेकजी कार्सेटजी यांच्या लंडन आगमनाच्या वेळी १८६७ मध्ये राणीने त्यांची भेट घेतली. बॉम्बेमध्ये मुलींसाठी शाळा काढण्यात याव्यात, अशी कार्सेटजींची इच्छा होती आणि म्हणून ते लंडनला आले होते.(४५) त्याच्या पुढच्या वर्षी तिची ओळख मेरी कारपेंटर यांच्याशी करून देण्यात आली, ज्या इंग्लंडमधील गोरगरीब मुलांच्या शिक्षणासाठी शाळा मोहिमेच्या संस्थापक होत्या आणि त्यांनी भारतालाही भेट दिली होती.(४६) शिवाय ब्राह्मो समाजाचे एक सदस्य केशव चंद्र सेन यांनीदेखील राजवाड्याला भेट दिली होती.(४७) या सर्व भेटीगाठींचा परिणाम चांगला झाला. सर्वप्रथम १८७०मध्ये कारपेंटर यांनी सेन यांच्या सोबत लंडन येथे राष्ट्रीय भारतीय संघटनेची स्थापना केली आणि भारतात सेन यांच्या नेतृत्वाखाली त्याची शाखा सुरू झाली. संघटनेच्या उद्दिष्टांपैकी एक होते भारतातील मुलींच्या शिक्षणासाठी समर्थन मिळवणे आणि जनजागृती करणे. प्रकल्पाचे स्वरूप सर्वधर्मसमावेशक होते, अशी माहिती कारपेंटर यांनी दिली. ज्याचा आधार होता राणीच्या १८५८ च्या घोषणापत्रातील एक आश्वासन की, ती भारतातील धर्मांच्या संदर्भात कुठलाही हस्तक्षेप करणार नाही.(४८) यानंतर राणी व्हिक्टोरियाने १८७४ मध्ये आपल्या दुसऱ्या मुलीला म्हणजे ॲलिसला या संघटनेचे अध्यक्षपद दिले. मानद स्वरूपाच्या या पदाच्या जबाबदारीचे ती हेसमधील डार्मस्टाड येथून निर्वाहन करत होती, कारण ती हेसचे ग्रॅन्ड ड्यूक चौथे लुइस यांची पत्नी होती. पदभार सांभाळल्यानंतर चार वर्षांनी ॲलिस यांचा मृत्यू झाला. आपल्या सर्व कार्यासाठी मेरी कारपेंटर या भारतामध्ये राणीच्या नावाचा वापर करीत होत्या. पुढे १८७६ मध्ये कारपेंटर यांनी भेट म्हणून राणीच्या हायलॅन्ड रोजनिशीचे वाटप केले आणि परतताना ती राणीसाठी काही आभार मानणारी संबोधने आणि भेटी घेऊन गेली.(४९)

एक दशक लोटल्यावर राणीची सून व कॅनॉटची डचेस लुइसने हे कार्य

आपल्या हाती घेतले. १९४७ मध्ये अगदी थोड्या काळाकरिता भारतात राहायला गेलेल्या एडविना माउंटबॅटन यांव्यतिरिक्त भारतात वास्तव करणारी राजघराण्यातील ती एकमेव स्त्री होती. बॉम्बे लष्कराचा प्रमुख म्हणून काम करणाऱ्या तिच्या नवऱ्याबरोबर पुणे आणि बॉम्बे शहरांत वास्तव्य करताना लुईझेन हिने त्याच्या खांद्याला खांदा लावून काम केले. त्या दोघांनीही हिंदी भाषा अवगत केली आणि सार्वजनिक ठिकाणी तिचा वापरदेखील केला. बॉम्बेच्या गव्हर्नर यांच्या आग्रही पत्नी लेडी रेय यांच्याकडे ती जाऊ लागली आणि त्यांच्या शहरातील शाळा आणि रुग्णालय यासाठीच्या निधी गोळा करण्याच्या कामात तिने मदत करायला सुरुवात केली. यातच तिची ओळख पुणे येथील स्त्री प्रशिक्षण महाविद्यालयाची धुरा सांभाळणाऱ्या आणि सप्टेंबर १८८८ मध्ये व्हिक्टोरिया उच्च माध्यमिक शाळा सुरू करणाऱ्या सोराबजी परिवाराशी झाली. यातील काही बारीकसारीक माहिती तिने राणीला लिहिलेल्या पत्रांमध्ये होती.[५०] पण भारतातील तिच्या इतर भूमिकांच्या तुलनेत तिने मुलींच्या शिक्षणाच्या क्षेत्रात केलेले काम अत्यंत उल्लेखनीय होते. सोराबजी यांना निधी पुरविण्याव्यतिरिक्त तिने संपूर्ण बॉम्बे प्रेसिडेन्सीमधील प्रदेशाचे दौरे करून, तेथील स्त्री प्रशिक्षण महाविद्यालयाच्या स्थितीचे नियमित अवलोकनदेखील केले; पण या सगळ्या सार्वजनिक उपक्रमांमध्ये तिच्या वतीने तिचे पती सगळ्यांशी संवाद साधत असत आणि तिला जे काही मांडायचे आहे ते ती राणीच्या वतीने सांगते आहे, हे सांगायलाही ते विसरत नसत. एका प्रसंगी १८८९ मध्ये राजकोट येथे मात्र तिने हा तिच्या वतीने लोकांपर्यंत भाषण पोहोचवण्याचा प्रकार थांबवला आणि ती स्वतः एका सभेत बोलली. राणीच्या आयुष्यात तिच्या कुटुंबातील एखाद्या स्त्री सदस्याने सार्वजनिक ठिकाणी भाषण देण्याचा कदाचित हा एकमेव प्रसंग होता.[५१] अशा प्रकारे प्रथमतः मेरी कारपेंटर यांच्या आधाराने आणि नंतर तिच्या स्वतःच्या कुटुंबातील सदस्यांच्या मार्फत राणी व्हिक्टोरियाचे नाव भारतातील मुली आणि तरुण स्त्रिया यांसाठीच्या शाळांच्या विकासाच्या मोहिमेशी आणि कामाशी जोडले गेले.

भारतातील महिलांसाठी असलेल्या आणखी एका कामाला राणीने आपले सहकार्य दिले आणि ते म्हणजे सुश्रूषा सेवा आणि भारतीय स्त्रियांकरिता व त्यातही गरोदर महिलांकरिता रुग्णालयाची सोय करून देणे. भारताचे १८८२ मधील व्हाइसरॉय लॉर्ड रिपन यांनी, पंडिता रमाबाई यांनी स्त्रियांना प्रसूतीसंदर्भातील आवश्यक आणि अतिमहत्त्वाच्या सेवा पुरवण्यात येणाऱ्या अडचणींचे जे पुरावे सरकारकडे सादर केले, ते राणी व्हिक्टोरियाच्या अवलोकनार्थ पाठवले.[५२] या पुराव्यांची सत्यता सिद्ध करणारी एक अत्यंत नाट्यमय घटना महाराणी पन्ना यांच्या रूपात १८८३ मध्ये सामोरी आली. महाराणी पन्ना यांनी एलिझाबेथ बीलबी या एका

इंग्लिश धर्मप्रचारिकेच्या माध्यमातून राणी व्हिक्टोरियाला एक अर्ज केला होता. अर्जाबाबत राणीच्या मनात सहानुभूती होती. मात्र, धर्मप्रचाराच्या कार्यात गुंतण्याची शक्यता तिला काळजीत टाकणारी होती. हा सगळा प्रकार पुढे जाऊन अधिक गुंतागुंतीचा आणि विखारी झाला, जेव्हा राणीला कळले की, महाराज आणि महाराणी यांच्यात बेबनाव होता आणि बीलबी या थोड्या वाचाळ होत्या.[५३] तरीही, कल्पना रुजलीच. दोन वर्षांनी राणी व्हिक्टोरियाने आणखी एका संस्थापिकेची भेट घेतली जिचे नाव मेरी शर्लीब होते आणि कुठल्याही धर्मप्रचाराच्या कार्याशी तिच्या कामाचा संबंध नसल्यामुळे राणीने तिच्या मद्रास येथील कामाला संपूर्ण संमती दिली आणि ति्च्या शर्लीब स्त्रियांसाठीचे रुग्णालय या शहरातील कामाचे पालकत्वही स्वीकारले. या कार्यासाठी राणीच्या नैतिक सहकार्याची अत्यंत गरज होती.[५४] याच कालावधीत राणी व्हिक्टोरियाला आणखी एक भारतीय परिचारिका (शुश्रूषा) सेवा सुधारणांच्या संदर्भातील कामासाठी तीही भारतीय सरकारशी संलग्न असलेली एक व्यक्ती समर्थक म्हणून मिळाली. भारताचे नवीन व्हाइसरॉय म्हणून रुजू व्हायला निघालेल्या आपल्या पतीसोबत लेडी डफरिनदेखील १८८४ मध्ये भारतात दाखल झाल्या. भारतात रवाना होण्यापूर्वी प्रथेप्रमाणे त्यांची आणि राणीची भेट झाली.[५५] कलकत्ता आणि नंतर सिमला येथे पोहोचल्यानंतर लेडी डफरिन यांच्या कल्पनांना आकार येऊ लागला.

भारतातील महिलांना स्त्री उपयोगी औषधोपचार पुरवणारे राष्ट्रीय संघटन किंवा काउंटेस ऑफ डफरिन निधी असे नामकरण झालेल्या ब्रिटनबाहेरील एका सगळ्यात मोठ्या समाजसेवी कार्याची भारतात सुरुवात झाली, ज्याच्याशी राणीचे नाव आजन्म जोडले गेले. राणीचे स्वीय सचिव हेन्री पॉनसॉनबी यांनी या कार्याच्या आवाक्याची कल्पना राणीला दिली आणि स्वतःच्याही नकळत निरुद्देशपणे त्यांनी याचा उल्लेख 'भारतीय महिला निधी' असा केला.[५६] वैद्यकीय शाळा आणि रुग्णालये आणि विशेषतः भारतीय परिचारिकांचे व्यवस्थित प्रशिक्षण आटोपून त्यांना अशा महिलांसाठीच्या राखीव रुग्णालयामध्ये काम करण्याची संधी मिळावी या कामासाठी या निधीतून मोठी रक्कम उभारण्यात आली. जुलै १८८५ मध्ये प्रारंभ झालेल्या या प्रकल्पाचे स्वरूप हे वंश आणि धर्म यांच्याशी संबंधित नसल्यामुळे जनमानसात सहज स्वीकारले गेले. या प्रकल्पाच्या अटींमध्ये एक अट अशी होती की, यात कुठल्याही धर्मप्रचारक व्यक्तीची नियुक्ती केली जाणार नाही आणि वैद्यकीय शिक्षक आणि वरिष्ठ कर्मचारीवर्गातील काही स्त्रिया व पुरुष हे इंग्लिश असले, तरी या प्रकल्पात सगळ्यात जास्त खर्च हा भारतीय स्त्रियांच्या परिचारिका प्रशिक्षणासाठी आणि त्यांना अधिक कार्यक्षम बनवण्यासाठी केला जावा.[५७] अगदी प्रारंभी या प्रकल्पाच्या सुरुवातीच्या टप्प्यात त्याच्याशी राणीच्या नावाला संलग्न करून घेण्यासंदर्भात लेडी

डफरिन यांनी सावध पवित्र घेतला होता. मात्र, काही दिवसांनी राणीने तिला तसे करण्यास भाग पाडले आणि एकदा राजघराण्याची परवानगी मिळाल्यावर मग राणी या सर्व प्रकल्पांच्या माध्यमातून एक प्रतीक मूर्ती बनली. तिचे स्वतःचे यातील आर्थिक योगदान अगदी जेमतेम होते म्हणजे १०० पौंड; पण त्यासोबत एक 'राणी-सम्राज्ञी सुवर्णपदक' जोडून सर्वोत्कृष्ट विद्यार्थ्याला ते देण्यात येऊ लागले.(५८) राणीच्या मदतीने १८८७ मध्ये लेडी डफरिन यांनी एक बहुचर्चित निधी गोळा करण्यासाठी मोहीम हाती घेतली आणि राणीच्या वर्धापन दिनाशी त्याचा संबंध जोडण्यात आला. अगदी महिन्याच्या आतच या निधीची रक्कम ६५० पौंडांपासून ३५०० पौंडांपर्यंत गेली.(५९)

दहा वर्षांत काउंटेस ऑफ डफरिन निधीचा आकार आणि आवाका दोन्ही मोठ्या प्रमाणामध्ये विस्तारत गेले. डफरिननंतर आलेल्या सर्व व्हाइसरॉय यांच्या पत्नी, ज्यामध्ये लेडी लान्सडाउन, काउंटेस एल्गिन आणि लेडी कर्झन यांचेही योगदान राहिले आणि त्यांनी या योजनेचे अध्यक्षपददेखील भूषवले. भारतात त्यानंतर १८९६ पर्यंत सत्तर रुग्णालये स्थापन करण्यात आली आणि तिथे जवळपास तीन दशलक्ष महिलांवर उपचार करण्यात आले. लेडी डफरिन यांनी १८८८ मध्ये ब्रिटनला परत गेल्यावर तिथेही एक शाखा सुरू केली आणि त्याच्या अध्यक्षपदी आणखी एका शाही सदस्याला - वेल्सच्या युवराज्ञीला नियुक्त केले.(६०) ब्रिटनमधील जुन्या वैद्यकीय संस्थांनी या कामाला फारसे महत्त्व दिले नाही आणि बालिश म्हणून त्याची हेटाळणी केली. इतकेच नाही तर राणीचे खासगी वैद्यकीय तज्ज्ञ जोसेफ फायरेर यांनीदेखील काही हरकती मांडल्या.(६१) पुढील काळात या प्रकल्पावर टीकास्त्र सोडण्यात आले आणि एका चांगल्या कामाचे मध्यमवर्गीय प्रदर्शन, तेही निर्यात केलेले आणि भारताशी संबंधित सगळे पूर्वग्रहदूषित कायम राखून असलेले काम असे अनेक आरोपही त्यावर करण्यात आले; पण तरीही हा प्रकल्प यशस्वी ठरला, कारण त्याला राणीचे पालकत्व लाभले होते. राणीच्या १८८७च्या सुवर्णमहोत्सवी वर्षाच्या वेळी या प्रकल्पाच्या निधीमध्ये कमालीची वाढ झाली, कारण हा प्रकल्प राणीच्या छत्रछायेखाली होता.(६२) राणीच्या १८५८च्या - असांप्रदायिकतेच्या तत्त्वावर आधारित कार्य - या प्रतिज्ञेला उचलून धरणारा, त्याची काळजी घेणारा हा प्रकल्प होता; त्यामुळे काही स्थानिक शाखांवर धर्मप्रचाराचे काम करणाऱ्या शिक्षकांच्या आणि डॉक्टरांच्या नियुक्त्यांच्या विरोधात कारवाई करणे आणि धर्मपरिवर्तन करण्याचा प्रयत्न करणाऱ्यांना शिक्षा करणे, या संदर्भात खबरदारी घेण्यात येत होती.(६३) जरी पडदे बाजूला सारण्याचा आग्रह केला गेला होता - अगदी लेडी ॲटकिसन यांच्या लाहोर येथील रुग्णालयाच्या उद्घाटन प्रसंगी रुडयार्ड किपलिंग यांनी लिहिलेल्या *'फॉर द विमेन'* या कवितेतही तो होता - तरी पर्दापद्धती निर्मूलन करणे हे संस्थेच्या

मूळ उद्दिष्टात नव्हतेच.[६४] इतर कुठल्याही उद्दिष्टांपेक्षा या उपक्रमाने एका गोष्टीची अत्यंत जास्त काळजी घेतली आणि ती म्हणजे एक मायाळू आणि काळजीवाहू शासक तसेच सत्ताधीश म्हणून राणीची प्रतिमा सांभाळून ठेवण्यात ते यशस्वी ठरले; पण या निधीमुळे काही समस्यादेखील निर्माण झाल्या. शाही छत्र लाभले तर चांगले उपक्रम तरू शकतात, हे सिद्ध झाले होते आणि अशा अनेक सामाजिक कार्यांची यादी तयार होती ज्यांची राणीचे पालकत्व मिळण्याची योग्यता होती.

आता भारताच्या या मातेच्या उंबरठ्याशी अर्जांचा पूर येऊन ठेपला होता. यातील अनेक उपक्रमांमध्ये धर्माची बाजू वजा करणे अगदीच शक्य नव्हते. बालविवाहाचे निर्मूलन करण्यासाठी काम करणाऱ्या काही कार्यकर्त्यांनी राणीला मदतीची विनंती केली होती. एवढेच नाही तर १८८७ मध्ये मदतीचे आवाहन करण्यासाठी त्यांनी अक्षरशः राणीच्या सुवर्णमहोत्सवी वर्षाच्या सोहळ्यात आगंतुक बनून प्रवेश करण्याचा प्रयत्न केला होता. सुधारकांनी रुख्माबाई या बालविवाह झालेल्या (आणि नंतर मोठ्या झालेल्या) मुलीचे उदाहरण देत राणीला थेट आवाहन केले की, बालविवाहाच्या कायद्यात हुकूम काढून बदल करावा. रुख्माबाई यांचे आणखी एक भारतीय समर्थक बेहरामजी मलबारी यांनी *इंडियन स्पेक्टेटर*मध्ये लिहिले की, राणीने वैधव्याचा 'स्वतंत्र' वृत्तीने स्वीकार केला आहे आणि तिच्यावर कुणी ते लादलेले नाही. 'ती गेली अनेक वर्षे एका सतीचे जगणे जगते आहे,' मलबारी यांनी दावा केला. शिवाय राणी ही एका अशा वैधव्य आलेल्या स्त्रीची मुलगी आहे, जिने पुनर्विवाह केला होता.[६५] मंचरजी भावनगरी यांच्या अध्यक्षतेखाली स्थापन करण्यात आलेल्या रुख्माबाई सहायता समितीत राष्ट्रीय भारतीय संघटनेचे ॲडिलेड मॅनिंग यांचाही समावेश होता, ज्यांनी सल्लागार समितीसमोर हे प्रकरण व्यवस्थित मांडता येईल यासाठी आवश्यक ती आर्थिक मदत निधीच्या माध्यमातून उभी केली होती. प्रिव्ही काउन्सिलपुढे येणाऱ्या सगळ्या अपिलांवर राणीला सल्ला दिला जातो आणि जर हे प्रकरण थेट राणीपुढे गेले तर तत्कालीन व्हाइसरॉय लॉर्ड डफरिन यांची स्थिती अडचणीची होईल आणि लाजेखातर ते या संदर्भात तत्काळ कारवाई करतील, असा अंदाज होता.[६६] तीन वर्षांनी या मोहिमेचे पुनरुत्थान झाले, जेव्हा मलबारी हे शेकडो स्त्रियांच्या स्वाक्षऱ्यांचे एक पत्र घेऊन इंग्लंडला पोहोचले आणि त्यांनी ते राणीला सादर केले. ब्रिटनमधील भारतीय कार्यालयात मॅनिंग यांनी वशिला लावूनही पॉनसॉनबी यांनी या कामात राणीच्या नावाच्या वापराला अजिबात परवानगी दिली नाही. भारतातील हिंदू लोकांचे मत दुखावले जाण्याची शक्यता लक्षात घेता त्यांनी ही परवानगी नाकारली.[६७] राणीचे नाव या मोहिमेत थेट घेतले, तिचे या विषयाबद्दल सकारात्मक मत असल्याचे गृहीत धरले गेले.

स्त्रियांना पडद्यात ठेवण्याची आणखी एक अशी प्रथा भारतात होती, ज्याच्या

विरोधातील मोहिमेला मदत करण्यास राणीने नकार दिला. त्यांच्या कौटुंबिक एकान्तवासातून हिंदू आणि मुस्लीम महिलांची मुक्तता करणे हे एकोणिसाव्या शतकाच्या उत्तरार्धात पाश्चिमात्य धर्मप्रचारकांची एक महत्त्वाची मोहीम म्हणून गणली गेली होती.(६८) एक विधवा जी आपल्या सदाचरणाचा उपयोग सार्वजनिक कामांसाठी आणि जनतेच्या भल्यासाठी करते, अशी राणी व्हिक्टोरियाची अनेक चरित्रलेखनांतून रंगवली गेलेली प्रतिमा धर्मप्रचारकांनी मोठ्या प्रमाणात प्रसारित करण्यास सुरुवात केली. महिलांना उद्देशून राणीसंदर्भातील सत्य घटनांना कथांच्या स्वरूपात सांगितले जाऊ लागले. उदाहरणार्थ, एका धर्मप्रचारकाने राणीच्या रोजनिशीच्या दुसऱ्या भागातील एका प्रसंगाचे कथेत रूपांतर करताना तिला एका वृद्ध, आजारी माणसाच्या शेजारी बसून बायबल वाचत असण्याच्या चित्ररूपी प्रसंगाला आपल्या भाषणात वापरले होते.(६९) मद्रास येथे प्रकाशित होणारे एक सुधारणावादी पाक्षिक *तेलुगू जनाना मासिक* यांनी आपल्या पहिल्याच अंकात राणी व्हिक्टोरियावरील वैशिष्ट्यपूर्ण लेख प्रकाशित केले होते.(७०) दुसरीकडे रुख्माबाईच्या संदर्भातील चळवळ जोर धरू लागली, तेव्हा धर्मप्रचारकांनी राणीच्या दोन वर्धापन दिन सोहळ्यांचे निमित्त साधून त्याचा या चळवळीसाठी फायदा करून घेण्याचा प्रयत्न केला. प्रथम १८८७ मध्ये दिल्ली येथे बाप्तिस्ट धर्मप्रचारक संघटनेने एका महिला दरबाराचे आयोजन केले, ज्यात जवळपास ७०० पडदानशीन महिला आणि जनाना शाळांमधील मुलींचा आणि मुलांचा समावेश होता. इथे प्रत्येक शाळेच्या विद्यार्थिनीला राणीची प्रतिमा असलेले एक पदक देण्यात आले होते.(७१) महत्त्वाचे म्हणजे चीनमध्ये मात्र या पडदा प्रथेला दूर करण्यासाठी राणीने अप्रत्यक्ष सहकार्य केले आणि तेथील मोहिमेला मूक संमती दिली होती. याशिवाय पुढे १८९७ मध्ये जेव्हा चीनमधील पडद्यातील स्त्रियांच्या स्थितीसंदर्भात दोन महत्त्वाचे दस्तावेज इंग्लंड चर्चच्या जनाना मोहीम समितीने राणीला दिले, तेव्हा ते तिने स्वीकारले होते; पण अशा प्रकारचे कुठले माहितीपर साहित्य भारतातील पडद्यातील महिलांच्या संदर्भात तिला देण्यात आले होते किंवा नाही, याची कुठलीही माहिती अस्तित्वात नाही.(७२) अर्थात जनानासंदर्भात राणी अजिबात अनभिज्ञ नव्हती. अगदी फार पूर्वी १८५६ मध्ये तिने अवधच्या बेगमची भेट घेतली होती, शिवाय पुढे १८८५ मध्ये लेडी डफरिन यांनी आपल्या पत्रांमध्ये भारतातील तिच्या भेटीतील पडदा असलेल्या स्त्रियांच्या परिस्थितीसंदर्भात लिहिले होते आणि कॅनॉटच्या डचेसनेसुद्धा राणीला आपले अनुभव सांगितले होते तसेच ब्राह्मो समाजाच्या महिलांचा त्याला कसा विरोध आहे, हेही तिने सांगितले होते.(७३) भारतातून सुरक्षित परतल्यावर कॅनॉटचे ड्यूक यांनी भारतातील जनानासंदर्भात आपल्या भूमिकेची पाठराखण करण्यासाठी आपला मोर्चा बायबल संघटनेकडे वळवला.(७४) पण धर्मप्रचारकांना याची पुरेपूर जाणीव होती की, या सर्व सुधारणांच्या

कामांमध्ये भारतातील राणीची भूमिका ही 'पडद्यामागची' होती. उदाहरणार्थ, १८९० मध्ये प्रवासी धर्मप्रचारक आणि लिबरल पक्षाचे कार्यकर्ते चार्ल्स टाउनसेन्ड यांनी भारतातील त्यांच्या आगमनादरम्यान आढळून आलेल्या एका पत्रकासंदर्भात तक्रार नोंदवली होती. एका पंडितांच्या पंचायतीने काढलेल्या आणि विविध प्रांतीय भाषांमध्ये अनुवाद केलेल्या या पत्रकातून 'सर्व निष्ठावंत हिंदू' जनतेला राणीच्या १८५८ च्या जाहीरनाम्यातील तिच्या वचनाची आठवण करून दिली होती की, ती भारतीयांच्या संदर्भात निर्णय घेताना धर्माबाबत निष्पक्ष राहील आणि म्हणून जनानाबद्दलचे धर्मप्रचारकांचे काम थांबवण्याच्या प्रयत्नात राणीचे सहकार्य अगदी ग्राह्य धरले आहे.[७५]

अशा प्रकारे धर्मप्रचाराला वाहून घेतलेल्या महिलांनी राणीच्या सर्वव्यापी लोकप्रियतेचा स्वतःच्या कार्याच्या फायद्यासाठी उपयोग करून घेतला. मद्य आणि अफू यांच्या विरोधातील मोहिमेत काम करणाऱ्या धर्मप्रचारक पुरुषांचा कित्ता त्यांनी या संदर्भात गिरवला होता आणि या क्लृप्तीचा वापर केल्याची आणखी काही उदाहरणे होतीच. संसर्गजन्य रोग नियंत्रण मोहीम जी भारतातील छावण्यांच्या परिसरात १८६० मध्ये अस्तित्वात आली होती. त्याच्या विरोधकांनी अशी अफवा पसरवली की, राणी या कामाच्या विरोधात आहे आणि तिच्या या सदिच्छेला आणि काळजीला अधोरेखित करताना सांगितले गेले की, तिलाही स्वतःच्या कन्या होत्याच; त्यामुळे तिला विशेष काळजी होती.[७६] तरीही राणी व्हिक्टोरियाला सामान्यतः धर्मप्रचारकी खुळातून बाहेरच ठेवले होते आणि त्यातही अशा कामांच्या माध्यमातून जेव्हा स्थानिक वर्तुळात जर धार्मिक संवेदनशीलतेची वावटळ निर्माण होणार असेल ज्या प्रकारे तर १८५७ पूर्वी ती भारतातील धर्मप्रचाराच्या कामात रुची घेत असे, ते टाळण्याचा तिचा आता प्रयत्न राहू लागला होता. तिच्या दरबारातील सगळ्यांना आता या निर्बंधांचे अर्थ कळले होते आणि आधुनिक म्हणून गणल्या जाणाऱ्या कार्यासाठी जसे स्त्रियांचे शिक्षण आणि त्यांच्यासाठी परिचारिकेचे प्रशिक्षण या कार्यासाठी राणीच्या नावाचा वापर करून भारतातील संस्कृतीला स्पर्श करणाऱ्या कामांपासून मात्र तिला बाजूला ठेवले जाईल, याची खबरदारी ते घेऊ लागले होते. एक कनवाळू माता म्हणून प्रस्थापित झालेली राणीची प्रतिमा ही त्यामुळे कायम राहिली. सहनशीलतेचे प्रतीक म्हणून तिची प्रतिष्ठा अबाध्य - ठेवत तिची सुधारक म्हणून ख्यातीही वाढू लागली होती.[७७] राणीचा वापर करून घेणाऱ्यांमध्ये फक्त सामाजिक सुधारकांचाच समावेश नव्हता. भारताची माता म्हणूनसुद्धा ती भारतीय राजकीय कल्पनाविश्वाच्या केंद्रस्थानी विराजमान होऊ लागली होती.

१०

देशभक्त राणी

तिचे चौथे व्हाइसरॉय लॉर्ड मेयो यांच्या फेब्रुवारी १८७२ मध्ये झालेल्या हत्येने राणी व्हिक्टोरिया फार हादरून गेली होती. बंगालच्या उपसागरातील ब्रिटिशशासित वसाहतीतील एक वसाहत असलेल्या अंदमान बेटावरील पोर्ट ब्लेअर येथे मेयो यांच्यावर झालेल्या प्राणघातक हल्ल्याची बातमी चार दिवसांत टेलिग्रामने थेट विंडसर महालाला कळवण्यात आली होती. आपल्या रोजनिशीत तिने ही तार चिकटवून ठेवली होती.[१] मेयो यांचा मारेकरी शेर अली आफ्रिदी हा एक इस्लाम पंथी वहाबी असून, त्याचे काही अनुयायी हे जिहादला समर्पित असल्याचा अंदाज होता. अगदी तीन महिन्यांपूर्वीच मेयो यांच्या वरिष्ठ सहकाऱ्यांपैकी एक असलेले कलकत्ता उच्च न्यायालयाचे मुख्य न्यायाधीश जॉन पॅक्सटॉन नॉर्मन यांचीही हत्या करण्यात आली होती. टाउन हॉलच्या पायऱ्यांवर त्यांच्यावर हल्ला झाला होता आणि तो एका संशयित वहाबी पंथीय पंजाबी नावाच्या अब्दुल्लाने केल्याचे सिद्ध झाले होते. दोन्ही हल्ल्यांतील मारेकरी हे जिहादी होते हे मात्र कधी सिद्ध झाले नाही; पण मुस्लीम 'धर्मांधता' आणि त्याबद्दल निर्माण झालेली दहशत ही पराकोटीची आणि सर्वव्यापी होती. लॉर्ड मेयो यांनी १८७१ मध्ये एका चौकशी समितीची स्थापना केली आणि त्यात दावा करण्यात आला होता की, अगदी राणीच्या विरोधातही फतवे काढण्यात आले होते.[२] तिच्यावरील या संकटाचे सावट काही महिने सतत राहिले. फेब्रुवारीमध्ये मेयो यांच्या हत्येची माहिती टेलिग्रामने मिळाली, तेव्हापासून ते मे महिन्यापर्यंत आणि मेयो यांच्या विधवा पत्नी विंडसर महालात आल्या आणि त्यांनी त्यांच्या पतीच्या अंतिम क्षणांचे वर्णन केले, तेव्हापासून ते ऑगस्ट महिन्यातही हे सावट कायम राहिले, कारण मेयो यांचे स्वीय सचिव मेजर ओवेन ट्युडर बर्न यांच्याशी राणीची भेट झाली. मेयो यांची हत्या करण्यात आली

त्या क्षणी बर्न हे अगदी त्यांच्या शेजारी होते. त्यांनी राणीला सांगितले की, 'कलकत्त्यातील सामर्थ्यवान वहाबी' यांचा या हत्येत हात होता.[३] या दोन्ही साक्षीदारांना सुरक्षित वातावरणात सामावून घेण्यात आले : लेडी मेयो या लेडी इन वेटिंग म्हणून महालात रुजू झाल्या आणि बर्न यांना आरगील यांचे राजकीय मदतनीस अधिकारी म्हणून नियुक्त करण्यात आले.

भारतात राजकीय हत्या या खरे तर दुर्मीळ होत्या. राणी व्हिक्टोरियाच्या कार्यकाळात तर केवळ तीन अशा हत्या झाल्या आणि त्या सगळ्या १८९७ मध्ये झाल्या. या संदर्भातील तपशील पुस्तकाच्या पुढच्या प्रकरणात दिला आहे. तसे पाहता तिच्या प्रतिनिधींचा भारतात अंत होण्यापेक्षा ब्रिटनमध्येच राणीची हत्या होण्याची शक्यता जास्त होती. हत्येच्या तब्बल आठ प्रयत्नांतून राणी बचावली होती.[४] याच्या अगदी विरुद्ध म्हणजे भारतात, अटी आणि शर्तींसह असलेला पण आवश्यकता असल्यास तत्काळ पोहोचणारा असा तिच्या निष्ठावंतांच्या भावनांचा आवेग तिच्या कार्यकाळात कायम तीव्रच राहिला. १८८२ मध्ये जिवावर झालेल्या आठव्या प्राणघातक हल्ल्यातून राणी बचावली होती, तेव्हा तिचा जीव वाचला म्हणून अभिनंदन करणारे १००च्या वर संदेश भारतातून ब्रिटनला पोहोचले होते. ब्रिटिश साम्राज्यातील काही भागांत, उदाहरणार्थ आयर्लंडमध्ये, राष्ट्रीयत्वाच्या भावनेने जे हिंसक किंवा फुटीरतावादी वळण घेतले होते, ती स्थिती भारतात नव्हती. अर्थातच राष्ट्रवाद अर्भकावस्थेत असण्याच्या काळात भारतातील राष्ट्रवादाने राणी व्हिक्टोरियाच्या लोकप्रियतेला देवत्व प्राप्त होताना पाहिले होते आणि असे का झाले होते? पुस्तकाच्या या प्रकरणात हिंदू आणि मुसलमान या दोहोंमधील राष्ट्रवादात राणी व्हिक्टोरियाची भूमिका नेमकी काय होती, याचा शोध घेण्याचा प्रयत्न करण्यात आला आहे. आणखी एका संपूर्णतः वेगळ्या राष्ट्रवादी भावनेचा - अँग्लो-इंडियन समाजाच्या मतांचा - यात आढावा घेण्यात येणार आहे. व्हाइसरॉय लॉर्ड रिपन यांनी जेव्हा न्यायव्यवस्थेत भारतीय प्रतिनिधित्वाच्या विस्ताराची पायाभरणी केली, तेव्हा या वेगळ्या राष्ट्रवादाचा जो विखार १८८३ मध्ये पसरला होता, तेवढा तीव्र तो त्याआधी कधीच नव्हता. भारतीय मोठ्या प्रमाणात राणीच्या प्रजेचा भाग होते. मात्र, काही भारतीय हे प्रजा म्हणून दुय्यम स्थानी होते.

भारतीय प्रतिक्रिया

साम्राज्यातील प्रजेच्या व्याख्येला अधिक व्यापक बनवत राणीच्या १८५८च्या जाहीरनाम्याने भारतीय सुधारकांना कात टाकण्यास मदत केली. हिंदू आणि मुसलमान या दोन्ही धर्मांच्या जनतेत १८६० ते १८७०मध्ये बोलली जाणारी शाही प्रतिज्ञेसंदर्भातील

निष्ठेची आणि समर्पणाची भाषा ही या दशकभरात भारतीय देशभक्तीपर संभाषणातील आणि भाषणांमधील एक अत्यंत प्रमुख घटक म्हणून स्पष्टपणे समोर आली होती. तसे पाहता १८५७च्या बंडापूर्वीच्या काळात भारतातील नागरी आणि राजकीय संघटनांकडून जे अर्ज किंवा जो पत्रव्यवहार ब्रिटनशी केला गेला, त्यात राणीचा उल्लेख फारच नगण्य होता. मात्र, १८५८ नंतर तिची अनुपस्थिती अभावानेच जाणवू लागली होती. बंगालच्या जमीनदारांनी आणि शहरातील व्यापाऱ्यांनी १८५१मध्ये स्थापन केलेल्या कलकत्ता ब्रिटिश भारतीय संघटनेच्या माध्यमातून हे परिवर्तन प्रकट झाले. राणीची स्तुती करण्यात ही संघटना कायम पुढे असायची. 'आमच्या सन्माननीय सत्ताधीशाने या जाहीरनाम्याच्या माध्यमातून आशियातील साम्राज्याचे थेट सर्वाधिकार मिळवल्याचा आम्हाला हर्ष झाला आहे,' अशा शब्दांत जाहीरनाम्याचा उदोउदो करण्यात आला होता. संघटनेचे मुखपत्र असलेल्या *हिंदू पॅट्रिअॅट* (स्थापना :१८५३) यांच्या संपादकपदी असलेल्या क्रिस्तो दास पाल यांनी राणीप्रति हिंदूंचे इमान समर्पित असल्याची घोषणा करणारे एक अनामिक पत्रक काढले होते आणि पाल यांनीच वेल्सचे राजपुत्र १८७५-७६ मध्ये कलकत्त्याला आले असता त्यांनी करावयाचे भाषण लिहून दिले होते.(५) शाही घराण्याप्रति असलेली ही अशा प्रकारची वृत्ती किंवा भावना ही फक्त बंगाल प्रांतापुरती मर्यादित नव्हती. असे अनेक समर्पित निष्ठावंत इतरत्रही अस्तित्वात होते. उदाहरणार्थ, १८६८ मध्ये स्थापित ईस्ट इंडिया असोसिएशन या संस्थेकडून राणीच्या प्रत्येक शब्दावर असलेली श्रद्धा सर्वप्रथम प्रकट झाली. दुसरे उदाहरण म्हणजे दादाभाई नवरोजी जे ब्रिटिश संसदेतील पहिले भारतीय सदस्य होते, त्यांनी भारतातील सुधारणांसाठी केलेल्या निवेदनात राणीच्या जाहीरनाम्याला आवाहन केले होते.(६) साता समुद्रापार राहून एक शक्ती, एक सामर्थ्य आपल्या प्रजेच्या कल्याणासाठी काहीतरी करू शकते ही जी राणीसंदर्भात एक वैशिष्ट्यपूर्ण अशी कल्पना होती, त्यात भारतीयत्व भरून होते.

पहिल्या पिढीतील राष्ट्रवादी भारतीय नेत्यांबद्दल आताशा इतिहासकारांना आणि त्याची नोंदणी करणाऱ्यांना विशेष आस्था वाटत नाही. देशभक्तांच्या देवत्व प्राप्त झालेल्या आणि आधुनिक भारतीय प्रजातंत्रासाठी आपल्या प्राणांची आहुती दिलेल्या शहिदांच्या यादीतील या नेत्यांचे स्थान अस्पष्ट आणि अस्थिर आहे. उच्चभ्रू वर्गाचे प्रतिनिधित्व करून ते त्यांच्या वतीने त्यांची बाजू मांडत होते एवढेच नव्हे, तर त्यांनी त्यांच्या राजकीय इच्छाशक्तींची मांडणी राष्ट्रवादाच्या पाश्चिमात्य युरोपीय प्रकारावर आधारलेली होती.(७) भारतामध्ये राष्ट्रवाद काही स्थितींवर आधारित होता. जसे शिक्षणाचा प्रसार, शहरीकरण आणि नागरी वर्तुळाच्या कक्षा सगळ्यांसाठी खुल्या करणे; पण ही प्रक्रिया प्रदीर्घ आणि हळुवार परिणाम करणारी होती आणि त्यांच्या अनेक कारणांपैकी एक हेही होते की, या प्रक्रियेला चालवणारे नेते हे

ब्रिटिश पद्धतीने काम करण्यासाठी आग्रही होते.[८] भारताच्या राष्ट्रवादाच्या सुरुवातीच्या काळातील इतिहासाची नोंदणी ही अशा प्रकारे करणे म्हणजे आपल्या पायावर कुऱ्हाड मारून घेण्यासारखेच होते. राजमुकुटाला समर्पित होण्याची भावना जागृत होणे ही काही स्वाभाविक आणि नैसर्गिक प्रक्रिया नव्हती. हे घडण्यामागे कारणे होती आणि ठरावीक हेतूने हे घडत होते. राणीचा १८५८चा जाहीरनामा वैशिष्ट्यपूर्ण विधान करणारे जगातील एक उदाहरण ठरले होते; ज्यात एका राजघराण्याच्या सत्ताधीशाने आपल्या प्रजेसाठी प्रतिज्ञा घेतली होती. निष्ठेला एका राजकीय शस्त्राप्रमाणे समोर केले गेले. राजकारणाच्या भाषेचा असा वापर झाला की, त्यामुळे भारतीय सुधारकांना वसाहतवादी ताकदीला सामोरे जाण्याचे सामर्थ्य दिले.

आणि मग १८५८नंतर भारतीय सुधारणावाद्यांकरिता राणीचे स्थान ब्रिटिश संसदेपेक्षा महत्त्वाचे आणि मोठे झाले. राणीची प्रतिमा अशी होती की, ज्यातून शाही घराण्याचे आणि त्याच्या भारतीय प्रजेचे थेट संबंध प्रस्थापित होण्याची शक्यता निर्माण झाली. मग भारतीय लोकांना आणि भारतात राहणाऱ्या ब्रिटनच्या नागरिकांना त्यांच्या समस्यांचे शाही उत्तर मिळण्याचे हक्क प्राप्त झाले नव्हते का? या अप्रत्यक्ष अधिकाराची परीक्षा १८७१ मध्ये झाली, जेव्हा भारतातून एक फिर्याद ब्रिटनला पाठवण्यात आली. उत्तर आणि पश्चिम प्रांतांतून शेकडो भारतीय आणि युरोपीय नागरिकांच्या सह्या असलेली एक तक्रार कानपूर शहरातून पाठवण्यात आली होती.[९] ब्रिटनच्या संसदेत या फिर्यादीवर चर्चा घडून आली असली, तरी मुळात ही तक्रार राणीला उद्देशून पाठविण्यात आली होती. जनतेला ज्या समस्या आणि विषय भेडसावत होते, त्या सगळ्यांच्या विस्तृत चर्चेकरिता एका आयोगाची स्थापना करण्यात यावी आणि काहीतरी मार्ग काढण्यात यावा, अशी विनंती तिला करण्यात आली होती. या विषयांमध्ये भारतातील आर्थिक तूट, सार्वजनिक कार्यक्रम, आयकर, व्हाइसरॉय यांचे अधिकार आणि त्यांच्याद्वारे स्थापित करण्यात आलेली कायदा समिती आणि भारतीय लष्कराची स्थिती यांचा समावेश होता. ब्रायटनचे संसद सदस्य हेन्री फॉसेट यांनी अगदी तडफदार भाषण करूनही संसदेच्या कनिष्ठ सदनाने भारतासाठी शाही आयोगाची मागणी फेटाळून लावली. फॉसेट यांच्या स्वतःच्या लिबरल पक्षाने मुद्दा मांडला की, भारतीय अर्थव्यवस्थेसंदर्भात अभ्यास करण्यासाठी नुकतीच संसदेची विशेष समिती नेमण्यात आलेली असताना पुन्हा शाही आयोगाची गरज नाही. हे एक महत्त्वाचे खंडन होते. राजघराण्याकडे सत्तेचे हस्तांतरण झाले असले, तरी संसदेने अगदी मत्सरातून आपल्या अधिकारांचे रक्षण करण्याचा प्रयत्न केला होता आणि ब्रिटनमध्ये याचा अर्थ होता, राजघराण्याच्या विशेषाधिकारांना लगाम लावणे. शाही घराण्याकडून कुठल्याही गोष्टी पुढाकार घेऊन करणे त्यामुळे शक्य होणार नव्हते.

आणि इथे या वळणावरच, भारतातील अँग्लो-इंडियन जनतेच्या मूलगामी

राजकीय परिस्थितीवर अगदी १९४७ पर्यंत ज्या विरोधाभासाने वरचढ होऊन राज्य केले, ते विधान दडलेले होते. मुळात भारतातील सुधारणांचे ब्रिटनमधील जे सगळ्यात खंदे पुरस्कर्ते होते त्यांना शाही घराण्याविषयी कुठलेही आकर्षण किंवा प्रेम नव्हते. मूलतः जॉन ब्राइट ते हेन्री फॉसेट ते चार्ल्स ब्रॅडलाफ असे चालत आलेले 'भारताचे संसद सदस्य' हे मानद भूषण मवाळ लोकशाहीच्या पुरस्कर्त्यांपासून ते त्यांच्या संदर्भातील टोकाची भूमिका असलेल्यांपर्यंत प्रवास करत गेले; पण ऐकण्याची शक्ती नसलेल्यांमधील हा संवाद सुरूच राहिला. भारतातील सुधारणावादी चळवळीचे एक प्रमुख वैशिष्ट्य असलेल्या शाही घराण्याबद्दल असलेले उघड आणि स्पष्ट निष्ठा प्रदर्शन पुढे महानगरांमध्ये मात्र आपली तीव्रता गमावून बसले होते. स्थानिक मूलगामित्वाच्या साच्यात भारतातील कार्यांचा समावेश करण्याचा प्रयत्न करण्यात आला किंवा मग ब्रिटन आणि आयर्लंडमध्ये चाललेल्या आयरिश होम मोहिमेशी त्याला जोडण्याचादेखील प्रयत्न केला गेला, ज्यात सहभागी होण्याच्या भारतीयांच्या इच्छेपेक्षा त्यात ते जास्त पुढे गेले. भारताचे जे ब्रिटिश मित्र होते त्यांनी मात्र राणीच्या १८५८च्या जाहीरनाम्याचा कधीच उल्लेख केला नाही. म्हणून मग जेव्हा ब्रिटनच्या संसदेच्या पहिल्या भारतीय प्रतिनिधीला सामोरे आणले गेले, तेच मुळात पुढारलेल्या विचारांच्या किंवा पुरोगामित्वाच्या नावाने, ज्यायोगे त्यांच्या राणीप्रति असलेल्या निष्ठांवर नियंत्रण ठेवणे शक्य होईल. पहिली मोहीम १८८५ मध्ये लालमोहन घोष यांनी डेप्टफोर्डपासून सुरू केली. ते तेव्हा पहिल्यांदा उमेदवार म्हणून उभे राहिले; पण अयशस्वी ठरले. पुढल्या वर्षी म्हणजे १८८६मध्ये ते पुन्हा उभे राहिले. दादाभाई नवरोजींप्रमाणे त्यांनाही पुन्हा यश आले नाही. आपली ओळख स्पष्ट करताना नवरोजी यांनी सांगितले, 'मी राणीच्या भारतीय प्रजेचा एक नागरिक आहे' आणि भारतातील २५० दशलक्ष नागरिकांचे प्रतिनिधित्व करण्याची त्यांची मनीषा आहे; पण त्यांच्या प्रचाराच्या वेळी त्यांनी उचललेल्या मुद्द्यांमध्ये इंग्लिश विषयांवरच जास्त भर होता. आयरिश होम रूल मोहीम आणि इतर विषयांमध्ये भारताचा संदर्भ कुठेही आलाच नाही.[१०] ब्रिटनमध्ये आपल्याला पुरोगामी म्हणून गांभीर्याने स्वीकारावे म्हणून भारतीयांनी आपल्या देशाप्रतीच्या निष्ठा या घरीच सोडून दिल्या होत्या.

इकडे भारतात मात्र पुरोगामित्व आणि निष्ठावाद हे हातात हात घालून होते. लॉर्ड लीटन यांच्या व्हाइसरॉयपदाच्या कार्यकाळात टीकेचा सूर उठला तरीही या परिस्थितीत बदल घडून आला नाही. उदाहरणार्थ १८७८ मध्ये स्थापन झालेल्या पूना सार्वजनिक सभेचा उल्लेख भारतीय राष्ट्रवादाचे जन्मस्थान म्हणून केला जातो. पूना सभेने सुरुवातीपासूनच भारतीयांच्या नागरी सेवांमधील भरतीसंदर्भात, १८३३च्या करारनाम्याचा, ज्याला भारताचा मॅग्ना कार्टा म्हणून ओळखले गेले आणि १८५८च्या जाहीरनाम्याचा उल्लेख 'मोडलेल्या शपथा' म्हणून केला. तसेच १८७७मध्ये

संसदेच्या अधिवेशनाला केलेल्या राणीच्या भाषणातील दुष्काळासंदर्भातील मातृत्व भावनेने दिलेली जी वचने होती, त्यापासून लीटन यांनी दुष्काळी धोरण राबवताना फारकत घेतली म्हणून पूना सभेने त्यांचा निषेध केला होता. 'युनाइटेड किंगडममधील स्वतंत्र मतदारांसाठी निवेदन' या शीर्षकाखाली सभेने ब्रिटिशशासित भारत सरकारच्या 'संसदेचे कायदे आणि शाही जाहीरनाम्याचे उल्लंघन' करणारे सरकार म्हणून निषेध करणारे एक पत्रक काढले होते आणि जेव्हा ब्रिटनच्या संसदेवर लिबरल पक्षाने आपले मताधिक्य सिद्ध केले, तेव्हा पूना सभेने आणखी एक निवेदन काढले, ज्यातील अनेक मागण्यांपैकी एक मागणी भारतातील कारभाराचा व समस्यांचा सखोल अभ्यास करण्यासाठी एका शाही आयोगाची स्थापना करण्यात यावी.(११) *द बेंगाली* यांनी आपली निष्ठा प्रदर्शित करताना आणखी एक पाऊल पुढे टाकले. त्यांनी १८७७ मध्ये असे विधान केले की, जर फक्त राणी व्हिक्टोरिया हिने भारताला भेट दिली तर ती सुप्तावस्थेतील 'सिंहासनाप्रति नाही तर त्यावर बसलेल्या तिच्याप्रति लोकांच्या मनातील निष्ठेला जागृत करू शकेल; अशी निष्ठा जिचा अनुभव त्या काळानंतर घेता आला नव्हता जेव्हा जर्मन, मागयार्स, क्रोएट्स आणि स्लाव्हच्या प्रजेने एका सुरात त्यांच्या महाराणी मारिया थेरेसाप्रति प्रदर्शित केली होती. आमच्या सम्राज्ञीप्रमाणेच ती एक महाराणी होती, नाही का?'(१२) निष्ठेच्या स्पष्ट अभिव्यक्तीचे याहून अधिक चांगले उदाहरण मिळू शकत नाही.

भारतातील मुस्लीम नेत्यांनीदेखील १८५८नंतर राणीला असलेला त्यांचा सहकार जाहीर केला होता. १८५७चे बंड उठले, तेव्हा सर्वसाधारणपणे ब्रिटिशांचे मत होते की, ही बंडाळी म्हणजे मुस्लिमांनी ब्रिटिशांविरुद्ध पुकारलेला जिहाद आहे आणि याचे कारण म्हणजे उठाव करणाऱ्यांनी शेवटच्या मुघल बादशहाला म्हणजेच बहादूर शहा जफरला पुन्हा दिल्लीच्या तख्तावर बसवले होते. हा संदर्भ असल्यामुळेच पुढे शाही घराण्याला स्वतःच्या एकनिष्ठतेबद्दल खात्री करून देण्याचा मुस्लीम निष्ठावंतांसाठीचा मार्ग हिंदू निष्ठावंतांपेक्षा फारच खडतर होता. राणी व्हिक्टोरियाच्या सत्ताकाळामध्ये शाही घराण्याबद्दलच्या निष्ठेसंदर्भात मुस्लिमांची भूमिका उत्तम पद्धतीने मांडणारी सईद अहमद खान नावाची एक व्यक्ती होती. पेशाने वकील आणि शिक्षणतज्ज्ञ असलेल्या खान यांनी १८५७ पूर्वी ईस्ट इंडिया कंपनीमध्ये काम केले होते तसेच त्यांचे वडील आणि आजोबा मुघलांच्या दिल्लीतील सत्तेच्या सुवर्णकाळात दरबारात होते. मात्र, १८५७ च्या बंडानंतर सईद खान यांनी एक आघाडीचे इंग्लिश इतिहासकार जॉन काये यांना आव्हान देत विधान केले की, या बंडाळीच्या मुळाशी मुस्लिमांची बेईमानी आहे. खान यांनी मग वैयक्तिक पातळीवर या बंडाळीमागची कारणे दर्शवणारी माहिती असलेले पत्रक काढले. यामध्ये त्यांनी नमूद केले की, निष्काळजीपणा, भारतीयांकडे केलेले दुर्लक्ष व ब्रिटिशांची सततची ढवळाढवळ

आणि भारतीयांमधील गैरसमज यामुळे हा उठाव झाला. मात्र, त्यात इस्लामच्या तत्त्वांवर आधारित कुठलीही बेईमानी हे यामागचे कारण मुळीच नव्हते. सईद खान यांनी राणीच्या १८५८च्या जाहीरनाम्याचे स्वागतदेखील केले. 'दयाळू आणि समंजस' असा जाहीरनाम्याचा उल्लेख करताना त्यांनी लिहिले की, 'कदाचित या जाहीरनाम्यामागे काहीतरी दैवी कारण आहे'.[१३] पुढे एका दशकांनंतर किंवा त्याही नंतर काही काळाने १८७०च्या दरम्यान जेव्हा वहाबींच्या दहशतीने प्रचंड भीती निर्माण केली होती, तेव्हा सईद खान यांनी पुन्हा एकदा शाही मुकुटाप्रति असलेल्या मुस्लिमांच्या निष्ठेचा पुनरुच्चार करण्यास सुरुवात केली होती. व्हाइसरॉय यांच्या प्रशासनातील एक निष्ठावंत विलियम हंटर यांनी एक पत्रक काढून भावनांना हात घालणारे एक विधान केले होते की, मुस्लीम कधीतरी राणीच्या निष्ठावंत प्रजेचा भाग असू शकत होते का? आपल्या या विधानाच्या समर्थनार्थ त्याने म्हटले की सुन्नी मुस्लीम हे प्रांताच्या बाहेरील एका ताकदीला म्हणजेच टर्कीच्या सुलतानाच्या सत्तेला मानतात, जो इस्लामच्या खलिफतचा प्रमुख आहे. सईद खान यांनी अत्यंत काळजीपूर्वक हंटर यांच्या या दाव्याचे खंडन केले. त्याने दाखवून दिले की, भारतीय मुस्लीम समाज हे त्यांच्या स्वतःच्या धर्मावर आणि राणी व्हिक्टोरियावर विश्वास ठेवून आहेत.[१४]

हाच मुद्दा कलकत्त्याच्या महोमेडन साहित्य संस्थेने अधिक जोरकसपणे दोन वर्षांपूर्वीच मांडला होता. संस्थेच्या मासिक सभांपैकी एका बैठकीत एका वक्त्याने भाषणात म्हटले होते की, राणी व्हिक्टोरियासारखी ख्रिश्चन शासक असूनही भारतात खऱ्या अर्थाने दारुल इस्लामचे राज्य आहे. या देशातील मुसलमान राणीच्या संरक्षणात आपल्या धार्मिक प्रथांचे अगदी निर्धास्तपणे पालन करू शकतात. त्यात महत्त्वाचे म्हणजे राणी व्हिक्टोरिया ही तुर्की सुलतानाच्या पाठीशी भक्कमपणे उभी होती. तिने त्याचे स्वतःच्या दरबारात स्वागत केले होते आणि इतकेच नाही तर तिच्या अखत्यारीतील तिच्या सरकारने एकापेक्षा जास्त प्रसंगी रशियाच्या झारविरोधात उभ्या ठाकलेल्या सुलतानाला मदत केली होती; त्यामुळे भारतात ब्रिटिशांच्या विरोधात जिहाद पुकारणे म्हणजे सुलतानाच्या खलिफतवरील एकनिष्ठेवरच घाला होता.[१५]

त्यामुळेच हिंदू राष्ट्रवाद्यांच्या तुलनेत मुस्लिमांची ब्रिटनच्या शाही घराण्याप्रतीची निष्ठा ही फार कमी अटींवर आणि शर्तींवर आधारित होती. हिंदूंना कुठल्याही संविधानिक सुधारणांपेक्षा ब्रिटिश राजमध्ये संपूर्ण सामावून घेण्यात यावे, अशी अपेक्षा होती.

भारतातील मुस्लीम संघटनांसाठी राणी ही त्यांची पालक होती. शिक्षण आणि अराजकीय कार्यांच्या माध्यमातून त्यांना शाही प्रजेचा भाग बनायचे होते. तरुण मुसलमान मुलांसाठी अलिगढ येथे एक महाविद्यालय स्थापन करण्यासाठीची एक मोहीम सईद खान यांनी हाती घेतली. ही संपूर्ण संस्था 'सम्राज्ञीचे संरक्षण' असलेली

असेल, असे त्यांनी जाहीर केले. संस्थेच्या उभारणीसाठीचा निधी ब्रिटिशशासित भारत सरकार आणि हिंदू व मुसलमान दोन्ही धर्मांच्या संस्थानिकांकडून प्राप्त झाला; ज्यात रामपूरचे नवाब, बनारस आणि विझानग्रामचे महाराज यांचाही समावेश होता. अशा प्रकारे ८ जानेवारी १८७७ रोजी एका नवीन अँग्लो-ओरिएंटल महाविद्यालयाचे द्वार उघडण्यात आले. दिल्लीला शाही दरबाराचे आयोजन करून कलकत्त्याला परत निघालेल्या लॉर्ड लीटन यांच्या हस्ते उद्घाटन करण्यात आले. राणीच्या नवीन उपाधीची घोषणा करून आणि त्या संदर्भातील घोषणापत्र एका आठवड्याने जारी करण्याच्या मधल्या काळात त्यांनी नवीन शिक्षण संस्था सुरू होण्याची अधिकृत घोषणा केली. वीस वर्षांनी हे महाविद्यालय जोमात सुरू होते. महाविद्यालय आणि संपूर्ण शैक्षणिक परिसरात मिळून २४ कर्मचारी आणि चारशे विद्यार्थी असा त्याचा विस्तार झाला होता.[१६] ब्रिटिश राजच्या बाजूने चालणाऱ्या कार्यात सहभागी होऊन, ना की त्यांच्याविरुद्ध काम करून मुस्लीम समाजाने त्यांच्या शाही घराण्याप्रतीच्या निष्ठेचे अतिशय उत्तमरीत्या प्रदर्शन केले होते. महाविद्यालयाच्या उद्घाटनप्रसंगी बोलताना सईद खान यांनी भारतीय मुसलमानांचा उल्लेख 'शाही मुकुटाला मदत करणारी प्रजा' असा केला होता. त्यांच्या मुलाने एक पाऊल पुढे जात सांगितले की, सरकार आणि राणी यांच्यात कुठलाही भेद नाही. 'भारतातील ब्रिटिश शासन आणि सम्राज्ञीची प्रजा हे एकच आहे', असे विधान त्यांनी केले.[१७]

तर अशा प्रकारे हिंदू आणि मुसलमान यांच्या निष्ठांमध्ये एक मोठी दरी १८५८ नंतरच्या काळातील एक चतुर्थांश काळ पाहायला मिळाली. राणी आणि तिचा १८५८चा जाहीरनामा म्हणजे राजकीय कृतिशीलतेला मिळालेला परवाना आहे, असे हिंदू राष्ट्रवादी नेत्यांचे मत झाले होते. मुसलमान प्रजेकरिता, हा जाहीरनामा म्हणजे त्यांच्या सामाजिक सुधारणा कार्याला जसे की, शैक्षणिक क्षेत्रातील त्यांच्या प्रवेशाला मिळालेले संरक्षण होते. ब्रिटिश राजची परवानगी असलेल्या नागरी क्षेत्रांमध्ये भारतीयांच्या हमखास प्रवेशाचा मार्ग म्हणजे शाही घराण्याचे निष्ठावंत आणि एकनिष्ठ प्रजा असल्याची ग्वाही देणे, हा आता सिद्धान्त ठरला होता आणि हे प्रदर्शन करण्यासाठीची संधी मिळताच त्याचा पुरेपूर उपयोग करण्यात आला. राणी व्हिक्टोरियावर झालेल्या प्राणघातक हल्ल्यातून मार्च १८८२ मध्ये ती जेव्हा बचावली, तेव्हा तिचे अभिनंदन करणाऱ्या संदेशांचा ब्रिटनमध्ये जणू पूर आला होता. तिच्या १८८७ आणि १८९७ मधील दोन वर्धापन दिन उत्सवांव्यतिरिक्त हा एक असा प्रसंग होता, जेव्हा संदेशांचे सगळ्यात मोठे लोंढे भारतातून तिला पाठवण्यात आले होते.[१८] कुठल्याही अधिकारिक मध्यस्थीला आणि ढवळाढवळीला सामोरे न जाता भारताच्या प्रत्येक भागातून आणि विशेषतः राजे, संस्थानिक, आर्थिक संघटना आणि महानगरपालिका यांच्याकडून हे संदेश पोहोचवले गेले. यातील

मुस्लीम आणि हिंदू या दोन संघटनांच्या म्होरक्यांकडून पाठवले गेलेले संदेश फारच उघड आणि स्पष्ट होते. एक म्हणजे कलकत्त्याच्या महोमेडन लिटररी सोसायटीकडून आणि महोमेडन साहित्य समाजाचे दुसरे हिंदू राष्ट्रवादाचे जन्मस्थान समजल्या जाणाऱ्या पूनाच्या नागरिकांकडून.[१९] या वैशिष्ट्यपूर्ण क्षणाला राणी-सम्राज्ञीसाठीच्या निष्ठेच्या प्रवाहाचा अदमास घेण्यासाठी आपल्याला लॉर्ड रिपन यांच्या व्हाइसरॉयपदाच्या काळातील घडामोडींचा आढावा घ्यावा लागेल.

रिपन आमचे पिता

भारतात ब्रिटिश राज असताना जे व्हाइसरॉय किंवा प्रमुख अधिकारी या प्रदेशाला मिळाले, त्यातील फार कमी पुढारलेले किंवा पुरोगामी होते. त्यातील एकमेव उदाहरण म्हणजे : जॉर्ज रॉबिन्सन म्हणजेच ब्रिटनमधील रिपन या प्रशासकीय कौंटीचे एक उमराव. लॉर्ड लीटन आणि लॉर्ड डफरिन या दोन टोरीच्या (प्रतिगामी पक्षाचे समर्थकांच्या) कचाट्यात सापडलेले लॉर्ड रिपन यांची निवड आतापर्यंत अगदी सावकाश पद्धतीने पुरोगामित्वाकडे वाटचाल करता करता अचानक सुसाट निघालेल्या विलियम ग्लॅडस्टोन यांनी केली होती, ज्यामुळे राणी स्वतः 'आश्चर्यचकित' झाली होती. एक नवीन लिबरल पक्षाचे सरकार तिच्या स्वतःच्या राज्यात आणि एक लिबरल सरकार भारतात स्थापित झाले असताना इतक्या नवख्या परिस्थितीला तिला कधीच सामोरे जावे लागले नव्हते. संसदेच्या वरिष्ठ सदनात बढती मिळाल्यानंतर १८७१ नंतर अचानक लॉर्ड रिपन यांच्या राजकीय कारकिर्दीची आणि धार्मिक विचारसरणीची दिशा पूर्णतः बदलली होती, जेव्हा त्यांनी कॅथॉलिक होण्याचा निर्णय घेतला. तसेच त्यांनी सहकार चळवळ अंगीकारली आणि मवाळ आयरिश राष्ट्रवादी वृत्तीला समर्थन दिले.[२१] भारतात जून १८८० मध्ये त्यांनी आगमन केले, तेव्हा त्यांनी एक गोष्ट स्पष्ट केली, ती म्हणजे त्यांची लिबरल पक्षाशी असलेली बांधिलकी अगदी 'जैसे थे' आहे. पूना सभेला या नवीन व्हाइसरॉय यांनी सांगितले की, लॉर्ड कॅनिंग यांनी १८६० मध्ये भारतातील प्रमुखांशी संवाद जारी केला होता, त्यांचा ते संपूर्ण सन्मान करतात आणि भविष्यातही करतील. त्यांनी कलकत्ता कॉर्पोरेशनला वचन दिले की, ते 'सिंहासनाच्या सगळ्यात जवळचे एक इंग्लिश व्यक्ती म्हणून' राणीच्या भारतीय प्रजेला 'समान न्याय देतील, त्यांची समान काळजी घेतील आणि त्यांच्या मतांचा समान आदर करतील.' आणि त्यांनी कलकत्त्याच्या महोमेडन साहित्य समाजाला आश्वासन दिले की, ते 'तंतोतंत राणीच्या जाहीरनाम्यातील धर्मनिरपेक्षतेच्या तत्त्वानुसारच' काम करतील.[२२] रिपन यांनी आपल्या कामाला लगेच सुरुवात केली. लीटन यांनी केलेले काही कायदे

हटवून त्यांनी स्वतःच्या कायद्यांची ओळख भारताला करून दिली. फार कुप्रसिद्ध ठरलेला (आणि कुचकामीही!) स्थानिक भाषांमधील प्रकाशनासंदर्भातील व्हर्नाक्यूलर प्रेस ॲक्ट १८७८ला त्यांनी आधी घालवले. त्याऐवजी भारतातील पहिला कारखाना कायदा आला. बंगालमधील कृषी व्यवस्थेचा आणि परिस्थितीचा आढावा घेणे आणि शिक्षण व्यवस्थेचा दर्जा सुधारणे यासाठी आयोगांना कामाला लावण्यात आले लीटन यांच्या १८७८ मधील आणखी एका निर्णयाशी त्यांनी छेडछाड केली, तो म्हणजे शस्त्र कायदा आणि भारतीय राष्ट्रवादाच्या पाठीचा कणा असलेला मिठावरील कर. स्वतःच्याच कायदे मंडळाशी झगडा करीत रिपन यांनी मिठावरील करात कपात केली.[२३]

रिपन यांच्या सुधारणावादी किंवा पुरोगामी असण्याला भक्कम करणारे दोन निर्णय त्या वेळी घेतले गेले. पहिला म्हणजे मे १८८२ मध्ये भारताच्या प्रांतांमधील स्थानिक सरकारमध्ये निवडणुकीच्या घटकाला समाविष्ट करण्याचे काम पॉल रिपन यांच्या सल्लागार मंडळाने केले. त्याचबरोबर सार्वजनिक काम, शिक्षण आणि आर्थिक प्रशासनासंदर्भातील जबाबदारीचे त्यांनी विभाजन केले तसेच कर लावण्याचे आणि त्यांचे संकलन करण्याचे काही अधिकार नगरपालिकेला व जिल्हा आणि स्थानिक मंडळांना दिले.[२४] भारतात ब्रिटिशांनी प्रातिनिधिक संस्थांना दिलेली ही पहिली मोठी सवलत आणि संधी होती. अर्थात आगामी काळात प्रशासनातील अधिकाऱ्यांच्या अडेलतट्टूपणामुळे या निर्णयाचे कृतीत रूपांतर होऊ शकले नाही. 'रिपन' टाउन हॉल आणि इतर नगरपालिका स्तरावर भव्य इमारती उभारल्या गेल्या; पण सगळ्यात आश्चर्यकारक म्हणजे मद्रास येथेदेखील रिपन यांचा अशा प्रकारे प्रवेश झाला. त्याहूनही विशेष म्हणजे मुलतान आणि पंजाबमध्येही त्यांच्या नावाने प्रासाद उभारले गेले. दुसरे महत्त्वाचे आणि वादातीत ठरलेले काम म्हणजे जिल्हास्तरीय न्यायालयांमध्ये भारतीय न्यायाधीशांना युरोपीय जनतेच्या खटल्यांना हाताळू द्यायचे अथवा नाही या समस्येचे समाधान शोधण्याचा प्रयत्न रिपन यांनी केला. व्हाइसरॉय यांच्या मंडळातील कायदे सदस्य राहिलेल्या कोर्टनी इलबर्ट यांच्यावर आरोप होता की, त्यांनी इलबर्ट बिल म्हणून ओळखल्या गेलेल्या फौजदारी प्रक्रिया सुधारणा कायद्याचा मसुदा तयार केला होता, हा कायदा अमलात आणण्याचा निर्णय आश्चर्यकारकरीत्या घेण्यात आला. थॉमस बॅबिंग्टन मॅकॉले यांनी १८३६ मध्ये अमलात आणलेला कायदा ज्याचा स्थानिकांनी 'काळा कायदा' म्हणून धिक्कार केला होता, त्यानुसार स्थानिक दंडाधिकाऱ्यांना जिल्हा न्यायालयात फक्त दिवाणी खटले ऐकण्याची परवानगी होती. मात्र, प्रांतीय शहरांमध्ये जसे बॉम्बे, मद्रास आणि कलकत्ता या शहरांत मात्र त्यांना हा अधिकार नव्हता; पण छोट्या न्यायालयांमध्ये फौजदारी खटले आणि तेही युरोपीय लोकांशी संबंधित असतील, तर ते स्थानिक न्यायाधीशांच्या कक्षेबाहेर ठेवण्यात आले होते. या संदर्भात काहीतरी निर्णय घेण्याची

गरज आहे, असे १८८३ मध्ये सरकारला वाटले.

उच्च श्रेणीच्या न्याय दंडाधिकाऱ्यांकरिता जी आवश्यक अर्हता ठरवली गेली होती, त्याप्रमाणे ज्यांनी भारतीय नागरी सेवेत वीस वर्षे पूर्ण करणे आवश्यक होते आणि या अटीनुसार जेव्हा पहिल्या भारतीय व्यक्तीने ही अर्हता गाठली, तेव्हा सर्व प्रकारच्या खटल्यांच्या सुनावणीचा अधिकार मिळविण्यापासून आता कुणीही या व्यक्तीला कायद्याने थांबवू शकत नव्हते. हे सारे काही अगदी स्पष्ट आणि थेट होते. संसदेतील अत्यंत जुनेजाणते मसुदाकार, व्हाइसरॉय यांचे न्यायिक सल्लागार असलेल्या इलबर्ट यांना मग एक अशी सुधारणा करण्यास सांगितले गेले, ज्यामुळे न्यायव्यवस्थेला थोडा वेळ काढता येऊ शकेल.[२५] सगळ्यात सुसंस्कृत म्हणून गणले गेलेले नागरी सेवक असलेल्या इलबर्ट यांनी कधी कल्पनाही केली नव्हती की, त्यांचे नाव ब्रिटिश राजच्या विरुद्ध पेटून उठवणाऱ्या एका कायद्याचे युरोपीय प्रेरक म्हणून इतिहासात नोंदविले जाईल.

इलबर्ट बिलाविरुद्धचा सगळ्यात जास्त विरोध पाहायला मिळाला, तो कलकत्ता आणि संपूर्ण बंगाल प्रांतात. मार्च १८८३ मध्ये कलकत्त्यात एका युरोपीय आणि अँग्लो-इंडियन संरक्षण संघटनेची स्थापना करण्यात आली आणि त्याच्या माध्यमातून काही फिर्यादींचे आणि इतर विरोधकांचे दबाव गट तयार करण्याची प्रक्रिया सुरू झाली. राणीचा १८५८चा जाहीरनामा आणि त्यातील वचनांवर स्थानिक भारतीयांची असलेली श्रद्धा असे सारे काही आता ऐरणीवर आले होते. इलबर्ट बिलाच्या विरोधात उभ्या ठाकलेल्या निवेदनकारांनी असे विधान केले की, जाहीरनाम्याची भाषा ही अत्यंत सावध आहे, ज्यातून फक्त राजकीय फायदा होऊ शकतो आणि 'सरकारला त्यातून काहीही करण्याची मोकळीक मिळाली आहे.' राणीच्या शब्दाला भारतातील स्थानिक लोक प्रमाण मानतात आणि तिच्या शब्दांवर त्यांचा विश्वास आहे म्हणून हा कायद्यातील बदल म्हणजे 'साखरेच्या आवरणातील फसवा युक्तिवाद आहे,' असे आरोप केले गेले. याव्यतिरिक्त आणखी एक बाब अशी होती की, भारतातील इंग्लिश लोकांचे आपले स्वतःचे एक 'मॅग्ना कार्टा' अस्तित्वात होते आणि तेही १२१५च्या विधानापेक्षाही महत्त्वाचे होते आणि ज्याचा सरळ अर्थ होता कुठल्याही इंग्लिश व्यक्तीला कायद्यापुढे असलेले अपरिमित अधिकार.[२६] अशा या नैतिक दहशतीच्या वातावरणात युरोपीय महिला धोक्यात असल्याचे समजले जात होते आणि विशेषतः नुकत्याच एका गोऱ्या महिलेवर झालेल्या बलात्काराच्या घटनेकडे लक्ष वेधून घेत असे मानले जाऊ लागले होते. सगळ्या निषेधाच्या घटनांमध्ये ज्या घटनेने सगळ्यांचे लक्ष वेधून घेतले ते म्हणजे कलकत्ता युरोपियनांकडून व्हाइसरॉय यांना करण्यात आलेले निवेदन जे बिहारच्या इंग्लिश महिलांनी केले होते, ज्यांनी प्रामुख्याने नमूद केले की, त्यांनादेखील 'राणीच्या निगराणीवर आणि संरक्षणावर

विश्वास आहे'. *सोम प्रकाश* या चांगरीपुत्त (सुभाषग्राम) येथे प्रकाशित होणाऱ्या बंगाली वर्तमानपत्राने नमूद केल्याप्रमाणे 'महिलांच्या या निवेदनाचा राणीवर मोठा परिणाम होण्याची शक्यता आहे.'[२७] भारतीयांनी नमूद केले की, त्यांची देशभक्ती ही जास्त प्रभावी आहे आणि इलबर्ट यांनी त्यांच्या मसुद्यातून फक्त राणीच्या १८५८च्या जाहीरनाम्यातील वचनांची पूर्तता केली आहे. हा जाहीरनामा निव्वळ इंग्लंडकरिता अस्तित्वात असलेल्या १२१५च्या सनदीपेक्षाही महत्त्वपूर्ण आहे.[२८] पुन्हा एक विरोधाभास म्हणजे शेवटी, १८५८चा जाहीरनामा हा फक्त आणि फक्त भारतावर लक्ष केंद्रित करून रचण्यात आला होता.

भारतातच नाही तर या मसुद्यावर ब्रिटनमधूनही विरोधाचे सावट पसरले होते. इलबर्ट यांच्या पूर्वी व्हाइसरॉय यांच्या मंडळाचे विधी सदस्य असलेले आणि तत्कालीन लंडन उच्च न्यायालयाचे न्यायाधीश जेम्स फिट्झजेम्स स्टिफन यांनी *द टाइम्स*ला एक पत्र मालिकाच चालवली. मसुदा तयार करण्याच्या कामासाठी इलबर्ट यांची अर्हता आहे किंवा नाही, यावरच त्यांनी प्रश्नचिन्ह लावले आणि पुढे त्यांनी विधान केले की, राणीच्या जाहीरनाम्याला कुठलाही 'कायदेशीर पाया नाही'.[२९] विरोधी पक्षनेते लॉर्ड सॅलिसबरी यांनीही यात उडी घेतली. मार्च महिन्याच्या शेवटी बर्मिंगहॅमला लोकांना संबोधित करताना त्यांनी सावधतेचा इशारा देत विधान केले की, एक काळ्या व्यक्तीने एका गोऱ्या व्यक्तीचा न्याय करण्याचे काय परिणाम होऊ शकतात याबाबत सगळ्यांनी विचार करावा. सॅलिसबरी यांच्या कॉन्सर्व्हेटिव्ह पक्षाने रिपन यांच्या संदर्भात त्यांच्या निर्णयांची सगळी कागदपत्रे एकत्र करायला सुरुवात केली, ज्यात स्थानिक सरकारांनी केलेल्या सुधारणांचा आणि बंगाल भूमी आयोगासंदर्भातील माहितीचाही समावेश होता.[३०] या कलकत्ता मोहिमेला ब्रिटनमधील वर्तमानपत्रांनी मोठ्या प्रमाणात उचलून धरले आणि त्यातील बऱ्याच मोठ्या बातम्या या लंडनमध्येही पुनःप्रकाशित करण्यात आल्या होत्या. प्रतिउत्तर म्हणून ब्रिटनच्या लिबरल पक्षातील पुरोगामी सदस्यांनी मग रिपन यांच्या आदरार्थी प्रचाराला हात घातला.[३१] म्हणून मे महिन्यात जेव्हा व्हाइसरॉय मंडळाने पुन्हा आपले कामकाज सुरू केले, तेव्हा भारतात इलबर्ट बिलाविरोधात वातावरण प्रचंड तापले होते आणि तिकडे ब्रिटनमध्ये तर दोन्ही पक्षांमध्ये कमालीची जुंपली होती. रिपन आणि इलबर्ट यांच्यासाठी मात्र भारतातील विरोध हा न पेलवणारा होता. कायद्यातील बदल आवश्यक असला, तरी मूळ कायद्याच्या आत्म्याला कायम ठेवण्याचा इलबर्ट यांचा प्रयत्न होता.[३२] सरतेशेवटी एक मध्यम मार्ग काढण्यात आला आणि त्यानुसार गोऱ्या फिर्यादींना अधिकार देण्यात आला की, त्यांच्या खटल्याची सुनावणी करण्याऱ्या भारतीय न्यायाधीशांमध्ये किमान अर्धे न्यायाधीश हे युरोपीय लोक असतील. इलबर्ट आणि रिपन यांच्यासह काही भारतीय कायदे मंडळ सदस्यांनी राणीच्या जाहीरनाम्याचे

मूळ तत्त्व सांभाळण्याचा प्रयत्न केला. मात्र, ते अल्पमतांत होते.[३३] वर्णभेदाची दरी कायम राहिली.

इलबर्ट यांनी तयार केलेला हा नवीन मसुदा जसजसा भारताच्या जनतेच्या परिचयाचा होऊ लागला, तसतशी राणी व्हिक्टोरिया अगदी सावध होऊन घडामोडींचा अदमास घेत होती. 'ज्या अपेक्षांची पूर्वी पूर्तता करण्यात येत असे, त्याच्या अगदी विरुद्ध असा हा कायदा आहे,' असे मत राणीने रिपन यांच्याजवळ व्यक्त केले होते. पॉनसॉनबी यांनी रिपन यांना सांगितले की, एप्रिल महिन्यातील राणीच्या पहिल्या प्रतिक्रियेमध्ये तिने स्पष्ट केले आहे की, रिपन यांनी हे बिल 'घिसाडघाई' करत अमलात आणले आहे, असे तिच्या मनातही नव्हते. तरीही या सगळ्याचे खापर नेमके कुणाच्या माथी फोडायचे, हे कळत नसल्याने ती अद्वातद्वा बोलतच राहिली. भारताचे राज्य सचिव लॉर्ड किंबर्ले यांनी मे महिन्यातील त्यांच्या संभाषणामध्ये राणीला सांगितलेदेखील की, जे पाऊल उचलले गेले आहे ते 'अविचारी' आहे आणि रिपन यांना तर राणीने स्वतः सांगितले की, इलबर्ट यांनी जो प्रस्ताव तयार केला त्याच्या आधी कदाचित त्यांनी युरोपीय समुदायाच्या लोकांच्या भावना विचारात घेतल्या असाव्यात. तिला आशा होती की, कदाचित रिपन या नव्या मसुद्यात काही बदल करतील, जेणेकरून 'दोन वर्णांमधील द्वेषाला रोखण्यासाठी' आणि नुकतीच ज्या भावनांमध्ये 'निर्णायक सुधारणा' घडून आली आहे त्यासाठी मदत होईल.[३४] वसंत ऋतूमध्ये जेव्हा या मसुद्यावर पुन्हा हात फिरवला जात होता, तेव्हा राणी व्हिक्टोरियाने रिपन यांना लेखी स्वरूपात कळवले की, कॅनॉटचे ड्यूक यांच्या येऊ घातलेल्या कलकत्ता भेटीदरम्यान कदाचित 'द्वेषाची आणि कडवटपणाची भावना निघून जायला' मदत होईल. याच वेळी पॉनसॉनबी यांनीदेखील भारतातील त्यांच्या स्वतःच्या अधिकारांचा वापर करून या समस्येवर काही तोडगा काढता येईल अथवा नाही, या संदर्भात चौकशी सुरू केली होती. भारतीय कार्यालयात त्यांनी एका अधिकाऱ्याला विचारणा केली की, 'भारतीय संविधान काय आहे याबद्दल कृपया मला माहिती द्यावी की, जर व्हाइसरॉय यांच्या कार्यकारी मंडळाने हा मसुदा पारित केला तर तो राज्य सचिवांकडे किंवा संसदेकडे संमतीसाठी पाठवला जाईल का? म्हणजे राणी त्याला मान्यता देईल किंवा त्या संदर्भात इतर कुठलाही निर्णय घेण्याची शक्यता निर्माण होईल?'[३५] राणीकडून तंबी मिळाल्याविना पॉनसॉनबी यांनी स्वतःहून फारच कमी वेळा काही काम पुढे नेले होते; त्यामुळे या सगळ्या प्रकारातून एवढे मात्र स्पष्ट झाले होते की, तिच्या विशेषाधिकारांचा बडगा दाखवण्यात यावा आणि रिपन यांच्या सुधारणांचे पुनर्मूल्यांकन करता यावे, अशी इच्छा यातून दर्शविली गेली होती.

सरतेशेवटी, भारतातील युरोपीय समुदायाच्या विरोधांचे शमन करणारा इलबर्ट यांनी केलेला कायदा जानेवारी १८८४ मध्ये पारित करण्यात आला. हा कायदा आणि त्या संदर्भात उठलेल्या प्रतिक्रियांचे वादळ या दोन्हींतून रिपन यांच्या व्हाइसरॉयपदाच्या

व्याख्या अधिक अधोरेखित झाल्या. कलकत्त्यातील गोऱ्या लोकांच्या समुदायाचा या अन्यायी वागणुकीने संताप झाला होता. त्यांनी १८८३च्या शेवटी भरवलेल्या दरबारावर बहिष्कार टाकला. ईस्ट इंडिया रेल्वेच्या कर्मचाऱ्यांनी आणि कलकत्त्यातील युरोपियन स्वयंसेवकांच्या फळीने तर सार्वजनिक स्तरावर आपला रोष आणि विरोध प्रकट केला.[३६] याच्या अगदी विरुद्ध प्रतिक्रिया भारतीयांकडून आली. रिपन यांना भारतीय राष्ट्रवादाचे एक नायक म्हणून डोक्यावर घेतले गेले. राणीच्या जाहीरनाम्यातील वाचनाच्या पूर्ततेसाठी त्यांनी जेवढे प्रयत्न केले, तसतशी त्यांच्या प्रशंसेत वाढच होत गेली. पूना सभेने तर एक निवेदन राणीला पाठवले, ज्यात रिपन यांच्या कार्यकाळाची मुदत आणखी वाढवण्याची विनंती केली गेली होती. एका मराठी कवितेमध्ये रिपन यांच्या इंग्लंडला परत जाण्यासंदर्भात दुःख व्यक्त करण्यात आले होते, ज्यात राणीला उद्देशून लिहिले होते की, असा व्हाइसरॉय 'ज्याने तुझ्या महानतेचे खरे आणि चिरस्थायी उत्थान केले आहे.' रिपन यांच्या भारतातील कार्यकाळाच्या शेवटच्या महिन्यात त्यांच्या संदर्भात प्रसिद्धीमाध्यमांमध्ये भरभरून स्मरणचित्रे लिहिण्यात आली आणि त्यांच्या भारतातून परत जाण्याच्या वेळी डिसेंबर १८८४ मध्ये तर बॉम्बे येथे असे काही उत्सवी वातावरण होते, जे फक्त एखाद्या शाही घराण्यातील सदस्यांच्या भारतातील आगमनप्रसंगी अनुभवायला मिळाले होते.[३७] रिपन यांच्या काही ब्रिटिश सहकाऱ्यांना, उदाहरणार्थ बॉम्बे येथील फर्ग्युसन यांना तर रिपन कधी एकदा परत जातात असे झाले होते. मात्र, रिपन यांच्या लोकप्रियतेत आणि त्यांच्या योगे राणीच्या भारतातील उंचावत चाललेल्या प्रतिमेत काडीचाही फरक पडला नाही. लंडनला परतताच रिपन यांनी राणी व्हिक्टोरियाची भेट घेतली आणि 'राणीसाठी असलेली अपरिमित निष्ठा जी त्यांनी स्वतः अनुभवली' त्या संदर्भात सांगितले.

विल्फ्रेड स्कॅवेन ब्लन्ट जे कलकत्त्याच्या गोऱ्या विद्रोहींची माहिती नमूद करण्यासाठी भारतात गेले होते, त्यांनी रिपन यांचा भारतावरील प्रभाव फार रंगवून नाही; पण अगदी साध्या शब्दांमध्ये ब्रिटनला सांगितला. त्यांनी नमूद केले की, भारतातील लोकसंख्या ही 'त्यांच्या अँग्लो-इंडियन सत्ताधीशांच्या तुलनेत विचित्र पद्धतीने वाढतच आहे आणि इंग्लिश सिंहासनावर बसलेल्या तिच्याकडून या वाढत्या लोकसंख्येच्या अपेक्षाही दिवसेंदिवस वाढतच चालल्या आहेत.'[३८]

राष्ट्रीय संघ

ब्रिटिश सिंहासनासाठीच्या भारतीय आणि युरोपीय समुदायाच्या निष्ठांमध्ये पाचर बसवण्याचे काम इलबर्ट बिलाने केले आणि १८८५ मध्ये स्थापन झालेल्या भारतीय राष्ट्रीय काँग्रेसने तिला आणखी खोलवर गाडले.[३९] अगदी प्रारंभापासूनच

स्वतः निवड केलेल्या एखाद्या शस्त्राप्रमाणे काँग्रेसने ब्रिटिश शाही घराण्यासाठी असलेल्या निष्ठेसंदर्भात आपला दावा केला होता. स्वतःच्या देशभक्तीला ते एखाद्या गणवेशासारखे स्वतःवर बाळगत असत. प्रत्येक काँग्रेसची बैठक ही राणीच्या नावाचा त्रिवार जयघोष करूनच संपत असे. तिच्या वयाच्या सुवर्णमहोत्सवी वर्षानिमित्ताने तर आभाळाला भिडेल इतका मोठा जल्लोष काँग्रेसतर्फे करण्यात आला होता. तिच्या या सुवर्णमहोत्सवी वाटचालीचा उल्लेख मोठ्या दिमाखात ते आपल्या निवेदनांमध्ये 'पहिले अर्धशतक' असा करीत असत. १८८८ मध्ये अलाहाबाद येथे भरलेल्या काँग्रेसच्या अधिवेशनासाठी आलेल्या पाहुण्यांच्या स्वागतासाठी 'सम्राज्ञी चिरायू होवो' असा उल्लेख असलेल्या स्वागतकमानी सज्ज केल्या होत्या. आणि इतकेच नाही तर बैठकीच्या कक्षात राणीची तीन आणि वेल्सच्या राजपुत्राचे एक मोठे रेखाचित्रदेखील लावण्यात आले होते.[४०] प्रत्येक बैठकीच्या वेळी वक्ते राणीच्या जाहीरनाम्यातील वचनांवर आधारित भाषणे करीत आणि 'एक अत्यंत मायाळू सनद' असा त्याचा उल्लेख करीत, तेव्हा नमूद केले जात असे की, यातील वचनांमध्ये 'आपल्या उद्दिष्टांच्या पूर्ततेसाठीची सर्व बीजे समाविष्ट आहेत.' अगदी १८९४ मध्ये अधिवेशनामध्ये सहभागी झालेल्या प्रत्येक सदस्याने उभे राहून या प्रसिद्ध वचननाम्याचे टाळ्या वाजवून स्वागत केले होते. भारतीय जनतेसाठी असलेल्या संवेदनशीलतेला प्रकट करणारी भाषा हा जाहीरनामा लिहिताना वापरण्यात यावी, असा उल्लेख असलेल्या राणी व्हिक्टोरियाच्या लॉर्ड डर्बी यांना लिहिलेल्या पत्राचे वाचन आणि प्रामुख्याने त्याचा उल्लेख काँग्रेसच्या अधिवेशनात तीन वेळा करण्यात आला होता. १८८८ मध्ये प्रथम मदन मोहन मालवीय यांनी तो केला तर १८९४ मध्ये रंगय्या नायडू यांनी आणि १८९६ मध्ये रहिमतुल्लाह सयानी यांनी तो उल्लेख केला.[४१] इतर सहभागी सदस्यांनी राणीला संबोधित करताना 'आमची माता सम्राज्ञी' असे शब्द वापरल्याचा नोंदी आहेत. काँग्रेसचे हे राणीप्रतीचे निष्ठाप्रदर्शन इतके अतिरेकी होते की, काही वरिष्ठ आणि दक्ष इंग्लिश निरीक्षकांना ते अत्यंत घसट करणारे वाटत होते.[४२] राणीच्या १८५८ मध्ये उच्चारल्या गेलेल्या समर्पक शब्दांपेक्षा भारतीय राष्ट्रवादी आणि देशभक्तांना एकत्रित करणारे अधिक असे काहीही नव्हते.

काँग्रेसची निष्ठावंतांची भूमिका निव्वळ एका प्रामाणिक वक्तव्यापेक्षा किंवा प्रदर्शनापेक्षा अधिक होती. ब्रिटिश भारतातील नागरी सेवांमध्ये ज्या कायद्यांमुळे भारतीयांच्या सहभागात अडसर निर्माण झाला होता, त्या कायद्यांमध्ये बदल करण्यात यावा अशी मागणी त्यांनी केली होती. सगळ्यात महत्त्वाचे म्हणजे काँग्रेसची प्राथमिकता होती १८७८ मध्ये लागू केलेल्या शस्त्र कायद्याला रद्दबातल करण्याची, ज्यानुसार हत्यारे वापरण्याला भारतीयांना बंदी करण्यात आली होती. या कायद्यामुळे भारतीय लष्करी स्वयंसेवकांचे हातच जणू बांधले गेले आहेत, अशी टीका काँग्रेसने

केली होती. शाही घराण्याप्रति असलेल्या निष्ठेचा पुरावा द्यायचा असेल तर त्यांच्यासाठी त्यांच्या लष्करामार्फत रशियासारख्या बलाढ्य शेजारी राष्ट्राशी लढण्याशिवाय आणखी मोठा पुरावा काय असू शकतो जो उत्तरेकडून डोक्यावर बसण्यासाठी सज्ज होता? काँग्रेसच्या १८८७ च्या अधिवेशनात सील्हेट येथून आलेल्या बिपिन चंद्र पाल यांनी एक प्रश्न उपस्थित केला :

काय!... आमच्या इतर कुठल्याही निष्ठावान कार्याच्या तुलनेत शस्त्र महत्त्वाचे आहे काय? साम्राज्याच्या सुरक्षेकरिता साठ लाखांऐवजी साठ कोटी निजामाने दिले असतील, दहा हजार वर्धापनदिन महोत्सवासाठी आयोजित केले गेले असतील; भलेही सरकारने जाहीररीत्या या सर्व निष्ठा प्रदर्शनाचे तोंडभरून कौतुक केले असेल, ब्रिटिश वर्तमानपत्रांनी या सगळ्या बातम्या तिकडे जगभरात पसरवल्या असतील; पण प्रश्न हा आहे की, शस्त्र कायदा असताना परदेशातील लोक आमच्या निष्ठावान सेवेच्या या प्रदर्शनावर विश्वास ठेवतील काय, रशियाचा यावर विश्वास बसणार काय?

मुद्दा अगदी योग्य होता. स्वयंसेवकांच्या सशस्त्र तुकड्या या फक्त युरोपीय नागरिकांकरिताच खुल्या होत्या. अगदी १८८०च्या शेवटापर्यंत त्यांची संख्या ही तीसच्या घरात होती.[४३] काँग्रेसलादेखील प्रत्यक्ष कार्यवाहीत भाग घेण्याची इच्छा होती. पुढे तर काँग्रेसने नियमित लष्करात भारतीयांसाठी कवाडे खुली करण्यात यावीत, अशीही इच्छा जाहीर केली. फक्त लढाऊ वर्णाच्या भारतीयांसाठी ही भरती राखीव होती. काँग्रेसच्या १८८७ मधील अधिवेशनातील ११ ठरावांपैकी तीन ठराव हे लष्करी सेवेशी संबंधित होते, ज्यात शस्त्र कायद्याला हटवणे, भारतीय सशस्त्र स्वयंसेवकांची स्वतंत्र तुकडी तयार करणे आणि ज्या भारतीय राजांना लष्करात प्रवेश घ्यायचा आहे, त्यांच्यासाठी एका भारतीय लष्करी महाविद्यालयाची स्थापना करणे अशा मागण्यांचा समावेश होता.

सुधारणावादी निष्ठेसंदर्भातील काँग्रेसने उचललेले दुसरे महत्त्वाचे पाऊल म्हणजे त्यांचीच एक जुनी मागणी होती. नागरी सेवांमध्ये भारतीयांच्या प्रवेशासंदर्भात पूर्वीपासूनच इच्छा व्यक्त केली जात होती. इलबर्ट बिल आल्यानंतर युरोपीय समुदायाने भारतीय दंडाधिकारांबाबत जो असंतोष प्रदर्शित केला, त्यातून सरकारी प्रशासनात भारतीयांच्या अस्तित्वावर संशय व्यक्त झाला. भारतीयांच्या मार्गात कितीही अडसर आणले गेले तरी त्यांनी त्यातून मार्ग काढला. नियमांचे पुनर्निरीक्षण करण्यात आले आणि त्यात बदलही करण्यात आला; पण मूलभूत समस्या कायम

होती आणि ती म्हणजे १८५७च्या विद्रोहामुळे निर्माण झालेली युरोपीय आणि भारतीय सैनिकांमधील दरी. इकडे काँग्रेसने भारतात भारतीय नागरी सेवेत प्रवेश मिळविण्यासाठी प्रवेश परीक्षा आयोजित करण्याच्या त्यांच्या मागणीला प्रमुख मागणी म्हणून ब्रिटिशशासित भारत सरकारपुढे मांडली. इतकेच नाही तर भारतीय सार्वजनिक सेवा आयोगावरही त्यांची भिस्त होती. काँग्रेसच्या काही सदस्यांनी दिलेल्या पुराव्यांच्या आधारावर या आयोगाने १८८६ मध्ये विविध विषयांवरील चौकशीला सुरुवात केली. मात्र, आपण आयोगावर टाकलेला विश्वास निष्फळ ठरला आहे हे काँग्रेसच्या लक्षात आले, कारण दोन परीक्षा घेण्याच्या प्रस्तावाला केराची टोपली दाखवली गेली. तिसरी बाब म्हणजे आपल्या इंग्लिश पद्धतीच्या राजकीय मागण्यांवरही काँग्रेसने जोर द्यायला सुरुवात केली. भारतीय राष्ट्रीय काँग्रेसच्या १८८५ मधील पहिल्या बैठकीला त्यांनी पुन्हा आपल्या शाही आयोगाच्या स्थापनेच्या जुन्या मागणीचा पुनरुच्चार करीत देशाच्या व्यवस्थेची पाहणी करून काही सुधारणा सुचवण्यास सांगितले. आलेल्या उपस्थितांनी आणखी काही मुद्दे मांडले, ज्यात प्रामुख्याने भारतात रद्द झालेल्या खटल्यांची पुन्हा सुनावणी करण्यात यावी आणि त्यासाठी ज्युरी व्यवस्था असावी, ही प्रमुख मागणी होती.[(४५)] भारतातील कायदे मंडळ, प्रांतीय प्रशासन तसेच व्हाइसरॉय यांच्या कार्यकारी परिषदेमधील भारतीय प्रतिनिधित्वाची कक्षा रुंदावण्याबद्दलदेखील काँग्रेसने आक्रमक पवित्रा घेतला. त्यासाठी चेम्बर ऑफ कॉमर्स, विद्यापीठे आणि जिल्हास्तरीय समित्यांमध्ये कार्यरत असलेल्या पालिका समितीमध्ये निवडून आलेल्या उमेदवारांची नियुक्ती करण्यात यावी, अशी सूचना करण्यात आली. भारतीयांना 'ब्रिटिश प्रजा' म्हणून जे साजेसे प्रतिनिधित्व मिळायला हवे, ते देण्यात यावे असे निवेदन सुरेंद्रनाथ बॅनर्जी यांनी १८८७ मध्ये केले.[(४६)] दोन वर्षांनंतर एक सर्वसमावेशक सुधारणा विधेयक बॉम्बे काँग्रेसच्या अधिवेशनात आणण्यात आले. तोपर्यंतच्या सगळ्यात जास्त मागण्या मांडणारे हे काँग्रेसचे विधेयक होते आणि यातील बारकाव्यांबाबत सल्ला घेण्यासाठी काँग्रेसने आजवरच्या सगळ्यात कुख्यात अशा इंग्लिश माणसाची निवड केली, ज्याचे नाव चार्ल्स ब्रॅडलाफ होते.

काँग्रेसने ब्रॅडलाफ यांच्या सल्लागार म्हणून केलेल्या निवडीला अर्थ होता. त्यांनी १८८३ मध्ये सादर केल्या गेलेल्या मूळ इलबर्ट बिलाचे समर्थन केले होते आणि जेव्हा या कायद्याचा मसुदा संसदेच्या कनिष्ठ सदनात प्रस्तुत केला गेला, तेव्हा स्वतः 'भारताचा सदस्य' असल्याचा दावा करण्यात त्यांनी जराही वेळ घालवला नाही आणि भारताशी संबंधित २७ प्रश्न आणि पाच प्रस्ताव त्यांनी संसदेत सादर केले. भारतातील मद्रासमधील दुष्काळ धोरण, काश्मीरच्या महाराजांची दयनीय अवस्था आणि भारतीय नागरी सेवेत भाग घेऊ इच्छिणाऱ्या भारतीयांबद्दल

असलेला सरकारचा दुजाभाव या सर्व मुद्द्यांवर त्यांनी कडाडून टीका केली.(४७) इतर गोष्टी लक्षात घेतल्या, तर ब्रॅडलाफ यांचे राजकारण हे काँग्रेसच्या मवाळ निष्ठावादी भूमिकेला साजेसे नव्हते. व्हिक्टोरियन काळातील अत्यंत प्रख्यात नास्तिक म्हणून त्यांचा लौकिक होता आणि त्यामुळे त्यांची धार्मिक भूमिका तर भारतातील जनतेच्या पचनी पडणारी नव्हती. मात्र, त्यांच्याबद्दलच्या औत्सुक्यामुळे त्यांनी लोकांच्या सद्भावना जिंकण्यात यश मिळवले होते.(४८) तरीही महिलांच्या गर्भनिरोधकांसंबंधीच्या त्यांच्या मताबाबत भारतीय यजमानांनी त्यांचा उल्लेख केला नाही. सगळ्यात महत्त्वाचे म्हणजे ब्रॅडलाफ हे रिपब्लिकन होते. जॉर्ज तृतीय यांनी १७७० मध्ये अतिलोभी वॉरेन हेस्टिंग्स यांना बंगालचे गव्हर्नर असताना त्यांची भलावण केली होती, असा आरोप लावत ब्रॅडलाफ यांनी १८७४ मध्ये ब्रिटनच्या शाही घराण्याविरुद्ध हक्कभंगाची कारवाई करण्याची मागणी केली होती. १८८०नंतर संसदेत प्रवेश मिळविताना त्यांनी शाही घराणेशाहीच्या विरोधातील त्यांची भूमिका कायम ठेवली होती. पुढे १८८९ मध्ये शाही घराण्यावरील आक्षेपांच्या फैरी चालू ठेवत त्यांनी सार्वजनिक फंडातून घराण्यातील तरुण सदस्यांना दिल्या जाणाऱ्या रकमेसंदर्भात आवाज उठवला. अगदी राणीच्या मोठ्या नातवाला, राजपुत्र अल्बर्ट व्हिक्टर यालाही अशी रक्कम देण्याला त्यांनी विरोध केला, जेव्हा राजपुत्र भारतदौऱ्याची तयारी करीत होते.(४९)

ढासळलेली तब्येत सावरून ब्रॅडलाफ हे भारतात विशेषकरून फक्त काँग्रेसच्या पाचव्या बैठकीला उपस्थित राहण्यासाठी आले होते. अर्थातच काँग्रेसला संपूर्णतः रिपब्लिकन बाजूने वळवण्यात जरी त्यांना यश आले नाही, तरी त्यांनी काँग्रेसला एका सुधारणावादी दिशेने नेले. बॉम्बे काँग्रेसच्या दुसऱ्या प्रस्तावात त्यांनी त्यांच्या जुन्याच मागणीचा पुनरुच्चार केला, ज्यात विविध भारतीय काउन्सिलमध्ये सुधारणा करणे, या मागणीचा समावेश होता जी तीन वर्षांपूर्वीच करण्यात आली होती. तरीही या वेळी ब्रॅडलाफ यांच्या सूचनेनुसार फ्रेंच आणि अमेरिकन पद्धतीपेक्षा वेगळी अशी द्विस्तरीय निवडणूक प्रक्रिया यात अनुमोदित करण्यात आली होती. या पद्धतीप्रमाणे पहिल्या स्तरावर मतदारांना आधी एक प्राथमिक मंडळ निवडून देण्याचा अधिकार मिळणार होता आणि त्यानंतर मतदार आणि निवडून आलेले मंडळ मिळून विविध परिषदांवरील उमेदवारांची निवड करणार होते. प्रत्यक्ष लोकशाहीच्या अगदी थोडा कमी पण ब्रॅडलाफ यांनी ओळख करून दिलेल्या या पद्धतीमध्ये एक लोकप्रिय घटक समाविष्ट होता. प्राथमिक मंडळाच्या निवडीमध्ये २१वर्षांवरील कुठल्याही पुरुषाला उमेदवार होण्यासाठी संधी देण्याचे यात सुचवले गेले होते. एक ठरावीक अर्हता असलेला उमेदवार जो कमीतकमी ५० रुपये भाडे भरेल किंवा ज्याने प्रत्यक्ष कर भरलेला आहे किंवा ज्याचे वार्षिक उत्पन्न १५० रुपयांपेक्षा अधिक आहे, अशा कुठल्याही पुरुषाला उमेदवार म्हणून उभे राहणे शक्य होणार होते.(५०) ब्रॅडलाफ

यांनी एकीकडे नामनिर्देशनातून आणि दुसरीकडे संयुक्त संस्थांच्या मतदानाच्या माध्यमातून प्रतिनिधित्व विस्तारित करण्याकरिता एक सन्माननीय सूत्र समोर ठेवले होते. इतक्या मोठ्या प्रमाणात भारतीयांना मतदानाचा अधिकार देण्याबद्दल यापूर्वी कुणीही सुचवले नव्हते. या प्रस्तावित कायद्याचा तपशील लगेच छापण्यासाठी गेला. एर्डले नॉर्टन यांनी ब्रॅडलाफ यांच्या या प्रस्तावाचे भारताचा नवीन 'मॅग्ना कार्टा' म्हणून कौतुक केले. मात्र, तेराव्या शतकाच्या प्रस्तावाव्यतिरिक्त ज्यातून भविष्य आकारले जाईल असे यात फारसे काही नव्हते.[५१] त्यांच्या विधेयकाने भारताला अज्ञात लोकशाहीच्या कक्षेत आणले असते. १८९०च्या आगमनाबरोबर ब्रॅडलाफ आपल्या विधेयकासोबत ब्रिटनला परत आले आणि इकडे लॉर्ड सॅलिसबरी यांच्या सरकारने भारतीय परिषदांसंदर्भात त्यांच्या स्वतःच्या एका नवीन कायद्याच्या मसुद्याची तयारी चालवली असताना ब्रॅडलाफ यांची प्राथमिकता स्वतःचा प्रस्ताव पुढे रेटण्यास होती; पण त्यांच्यासाठी तो दिवस कधीच उगवला नाही. भारतीय कार्यालयाने सरकारी मसुदा संसदेत आणण्यासाठी फार वेळ लावला आणि जेव्हा १८९१ मध्ये भारतीय परिषद विधेयक कनिष्ठ सदनात सादर झाले, तेव्हा ब्रॅडलाफ यांचा मृत्यू झाला होता. त्यांच्या अंतिम संस्कारांच्या वेळी जमलेल्या ३००० शोककुलांमध्ये एक तरुण मोहनदास गांधी यांचादेखील समावेश होता.

ब्रॅडलाफ यांना ज्या प्रकारे अपेक्षा होती तसे त्या प्रकारे नसले, तरी ते भारतात तत्काळ लोकप्रिय झाले. भारतीय राष्ट्रीय काँग्रेसच्या सावध निष्ठावादात तसा काही फारसा बदल झाला नाही. काँग्रेसने त्यांच्या विधेयकाचे 'राणीच्या प्रामाणिक वचनांवर आधारित' अशा शब्दांत जेव्हा स्वागत केले, तेव्हा नक्कीच ब्रॅडलाफ यांच्या अंगावर शहारा आला असणार. मलमलवर छापलेली आणि आवरणात बांधून दिलेली कितीतरी निवेदने बॉम्बेच्या बैठकीत ब्रॅडलाफ यांना प्रस्तुत करण्यात आली आणि त्यातील किती निवेदनांमध्ये राणी-सम्राज्ञीसाठीच्या त्यांच्या कर्तव्याचा संबंध जोडणारे संदर्भ होते, याची त्यांनादेखील नोंद घेतली असणारच.[५२] भारतीय परिषदांची पुनर्बांधणी १८९२ मध्ये करण्यात आली; पण त्यात निवडणुकीचे घटक समाविष्ट केले नव्हते. भारतीय राष्ट्रीय काँग्रेस पुन्हा एकदा आपल्या मवाळ कार्यक्रमाकडे वळली आणि परिषदेत सदस्यत्व मिळविण्यासाठीच्या नामनिर्देशाच्या कक्षा रुंदावण्यासाठीच्या मागणीपर्यंत ते सीमित राहिले. बॉम्बे आणि ब्रॅडलाफ दोन्ही भारतीय राष्ट्रवादाच्या उदयाच्या काळातील चिरकाल टिकलेले प्रतीक बनून राहिले. काँग्रेसच्या बैठकांना येणाऱ्या सदस्यांची संख्या त्यानंतर काही काळ गोठली. मात्र, पहिल्या महायुद्धाच्या काळात तिला पुन्हा भरती आली. ब्रिटनच्या भूमीतही त्यांना थोडे यश प्राप्त करता आले. सरतेशेवटी १८९२ मध्ये नवरोजी यांची फिन्सबरी सेंट्रल येथून संसदेवर सदस्य म्हणून निवड झाली. पुढे १८९५ मध्ये लॉर्ड रेजिनाल्ड

विलबाय या माजी कोषागार अधिकाऱ्याच्या अध्यक्षतेखाली शाही आयोगाची स्थापना करण्यात आली, ज्याच्या माध्यमातून भारतीय सरकारच्या आर्थिक आणि विनियोग व्यवस्थेची चौकशी करण्याचे आदेश देण्यात आले. भारतीय राष्ट्रीय काँग्रेसने आयोगाकडे भरपूर पुरावे सादर केले. मात्र, आश्चर्यकारकरीत्या आयोगाने भारतीय सरकारची स्थिती उत्तम असल्याचे आपल्या अंतिम अहवालात सांगितले.

भारतात भारतीय राष्ट्रीय काँग्रेसच्या वाट्याला भरपूर टीकादेखील आली. शाही सिंहासनासाठीच्या त्यांच्या निष्ठेची वेळोवेळी परीक्षा घेण्यात आली. त्यांच्या देशभक्तीचा उच्चार काँग्रेसने कितीदाही केला, तरी प्रशासकीय कामकरीवर्गाकडून त्याची कबुली फारच कमी वेळा मिळत असे. आपल्या व्हाइसरॉयपदाच्या अधिकारात नोव्हेंबर १८८८च्या शेवटी सेंट अँन्ड्र्यूज दिनानिमित्त आयोजित भोजनाच्या वेळी लॉर्ड डफरिन यांनी आपल्या वक्तव्याला पूर्णत्व देताना भारतीय राष्ट्रीय काँग्रेसला 'एक मूठभर समुदाय, जो ब्रिटिश मुकुटासाठी काम करणाऱ्यांच्या मनात फक्त द्वेष' निर्माण करण्याच्या मागे आहे, असे विधान करत काँग्रेसवर जाहीर दोषारोप केला. देशात हिंदूंमधील सामाजिक प्रथांमध्ये सुधारणा घडवून आणण्याऐवजी सशस्त्र उठाव आणि सरकारविरुद्ध बंड करण्यासाठी लोकांना भडकवण्याचे काम काँग्रेस करत असल्याचेही त्यांनी म्हटले.[५४] यातून एक पुसट संकेत मिळाला की, काँग्रेस ही राणीसंदर्भातील तीव्र मतभेदांवर पोसली जात असून त्याकडे शासकीय अधिकारी एक षड्यंत्र किंवा कारस्थान म्हणून पाहत आहेत. उदाहरणार्थ, काँग्रेसने तयार केलेल्या एका तमिळ पत्रकाचे संपूर्ण मद्रास प्रांतात वाटप करण्यात आले होते, ज्यात भारतीय साम्राज्याची आणि जुलूमशाहीची तुलना करण्यात आली होती आणि ज्यात राणी सम्राज्ञीला भारतीय प्रजेच्या भल्याचा विचार करणारी व्यक्ती म्हणून संबोधले गेले होते. मात्र, प्रत्यक्षात राणीने त्यांच्या सगळ्या विनंत्या-अर्जांना फेटाळून लावले होते. काँग्रेसवर लावल्या गेलेल्या अशा आरोपांसंदर्भात ॲलन ह्यूम आणि एर्डले नॉर्टन यांनी भारतीय राष्ट्रीय काँग्रेसची पाठराखण केली.[५५] पण आता संस्थेवर सरकारचा जागता पहारा बसवला गेला. संघटनेच्या १८८८ मधल्या सर्व कृतीची चौकशी करण्याचे ठरले, जेव्हा डफरिन यांनी 'ठगी आणि दरोडे' या विशेष विभागाला भारतीय राष्ट्रीय काँग्रेसच्या (आणि इतरही संघटनांच्या) कारवायांवर लक्ष ठेवण्याचे आदेश दिले. या सगळ्या प्रकारामुळे आणि १८९२ मधील भारतीय कार्यालयाच्या आदेशामुळे भारतीय राष्ट्रीय काँग्रेसच्या सदस्यसंख्येवरही खूप परिणाम झाला, कारण या आदेशानुसार ज्यांना कुठलेही सरकारी काम मिळाले आहे किंवा जे सरकारी कामांशी जुळलेले आहेत, त्यांना असे सदस्यत्व घेण्याची किंवा संयम चळवळीत भाग घेण्याची परवानगी नव्हती. ब्रिटिशशासित भारत सरकारच्या नजरेत देशभक्ती आणि राजकारण यांचा संगम म्हणजे विष, असे निश्चित होते.

मुस्लीम सुधारणावाद्यांच्या मतानुसार भारतीय राष्ट्रीय काँग्रेसचे निष्ठावंत असणे हे अत्यंत बेगडी होते. काँग्रेसच्या १८८५ मध्ये झालेल्या स्थापनेच्या वेळीच सावध होऊन सईद अहमद खान आणि अँग्लो-ओरिएंटल महाविद्यालयाचे प्राचार्य थिओडोर बेक यांनी तीन वर्षांनी संयुक्त भारतीय देशभक्त संघटनेची स्थापना केली आणि काँग्रेसकडून मुस्लिमांना त्यांच्याकडे वळवण्याच्या चाललेल्या प्रयत्नांना सुरुंग लावण्याचा प्रयत्न केला. त्यांच्याकडून उचलले गेलेले हे पाऊल बुचकळ्यात टाकणारे होते. एक म्हणजे ही संपूर्णतः मुस्लीम मोहीम ठरली, जी एका राजकीय हेतूने प्रेरित होती आणि दुसरे म्हणजे या संघटनेने पार उत्तर-पूर्व प्रांतातही मजल मारली होती. इतर रियासतदारांप्रमाणेच थेट हैदराबादच्या निजामाकडून संघटनेसाठी निधी मिळविण्यात ते यशस्वी झाल्यानंतर १८९० पर्यंत संघटनेला भारतातील ५३ अंजुमनकडून आश्वासन मिळाले होते की, ते आपल्या कुठल्याही प्रतिनिधीला काँग्रेसचे सदस्य होऊ देणार नाहीत. तसेच ब्रॅडलाफ यांच्या विधेयकाला विरोध दर्शवणारे एक निवेदन त्यांनी संसदेत सादर केले - ज्यावर ३०,००० स्वाक्षऱ्या होत्या आणि एवढेच नाही तर त्यांनी ब्रिटनमध्ये एक सार्वजनिक मोहीमदेखील चालवली.[५७] अतिउत्साही असलेल्या या संघटनेने जेमतेम एक वर्ष आपले अस्तित्व टिकवले. मात्र, तरीही त्या काळात त्यांनी भारतीय राष्ट्रीय काँग्रेसला अस्वस्थ केले आणि त्यांच्या सगळ्यात संवेदनशील गोष्टींचा पर्दाफाश केला. जसे की, स्वतःकडे घेतलेले सर्व भारताचे प्रतिनिधित्व आणि स्वतःला सुधारणावादी म्हणून घोषित करणे या भारतीय राष्ट्रीय काँग्रेसच्या दोन गोष्टी सईद खान यांच्या संघटनेच्या स्थापनेमुळे फोल ठरल्या. खान यांच्या संघटनेने बंगाली ब्राह्मणांच्या भारतीय राष्ट्रीय काँग्रेसमधील प्रभावावरदेखील घाला घातला. या संदर्भात युक्तिवाद करताना त्यांनी असे विधान केले की, भारतीय परिषदांमध्ये जर निवडणुकीला समाविष्ट करण्यात आले तर हिंदू उमेदवार हे मुस्लिमांना चारजणांमागे एक असे अल्पसंख्येत ठेवतील आणि याहूनही अत्यंत कुत्सितपणे केलेल्या आपल्या वक्तव्यात खान यांनी म्हटले, 'संपूर्ण व्हाइसरॉय यांच्या मंडळात बाबू अमुकतमुक मित्तेर, बाबू अमुकतमुक घोष आणि बाबू अमुकतमुक चक्रवर्ती अशीच स्थिती असणार आहे.'[५८] या इथेच काँग्रेस-राजच्या चेटूक असण्याच्या भावनेची रुजवात व्हायला सुरुवात झाली, जेव्हा आपल्या सौम्य जुलूमशाहीमार्फत ब्रिटिश सत्तेने भारतातील हिंदू बहुसंख्याक सत्तेची पायाभरणी होताना देशातील ३० दशलक्ष मुस्लिमांचे भविष्य ऐरणीवर आले. या सगळ्या आरोपांच्या फैरी झडत असताना त्यात आणखी एका वक्तव्याची भर पडली आणि ते म्हणजे मुस्लीम संघटनेचे म्हणणे होते की, भारतीय राष्ट्रीय काँग्रेसची निष्ठा ही उथळ किंवा वरकरणी दिसणारी आहे. हैदराबादच्या निझामाच्या दरबारातील एक मंत्री आणि खान यांनी स्थापन केलेल्या संघटनेतील

एक प्रमुख सदस्य असलेले सईद अली बिलग्रामी यांच्या म्हणण्यानुसार भारतीय राष्ट्रीय काँग्रेस म्हणजे 'तथाकथित देशभक्त' आहेत, जे एकीकडे 'प्रशासनावर टीका करून राजद्रोहात्मक काम करत असताना' दुसरीकडे ब्रिटिश सिंहासनाप्रति निष्ठा प्रदर्शनाची खेळी खेळत आहेत.[५९] सईद खान यांनी दावा केला की, भारतीय राष्ट्रीय काँग्रेसच्या प्रजातंत्र आणण्याच्या मूळ इच्छेतून जर काही निर्माण झाले, तर ते म्हणजे आणखी एक विद्रोही बंडच असेल, असे विधान बेक यांनी केले.[६०]

या सर्व प्रकारामुळे एकोणिसाव्या शतकात भारतात विविध प्रकारचे राष्ट्रवाद पाहावयास मिळाले. प्रत्येकाच्या राणी-सम्राज्ञीच्या सत्तेच्या कल्पनांचे प्रकार वेगळे होते. सईद खान यांच्यासारख्या मवाळ मुस्लिमांसाठी निष्ठावान असल्याची भाषा करणे म्हणजे वहाबी संप्रदायाच्या कक्षेबाहेर असण्यासाठीचा प्रयत्न करणे आणि भारतीय राष्ट्रीय काँग्रेसच्या बहुसंख्यत्वाशी झुंज देणे. प्रत्युत्तर म्हणून भारतीय राष्ट्रीय काँग्रेसने ब्रिटिश साम्राज्याच्या धोरणांच्या पूर्ततेसाठी साम्राज्यशाही देशभक्तीचा उच्चार केला आणि १८५८च्या जाहीरनाम्यातील वचनांना प्राधान्य देऊन त्यांची पूर्तता व्हावी म्हणून आग्रह धरला. अगदी याच काळात जसजसा इलबर्ट कायदा अधिकाधिक उलगडला जाऊ लागला, तसतसा भारतातील आवाज उठवणारा ब्रिटिश समुदाय ज्यांचा कायम ब्रिटिश राजघराण्यावर अधिकार असल्याचे भासवले होते, त्यांनी इंग्लिश वर्णाला असलेल्या अधिकारांचे प्रतीक म्हणजे हे राजघराणे आहे, असा समज करून घेतला होता. दुरून राणी व्हिक्टोरिया हे सारे काही निरखून पाहात होती आणि जे काही घडत होते, त्याबद्दल तिला खेद वाटत होता. दोन वर्णांमध्ये निर्माण झालेल्या तिढ्यामुळे तिला दुःख झाले होते. मुख्य म्हणजे, एकोणिसाव्या शतकाच्या उत्तरार्धातील ब्रिटिश राजच्या बोलण्यात मात्र निष्ठावंतांसंदर्भातील उल्लेखांमध्ये भारत एक देश म्हणून अनुल्लेखितच राहिला. हिंदू बहुसंख्याकांचे राष्ट्र या संकल्पनेचा वापर भारतीय मुस्लिमांनी केला. मात्र, त्याच्या बाजूने आवाज उठवण्यासंदर्भात त्यांनी ठाम भूमिका घेतली नाही. भारतीय राष्ट्रीय काँग्रेसच्या कल्पनेत संपूर्ण ब्रिटिश साम्राज्यात भारतीयांना नागरिकत्व मिळावे, अशी आकांक्षा होती आणि भारतातील ब्रिटिश प्रांतातील जे गोरे लोक आपल्या इंग्लिश असण्याला चिकटून होते, त्यांनी आवश्यकता नसताना आपल्या या विशेष नागरिकत्वाचा प्रामुख्याने उल्लेख केला. तसेच कायद्याच्या कक्षेत त्यांना असलेल्या विशेषाधिकाराचाही त्यांनी पुरेपूर उपभोग घेतला. कदाचित इतिहासकारांना १९०० पूर्वीच्या काळात भारतात एका परिपक्व राष्ट्रवादाची चिन्हे दिसली नसावीत. मात्र, त्याचा अर्थ असा मुळीच होत नाही की, भारत हा राजकीयदृष्ट्या निश्चल आणि मर्यादेत असलेला देश होता; पण राणी-सम्राज्ञीच्या प्रतिमेमुळे राष्ट्रीयत्वाचा उल्लेख होऊ न देता नागरिकत्वासंदर्भात आवाज उठवण्याचा एक नवीन मार्ग भारताला सापडला होता.

ब्रिटिश राजसत्ताधीशाचे प्रतीक असलेले पहिलेवहिले भारतीय लष्करी पदक. विल्यम वायन यांनी यात व्हिक्टोरियाला एका योद्धा महाराणीच्या रूपात दर्शविले आहे. सतलज येथील १८४६च्या मोहिमेअंतर्गत जेव्हा शीख सैन्याचा ब्रिटिशांनी पराभव केला, तेव्हा हे पदक जारी करण्यात आले. स्वतः राणी व्हिक्टोरियाने हे पदक पाहून त्याला संमती दिली होती.

द्वारकानाथ टागोर (१७९४-१८४६), एक बंगाली जमीनदार आणि व्यापारी, तसेच कलाकार आणि कवी रवींद्रनाथ टागोर यांचे आजोबा. द्वारकानाथ हे पहिले भारतीय होते, ज्यांना राणी सर्वप्रथम भेटली होती. तिने २४ जून, १८४२ रोजी त्यांचे रेखाचित्र काढले आणि आपल्या रोजनिशीत नमूद केले, 'त्यांनी त्यांचा स्थानिक पेहराव केला होता - सुंदर शाल आणि सुवर्ण व लाल धाग्याने विणलेला पायजमा तसेच या छोट्या चित्रात दर्शविल्याप्रमाणे एक टोपी घातली होती.' त्यांच्या आणखी एका ब्रिटन भेटीदरम्यान १८४६ मध्ये टागोर यांचे लंडन येथे निधन झाले आणि त्यांना केनसाळ ग्रीन सिमेट्री येथे पुरण्यात आले.

'विजयश्रीचे ऐतिहासिक प्रतीक' म्हणजेच कोहिनूरला १८४९ मध्ये शिखांच्या खालसानंतर ब्रिटिशांनी लाहोर येथून ताब्यात घेतले आणि भारताचे तत्कालीन गव्हर्नर-जनरल लॉर्ड डलहौसी यांनी ते राणीला पाठवले. तिने हा हिरा अतिशय जपून ठेवला आणि ईस्ट इंडिया कंपनीला परत करण्यास नकार दिला. मात्र, तो स्वतःच्या अखत्यारीतील आहे असे सांगून तिने तो फक्त एक वेळ क्रिस्टल पॅलेस प्रदर्शनाकरिता १८५१ मध्ये काही काळाकरिता सुपूर्द केला होता. युवराज अल्बर्ट यांनी या हिऱ्याला पैलू पाडून त्याला एका पिनमध्ये परिवर्तित केले, जो राणीच्या विंटरहाल्टर यांनी काढलेल्या रेखाचित्रात पाहायला मिळतो. मे, १८५६ मध्ये राणी या रेखाचित्राकरिता उपस्थित राहिली. विशेष म्हणजे, प्रथा बाजूला ठेवत विंटरहाल्टर यांनी राणीला एका औपचारिक मुद्रेत बसलेले या चित्रात दाखवले आहे, ज्यात चित्राच्या पार्श्वभूमीमध्ये कुठलाही देखावा नाही आणि त्यामुळे तिच्या पेहरावावरील ही रत्नजडित पिन तिच्या भारतीय साम्राज्याचे प्रतीक म्हणून या चित्रात झळकते.

१६ जुलै, १८५१ रोजी भरवल्या गेलेल्या क्रिस्टल पॅलेस प्रदर्शनातील भारतीय दरबाराला राणी व्हिक्टोरियाने भेट दिली आणि डॉ. जे.फोर्ब्स रॉयल यांनी तिला या वेळी प्रदर्शनाची माहिती दिली. प्रदर्शनातील दरबाराच्या केंद्रस्थानी एक छत्र असलेली रत्नजडित अंबारी होती, जी बंगालच्या नवाब निझामाने राणीला नजर केली होती. राणी जेव्हा प्रदर्शन पाहायला गेली, तेव्हा अंबारीची संपूर्ण तयारी झाली नव्हती, कारण ती हत्तीवर बसविण्यात आली नव्हती. प्रदर्शनाच्या आयोजकांनी मे आणि संपूर्ण जून महिना जंग जंग पछाडले. मात्र, त्यांना हत्ती मिळवता आला नाही. रिजंट पार्क येथील प्राणिसंग्रहालयातील जिवंत हत्ती प्रदर्शनात आणणे त्यांना धोकादायक वाटल्यामुळे त्यांनी ती कल्पना बाजूला सारली. तसेच एका टोपल्या विणणाऱ्याने वेतापासून चार पौंडाला एक हत्ती बनवून देण्याचा प्रस्ताव दिला. मात्र, तो फारच तकलादू म्हणून आयोजकांनी तो नाकारला. शेवटी एसेक्स येथील एका वन्यपशू संग्रहालयातील मसाला भरलेला हत्ती एका सर्कसवाल्याकडून मिळवण्यात त्यांना यश आले आणि त्या प्राण्याला घेऊन जुलै महिन्यात प्रदर्शन उभे करण्यात आले.

१८५४च्या उन्हाळ्यात ब्रिटिश दरबारात पोहोचलेल्या दुलीप सिंग (१८३८-९३) याचे हे ऑस्बर्न हाउस म्हणजेच राणीच्या उन्हाळी निवासस्थानात आयल ऑफ विट येथील छायाचित्र. राणी त्याला १ जुलैला प्रथम भेटली आणि तिने आपल्या रोजनिशीत नमूद केले, 'त्याचे अत्यंत काळजीपूर्वक पालनपोषण करण्यात आले आहे, तेही पर्वतराजींमध्ये आणि गेल्याच वर्षी त्याला बाप्तिस्मा देण्यात आला आहे; त्यामुळे तो आता धर्माने ख्रिश्चन आहे. तो १६ वर्षांचा आणि खूप देखणा आहे. इंग्रजी उत्तम बोलतो. त्याचे वर्तन अदबशीर आणि रुबाबदार आहे. त्याचा पोशाख उत्तम आहे आणि त्याच्या अंगावर रत्नालंकार आहेत.' मुळात इंग्लिश दरबारी पद्धतीच्या पेहरावावर एक लांडा कुर्ता घातलेल्या दुलीप सिंगाचे हे रूप त्याच महिन्यात फ्रँक विंटरहाल्टर यांनी काढलेल्या अप्रतिम तैलचित्राच्या तुलनेत अगदीच गबाळे आहे.

राजपुत्र आर्थर (१८५०-१९४२ आणि १८७४ नंतर कॅनॉट आणि स्ट्रादरेनचे ड्यूक म्हणून ओळखले गेलेले) तसेच राजपुत्र आल्फ्रेड (१८४४-१९०० आणि १८६६ नंतर एडिनबर्गचे ड्यूक) यांचे ऑस्बर्न हाउस येथे १८५४ मध्ये काढलेले छायाचित्र, ज्यात दोन्ही युवराजांना विशेषकरून शिवून घेतलेले भारतीय पोशाख घालण्यात आले आहेत. जम्मूचे महाराज यांच्याकडून दरवर्षी भेट म्हणून पाठवण्यात येणाऱ्या काश्मिरी शालींपैकी एक, ज्यात अतिशय प्रसिद्ध असे कोयऱ्यांचे विणकाम आहे, चित्रात परिणाम निर्माण करण्यासाठी ती बैठकीवर घालण्यात आली आहे. पुढे दोन्ही राजपुत्रांनी भारतात दौरे करून तो प्रदेश स्वतः पहिला. आल्फ्रेड यांची भारतभेट ही त्यांच्या १८६७-७० मधील जागतिक दौऱ्याचा भाग होती, तर आर्थर यांनी १८८० मध्ये भारतातील लष्कराची कमांड हाती घेतली होती आणि नंतर अनेक कार्यालयीन भेटींसाठी ते भारतात गेले होते.

चित्रकार फ्रँक विंटरहाल्टर यांच्याद्वारे काढल्या जाणाऱ्या तैलचित्रासाठी बैठकीला बसलेल्या दुलीप सिंग यांचे बकिंगहॅम महालात १८५४ मध्ये राणी व्हिक्टोरिया यांनी काढलेले रेखाचित्र. ती चित्र काढत असताना तिचे पती युवराज अल्बर्ट आणि ती स्वतः दुलीप सिंगचे पालक जॉन लॉगिन यांच्याशी गप्पा मारत होते. लॉगिन यांनी त्यांना माहिती पुरवली की, 'इतर भारतीयांच्या तुलनेत शीख हे उच्चवर्णीय मानले जातात आणि त्याच्या धर्माचे संस्थापक हे सत्याच्या शोधार्थ फिरणारे महान व्यक्ती होते, शिवाय भारतात स्त्रियांना अंधश्रद्धांमध्ये बांधून ठेवले आणि त्यांनी स्वतः त्यांच्या पत्नीसोबत अनेक देशांमध्ये फिरताना ही गोष्ट विशेषत्वाने अनुभवली आहे. स्त्रियांना अशिक्षित ठेवले जाते आणि भारतात मुलींसाठीच्या शाळांची नितांत गरज आहे. जर तसे करता आले तर त्या देशाच्या परिस्थितीत आमूलाग्र बदल घडू शकतो.' (QVJ1, १३ जुलै, १८५४).

शार्लोट कॅनिंग (१८१७-६१), राणी व्हिक्टोरियाची शयनकक्ष देखरेखप्रमुख, हिने चार्ल्स या आपल्या नवऱ्याला १८५६ पासून भारतात सोबत केली, जेव्हा त्याला भारताचा गव्हर्नर-जनरल म्हणून नियुक्त करण्यात आले होते. भारतातील बंडाच्या काळात ती चहुबाजूंनी होणाऱ्या घडामोडींचा आढावा घेणारी राणीची सगळ्यात विश्वासू व्यक्ती बनली होती आणि बंडाची इत्थंभूत माहिती ती राणीला पुरवीत होती. नंतर १८५८ मध्ये तिने व्हाइसरॉय झालेल्या तिच्या पतीसोबत भारतदौरा केला आणि त्या काळात तिने चित्र, रेखाचित्र आणि छायाचित्र काढून त्याचे संकलन केले. शिवाय त्यातील काही तिने राणीलादेखील अवलोकनार्थ आणि भारतातील परिस्थितीची माहिती पुरवण्यासाठी ब्रिटनला पाठवली. वर असलेले जलरंगातील चित्र १८५८ हे वर्ष सरताना काढले आहे, ज्यात जुन्या दिल्लीतील लाल किल्ल्याच्या लाहोर द्वाराच्या छतावरून जामा मस्जिदीच्या दिशेने पाहताना आहे. यात किल्ल्याच्या अगदी समोर असलेल्या हौजाला (सार्वजनिक स्नानाचे हौद) चित्रित केले आहे. विशेष म्हणजे १६ मे, १८५७ रोजी युरोपियन कैद्यांना इथेच मृत्युदंडाची शिक्षा देण्यात आली होती.

बार्कर यांनी काढलेले द रिलीफ ऑफ लखनौ (१८५७-५८च्या बंडावर ब्रिटिश लष्कराने मिळवलेले यश) हे चित्र. राणी व्हिक्टोरिया आणि युवराज अल्बर्ट यांनी ९ मे, १८६० रोजी पाहिले. एग्रोन लुन्डग्रेन या दरबारातील चित्रकाराला राणीने भारतातील परिस्थितीचे अवलोकन करून चित्र काढण्यास सांगितले होते. त्याने पुरवलेल्या चित्रांवर आधारित हे चित्र आहे. चित्रामध्ये ब्रिटिश लष्कराचे अधिकारी जेम्स ऑट्रम, हेन्री हॅवलॉक आणि कॉलिन कॅम्पबेल हे लोकांना भेटताना दिसत आहेत. भारतीय लष्करी तुकडीतील शिपायांनी पुकारलेले बंड शमवून लखनौ पुन्हा ताब्यात घेतल्यानंतरचे हे चित्र आहे. शहरातील प्रमुख वास्तूंमधून संघर्षानंतर धूर निघताना दिसत आहे.

नभा. पंजाबमधील एक राज्य, ज्यांनी स्वतःचे टपाल तिकीट जारी केले, ज्यावर राणी व्हिक्टोरियाची प्रतिमा अंकित होती. मात्र, त्यांनी तिला जास्त भारतीय दाखवण्यासाठी यात तिच्या माथ्यावर एक कशिदाकारी केलेला पट्टा काढला आणि तिचे नाक धारदार करून डोळेदेखील टपोरे केले. त्या काळातील सर्व नाणी आणि कागदी चलनावर राणीची प्रतिमा होती, ज्याला तिने स्वतः संमती दिली होती.

मुकुट नाही; पण एक विशेष शिरस्त्राण जे दिल्लीचा राजा १८४० ते १८५० च्या दरम्यान विशेष सोहळ्यांमध्ये घालायचा. याला विशेष महत्त्व प्राप्त झाले, जेव्हा १८५७ मध्ये अगदी थोड्या अवधीकरिता दिल्लीच्या तख्तावर बसलेल्या सम्राटाने हा मुकुट घातला. वृद्ध आणि आजारी असलेल्या बहादूर शहा जफरला त्याच्या ब्रिटिशांशी असलेल्या द्वेषाची खूप मोठी किंमत मोजावी लागली. त्याचे दोन मुलगे आणि एक नातू यांना दिल्ली काबीज केल्यानंतर ब्रिटिशांनी मृत्युदंडाची शिक्षा दिली आणि त्यांची कापलेली डोकी शहाला भेट म्हणून पाठवण्यात आली. एका प्रदीर्घ चाललेल्या खटल्यानंतर आरोपी म्हणून सिद्ध झालेल्या बहादूर शहा जफरला मग भारतातून हद्दपार करण्यात आले. तो रंगूनला गेला आणि तिथेच त्याचा १८६२ मध्ये मृत्यू झाला. त्याचे हे मुकुट ब्रिटिशांनी लुटले आणि एका लिलावात ते युवराज अल्बर्ट यांनी विकत घेऊन, राणी व्हिक्टोरियाला भेट दिले.

एक भारतीय राजे - बडोद्याचे गायकवाड यांनी केलेल्या अर्थसाहाय्यातून उभारण्यात आलेला राणी व्हिक्टोरियाचा हा भारतातील पहिला पुतळा बॉम्बे शहराच्या ब्रिटिश राजसत्तेशी व शाही घराण्याशी असलेल्या विशेष संबंधांचे प्रतीक ठरला. शहरातील प्रतिष्ठित लोक, विचारवंत हे राजघराण्याप्रति असलेल्या त्यांच्या निष्ठेसंदर्भात अतिशय स्पष्ट भूमिका घेऊन होते आणि म्हणून त्यांनी शहरातील नवीन इमारतींना शाही सदस्यांची नावे देण्याचा सपाटा लावला होता. शहरात आणखी एक पुतळा उभारला गेला, जो शिल्पकार म्यॅथ्यू नोबेल यांनी तयार केला होता. युवराज अल्बर्ट (१८६९ मध्ये) यांचा पुतळा जोसेफ बोहम या शिल्पकाराने पूर्णत्वास नेलेला वेल्सच्या राजपुत्राचा अश्वारूढ पुतळा १८७६ मध्ये ब्रिटनहून भारतात पाठवला गेला. काळ बदलला आणि १८९७ मध्ये राणीच्या दुसऱ्या वर्धापन दिन सोहळ्याच्या वेळी निषेध म्हणून तिच्या पुतळ्याला काळे फासण्यात आले आणि १९६५ मध्ये चबुतरा आणि छत्र तसेच ठेवून राणीचा पुतळा हटवण्यात आला आणि तो भाऊ दाजी लाड संग्रहालयाच्या बागेमध्ये ठेवण्यात आला, जिथे आता हळूहळू त्याची झीज होत आहे.

१८७५-७६ मध्ये वेल्सचा राजपुत्र भारतदौऱ्यादरम्यान आपली भेट अविस्मरणीय ठरावी यासाठी आग्रही होता. जयपूरचे महाराज रामसिंग द्वितीय यांनी राजपुत्राच्या जयपूर भेटीसाठी संपूर्ण शहर गुलाबी रंगात रंगवले होते. व्हेसिली वेरेशेगीन या रशियन चित्रकाराने राजपुत्राच्या शहरातील प्रवेशाचा क्षण या चित्रात कैद केला आहे. कलात्मक स्वातंत्र्याचा वापर करत चित्रकाराने चित्रात प्रसंग दिवसाच्या प्रकाशात घडताना दाखवला आहे; प्रत्यक्षात राजपुत्राने चांदण्या रात्री जयपूरमध्ये प्रवेश केला होता. काही काळानंतर लॉर्ड कर्झन यांनी हे भव्य चित्र विकत घेतले आणि व्हिक्टोरिया मेमोरिअल हॉलमध्ये ते आजही पाहायला मिळते.

भारतातील सगळ्यात बलशाली मुस्लीम राजा गणल्या गेलेल्या हैदराबादच्या निझामाच्या दरबारात प्रवेश मिळविण्याचे ब्रिटिश राजसत्तेचे प्रयत्न १८८९ पर्यंत यशस्वी होऊ शकले नाहीत. त्यापूर्वी १८७० आणि १८७५ मध्ये अपयशी ठरल्यानंतर कॅनॉटचे ड्यूक राजपुत्र आर्थर यांनी मात्र दोनदा निझामाला भेट दिली. त्यातील दुसऱ्या भेटीच्या वेळी ते त्यांच्या काकांसोबत राजपुत्र अल्बर्ट व्हिक्टर यांच्यासह हैदराबादला गेले होते. या चित्रात, त्यांच्या जानेवारी १८८९ मधील पहिल्या भेटीत राजपुत्र आर्थर यांनी निझामाच्या लष्कराची पाहणी केल्यानंतर त्यांच्यासोबत न्याहारी केली होती. छायाचित्रकाराला मात्र या चित्रात मेजाच्या उजवीकडील बाजूला मध्यभागी बसलेल्या राजपुत्राचे फक्त ब्रिटिश शिरस्त्राण तेवढे टिपता आले. त्यांच्या शेजारी ओल्डेनबर्गचे ड्यूक बसले होते, ज्यांचेही फक्त शिरस्त्राण या चित्रात अस्पष्ट दिसते.

राजपुत्र अल्बर्ट व्हिक्टर (१८६४-९२, ड्यूक ऑफ क्लॅरेन्स आणि अव्हॉनडेल तसेच वेल्सच्या राजपुत्राचे थोरले पुत्र पांढऱ्या वस्त्रातील महाराणा यांच्या शेजारी मध्यभागी बसलेले) यांनी १८८९च्या हिवाळ्यात भारताला भेट दिली. त्यांच्या या भेटीचा उद्देश त्यांना लंडनमधून थोड्या काळाकरिता बाहेर पाठवणे असा होता, कारण अफवांना उधाण आले होते की, क्लीव्हलॅन्ड स्ट्रीट येथील पुरुषांच्या कुंटणखान्यासंदर्भातील घोटाळ्यात त्यांचे नाव आले होते. भारतात त्यांनी उदयपूरच्या महाराजांची भेट घेतली आणि आपल्या आजीच्या म्हणजेच राणी व्हिक्टोरियाच्या पुतळ्याचे अनावरणदेखील केले. हे छायाचित्र दुर्मीळ आहे, कारण यात महाराज आणि त्यांचा पुत्र आणि गादीचा वारस (राजपुत्राकडे तोंड करून बसलेला लहान मुलगा) पहिल्यांदा सार्वजनिक ठिकाणी एकत्र आले होते. अगदी ब्रिटिश राजघराण्याच्या गादीचा वारस म्हणून आणि शाही कुटुंबाच्या दीर्घ वाटचालीचे उदाहरण म्हणून आलेल्या राजपुत्राप्रमाणेच एका भारतीय शाही घराण्याच्या प्रदीर्घ कार्यकाळाचे हे द्योतक मानले गेले. दुर्दैवाने फक्त दोनच वर्षांत ब्रिटिश राजपुत्राचा मृत्यू झाला.

राणी-सम्राज्ञी या तिच्या नवीन उपाधीची भारतात घोषणा करताना जारी करण्यात आलेले हे सुवर्ण आणि रौप्यपदक जे दिल्ली येथे १ जानेवारी, १८७७ रोजी आयोजित केलेल्या शाही मेळाव्याप्रसंगी निमंत्रित करण्यात आलेल्या मान्यवरांना तसेच भारतात काम करणाऱ्या इतर भारतीय आणि युरोपातील अधिकाऱ्यांना प्रदान करण्यात आले. राणीने स्वतः मान्यता दिलेल्या या पदकावरील प्रतिमेत राणी मुकुट धारण करून आहे आणि पदकाच्या मागच्या बाजूला तिचे कैसर-ए-हिंद हे नामाभिधान कोरले आहे. या सर्व आयोजनाची संकल्पना ज्यांनी रचली ते लॉर्ड लीटन, भारताचे तत्कालीन व्हाइसरॉय यांनी मात्र त्यांना मिळालेले पदक चिखलात हरवले. सोहळा भव्य करण्यासाठी आग्रही असलेल्या लीटन यांनी मोठ्या प्रमाणात पदकांची मागणी केली होती. काही वर्षांनी वापरली न गेलेली पदके कलकत्त्याच्या टांकसाळीत वितळविण्यात आली.

मुघलांची जुनी राजधानी दिल्लीच्या सरहद्दीवर १ जानेवारी, १८७७ रोजी पार पडलेल्या शाही मेळाव्याचे चित्र. हेच स्थळ पुढे १९०३ मध्ये राजे सातवे एडवर्ड यांच्या पदग्रहणासाठी आणि १९११ मध्ये राजे पाचवे जॉर्ज यांच्या गादीवर बसण्याच्या सोहळ्यासाठी आयोजित दरबारासाठी वापरण्यात आले होते. कलकत्त्याच्या बोर्न अँड शेफर्ड या संस्थेने काढलेल्या या छायाचित्रात निमंत्रित भारतीय राजांसाठीच्या मोकळ्या जागेतील शामियाना, सर्व राजांसाठी लॉकवूड किपलिंग यांनी तयार केलेले फलक आणि ज्या मंचावरून राणीच्या नवीन उपाधीची – राणी-सम्राज्ञी – घोषणा करण्यात आली तो मंच दिसत आहे.

राणीच्या सम्राज्ञी या नवीन नामाभिधानाचे स्वागत भारतात सर्वत्र उत्सव आणि कार्यक्रमांच्या आयोजनाने करण्यात आले. बॉम्बे प्रांतातील नागपूर येथे जमशेटजी टाटा यांनी त्यांच्या नवीन कापडाच्या कारखान्याचे नामकरण 'एम्प्रेस मिल्स' असे केले; पण हे नाव अशुभ असल्याचे म्हटले गेले, कारण त्याच वर्षी मिलमध्ये लागलेल्या आगीत मिलचे प्रचंड नुकसान झाले. पुढे १८८६ मध्ये टाटा यांनी बॉम्बे येथे नवीन कारखाना स्थापन केला. मात्र, या वेळी त्यांनी त्याचे नाव 'स्वदेशी मिल' असे ठेवले. ब्रिटनने भारतीय स्थानिक उद्योगांवर लावलेले कर आणि ब्रिटिशांचा उद्योगातील एकाधिकार यांच्या माध्यमातून आवळलेल्या फासासंदर्भात नाराजी व्यक्त करणारे हे नाव होते.

तिच्या राणी-सम्राज्ञी या उपाधीच्या घोषणेप्रसंगी विलियम डाउनी यांनी राणी व्हिक्टोरियाचे काढलेले छायाचित्र. फक्त ब्रिटिश बाजारात विकण्याच्या उद्देशाने जारी केलेल्या या चित्रात राणीला कुठल्याही मुकुटाशिवाय चित्रित करण्यात आले होते. शाही राजसत्तेचे कुठलेही प्रतीक नको म्हणून राणी व्हिक्टोरियाने भारतीय राजे त्रावणकोरचे महाराज यांनी १८५० मध्ये भेट दिलेले हस्तिदंती सिंहासन बसण्यासाठी निवडले आणि पर्शियाच्या शाहने १८७३ मध्ये तिला प्रदान केलेला निशान आफताब हा सन्मानाचे प्रतीक असलेला पट्टा तिने घातला होता.

सर्व भारतीय भाषांमधील चरित्रकार आणि लेखक यांच्या लिखाणाचा आवडता विषय ठरलेल्या राणी व्हिक्टोरियाला अनेक वेशांमध्ये आणि पद्धतीने चित्रित करण्यात आले तसेच इंग्लिश प्रतिमा घेऊन तिला भारतीय प्रेक्षकांसाठी प्रस्तुत केले गेले. थॉमस सली यांनी १८३७ मध्ये राणीच्या पदग्रहणाच्या वेळी काढलेल्या चित्रावर पुन्हा काम करून, बंगाली कलाकाराने १८९५ मध्ये तिला एका तरुण भारतीय युवराज्ञीच्या रूपात प्रस्तुत केले ते चित्र.

युवराज अल्बर्ट यांची मृत्युशय्या दर्शविणारे हे चित्र लिओपोल्ड मॅन्ली यांच्या विविध चित्रांतील एक आहे, ज्यात राणी व्हिक्टोरियाला एका समर्पित पत्नीच्या रूपात दर्शविले आहे. आगामी काळात एक विधवा राणी म्हणून ती भारतीय जनमानसावर जी प्रतिमा बिंबवणार होती, त्याचा अंदाज बांधला गेला होता.

शाह जहान (१८३८-१९०१), भोपाळच्या बेगम, एकोणविसावे शतक आणि विसाव्या शतकाच्या पूर्वार्धात मुस्लिम राज्यांवर राज्य करणाऱ्या एकाच शाही घराण्यातील तीन स्त्रियांपैकी एक. शाह जहान या राणी व्हिक्टोरियाच्या थेट संपर्कात होत्या आणि राणीने आपल्या हायलँड रोजनिशीच्या प्रती आणि युवराज अल्बर्ट यांच्या अधिकृत चरित्राची प्रत बेगमला पाठवली होती.

सुनीती देवी (१८६४-१९३२),
कूच बिहारच्या महाराणी, ज्यांनी आपल्या पतीसोबत राणी व्हिक्टोरियाच्या १८८७ मधील वर्धापन दिन सोहळ्याला राणीच्या दरबारात हजेरी लावली होती आणि नंतर राणीसाठी मातृसत्ताक राज्याची युवराज्ञी म्हणून चित्र काढण्यासाठी तयारी दर्शवली होती.

चिमणाबाई द्वितीय (१८७२-१९५८)
बडोद्याच्या गायकवाडांच्या (चित्रात चिमणाबाईंच्या शेजारी उभे) पत्नी म्हणून दोन प्रसंगी राणी व्हिक्टोरियाच्या दरबारात उपस्थित राहिल्या. भारतातील आधुनिक स्त्रियांच्या सार्वजनिक जीवनाचा आदर्श म्हणून त्यांच्याकडे पाहिलं जात होतं.

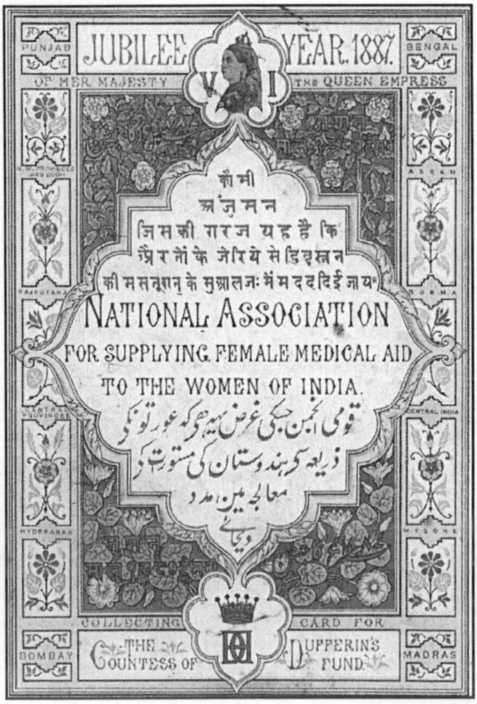

लेडी हॅरिएट डफरीन (१८४३-१९३६), भारताचे तत्कालीन व्हाइसरॉय डफरीन यांच्या पत्नी. यांनी स्त्रियांसाठी रुग्णालय व सुश्रुषा प्रशिक्षण भारतभर सुरू व्हावे यासाठी एक मोहीम स्थापन केली होती, ज्यासाठी निधी गोळा करायला त्यांना राणीच्या १८८७च्या वर्धापन दिन सोहळ्याचे निमित्त मिळाले. निधी गोळा करण्यासाठी आवश्यक असलेल्या पत्रकाची संकल्पना लॉकवूड किपलिंग यांची होती. चित्रातील हेच ते पत्रक.

१८८७ च्या सुवर्ण महोत्सवी वर्षानिमित्त तयार केलेल्या एकत्रित चित्रात राणी-सम्राज्ञी भारतातील प्रमुख राजांसोबत.

राणीच्या १८८७च्या सुवर्ण महोत्सवी वर्धापन दिन सोहळ्यानिमित्त काढलेले राणी-सम्राज्ञीचे एक शाही चित्र, ज्यात तिच्या डोक्यावर शाही मुकुट आहे. सोहळ्यासाठी काढण्यात आलेल्या आणि लाहोरमध्ये प्रकाशित होऊन लंडन येथे पाठवण्यात आलेल्या एका स्मरणिकेच्या मुखपृष्ठावरील हे चित्र आहे.

राणी व्हिक्टोरियाच्या १८९७च्या हीरक महोत्सवी वर्षानिमित्त लंडन येथे काढलेल्या मिरवणुकीत तिच्या बग्गीच्या संरक्षणार्थ बावीस भारतीय घोडेस्वार सैनिक तैनात होते आणि या वर्षातील इतर कार्यक्रमांच्या वेळीही हे सैनिक राणीबरोबर होते. मिरवणुकीच्या समापनाच्या वेळी बकिंगहॅम महालाच्या प्रवेशद्वारातून आत शिरणारे हे घोडेस्वार या चित्रात दिसत आहेत. त्यांच्या मागे राणीची बग्गी होती.

अब्दुल करीम (१८६३-१९०९)
राणीचा मुन्शी (सचिव).
एका मुस्लीम मौलवींचा मुलगा असलेल्या अब्दुल याचा शाही नोकरांमध्ये १८८७च्या सुवर्ण महोत्सवी वर्धापन दिन सोहळ्यानंतर प्रवेश झाला, जेव्हा राणी व कुटुंबातील इतर सदस्यांनी भारतीय नोकरांची निवड केली. लवकरच मुन्शी राणीला हिंदुस्थानी शिकवू लागला. 'मला तो किती प्रिय आहे म्हणून सांगू,' असे राणीने घोषित केले होते. ज्यामुळे घरातील इतर नोकरवर्गात नाराजी निर्माण झाली होती.

रफिउद्दिन अहमद, (१८६५-१९५४)
पूना येथील एक मुस्लीम वकील, यांनी १८९१-९२ मध्ये राणीच्या दोन मुलाखती मिळवल्या आणि राणी हिंदुस्थानी शिकते आहे, ही बातमीसुद्धा भारताला देणारे ते पहिले होते. अहमद यांचे वर्णन राणी 'एक अतिशय कट्टर; पण उदार वृत्तीचा मुसलमान', असे करत असे आणि विविध विषयांवर त्यांनी व्यक्त केलेली मते ती तिच्या भारतीय अधिकाऱ्यांपर्यंत पोहोचवीत असे.

जगतजीत सिंग (१८७२-१९४९), पंजाब प्रांतातील एक शाही राज्य असलेल्या कपूरथळाचे महाराज ज्यांनी राणीची ऑक्टोबर १९०० मध्ये बालमोराल येथे भेट घेतली आणि राणीच्या सत्ताकाळात तिला भेटणारे ते शेवटचे भारतीय व्यक्ती ठरले. योगायोग असा की, त्यांचे आजोबा रणधीर सिंग हे लंडनला जाताना वाटेतच १८७० मध्ये मृत्युमुखी पडले. राणी व्हिक्टोरियाला भेटणारे पहिले भारतीय म्हणून ते लंडनला निघाले होते.

राणी व्हिक्टोरियाला मानवंदना म्हणून लॉर्ड कर्झन यांनी बांधलेल्या कलकत्ता येथील व्हिक्टोरिया मेमोरिअल हॉलचे छायाचित्र, ज्याचे बांधकाम शेवटच्या टप्प्यात होते. १९२०च्या शेवटी काम संपवण्याची लगबग सुरू झाली होती, कारण वेल्सचे राजपुत्र भविष्यातील आठवे एडवर्ड यांच्या भारत भेटीपूर्वी हे काम संपवण्याचा प्रयत्न होता.

११

जुजुबिली

'हे फक्त भारतातच शक्य आहे. धगधगत्या आणि विध्वंसक ज्वाळांचा आनंद घेण्यासाठी एखादी व्यक्ती स्वतःचे घरच पेटवायला निघेल.' एका बंगाली वर्तमानपत्राने हे विधान केले होते, जेव्हा १८८७ मध्ये व्हिक्टोरियाच्या राणी होण्याच्या वर्धापन दिनाचा सोहळा आयोजित केला होता. *'बंगवासी'*मधील हे विधान दोन गोष्टींवर संधान साधण्यासाठी केले गेले होते. संपादक कृष्णा चंद्र बॅनर्जी यांनी, ब्रिटिश सत्तेने भारतीयांवर वर्धापन दिन सोहळ्याच्या आयोजनाची भूल घातली आहे, असा घणाघाती आरोप करत खेद व्यक्त केला होता की, भारतीय लोक शाही घराण्याप्रति निष्ठा दाखवण्याकरिता स्वतःच्या दुःखालाही बाजूला सारतात. बॅनर्जी यांनी सुचवले की, या सगळ्या सोहळ्याला 'जुजुबिली' असे संबोधण्यात यावे.[(१)] बंगाली भाषेत 'जुजु' याचा अर्थ होतो लहान मुलांना घाबरवण्याकरिता असलेले काल्पनिक भूत आणि हिंदी आणि इंग्रजी भाषेत याचा अर्थ होतो मोहिनी घालणे. बॅनर्जी यांनी केलेली ही कठोर टीका अर्थपूर्ण होती, यात शंका नाही. आधी १८८७ मध्ये आणि नंतर पुन्हा १८९७ मध्ये राणी व्हिक्टोरियाची भारतातील लोकप्रियता कमालीची शिगेला पोहोचली होती. वर्धापन दिन सोहळ्यानिमित्ताने केलेली भाषणे, संदेश, आणि सर्व आकारांच्या आणि प्रकारच्या भेटी आणि संस्मरणिका या दोन्ही प्रसंगी भारतातून ब्रिटनला पाठवण्यात आले होते. या प्रसंगी म्हणजे १८८७ मध्ये एकूण ११०० निष्ठा प्रकट करणारे संदेश भारतातून पाठवण्यात आले, जे बरोबर साम्राज्यातील इतर वसाहतींनी पाठवलेल्या संदेशांच्या दुप्पट होते आणि ब्रिटनमध्ये देण्यात आलेल्या संदेशांपेक्षा पन्नास टक्के जास्त होते. दुसऱ्या सोहळ्याप्रसंगी १८९७ मध्ये ते कमी प्रमाणात आले होते, तरीही शेकड्यात होते. मात्र, भारताने लंडनमध्ये १८९३ मध्ये सुरू केलेल्या पहिल्या वर्धापन दिनाच्या प्रसंगी कायमस्वरूपी

शाही आणि वसाहती संस्थांना आणि स्मारकांना सगळ्यात जास्त आर्थिक मदत पुरवली होती.[२]

भारतीयांनी साजऱ्या केलेल्या १८८७ आणि १८९७ मधील या वर्धापन दिन सोहळ्यांमध्ये निष्ठाप्रदर्शनासाठी किती तयारी करण्यात आली होती? या दोन्ही प्रसंगी सगळे कारभार आपल्या हातात ठेवण्याची अनेक चांगली कारणे ब्रिटिशशासित भारत सरकारकडे होती. लॉर्ड रिपन यांच्या व्हाइसरॉयपदाच्या कारभारातून भारतात एका नव्या लोकप्रिय राजकारणाचा प्रकार समोर आला होता. विशेषतः महानगरपालिका सरकारांच्या विस्तारातून हे सारे घडले होते. भारतीय राष्ट्रीय काँग्रेसने १८८५ हे वर्ष सरतासरता आपली पहिली बैठक बोलावली होती आणि ब्रिटिश सत्तेसंदर्भात निष्ठावंत असल्याचे वक्तव्य करताना सुधारणांच्या आपल्या मागण्या बासनात गुंडाळल्या होत्या. मात्र, बदल घडावेत यासाठी ते अजूनही आवाज उठवत होते. मुळात डोक्यावर परिणाम करणारा हा एक मादक अमल होता. एक दशकानंतर १८९७ मध्ये भारतीयांच्या मतांसंदर्भातील अनिश्चितता कायम होती. एकीकडे देशाला दुष्काळाने झोडपले असताना बॉम्बेमध्ये कॉलऱ्याची साथ पसरली आणि या दोन्ही परिस्थितींवर वसाहतीच्या अधिकाऱ्यांनी ज्या प्रकारे असंवेदनशील प्रतिक्रिया दिली, परिस्थितीचा परिणाम आणखी गहिरा झाला होता. तशात बंगालला भूकंपाचा तडाखा बसला. नेमकी राणीच्या वर्धापन दिन सोहळ्याच्या वर्षी तीन अत्यंत वरिष्ठ ब्रिटिश अधिकाऱ्यांची हत्या झाली.

याच वेळी अनेक उत्स्फूर्त गोष्टी होत्या घडत होत्या आणि भारतीय सोहळ्याच्या संदर्भात असेही काही होते, जे अगदी प्रांतीयपणा लेवून होते. अधिकृतपणे देशभक्ती जेवढे अंतर पुढे जाऊ शकत होती, ती गेली. उर्वरित काम स्थानिक समुदायांनी केले आणि आपल्या सुवर्णकाळाच्या परमोच्च बिंदूवर असलेल्या व्हिक्टोरियाच्या कार्यकाळात भारतीयांनी निष्ठाप्रदर्शनासाठी कुठले शिखर गाठले होते हे आता उपलब्ध असलेल्या ऐतिहासिक पुराव्यावरून अधोरेखित करणे शक्य आहे. पुस्तकाच्या या विशिष्ट प्रकरणात राणीच्या सन्मानार्थ भारतात आयोजित या दोन शाही सोहळ्यांची तुलना आणि त्यातील विरोधाभास सांगितला आहे. तसेच त्या दशकात, भारतीयांच्या प्रयत्नांमुळे लंडन येथील शाही आणि वसाहत संस्थांची स्थापना आणि त्यांचेही भविष्य कसे जिवंत राहिले, याची कथाही वाचायला मिळेल.

निष्ठेचा सांभाळ : १८८७चे सुवर्णमहोत्सवी वर्ष

भारतीयांनी त्यांचा अपरिमित उत्साह दाखवला नसता, तर कदाचित राणी व्हिक्टोरियाच्या पहिल्या वर्धापन दिनाचे महोत्सवी वर्ष तसेच निघून गेले असते. कुठल्याही सोहळ्याचे

आयोजन झाले नसते. साधारण १८८६चा उन्हाळा सरतासरता भारताचे तत्कालीन व्हाइसरॉय लॉर्ड डफरिन यांच्याबरोबर आधी चर्चा सुरू झाली. भारतात राणी व्हिक्टोरियाच्या सिंहासनाधीश होण्याच्या दिवसाचा सुवर्णमहोत्सव आयोजित करावा का, केला तर केव्हा आणि कसा, या प्रश्नांनाही सुरुवात झाली. तिकडे स्वगृही राणीने आपली अपेक्षा स्पष्ट बोलून दाखवताना सांगितले की, एक साधा आभारप्रदर्शनाचा समारंभ असावा, असे तिला वाटते. ती सिंहासनावर बसली, त्या दिवशी म्हणजे २१ जूनला वेस्टमिन्स्टर ॲबी येथे 'एक साधे आयोजन ज्यात भाषण होणार नाही', असे तिने स्पष्ट सांगितले. मग काही दिवसांनी तिने नौदलाचे आणि लष्कराचे सर्वेक्षण या आयोजनात समाविष्ट करण्यास सांगितले आणि विनंती केली की, लंडनला असलेल्या वसाहतींकडून आणि भारतीय लष्करी तुकड्यांकडून एक सलामी व्हावी आणि काही भारतीय राजांनाही आमंत्रित करण्यात यावे.[३] मग पुन्हा तिने आग्रह धरला तो नवीन अल्बर्ट स्मारकाचा आणि या वेळी अश्वारूढ पुतळा उभारण्याचा तिचा हट्ट होता. दिले गेलेले सगळे सल्ले डावलून तिने ठामपणे सांगितले की, 'स्त्री सोहळा निधी' याअंतर्गत समाजोपयोगी कामांसाठी जो पैसा गोळा करण्यात आला आहे, तो या स्मारकाच्या आणि पुतळ्याच्या उभारणीसाठी वापरण्यात यावा. यासाठी तिने जोसेफ बोहम यांनी तयार केलेला कांस्याचा पुतळा निवडला, ज्याचे नंतर १८९० मध्ये अनावरण करण्यात आले. विंडसर ग्रेट पार्क येथे हे स्मारक उभारण्यात आले आणि त्याच्या चबुतऱ्यावर इंग्लिश, गेलिक, लॅटिन आणि संस्कृत भाषेत संदेश लिहिण्यात आले होते. यातील संस्कृत संदेश हा प्राध्यापक मॅक्स म्युलर यांनी लिहून दिला होता, ज्याचा अर्थ होता - 'राणीच्या साम्राज्यातील कन्यांकडून त्यांच्या प्रेमाचे आणि निष्ठेचे एक प्रतीक.'[४] एकीकडे केन्सिंग्टन उद्यानातील अल्बर्ट स्मारकातून एका समाजात पुनर्जागृती करणाऱ्या युवराजाची आठवण करून दिली गेली होती, तर दुसरीकडे राणीला तिच्या सान्निध्यातील परिसरामध्ये तिच्या नवऱ्याच्या शाही प्रतिमेला दर्शवणारे स्मारक हवे होते.

असे काही भपकेबाज भारतात प्रस्तावित केले गेले नाही; निदान या प्रसंगी तर नाहीच नाही. डफरिन यांनी सन्मानाचे वितरण आणि तुरुंगातून कर्जदारांची सुटका करणे, असे मार्ग सुचवले होते. ब्रिटनमध्ये भारताचे राज्य सचिव असलेल्या रिचर्ड क्रॉस यांनी याला संमती दिली. मात्र, त्यांना चिंता वाटत होती की, भारतातील या समारंभावर होणारा खर्च जितका शक्य होईल तितका आटोक्यात ठेवता यावा.[५] अशी ही योजनाशून्य चर्चा झाली आणि काही महिन्यांकरिता थंड बस्त्यात पडून राहिली. भारतात महोत्सवाच्या आयोजनाच्या योजनांना मात्र प्रचंड गती मिळाली होती. भारतात आयोजित शाही सोहळ्याचे एक वर्ष म्हणजे जानेवारी १ हा दिवस वर्धापन दिन आहे, असा समज झाल्यामुळे मद्रास आणि बॉम्बे येथे तयारीला सुरुवात

झाली ती १८८६च्या शरद ऋतूत.[६] नोव्हेंबर महिन्यात क्रॉस आणि डफरिन यांच्यामध्ये सोहळ्यासंदर्भातील चर्चा पुन्हा सुरू झाली आणि असे ठरले की, भारतातील वर्धापन दिन सोहळा हा ब्रिटनमधल्या मुख्य समारंभाच्या आधी आयोजित करण्यात यावा. मात्र, तो फेब्रुवारी महिना सुरू होताना करावा; जेणेकरून उन्हाळा आणि पावसाळा दोन्ही ऋतू टाळता येतील. हे 'असे संभाव्यतेवर आधारित समारंभ', ही कल्पना राणीला अजिबात रुचली नाही.[७] मग भारतातील महोत्सवाच्या आयोजनाची निश्चित तारीख अगदी योग्य वेळी भारतात येऊन थडकली आणि आधीच सुरू झालेल्या तयारीच्या वेगाला आवर घालण्यात आला. खरे म्हणजे, व्हाइसरॉय यांच्या कार्यालयाने फक्त जानेवारीच्या मध्यंतरात सोहळ्यासाठीच्या सुट्ट्यांचे कसे नियोजन करायचे याबाबत थोडीफार माहिती दिली होती; पण '१७ जानेवारी' हा उल्लेख असलेल्या टेलिग्राममुळे समारंभाचे जे 'ठरलेले' स्वरूप होते, त्याला उधाण आले. मग आतषबाजी, रोषणाई आणि गरिबांसाठी अन्नछत्र असे कार्यक्रम सुरू झाले. तीन आठवड्यांनी व्हाइसरॉय यांनी भारतातील सर्व स्थानिक शासनकर्त्यांना आणि ब्रिटिश भारतातील सर्व वरिष्ठ अधिकाऱ्यांना रीतसर एक खलिता पाठवला आणि महोत्सवाचे आयोजन निश्चित असल्याचे कळवले. याशिवाय दिली जाणारी भाषणे आणि निवेदने यांतील मजकूर थोडक्यात काय असावा, या संदर्भातील एक नमुना तयार करून तोदेखील व्हाइसरॉय यांच्या कार्यालयाकडून या सर्व आयोजकांना पाठवण्यात आला. राणीचा आत्तापर्यंतचा सत्ताकाळ, तिचे सद्गुण यावर भर देण्यात यावा आणि 'लक्षावधी' भारतीयांवर राज्य करताना जे फायदे त्यांना तिच्या सत्तेमुळे झाले आहेत - जसे शांतता प्रस्थापित होणे, रेल्वेचा विस्तार आणि सार्वजनिक हिताची कामे आणि शिक्षणातील सुधारणा - यांची यादीही अशा भाषणांमध्ये किंवा निवेदनांमध्ये असावी, असेही कार्यालयाकडून सांगण्यात आले. आणि मग घिसाडघाई करत सरकारने आणखी एक मागणी मांडली की, अभिनंदनाच्या सर्व भाषणांना आणि निवेदनांना ब्रिटिश अधिकाऱ्यांची परवानगी लागेल. तसेच सार्वजनिक निधी हा फक्त रोषणाई करण्याकरिता देण्यात येईल, असे कळवत असताना त्यांनी स्थानिक नगरांना यातील काही निधी हा सार्वजनिक इमारती आणि महानगरातील सुविधा अशा कायमस्वरूपी कामांसाठी राखून ठेवण्यासाठी सरकारने प्रोत्साहन दिले.[८]

एवढ्या मोठ्या आणि महत्त्वाच्या आयोजनाकरिता अगदी एक महिना आधी अधिकृत सूचना आणि परवानगी मिळणे म्हणजे खरे तर सगळे काही घाईघाईत झाले होते; पण शेवटच्या क्षणी म्हणजे कमी महत्त्वाचे असणे नव्हते. व्हाइसरॉय यांच्या कार्यालयातून आणखी एक स्पष्टीकरण पाठवले गेले. 'आम्ही स्वतःहून काही करण्याच्या मनःस्थितीत नाही. मात्र, काय काय केले जाणार आहे, हे आम्हाला जाणून घ्यायचे आहे.'[९] सांकेतिक भाषेतील संदेशाप्रमाणे या एका

संदेशात अनेक गोष्टींना समाविष्ट केले होते. सरकारी खर्चाची मर्यादा असणार होती. मात्र, त्यांच्या आयोजनाच्या कल्पनांना आकाश मोकळे होते. ठरलेल्या तारखेच्या आधीच्या दिवसांमध्ये सर्व वसाहतींकडून सरकारकडे आयोजनाच्या सर्व तयारीची माहिती आणि राणीला पाठविण्यात येणाऱ्या प्रस्तावित भाषणांचे नमुने पाठवायला सुरुवात झाली. अर्थातच काही शासक आणि राजे ज्यांना या प्रसंगी काहीतरी भव्यदिव्य करायचेच होते. म्हैसूरच्या महाराजांनी एक हस्तिदंती फुलदाणी पाठवली ज्यावर लक्ष्मी कोरली होती, तर त्रावणकोरच्या राजांनी हस्तिदंती चौकटीत बसवलेली शिवाची दागिन्यांनी मढवलेली प्रतिमा पाठवली. अनेकांना तर राणीला थेट टेलिग्राम करायचा होता. या एका प्रसंगाकरिता राणीला पाठवण्यात येणाऱ्या भेटवस्तूंसंदर्भातील शिष्टाचाराचे नियम शिथिल करण्यात आले होते; पण अर्थातच ब्रिटिशशासित भारत सरकारकडून त्याला परवानगी मिळणे आवश्यक होते.[१०] भेटी देण्याच्या मधल्या काळात आदर आणि प्रेम व्यक्त करण्याची आणि इतर प्रतीके यांचीही सगळीकडून रेलचेल होतीच. हा एक योगायोग होता की हे सारे त्यांच्याकडून करवून घेतले जात होते?

की सारे नित्याचा व्यवहार म्हणून सुरू होते? दहा वर्षांचा काळ लोटला होता; पण लीटनच्या १८७७ मधील शाही दरबाराच्या आयोजनाचे साक्षीदार असलेले आणि त्याचे ते भव्यदिव्य स्वप्न साकारणारे अजूनही कार्यरत होते. यातील एक म्हणजे ओवेन ट्युडर बर्न याने जानेवारी १८८७ मध्ये योग्य वेळी एक लेख लिहिला, ज्यात शाही मेळाव्याच्या वेळी अनेक स्थानिक दरबारांमध्ये ज्या कल्पनांना साकारण्यात आले होते, त्याचा उल्लेख होता.[११] त्यामुळे जेव्हाजेव्हा भारतातील शाही सोहळ्याच्या संदर्भातील नियोजनाचा प्रश्न उपस्थित झाला, तेव्हातेव्हा एक हमखास यशस्वी होणारी योजना कायम उदाहरण म्हणून हाताशी होती. या वेळी अधिकाची नाही, तर कमीचीच अपेक्षा ब्रिटिशशासित भारत सरकारकडून होती. आणि सरकारी बाबूगिरीमुळे जर काही हस्तक्षेप होत असेल, तर त्याला टिपून घेण्यासाठी या वेळी वर्तमानपत्रे अगदी टपलेली होती. अगदी अलाहाबाद, बॉम्बे ते थेट लाहोरपासून तक्रारी यायला सुरुवात झाली होती की, अगदी गरिबांकडूनही एक आणा तरी या सोहळ्यासाठी देण्यात यावा असा आग्रह केला जात आहे. निधी संकलनाची गती अचानक - एकदम मंदावली, जेव्हा व्हाइसरॉय यांनी आणखी एक पत्रक जारी केले की, वेल्सच्या राजपुत्राच्या लंडन येथील शाही आणि वसाहत संस्थांच्या महत्त्वाकांक्षी प्रकल्पासाठीही निधी गोळा करण्यात यावा. या वेळी मग लेडी डफरिन या मदतीस धावून आल्या. त्यांच्या महिलांसाठीच्या इस्पितळाच्या निधी संकलनाबरोबरच वर्धापन दिन महोत्सवाच्या आयोजनासाठी थोडी आर्थिक मदत गोळा करायला त्यांनी सुरुवात केली.[१२] फेब्रुवारी सुरू होता होता काही टीकाकारांच्या

डोक्यावरून आता पाणी जायला लागले होते. शाही घराण्याच्या सहभागाने आणि सर्व आयोजनाची जबाबदारी अधिकाऱ्यांना घेण्याची परवानगी देताना या आयोजनातील सगळी उत्स्फूर्तता निघून गेली होती. याव्यतिरिक्त असाही दावा केला जात होता की, सरकारी मध्यस्थी स्वीकारण्याचा एक स्वाभाविक मार्ग होता, तो म्हणजे या ऐतिहासिक क्षणाला राणीच्या प्रजेला सन्मानित करण्यासाठी सरकारचे यात सहभागी असणे आवश्यक आहे. काही वर्तमानपत्रांची तर या प्रसंगी 'दान' देण्यात यावे, अशी अपेक्षा होती. अकबराने अशाच एका प्रसंगी सोन्याचे नाण्यांत परिवर्तन करून त्याचे वाटप केले होते, त्या प्रसंगाची आठवण करून देण्यात आली. इतरांची अपेक्षा सुधारणा घडवून आणाव्यात अशी होती, ज्यात शस्त्र कायदा रद्द करणे, भारतीयांचे प्रतिनिधित्व असलेल्या अधिक संस्थांची स्थापना करणे, भारतीय नागरी सेवांमध्ये भारतीयांना सामावून घेणे आणि काही भारतीय राजांना पुन्हा सिंहासनावर आरूढ करणे यांसारख्या ज्या चुका भूतकाळात झाल्या होत्या, त्यासाठी माफी देण्यात यावी, अशा मागण्यांचा समावेश होता.[१३] हा सगळा गोंधळ शमविण्यासाठी सरकारने थोडी मजल मारली; पण ते फार अंतर कापू शकले नाहीत. याप्रसंगी सुमारे २५००० कैद्यांना तुरुंगातून सोडवण्यासाठी विचित्र योजना तयार करण्यात आल्या आणि कमी-अधिक प्रतिष्ठित आणि चांगल्या भारतीय नागरिकांना सन्मानित करण्यासाठी सन्मान देण्यासंदर्भात एक मोठी यादी तयार करण्यात आली. सोन्याचे नाणे नाही. सर फ्रेडरिक लेघटन यांनी रचना केलेले एक पदक तयार करण्यात आले. मात्र, त्याला परवानगी मिळाली नाही, कारण प्रथम तयार करण्यात आलेल्या पदकावरील व्हीआरआय या *व्हिक्टोरिया इम्पेराट्रिक्स* (व्हिक्टोरिया सम्राज्ञी) या संक्षिप्त रूपातील आय म्हणजेच सम्राज्ञी हे अक्षर गाळले म्हणून राणीने पदकाला परवानगी दिली नाही आणि या चुकीसाठी रॅन्डॉल्फ चर्चिल यांनासुद्धा माफी मागायला लावली. यातील कशाचाही काहीही उपयोग झाला नाही. भारतातील विविध वर्गांतील ज्या प्रतिष्ठित व्यक्ती आपले सन्मान घेण्यासाठी आल्या, त्यांच्यावर लाळघोटेपणा करण्याबद्दल टीकेची झोड उठली.[१४] तिकडे ब्रिटनमध्ये इतक्या मोठ्या प्रमाणात कैद्यांची सुटका करण्यासंदर्भात राजकारण्यांचे कान उभे झाले होते. संसदेच्या दोन्ही सभागृहांमध्ये कैद्यांच्या सर्वसाधारण माफीसंदर्भात प्रश्न उपस्थित केले गेले. हे सारे काही 'परंपरागत किंवा प्राचीन शाही परंपरा' असल्यामुळे असे काही ब्रिटनमधील वर्धापन दिन सोहळ्याचा भाग असणार नाही, असे आश्वासन त्यांना देण्यात आले.[१५]

पण एक पाश्चिमात्य प्रथा अशी होती, जिच्यामुळे व्हाइसरॉय काळजीत पडले होते. भारतीय राष्ट्रीय काँग्रेसबद्दल खात्री असल्याने लॉर्ड डफरिन यांचा प्रयत्न होता की, राजकारणाला या सोहळ्याच्या आयोजनापासून दूर ठेवण्यात यावे; त्यामुळे राणीला पाठविण्यात येणाऱ्या एकूणएक संदेशांचे कसून परीक्षण करण्यात येण्याचा

निर्णय घेण्यात आला. विशेषतः महानगरातील संघटनांकडून आणि सभांकडून येणाऱ्या संदेशांवर कडक नजर ठेवण्यात आली. सुधारणा करण्याची अगदी छोटीशीही मागणी, उदाहरणार्थ - बंगालच्या बरिसालमधून जो प्रस्तावित संदेश आला होता, त्यात राणीच्या १८५८च्या जाहीरनाम्याला आव्हान देत सुधारणा करण्याचा उल्लेख करण्यात आला होता, याचा शब्दन् शब्द कसून तपासण्यात आला होता.[१६] विशेष म्हणजे या संदेशामध्ये व्यक्त केलेल्या देशभक्तीच्या भावनेपेक्षा त्यातील व्याकरणाच्या चुकांमुळे आणि काही अनुचित उल्लेखांमुळे सरकार जास्त वैतागले होते आणि त्यांनी ते रद्द केले. बॉम्बे प्रांतात, जांबूसरच्या सोहळा आयोजन समितीला कळवण्यात आले की, त्यांनी संदेशाबरोबर काढलेल्या रेखाटनात आहे, ज्यात एक कन्या गुडघ्यात वाकून तिच्या मातेपुढे तिचे प्रेम व्यक्त करताना तिच्या गळ्यात एक माळ घालते आहे ज्यावर 'शांती, समृद्धी आणि विकास' असे लिहिले आहे आणि ती माता म्हणजे सिंहासनारूढ राणी व्हिक्टोरिया आहे, ते 'हर मॅजेस्टीला प्रस्तुत करण्यास अजिबात योग्य नाही', असे सरकारने सांगितले. आणखी एका संदेशाबद्दल हरकत घेताना सरकारने गोव्यातील बॅन्डोराच्या साहित्य आणि सामाजिक गटाला सांगितले की, त्यांनी संदेशात राणीला उद्देशून जे लिहिले आहे की, भारतामध्ये अशांतता निर्माण करणाऱ्या लोकांना 'कमी' दाखवून निष्ठावान प्रजेत रूपांतर करण्यासाठी त्यांचे 'धर्मांतर' करण्यात आले, हा उल्लेख गाळून टाकण्यात यावा.[१७] धार्मिक पक्षपातीपणाला राजकीय पुरोगामित्वाच्या तुलनेत जास्त पसंती देण्यात आली होती.

राणीला पाठविण्यात येणाऱ्या संदेशांवर लक्ष ठेवून त्याला कात्री लावण्याचा जो प्रकार होता, तो एकसारखेपणा आणण्यासाठीचा एक साधारण प्रयत्न होता. अनेक भाषणे आणि संदेश हे खरेच एकसारख्या पद्धतीचे होते. अत्यंत ठोकळेबाज आणि निरुत्साही सुरुवात असलेले असे ते संदेश राणीच्या चरित्रांचे वर्णन करणारे, तिच्या भारतावरील सत्ताकाळातील यशाच्या कथा सांगणारे, तिच्या कार्यामुळे भारतीय प्रजेच्या आणि तेही 'लक्षावधी' - ही एक उपाधी तर जणू भारतीय प्रजेला चिकटूनच गेली होती - भारतीय जनतेच्या आयुष्याला स्पर्श करणारी कामे करणारे, असे सगळे वर्णन करत मग शेवटी तिच्या गुणांवर आधारित एक नैतिक उपदेश देणारे आणि दुष्काळ व साथीच्या रोगांनी ग्रासलेल्या तिच्या या प्रजेबद्दल तिने दाखवलेल्या कणवेचे वर्णन करणारे असे होते. या सगळ्यांमध्ये इतका सारखेपणा होता की, जणू कुठल्यातरी एकाच संदेशावर आधारित ही भाषणे आणि संदेश आहेत की काय, असे वाटत होते. आणि ते तसेच होते. फेब्रुवारी महिन्याच्या सुरुवातीला व्हाइसरॉय यांच्या कार्यालयाकडून पाठवण्यात आलेल्या नमुना भाषणावरूनच हे संदेश आणि ही भाषणे लिहिली गेली होती. याचबरोबर अगदी अशीच वर्णने

असलेली चरित्रे एखाद्या समूहगानासारखी स्थानिक भाषांमध्ये रचली आणि गायली जाऊ लागली. वर्ष १८८७ मध्ये मोठ्या संख्येने ही चरित्रे भारताच्या विविध छापखान्यांमध्ये येऊन दाखल झाली.[१८] एवढेच नाही तर, राणीचा हा वर्धापन दिन, जो तिच्या वैयक्तिक आयुष्यातील एक मैलाचा दगड होता, त्याची आणि भारतातील ब्रिटिश सत्तेच्या विकासाची सांगड घालण्याचा प्रयत्न केला गेला. विशेषतः ब्रिटिशशासित भारत सरकारमधील अधिकाऱ्यांनी या सोहळ्याच्या निमित्ताने ब्रिटिश प्रशासनाच्या भारतातील यशस्वी - त्यातही विशेष करून १८५८ नंतरच्या काळातील - वाटचालीच्या प्रचारासाठी आणि प्रसारासाठी वापर केला; पण त्यांना तोंडघशी पडावे लागले. आपल्या संदेशांमध्ये या थोपवल्या गेलेल्या शिष्टाचाराला बगल देत अनेक संस्थानांनी, वसाहतींनी भारत सरकारऐवजी राणीला या सोहळ्याच्या केंद्रस्थानी कायम ठेवले.

स्पष्टपणे केलेल्या वक्तव्यांमधून किंवा छायाचित्रांमधून किंवा रेखाचित्राच्या प्रतिकृतींमधून राणी व्हिक्टोरियाच्या प्रतिमांची हत्तीवरून किंवा रथातून आणि पालखीतून मिरवणूक काढण्यात आली आणि दरबाराच्या स्थानी नेऊन तिची व्यासपीठावर, किंवा विशेष करून उभारण्यात आलेल्या शामियान्यात आणि मुख्य सोहळ्याच्या वेळी तर सिंहासनावर स्थापना करण्यात आली. स्थानिक भारतीय अधिकाऱ्यांनी आपली भाषणे तिच्या प्रतिमेला उद्देशून केली, काहींनी तिला वाकून किंवा सलाम करून मानवंदना दिली आणि काहींनी तर त्या प्रतिमेपुढे लोटांगणदेखील घातले. मद्रास शहराने आधी जून महिन्यात आणि नंतर फेब्रुवारीत असे दोन वेळा सोहळ्याचे आयोजन केले आणि दुसऱ्या आयोजनाच्या वेळी तिच्या पोस्टकार्डइतक्या आकाराच्या प्रतिमांच्या हजारो प्रतींचे वाटप मिरवणुकीदरम्यान करण्यात आले. राणीच्या प्रतिमेचे भारतीयीकरण तर अगदी सर्वसामान्य झाले होते. टपाल तिकिटावरील आणि नाण्यांवरील तिच्या सरळ नाक आणि काळे डोळे असलेल्या प्रतिमेचे रूपांतर आता छापलेल्या प्रतिमांमध्ये करण्यात आले होते. उदाहरणार्थ - लंडनमध्ये या वर्धापन दिन सोहळ्यानिमित्त काढण्यात आलेल्या हिंदी विशेषांकात - जे १८८८ मध्ये लाहोरला प्रकाशित करण्यात आले - राणीच्या रंगीत रेखाचित्राचा वापर करण्यात आला होता. ज्यात तिची कांती गोरी मात्र डोळे काळे दाखवण्यात आले होते. तसेच बॉम्बे गॅझेटने आपल्या जून महिन्यातील समारंभाची माहिती देताना राणीच्या फक्त चेहऱ्याचे चित्र छापले; ज्यात तिचे डोळे गहिरे काळे होते आणि डोक्यावर गाठ न बांधलेल्या एका स्कार्फशिवाय काहीही नव्हते. सोहळ्याच्या आयोजनातील आणखी एक सर्वदूर दिसणारे चित्र म्हणजे विजयद्वारांची उभारणी करणे. विजेच्या दिव्यांनी उजळून टाकलेल्या किंवा मेणबत्त्या, मशाली इतकेच नाही तर तेला-तुपाच्या दिव्यांनी सजवलेल्या या कमानींच्या मध्यभागी आणि दोन्ही बाजूंनादेखील राणीच्या

उपाधी लिहिलेल्या होत्या. कैसर-ए-हिंद, राणी-सम्राज्ञी, राणी-माता अशी संबोधने वापरल्याचे दिसले. हिंदू धर्मियांनी त्यांच्या श्रद्धा असलेल्या प्रतिमांमध्ये राणीची स्थापना केली. जसे की, समृद्धीची देवता, लक्ष्मीच्या रूपातील राणी बंगालच्या रणघाट येथे पाहायला मिळाली.[१९]

भारतातील वर्धापन दिन सोहळ्यात शाही भपकेबाजीऐवजी स्थानिक लोककल्याणाची भावना प्रामुख्याने प्रकट झाली. जसे की, मंदिरांची आणि मशिदींची डागडुजी करणे, सार्वजनिक स्वच्छतागृहांची निर्मिती करणे आणि इंग्लिश तसेच स्थानिक भाषेतील शाळांमध्ये शिष्यवृत्तीची घोषणा करणे अशी कामे जास्त प्रमाणात करण्यात आली.[२०] या अशा उदाहरणांमधूनच १८८७ च्या स्मृतिस्मारकांमध्ये त्या वेळी आणि त्यानंतर दहा वर्षांनी आयोजित करण्यात आलेल्या वर्धापन दिन सोहळ्यांमध्ये नागरी देशभक्तीची पात्रता नसलेल्या ब्रिटनसाठी असलेली निष्ठा तुलनेत प्रामुख्याने अधिक दिसली. शासकीय कामांची तर या देशभक्तीच्या कामाशी काही तुलनाच नव्हती. शाही आणि वसाहती संस्थांकरिता जो निधी एकत्रित करण्याचे चालले होते, त्यामध्ये स्थानिकांकडून निधीचा ओघ अगदीच कमी होता. अगदी सुरुवातीपासूनच अनेक स्थानिक समित्यांनी घोषित केले होते की, सोहळ्यासाठी गोळा केलेल्या निधीतून एकही पैसा देशाबाहेरील वेल्सच्या राजकुमाराच्या प्रकल्पासाठी जाणार नाही. इतकेच नाही तर बॉम्बेमध्ये आयोजन समितीचे सदस्य असलेल्या कॅनॉटच्या ड्यूकच्या उपस्थितीत निर्णय घेण्यात आला की, गोळा झालेला निधी हा देशाबाहेर न जाता तो इथेच शहरातील व्हिक्टोरिया तंत्र संस्थेला देण्यात यावा.[२१] राजकुमाराच्या प्रकल्पासाठी या महोत्सवी वर्षाच्या अखेरपर्यंत फारच छोटी रक्कम उभारली जाऊ शकली.

या सगळ्या नकारार्थी प्रतिक्रिया मिळाल्यावरही लॉर्ड डफरिन यांनी मात्र वर्धापन दिन सोहळा हा यशस्वी झाल्याचे जाहीर केले. कलकत्त्याला दिलेल्या आपल्या अधिकृत भाषणात त्यांनी सांगितले, 'पहिल्यांदा सर्व शासकीय अधिकार बाजूला झाले आणि राष्ट्राला व त्याच्या सम्राज्ञीला समोरासमोर उभे राहण्याची संधी दिली गेली.' लंडनमध्ये भारताचे राज्य सचिव क्रॉस यांनी उत्साही स्वरात विधान केले की, 'स्थानिकांनी जल्लोष केला का' हे मला ठाऊक नाही. मात्र, डफरिन यांच्या 'कानठळ्या' बसल्या असाव्यात.[२२] इकडे भारतात, ब्रिटिश अधिकाऱ्यांनी आयोजनाचे उद्दिष्ट कायम राखल्याबद्दल स्वतःचीच पाठ थोपटून घेतली. बॉम्बेच्या उत्तर जिल्ह्याचे अधिकारी यांनी स्थानिक आयोजनाचे वर्णन करताना विधान केले की, 'निष्ठेच्या अचूकतेचे हे उत्साही प्रदर्शन होते; ज्यात निरुत्साह, थंडपणा किंवा सहानुभूती नसलेला आबदारपणाही नव्हता.' गुजरातच्या कैरा (खेडा)चे जिल्हाधिकारी यांनी वक्तव्य केले की, 'हा सोहळा म्हणजे स्थानिकांच्या भावनांच्या उत्स्फूर्ततेचा परिणाम

होता आणि अधिकाऱ्यांना प्रेरित करणे, हे यात अगदी थोड्या प्रमाणात घडले.'[२३] व्यक्त केलेल्या या भावनांमधून विजयी होण्याऐवजी सुटकेचा श्वास सोडल्याचे अधिक जाणवते. ब्रिटिशशासित भारत सरकारने १८८७ मध्ये कुठलाही अनुचित प्रकार घडावा यासाठी एकही संधी दिली नाही. भारतातील कानाकोपऱ्यांत सोहळ्याचे आयोजन कसे व्हावे याचा संपूर्ण आराखडा व्यवस्थित आगाऊ तयार करण्यात आला होता आणि शाही संदेश व भेटवस्तू यांच्या ओघावर त्यांच्या उगमस्थानापासूनच म्हणजे गाव, टाउन हॉल आणि राजमहाल यांपासून ते तिकडे ब्रिटनमध्ये विंडसरला पोहोचेपर्यंच्या सगळ्या गोष्टींवर बारकाईने नियंत्रण ठेवण्यात आले होते; पण आयोजनाच्या एकंदरीत यशस्वितेबद्दल काहीही लपवून ठेवणे शक्य नव्हते. पूना आणि बॉम्बे येथे झालेल्या आयोजनाचा वृत्तान्त राणीने प्रत्यक्ष ऐकला होता. कॅनॉटचे ड्यूक आणि डचेस यांनी तिला प्रत्यक्ष सांगितले की, बॉम्बे येथे दशलक्ष लोक कार्यक्रमाला कसे उपस्थित राहिले होते आणि त्यांनी कसे तिच्या पुतळ्याला रोषणाई करून सजविण्यात आले होते. 'जगात कुठेही भारतीयांकडून केवळ एका व्यक्तीप्रति निष्ठाप्रदर्शनाचे हे एकमेव उदाहरण असावे,' असे त्या दोघांनी राणीला सांगितले.[२४] साहित्यातून राणीला वाहण्यात आलेल्या आदरांजलीच्या काही निवडक प्रती तिला पाठवण्यात आल्या. जोवर ब्रिटनमध्ये मुख्य सोहळ्याच्या आयोजनाची तारीख जवळ आली, तोवर भारतातून सुशोभित पेट्यांमधून आणि आवरणातून तिला किमान २०० संदेश बकिंगहॅम महालामध्ये पोहोचले होते. राणीच्या वतीने व्हाइसरॉय यांनी भारतीयांचे आभार मानले आणि सर्व स्थानिक शासक, राजे यांना एक वेगळी पोचपावती पाठवण्यात आली.[२५] भारताने वर्धापन दिनाच्या दिमाखदार आयोजनाची सुरुवात करून दिली होती. आता पाळी होती ती उर्वरित साम्राज्याची!

चार महिन्यांनंतर जून १८८७ मध्ये भारतातील प्रतिष्ठित व्यक्ती या सोहळ्यामध्ये सहभागी होण्यासाठी लंडनला दाखल झाल्या. सर्व मिळून अकरा भारतीय राजे आणि प्रतिष्ठित व्यक्ती या समारंभाला गेल्या. प्रत्येकासोबत एक ब्रिटिश अधिकारीही लंडनला पोहोचले. याव्यतिरिक्त तेरा घोडदळ अधिकारी राणीच्या विनंतीवरून पाठविण्यात आले, ज्यांनी विविध मिरवणुकींमध्ये आणि लष्करी पाहणीमध्ये सहभागी व्हावे, अशी राणीची इच्छा होती आणि विशेष म्हणजे राणीच्या संपूर्ण आयुष्यात इंग्लंडला भेट देणारे हे सगळ्यात मोठे आणि अत्यंत दिमाखदार शिष्टमंडळ होते. भारतातील प्रमुख राज्यांचे प्रतिनिधी यात होते. हैदराबाद (निजामाचे जावई नवाब बशीर-उद-दौला), आणि जोधपूर (महाराजांचे भाऊ प्रताप सिंग) यांच्याव्यतिरिक्त बडोद्याचे गायकवाडही आपल्या उपचारासाठी म्हणून उपस्थित राहिले. इंदोरचे होळकरही स्वतः उपस्थित होते. अर्थात लॉर्ड डफरिन यांच्यासाठी ही खेदाची गोष्ट होती. मात्र, लंडनच्या वृत्तपत्रांसाठी ती उत्साही करणारी घटना होती. आलेल्या

पाहुण्यांमध्ये बातमीसाठी सगळ्यात जास्त लायक म्हणून होळकरांकडे सगळ्यांनी धाव घेतली होती. काही लहान राज्ये आणि संस्थानांचे प्रमुखदेखील या सोहळ्यासाठी आले होते. प्रशासकीय कामांमध्ये सुधारणा करण्यासाठी म्हणून ब्रिटिशांच्या नजरेत या संस्थानिकांचे स्थान मोठे होते. उदाहरणार्थ - कूच बिहार (या राज्याचे महाराज आणि महाराणी हे उन्हाळा सुरू झाला, तेव्हाच ब्रिटनला पोहोचले होते.), भरतपूर (महाराजांचे जावई गंगा बक्ष यांना पाठवण्यात आले होते.), कच्छचे राव आणि मोरवी (मोरबी)चे ठाकूर.[२६] भारतातील राजे जेव्हा या सोहळ्यासाठी ब्रिटनला रवाना झाले, तेव्हा ब्रिटिशशासित भारत सरकारला हायसे वाटले की, ब्रिटिश राजच्या आधुनिक आणि पुरोगामी बाजूलाच जणू त्यांच्या रूपाने भारताचे प्रतिनिधित्व करायला धाडले गेले आहे.

खरे म्हणजे राणीला नेमके हेच अपेक्षित नव्हते. सोहळ्यापूर्वी एप्रिल महिन्याच्या शेवटी शेवटी तिने आपली इच्छा व्यक्त करताना सांगितले होते की, या सोहळ्यासाठी येणाऱ्या भारतीय राजांनी तिच्यापुढे हजर राहताना त्यांच्या पारंपरिक भारतीय पेहरावात यावे. निरोप मिळताच सगळ्यांची भंबेरी उडाली, कारण अनेक पाहुणे तर निरोप पोहोचण्यापूर्वीच भारतातून निघाले आहेत, अशी माहिती लॉर्ड डफरिन यांनी दिली आणि ते सगळेच पाश्चात्त्य पद्धतीचे भोक्ते होते. कूच बिहारच्या महाराजांनी कधीच भारतीय पेहराव केला नव्हता, तर कपूरथळाच्या महाराजांचे प्रतिनिधित्व करायला निघालेले गुरनैन सिंग तर 'चालढाल, राहणीमान सर्व प्रकारे ते तर युरोपियनच आहेत'. तसे पाहता पश्चिम हे पूर्वेपेक्षा नेहमी उत्तम नव्हतेच. डफरिन यांनी तर धोक्याची सूचनाच दिली की, 'होळकरांसाठी तर उत्तम दिसण्याचे परिमाण म्हणजे स्वतःला एखाद्या इंग्लिश जॉकीच्या रूपामध्ये तयार करणे.' तरीही डफरिन यांनी प्राच्य संस्कृतीला शोभतील अशा वस्त्रांची वेळेतच व्यवस्था केली.[२७] भारतीयांनी भारतीय दिसावे या राणीच्या आग्रहाला फक्त एकच अर्थ नव्हता. भारतीय पाहुणे हे खरे तर तिच्या या सोहळ्यामध्ये भारतीय सत्तेचे प्रतिनिधित्व करणारे अर्ध- अधिकृत शिष्टमंडळ होते. या सोहळ्याच्या २१ जूनच्या वेस्टमिन्स्टर ॲबी येथील समारंभात या सर्व भारतीय पाहुण्यांचे एक वेगळे स्थान होते. राणीच्या रथाच्या अगदी समोर आणि मागच्या संरक्षक दलात त्यांचा समावेश होता आणि ते घोड्यावर स्वार होते. ॲबीला तर त्यांना साम्राज्यातील वसाहतींमधील इतर मान्यवरांच्या बरोबरीने प्रार्थना गायन कक्षातील आसनांवर स्थानापन्न होण्यास सांगितले होते.[२८] त्यानंतर २७ जूनला विंडसर महालामध्ये जो स्वागत समारंभ आयोजित करण्यात आला होता, त्यालाही या सगळ्यांची उपस्थिती होती आणि या वेळी त्यांनी आणलेल्या भेटवस्तू आणि संदेश त्यांनी राणीला स्वतःहून दिले. बॉम्बे, कलकत्ता आणि मद्रास येथून प्रतिनियुक्तीवर इंग्लिश लोकांना पाठवले असताना या

राजांनी ही कृती केली. परतफेड म्हणून होळकरांना नाइटहूड देऊन सन्मानित करण्यात आले आणि इतर पाच संस्थानप्रमुखांना *स्टार ऑफ इंडिया*चे नाइट कमांडर या पदवीने सुशोभित करण्यात आले. मोरवीचे ठाकूर यांनी मात्र या समारंभातील उपस्थितांचे मन जिंकले. संपूर्णतः अलंकृत एका काठेवाडी घोड्यावर स्वार होत त्यांनी महालाच्या चतुष्कोनात रपेट मारत प्रवेश केला आणि मग तो उमदा अश्व त्यांनी राणीला भेट म्हणून प्रस्तुत केला. काही आठवड्यांनंतर हे अकरा भारतीय पाहुणे हॅटफिल्ड हाउस येथे पंतप्रधान लॉर्ड सॅलिसबरी यांचे पाहुणे म्हणून गेले, जेथे राणीदेखील उपस्थित होती. तिकडे आलेल्या घोडदळाच्या अधिकाऱ्यांनी हाइड पार्क येथे एका उत्सवात सहभाग घेतला आणि नंतर २ जुलैला एल्डरशॉट येथील लष्करी पाहणीत भाग घेतला.[२१] म्हणजे खऱ्या अर्थाने भारताने राणीच्या सुवर्णमहोत्सवी वर्धापन दिनाच्या दोन सोहळ्यांमध्ये भाग घेतला. एक ब्रिटनमधल्या आयोजनात आणि दुसरे त्यांच्या स्वदेशी म्हणजे भारतातील आयोजनात ते यजमान असताना एकाच वर्षातील या दोन आयोजनातील अंतराचा अर्थ होता की, यादरम्यान फेब्रुवारी महिन्यात भारतातून मोठ्या प्रमाणात एकत्र झालेल्या संदेशांना राणीपर्यंत ब्रिटनला पाठवता येणे आणि जूनमध्ये होणाऱ्या शाही निष्ठेच्या प्रस्तुतीकरणात त्याचा समावेश करून घेणे आणि स्वतः भारतीय शिष्टमंडळ तिथे उपस्थित असताना त्यांच्या हस्ते भारताकडून राणीला आदरांजली देणे, राणीच्या सुवर्णमहोत्सवी वर्षाचे इतिहासातील पहिले पान लिहिले गेले, त्याच्या पहिल्या अक्षरापासून ते अंतिम अक्षरापर्यंत सर्वत्र भारताचा उल्लेख होता.

निष्ठेचा वारसा : शाही संस्था

वर्धापन दिन सोहळा आटोपला आणि सरकारने घोषणा केला की, राणीच्या शासनाच्या पन्नास वर्षांच्या स्मरणार्थ एक कायमस्वरूपी स्मारक उभारले जाणार आहे. हे स्मारक म्हणजे एक शाही संस्था होती, जिचे उद्‌घाटन १८९३ मध्ये झाले. शाही आणि वसाहत प्रदर्शनानंतर पहिल्यांदा यावर १८८६ मध्ये चर्चा झाली आणि या प्रदर्शनाचे उद्दिष्ट एक मोहीम पुढे सुरू ठेवण्यासाठी म्हणून एक इमारत आणि संस्था उभारण्याचे तेव्हा ठरले होते. सोहळ्यानंतर मात्र या संकल्पनेने एक भव्य रूप धारण केले. वेल्सचे राजपुत्र या प्रकल्पाचे प्रमुख म्हणून नियुक्त केले गेले आणि लॉर्ड रॉथ्सचाइल्ड आणि कॅरनरवोनचे सरदार यांनी या नियुक्तीला पाठिंबा दिला. तसेच ग्लॅडस्टोनचे माजी लॉर्ड कुलपती लॉर्ड हर्शेल यांचीही आयोजन समितीच्या अध्यक्षपदी निवड करण्यात आली. इमारतीच्या स्थापकीय रेखाटनाकरिता एक स्पर्धा घोषित करण्यात आली, जिचे विजेता ठरले थॉमस कॉलकट. या प्रकल्पाकरिता

ब्रिटिश जनता आणि भारत व इतर वसाहती यांमधून देणग्यांसाठी आवाहन करण्यात आले. प्रकल्पासाठी मदत आणि आर्थिक मदत मिळविण्यासाठी विनंती करण्याकरिता लॉर्ड हर्शेल हे थेट भारतात दाखल झाले होते.(३०) अल्बर्टोपोलिसच्या अगदी मध्यभागी असलेल्या दक्षिण केन्सिंग्टन येथे या संस्थेसाठी जागा निश्चित करण्यात आली आणि त्याचे भूमिपूजन जुलै १८८७च्या सुरुवातीला करण्यात आले. या प्रसंगाकरिता आर्थर सुलिव्हॅन यांनी एक कविता लिहिली आणि राणीच्या भारतीय पाहुण्यांनी या समारंभात भाग घेतला.(३१)

नवीन संस्थेला कामासाठी अजिबात संघर्ष करावा लागला नाही. आत्ताच्या ओरिएंटल अॅन्ड आफ्रिकन स्टडीज या संस्थेचे मूळ असलेल्या स्कूल फॉर मॉडर्न ओरिएंटल स्टडीज या संस्थेची स्थापना १८९० मध्ये झाली आणि त्याच्या उद्घाटनप्रसंगी मॅक्स म्युलर यांनी भाषण केले होते. त्यानंतरच्या काळात म्हणजे १८९२ पासून या संस्थेने वसाहतींमधील व्यापाराशी संबंधित माहिती देणारी एक प्रतिनिधी शाखा सुरू केली होती.(३२) अर्थात सतत आर्थिक साहाय्य मिळत राहणे मात्र दुर्लभ होते. संस्था उभारणीसाठी १८९१ पर्यंत संस्थेला मिळालेल्या एकूण आर्थिक साहाय्याच्या एकतृतीयांश रक्कम ही भारतातून आली होती; पण एवढे करूनही भारताचा यात फायदा होताना दिसत नव्हता आणि एक असाही मतप्रवाह वेग घेऊ लागला होता की, १८८७ नंतरच्या सुधारणाविषयक पुढाकार घेण्यासंदर्भात ज्या काही गोष्टी आहेत, त्याबाबत आर्थिक विनियोग आता भारतातील प्रकल्पांमध्येच करण्यात यावा.(३३) इमारतीचे बांधकाम पूर्ण होऊन १८९३ मध्ये नवीन संस्थेच्या उद्घाटनचे ठरत असतानाच सगळ्यांना भीती वाटू लागली होती की, कदाचित प्रकल्प वेळेत पूर्णच होऊ शकणार नाही आणि सगळ्यांना लाजिरवाण्या परिस्थितीचा सामना करावा लागू शकतो. मात्र, अगदी शेवटच्या काळामध्ये दोन भारतीय राजे - जयपूरचे महाराज आणि भावनगरचे महाराज - आणि बॉम्बेचे एक गर्भश्रीमंत व्यापारी सर कोवासजी जहांगीर यांनी आवश्यक असलेल्या उर्वरित रकमेची व्यवस्था केली. जयपूर आणि जहांगीर यांनी प्रत्येकी ४०,००० पौंड, तर भावनगरने ३००० पौंडांची व्यवस्था केली.(३४) भारतातून पुन्हा एकदा अगदी सहज आर्थिक मदत पोहोचली.

भारतातून गेलेल्या या अधिकच्या निधीने सारे चित्रच पालटून गेले. संस्थेचे काम पूर्ण होऊन मे १८९३ मध्ये त्याचे उद्घाटनसुद्धा आयोजित करण्यात आले. गर्वाने सांगावे असे हे शाही देखाव्याचे क्षण होते. मात्र, ग्लॅडस्टोन सरकारने यांच्याकडे पूर्ण दुर्लक्ष केले. *मूनशाईन* या व्यंगचित्र साप्ताहिकात प्रकाशित करण्यात आलेल्या एका व्यंगचित्रात महाराणी आणि वेल्सचे राजपुत्र कामाचे नियोजन करत असताना ग्लॅडस्टोन हे तेथील टेबलाखाली लपून बसले आहेत, असे दर्शविण्यात

आले होते; पण त्यामुळे त्याची भव्यता मात्र अजिबात कमी झाली नव्हती. आर्थर सुलिव्हॅन यांनी पुन्हा एकदा साग्रसंगीत सगळे आयोजन केले आणि या वेळी त्यामध्ये सलामी परेडची भर घालण्यात आली. या प्रसंगाकरिता आणखी एक कविता लिहिली गेली. इतकेच नाही तर आयरिश इतिहासकार आणि कामगार संघटनाकार डब्ल्यू. इ. एच. लेकी यांनी उद्‌घाटनपर भाषण लिहिले.[३५] राणीच्या आग्रहावरून भारताला या समारंभप्रसंगी अग्रस्थान देण्यात आले होते. या विशेष आयोजनाकरिता खास भारतातून एक घोडदळ पाठवण्यात आले होते, ज्यांनी इतर वसाहतींतील लष्करी दलांसोबत राणीच्या मानवंदनेमध्ये भाग घेतला, ज्यामुळे राणीला विशेष आनंद झाल्याचे सिद्ध झाले. इंग्लंडमधील आपल्या या तात्पुरत्या वास्तव्याचे संस्मरणीय लेखन एका सहभागी घोडदळ अधिकाऱ्याने केले आहे.[३६] संस्थेच्या इमारतीचे द्वार उघडण्यासाठी एक भारतीय पद्धतीची अलंकृत किल्ली वापरण्यात आली आणि आत गेल्यावर राणीने महाराज रणजित सिंह यांच्या सिंहासनावर स्थानापन्न होऊन सर्व आयोजनाची पाहणी केली. ब्रिटनबाहेरून आलेल्या विशेष पाहुण्यांमध्ये भारतातील राजे, ज्यात गोंडलचे ठाकूर, जे त्यांच्या पत्नीसोबत आले होते, तसेच कपूरथळाचे महाराज आणि भावनगरचे महाराज यांचाही समावेश होता.[३७] राणीच्या साम्राज्यातील इतर कुठल्याही वसाहतीच्या तुलनेत, लंडनच्या भपकेबाज आयोजनाकरिता अधिकचा पैसा, प्रोत्साहन आणि साहित्याची पाठवणी करण्याची भारताची ही पहिलीच वेळ नव्हती. इतर ठिकाणांहूनच काय पण या वेळी तर प्रत्यक्ष ब्रिटनपेक्षाही भारताचा सहभाग यात जास्त होता. आपल्या उद्‌घाटनपर भाषणात लेकी यांनी विशद केले की, ब्रिटिश सभ्यतेने भारताला असांस्कृतिकपणातून किंवा रानटीपणापासून कसे मुक्त केले आहे; पण या शाही संस्थेच्या उभारणीतून एक गोष्ट सिद्ध झाली की, प्रत्यक्षात वेल्सच्या राजपुत्राच्या या स्वप्नवत प्रकल्पाला भारताने असंस्कृत लोकांच्या तावडीतून सोडवले होते. असे सगळे असूनही, भारतीय दानशूरांना या नवीन वास्तूमध्ये आपल्या सहभागाचा पुसटसाच ठसा पाहता आला. जयपूरच्या नावाने एक दालन होते, तर एका वाटेला भावनगरचे नाव देण्यात आले होते. बॉम्बेचे माजी गव्हर्नर यांच्या माता लेडी रेय यांच्या स्मरणार्थ बांधलेल्या एका स्मारकाचे उद्‌घाटन लॉर्ड रेय यांनी केले; पण राणी व्हिक्टोरियाच्या दुसऱ्या वर्धापन दिन सोहळ्यापर्यंत म्हणजे १८९७ पर्यंत ही संस्था म्हणजे एक फसलेला प्रयोग ठरली. संस्थेच्या मूळ उद्दिष्टाची पूर्तता करण्यात संस्थेतर्फे चालविण्यात आलेले कार्यक्रम अयशस्वी ठरले. म्हणजे, ऑक्सफर्ड विद्यापीठातील मोनिएर-विलियम्स भारतीय संस्था, जी रेल्वे क्षेत्रातील बडी असामी असलेल्या थॉमस ब्रेसी, गोंडलचे तरुण ठाकूर भगवत सिंग यांच्या आर्थिक मदतीवर उभी होती आणि स्वतः वेल्सच्या राजकुमारांकडे ज्याचे पितृत्व होते, तिला नवीन शाही संस्थेने कधी टक्करच दिली

नाही.[३८]

ही संस्था म्हणजे एक पांढरा हत्ती बनला असताना टीकाकार शाब्दिक हल्ला करायला अगदी टपलेच होते. एक श्रीमंत आणि पुरोगामी संसद सदस्य हेन्री लॅबोशेर जे शोध पत्रकारितेचा पाया रचणाऱ्या *'ट्रूथ'* या वर्तमानपत्राचे मालक होते, त्यांनी हे टीकास्त्र सोडण्यात आघाडी घेतली.[३९] लॅबोशेर यांनी या शाही संस्थेचा उल्लेख करताना म्हटले की, ही संस्था म्हणजे 'निष्काळजी भपकेबाजी, उद्दिष्टहीन प्रयत्न आणि अकार्यक्षम प्रशासन आहे.' संस्थेवर असलेल्या ४०,००० पौंडांच्या कर्जासंदर्भातील खरी माहिती त्यांच्या वर्तमानपत्राने प्रसिद्ध केली. या सर्व कर्जाच्या डोंगरासाठी आणि संकटासाठी थेट वेल्सच्या राजकुमाराला जबाबदार धरण्याऐवजी लॅबोशेर यांनी त्यांना आवाहन केले की, त्यांनी या सगळ्याची जबाबदारी स्वीकारावी आणि संस्थेला पुढे नेण्यास मदत करावी. कोसळू लागलेल्या संस्थेची उर्वरित संपत्ती स्वतःच्या नावाने असलेल्या रुग्णालयाच्या निधीमध्ये वळती करण्याऐवजी ही संस्था पुन्हा उभी करावी, असे विधान त्यांनी केले.[४०] सरतेशेवटी संस्था नाही; पण विद्यापीठ मदतीला धावून आले. पुढे १८९९ मध्ये लंडन विद्यापीठाने पुढाकार घेत संस्थेच्या सर्व गहाणपत्रांची आणि उर्वरित कर्जाची जबाबदारी उचलली आणि १९०१मध्ये संस्था अधिकृतपणे 'राष्ट्राला समर्पित' केल्याची घोषणा केली. संस्थेची जागा आणि संपत्ती ही एका अवाढव्य सांघिक विद्यापीठाच्या ताब्यात गेली, ज्यातील अगदी थोडासा भाग हा शाही संस्थेच्या उर्वरित कामांकरिता म्हणून ठेवण्यात आला, जो केवळ पश्चिम विभागात सामावला गेला होता. भारताकरिता जी जागा या संस्थेत राखीव करण्यात आली होती, ती हळूहळू कमी होत गेली आणि पहिल्या महायुद्धाच्या पार्श्वभूमीवर तर ती फक्त एक सभागृह आणि सामानाची खोली एवढीच मर्यादित करण्यात आली.[४१] या शाही संस्थेच्या उभारणीमध्ये प्रमुख भूमिका निभावणाऱ्या भारतीयांकडे संस्थेच्या अशा कोलमडण्यामुळे संताप व्यक्त करण्याचे कारण होतेच, कारण संस्थेचे प्रमुख उद्दिष्ट म्हणून १८८६मध्ये भरलेल्या शाही आणि वसाहत प्रदर्शनातून जे साध्य झाले होते, त्या कामाला पुढे न्यायचे होते. प्रदर्शनाच्या अध्यक्षस्थानी स्वतः वेल्सचे राजकुमार होते आणि या प्रदर्शनामुळे भारतात बॉम्बे येथे प्रस्तावित असलेल्या अशाच एका प्रदर्शनाला दुर्लक्षित केले गेले. रोगाचे आणखी एक कारण म्हणजे याच संस्थेकरिता म्हणून भारतातून जो निधी राणीच्या वर्धापन दिन सोहळ्याचे कारण सांगून गोळा केला होता, तो ब्रिटिशशासित भारत सरकारने संस्थेच्या कामासाठी वळवण्याचा प्रयत्न केला होता. हाच प्रकल्प होता, जो भारतीयांकडून झालेल्या भरपूर आर्थिक मदतीमुळे तो उभा होता आणि त्यामुळे त्याच्या अशा नेस्तनाबूत होण्याने भारतीयांच्या मनावर ओरखडे उमटले होते, ज्याचा परिणाम राणीच्या दुसऱ्या वर्धापन दिन सोहळ्यावर आणि तिच्या मृत्यूनंतरच्या सर्व

योजनांवर तसेच काही स्मारकांच्या उभारणीवरही झाला.

मेजवानी आणि दुष्काळ : १८९७चा हीरक महोत्सव

सुवर्णमहोत्सवी वर्षापेक्षा प्रमाणाने मोठे असले, तरी १८९७ मधील हीरक महोत्सवाच्या आयोजनाला १८८७ च्या आयोजनाची सर नव्हती. सगळी व्यवस्था वेल्सच्या राजकुमाराच्या देखरेखीखाली असताना आणि नवीन तंत्रज्ञानाचा समावेश असतानाही या आयोजनाची रया उतरली होती- जशी स्वतः सत्तरी गाठल्यामुळे राणीची अवस्था झाली होती. एक बटण दाबून तिला सर्व साम्राज्याला एकाच वेळी टेलिग्राम करता आला होता, त्याबरोबर तिने एक विशेष महोत्सवी निरोपही दिला होता.[४२] शिवाय तिच्या साम्राज्यातील वसाहतींचे सगळे प्रमुख या कार्यक्रमाला उपस्थित होते. स्वतः राणी व्हिक्टोरियाला फारसा थाटमाट नको होता. राज्याकडून किंवा चर्चमध्ये कुठल्याही विशेष आयोजनाची अपेक्षा तिला नव्हती; पण साम्राज्याचा आणि विशेषतः भारताचा यात समावेश असावा, एवढे मात्र तिने बोलून दाखवले. फेब्रुवारीच्या शेवटच्या आठवड्यापर्यंत असे ठरले की, मध्य लंडनमध्ये एक मिरवणूक काढण्यात यावी आणि सेंट पॉल कॅथेड्रलच्या पायऱ्यांपर्यंत तिला गाडीतून नेण्यात यावे. या संपूर्ण प्रवासात तिच्या बरोबर भारतीय मानवंदना देणारे पथक असावे, अशी तिची इच्छा होती. लंडनमध्ये भारतीय राजांच्या उपस्थितीपेक्षाही भारतीय सैनिकांचे घोडदळ तिच्या दिमतीला असणे हे तिच्यासाठी महत्त्वाचे होते.[४३] ब्रिटिशशासित भारत सरकारसाठीही हे अगदी सोईचे होते. अगदी सुरुवातीपासूनच व्हाइसरॉय लॉर्ड एल्गिन यांनी भारतीय शासकांना, प्रमुखांना लंडनला प्रवास करण्यापासून परावृत्त करण्याचा प्रयत्न केला होता. भारतीय राजांना देशात आणि विशेषतः त्यांच्या राज्यांमध्येच थांबण्यास सांगितले गेले होते. त्यातही त्यांनी त्यांच्या दुष्काळग्रस्त प्रजेच्या जवळ राहावे, असे सुचवण्यात आले होते.[४४] शेवटी फक्त आठ राज्यप्रमुख आणि भारतातील प्रतिष्ठित व्यक्ती सर जमशेटजी जीजीभॉय हे लंडनला गेले. या आठपैकी पाच शासक हे उच्च श्रेणीतील मानले जात; ज्यात जोधपूरचे महाराज हरी सिंग, जोधपूरच्या गादीचा सांभाळ करणारे सर प्रताप सिंग, कपूरथळाचे महाराज जगतजीत सिंग, गोंडालचे ठाकूर भगवत सिंग (आणि त्यांच्या पत्नी) आणि मोरवीचे ठाकूर सर वाघजी द्वितीय रावजी. यांपैकी सगळ्यांचेच तिथे स्वागत केले जाण्याची शक्यता नव्हती. एल्गिन यांनी तर विशेष करून सांगितले होते की, कपूरथळाच्या महाराजांची 'लंपट आणि उधळ्या' म्हणून असलेल्या ख्यातीला नजरेआड करणे शक्यच नाही. ते आणि गोंडालचे ठाकूर हे लंडनला आपल्याला एखादा सन्मान मिळणार या इच्छेपोटी सोहळ्यासाठी निघाले होते. गोंडालच्या महाराजांच्या संदर्भात

एक महत्त्वाची गोष्ट होती की, त्यांनी ऑक्सफर्ड येथील भारतीय संस्थेला दिलेल्या आर्थिक साहाय्यामुळे मोनिएर-विलियम्स यांचा त्यांना बोलावण्याचा आग्रह होता. मुख्य हीरक महोत्सवी सोहळ्याच्या दुसऱ्या दिवशी विंडसर येथे असलेल्या मिरवणुकीच्या वेळी दीप प्रज्वलनाकरिता इटॉन महाविद्यालयात शिकणाऱ्या तीन भारतीय राजपुत्रांनादेखील आमंत्रित करण्यात आले होते.[४५] भारतातून गेलेल्या शाही पाहुण्यांच्या सभोवती १८८७ मध्ये जे आकर्षण आणि कौतुकाचे वलय होते, ते दहा वर्षांनंतरच्या या सोहळ्यात पाहावयास मिळाले नाही. मुख्य सोहळ्याच्या मिरवणुकीतसुद्धा ते पूर्ण वेळ उपस्थित नव्हते. यातील फक्त तीन राजांना - कपूरथळाचे महाराज, मोरवीचे आणि गोंडालचे ठाकूर - या तिघांनाच राणीसमोर प्रस्तुत करण्यात आले. भारतात खूप आनंदाने परतले ते कपूरथळाचे महाराज, ज्यांना १० जुलै रोजी आयोजित भोजन समारंभाच्या वेळी *स्टार ऑफ इंडियाचे नाइट कमांडर* म्हणून सन्मानित करण्यात आले. गोंडालचे ठाकूर यांनाही रात्रीच्या भोजनाचे आमंत्रण होते आणि ते समारंभानंतर आणखी काही दिवस विंडसरला थांबले होते. मात्र, त्यांना भारतीय साम्राज्यातील प्रतिष्ठितांच्या गटात एक श्रेणी अधिक स्थान देऊन त्यांची रवानगी करण्यात आली.[४६]

या सगळ्या राजांच्या तुलनेत भारतीय सलामी सैनिकांना मात्र जास्त चांगली वागणूक देण्यात आली. भारतातील दोन लष्करी तुकड्या १८९७ च्या कार्यक्रमासाठी लंडनला आल्या होत्या. पहिले म्हणजे शाही सेवा दलात सहभागी करून घेतलेले १० हजार सैनिक होते, ज्यांचे नेतृत्व १७ स्थानिक अधिकाऱ्यांनी केले होते; ज्यांची विशेषत्वाने भारतातील राज्यांमधून निवड करण्यात आली होती. अर्थात त्यांच्या या सहभागासाठीचा सगळा खर्च त्यांच्या संलग्न राज्यांच्या कोषागाराकडून करण्यात आला होता.[४७] मात्र, अभिमानास्पद असे स्थान दुसऱ्या भारतीय तुकडीला मिळाले. बावीस अधिकारी असलेल्या भारतीय संरक्षण दलाने राणीला मिरवणुकीत साथ केली होती. राणीच्या रथाबरोबर या तुकडीसोबत तीन इंग्लिश अधिकारी आणि फिल्ड मार्शल सर गार्नेट वोल्सली होते, जे लष्करी दलाचे मुख्याधिकारी होते. लंडनच्या मुख्य रस्त्यावरून २२ जूनला निघालेल्या राणीच्या रथाच्या अगदी बरोबरीने ही तुकडी होती. चित्रीकरणाच्या इतिहासातील संपूर्ण एक न्यूजरील काढण्याचा मान या मिरवणुकीला मिळाला. एवढेच नाही तर सेंट पॉल कॅथेड्रलच्या बाहेर लावण्यात आलेले जॉन चार्लटन यांचे चित्रदेखील याच प्रसंगाचे आहे, जे येणाऱ्या शेकडो पिढ्यांसाठी या प्रसंगाचे स्मरण करून देणारे आहे.[४८] मिरवणुकीच्या धावत्या विश्लेषणात या तुकडीचा विशेष उल्लेख करण्यात आला होता आणि ब्रिटिश सरकारच्या भारतीय कार्यालयाने त्यांचे तोंडभरून कौतुक केले. हॅमिल्टन यांच्या मते प्रताप सिंग यांची घोडेस्वारी ही सगळ्यात दिमाखदार होती. या भारतीय संरक्षण

दलालासुद्धा विंडसरला आयोजित कार्यक्रमात आमंत्रित करण्यात आले होते, जिथे राणीशी त्यांचा संवाद झाला. संपूर्ण राज्य विभागांची पाहणी करायला त्यांना नेण्यात आले आणि महोत्सवाच्या इतर कार्यक्रमांतही त्यांना सहभागी करून घेण्यात आले, ज्यात १ जुलै रोजी एल्डरशॉट येथे आयोजित लष्कर पाहणीचा सहभाग होता. विंडसर येथे राणीने आपली विशेष प्रतिक्रिया दिली आणि या तुकडीतील काहीजणांचे रेखाचित्र काढून घेण्यासाठी रुडॉल्फ स्वॉडोब यांना काम दिले. विशेष म्हणजे या सोहळ्याचा भाग असलेल्या इतर विशेष कार्यक्रमांमध्ये जेव्हा भारताकडून आणि इतरही राष्ट्रांकडून आलेले संदेश राणीला प्रस्तुत केले जात होते, तेव्हा तिचे वैयक्तिक सुरक्षारक्षक म्हणूनदेखील हे अधिकारी आणि सैनिक तिथे उपलब्ध होते. परत येण्यापूर्वी ५ जुलैला हे दल राणीला निरोप द्यायला विंडसरला गेले आणि या सर्व अधिकाऱ्यांना राणीच्या हस्ते गौरवपदक देण्यात आले व निघण्यापूर्वी त्यांच्या तलवारीच्या मुठींना राणीने स्पर्श करून अभिवादन केले आणि त्यांना निरोप दिला. त्यांच्यातर्फे निष्ठेचा संदेश प्रताप सिंग यांनी प्रस्तुत केला.[४९] तिच्या हीरक महोत्सवी सत्तावर्षाच्या सोहळ्यातील केंद्रस्थानी भारताची उपस्थिती असणे ही राणीची गरज होती आणि त्याचे हे सशक्त प्रदर्शन होते. अब्दुल करीम या तिच्या भारतीय मुन्शीचा समावेश जसा तिच्या अगदी निकटच्या सचिवांमध्ये झाला होता, तसेच हे सर्व संरक्षक सैनिक संपूर्ण सोहळ्याच्या काळात तिच्या अगदी आसपास होते. जसजसे राणीचे वय वाढू लागले, तसतसे तिने या भारतीय सुरक्षारक्षकांच्या कड्यात स्वतःला दडवून घेतले होते.

इकडे भारतात सरकार एका शांत सोहळ्याच्या आयोजनासाठी आग्रही होते. व्हाइसरॉय एल्गिन यांनी आधीच सल्ला दिला होता, 'मोठ्या प्रमाणात... शक्यतो नकोच.' निसर्ग, भूक आणि साथीचे रोग हे भव्य आयोजनाच्या मार्गात अडथळा म्हणून उभे राहिले होते. सोहळ्याच्या पूर्वसंध्येला कलकत्त्याला भूकंपाच्या धक्क्याने हादरवून टाकले होते. सेंट जॉन कॅथेड्रलच्या मनोऱ्यासह काही स्थानिक महत्त्वाच्या इमारती मोडकळीस आल्या. यातच मोठा दुष्काळ पसरला होता, ज्यामुळे अन्नधान्याचा तुटवडा निर्माण झाला होता आणि कॉलरा व प्लेग या साथीच्या रोगांनी थैमान घातले होते. या सगळ्या गोंधळात आणखी सोहळ्यासाठी येणाऱ्या लोकसंख्येला आमंत्रित करण्याने अडचणीत अधिकच वाढ झाली असती आणि सगळ्यात महत्त्वाचे म्हणजे ब्रिटिशशासित भारत सरकारला १८८७ प्रमाणे हीरक महोत्सवी सोहळ्याचेही इतके भपकेबाज आयोजन करण्याचे अजिबात मनात नव्हते. काही गोष्टी मात्र परंपरा पाळल्याप्रमाणे करण्यात आल्या. जसे किमान २०,००० कैद्यांची सुटका करण्यात आली, ज्यामुळे काही शाही राज्यांच्या पोटात गोळा आला होता आणि या निमित्ताने भारतीय सन्मानाचे अगदी मोठ्या प्रमाणात वाटप करण्यात आले.[५१] पण राजघराण्याच्या

सत्ताधीशांप्रति दहा वर्षांतील निष्ठा कुठवर पोहोचली, ते दाखवण्याची संधी मात्र मिळाली नाही. राणीच्या सत्ताकाळाचे महोत्सवी आयोजन म्हणजे जल्लोषाच्या तुलनेत अपेक्षा उंचावण्यास कारणीभूत ठरणारे होते आणि म्हणून काही नियम लावण्यात आले. कुठल्याही प्रकारचे अभिनंदनाचे संदेश, स्मारक, स्मरणिका किंवा भेटी राणीला थेट पाठवता येणार नव्हत्या. आधी त्या व्हाइसरॉय यांच्या कार्यालयात पोहोचणार होत्या आणि मग त्याबाबत निर्णय घेतला जाणार होता, हा एक नियम ठरला होता. कुठल्याही शिष्टमंडळाला जर एखादे निवेदन करायचे किंवा त्यांना आधी पार तिकडे उत्तरेकडे सिमल्याला यावे लागणार होते; उन्हाळ्यात व्हाइसरॉय यांचा मुक्काम तिथेच असे आणि निवेदन त्यांच्या समक्ष प्रस्तुत करावे लागत असे. तिथल्या टाउन हॉलमध्ये निवेदनाचे वाचन करण्यात येईल आणि शिष्टमंडळात सहापेक्षा अधिक लोकांनी येऊ नये, हा आणखी एक नियम लावण्यात आला.[५२] या जुलमी नियमांमुळे प्रांतीय भाषक आणि युरोपीय वर्तमानपत्राचे डोके तापले आणि लॉर्ड एल्गिन यांनी सिमल्याच्या व्यवस्थेसंदर्भात सांगितल्यावर तर प्रकरण आणखी तापले.[५३] या वेळी तर अधिकारीसुद्धा आलेल्या संदेशातील आणि राणीला पाठवल्या जाणाऱ्या निरोपातील चुका काढण्यात हात आखडता घ्यायला तयार नव्हते. पूना सभेकडून पाठवण्यात आलेला संदेश तर संपूर्णतः नाकारला गेला आणि पंजाबमधून आलेले असंख्य संदेश - राजकीय असल्याचे कारण सांगत परत पाठवले गेले.[५४] अशा प्रकारे भारतातील अधिकृत हीरक महोत्सवी सोहळ्याचा जो कार्यक्रम होता, तो सिमल्याला व्हाइसरॉय यांच्या अध्यक्षतेखाली अगदी बिनआवाजी पद्धतीने पार पडला. फक्त चाळीस संदेश सगळे अडथळे पार करून सिमल्यापर्यंत पोहोचून, तिथे प्रस्तुत करण्यात आले. राणी व्हिक्टोरिया आणि व्हाइसरॉय यांनी टेलिग्रामद्वारे संदेशांची देवाणघेवाण केली, ज्यात राणीने लिहिले होते, ‘माझ्या प्रिय जनतेचे मी हृदयापासून आभार मानते. परमेश्वर त्यांचे भले करो.’[५५]

सिमल्याच्या शांत पहाडांमधील हीरक महोत्सवाच्या सौम्य आयोजनाचे पडसाद भारतात सर्वदूर निनादणे शक्य नव्हते. भारताच्या कानाकोपऱ्यांत सरकारी अधिकाऱ्यांना सूचना देण्यात आल्या होत्या. राणीच्या हीरक महोत्सवी वर्षाच्या सोहळ्यासाठी ‘समाजाच्या बहुसंख्य लोकांकडून उत्स्फूर्त प्रतिसाद मिळवण्यासाठी प्रयत्न करा.’[५६] बऱ्याच प्रमाणात असे घडलेदेखील! संपूर्ण पंजाबमध्ये हिमालयाच्या रांगांपासून जम्मू आणि सिंधू नदीपर्यंत तसेच दक्षिणेकडील बलुचिस्तानला जाऊन भिडणाऱ्या सीमेपर्यंत सर्व पर्वतरांगांवर आतषबाजी करण्यात आली. आसाममध्ये सगळ्यात उंच पर्वतावर रोषणाई करण्यात आली. ओरिसामध्ये पुरीच्या जगन्नाथ मंदिरात दिव्यांची सुरेख आरास करून मंदिर सजवण्यात आले होते. उत्तर-पश्चिम प्रांतातील नैनितालच्या स्थानिक जलाशयाला व्हेनेशियन महोत्सवाच्या पद्धतीप्रमाणे तयार करण्यात आले

होते.[५७] आणि १८८७ प्रमाणे उत्सवी कार्यक्रमाची रूपरेषा अगदी सारखी होती. स्थानिकांनी मिरवणुका काढल्या; ज्यामध्ये राणीची प्रतिमा डोक्यावरून किंवा पालखीतून नेण्यात आली. कैद्यांची सुटका करण्यात आली, गरिबांना अन्नाचे आणि कपड्यांचे वाटप करण्यात आले आणि इतर उत्सवी गोष्टींचे आयोजन करण्यात आले. जसे की, खेळ आणि कुस्ती स्पर्धा आणि शाळेतील मुलांच्या समूहगान स्पर्धा. रोषणाईने झगमगणाऱ्या रस्त्यांच्या आणि सार्वजनिक इमारतींच्या पार्श्वभूमीवर या स्पर्धा घेण्यात आल्या. राणीच्या महोत्सवी वर्षानिमित्त लोकांनी दिलेल्या देणग्यांमधून काही कायमस्वरूपी सार्वजनिक कामांची आणि इमारतींची उभारणी करण्यात आली. त्यामध्ये सार्वजनिक स्वच्छतागृहे, बाजारपेठा, इमारती आणि महिलांची रुग्णालये आणि औषधालयांकरिता नवीन साधने, गुरांचे दवाखाने, वाचनालये आणि वाचन कक्ष, बगीचे, तसेच शालेय शिष्यवृत्ती आणि बक्षिसांकरिता फंड अशा कामांचा समावेश होता. स्थानिक शासक राजांनी पारंपरिक आणि आधुनिक दोन्ही पद्धतीच्या कामांमधून आपली दानशूरता दाखवत हातभार लावला. गुजरातच्या जुनागढ राज्यात तिथल्या नवाबाने एक नवीन जिवाणू संशोधन प्रयोगशाळा काढली. त्रावणकोरच्या महाराजांनी अनाथालयाला आणि वाचनालयाला आर्थिक मदत केली.[५८] यामध्ये एक कार्य वादग्रस्तदेखील ठरले. राजपुतानाकडून देण्यात आलेला निधी हा 'भारतीय राजे व्हिक्टोरियन आरोग्य संस्था' या धोलपूरच्या महाराजांच्या अध्यक्षतेखालील संस्थेला देण्यात आला. प्रत्यक्षात या संस्थेतील प्राण्यावर प्रयोग करणाऱ्या एका कक्षासाठी हा निधी वापरण्याचे आधी ठरले होते; पण प्राण्यांवरील प्रयोग व शस्त्रक्रिया यांना विरोध करणाऱ्यांनी याविरुद्ध आवाज उठवला आणि त्यांच्या संघटनेने असा दावा केला की, राणीची 'कमकुवत आणि अश्राप जीवांसाठीची जी मातृत्वाची कायमस्वरूपी भावना' आहे त्याच्या आड येणारे हे कृत्य आहे आणि म्हणून ते 'जीवनाच्या पावित्र्याच्या विरुद्ध जाणारे काम आहे.'[५९] यातून पुन्हा एकदा हे सिद्ध झाले की, सर्व लोकांसाठी सगळ्या कामांच्या संदर्भात राणी म्हणजे सर्वस्व होती.

दहा वर्षांपूर्वीच्या सुवर्णमहोत्सवी वर्धापन दिन सोहळ्याच्या तुलनेत १८९७चा सोहळा हा कमी प्रमाणात सरकारी नियंत्रणाखाली होता. वसाहतीच्या अधिकारीवर्गाने घरीच राहणेच पसंत केले आणि स्थानिक समुदायांना सोहळ्याचे आयोजन करण्यासाठी संपूर्ण मोकळीक दिली. याचा परिणाम असा झाला की, आयोजनाचे सर्व लक्ष त्यामुळे संपूर्णतः राणीवर केंद्रित होते आणि ब्रिटिश सत्तेचा त्यात विचार करण्यात आला नाही. याचे उदाहरण दक्षिण भारतातील म्हैसूर येथे पाहायला मिळाले. हीरक महोत्सवी सोहळ्यासंदर्भातील सगळ्यात चांगले माहितीचे संकलन याच राज्यात केले गेले.[६०] येथील वर्धापन दिन सोहळ्याच्या आयोजनासाठी बंगलोरच्या छावणीचे

सहकार्य घेण्यात आले होते; त्यामुळे लष्करी काटेकोरपणाने सर्व आयोजन करण्यात आले. कार्यक्रमाच्या निश्चित वेळा ठरवण्यात आणि पाळण्यात आल्या तसेच उत्सवाच्या आणि क्रीडा कार्यक्रमाच्या ठिकाणांचे नियोजन निश्चित करण्यात आले. ब्रिटिशशासित भारत सरकारचीदेखील थोडी मदत घेण्यात आली. बंगलोरला उपायुक्तांनी सोहळ्यात भाषण केले आणि लोकांच्या 'उत्स्फूर्त उत्साहाकरिता' एका स्थानिक न्यायमूर्तीने अत्यंत कष्ट घेऊन सगळ्या मुक्त झालेल्या कैद्यांना समजावून सांगण्याचा प्रयत्न केला की, या महोत्सवाच्या निमित्ताने त्यांना तुरुंगातून का सोडण्यात येत होते.(६१) या सगळ्या लष्करी कडकपणाच्या उलट म्हैसूरच्या हीरक महोत्सवी वर्षाच्या सोहळ्याने या राज्याला राणीला त्यांच्या पद्धतीने सन्मानित करण्यासाठी स्वतंत्र ठेवले होते. आयोजनाच्या अग्रस्थानी म्हैसूरच्या महाराणी होत्या, ज्या त्यांच्या गादीवर बसलेल्या अज्ञान वारसाच्या वतीने राज्यकारभार पाहत होत्या. आपल्या महालापासून निघालेल्या सोहळ्याच्या मिरवणुकीचे त्यांनी नेतृत्व केले आणि ही मिरवणूक नवीन बांधल्या जाणाऱ्या रुग्णालयाच्या जागेपर्यंत नेण्यात आली जिथे महाराणींनी भूमिपूजन केले.(६२) राज्यात इतरत्र मिरवणुकीत राणी व्हिक्टोरियाला केंद्रस्थानी ठेवण्यात आले होते. शिमोगाला (शिवमोग्गा) राणीच्या एका प्रतिमेचे अनावरण करण्यात आले आणि नंतर तिला एका पालखीत ठेवण्यात आले, जी मिरवणुकीत सहभागी झालेल्या हजार लोकांनी नंतर आपल्या खांद्यावर वाहून नेली. अशीच एक प्रतिमा अनेकल येथे लोकांनी डोक्यावर घेतलेल्या एका कोचावर स्थापित केली होती. कोलार जिल्ह्यामध्ये देवाच्या मिरवणुकीपूर्वी मंदिरापुढे सैनिकांनी आणि पोलिसांनी आधी राणीच्या प्रतिमेला सलाम केला. तर सोराबा येथे नेत्यांनी व्हिक्टोरियाच्या प्रतिमेपुढे लोटांगण घातले.(६३) थोडा नागरी उत्सव, थोडा धार्मिक सोहळा असा काहीसा प्रकार म्हैसूरला या हीरक महोत्सवी वर्धापन दिनानिमित्त घडला; पण यामध्ये स्थानिक सरकारी अधिकाऱ्यांच्या सुनियोजित कार्यक्रमाच्या आयोजनाला फाटा देण्यात आला होता.

सरकारी निगराणी नसलेल्या १८९७ च्या या उत्सवामध्ये राणीची भारत देशाची माता आणि सर्व विधवा स्त्रियांचे प्रतिनिधित्व करणारी विधवा राणी ही प्रतिमा अधोरेखित झाली. बॉम्बेमध्ये महानगरपालिकेने राणीच्या 'स्त्रीत्वाचे आणि मातृत्वपूर्ण हृदयाचे' तोंडभरून कौतुक केले. पुदुककोट्टाई या दक्षिणेतील राज्याच्या तरुण राजाने राणी म्हणजे 'निष्कलंक स्त्रीत्व, सुयोग्य पत्नी, आदर्श माता आणि आदर्श मित्र' असल्याचे आपल्या भाषणात सांगितले.(६४) काही टुकार चरित्रांमध्ये राणीच्या प्रदीर्घ वैधव्य असलेल्या आयुष्याबद्दल चर्वितचर्वण करण्यात आले होते. प्रकाशित झालेल्या अशाच एका चरित्रात लिहिले होते की, 'एका विधवेला सर्व सुखापासून आणि आनंदापासून वंचित ठेवले जाते; तिने संपूर्ण एकान्तवासात राहावयास हवे;

स्त्रीत्वाच्या सर्व प्रवाहांना तिने दूर ठेवले पाहिजे.' तमिळमध्ये राणीचा इतिहासही प्रकाशित झाला. एका अशाच पुस्तकावर तिचे भारतीय रूप मुखपृष्ठावर झळकले होते.[६५]

१८८७ आणि १८९७ च्या वर्धापन दिन सोहळ्याच्या आयोजनासंदर्भात आणखी एक फरक होता. या वेळी अनेक ठिकाणी मतभेद दिसून आले. व्हाइसरॉय यांच्या प्रभावी असण्याने आणि विशेषतः त्यांच्या सिमल्याला प्रस्ताव घेऊन येण्याच्या आदेशावरून असंतोष निर्माण झाला होता. पहिल्या वर्धापन दिन महोत्सवाच्या वेळी अपेक्षा होती की, सन्मान वगैरे शाही कृतींऐवजी उपकाराची म्हणजे दानाची जास्त कामे केली जातील आणि सुधारणा घडून येण्याचीही अपेक्षा केली जात होती. भारताने इतक्या निष्ठेचे पुरावे प्रदर्शित केले होते आणि दुष्काळ, भूकबळी, गरिबी अशी परिस्थिती असतानाही ते मागे हटले नव्हते; पण पुन्हा एकदा १८५८, १८७७ या वर्षाप्रमाणेच १८८७ मध्येही भारताला राजकीय सवलतींच्या संदर्भात अगदी क्षुल्लक फायदा करून दिला गेला. दोन बंगाली निवेदनांमधून राणीपर्यंत, तिच्या दुष्काळग्रस्त प्रजेसाठी मदत मिळावी, असा छुपा संदेश पाठवण्यात आला होता.[६६] साधारणपणे ब्रिटिशशासित भारत सरकार हेच सगळ्या टीकेचे धनी ठरले. विशेषतः जेव्हा अशा वावड्या उठल्या की, राणीच्या हीरक महोत्सव प्रसंगी केलेल्या विशेष भाषणाच्या प्रती विकून त्यातून नफा कमावण्याचा सरकारचा डाव आहे, तेव्हा तर ही टीका अधिकच तीव्र झाली.[६७] लाहोरमध्ये हीरक महोत्सवानिमित्त राणीचा पुतळा उभारण्याला सार्वजनिक विरोध झाला होता. शिवाय लाहोर येथेच 'व्हिक्टोरिया हीरक महोत्सव हिंदू तंत्रनिकेतन' या संस्थेच्या उद्घाटनप्रसंगी अशा परदेशी विध्वंसक प्रभावामुळे आणि स्पर्धेमुळे स्थानिक उत्पादकांना फटका सोसावा लागतो आहे, असा सूर आळवला गेला होता.[६८] पण या वेळी राणीलादेखील तिच्या संपूर्ण सत्ताकाळात पहिल्यांदा या टीकेची झळ पोहोचली होती. इतक्या प्रदीर्घ काळाकरिता ब्रिटिश बाबूगिरीपासून स्वतःला वाचवून ठेवण्याच्या आत्तापर्यंच्या शक्तीला तोटा म्हणून पाहिले जाऊ लागले. बंगाली भाषेतील *डाक्का प्रकाश* या कलकत्त्याहून प्रकाशित होणाऱ्या वर्तमानपत्रात असे नमूद करण्यात आले की, चांगले कार्य करण्यासाठी तिच्याकडे फार कमी अधिकार आहेत. वाईट घडवून आणण्याचा पर्याय तिच्याकडे आहे; पण तो ती वापरत नाही, एवढेच! तर दुसरीकडे *जमी-उल-उलअम* या मुरादाबादहून प्रकाशित होणाऱ्या उर्दू दैनिकाने तिचा उल्लेख 'फक्त एक स्वाक्षरी करणारे यंत्र', असा केला होता.[६९]

हीरक महोत्सवी वर्धापन दिन सोहळ्याकडून व्हाइसरॉय एल्गिन यांना फारच कमी अपेक्षा होत्या आणि ज्या होत्या, त्या त्यांनी प्राप्त केल्या. तिकडे लंडनमध्ये भारताचे राज्य सचिव असलेल्या हॅमिल्टन यांनी एल्गिन यांनी या सोहळ्याप्रसंगी

केलेल्या भाषणाचे कौतुक करत त्यांचे अभिनंदन केले आणि म्हटले की, 'तात्पुरत्या अडचणी त्यांनी पार केल्या.'[७०] आणि मग दहशतीचे वातावरण निर्माण झाले. अगदी सोहळ्याच्या दिवशीच सरकारी अधिकारी उपायुक्तांचे सचिव जॉन रॉस यांचा उत्तर-पश्चिम प्रांताची राजधानी असलेल्या पेशावर येथे खून झाला.[७१] त्याच वेळी तिथून दक्षिणेकडे हजार मैल अंतर असलेल्या पूनामध्ये विशेष प्लेग समितीचे अध्यक्ष चार्ल्स वॉल्टर रँड आणि त्यांचे लष्करी संरक्षक लेफ्टनंट आयर्स्ट यांची दामोदर, बाळकृष्ण आणि वासुदेव चापेकर या तीन भावांनी हत्या केली. मारेकऱ्यांना त्वरित पकडण्यात येऊन त्यांच्यावर खटला चालवण्यात आला आणि त्यांना फाशीची शिक्षा दिली गेली. पूनामध्ये झालेली ही घटना म्हणजे एक षड्यंत्र आहे असा ब्रिटिश अधिकाऱ्यांनी निष्कर्ष काढला. इतकेच नाही तर हे सारे काही भारतीय राष्ट्रीय काँग्रेसच्या प्रभावामुळे घडले, असेही मत त्यांनी व्यक्त केले. दामोदर चापेकर याने नंतर मान्य केले की, त्याच्या मते ती 'एक चेटकीण आहे जी स्वतःच्या संततीचेच भक्षण करते.' आणि हेही मान्य केले की, बॉम्बे येथील तिच्या पुतळ्याचे तोंड काळे करण्यासाठी त्याने मदत केली, तसेच अगदी वर्धापन दिन सोहळ्याच्या दिवशी जोडे-चपला व इतर कचरा वापरून तिचा पुतळा केला आणि त्यावर तिची प्रतिमा लावली.[७२] पण बॉम्बे पोलिसांनी चहुबाजूंनी त्यांचे जाळे पसरवले आणि सगळ्यावर प्रभाव टाकणाऱ्या एका मराठी राष्ट्रवाद्याला अटक केली. केसरी या मराठी वर्तमानपत्राचे संपादक असलेले बाळ गंगाधर टिळक यांना अटक करून त्यांच्यावर असंतोष पसरविण्याचा आरोप लावत खटला चालवला. टिळक हे पुरोगामी असल्याचे माहीतच होते. ते पूना सभेचे आणि भारतीय राष्ट्रीय काँग्रेसचे सदस्यदेखील होते. सतराव्या शतकातील मुघलांशी आणि आदिलशाहीशी टक्कर घेणारा लढाऊ मराठा राजा शिवाजी यांचे स्मारक उभारण्याच्या स्थानिक चळवळीचे टिळकांनी नेतृत्वदेखील केले होते.

त्या उन्हाळ्याच्या मोसमात चाललेला टिळकांवरील खटला, त्यांच्यावरील आरोप सिद्ध होणे आणि त्यांना झालेला तुरुंगवास या घटनांनी भारतीय राष्ट्रवादाला एक नवे आणि निर्णायक वळण दिले, कारण टिळकांनी स्थानिक भारतीय परंपरेला अनुसरून वीरतापूर्ण देशभक्तीचे आवाहन केले होते.[७३] तरीही हा खटला स्पर्धात्मक स्वरूपाचा ठरला, ज्यात १८९७ या वर्षाच्या उल्लेखाने सतत राणीच्या नावाचा समावेश झाला. टिळकांच्या विरोधात तीन मुख्य आरोप लावण्यात आले होते आणि त्या सगळ्यांचा संबंध येनकेन प्रकारे राणीच्या हीरक महोत्सवी सोहळ्याशी जोडण्यात आला होता.[७४] केसरीमध्ये त्यांनी लिहिलेल्या ज्या लेखांसाठी त्यांच्यावर खटला चालवला गेला, ते सगळे राणीच्या वर्धापन दिन सोहळ्याशी संबंधित होते. सर्वप्रथम त्यांनी दावा केला होता की, सत्तेविरोधातील संघर्ष हा लढाऊ पद्धतीने करावा, हा

पायंडा राजा शिवाजीने पाडून दिला. दुसरे म्हणजे सोहळ्याच्या भपकेबाजीवर त्यांनी टीका केली होती. शिवाय भारतीय राजांच्या जी हुजुरी करत लंडनला जाण्यावर त्यांनी उपरोधिकपणे भाष्य केले होते आणि मुख्य म्हणजे वेल्सच्या राजकुमाराच्या उल्लेख त्यांनी 'सर्कसवाला' असा केला होता; पण त्याच वेळी टिळक यांनी हेदेखील स्पष्ट केले की, ते राणी-सम्राज्ञीशी निष्ठा राखून आहेत. मात्र, त्यांची एवढीच अपेक्षा आहे की, या तिच्या महोत्सवी सत्तावर्षात तिने तिच्या भारतीय प्रजेच्या भल्यासाठी काही चांगले कार्य करावे. शेवटी आणि विशेषत्वाने, टिळक यांच्यावर आरोप केला गेला की, त्यांनी राणीला धर्मराजाची उपमा देऊन तिची बदनामी केली आहे. महाभारतातील सम्राट युधिष्ठिर पांडवांचा राजा होता आणि ज्याने स्वर्गात जागा मिळविण्यापूर्वी १०९ वर्षे पृथ्वीतलावर घालवली. अत्यंत धार्मिक व इतरांसाठी मनात कणव असलेला तो राजा होता. संविधानिक उदारमतवादासंदर्भातील त्यांची वक्तव्ये आणि शाही प्रजा म्हणून भारतीयांना जे अधिकार मिळायला हवेत याबाबत राणीच्या जाहीरनाम्यातील वचने यांची सांगड घालण्यात भारतीय राष्ट्रीय काँग्रेसने संपूर्ण एक दशक घालवले. मात्र, त्याचा फार काही उपयोग झाला नाही आणि आता एक अशी व्यक्ती पुढे आली होती, जिने राणीला एका संपूर्ण वेगळ्याच भारतीय नैतिकतेच्या विश्वात नेऊन बसवले होते आणि तिची व एका भारतीय सम्राटाची - जो मिथक आणि सत्य दोन्ही होता - तुलना करून मराठी राष्ट्रभक्तीला प्रमाणित केले होते. टिळकांनी केलेला हा पहिलाच प्रयत्न नव्हता; पण राणीच्या वर्धापन दिन महोत्सवाचे निमित्त साधून त्यांनी केलेली मध्यस्थी आणि दुष्काळ, अन्नधान्याचा तुटवडा व प्लेग या संदर्भात सरकारी धोरणांच्या गलथानपणाच्या पार्श्वभूमीवर त्यांचे राणीला असे जबाबदार धरणे हे नक्कीच बॉम्बे सरकारला संतप्त करणारे होते.

अगदी साधेपणाने पार पडलेल्या १८९७ च्या हीरक महोत्सवी वर्धापन दिन सोहळ्याचा अंत मात्र एका अत्यंत प्रभावी भारतीय असंतोषाच्या घटनेत परिवर्तित झाला होता. ब्रिटिशशासित भारतीय सरकारने पहिल्या सोहळ्याच्या नियोजनाला नियंत्रणाखाली ठेवण्याचा जितका प्रयत्न केला होता, तसा कुठलाच प्रयत्न या दुसऱ्या सोहळ्याच्या वेळी दिसला नाही. मात्र, ज्या काही थोड्याफार नियम-अटी लादण्याचा त्यांनी प्रयत्न केला, त्याने लोकांमध्ये नाराजीचे वातावरण निर्माण झाले. सरकारकडून फारशी मध्यस्थी आणि मदत दोन्ही मिळाली नसतानादेखील भारताने आपल्या परीने सोहळ्याची पूर्तता केली. भारताच्या मातेला त्यांनी आदरांजली वाहिली. तिच्या स्त्री-सद्गुणांचा उदोउदो केला आणि विविध धर्मांमध्ये आणि प्रांतांमध्ये विभागलेल्या भारतीय परंपरेत तिला समाविष्ट करून घेतले.

एक पाऊल मागे राहण्याचा भारतीय सरकारचा निर्णय योग्य होता. निष्ठा

दर्शवत असताना पडद्याआडून लढाऊपणा डोकावू लागला होता आणि तो अशा ठिकाणी प्रदर्शित झाला, जिथे राणी आणि तिच्या नावाने राज्य करत असलेल्या सरकारची कृती यांमध्ये फरक करणे अशक्य झाले. अशात तिच्या नावाला किंवा प्रतिमेला पुढे करणे म्हणजे संकट ओढवून घेण्यासारखे होते. याआधी मे १८९७ मध्ये भारतीय कार्यालयातील वरिष्ठ नागरी सेवक आर्थर गॉडले याने राणीच्या १८५८च्या जाहीरनाम्याचे तिच्या सोहळ्याच्या वेळी पुनर्प्रकाशन करण्याला विरोध केला होता. हॅमिल्टन यांनी या मताला दुजोरा देत विधान केले की, 'ही नक्कीच योग्य वेळ नाही. वंशभेदाला राणी मानत नाही या तिच्या वचनाची पुन्हा जगाला आठवण करून देणे योग्य नाही. याबाबत जितके कमी बोलले जाईल तितके उत्तम!'[७५] एकीकडे अधिकृत देशभक्तीचा आवाज मंद होत असताना दुसरीकडे टिळकांसारख्या राष्ट्रभक्तांसाठी मार्ग खुले झाले होते, ज्यांनी राणीच्या या हीरक महोत्सवी वर्धापन दिनाच्या निमित्ताने भारताच्या भविष्याचे प्रांतीय रूप आणि राणीचे भाग्य या दोन्हींची रूपरेषा मांडायला सुरुवात केली. या भाष्यामधे राणी व्हिक्टोरियाचा समावेश होताच. मात्र, एक भारतीय शासक म्हणून तिचा सहभाग असतानाच तिचे इंग्लिश असणेदेखील त्यात समाविष्ट होते.

१२

कैसरची शेवटची वर्षे

कॅनॉटच्या डचेसला लुईशेन म्हणून ओळखले जायचे. तिचा एकतिसावा वाढदिवस जुलै १८९१ मध्ये ऑस्बर्न हाउस येथे नव्याने उघडलेल्या दालनात साजरा झाला. 'भारतीय सदन' इथे सगळ्यात पहिल्यांदा सर्वजण रात्रीच्या जेवणासाठी एकत्र आले होते. सदनाचे बांधकाम तोवर अपूर्ण होते. तरीही राणीने आपला संपूर्ण उन्हाळ्याचा वेळ या आपल्या घरातील नवीन सदनाच्या - ज्याला दरबार हॉल म्हटले जात होते - कौतुकात घालवला. ऑस्बर्न हाउसच्या विस्तारित भागातील तळमजला संपूर्णतः या सदनासाठी देण्यात आला होता. राज्य भोजन कक्ष म्हणून हे सदन स्थापित व्हावे, अशी मूळ संकल्पना होती. मात्र, नंतर ते कुटुंबाचा एकत्रित काळ घालवण्याचे ठिकाण असाच याचा वापर होऊ लागला होता. लाहोरच्या मेयो कला निकेतनचे मुख्याध्यापक जॉन लॉकवुड किपलिंग यांनी या सदनाची रचना केली होती आणि एक शीख कारागीर भाई राम सिंग यांनी ते चित्र सत्यात आणले. भारतातून किपलिंग आणि भाई राम सिंग यांनी यापूर्वीच कॅनॉट यांच्या बॅगसहॉट हाउससाठी एक बिलियर्डची खोली बनवली होती. या वेळी भाई राम सिंग हे एका मोठ्या कामासाठी थेट पश्चिमेकडे प्रवास करून आले होते. दर आठवड्याला पाच पौंड या मेहनतान्यावर त्यांना बोलावले गेले होते आणि जानेवारी १८९१मध्ये ते ऑस्बर्नला पोहोचले. काम सहा महिन्यांत संपवण्याच्या तयारीने तेथे गेलेल्या त्यांना एप्रिल १८९२ पर्यंत तिथेच थांबावे लागले. जवळच्याच कॉवेज येथे त्यांनी घर घेतले; जिथे ते लंडनच्या ठेकेदारांवर लक्ष ठेवून होते आणि त्यांच्यावर कॅनॉटच्या डचेसचे लक्ष होते. काम पूर्ण होण्यास उशीर झाला होता, तरी राणी मात्र त्यांच्या कामावर बेहद्द खूश होती, कारण तिचा विश्वास होता की, संपूर्ण 'युरोपातील एकमेवाद्वितीय' असे हे काम आहे. सदनाच्या आतील भिंतींवरील लाकडी आणि

गिलाव्याच्या कामामध्ये हिंदू आणि मुघल कलेचा वापर केलेला होता. आत वापरलेले गालिचे आग्र्याच्या तुरुंगामधील स्त्रियांनी विणले होते आणि शोभेच्या इतर गोष्टी राणीने स्वतः निवडलेल्या होत्या. भारतीय रेखाचित्रे आणि तिच्या वर्धापन दिन सोहळ्यानिमित्त भारतातून मिळालेल्या भेटवस्तू यांची या नवीन सदनाकडे जाणाऱ्या मार्गातील भिंतींवर आरास करण्यात आली होती. मस्त हवेशीर आणि मोकळी अशी ही कारभार खोली उन्हाळ्यामध्ये संपूर्ण शाही कुटुंबाच्या रात्रीच्या भोजनाची एक आवडती जागा बनली होती आणि त्यांनी नाताळदेखील इथेच घालवला. १९०० मध्ये राणीचे शेवटचे दिवससुद्धा इथेच गेले. राजघराण्याचे आवडते मूकनाट्याचे हौशी प्रयोगदेखील याच सदनात आयोजित केले जायचे.[१] भारतीय सदनाच्या सोबत भारतीय सेवकदेखील होते. कॅनॉटच्या दाम्पत्याने १८९०मध्ये बॉम्बेहून ब्रिटनला परत येताना आपल्या सोबत काहीजणांना आणले होते आणि आपल्याकडे भारतीय सेवक आजूबाजूला असावेत ही १८८७ पासूनची राणीची इच्छा त्यामुळे पूर्ण झाली होती. आग्र्याहून दोन मुस्लीम सेवक दरबारात आले. हाफिज अब्दुल करीम आणि मोहम्मद बक्ष या दोघांमधील अब्दुल करीम याला १८८८ मध्ये सेवकापासून राणी व्हिक्टोरियाच्या मुन्शीपदावर बढती देण्यात आली आणि अगदी १९०१ मध्ये राणीच्या मृत्यूपर्यंत तो दरबारात होता. दरबारी आणि राजकीय नेत्यांना बुचकळ्यात पाडेल एवढे हिंदुस्थानी त्याने राणीला शिकवले होते आणि १८६० ते १८७०पर्यंत जॉन ब्राउन जितके राणीच्या विश्वासातील होते, तितकाच अब्दुल करीमने तिचा विश्वास कमावला होता.

राणीच्या शेवटच्या काळात तिचे जीवनमान अधिक भारतीय झाले होते. भारतामध्ये सात वर्षे रहिवास करून आलेले कॅनॉटचे दाम्पत्य सतत तिच्याबरोबर असणे, दरबार 'भोजन कक्ष' म्हणून वापरला जाणे, तिचे भारतीय सेवक तिच्या आजूबाजूला असणे यामुळे राणी व्हिक्टोरियाने जणू तिच्या पश्चिमेकडील साम्राज्याला ब्रिटनमध्ये साकार केले होते. तिच्या अधिकाऱ्यांकरिता मात्र ही धोक्याची घंटा होती. तिने निर्माण केलेल्या या वातावरणामुळे तिच्या भारतीय प्रजेमध्ये तिची लोकप्रियता पूर्वीपेक्षाही जास्त वाढली आणि ती इतकी पराकोटीची होती की, तिच्या मृत्यूनंतर तिला मिळालेला सन्मान हा ती भारतावर राज्य करणारी व्यक्ती नसून ती जणू भारतीय शासक होती, असा होता. एकोणिसाव्या शतकाचा अस्त होत असताना एकीकडे भारतातील राज अधिक ब्रिटिश होत गेले आणि इकडे राणी-सम्राज्ञीचे दैनंदिन आयुष्य अधिकाधिक भारतीय होत गेले. व्हिक्टोरियाच्या साम्राज्यातील भारतीय इतिहासाच्या अध्यायामध्ये आलेल्या या वळणामागची कारणे आणि त्याचे परिणाम याचा ऊहापोह पुस्तकाच्या या अंतिम प्रकरणामध्ये केला आहे. या प्रकरणाची सुरुवात १८९१ मधील मणिपूर या शाही राज्यापासून होते आणि ही

पहिली वेळ होती, जेव्हा राणीला पश्चात्ताप झाला होता की, तिच्या सत्ताकाळात ती मणिपूरच्या सत्तेवर असलेल्या राजाचे रक्षण करू शकली नाही. त्यानंतर यात दरबारातील फक्त मुन्शीबद्दलच नाही तर आणखी एक भारतीय मुस्लीम सेवक रफिउद्दिन अहमद यांचेही वर्णन आहे. शेवटी १९०१ मध्ये झालेल्या राणीच्या मृत्यूनंतर भारतातून आलेल्या प्रतिक्रियांचे विश्लेषण केले आहे.

मणिपूर

राणी व्हिक्टोरियाच्या फ्रेंच रिव्हिएरा येथील वार्षिक सुट्ट्यांमध्ये खंड पडला, जेव्हा मणिपूर या ब्रिटिशांच्या संरक्षणाखालील बर्माच्या उत्तर फ्रंटियरमधील या राज्यात रक्तरंजित सत्ता हस्तगत केल्याची बातमी तिच्यापर्यंत पोहोचली.[२] येथे १८८६मध्ये स्थापित असलेल्या स्वतंत्र शासक महाराज चंद्रकीर्ती यांचे निधन झाले आणि त्यांचे वारस असलेल्या सुरचंद्र सिंह आणि इतर दोन मुले टिकेंद्रजीत (ज्याला सेनापती म्हणून ओळखले जायचे.) आणि कुलचंद्र यांच्यात सत्तेसाठीचा संघर्ष सुरू झाला. सेनापतीने महालावर झालेल्या हल्ल्याचे नेतृत्व केले. सुरचंद्र यांना पदच्युत करण्यात आले आणि कुलचंद्र त्यांच्या जागी सिंहासनावर बसला. पूर्वी या राज्याला ब्रिटिश साम्राज्याचा भाग बनवण्यासाठी तयार नसलेल्या ब्रिटिशशासित भारत सरकारने कुलचंद्रला कायदेशीर शासक म्हणून मान्यता दिली. त्याच वेळी एक लष्करी तुकडी पाठवून सेनापतीला शासन करण्याचे आदेश देण्यात आले; पण अनर्थ झाला. या मोहिमेचे मुख्य जेम्स क्विंटन आसामचे मुख्य आयुक्त, अपहरण करून यांची हत्या करण्यात आली. त्यांच्या सोबत स्थानिक आणि एका गटाचे नेतृत्व करणाऱ्या ग्रिमवूड यांच्या पत्नी इथेल यांचेही अपहरण झाले. मात्र, त्या यातून आश्चर्यकारकरीत्या सुटल्या आणि नंतर त्यांनी आपल्या या विस्मयकारक अटकेचे आणि सुटका सत्राचे कथन वर्तनमानपत्रांना दिले. या घटनेमुळे लष्करी बंडाच्या स्मृती पुन्हा जागृत झाल्या आणि दक्षिण आफ्रिकेतील आयसॅण्डलवॅना येथील नुकत्याच झालेल्या अनर्थाचीदेखील यामुळे आठवण झाली. विश्वासघाताच्या आणि मृतदेहांच्या विटंबनेच्या कथा सर्वत्र पसरल्या.[३] बर्माहून जादाची कुमक पाठवण्यात आली, ज्यात गुरखादेखील सामील झाले आणि या हल्ल्याला परतवून लावण्यात आले. राजाला आणि इतर विद्रोही नेत्यांना पकडून त्यांच्यावर खटला चालवण्यात आला.

या संपूर्ण घटनाक्रमाने राणी 'प्रचंड अस्वस्थ' झाली. अपहरण झालेल्या कैदेतील लोकांबद्दल तिने हळहळ व्यक्त केली. श्रीमती ग्रिमवूड या ज्या परिस्थितीतून गेल्या 'ती नक्कीच भयंकर असणार', राणीने प्रतिक्रिया दिली; पण तिला जास्त

काळजी वाटत होती ती मणिपूरच्या राजाला मिळालेल्या वागणुकीची. ग्रासे येथे राणीने मणिपूरसंदर्भातील ब्रिटिश इतिहासाची गंभीरतेने माहिती मिळवली. मे महिन्यात विंडसरला परत येताच भारताचे राज्य सचिव रिचर्ड क्रॉस यांना बोलावून घेतले. तिने तक्रार केली की, दोन भावांना राजाच्या विरोधात उभे करण्याचे जे काम क्विंटन यांनी केले आणि त्यांनी नवीन सत्तेला जी मान्यता दिली, ते मुळात 'विश्वासघाताचे प्रकरण होते', जे 'अविश्वसनीय आणि अक्षम्य कार्य होते' ज्याची किंमत क्विंटन यांनी आपले प्राण गमावून दिली. पकडलेल्या लोकांवर चाललेले खटले आणि शिक्षेची संपूर्ण माहिती जेव्हा जून महिन्यात लंडनपर्यंत पोहोचली, तेव्हा तिने विनंती केली की, टिकेंद्रजीत आणि कुलचंद्र यांना चांगली वागणूक देत त्यांना फाशीची शिक्षा (कुठल्याही राजाला फाशी देण्याबाबत राणी साहजिकच विरोधात होती, असे निरीक्षण क्रॉस यांनी नोंदविले.) देण्याऐवजी त्यांना देशातून निष्कासित करावे किंवा त्यांना जन्मठेप द्यावी.[४]

या सर्व घटनाक्रमाची नायिका म्हणून जी पुढे आली, त्या इथेल ग्रिमवूड हिला बोलावून राणीने विंडसर येथे तिची भेट घेतली. इथेलला व्हिक्टोरिया क्रॉस किंवा क्राउन ऑफ इंडिया यांपैकी कुठलातरी सन्मान देण्यात यावा, असे राणीचे मत होते. मात्र, नंतर तिची रेड क्रॉसची राज्य सल्ला समिती सचिव म्हणून नियुक्ती करण्यात आली. या संकटातून वाचलेल्या ग्रिमवूड यांच्याशी संवाद साधला असता त्यांनीदेखील सेनापतीऐवजी या हल्ल्याचे जे इतर एक कारस्थानी लन्नाथौबू थंगल (ज्याला थंगल जनरल म्हणून ओळखले जायचे.) यांना जबाबदार धरले.[५] तिकडे इम्फाळमध्ये राजाचे वकील मनमोहन घोस यांनी राणीला दयेचा अर्ज सादर केला. राणीने यात हस्तक्षेप करून कुठला निर्णय घेऊ नये, नाहीतर तिच्या कारवाईचे 'दुष्परिणामच' होतील, असे मत व्यक्त करतानाच व्हाइसरॉय लॉर्ड लॅन्सडाउन आणि क्रॉस यांनी अगदी श्वास रोखून धरले होते. कुलचंद्र यांचा जीव वाचला. मात्र, इतर दोघांच्या संदर्भात काहीच करणे शक्य नव्हते आणि १३ ऑगस्टला व्हाइसरॉय यांच्या आदेशावरून सेनापती आणि जनरल थंगल यांना जिथे क्विंटन आणि इतरांची हत्या करण्यात आली होती, त्या जागेवर फाशी देण्यात आली. आपल्या दैनंदिनीत राणीने नोंद केली की, 'मला या सगळ्याचा खूप पश्चात्ताप होतो आहे, कारण या सगळ्या घटनाक्रमात आमचे स्वतःचे वर्तन हे स्पष्ट आणि स्वच्छ नव्हते, असे माझे मत आहे.' क्रॉस यांनी सुटकेचा श्वास सोडला आणि लॅन्सडाउनने यांना सांगितले की, 'राणीची खात्री पटली आहे की, भारतातील लोकांचा विश्वास आहे की, तिच्या स्वतःच्या बळावर ती कुठलीही मृत्युदंडाची शिक्षा टाळू शकते.'[६] पण राणी व्हिक्टोरियाने हा विषय असाच मागे पडू दिला नाही. या मृत्युदंडाच्या शिक्षेनंतर राणीने दरबारातील एक कर्मचारी हॅरियट फिप्प्स हिच्या माध्यमातून इथेल ग्रिमवूड

हिच्याशी संपर्क साधला आणि अधिक माहिती मिळवण्याचा प्रयत्न केला. मणिपूरच्या राजाच्या परिस्थितीबद्दल ग्रिमवूड हिने दुःख व्यक्त केले आणि तिच्या पतीच्या हत्येसाठी तिने त्याला क्षमा केली. मात्र, तिने हेही म्हटले की, त्याने जे इतरांसोबत केले आहे, त्यासाठी त्याने शिक्षा भोगणे योग्य आहे.[७]

मणिपूरमध्ये निर्माण झालेले हे संकट राणीच्या नेहमीच्या अनेक भारतीय वैशिष्ट्यांचे दर्शन घडवणारे होते. भारतात काम करणाऱ्या ब्रिटिश अधिकाऱ्यांवरही तिचा अविश्वास होता आणि अगदी स्वाभाविकपणे स्थानिक राजाची बाजू घेण्याची वृत्तीदेखील होती. लॅन्सडाउन यांच्यावरील तिची टीका ही स्पष्ट आणि थेट होती आणि भारत राज्याचे ब्रिटनमधील अवर सचिव जॉन गोर्स्ट यांना तिने व्हाइसरॉयना फटकारण्यासही सांगितले.[८] अगदी सेनापती हाच या सगळ्या घटनाक्रमात मुख्य खलनायक असूनदेखील त्याच्या चुकीपेक्षाही त्याच्यावर जास्त अन्याय झाल्याचे तिने वारंवार बोलून दाखवले. ब्रिटिश अधिकाऱ्यांनी त्याला दरबारात केलेली अटक ही गुप्तपणे केली गेली आणि त्याला झालेली शिक्षा ही त्याच्या गुन्ह्याला लागू होत नाही, असे राणीने बोलून दाखवले. त्याने हत्या केल्याचा आरोप त्याच्यावर सिद्ध झाला नाही आणि या सर्व रक्तरंजित घटनाक्रमासाठी तो जबाबदार नव्हता, असे तिने क्रॉसला सांगितले. (१८५७ मध्ये शार्लोट कॅनिंग हिने ज्या प्रकारे राणीला घटनेची दुसरी बाजू सांगितली होती, त्याप्रमाणे हे विधान होते.) तिने क्रॉस यांच्यापुढे आणखी एक मुद्दा मांडला की, बळी गेलेल्या लोकांचे शिरच्छेद करण्याचा प्रकार हा त्या लोकांच्या मृत्यूनंतर झाला आहे. तिने अशीही मागणी केली की, शिक्षा झालेल्या राजाच्या विधवेची आणि त्याच्या वारस मुलांची व्यवस्थित काळजी घेतली जाईल, अशी व्यवस्था सरकारने करावी.[९] याशिवाय प्रथमदर्शनी शपथपत्रासाठीचा तिचा आग्रह आणि तीव्र इच्छा कायम होती. ज्याप्रमाणे १८५७ मध्ये शार्लोट कॅनिंग हिच्या प्रत्यक्ष साक्षीदार असण्यावर राणीची भिस्त होती, त्याचप्रमाणे इकडे १८९१ मध्ये तिने इथेल ग्रिमवूड हिच्या कथांवर आपल्या सर्व विधानांचा पाया रचला होता. पूर्वी १८८० मध्ये कंदाहारमधून माघार घेतली असताना तिला वाटले होते की, ती तिच्या विचारांच्या आधारावर आपल्या मंत्र्यांना आणि व्हाइसरॉय यांना टीकेने झोडपून काढेल. यातून असे सिद्ध होत होते की, ब्रिटिशशासित भारत सरकार तिच्या नावाचा व अधिकारांचा उपयोग १८५८ नंतर कुठे व कसा करत होते याबाबत ती पूर्णतः अनभिज्ञ होती. सेनापती, थंगल जनरल आणि कुलचंद्र यांच्यावर चाललेल्या खटल्यांतून त्यांच्यावर आरोप सिद्ध झाला की, त्यांनी 'राणीविरुद्ध युद्ध छेडले होते.' मात्र, राणी व्हिक्टोरियाला या गोष्टीची अजिबात कल्पना नव्हती की, तिच्या नावाने अमलात आलेल्या या कायद्याच्या सीमा कुठवर पसरलेल्या आहेत. 'आपल्या दंडविधानाच्या तुलनेत भारताचे दंडविधान इतके वेगळे का असावे?' असा

सवाल तिने क्रॉस यांना केला.[१०] तिच्या सत्ताकाळात मणिपूरचा हा सर्व घटनाक्रम म्हणजे एकमेव प्रकरण होते, जेव्हा 'राणीविरुद्ध युद्ध पुकारणे' हा भारतात अस्तित्वात असलेला आरोप लावण्याची वेळ आली होती. तिच्याबद्दल तिरस्कार निर्माण व्हावा, अशा परिस्थितीत तिला या आरोपाने आणून ठेवले होते. मृत्युदंडाची शिक्षा रद्द करण्यात मध्यस्थी करण्यास अपयशी ठरलेली राणी व्हिक्टोरिया ही मणिपूरच्या राजाची रक्षणकर्ती होण्याऐवजी त्याच्या फाशीच्या शिक्षेला कारणीभूत ठरली. तिच्याच आज्ञापत्राने त्याच्या मृत्यूवर मोहर लावली गेली. क्रॉसला तिच्या रागाचा संपूर्ण मारा सहन करावा लागला. गुन्हेगारांना मृत्युदंडाची शिक्षा दिल्यानंतर राणीने क्रॉस याला सांगितले की, तिला 'असे प्रकर्षाने वाटते की, ठामपणे व सामोपचाराने न जाता भारतावर भयाने आणि लोकांना चिरडून राज्य करण्याचे हे जे तत्त्व सरकारने स्वीकारले आहे, त्यातून कधीच मार्ग निघणार नाही.' राणी सम्राज्ञीची अशी इच्छा आहे की, 'तिला या सगळ्याची जास्तीतजास्त माहिती देण्यात यावी.' हा सारा प्रकार पाहून क्रॉस यांचे मत झाले की, राणीच्या कानात वारे फुंकणाऱ्या लोकांच्या मतांना महत्त्व देऊन राणी ही तिच्या स्वतःच्याच भारतीय अधिकाऱ्यांच्या विरोधात जाते आहे. त्यांनी आपले हे मत शाही कुटुंबातील एका प्रमुख भारतीय सेवकाला बोलून दाखवले होते.[११]

मुन्शी आणि मौलवी

राणीच्या लवाजम्यात आता भारतीयांचे वर्चस्व आहे, हे सत्य मणिपूरच्या १८९१मधील रक्तरंजित सत्तांतरापर्यंत जगजाहीर झाले होते. ऑक्टोबर १८८७ मध्येच तिने बॉम्बे प्रेसिडन्सी सरकारला एक सार्वजनिक पत्र पाठवले होते, ज्याच्या माध्यमातून तिच्या वर्धापन दिन सोहळ्यासाठी तिला पाठवलेल्या भेटवस्तूंसाठी आणि शुभेच्छांसाठी तिने भारतीय प्रजेचे आभार मानले होते. या पत्रात तिने उल्लेख केला होता की, आता तिच्याकडे दोन भारतीय सेवक आहेत आणि ती हिंदुस्थानी शिकते आहे.[१२] उल्लेख केलेले हे दोन सेवक म्हणजे अब्दुल करीम आणि मोहम्मद बक्ष ज्यांना आग्र्याच्या तुरुंगाचे पर्यवेक्षक जॉन टायलर यांनी राणीच्या सोहळ्यादरम्यान तिच्या मदतीसाठी पाठवले होते. १८८० ते १८९०च्या दशकातील शाही घराण्याच्या सेवेत असलेल्या मुस्लीम पुरुष सेवकांची - विशेषतः आग्र्याहून गेलेल्या - जी परंपरा सुरू झाली, तिचा पाया रचणारे हे दोघे होते. यातील सगळ्यात जास्त काळ राणीच्या सेवेत राहिलेले हे अब्दुल करीम होते, ज्यांना नंतर मुन्शी म्हणून ओळखले जायचे. जेव्हा राणीने १८८८ मध्ये त्यांना एका सेवकापासून तिचे सचिव म्हणून बढती दिली.[१३] अब्दुल करीम आणि मोहम्मद बक्ष लवकरच राणीच्या दरबारातील

मुख्य लोकांमधील एक बनले. राणीने तिच्या आवडीच्या कलाकारांना म्हणजेच रुडॉल्फ स्वॉबोडा आणि मूर्तिकार जोसेफ बोहम यांना बोलावून घेतले आणि या दोघांना चित्रबद्ध केले. तिने स्वतः अब्दुल करीम यांचे रेखाचित्र काढले होते. शाही कुटुंबाच्या नाट्यकृतींमध्येदेखील या दोघांचा समावेश करण्यात आला आणि मुख्यतः त्यांना अरब व्यक्तिरेखाच साकारायला मिळाल्या. तिच्या या नवीन सेवकांनी कुठल्या प्रकारचा पोशाख करावा, हे अत्यंत बारकाईने तिने समजावून सांगितले होते. भारतीय आणि युरोपीय असा मिश्र पोशाख - एक लाल रंगाचा अंगाशी घट्ट बसणारा सदरा, भारतीय पगडी आणि कमरेभोवती पट्टा, म्हणून त्यांना देण्यात आला होता.[१४] कुठलाही वर्णभेद वगैरे लपवण्याचा प्रयत्न केला गेला नाही, कारण ते दरबारात भारतीय म्हणूनच समाविष्ट केले गेले होते. ते दरबारीच होते जे योगायोगाने भारतीय आहेत, अशी लपवाछपवी करणे आवश्यक नव्हते.

स्वतःसाठी भारतीय सेवकांची उपलब्धता करून घेण्यात काही प्रमाणात राणी तिच्या मुलांचेच अनुकरण करत होती, कारण १८७६ मध्ये परतताना वेल्सच्या राजकुमाराने स्वतःसाठी एक भारतीय घोडदळाची तुकडी बरोबर आणली होती. राणीच्या सुवर्णमहोत्सवी वर्धापन दिन सोहळ्यासाठी भारतातून परत आलेल्या कॅनॉटच्या ड्यूक दाम्पत्याने स्वतःबरोबर त्यांचा भारतीय सेवक आणला होता, ज्याचे नाव स्टीफन दामुदा होते, जो एक ख्रिश्चन अनाथ मुलगा होता. या दाम्पत्याला भारतात राहिल्यामुळे आता हिंदुस्तानीसुद्धा बोलता येऊ लागले होते. राणीला असेच हिंदुस्थानी बोलता येणे आणि त्याचबरोबर लिहिणेदेखील शिकायचे होते. तिच्याशी बोलताना फक्त हिंदुस्थानीमध्येच संवाद करावा, अशा सूचना तिने आपल्या भारतीय सेवकांना दिल्या होत्या. फक्त बोलताना हळुवार बोला हे सांगायला ती विसरली नाही. त्यानंतर एक दशकभर, अब्दुल करीम यांच्याकडून भाषेचे धडे गिरवण्याच्या तिच्या दैनंदिनीत फक्त तो भारतात सुटीवर गेला तरच खंड पडत असे.[१५] पुढे दरबारात जर राणीला भेटायला भारतीय पाहुणे आले, तर तिच्यासाठी दुभाषा म्हणूनसुद्धा अब्दुल करीम काम करू लागला. १८८७ मध्ये जेव्हा बडोद्याचे गायकवाड ब्रिटनला आले, तेव्हा याची सुरुवात झाली.

इतर कुठल्याही गोष्टीपेक्षा राणी-सम्राज्ञी म्हणून राणी व्हिक्टोरियाच्या एका मुन्शीला तिने आपला उजवा हात बनवल्याने महालातील इतर कर्मचाऱ्यांमध्ये आणि भारतीय कार्यालयात मोठीच उलथापालथ झाली होती. अब्दुल करीम याचा वावर सर्वदूर होता. विंडसर किंवा बकिंगहॅम महालातील राणीच्या दैनंदिन कामातच नाही तर तो आता तिच्यासोबत प्रवासालाही जाऊ लागला होता. इतकेच नाही तर जुलै १८९१ नंतर दरबारातील राणीच्या सार्वजनिक कार्याच्या सूचना पत्रकावरसुद्धा त्याचे नाव कायम झाले होते.[१६] त्याला लवकरच स्वतःचे घरही देण्यात आले. विंडसरलाच

फ्रॉगमोर कॉटेज, बालमोरालला एक विशेष बांधून घेतलेले घर आणि ऑस्बर्नला आर्थर्स कॉटेज ही त्याच्या निवासांची नावे होती. आग्र्याला अब्दुल करीमच्या वडिलांना विशेष सवलती मिळाव्यात म्हणून राणीने खूप प्रयत्न केले. त्यांना सरकारी सन्मान आणि जमीन देण्यासाठी तिने सरकारला सांगितले होते. अब्दुल करीमलाही तो भारतात आला असताना विशेष स्थान देण्यात यावे, असा तिचा आग्रह होता. प्रवास करताना शस्त्र बाळगणे, आगमनाच्या वेळी त्याला नेहमीच्या परंपरांतून वगळणे आणि व्हाइसरॉय यांच्या दरबाराला आमंत्रित केले जाणे या सवलतींसाठी तिने आग्रह धरला होता. तिच्या सेवाकाळात तिने त्याला विविध पारितोषिके, प्रतिष्ठेचे सन्मान बहाल केले होते.[१७]

दरबारात कुण्या एकाला फार महत्त्वाचे स्थान मिळणे आणि त्यातही ही कुणी एक व्यक्ती जर परदेशी व्यक्ती असणे कुणालाही आवडत नाही. अब्दुल करीमसाठीची नाराजी त्यामुळे वाढतच गेली. मग आरोपांच्या फैरी सुरू झाल्या. एका कोटावरील दागिन्याची चोरी केल्याचा आरोप, महालातील इतर भारतीय सेवकांमध्ये दहशत निर्माण केल्याचा आरोप आणि आपल्या आयुष्याबद्दल आणि दरबारातील भूमिकेबद्दल बढवूनचढवून वर्तमानपत्रात फोटोसह माहिती देण्याचा आरोप असे सगळे प्रकार झाले. महालात अफवांचे पेव फुटले की, मुन्शी दिसतो तसा अजिबात नाही. म्हणून मग १८९४ मध्ये भारतात त्याच्या कुटुंबासंदर्भात आणि समाजातील स्थानासंदर्भात चौकशी करण्यात आली. यात अशी माहिती बाहेर आली की, त्याचे वडील हे आग्र्याच्या तुरुंगात सर्जन जनरल नसून ते फक्त एका डॉक्टरचे मदतनीस आहेत.[१८] त्याच्या खऱ्या ओळखीचा शोध घेण्याचा प्रयत्न करण्यापेक्षा हा सगळा प्रकार म्हणजे त्याच्या निष्ठेवर प्रश्नचिन्ह निर्माण करण्याचा प्रयत्न होता. खरे-खोटे काही ठाऊक नाही; पण १८९० च्या मध्यकाळात मुन्शीने भारतासंदर्भातील तिच्या मतांना मुस्लीमधार्जिणे करण्याचा प्रयत्न केला होता, असेदेखील म्हटले जात होते. तसेच राणीने काही महत्त्वाची आणि गोपनीय माहिती मुन्शीला दिली आणि भारतीय कार्यालयाला भय वाटत होते की, त्याने कदाचित ती अफगाणिस्तानच्या आमिरच्या बाजूने मध्यस्थी करणाऱ्यांना दिली होती. भारताचे ब्रिटनमधील राज्य सचिव हॅमिल्टन यांनी तर अक्षरशः धमकी दिली की, जर राणी अशा प्रकारे राज्यातील गोपनीय माहिती इतरांना सांगणार असेल, तर ते यापुढे कुठलेही महत्त्वाचे कागदपत्र तिला दाखवणार नाहीत. १८९६ मध्ये मुन्शी जेव्हा भारतात आले, तेव्हा त्यांच्या सर्व हालचालींवर आणि त्यांच्या संपर्कातील सर्व लोकांवर लक्ष ठेवण्यासाठी कलकत्त्याचे माजी पोलीस उपायुक्त सर जॉन लॅम्बर्ट यांच्या नेतृत्वाखाली एक तुकडी नेमण्यात आली होती.[१९] एक वर्षानंतर १८९७ मध्ये हे सर्व प्रकरण राणीच्या फ्रेंच रिव्हिएरातील सिमिइझ येथील तात्पुरत्या रहिवासाच्या वेळी पुढे आले, जेव्हा

एक्सेल्सिअर हॉटेलमध्ये मुन्शी मोस्लेम पॅट्रिऑटिक लीगच्या रफिउद्दिन अहमद या व्यक्तीला भेटायला गेला होता आणि असे मानले गेले की, काही अत्यंत संवेदनशील माहिती देण्यासाठी ही भेट ठरली होती. अहमद याला हॉटेलातून काढून टाकण्यात आले आणि पुढे सुट्ट्यांच्या काळात त्याला तिकडून हाकलून लावण्यात आले. वेल्सच्या राजपुत्रासह बॅटनबर्गचे राजकुमार लुइस (राणी व्हिक्टोरियाची नात आणि हेसच्या राजकुमारी व्हिक्टोरिया यांचे पती) यांनी दुर्दैवी मुन्शीच्या विरोधात कान भरणे सुरू केले होते. राणीला तिच्या डॉक्टरने शेवटी स्पष्ट विचारणा केली आणि तिला समजावून सांगितले की, ही परिस्थिती फक्त धोकादायकच नव्हती, तर फार लाजिरवाणी स्थिती निर्माण होण्याचीदेखील दाट शक्यता त्यात होती.[२०]

यानंतर मात्र अब्दुल करीमचा वावर कमी झाला. राणीच्या अंतिम काळातील शेवटचे वर्ष तर त्याने भारतातच व्यतीत केले आणि काही बारीकसारीक तक्रारींव्यतिरिक्त त्याच्या वर्तनासंदर्भातील कुठल्याही गोष्टीवर दरबारात फारशा प्रतिक्रिया उमटल्या नाहीत. तरीही राणीच्या निधनानंतर या मुन्शीसंदर्भातील सगळे पुरावे अगदी तत्काळ नष्ट करण्यात आले. गादीवर बसलेले नवीन राजे सातवे एडवर्ड यांनी लगेच मुन्शीचा गाशा गुंडाळून, त्याला भारतात रवाना केले आणि तिथे त्याला भरपूर मोठी जमीन नावे करून दिली. त्याचा राणीसोबत असलेला सर्व पत्रव्यवहारदेखील नष्ट करण्यात आला आणि शेवटच्या पंधरा वर्षांतील राणीच्या आयुष्याच्या नोंदी असलेल्या दैनंदिनी, काही पत्रे जेव्हा १९३० व १९३२ मध्ये प्रकाशित करण्यात आली, तेव्हा त्यातील मुन्शीसंदर्भातील सर्व उल्लेख बहुतांश ठिकाणी वगळण्यात आले होते.[२१] इजिप्तचे काउन्सिल जनरल लॉर्ड क्रोमेर यांनी सगळ्यांच्या मनातील भावना ओळखून असा दावा केला होता की, भारतासंदर्भातील राणीच्या ज्या काही कल्पना आणि मते होती, ती मुन्शीच्या माध्यमातून निर्माण झाली होती आणि जर ती लागू केली असती तर चुकीची ठरली असती.[२२] मात्र, हा कठोर निष्कर्ष नक्कीच निकाली काढला जाऊ शकतो. जिथवर भारतीय राजकारणाचा संबंध होता, मुन्शीच्या येण्यापूर्वीपासून राणी सर्व कारभार आपल्या हाती ठेवून अगदी निर्णय घेत होती. तिने राज्यासंदर्भातील काही संवेदनशील आणि गोपनीय माहिती मुन्शीला पुरवली याचा कुठलाही पुरावा नाही आणि भारतासंदर्भात इतरत्र कुठेही उपलब्ध नाही. अशा काही सल्ल्यांची पूर्तता करून मुन्शीने राणीला मार्गदर्शन केले, यालाही काही आधार नाही. सरतेशेवटी एवढे म्हणता येईल की, राणीकडे नव्हती अशा कुशाग्र, कारस्थानी बुद्धीचा धनी अब्दुल करीम होता आणि असे म्हणणे म्हणजे त्याला डोक्यावर घेण्यासारखे आहे. तिच्या सत्तेचा काळ अंतिम टप्प्यात असताना मुस्लीम भारतासंदर्भात राणीच्या स्वतःच्या काही कल्पना होत्या आणि तिचे मतपरिवर्तन करणारे जर कुणाचे काही सल्ले असतील तर ते मुन्शीकडून नाही तर त्याच्या मौलवी मित्राकडून - रफिउद्दिन

अहमदकडून - राणीपर्यंत पोहोचले होते, ज्याच्याबद्दल आता आपण जाणून घेण्याची वेळ आली आहे.

मिडल टेम्पल येथे कायद्याचे शिक्षण घेण्यासाठी म्हणून पूनाहून १८८९ मध्ये लंडनला आलेल्या एका तरुण मुस्लीम मुलाचे नाव होते रफिउद्दिन अहमद. लवकरच इंग्लंडमधल्या मवाळ भारतीय मुस्लीम निष्ठावंतांचा एक प्रमुख वक्ता म्हणून त्याचे नाव झाले.[२३] एक वर्षातच त्याने राष्ट्रीय भारतीय संघटनेचे सदस्यत्व स्वीकारले आणि त्यानंतर मुस्लीम पॅट्रिऑटिक लीग नावाची संस्था स्थापन करण्यासाठी मदत केली. तोवर सार्वजनिक स्तरावर इस्लामच्या बाजूने बोलणारा एक मुस्लीम म्हणून तो लोकांमध्ये ओळखला जाऊ लागला होता. मोहम्मदला रंगमंचावर प्रस्तुत करण्याबद्दल इंग्लिश रंगभूमीवर टीका करणारा आणि भारतातील मुस्लीम महिलांसाठी परदा करणे कसे गरजेचे आहे, हे तो इंग्लिश लोकांना समजावून सांगत असे. प्रख्यात कवी लॉर्ड टेनिसन यांच्याशी त्यांच्या इस्ले ऑफ व्हाइट येथील निवासस्थानी जाऊन त्याने मैत्री केली होती. आणि कुठलाही राजकीय परवाना नसताना १८९१ मध्ये त्याने कॉन्स्टन्टिनोपलला जाऊन खलिफतचे मुख्य नेता सुलतान अब्दुल हमीद द्वितीय यांची एकदा नाही तर दोनदा भेटदेखील घेतली.[२४]

वर्ष १८९२ सरतासरता रफिउद्दिन अहमद याने द स्ट्रँड या मासिकात राणीच्या हिंदुस्थानी दैनंदिनीतील काही पानांची सत्य प्रत छापून आणली, ज्यावर स्वतः राणीने 'या लेखाकरिता विशेष' असे अनुमोदन दिले होते. यात दोन घटनांचा उल्लेख होता. एक म्हणजे १८८९ मध्ये जेव्हा पर्शियाचे शाह लंडनला आले होते आणि १८९२ मध्ये जेव्हा राणीचे पती युवराज अल्बर्ट व्हिक्टर यांचे निधन झाले. त्यानंतर राणीने व्यक्त केलेला शोक, अहमद याने लेखात नमूद केले होते की, तो बालमोरला गेला असता त्याला राणीने या दैनंदिनी दाखवल्या होत्या आणि याच भेटीदरम्यान कॅनॉटचे ड्यूक यांना त्याने 'हिंदुस्थानीमध्ये संवाद करताना' ऐकले होते. राणीच्या प्राच्य अभ्यासाचे कौतुक करताना यात लिहिले होते की, संपूर्ण भारतीय राजांकरिता हे एक उदाहरण ठरू शकते आणि या लोकांनी भारतीय प्रजेसोबतचे त्यांचे संबंध कसे दृढ केले आहेत आणि त्यांच्या वर्तनातून खलिफतला किती सकारात्मक ऊर्जा प्राप्त झाली आहे. राणीच्या हिंदुस्थानी शिक्षणातील प्रगतीचे श्रेय त्याने मुन्शीला दिले आणि त्यासोबत त्याने मुन्शीचे रेखाचित्रही छापले, ज्यास अर्थात तो स्वतःदेखील उपस्थित होता.[२५] या विशेष लेखाच्या प्रसिद्धीसोबत बदनामीही मिळाली. प्राच्य अभ्यासक म्हणून अहमदसंदर्भातील वैयक्तिक माहिती विविध वृत्तपत्रांमध्ये छापून येऊ लागली. सगळी कवाडे उघडू लागली होती. दरबारातील त्याचे जाणे-येणे नित्याचे झाले होते. वेल्सच्या राजपुत्राने त्याला भेटायची परवानगी दिली आणि तसेच यॉर्कचे ड्यूक जॉर्ज आणि टेकच्या राजकन्या मेरी यांच्या जुलै १८९३मध्ये

आयोजित विवाहासाठी आमंत्रित पाहुण्यांच्या यादीतही त्याचे नाव सामील करण्यात आले होते. याचा संपूर्ण वृत्तान्त अहमदने द स्ट्रॅन्डमध्ये लिहिला होता. अहमदच्या महालात आणि कुटुंबात असलेल्या वावराला राणीने तिच्या खास प्रथेप्रमाणे परवानगी दिली होती. तिने त्याचे रेखाचित्र काढण्यास रुडॉल्फ स्वॉबोडा यांना सांगितले.(२६) दरबारात, एक अनोळखी व्यक्ती ते नित्याचा पाहुणा इथवरचा अहमदचा प्रवास हा राणीच्या सत्ताकाळातील कुठल्याही भारतीयांच्या प्रवासापेक्षा अधिक वेगाने झाला; पण ओळख परेडमधून आणि तपासातून मौलवी शिताफीने निसटला.

खरेच, रफिउद्दिन अहमद याने शाही कुटुंबाचा विश्वास संपादन करण्यासाठी कुठला मार्ग अवलंबला हे अजूनही अस्पष्ट आहे. राणीसोबत त्याचा दोनदा संवाद झाला होता.(२७) भारताचे राज्य सचिव क्रॉस यांच्याजवळ मे १८९१ मध्ये राणीने त्याचे कौतुक करताना माहिती दिली की, बॉम्बेच्या गव्हर्नर यांच्या पत्नी लेडी हॅरिस या अहमदच्या लंडनमधील वास्तव्यादरम्यान त्याच्या पालक आहेत. 'तो अतिशय हुशार आणि निष्ठावान असून, इंग्लंडच्या आणि भारताच्या परस्परांविषयीच्या भावनांमध्ये दृढता आणण्यास तो उतावीळ आहे,' अशा शब्दांत राणीने क्रॉस यांना अहमदची माहिती दिली आणि पुढे त्या म्हणाल्या की, तो 'अत्यंत कडवा पण उदार मतांचा एक मुस्लीम आहे,' ज्याला क्रॉस यांनी भेटण्याची गरज आहे.(२८) अहमदच्या आणि राणीच्या दुसऱ्या भेटीदरम्यान कदाचित अब्दुल करीम याने राणीच्या परोक्ष किंवा तिच्या परवानगीने रोजनिशीतील माहिती त्याला दिली असावी किंवा कदाचित स्वतः राणीनेही त्याला ती पाने प्रकाशित करण्यासाठी दिली असावीत. मात्र, प्रकाशन थांबवण्यासाठी तिने कुठलेही पाऊल उचलले नाही. उलट तिने त्याच्या काही कल्पनांचा स्वीकारही केला. विशेषतः १८९२ मध्ये रफिउद्दिन याला भेटल्यानंतर काही काळातच राणी व्हिक्टोरियाने, अल्पसंख्याक म्हणून भारतीय मुस्लिमांच्या असलेल्या परिस्थितीसंदर्भात अस्वस्थता व्यक्त केली होती आणि या संदर्भात लॉर्ड लॅन्सडाउन यांच्याशी नवीन भारतीय परिषद कायद्यासंदर्भात बोलताना अहमद याने व्यक्त केलेल्या विचारांचाच पुनरुच्चार केला.(२९) हज यात्रेसाठी मक्केला जाणाऱ्या यात्रेकरूंमध्ये प्लेगची लागण होण्याच्या शक्यतेमुळे उडालेल्या गोंधळात १८९४ मध्ये अहमद याने भारतीय मुस्लिमांच्या बाजूने काम केले. परदेशातील कार्यालयात त्याची अब्दुल करीम याचा भाऊ म्हणून ओळख करून देण्यात आली आणि तो लॉर्ड रॉसबेरी यांच्या मंत्रिमंडळातील भारताचे नवीन राज्य सचिव सर हेन्री फाउलर यांना भेटला. जहाजावरील तपासणीच्या वेळी व्यवस्था करण्यात त्याचा मोठा सहभाग होता आणि ज्याबद्दल त्याने नंतर दावा केला की, त्याच्या या कामामुळे भारतीय मुस्लिमांमध्ये 'आत्मीय समाधान' पाहायला मिळाले होते.(३०) शेवटी १८९४ हे वर्ष संपत असताना अहमदने भारतीय राष्ट्रीय काँग्रेसवरील आपल्या

टीकेला धार चढवली आणि आरोप केला की, बॉम्बेमध्ये उसळलेल्या वांशिक दंग्याचे कारण हे राजकीय चिथावणीमुळे घडून आले होते. मग पुन्हा राणी कार्यवाही करण्यास सज्ज झाली. तिने लगेच व्हाइसरॉय एल्गिन यांना टेलिग्राम केला व या संदर्भातील सर्व माहिती तिला पाठवण्याचा आदेश दिला.[३१]

रफिउद्दिन अहमद म्हणजे इतरांना मंत्रमुग्ध करणारी व्यक्ती होती. लंडनला येण्यापूर्वी तो अब्दुल करीमला ओळखत होता अशी शक्यता फार कमी आहे. मात्र, ते दोघे १८९१ मध्ये जेव्हा पहिल्यांदा भेटले, त्यानंतरच्या पुढील काळात अहमद याचा राणीपर्यंत पोहोचण्याच्या मार्ग अब्दुल करीमच्या माध्यमातूनच सुकर झाला असावा, यात मात्र शंका नाही. कुठल्याही निष्कर्षाप्रत पोहोचण्यासाठी आवश्यक पुरावे अस्तित्वात नाहीत. मात्र, अहमदच्या विचारांना मुन्शीने उचलून धरले आणि म्हणून राणीने त्याच्या पत्रकारितेचा स्वतःसाठी उपयोग करून घेण्याचे ठरवले असावे, असे विधान केले जाऊ शकते. उदाहरणार्थ - १८९८ मध्ये राणीने व्हाइसरॉय लॉर्ड कर्झन यांनी भारतात नवीन विद्यापीठाची स्थापना करून ती फक्त भारतातील मुस्लिमांच्या उच्च शिक्षणासाठी समर्पित असावी, यासाठी अहमद यांच्या लेखाचा संदर्भ घ्यावा अशी शिफारस केली होती.[३२] नेहमीप्रमाणेच भारतीय कारभारासंदर्भात राणीने इतरांच्या म्हणण्यानुसार नाही तर कायम स्वतःच्या मनाप्रमाणे निर्णय घेतले होते. थोडे वेगळ्या प्रकारे सांगायचे झाले, तर १८९० मध्ये तिने जी मवाळ भूमिका स्वीकारली होती, ती केवळ दोन धर्मांच्या आणि वंशाच्या लोकांमधील तणाव टाळण्यासाठी घेतली होती. १८८३ मध्ये रिपन यांच्या कायदा सुधारणेच्या संदर्भात जी परिस्थिती निर्माण झाली होती, तेव्हा युरोपीय लोकांचा असंतोष मावळण्यासाठी तिने अशाच प्रकारची भूमिका घेतली होती. अहमद हा मुन्शीचा मित्र होता म्हणून तिने त्याच्या मतांचा विचार केला असे नव्हते तर त्याची मते ही तिच्या स्वतःच्या काही चिंतांशी जुळणारी होती, म्हणून तिने त्याच्याशी संवाद साधला होता.

पण दरबार आणि भारतीय कार्यालय यांच्यासाठी मात्र मुन्शी आणि मौलवीतील ही मैत्री म्हणजे सुरक्षेच्या दृष्टीने धोकादायक गोष्ट होती. मागे आलेल्या उल्लेखाप्रमाणे १८९७ मध्ये त्याला राणीच्या हॉटेलमधून हाकलून लावण्यात आले होते आणि १८९८ मध्ये त्याच्यावर पोलिसांचा कडक पहारा ठेवण्यात आला होता.[३३] आमिर आणि त्याच्यातील दुव्याच्या कुठल्याही पाऊलखुणा सापडल्या नाहीत; पण अस्वस्थ ब्रिटिशांसाठी तो एक 'हिंसक प्रवृत्तीचा' बंडखोर, एक मुस्लीम कारस्थानी आणि कदाचित एक गुप्तहेर होता.[३४] राणीसाठी तो एक माहीतगार, सहृदयी व्यक्ती होता. दोन धर्मांतील वाढत चाललेल्या तेढीच्या पार्श्वभूमीवर, भारतातील मुस्लिमांच्या स्थितीसंदर्भात एक नवीन दृष्टिकोन विकसित करण्यासाठी त्याने राणीला मदत केली होती. झापडे लावलेल्या आणि एकांगी विचार करणाऱ्या तिच्या अधिकाऱ्यांच्या

ती एक पाऊल पुढे होती. हिंदुस्थानी भाषा शिकणे, मुन्शीवर विश्वास टाकणे आणि अहमदकडून मार्गदर्शन मिळवणे या सर्व माध्यमांतून तिला ब्रिटिशशासित भारत सरकार आणि ब्रिटनमधील भारतीय कार्यालय यांच्यापासून दूर राहून कारभार चालवणे शक्य झाले होते. राणीने इतरांनाही असे करण्याचा सल्ला दिला होता. भारताचे १८९९मधील व्हाइसरॉय लॉर्ड कर्झन यांनाही तिने एक दुभाषा होण्याविषयी सुचवले होते, जेणेकरून अँग्लो-इंडियन समाजाच्या दृष्टिकोनाचा प्रभाव दूर करता आला असता.[३५] कर्झन यांना कुठल्याही मुन्शीची गरज नव्हती आणि आपण पाहणार आहोत की सर्व व्हाइसरॉयमधील सगळ्यात तरुण आणि हेकेखोर कर्झन यांची ब्रिटिश राजमधील शाही घराण्याच्या भूमिकेसंदर्भात आपली स्वतःची मते होती.

भारतीयांनी फक्त शाही कुटुंबाच्या सेवेत न राहता तिच्या देशात इतर ठिकाणीदेखील सहभागी व्हावे अशी राणीची इच्छा होती. भारतीय राजांना संसदेच्या वरिष्ठ सदनात म्हणजेच हाउस ऑफ लॉर्ड्समध्ये बसण्याची परवानगी द्यावी या प्रस्तावाला तिने १८९६मध्ये अनुमोदन दिले होते.[३६] त्यानंतर तीन वर्षांनी, दक्षिण आफ्रिकेतील युद्धाच्या काळात भारतीय सैन्याला तिकडे पाठवण्याची विनंती तिने केली होती आणि जेव्हा जादा कुमक म्हणून ११००० भारतीयांना तिकडे रवाना करण्यात आले, तेव्हा तिला समाधान वाटले होते; पण तिला अधिक अपेक्षा होती. १९००मध्ये अनेक प्रसंगी तिने भारताचे राज्य सचिव जॉर्ज हॅमिल्टन यांच्याकडे हट्ट केला होता की, काही वरिष्ठ भारतीय अधिकाऱ्यांना सैन्याचे अधिकारी म्हणून भूमिका दिली जावी. भारतीय राजे तर तिच्या मनात होतेच. तिच्या या सूचनेला अगदी नम्रपणे मात्र ठामपणे हॅमिल्टन यांनी बाजूला सारले. अगदी व्हाइसरॉय यांचा पाठिंबा असतानाही हॅमिल्टन यांना आश्चर्य वाटत राहिले की, वयोवृद्ध राणी अजूनही तितकीच सावध, सहभागी आणि भारताला समर्पित होती.[३७]

स्मृतीत

सन १९००च्या उन्हाळ्यापर्यंत राणीचे वाढणारे वय फार जाणवू लागले होते. ती एप्रिल महिन्यात समुद्रमार्गे आयर्लंडला प्रवास करून गेली आणि जुलैमध्ये बकिंगहॅम महालात एका मोठ्या स्नेहमिलनाचे आयोजन केले होते, ज्याला बडोद्याचे शाही दाम्पत्य आणि कूच बिहारचे महाराज पाहुणे म्हणून उपस्थित होते.[३८] तिचे सर्व मदतनीस तिच्या सतत बरोबर राहू लागले होते आणि फक्त शाही निवासस्थानांपर्यंत तिच्या हालचाली मर्यादित करण्यात आल्या होत्या. दरबारात येणाऱ्या लोकांना भेटी देण्याव्यतिरिक्त तिला आता काहीही काम करण्याची परवानगी नव्हती. इतका

एकान्तवास असतानाही तिने भारतातील राजांसाठी आपले दरवाजे कायम उघडे ठेवले होते. भारतीय कार्यालयाने निर्माण केलेले सर्व अडथळे बाजूला सारून कपूरथळाचे महाराज यांनी शेवटी ऑक्टोबरमध्ये बालमोरालला जाऊन तिची भेट घेतलीच. राणीलाही त्यांची प्रतीक्षा होती. भारताचे राज्य सचिव हॅमिल्टन स्तंभित झाले होते. कुठलाही अधिकृत परवाना नसताना त्यांनी राणीची भेट घेतली, ही केवळ एकच बाब त्यांना आश्चर्यचकित करणारी नव्हती तर मुळात कपूरथळाचे महाराज हे खरे तर त्यांच्या 'बाहेरख्याली' असण्याच्या ख्यातीमुळे आमंत्रित करण्याच्या योग्यतेचेच नव्हते. तिला भेट देण्यासाठी येण्यास अपेक्षित असलेल्या राणीच्या भारतीयांच्या यादीतील कपूरथळाचे महाराज हे एकमेव नव्हते. तिच्या शेवटच्या आजारपणाच्या अगदी काही काळ आधी मोरवीचे ठाकूर इंग्लंडला आले आणि त्यांनी राणीला काही विशिष्ट फुलदाण्या पाठवल्या, ज्यांच्याबद्दल तिने अतिशय उत्साहाने लॉर्ड कर्झन यांना लिहिले. हे पत्र तिच्या मृत्यूच्या अगदी अकरा दिवस आधी लिहिले गेले होते.[४०] राणीच्या शेवटच्या कार्यकालीन कामाच्या वेळी भारतीयांची उपस्थिती होती. अब्दुल करीम तिच्या शेजारी असताना २ जानेवारी १९०१ रोजी राणीने दक्षिण आफ्रिकेतील ब्रिटिश सैन्याचे प्रमुख लॉर्ड रॉबर्ट्स यांना भेट घेण्यास वेळ दिली होती. जेव्हा रॉबर्ट्स ऑस्बर्न हाउसला तिची भेट घ्यायला उपस्थित झाले, तेव्हा त्यांच्याबरोबर सहा भारतीय घोडदळ अधिकारीदेखील होते. भारतातील १८५७-५८च्या बंडाच्या कारवाईत आणि अफगाण युद्धातील वरिष्ठ अधिकारी, दिल्ली येथे १८७७ मध्ये आयोजित शाही सोहळ्याच्या लष्करी पाहणीचे संचालक आणि १८८०च्या काळात मद्रास लष्कराचे मुख्याधिकारी म्हणून काम पाहिलेले रॉबर्ट्स म्हणजे १८५८नंतरच्या भारतातील सत्तातरानंतर स्थापित शाही लष्कराचे मूर्तिमंत रूप होते.[४१] सार्वजनिकरीत्या पूर्णपणे ब्रिटनमध्ये व्यतीत केलेल्या पण भारतामध्ये वर्धिष्णू झालेल्या आयुष्याकरिता ही अगदी सुयोग्य अंतिम सलामी होती.

पुढील पंधरा दिवसांत राणीची प्रकृती ढासळली. बरोबर १५ जानेवारीनंतर रोज तिच्या प्रकृतीसंदर्भातील माहिती टेलिग्राम करून भारतात व्हाइसरॉय यांना कळवली जाऊ लागली; जी सरकारी गॅझेटमध्ये प्रकाशित करण्यात येत असे. तीन-चार दिवसांतच म्हणजे १८ जानेवारीपासून टेलिग्रामची संख्या वाढली. आधी दिवसाला दोन-तीनपासून ते प्रत्येक तासाला एक असे त्याचे प्रमाण झाले होते. भारतातील विविध भागांत राणीच्या प्रकृतीत सुधारणा व्हावी म्हणून प्रार्थनांचे आयोजन केले गेले. २२ जानेवारीला राणी व्हिक्टोरियाचे निधन झाले, तेव्हा तिच्या आजूबाजूला तिचे डॉक्टर, परिचारिका आणि विंचेस्टरचे बिशप हजर होते. तिचा मृतदेह मग भोजनगृहात आणण्यात आला आणि महालातील संपूर्ण कर्मचारी - ज्यात अब्दुल

करीमदेखील होता - तिथे उपस्थित होते, ज्यांना तिला शेवटचा निरोप देण्याची संधी दिली गेली. त्यानंतर तिला अंत्यसंस्कारापर्यंत ऑस्बर्नच्या चर्चमध्ये ठेवण्यात आले होते. तिथे एका मोठ्या चबुतऱ्यावर तिची शवपेटी ठेवण्यात आली, ज्यावर शाही प्रतीके ठेवण्यात आली. एकीकडे स्कॉटिश सिंह आणि दुसऱ्या बाजूला आयरिश हार्प अशी ती चिन्हे होती. या ध्वजाच्या खाली एक भारतीय शाल अंथरण्यात आली होती आणि चर्चच्या संपूर्ण जमिनीवरदेखील भारतीय गालिचा पसरलेला होता. तिच्या अंतिम समयी आणि संपूर्ण आयुष्यभरदेखील भारत राणीच्या सान्निध्यात राहिला.

तिच्या निधनाची बातमी भारतात धडकताच संपूर्ण देश स्तब्ध झाला. सरकारने तीन दिवसांचा दुखवटा जाहीर केला आणि संपूर्ण सरकारी अधिकाऱ्यांना तीन दिवस काळी वस्त्रे घालण्यास सांगितले गेले. अनेक शासकांच्या राज्यांत तर याहीपेक्षा दोन पावले पुढे जाऊन गोष्टी घडल्या. म्हैसूरमध्ये तीनऐवजी चार दिवसांचा दुखवटा जाहीर करण्यात आला. हैदराबादमध्ये ही बातमी कळताच एका शिक्षा झालेल्या गुन्हेगाराच्या गळ्याभोवती फास आवळला जात असताना ती कारवाई निझामाने थांबवली आणि त्या गुन्हेगाराला माफी देण्यात आली.[४२] लंडनमधील अतिम संस्काराच्या दिवसाला धरून २ फेब्रुवारीला भारतात श्रद्धांजली सभांचे आयोजन करण्यात आले. कर्झन यांनी पुढाकार घेत कलकत्त्याच्या कॅथेड्रलमध्ये आयोजित शोकसभेला व प्रार्थनेला उपस्थिती लावली. बॉम्बे येथेही सभांचे आणि प्रार्थनांचे आयोजन करण्यात आले होते. मात्र, राणीच्या आत्म्याचा प्रवास हा 'नरकाच्या द्वारातून' पुढे होवो, अशा अर्थाच्या एका संदेशानंतर काहीजणांनी विरोध प्रदर्शित केल्यानंतर हे विधान काढून टाकण्यात आले.[४३] नेहमीप्रमाणे शाही सरकारने कुठल्याही आयोजनासंदर्भातील सूचना देण्याऐवजी भारतीय लोकांच्या उत्स्फूर्त प्रतिक्रियांना वाट मोकळी करून दिली होती. काळे कपडे परिधान करण्याचा सरकारी आदेश अनेकांना दुखावणारा होता. आदेशाची भाषा आणि रंगाची निवड दोन्ही गोष्टी नापसंत होत्या, कारण भारतात शोक व्यक्त करण्यासाठी पांढरे कपडे पेहरले जातात.[४४] प्रतिक्रियांच्या या सगळ्या घटनाक्रमात सगळ्यात वैशिष्ट्यपूर्ण गोष्ट पाहायला मिळाली ती कलकत्त्याच्या मैदानावर. कॅथेड्रलमध्ये ख्रिश्चन धर्मानुसार सगळे विधी होत असताना मैदानावर स्थानिक हिंदूंनी एकत्र येऊन एक विधी आयोजित केला होता. राणीच्या प्रतिमेला एका आधाराने उभे केले होते आणि त्याला पांढरे वस्त्र नेसविण्यात आले होते आणि तोपर्यंतच्या शहराच्या इतिहासातील सगळ्यात मोठ्या मेळाव्यात जमलेल्या लोकांनी संपूर्ण मैदानभर देवी लक्ष्मीची प्रतिमा डोक्यावर घेतली होती. भारतातील इतर शहरांमध्येदेखील स्थानिक प्रथांप्रमाणे राणीच्या निधनाला विधी आयोजित करण्यात आले होते. उदाहरणार्थ - बॉम्बेमध्ये

अचानक पांढऱ्या पुष्पचक्रांची गर्दी झाली आणि राणीच्या पुतळ्याभोवती ते अंथरण्यात आले होते.[४५]

विंडसर महालाच्या परिसरातील फ्रॉगमोर येथील समाधिस्थळावर राणीला अंतिमतः समाधी दिल्यानंतरही अनेक आठवडे भारतात तिला भारतीय पद्धतीने श्रद्धांजली अर्पण करणे आणि तिच्या स्मृतींना उजाळा देणे सुरूच होते. फेब्रुवारी महिनाभर देशाच्या विविध भागांमध्ये श्रद्धांजली सभांचे आयोजन सुरूच होते आणि त्यानंतरचे काही महिने तिच्या चरित्राचे प्रकाशन, वाचन, तिला श्रद्धांजली अर्पण करणे आणि प्रार्थना सभा यांचे आयोजन होत राहिले.[४६] राणी-सम्राज्ञीच्या प्रतिमांच्या दोन रूपांचा यात परिचय झाला. एका बाजूने ती भारतीयांसाठी एक अँग्लो-इंडियन राणी होती, जिने ख्रिश्चन सभ्यतेचा पूर्वेकडे प्रचार व प्रसार केला. उदाहरणार्थ - कलकत्त्यातून प्रसिद्ध होणाऱ्या द *एम्प्रेस* या मासिकात, भारतीय मुस्लिमांना आणि भारतीय स्त्रियांना राणीने दिलेल्या संरक्षणासाठी तिचा गौरव करण्यात आला होता. त्याच वेळी भारतीय दृष्टिकोनातून तिच्या आयुष्याचा आढावा घेत कथांचे निवेदन सुरू होते. यात तिच्या १८५८च्या जाहीरनाम्याचे स्थान सगळ्यात अव्वल होते. व्हाइसरॉय यांनीही, १ फेब्रुवारी रोजी त्यांच्या मंडळासमोर श्रद्धांजली वाहताना त्याचा उल्लेख 'आमच्या वर्तणुकीची आणि आकांक्षांची सुवर्ण मार्गदर्शिका,' असा केला होता. खरे तर १८८० ते १८९० या दशकात ब्रिटिश अधिकारीवर्गाने भारताचा 'मॅग्ना कार्टा' म्हणून गणल्या गेलेल्या या दस्तावेजाचा जो अवमान चालवला होता, त्या पार्श्वभूमीवर व्हाइसरॉय यांचे हे विधान एक माफीनामा म्हणून पाहिले गेले.[४७] भारतीय निवेदनांमध्ये १९०१ मध्ये प्रामुख्याने ज्या गोष्टीचा उल्लेख करण्यात आला, तो म्हणजे राणीने तिच्या आयुष्याच्या शेवटच्या टप्प्यात भारतीय मुस्लीम सेवकांवर कसा विश्वास टाकला होता आणि तिने हिंदुस्थानी शिकण्याचा कसा प्रयत्न केला होता; यात सगळीकडे मुन्शीला मानाचे स्थान देण्यात आले होते. राणीनेदेखील त्याला - त्याच्या कुटुंबाला उपयोग करता येईल अशी एक जागा बहाल केली होती. तिच्या स्मरणार्थ काढण्यात आलेल्या एका चित्रमय पुस्तकात लॉर्ड रॉबर्ट्स आणि राणीच्या भेटीदरम्यान राणीच्या अगदी शेजारी उभ्या असलेल्या मुन्शीला प्रामुख्याने दाखवले. फ्रेंड ऑफ इंडियाने तर दावा केला की, राणीला ऑस्बर्नला चर्चमध्ये अंतिम दर्शनासाठी ठेवले असताना मुन्शी आणि इतर भारतीय सेवक तिथे तैनात होते. अर्थात ही चुकीची बातमी लंडनच्या वृत्तपत्रांतून स्रवून भारतात प्रसारित झाली.[४८] एक विधवा शासक म्हणूनदेखील तिचा भारतात खूप गौरव झाला. 'द बेंगाली'मधील एका लेखात मांडण्यात आले होते की, एका सत्ताधीशापेक्षाही राणीला एक स्त्री म्हणून जास्त वाखाणले गेले आणि तिच्या पतीच्या निधनानंतरही तिचे त्याच्याप्रतीचे समर्पण हे कसे आदर्श भारतीय वैधव्याचे

लक्षण आहे, याचाही उल्लेख करण्यात आला. भारताने एक राणी गमावल्यापेक्षा एक माता गमावली, असा सूर सर्वदूर ऐकू येत होता. भारतीय काँग्रेसचे अध्यक्ष दिनशॉ वाचा यांनी राणीला, 'एक प्रेमळ माता आणि स्त्रीत्वाचे एक उच्च आणि उदात्त रूप', असे संबोधित केले. बंगलोरच्या एका वर्तमानपत्राचे संपादक के. सी. दुराईस्वामी यांनी निरीक्षण नोंदवले की, या 'सर्व मातांची माता असलेल्या' राणीच्या 'दुखवट्याला भारतीय स्त्रियांची सगळ्यात जास्त संख्या होती.' एक माता आणि एक वैधव्य आलेली शासक म्हणून तिला आदरांजली वाहिली जाऊ लागली आणि त्यातच, विधवा पुनर्विवाहाला तिचा असलेला विरोधदेखील प्रामुख्याने उल्लेखित करण्यात आला. एक हिंदू राष्ट्रभक्त लज्जाराम शर्मा मेहता यांनी तिला आदर्श भारतीय स्त्रीचे उदाहरण म्हणून गौरवले तर तमिळ लेखक विद्वान पेरिया सुब्बर रेड्डीयार यांनी तिच्यासाठी 'पवित्र पत्नी आणि सत्ताधीश', या शब्दांचा वापर केला.[४९] तिच्या रंगाचा अप्रत्यक्षदेखील उल्लेख झाला नाही. 'महान गोरी राणी' ही संज्ञा फार उशिरा वापरात आली होती. अगदी ब्रिटनपेक्षाही भारतामध्ये राणीला एक स्त्री शासक आणि भारताची माता म्हणून अधिक प्रमाणात उल्लेखले गेले.

एवढ्या मोठ्या प्रमाणात तिच्यासाठी प्रस्तुत झालेल्या आदरयुक्त संबोधनांमुळे राणीचे भारतीयकरण होणे स्वाभाविक होते. हिंदूंच्या देवी-देवतांमध्येही तिचा समावेश करण्यात आला. राणी व्हिक्टोरिया ही आमच्या पौराणिक कथांमधील आद्य-शक्ती [५०] आहे, असे सौरिन्द्रो मोहन टागोर यांनी सांगितले आहे. भारताच्या कवित्वामध्ये तिला समाविष्ट करण्यात आले आणि देशावर सत्ता गाजवणाऱ्या शासकांच्या अत्याचारांतून भारताला नवा जन्म देणारी ती म्हणजे ईश्वरी अंशाचे प्रतीकात्मक रूप आहे, असे सांगितले गेले. 'एका छोट्या राज्याची शासक, अदृश्य काळजीवाहू शक्तीची दृश्य प्रतिनिधी,' अशा शब्दांत *हिंदू* या वृत्तपत्राचे संस्थापक - संपादक सुब्रमणिया अय्यर यांनी मद्रासमधील एका बैठकीत राणीचे वर्णन केले होते.[५१] मद्रास मेलला पाठवलेल्या एका लेखात एका हिंदू पंडिताने महाराजांच्या सन्मानाची पुनर्स्थापना करण्याचे श्रेय राणीला देताना नमूद केले की, शास्त्रांमधील राजासाठीचे हिंदूंचे जे स्वाभाविक समर्पण असते, ते तिने जागृत केले. कलकत्त्याच्या नव युग या दैनिकातील प्रतिमेप्रमाणे राणी म्हणजे जगदात्री होती. भारताला तिने समृद्धी परत मिळवून दिली, जी रामराज्यानंतर हरवली होती, असे कल्पतरू या बॉम्बेच्या मराठी वृत्तपत्राने लिहिले. देवत्व प्रदान करून आणि त्याला ठामपणे प्रस्थापित करून भारतीयांनी सिद्ध केले की, राणी व्हिक्टोरियाचे आयुष्य म्हणजे भारताच्या सुवर्णकाळाची पुनःप्रस्थापना करणारे होते. राणीच्या प्रतिमेचे हे भारतीय स्वरूप होते, ज्याच्याबद्दल विरुद्ध मतदेखील होते.

राणी व्हिक्टोरियाचे स्मरण कुठल्या प्रकारे करायचे याची एका व्यक्तीची

कल्पना अगदी स्पष्ट होती आणि ती व्यक्ती म्हणजे भारताचे व्हाइसरॉय लॉर्ड कर्झन. थोड्या अनुचित पद्धतीने आणि घाईघाईने राणीला फक्त पुरण्यात आले, असे मत व्यक्त करत कर्झन यांनी व्हिक्टोरिया मेमोरिअल हॉल किंवा भारतातील 'वल्हल्लूह' (अशी जागा जिथे देवदूत युद्धात शहीद झालेल्या सैनिकांना आपल्या बरोबर रहिवास करू देतात.) राणीसाठी निर्माण करण्याचे मनावर घेतले. नेल्सन कॉलम आणि अल्बर्ट मेमोरिअल यांच्याशी कर्झन यांनी आपल्या प्रकल्पाची तुलना केली; परंतु याहीपेक्षा काहीतरी भव्य दिव्य आणि लक्षणीय असावे, अशी त्यांची अपेक्षा होती. एक अशी इमारत जी भव्य, प्रशस्त, महत्त्वाची आणि विशाल असेल आणि जिथे संपूर्ण भारतातून लोक येऊन गर्दी करतील. कर्झनच्या अनुयायांनी तर त्याला एका नवीन ताज महालाचे वाचन दिले. एक असे स्मारक जे सतराव्या शतकातील राणीच्या स्मृतीला जितके साजेसे होते, तितकेच हे नवीन स्मारक या एकोणिसाव्या शतकातील सम्राज्ञीला नमन करणारे असेल. कर्झन यांनी मग सविस्तर माहिती दिली. या इमारतीचे दोन उद्देश असणार होते; एक म्हणजे राणीचे स्मारक म्हणून ते अस्तित्वात येणार होते आणि दुसरे म्हणजे ते एक संग्रहालय किंवा 'राष्ट्रीय स्थान' असणार होते. जिथे आधुनिक भारताचे प्रतिबिंब पाहायला मिळाले असते. अर्थातच ब्रिटिशांच्या अखत्यारीतील भारताची प्रतिमा म्हणजे हे प्रतिबिंब असणार होते म्हणजे अशी जागा, 'राणी आणि तिच्या व्हिक्टोरियन कार्यकाळाला समर्पक', असेल अशी, त्यांनी सांगितले.[५२] त्यांची दुसरी अट वादग्रस्त होती. कर्झन हे भारताच्या इतिहासाकडे एका धूसर दृष्टिकोनातून पाहत होते. त्यांच्यापुढे एकच बाजू होती आणि ती म्हणजे असा भारत जिथे पश्चिमेच्या प्रभावाचे स्वीकार आणि स्वागत करण्यात आले. मात्र, पूर्वेने प्राप्त केलेल्या यशाला दुर्लक्षित केले गेले. म्हणजे कर्झन यांच्या व्हिक्टोरिया मेमोरिअल हॉलच्या इमारतीखाली अठराव्या शतकापूर्वीचा भारताचा इतिहास नामशेष होऊन फक्त त्यानंतरच्या ब्रिटिश सत्तेच्या काळातील घडामोडी भारताचा इतिहास म्हणून भविष्यातील लोकांसमोर ठेवला जाणार होता.

कर्झन यांची योजना वेगाने आकार घेऊ लागली होती. काही दिवसांतच ज्या भारतीय शासकांवर त्यांची भिस्त होती, त्या जयपूर, काश्मीर आणि म्हैसूरच्या महाराजांनी मोठ्या प्रमाणात या प्रकल्पासाठी पैसा दिला आणि नंतरच्या काही आठवड्यांमध्ये एका राष्ट्रीय स्तरावरील संस्थेची उभारणी करण्यात आली. दान, काही संस्मरणे आणि निधी याने प्रकल्पाचा निधी कलश भरू लागला. फेब्रुवारी महिना सरतासरता कर्झन यांनी प्रकल्पाचे आणखी बारकावे स्पष्ट केले होते. स्मारकाच्या इमारतीत मध्यभागी असणाऱ्या सभागृहात राणीचा पुतळा असणार होता आणि या सभागृहाच्या भिंतींवर राणीच्या जाहीरनाम्यातील आणि तिने वेळोवेळी

भारताला उद्देशून केलेली विधाने इंग्लिश आणि स्थानिक भाषेत सुवर्णाक्षरांमध्ये लिहिली जाणार होती. या मुख्य आकर्षणानंतर दालनांची एक मोठी रांग असणार होती. जिथे मुघलांच्या काळापासून अस्तित्वात असलेली मूर्तिकला, चित्रकला, तह आणि सनदी, नकाशे, वर्तमानपत्रे, स्थानिक शस्त्रास्त्रे तसेच संगीत वाद्य यांच्या माध्यमातून भारताचा इतिहास प्रदर्शित केला जाणार होता.[५३] राजांचा एक दरबारदेखील या योजनेचा भाग होता. मात्र, भारताचा पूर्वेतिहास, ज्यातील अनेक आदरांजलीपर लिखाणांमध्ये राणीला भारतीयांनी समाविष्ट करून घेतले होते, त्याचा मागमूसही इथे नसणार होता.

कलकत्त्याच्या या स्मारकाविरोधात अनेक टीकाकार सज्ज झाले होते. सर्वप्रथम असे राष्ट्रीय स्मारक हे कलकत्त्यातच स्थित असावे, यावर आक्षेप घेण्यात आला. दुसरे म्हणजे भारतीय इतिहासाचे जे विशिष्ट स्वरूप - सनावळी आणि त्यातील घटना - इथे मांडण्यात यावे, असा आग्रह धरण्यात आला आणि तिसरे म्हणजे मृतात्म्यांसाठीचे जे दालन आहे त्याचा वापर जिवंत लोकांसाठीही उपयोगी ठरावा, अशा कल्याणकारी योजना त्यानिमित्ताने निर्माण होतील, अशी त्याची रचना करण्यात यावी.[५४] काही विरोधी बाजूंकडून वेगळ्या स्मारकांच्या योजना समोर येऊ लागल्या. काहींची व्याप्ती राष्ट्रीय होती. स्मारक बंगालमध्ये स्थापित असले, तरी भारतीय महिला व्हिक्टोरिया स्मारक यांच्या प्रमुखस्थानी म्हैसूरच्या महाराणी होत्या. इतर ठिकाणांहूनही आम्ही सुचवलेलीच जागा राणीच्या स्मारकासाठी कशी योग्य आहे, असा दावादेखील करण्यात आला. यात बॉम्बे आणि कराची या दोन जागांचा प्रामुख्याने उल्लेख होता.[५५] सगळ्यात मुख्य म्हणजे, लोककल्याणाहून अधिक महत्त्व लक्षणीयतेला देण्यात आले होते. काही शिक्षणासंबंधी आणि विशेषतः तांत्रिक शिक्षणासंबंधी योजना केल्या गेल्या, ज्यातील एक मद्रासमध्ये स्थापन करण्यात आली. रुग्ण सेवा आणि मुख्य म्हणजे परिचारक सेवा आणि रुग्णालय यांच्यासाठी निधी जमवण्यास पुन्हा सुरुवात करणेदेखील सुरू झाले. परिचारक आणि डॉक्टर्स यांच्या प्रशिक्षणासाठीचा पुन्हा डफरिन निधी सुरू करण्यात आला. मात्र, त्याचे नाव व्हिक्टोरिया स्मृती शिष्यवृत्ती असे ठेवून त्यात दाईंचे प्रशिक्षण आणि काही विशेष सेवाही स्थापन करण्यात आल्या, ज्यात बॉम्बेमध्ये अंधांसाठीच्या संस्थेचा समावेश होता.[५६] या सगळ्यात भारतीय पुरस्कृत किंवा त्यांच्यासाठीच्या कामाचे एक पाऊल पुढे तर एक मागे, अशी अवस्था होती.

राणीचे जाणे आणि नवीन काळाचा उदय या दोन गोष्टींचा प्रामुख्याने उल्लेख करण्यासाठी कर्झन यांनी आणखी एक हालचाल केली. सन १९०३ मध्ये त्यांनी शाही दरबाराचे आयोजन केले. राणीच्या निधनानंतर सातवे एडवर्ड यांनी राज्यकारभार हाती घेतल्यानंतर कर्झन यांनी सुचवले की, नवीन राजांनी भारतात यावे आणि

त्यांच्या भारतातील राज्याभिषेक सोहळ्याच्या माध्यमातून कारभाराला सुरुवात करावी. ब्रिटनमध्ये या कल्पनेला फारसा उत्साही प्रतिसाद काही मिळाला नाही. राजाच्या स्वीय सचिवाने स्पष्ट केले की, भारतातील या भेटीकरिता जितका काळ लागणार आहे, एवढा काळ राजांना बाहेर पाठवणे शक्य नाही. एका विस्तृत प्रवासाची त्यासाठी गरज आहे आणि त्यातही फक्त एक सोहळा दिल्ली येथे आयोजित केला जाऊ शकतो.[५७] या स्पष्टीकरणाने कर्झन जरा हिरमुसले. मात्र, हरले नाहीत. त्यांनी दिल्ली दरबाराची तयारी सुरू केली आणि या सोहळ्याची व राजकुमार आर्थर आणि त्यांच्या पत्नी लुईस यांच्या जागतिक दौऱ्याची सांगड घालण्याचीही ते तयारी करू लागले. कॅनॉटचे दाम्पत्य आणि हेसचे ड्यूक अर्नेस्ट लुईस, राणी व्हिक्टोरियाचे नातू, यांना शाही पाहुणे म्हणून बोलावणे आणि स्वतः कर्झन यांनी प्रति-सम्राटाची भूमिका निभावण्याची तयारी सुरू केली होती, ज्यात त्यांच्या पत्नी मेरी कर्झन यांनीही या चालून आलेल्या संधीचा फायदा घेऊन स्वतः मिरवण्याची तयारी चालवली होती, ज्यावर माध्यमांनी कोट्या करणे सुरू केले होते. मात्र, एका प्रेक्षणीय आणि परंपरागत आयोजनाची भारताला मेजवानी मिळणे निश्चित झाले होते. 'आपल्या सत्तेचा अधिकार प्राप्त केल्यानंतर एखाद्या शासकाने त्याच्या प्रजेबरोबर सार्वजनिकरीत्या एकत्रित आनंद साजरा करणे यात काहीही विचित्र नाही; उलटपक्षी पूर्वेकडे तर हे सारे परिचयाचेच नाही, तर पवित्रदेखील मानले जाते,' लॉर्ड कर्झन यांनी सिमल्यामध्ये आपल्या अधिकारीवर्गाला संबोधित करताना ऑक्टोबर १९०२ मध्ये सांगितले होते.[५८] फक्त इथे सत्ताधीश उपस्थित नव्हता.

तोवर सादर झालेल्या सर्व दिल्ली दरबारांच्या तुलनेत लॉर्ड कर्झन यांचे १९०३ मधील हे आयोजन नेत्रदीपक ठरले. लॉर्ड लीटन यांनी १८७७ मध्ये आयोजित केलेल्या शाही मेळाव्याच्या स्थानावरच हा सोहळादेखील पार पडला. मात्र, आपल्या या माजी अधिकाऱ्याने केलेल्या सोहळ्याच्या तुलनेत तो फारसा लांबलचक नव्हता. तसेच पुढे डिसेंबर १९११ मध्ये जेव्हा पाचवे जॉर्ज आणि राणी मेरी यांच्या दिल्ली येथील उपस्थितीत पार पडलेल्या कार्यक्रमाइतका तो अविस्मरणीयही नव्हता. मात्र, कर्झन यांच्याद्वारे आयोजित १९०३ मधील दरबाराने इतर आयोजनांना फक्त एका बाबतीत मागे टाकले आणि ते म्हणजे आयोजनाचे नीटनेटकेपण, ज्यातील बहुतांश भाग हा चित्रित करण्यात आला.[५९] भाई राम सिंग आणि गंगा राम या पंजाबच्या दोन स्थापत्य अभियत्यांना जयपूरच्या सार्वजनिक बांधकाम विभागातील एक ज्येष्ठ अधिकारी स्विन्टन जेकब यांनी तयार केलेल्या रचनेनुसार दरबारासाठीचा शामियाना भारतीय-मुस्लीम पद्धतीने तयार करण्याची जबाबदारी सोपवण्यात आली होती. शिवाय हे आयोजन आंतरराष्ट्रीय होते. फक्त भारतीय राजे, शासक, संस्थानिक, नवाब आणि त्यांची प्रजा एवढ्यापुरते ते मर्यादित न

ठेवता ब्रिटनवासीयदेखील यात प्रेक्षक म्हणून सहभागी होते. फक्त मूठभर आमंत्रित नसलेल्या, परदेशी पाहुण्यांची उपस्थिती असलेल्या १८७७ च्या सोहळ्याच्या तुलनेत या आयोजनात मोठ्या संख्येने परकीय पाहुण्यांनी सहभाग घेतला. जपान, दक्षिण आफ्रिका आणि ऑस्ट्रेलिया अशा दूरवरच्या देशांतून आलेल्यांची संख्या १,२२२ इतकी होती. भारतीय आणि त्यातही राजे, शासक आणि राज्यप्रमुख यांना धरून फक्त १५९ लोकांनी यात सहभाग घेतला; पण आलेल्या महाराजांनी स्वतःसोबत त्यांचे हजारो अनुयायी आणले होते आणि नेहमीप्रमाणे हत्तीवरून मिरवणूक आणि लष्करी कवायती व परेड या आपल्या वैशिष्ट्यांनाही त्यांनी या आयोजनाचा भाग बनवले होते; पण या सर्व कार्यक्रमात काहीतरी अपूर्ण होते. दरबार आयोजनाची पूर्वापार चालत आलेली प्रथा म्हणजे व्हाइसरॉय यांनी राजांना आयोजनानंतर भेट द्यायला जाणे, हे काही या वेळी घडले नाही. कार्यक्रमातील सगळ्या महत्त्वाच्या कामकाजावर कर्झन यांचा वरचष्मा राहिला आणि त्यांनी संपूर्ण तीस मिनिटे भाषण केले. हात मांडीवर ठेवून आणि पाय अत्यंत असभ्यपणे सिंहासनाच्या खालच्या बाजूला टेकवून ते बसले होते. मग परंपरेचा बीमोड करत सर्व भारतीय राजांनी क्रमाने मंचावर जाऊन आपल्या निष्ठापूर्ण वक्तव्यांनी भरलेली भाषणे केली, जी ऐकण्यासाठी कर्झन यांना सिंहासनावरून झुकावे लागले होते. आपल्या या दरबाराने जुन्या धोरणाची पुनरावृत्ती केली, असा दावा कर्झन यांनी केला होता. पुढच्या वर्षी त्यांनी लंडनच्या गिल्डहॉल येथे बोलताना सांगितले की, 'समान भावना आणि समान उद्दिष्ट या कल्पना प्रस्तुत करून आम्ही त्यांच्या हृदयाला स्पर्श केला.' 'एक गोष्ट नक्की आहे की, पूर्वेकडे तुम्ही हृदयाला स्पर्श केल्याशिवाय राज्य करू शकत नाही आणि ज्या क्षणी तुमच्या कल्पना या आशियातील धोरणांच्या विरुद्ध जाऊ लागतील, तर त्या क्षणी तुमचे साम्राज्य गडगडायला आणि कुजायला सुरुवात होईल,' त्यांनी म्हटले.[६०] मात्र, कर्झन यांच्या दरबारात विविधता आणि नावीन्य होते, जे त्यांची कल्पनाशक्ती दर्शवणारे होते आणि जे इतर कुठेही पाहायला मिळाले नव्हते. लीटन यांच्या शाही मेळाव्याच्या स्मृती ताज्या असणाऱ्या चार्ल्स ओ'डोनेल यांना कर्झन यांची 'दिखाऊ सरंजामशाही' पाहून धक्काच बसला होता, विशेषतः त्यांनी भारतीय राजांना जी अपमानास्पद वागणूक दिली ती पाहून ते स्तंभित झाले होते.[६१] शाही दयाळूपणा किंवा न्यायाचे वचन यांचा कुठलाही उल्लेख संपूर्ण आयोजनात नव्हता. फक्त एका व्हाइसरॉयपदावर असलेल्या अधिकाऱ्याची मिजास तिथे होती.

राणी व्हिक्टोरियाच्या सत्ताकाळात भारतातील शाही घराण्यांची जी शान राखली गेली, ती राणीच्या निधनानंतर कधीच नजरेस पडली नाही. पुढे १९०५मध्ये वेल्सचे राजपुत्र आणि भविष्यातील पाचवे जॉर्ज यांनी भारतदौरा केला. कर्झन यांनी हिंदू आणि मुस्लीम बंगाल प्रांताची फाळणी करण्याच्या वादग्रस्त निर्णयानंतर लगेच हा दौरा

आयोजित होता. आधीच्या शाही घराण्यातील सदस्यांच्या भेटीप्रमाणे तंतोतंत या दौऱ्याचे स्वरूप होते. शिष्टाचारात कुठेही चूक होऊ नये म्हणून अधिकाऱ्यांनी, १८७५-७६च्या दौऱ्याची संपूर्ण माहिती पिंजून काढली होती.[६२] पूर्वी अनुभवास आलेली जादू अजूनही कायम होती. जुन्या मैत्रीला उजाळा देण्यात आला. विशेषतः बिकानेरचे महाराज गंगा सिंग यांच्याशी स्नेह अधिक दृढ झाला. सन १९०२मध्ये ते राजपुत्राच्या सैन्यातील सहकारी म्हणून नियुक्त केले गेले आणि पुढे एक दशकानंतर लॉईड जॉर्ज यांच्या शाही युद्ध मंत्रिमंडळातदेखील त्यांची वर्णी लागली.[६३] पण भारतीय उपखंडात जेव्हा राजपुत्र प्रवास करत होते, तेव्हा भारतीय राजकारणाचा भूगोल परिवर्तनाच्या टप्प्यात होता. राजपुत्राच्या या भेटीचे निमित्त साधून मार्च १९०६ मध्ये भारतातील सर्व मुस्लीम समुदाय अलिगढ येथे एकत्रित आला आणि एका नवीन राजकीय संघटनेची पायाभरणी करण्यासंदर्भात चर्चा सुरू झाली; जिचे पर्यवसान काही दिवसांनी ऑल इंडिया मुस्लीम लीग या भारतीय राष्ट्रीय काँग्रेसच्या प्रतिस्पर्धी संघटनेत झाले.[६४] युवराज जॉर्ज यांना अगदी कडक बंदोबस्तात आणण्यात आले होते. ब्रिटिशशासित भारतीय सरकारने खबरदारी घेत, कुणीही - कुठलीही भेटवस्तू देणे किंवा निवेदन प्रस्तुत करणे यापासून प्रवासातील प्रत्येक टप्प्यावर सगळ्यांना रोखून धरले होते.[६५] मात्र, कलकत्त्याला असताना जानेवारी १९०६ मध्ये युवराजाने व्हिक्टोरिया मेमोरिअलची पायाभरणी केली. कलकत्त्यातील कॅथेड्रल आणि जुने कारागृह यांच्या मध्यभागी असलेल्या जागेत हे स्मारक उभारले जाणार होते.[६६] वातावरण बदलले होते आणि भारतात शाही सदस्यांच्या स्वागताला असणाऱ्या उत्स्फूर्त उत्साहालाही आता ओहोटी लागली होती. कर्झन यांच्यानंतर व्हाइसरॉय म्हणून आलेल्या लॉर्ड मिंटो यांना व्हिक्टोरिया मेमोरिअलचे काम पुढे नेताना टाचा घासाव्या लागल्या.

भारताची सत्ता ब्रिटिश राजघराण्याच्या हाती जाण्याला पन्नास वर्षे पूर्ण होण्याची वेळ आली असताना १९०८ मध्ये मिंटो यांनी दयेस पात्र म्हणून कैद्यांची तुरुंगातून सुटका करण्याचा प्रस्ताव रद्द केला. सातवे एडवर्ड यांच्या स्वाक्षरीने एक नवीन जाहीरनामा जारी केला गेला, जो राज्य सचिव जॉन मोर्ले यांच्या मार्गदर्शनाखाली तयार झाला होता, ज्यात लष्कराचे धैर्य वाढवणारे आणि उत्तर-पश्चिम सीमेवर असलेला तणाव निवळवणारे असे काहीच नव्हते. 'आमचे कष्ट... एकाग्रता व चांगला हेतू' आणि अगदी सावधपणे दिलेली आणखी काही सुधारणांची आश्वासने, एवढीच अर्धशतकीय वाटचाल यात प्रतिबिंबित झाली होती.[६७] आता ठळकपणे दुरावे दिसू लागले होते. बनारस आणि नागपुरात १९०९ मध्ये राणी व्हिक्टोरियाच्या पुतळ्याला काळे फासून त्याची विटंबना करण्यात आली होती.[६८] मे १९१० च्या सुरुवातीला जेव्हा सातवे एडवर्ड भारतात आले, तेव्हा राणीच्या निधनाबद्दल दुःख

व्यक्त करण्यातील उत्स्फूर्तता क्वचितच दिसली. जगात शांतता प्रस्थापित करणारे म्हणून एडवर्ड यांच्याकडे पाहिले जात असे. मात्र, १९०७ मध्ये पडलेल्या दुष्काळाच्या काळात पाठवलेल्या एका पत्राव्यतिरिक्त चरित्रकारांना व इतिहास लेखकांना, त्यांनी भारतात शांतता कधी आणली, हे आठवण्यासाठी फार झगडावे लागले. दिल्ली येथील स्वर्गीय सम्राटाच्या घोड्यावर आरूढ पूर्णाकृती पुतळ्यासाठी निधी गोळा करण्याचे आवाहन करण्यात आले, ज्यात सर्वांत जास्त सहभाग फक्त भारतीय लष्कराने दिला. भूमिपूजनाच्या वेळी फारशा भारतीयांनी उपस्थिती लावली नाही. फोर्ट आणि जामा मस्जिद यांच्या मधल्या पट्ट्यात उभारण्यात येणाऱ्या या पुतळ्याची पायाभरणी पाचवे जॉर्ज यांच्या हस्ते डिसेंबर १९११ मध्ये करण्यात आली.[६९] भारतात आयोजित कुठल्याही दरबारात सत्तेवर असलेल्या राजाने आणि त्याच्या पत्नीने उपस्थित राहण्याची पहिली वेळ असतानाही १९११च्या दरबारात बडोद्याच्या गायकवाडांनी प्रथेप्रमाणे सोहळ्यासाठीचा पोशाख घालण्यास नकार दिला आणि आपल्या आसनावरून उठून जाताना त्यांनी जाणूनबुजून शाही दाम्पत्याकडे पाठ फिरवली.[७०] तरीही ब्रिटिश राजा, त्याचे साम्राज्य आणि देश यांच्यासाठी भारताने पहिल्या महायुद्धात उडी घेतली. बिकानेर, पतियाळा, कूच बिहार, जोधपूर, रतलाम आणि किशनगढ यांच्या राजांची विशेष कारवाईकरिता निवड करण्यात आली. भारत निष्ठावान राहिला. त्यांची ही निष्ठा गृहीत धरण्यात आली.

शाही भारताचे हळूहळू लुप्त होत जाणे इतरत्र कुठेही नोंदवले गेले नाही, जितके ते व्हिक्टोरिया मेमोरिअल हॉलसंदर्भात लक्षात आले. सन १९०७ पर्यंत, एकीकडे ४ दशलक्ष रुपये गोळा केले गेले आणि स्थापत्य अभियंता नियुक्त केले गेले; पण तरीही स्मारकाच्या बांधकामात फार थोडी प्रगती झाली होती. स्मारकासाठी असलेल्या संगमरवराच्या पुरवठ्यात अडचण निर्माण झाली होती. स्मारकाच्या जागेवर बांधकाम करताना त्या जागेच्या उताराचा बांधकामावर परिणाम होत असल्याचे लक्षात आले. कॅथेड्रलचा स्वर्ग आणि तुरुंगाचा नरक यांच्या मध्ये असलेल्या या जागेत दलदल होती.[७१] कर्झननंतर आलेल्या कुणीच या प्रकल्पाकरिता उत्साह दाखवला नाही. कर्झन यांनी खेद व्यक्त केला की, जर ते भारतात राहिले असते तर हे काम त्यांनी आत्तापर्यंत पूर्ण केले असते. त्यांनी तक्रारदेखील केली की, हलगर्जीपणा आणि निष्काळजीपणा यांबाबत मिंटो हे उत्तम उदाहरण आहेत. शेवटी १९१३ मध्ये बंगालचे गव्हर्नर व लंडनच्या राष्ट्रीय संग्रहालयाचे विश्वस्त लॉर्ड कारमायकल यांनी या कामात रुची घेतली व हे स्मारक मैदानावर हलवण्यासाठी एक जागा निश्चित केली.[७२] युद्धकाळात अवजारांवर आणि बांधकाम सामग्रीवर असलेल्या बंधनांमुळे तसेच १९१८ पर्यंत, बांधकाम अंतिम टप्प्यात आल्याचे जाणवत असताना आणि विश्वस्तांनी स्मारकासाठी ओतलेला पैसा तळाशी जात

आलेला असताना कामाची गती आणखी मंदावली. पुन्हा एकदा कर्झन यांनी आपली प्रतिष्ठा पणाला लावत भारतीय राजांशी संपर्क साधला आणि त्यांच्या दानशूरतेला आवाहन केले. मात्र, अगदी भूतकाळातील सगळ्यात निष्ठावान आणि श्रीमंत बिकानेरच्या महाराजांनीही नकार दिला. कालांतराने व्हिक्टोरिया मेमोरिअल हॉलचे काम १९२० मध्ये संपुष्टात आले; पण तरीही स्मारकाच्या इमारतीच्या आजूबाजूच्या परिसराचे आणि इमारतीकडे जाणाऱ्या मार्गांचे काम झालेच नव्हते. वेल्सच्या राजपुत्राच्या हातून फीत कापून स्मारकाचे उद्घाटन करण्याचा दिवस जवळ येत चालला होता आणि पुन्हा पैसे अपुरे पडू लागले. मग लंडनमधून आणि भारतातून शक्य होईल तिथून कर्ज काढून रकमेची पूर्तता करण्यात आली.[७३] जॉर्ज फ्रॉम्पटन यांनी तयार केलेला राणीचा पुतळा मैदानात आपल्या नवीन स्थानाची वाट पाहत १९०१पासून उभा होता, त्याला स्मारकाच्या इमारतीत नेण्यात आले. सरतेशेवटी २८ डिसेंबर १९२१ रोजी 'राणी व्हिक्टोरियाकरिता सर्व भारतीय आणि युरोपीय लोक, राजे आणि रयत यांच्या भावनांचे प्रतीक असलेले', व्हिक्टोरियाचे हे 'ताज' लोकांसाठी खुले करण्यात आले.[७४]

राणीच्या या स्मारकाच्या आरंभापासून ते पूर्ततेपर्यंतचे साक्षीदार म्हणजे चार व्हाइसरॉय, दोन राजे-सम्राट आणि एक महायुद्ध हे होते. या काळात ब्रिटिश राजचे रूप फार बदलले होते. भारताची राजधानी कलकत्त्याहून नवी दिल्लीला स्थलांतरित झाली होती. ब्रिटिश भारतातील सगळ्यात जुना प्रांत असलेल्या बंगालची फाळणी झाली होती आणि त्याचे पुन्हा एकत्रीकरणही झाले होते. अमृतसरला एका सणाच्या वेळी बंदुकीच्या फैरी झाडल्या गेल्या होत्या. एका भयंकर सौंदर्याचादेखील जन्म झाला होता आणि ती म्हणजे मोहनदास गांधी यांची स्वराज चळवळ. भारताचे कर्झन यांचे जे स्वरूप होते, ते व्हिक्टोरिया मेमोरिअल या स्मारकाच्या संगमरवरामध्ये गोठले, जे एका वेगळ्याच काळाचे प्रतीक होते. तशीच गोठली ती राणी व्हिक्टोरिया. आजच्या घडीला तिचा ब्रॉन्झचा भव्य पुतळा मुख्य दालनाच्या बाहेर उभा आहे. आपल्या सिंहासनात ती निवांत बसली आहे आणि नजर मैदानाच्या उत्तरेकडे असलेल्या फोर्ट विलियमवर खिळली आहे, जिथे या सगळ्याची सुरुवात झाली होती. तिच्या हातात तिने एक गोलाकार राजचिन्ह आणि राजदंड पकडले आहेत; पण शाहीपणाचे एक प्रतीक या मूर्तीवर नाही. शाही अथवा पोकळच; पण तिच्या मस्तकावर मुकुट नाही!

◆

उपसंहार

राणीचा मृत्यू झाला होता. मात्र, भारतातील तिचे साम्राज्य पुढे आणखी अर्धशतक चालत राहिले. ऑगस्ट १९४७ मध्ये भारत आणि पाकिस्तान अशी देशाची फाळणी होत स्वातंत्र्य मिळालं आणि पुढे २६ जानेवारी १९५० मध्ये भारतीय प्रजासत्ताकाची घोषणा झाली. २३ मार्च १९५६ रोजी पाकिस्तान इस्लामिक प्रजासत्ताक म्हणून स्थापन झाला. राजेशाही साम्राज्य ते प्रजासत्ताकापर्यंतचा हा प्रवास सरळ, सोपा नव्हता. भारत आणि पाकिस्तान या आधुनिक राज्यांच्या स्थापनेची - त्यांच्या बंडखोर ते प्रजासत्ताकापर्यंतच्या प्रवासाची - आणि सुसंघटित राज्यव्यवस्थेची ही निवड जणू काही पूर्वनियोजित होती, त्याची सरळ, स्पष्ट कथा भारतीय उपखंडातील राष्ट्रीय अस्मितेची वर्णने सांगू शकतील. नवीन भारताच्या रचनाकारांपैकी एक असलेले जवाहरलाल नेहरू यांनी आपले निरीक्षण नोंदवले आहे की, नवीन राज्याच्या संविधानाचा मसुदा १९४६ मध्ये प्रस्तावित करण्यात आला, तेव्हा 'काहीही शिल्लक नसताना त्यातून राजेशाही स्थापन करणे' अशक्य होते आणि म्हणून, 'भारताचे प्रजासत्ताकात रूपांतर हे स्वाभाविक होते.'[१] तरीही, साम्राज्यातून बाहेर पडणे आणि ब्रिटिश राजेशाहीला नाकारणे हा मोठा निष्कर्ष होता आणि गुंतागुंतीचादेखील होता. आधुनिक प्रजासत्ताकाची कल्पना ही आगळी आणि यापूर्वी कधीही अमलात आणली गेली नव्हती. मात्र, राजेशाही परंपरा ही त्याच्या अस्तित्वाइतकीच पुरातन आणि कालबाह्य झाली होती. युरोपातील राजेशाहीने १७८९ च्या क्रांतीच्या पर्वातून स्वतःला पुनरुज्जीवित केले होते आणि साम्राज्याचे एक असे रूप अंगीकारले जे बहुराष्ट्रीय होते आणि राज्यकारभाराची एक संमिश्र पद्धतही स्वीकारली गेली, ज्याचे भारत आणि तेथील ब्रिटिश राज हे एक लखलखते उदाहरण आहे. ते चांगले की वाईट हा भाग अलाहिदा! यांच्या अगदी विरुद्ध

विशेषतः आकाराने मोठे असलेल्या प्रजासत्ताकांना एकोणिसावे शतक वाईट ठरले, ज्यात त्यांना यादवीचा सामना करावा लागला. (अमेरिका, फ्रान्स, मेक्सिको, स्पेन, उरुग्वे). या संदर्भातून पाहायचे झाल्यास भारताचा प्रजासत्ताक म्हणून जो प्रारंभ होता तो श्रद्धेपेक्षा जास्त एक शोध होता.

ब्रिटिशांच्या दृष्टीने पर्याय म्हणून शांतपणे प्रजासत्ताकाची निवड करणे हे राजेशाहीसाठी प्रथेला धरून नव्हते. अमेरिकेतील १७७६ मधील क्रांतीने ब्रिटिशांच्या मानसिकतेवर केलेल्या प्रभावामुळे वसाहतवादी आणि स्थानिक उच्चभ्रू यांच्याशी कुठलाही वाद निर्माण होऊ नये म्हणून वसाहतवादी सत्तेने स्वतःला बाजूला केले होते. ऑरेंज फ्री स्टेट आणि ट्रान्सवाल हे दोनच प्रांत एकोणिसाव्या शतकात ब्रिटिश साम्राज्यातून फुटून बाजूला झाले. प्रत्यक्षात ट्रान्सवालने 'दक्षिण आफ्रिका प्रजासत्ताक' या स्वतःसाठी निवडलेल्या नावाला मान्यता देण्यास ब्रिटनने सपशेल नकार दिला होता. प्रजासत्ताकाची कल्पना ब्रिटनसाठी किती अकल्पित होती, हे या उदाहरणावरून लक्षात येते.[२] भारतीयांकरिता, अगदी राष्ट्रभक्तांसहित, राजेशाहीशिवाय भारताचा स्वीकार करणे जरा कठीणच होते. पहिले महायुद्ध समाप्त होईपर्यंत भारतीय राष्ट्रीय काँग्रेस आणि ऑल इंडिया मुस्लीम लीगने भारतात राजेशाहीच्या अखत्यारीतील 'होम रूल'ची मागणी केली होती. अमृतसर येथील १९१९ मधील हत्याकांडानंतर ब्रिटिशांच्या विरोधातील भारतीयांच्या भावना खूप तीव्र झाल्या होत्या आणि १९२० मध्ये पहिल्यांदा स्वतंत्र प्रजासत्ताकाची मागणी पुढे आली; पण त्या प्रजासत्ताकाचे भविष्यातील स्वरूप काय राहील याबद्दल एकवाक्यता नव्हती.

या उपसंहाराच्या प्रकरणात, भारतातील राजेशाहीच्या अमलाची धुंदी कशी उतरत गेली, अशक्त झाली आणि शेवटी विसाव्या शतकाच्या पूर्वार्धात ती कशी धुळीस मिळाली आणि प्रजासत्ताकाच्या भविष्याची कल्पना कशी रुजत गेली, याचा संपूर्ण आलेख आला आहे. एकातून दुसऱ्याची सुरुवात झाली होती. थोडे वेगळ्या प्रकारे मांडायचे, तर राणी व्हिक्टोरियाच्या मृत्यूनंतरच्या काळात ब्रिटिशशासित भारत सरकारने ब्रिटिश राजेशाहीच्या प्रतीकाचे ज्या प्रकारे प्रस्तुतीकरण केले, त्याचा सरळ परिणाम म्हणजे भारताच्या दुःखांचा अंत करण्यासाठी प्रजासत्ताक हाच एकमेव मार्ग असल्याच्या कल्पनेचा उगम झाला. ब्रिटिश राजने परिस्थितीचा फायदा उठवण्याचा प्रयत्न केला. एके काळी सरकारसाठी जमेची बाजू असलेली राजेशाहीदेखील नंतर सगळ्यात कमकुवत बाजू ठरली. राणी व्हिक्टोरियाच्या अनुपस्थितीत शाही भारत एक शाही ढोंग बनले.

राज आणि स्वराज्य

राणीच्या निधनाच्या वर्षानंतर म्हणजे १९०१ नंतर नवीन काळ आला, ज्यात भारतीय राष्ट्रवादाच्या आवाजातील मवाळता कमी झाली. भारतीय राष्ट्रीय काँग्रेसच्या संस्थापक पितामहांवरील टीका सर्वसामान्य झाली होती आणि भारताच्या भूतकाळाच्या वादग्रस्त रूपांबद्दल वक्तव्य करणेदेखील सुरू झाले. काहीजणांकरिता हे पूर्णतः नवीन भूमिका घेण्यासारखे होते. दोन दशकांपूर्वी राणीला तिचे चरित्र लिखाण करून आदरांजली वाहणाऱ्या बिपिन चंद्र पाल यांनी देशभक्तीचे नवे पर्व सुरू केले; ज्यात भारताला प्रजेची माता म्हणून गणले जाऊ लागले. रवींद्रनाथ टागोर यांच्या प्रेरणेने पाल यांनी लॉर्ड कर्झन यांच्या भपकेबाज स्मृतिस्थळाची - व्हिक्टोरिया मेमोरिअल हॉलची - निर्भर्त्सना केली आणि त्याऐवजी स्वतःच्या स्मृतिप्रेरकांना पुढे आणले. हिंदू आणि मराठा राजा शिवाजी यांच्या नावाने उत्सव आणि समारंभ साजरे केले जाऊ लागले. भारतीय राष्ट्रीय काँग्रेसच्या प्रथेप्रमाणे वेल्सचे राजपुत्र यांच्या दौऱ्यांदरम्यान आणि नवीन ब्रिटिश राजे यांच्या १९०५ मधील काँग्रेसच्या बनारस येथे भरलेल्या सभेला उपस्थिती, या दोन्ही गोष्टींचा पाल यांनी निषेध केला. 'सत्ताधीश व्यक्तीप्रति समर्पण' हे राष्ट्रीय भावनेचा पाया असूच शकत नाही, अशी घोषणा त्यांनी केली.[३] भारताच्या इतिहासातील ज्या इतर पानांवर धूळ साचली होती, ती आता झटकण्यात आली. उदाहरणार्थ - विनायक दामोदर सावरकर यांनी १९०९ मध्ये कारावासात असताना लिहिलेले १८५७ चे भारतीय स्वातंत्र्ययुद्ध हे पुस्तक, ज्याचा आशय त्याच्या शीर्षकातच सामावलेला होता.[४] भारतीय राष्ट्रीय काँग्रेसचे जे शक्तिस्थळ होते, त्यावर हल्ला करणारी आणि देशात नवोन्मेषाची जाणीव निर्माण करणारी घटना म्हणजे ब्रिटिशांनी १९०५ मध्ये बंगालची केलेली फाळणी असे निरीक्षण अनेकांनी नोंदवले. फारसे आश्चर्य नव्हते की, युरोप आणि अमेरिकेतील माध्यमांच्या प्रदूषणमुक्त वातावरणाची मजा चाखणाऱ्या भारतीय राष्ट्रवादी नेत्यांकडून सगळ्यात स्फोटक क्षण निर्माण झाले होते. जर्मनीच्या स्टुटगार्ट येथील समाजवादी काँग्रेसच्या बैठकीत सन १९०७ मध्ये पहिल्यांदा नवीन भारताचा झेंडा फडकविण्यात आला होता, जो पारसी भारतीय समाजाच्या सह-संस्थापक भिकाईजी कामा यांनी तिथे पोहोचवला होता.[५] भारतीय बंडखोरांना आश्रयस्थान देण्याचे काम ब्रिटनने केले. सगळ्या बैठकांसाठीचे स्थान म्हणून इंडिया हाउस होते जिथून श्यामजी कृष्ण वर्मा यांच्या संपादनाखालील इंडियन सोशिअलॉजिस्ट नावाचे वर्तमानपत्रदेखील प्रकाशित करण्यात येत असे. त्यांची मते जरी जहाल असली, तरी वर्मा यांनादेखील भविष्यातील भारत नेमका कसा आकारणार आहे याची स्पष्ट जाणीव नव्हती. त्यांनी व्यक्त केलेले विचार अनेकदा भारतीय राजांना आणखी संघटित करून ताकद देणारे

होते.[६] जुन्या सवयी सहसा लवकर जात नाही म्हणतात, तेच खरे!

मात्र, भारतीय राष्ट्रीयतेतील निष्ठावाद कसा कायम ठेवता येईल याचा आदर्श मोहनदास गांधीइतका कुणीही दाखवून दिला नाही. गुजरातमधून तयार झालेला हा तरुण वकील १८९३ मध्ये दक्षिण आफ्रिकेतील नॅटल येथे स्थलांतरित झाला. तेथील भारतीयांना इथल्या भारतीयांपेक्षा वेगळे ठेवण्याबाबत त्यांच्या बाजूने लढताना गांधी यांनी अनेकदा राणीच्या १८५८च्या जाहीरनाम्याचा दाखला दिला होता. नॅटलच्या वसाहतीत राहणाऱ्या भारतीयांनादेखील भारतातील भारतीयांचे अधिकार मिळायलाच हवेत, असा दावा त्यांनी केला आणि विधान केले की, या सर्व लोकांना 'ब्रिटिश राजसत्तेची प्रजा असल्याचा अभिमान आहे.' शिवाय राणीने उच्चारलेले शब्द हे त्यांच्यासाठी 'स्वातंत्र्याची सनद' आहे. तसेच राणीच्या सुवर्णमहोत्सवी वर्षानिमित्त १८९७ मध्ये आणि १९०१ मध्ये तिच्या निधनानंतर जे आयोजन नॅटल येथे करण्यात आले होते, त्यातदेखील गांधी यांनी महत्त्वाची भूमिका निभावली होती.[७] त्यांच्या निष्ठेच्या या व्यक्तिगत इतिहासाचा वापर गांधी यांनी आपल्या नंतरच्या आयुष्यात अतिशय नाट्यमयरीत्या केला. राणीच्या कार्यकाळात त्यांना ब्रिटिश संविधानाबद्दल असलेला आदर आणि १९००च्या दरम्यान त्यांचा स्वराज्यासाठीचा आग्रह यातील विरोधाभास त्यांनी त्यांच्या निष्ठेच्या माध्यमातून दाखवून दिला होता. त्यांच्या आत्मचरित्रात (१९२७), जुन्या आणि नवीन राजकारणातून त्यांच्या मुक्तीचा प्रवास त्यांनी अधोरेखित केला.[८] मात्र, त्यांचा ब्रिटिश राजेशाहीवर जो विश्वास होता, तो राणीच्या निधनानंतरही कायम राहिला होता. आपल्या इंडियन ओपिनियन या वर्तमानपत्रातून त्यांनी १९०४ आणि १९०५ मध्ये ब्रिटिश राजाला वाढदिवसाच्या शुभेच्छा दिल्या होत्या. तसेच कॅनॉटच्या ड्यूक यांचे वसाहतीत स्वागतदेखील केले होते. 'स्वर्गीय राणीचे चांगले गुण' तिच्या मुलांमध्ये परावर्तित झाले आहेत, असे त्यांचे मत होते आणि तेच या स्वागतामागील कारणदेखील होते. एक सूक्ष्म बदल तर होताच. सातवे एडवर्ड यांचे १९१०मध्ये निधन झाले, तेव्हा गांधी यांनी या राजाच्या राजकीय महत्त्वाची आणि त्यांच्या 'व्यक्तिगत वैशिष्ट्यांची' फारशी दखल घेतली नाही आणि फक्त एवढे लिहिले की, त्यांना आपल्या 'आदरणीय मातेच्या' पावलांवर पाऊल ठेवून चालणारे एक सत्ताधीश म्हणून त्यांचे स्मरण केले जाईल.[९] हा सत्ताधीश आणि त्याचे शिक्कामोर्तब असलेली व्यवस्था ही विसविशीत होती. राणी व्हिक्टोरियाने गुणवत्तेचे एक मानक स्थापन केले होते, जे तिच्या वारसांनी सांभाळायचे होते.

अशा प्रकारे ब्रिटिश राजेशाही ही भारतीय सुधारणांच्या संदर्भातील राष्ट्रवादी दूरदृष्टीमध्ये समाविष्ट होती. ऑल इंडिया होम रूल लीग या ॲनी बेझंट यांच्या नेतृत्वाखालील संघटनेने भारत संयुक्त राष्ट्रसंघाची मागणी केली होती, ज्याची

स्वतःची संघराज्यीय संसद अपेक्षित होती. भारतीय कार्यालय राहणार नाही आणि भारताचे स्वतःचे नौदल व लष्कर राहील आणि 'फक्त राजेशाही सत्ताधीशाचे आणि शाही संसदेचे अधिकार मान्य केले जातील तसेच संसदेत सदस्यत्व असेल.' स्थानिक वसाहतवाद्यांकडून महत्त्वाकांक्षेने सादर केलेला, पारंपरिक 'ताब्यातील प्रदेश' याला पर्याय म्हणून ही मागणी ठेवण्यात आली. ज्यात नमूद केले होते की, अशाही स्थितीत राजा स्वतःच्या गव्हर्नरची नियुक्ती अशा प्रदेशात करून भारतीय कायद्यांसंदर्भात त्याचा निर्णय अंतिम राहील आणि लंडनचे प्रिव्ही काउन्सिल हे अंतिम दाद मागण्यासाठीचे सर्वोच्च न्यायालय मानले जाईल.[१०] या सर्व प्रकारात पूर्वी असलेली आंधळी निष्ठा कदाचित डोळस होणार होती. मात्र, ती निष्ठाच होती, एवढे नक्की! यात कुठेही प्रजासत्ताकाचा उल्लेख नव्हता.

प्रत्यक्षात भारतीय प्रजासत्ताकाची संकल्पना ही १९२० पर्यंत फार दूर होती, अगदी पार तिकडे कॅलिफोर्नियात! पहिल्या आधुनिक प्रजासत्ताकाच्या पश्चिम किनारपट्टीच्या अज्ञातवासातून गदर मोहिमेने सर्वप्रथम ब्रिटिश राजसत्तेवर आणि सर्वसामान्यपणे भारतातील वसाहतवादावर एकाकी हल्ला चढवला. गदरचे नेता राम चंद्र यांनी नमूद केले की, गदर पार्टी आणि ब्रिटिश अधिकारीवर्ग हे पुन्हा कधीही यापूर्वी पूर्वेकडून कायम बोलल्या गेलेल्या 'सत्ताधीशाप्रति निष्ठा' या संदर्भात आता सहज बोलणी करू शकणार नाहीत. त्यांनी ठामपणे सांगितले की, भारतातील लोक, 'पुरातन काळापासून गावातील लोकशाहीवर आणि जातिव्यवस्थेवर आधारित स्वतंत्र आयुष्य जगण्याची सवय असलेले लोक, राजसत्ता, सरंजाम आणि ब्रिटिश प्रशासकीय अधिकारी यांच्याकडून होणाऱ्या जुलूमशाहीचा आणि दडपशाहीचा तिरस्कार करतात.'[११] देशापासून दूर अंतरावर प्रसृत झाली असली, तरी भारतीय प्रजासत्ताकाची ही खरी सामग्री होती, ज्यात राजसत्तेला नकार आणि राजेशाही व सरकार यात कुठलाही भेद न मानणे, तोवर चालत आलेल्या प्राच्यतेच्या पद्धतीचा उलटा क्रम आणि प्राचीन भारतीय पद्धतीने प्रेरित भविष्यातील सत्तेचा आराखडा असे तिचे स्वरूप होते.

जय हिंद

पहिल्या महायुद्धानंतर राजेशाही सत्तेविरोधातील भारतीय मतप्रवाहात दृढता आली. आणि ब्रिटिश राजसत्ता हे अविभाज्य अंग असलेल्या युरोपातील राजघराणेशाही पद्धतीच्या अंताचा प्रारंभ फक्त या महायुद्धाने अधोरेखित केला नाही, तर त्याच्या परिणामस्वरूप अनेक जुन्या शाही सत्तांतून प्रजासत्ताकांची निर्मिती होण्याची सुरुवात झाली, ज्यातील युनियन ऑफ सोविएत सोशलिस्ट रिपब्लिक्स (१९२२) आणि

टर्किश रिपब्लिक (१९२३) हे सगळ्यात उल्लेखनीय होते. ब्रिटनची एक वसाहत आयर्लंड मात्र फार मजल मारू शकले नाही. मात्र, त्यांना अखत्यारीतील राज्य म्हणून मान्यता देऊन आयरिश स्वतंत्र राज्य म्हणून १९२१ मध्ये स्थापन करण्यात आले. पहिले जागतिक महायुद्ध संपल्यानंतर पाच महिन्यांनी भारतातील एक घटना अशी होती, ज्यामुळे राष्ट्रवादी भावनेचा प्रचंड उद्रेक झाला. पंजाबच्या एका शहरात एका स्थळावर जमलेल्या हजारो स्थानिकांवर सुरक्षा कारणांसाठी कर्नल रेजिनाल्ड डायर यांच्या आदेशावरून बेछूट गोळीबार करण्यात आला. अमृतसरच्या या हत्याकांडाला जालियानवालाबाग हत्याकांड म्हणून भविष्यात ओळखले गेले, जे १३ एप्रिल १९१९ला घडले आणि ज्याचे तीव्र पडसाद संपूर्ण जगभरात उमटले. सर्वप्रथम मॉंटेग्यू-चाल्मसफोर्ड पुढाकार या नावाखाली घाईघाईने एक राजकीय निर्णय घेऊन काही सुधारणा करण्यात आल्या आणि दुसरीकडे भारतीय राष्ट्रीय कॉंग्रेसने आपल्या असहकार चळवळीला प्रारंभ केला.[१२] या संदर्भात निर्माण झालेला तणाव शांत करण्यासाठी ब्रिटिशशासित भारत सरकारने शाही अधिकाराचा व दर्जाचा केलेला भोंगळ वापर आणि त्याचे झालेले परिणाम यांच्याकडे कमी लक्ष गेले. शेवटी २३ डिसेंबर १९१९ मध्ये राजाच्या नावाने भरपूर सुधारणांची घोषणा करण्यात आली. त्यात नवीन कायदे मंडळ आणि राजांचे सभास्थान समाविष्ट होते. नवीन वैधानिक बदलांचा शुभारंभ करण्यासाठी वेल्सचे राजकुमार हे भारतात येतील, असे आश्वासन या घोषणापत्रात देण्यात आले होते. अमृतसर हत्याकांडाच्या निषेधार्थ मोर्चा काढणाऱ्या ज्या पंजाबी नेत्यांना अटक करण्यात आली होती, त्यांची सुटका करण्याचेही यात सांगितले होते.[१३] चार दिवसांनी अमृतसर येथे प्रस्तावित भारतीय राष्ट्रीय कॉंग्रेसची वार्षिक सभा घोषित झाली असताना या घोषणापत्राचे जारी होणे फार महत्त्वाचे ठरले. यात आणखी काही गोष्टी समाविष्ट होत्या. वेल्सच्या राजपुत्राच्या भेटीपूर्वी वातावरणनिर्मिती करण्यासाठी कॅनॉटचे ड्यूक (राजपुत्राचे काका) यांनी दिल्ली येथे नवीन कायदे मंडळाचे उद्घाटन केले. याप्रसंगी वेल्सच्या राजपुत्राच्या वतीने त्यांनी एक पत्र वाचून दाखवले, ज्यात नमूद केले होते की, स्वराज्याच्या तत्त्वाप्रति भारत सरकार वचनबद्ध असल्याच्या उदाहरणांपैकी हे एक उदाहरण आहे. जेव्हा वेल्सचे राजपुत्र दाखल झाले, तेव्हा त्यांना अनेक ठिकाणी भारतीय भावनाना शांत करण्यासाठी काम करावे लागले. पूना येथे त्यांनी शिवाजींच्या स्मारकाचे भूमिपूजन केले (जी एक शाळा होती आणि कोल्हापूरच्या महाराजांनी ती सुरू केली होती.) आणि शिवाजी म्हणजे 'भारतातील सर्वोच्च सैनिक आणि मुत्सद्दी व्यक्तींपैकी एक होते,' असे उदगार काढत त्यांनी मराठा थोरवीचे स्थापनाकार म्हणून त्यांचा गौरव केला.[१४] आणि तोही कुठलाही उपरोधिक सूर न लावता. भारतीय राष्ट्रीय कॉंग्रेसचे एक थोर नेते मोतीलाल नेहरू यांनी विधानदेखील केले की, एके काळी

ज्या भारतातील राष्ट्रीय प्रतिमांना राजद्रोही मानले जायचे, त्यांनाच आता मान्यता मिळू लागली होती.[१५]

भारतातील अस्वस्थतेला आणि मतभेदाला प्रत्येक वेळी राजेशाहीकडून आलेल्या एका संदेशाचे वाचन करून शमवण्याची जी पूर्वापार चालत आलेली क्लृप्ती होती, तिचा या वेळी काहीच उपयोग झाला नाही. भारतीय राष्ट्रीय काँग्रेसने वेल्सच्या राजपुत्राच्या संपूर्ण चार महिन्यांच्या भारतदौऱ्यावर बहिष्कार घातला होता.[१६] विरोधकांच्या शाही भेटीचे नेतृत्व मोहनदास गांधी यांनी केले होते. त्यांनी बाजू मांडताना सांगितले की, वेल्सचे राजपुत्र या व्यक्तीला प्रत्युत्तर देण्यासाठी म्हणून हा बहिष्कार नसून, तो मुळात त्यांच्या नावाने जे ब्रिटिशांचे साम्राज्य काम करीत आहेत त्याचा निषेध करण्यासाठी आहे. गांधींनी आपले विचार स्पष्टपणे मांडले होते. उदाहरणार्थ - जेव्हा काही बहिष्कार करणाऱ्या कार्यकर्त्यांनी महाराजांच्या चित्राची विटंबना करण्याचे बोलून दाखवले, तेव्हा गांधींनी त्यांना रोखले. साम्राज्याचा पाया कसा खचत गेला या सत्यापासून राजेशाही अनभिज्ञ होती. याशिवाय गांधी यांनी राष्ट्रगीत म्हणायलाही नकार दिला. राजाला दीर्घायुष्य मिळो, ही त्यांची इच्छा होती. मात्र, त्याच्या साम्राज्याच्या दीर्घयुष्याला त्यांचा विरोध होता. परदेशी विणलेल्या कापडाचे कपडे घातलेल्या बहिष्कार करणाऱ्या कार्यकर्त्यांच्या देशभक्तीवर त्यांनी प्रश्नचिन्हदेखील लावले. 'राजा म्हणजे ब्रिटिश साम्राज्याच्या व्यक्तिनिरपेक्ष अस्तित्वाचे प्रतीक आहे,' मग 'राजा आणि त्याचा देश' यांच्या सेवेत राहण्याची शपथ तुम्ही का घेता, असा सवालही त्यांनी केला.[१७] पहिल्या जागतिक महायुद्धाच्या पूर्वी असलेल्या आपल्या निष्ठेच्या सत्यापासून गांधींनी निश्चितच एक मोठा पल्ला गाठला होता.

या सर्व प्रकाराने उत्साही झालेल्या भारतीय राष्ट्रभक्तांनी मग आपल्या टीकेचा मोर्चा व्यक्तिनिष्ठ राजेशाहीकडे वळवला. अमेरिकेत गदर चळवळीच्या लोकांनी पाचवे जॉर्ज आणि त्यांचा दूत म्हणून काम करणाऱ्या त्यांच्या मुलावर टीकेची तोफ डागली. जॉर्ज यांना 'भारताला लुटणारा दरोडेखोर' असे विशेषण लावण्यात आले आणि त्यांच्या मुलाच्या भारतातील दौऱ्याला अपयशी ठरवण्यात आले. यातून सिद्ध झाले होते की, 'भारत, आयर्लंड आणि इतर देश यापुढे राजपुत्र आणि महाराज या बाहुल्यांना अजिबात जोजवणार नाहीत, यात शंका उरली नाही. या राजा-महाराज मेंढरांना आता ब्रिटिश बेटांवरच कोंडून ठेवण्याची वेळ आली आहे याचे संकेत, भारतीयांनी प्रदर्शित केलेल्या उद्धट वागण्यातून स्पष्ट झाले आहेत आणि तो संकेत आता लक्षात घ्यावा,' गदर नेत्यांनी स्पष्ट केले. पुढील मार्गही त्यांच्यासाठी आता स्पष्ट झाला होता. कुठल्याही परिस्थितीत - आणि होम रूल वगैरे पर्याय तर नाहीच - आता 'प्रजासत्ताकाशिवाय कशानेच भारतीयांचे समाधान होणार नाही,' त्यांनी

सांगितले.[१८] भारतातसुद्धा ब्रिटिश राजेशाहीप्रति निष्ठा झपाट्याने कमी कमी होत चालली होती. भारतीय राष्ट्रीय काँग्रेसच्या अहमदाबाद येथील १९२१च्या अधिवेशनातील एक वक्ते हसरत मोहानी यांनी परकीय सत्तेपासून संपूर्ण स्वातंत्र्य मिळावे, अशी मागणी केली. ब्रिटिश साम्राज्याचा भाग बनून त्यात स्वराज्य ही संकल्पना त्यांना मान्य नव्हती.[१९] मग पुन्हा १९२४ मध्ये भारतीय भूमीत संपूर्ण स्वातंत्र्याचा उल्लेख झाला. हिंदुस्थान रिपब्लिकन संघटनेच्या जाहीरनाम्यात 'भारतीय सयुंक्त राष्ट्रसंघाची' मागणी करण्यात आली, जी 'संघटित आणि सशस्त्र क्रांतीच्या' माध्यमातून प्राप्त करण्यात यावी, असे सुचवले गेले होते.[२०]

या नवीन कल्पनेने फारच लवकर मूळ धरले. ब्रिटिशांनी १९२७ च्या शेवटी शेवटी भारतीय राज्य कारभाराचा आढावा घेण्यासाठी एक चौकशी सुरू केली (सर जॉन सायमन यांच्या नेतृत्वाखालील वैधानिक आयोग), जेव्हा काही काँग्रेसचे नेते प्रजासत्ताकाच्या मागणीसह थेट मैदानात उतरले आणि हा क्षण भारतीय राष्ट्रवादाच्या इतिहासातील एक मैलाचा दगड ठरला. रशियन क्रांतीच्या दहाव्या वर्धापन दिनाचा कार्यक्रम करून जवाहरलाल नेहरू मॉस्कोहून भारतात परतले आणि मद्रासला रिपब्लिकन काँग्रेसच्या पहिल्या बैठकीला उद्देशून बोलताना त्यांनी ब्रिटिश सत्तेच्या विरोधातील संघर्षाचा एक नवीन टप्पा सुरू झाल्याचे सांगितले. भारतीय राष्ट्रीय काँग्रेसने नेहरू यांना विनंती केली की, त्यांनी आता 'आदर्श प्रजासत्ताकाचा पुरस्कर्ता' बनण्याची गरज आहे आणि नेहरूंनी पुढील वाटचाल सुरू केली. 'जगाने आता प्रजासत्ताकाचा स्वीकार केला आहे. काही देशांमध्ये थोड्या प्रमाणात राजेशाहीचे अस्तित्व आहे; मात्र, आता सगळ्यांना साक्षात्कार झाला आहे की, जगाचे भविष्य हे प्रजासत्ताकाचे आहे. जिथे कुठे राजसत्ता शिल्लक आहे ती फार काळ टिकणार नाही, असे दिसते आहे. यापुढे आता प्रजासत्ताक राज्य करणार आहे,' त्यांनी सांगितले.[२१] या घोषणेनंतर काही महिन्यांनी भारतीय राष्ट्रीय काँग्रेसचे सरचिटणीस सुभाष चंद्र बोस यांची पाळी होती. मे महिन्यात पूना येथे महाराष्ट्र प्रांतीय संमेलनाच्या वेळी आलेल्या लोकांना त्यांनी सांगितले की, भारताला स्वातंत्र्यासाठी किंवा लोकशाहीसाठी पश्चिमेकडे डोळे लावून बसण्याची गरज नाही, कारण प्राचीन भारतापासून प्रजासत्ताक अस्तित्वात आहे. के. पी. जयस्वाल यांच्या १९१८मधील लिखाणाकडे लक्ष वेधत सुभाष चंद्र बोस यांनी सांगितले की, मुळात तब्बल ८१ हिंदू लोकशाही राज्ये अस्तित्वात होती.[२२] बोस यांनी मांडलेला पुरातन भारताचा शोध हा नवीन नव्हता. भारतीय राष्ट्रीय काँग्रेसच्या नेत्यांनी वेळोवेळी यापूर्वी परंपरांचा उल्लेख केला होता. उदाहरणार्थ - लजपत राय यांनी बुद्धांच्या काळातील लोकशाहीचा उल्लेख त्यांच्या भारताचे राजकीय भविष्य (१९१९) या पुस्तकात केला होता; पण बोस यांनी भारतातील लोकशाहीच्या प्राचीनतेच्या कल्पनेचा

पुनरुच्चार करत आपल्या भारतीय संघर्ष या १९३५ मध्ये प्रकाशित झालेल्या पुस्तकातील या माहितीला भारतीय देशभक्तीचे तत्त्व म्हणून स्थापित केले.[२३] ब्रिटिशांनी भारताला त्यांच्या सत्तेतील एक देश म्हणून दर्जा देण्याची मानसिक तयारी १९२९ मध्ये केली, तोवर भारताच्या देशभक्तीच्या वक्तव्यांमध्ये प्रजासत्ताक व लोकशाही या कल्पनांनी घर केले होते.

पण कुठली लोकशाही आणि कुणाकरिता? भारतीय संघराज्य या संकल्पनेत समान भागीदारांचा संघ, असा अर्थ अभिप्रेत होता; पण ते शक्य नव्हते. भारतातील काही राज्यांनी, जिथे राजे शासक होते, त्यांनी १९३० मध्ये कायद्याचा सल्ला घेण्यास सुरुवात केली होती आणि त्यांना आश्वासन देण्यात आले होते की, ब्रिटिशशासित भारत सरकारमार्फत नाही तर राजेशाहीसोबत केलेल्या कराराद्वारे किंवा सनदीद्वारे मिळालेल्या दर्जाची वैधता कायम राहावी म्हणून प्रयत्न केले जातील. जेणेकरून भारताच्या भविष्यातील स्थितीसंदर्भातील कुठल्याही चर्चेमध्ये त्यांचा समावेश केला जाणार नाही.[२४] त्यातही भारतातील लोकशाहीच्या किंवा प्रजातंत्राच्या आदरयुक्त प्राचीनतेमध्ये भारतीय मुस्लिमांसाठी फारशा कुठल्याही आशादायी भविष्याचा समावेश नव्हता, कारण भारतीय राष्ट्रीय काँग्रेसने ज्या लोकशाहीची किंवा प्रजासत्ताकाची महती गायली होती, ते हिंदू संस्कृतीशी संबंधित होते; त्यामुळे भारतीय मुस्लीम स्वतःच्या राष्ट्राची स्वप्ने पाहू लागले. विशेषतः अलाहाबाद येथे डिसेंबर १९३० मध्ये मुस्लीम लीगची जी सभा झाली, त्यात अध्यक्षीय भाषण करताना मुहम्मद इकबाल यांनी या कल्पनेचा उल्लेख केला होता. भारताच्या उत्तर-पूर्वेकडे एक स्वतंत्र मुस्लीम राज्य निर्माण करण्यात यावे, जे ब्रिटिश साम्राज्याच्या आत किंवा बाहेर कुठेही असू शकते. मात्र, ज्याला त्यांनी 'अरबी सरंजामशाही' असे संबोधित केले त्या खलिफतपासून हे राज्य मुक्त असावे, अशी मागणी इकबाल यांनी आपल्या भाषणात केली.[२५] नव्या लोकशाहीच्या कल्पनेत आणखी काही समस्या अंतर्भूत होत्या. भारतीय प्रजातंत्राचे बीज हे भारतातील खेड्यांत आहे, असे जे मोहनदास गांधी यांचे समर्थक व अनुयायी अमलात आणत होते, त्यातून ग्रामीण भागातील जातिव्यवस्थेविरोधातील काहीजण वेगळे पडले, ज्यात एक बी. आर. आंबेडकर हे होते, ज्यांचे भारतीय खेडे म्हणजे ज्यू लोकांसाठी असलेला शहरातील एक भाग असेच भारतीय रूप असल्याचे मत होते, ज्यात सामाजिक दर्जा राखला जाऊन अस्पृश्य आणि इतर लोकांना त्यात एकटे पाडले जाते.[२६] नेहरू यांनी नमूद केल्याप्रमाणे प्रजासत्ताक व्यवस्थेचे भारतात आगमन झाले तर तो एक 'डोईजड पाहुणा' असणार होता हे नक्की!

त्यांच्यात कुठल्याही प्रकारचे मतभेद असोत. मात्र, भारतीय राष्ट्रवादाची राजेशाही सत्तेविरुद्ध एकजूट झाली होती, एवढे मात्र नक्की! प्रथमच भारतात

आपल्या राजेशाहीचे प्रदर्शन करण्याचा प्रयत्न ब्रिटिश राजघराण्याने केला नाही. वेल्सच्या राजपुत्राच्या १९२१ मधील अयशस्वी दौऱ्यानंतर राजघराण्याच्या एकाही सदस्याने भारतात पाऊल ठेवले नव्हते. अगदी नवी दिल्ली येथे १९३१ मध्ये नवीन शाही राजधानीच्या घोषणेच्या समारंभालाही कुठलाही राजपुत्र फीत कापायला आला नाही. प्रमुख भारतीय राजांनी ज्यात बडोदा, बिकानेर, कोचीन, हैदराबाद, जयपूर, जोधपूर, काश्मीर, पतियाळा आणि त्रावणकोर यांनी ब्रिटिश सत्तेशी घसट वाढवण्यासाठी स्वतःची कार्यालये दिल्लीच्या व्हाइसरॉय इमारतीमध्ये स्थापन केली.[२७] अनुल्लेख झाला असला, तरी विस्मरण झाले नव्हते. ब्रिटनमध्ये राजेशाहीने पुन्हा लोकप्रियता मिळविली होती. ब्रिटिश राजसत्तेचे भोक्ते म्हणवले गेलेल्या कॉन्सर्व्हेटिव्ह पक्षाने भारताच्या वैधानिक अधिकारांचे प्रमुखपद राजेशाहीला देऊन त्यांची पुनर्स्थापना केली. आता राजेशाही आणि लोकशाही यातील संघर्षाची नवीन सीमारेषा आखली जाऊ लागली.

कॉन्सर्व्हेटिव्ह पक्षाचे एक संसद सदस्य विन्स्टन चर्चिल, डेली मेलचे लॉर्ड रॉथरमेर आणि भारतीय साम्राज्य संघटना (१९३०मध्ये स्थापित) यांनी उचलून धरल्यानंतर भारताची स्थिती 'जैसे थे' ठेवण्यासाठीच्या मोहिमेला गती मिळाली आणि त्याच वेळी भारतीय राष्ट्रीय काँग्रेसनेदेखील आपल्या सविनय कायदेभंगाच्या चळवळीच्या माध्यमातून मुसंडी मारली. ज्याप्रमाणे राणीच्या १८५८ च्या जाहीरनाम्याने भारतातील ब्रिटिश सत्ताधीश म्हणजे धर्मांधतेला आणि कट्टरतेला रोखून धरणारी तटबंदी आहे, ही कल्पना जशी रुजवली होती, तशीच या वेळीही राजेशाही सत्तेने आपली भूमिका निभावली.[२८] रामसे मॅक्डोनाल्ड यांच्या कामगार पक्षाच्या सरकारने ब्रिटिश राजच्या विस्मृतीत चाललेल्या वरिष्ठांना सत्तेत स्थापित करण्याचा प्रयत्न केला आणि राजेशाहीला मध्यस्थी करण्यासाठी म्हणून जवळ करण्याचा त्यांचा विचार होता. भारताच्या भविष्याबाबत चर्चा करण्यासाठी नोव्हेंबर १९३०मध्ये ब्रिटिश संसदेच्या वरिष्ठ सदनाच्या शाही दालनात पहिल्या गोलमेज परिषदेचा आरंभ करण्यासाठी पाचवे जॉर्ज आमंत्रित होते.[२९] भारताचे प्रतिनिधित्व करणाऱ्यांची संख्या घटत गेली तरी इथे सुरू झालेल्या वाटाघाटी पुढील दोन वर्षे सुरू राहिल्या आणि त्याची परिणती म्हणून भारत सरकार कायद्याची निर्मिती १९३५ मध्ये झाली.[३०] 'कट्टर' कॉन्सर्व्हेटिव्ह पक्षाच्या सदस्यांकरिता हा कायदा म्हणजे डोक्यावरून पाणी असल्याचे मत होते. अमृतसरच्या हत्याकांडाच्या वेळी तेथील लेफ्टनंट गव्हर्नर असलेले सर मायकेल ओ'डॉयर यांनी सॅटरडे रिव्ह्यूमध्ये दावा केला की, 'महान गोऱ्या राणीच्या' - हे टोपणनाव जरा नवीनच होते - वचनांची मोडतोड करण्यास ब्रिटिश सरकारने सुरुवात केली आहे.[३१] १९३७ च्या प्रांतीय निवडणुकांमध्ये भारतीय राष्ट्रीय काँग्रेसने बाजी मारली असली, तरी भारतातदेखील या कायद्याने

कुणालाच फारसा आनंद झाला नव्हता.

भारतासाठीच्या नव्या संविधानासोबतच नवीन व्हाइसरॉय यांचेदेखील भारतात आगमन झाले. शाही भारत या संकल्पनेवर जितक्या कमी भारतीयांचा विश्वास होता, त्याच्या अगदी विरुद्ध नवीन व्हाइसरॉय लॉर्ड लिनलिथगोव यांनी त्याचा मनापासून स्वीकार केला होता. राणीच्या सुवर्णमहोत्सवी वर्धापन वर्षात जन्माला आलेले लिनलिथगोव हे राणी व्हिक्टोरियाचे मानसपुत्र होते आणि १९१५ मध्ये त्यांना राजाचे मदतनीस अधिकारी म्हणून नियुक्त करण्यात आले होते. आता नवीन संविधानाचा योग्य उपयोग कसा होईल याची जबाबदारी लिनलिथगोव यांच्यावर होती. त्यांच्या आधीच्या अनेक व्हाइसरॉयप्रमाणे त्यांनाही वाटले की, ब्रिटिश महाराजांचे नाव आणि कीर्ती यांचा वापर करून कामाचा शुभारंभ करावा. भारत सरकार कायद्याच्या कलम २ नुसार महाराजांचे भारतातील अधिकार कायम राखण्यात आले होते; पण दुर्दैवाने महाराज आता अस्तित्वात नव्हते. कायदा पारित होऊन आणि लिनलिथगोव यांचे एप्रिल १९३६ मध्ये आगमन होण्याच्या मधल्या काळात पाचवे जॉर्ज यांचे निधन झाले आणि त्यांच्यानंतर अगदी अनिच्छेने गादीवर आलेले आठवे एडवर्ड भारताची जबाबदारी स्वीकारण्यासंदर्भात फारच सावध होते. १९२१मध्ये त्यांच्या भारतदौऱ्याला मिळालेल्या प्रतिक्रियेमुळे त्यांनी हा सावध पवित्रा घेतला होता; पण याने अजिबात हादरून न जाता लिनलिथगोव यांनी नव्या ब्रिटिश महाराजांच्या राज्याभिषेक दरबाराची तयारी करायला सुरुवात केली. तो कधीच प्रत्यक्षात आला नाही आणि म्हणून इतिहासकारांनी त्याची कधी नोंद घेतली नाही.[३२] तरीही जो दरबार कधी आयोजित झाला नाही, तो नोंद घेण्यासारखा होता. लिनलिथगोव यांनी ठरवले होते की, आठवे एडवर्ड हे हवाईमार्गे दिल्लीला येतील, 'भारताच्या राजधानीत आकाशातील ढगांच्या आडून ते उतरतील' आणि भारतीय संघराज्याचे उद्‌घाटन करतील. अजून तयारीही पूर्ण झाली नव्हती, तेवढ्यात आठवे एडवर्ड यांनी पदत्याग केला; पण सहावे जॉर्ज या आयोजनाच्या बाजूने होते. मग नोव्हेंबरमध्ये संसदेच्या अधिवेशनाच्या वेळी केलेल्या राजाच्या भाषणामध्ये या भारतदौऱ्याची घोषणा करण्यात आली; जो १९३७ किंवा १९३८ मध्ये हिवाळ्यात आयोजित करण्याचे संकेत देण्यात आले.[३३]

लीटन यांनी साठ वर्षांपूर्वी महाराणीच्या 'सम्राज्ञी' होण्याच्या निमित्ताने आयोजित केलेल्या दिल्ली शाही मेळाव्याप्रमाणेच राजेशाहीच्या जादूला पुनरुज्जीवित करण्यासाठी ब्रिटिश धडपडत होते. काळ केवढा बदलला होता. भारतीय राष्ट्रीय काँग्रेसने राज्याभिषेक दरबाराला विरोध करणारा ठराव पारित केला आणि नेहरू यांनी सावध केले की, ब्रिटिश महाराज जर भारतात आले, तर त्यांच्या जिवाला धोका संभवतो. शेवटी फेब्रुवारी १९३७मध्ये लिनलिथगोव यांनी आपल्या कल्पनेला बाजूला ठेवले.

मात्र, ही माघार तात्पुरती होती. त्याच वर्षी जून १९३७ मध्ये सहाव्या जॉर्ज यांच्या ब्रिटनमधील राज्यभिषेकाच्या वेळी भारतात मिळालेल्या प्रतिक्रियांनी पुन्हा एकदा लिनलिथगोव यांच्या उत्साहाने उसळी घेतली आणि त्यांनी आपल्या दरबार आयोजनाची कल्पना पुन्हा एकदा प्रत्यक्षात आणण्याचे ठरवले. हे आयोजन १९३८ मध्ये करण्याचे ठरले.[३४] या वेळी प्रांतीय गव्हर्नर यांनी आयोजनाच्या खर्चाबाबत आधीच सावध केले. विशेषतः मोठ्या प्रमाणात निवडून आलेल्या लोकांकडून होणाऱ्या संभावित टीकेचीही त्यांनी कल्पना दिली. आयोजनाच्या संपूर्ण नियोजनाला मार्च १९३८ मध्ये शेवटची मंजुरी देण्यात आली. दरबार आयोजन अयशस्वी झाल्याचे आश्चर्य नव्हते. एवढेच नाही तर ही घटना म्हणजे भारतीय राष्ट्रवादावर केलेला प्रतिहल्ला आहे, असा विचार व्हाइसरॉय यांनी कदाचित केला असावा आणि त्यांचे असे वाटणे आश्चर्यकारक होते, ज्यातून राजेशाही राजवरील त्यांची असलेली चिवट श्रद्धा प्रकट होत होती.

आता शाही सत्तेचे दिवस सरले असल्याचे नेहरू यांना समजले. ब्रिटनमध्ये झालेला १९३७ मधील राज्याभिषेक हा शेवटचा सोहळा ठरणार, असेही त्यांना वाटले. बंगाल प्रांतीय काँग्रेस समितीचे सचिव सुरेश मजुमदार त्यांनी तसे बोलूनही दाखवले की, 'इंग्लंडच्या राजाने पदत्याग करून नुकताच त्यांच्या राजेशाहीला एक मोठा धक्का दिला आहे. म्हणूनच राज्याभिषेकाच्या वेळी त्यांना आपले अस्तित्व दाखवण्यासाठी गाजावाजा करण्याची गरज आहे.' म्हणून भारतात भारतीय राष्ट्रीय काँग्रेसने १९३७ च्या राज्याभिषेकावर बहिष्कार घातला होता.[३५] पुढे नेहरू तर भारताला संघराज्य करण्याची आणि भारतीय राजांना विशेष वागणूक देण्याची योजना बोलली जात होती, त्याबाबत फारसे समाधानी नव्हते. लुधियाना येथे फेब्रुवारी १९३९ मध्ये आयोजित अखिल भारतीय राज्य परिषदेला संबोधित करताना त्यांनी विधान केले की, 'ब्रिटिश सत्तेचे भारतात जन्मलेले अपत्य हे सरंजामशाहीवर पोसले गेले आहे'. आणखी एक-दीड वर्षांनी तर ते अधिक विखारी बोलू लागले, 'भारतीय राजांनी आणि संस्थानिकांनी आपल्या गाड्यांना साम्राज्यशाहीला जुंपले आहे. एक काळ त्यांचा होता आणि आता त्यांच्या एकत्र जाण्याची वेळ आली आहे.'[३६] तरीही संयुक्त भारताला साकारणे साधे-सोपे आहे, असे प्रत्येकालाच वाटत नव्हते. जयपूरमध्ये फेब्रुवारी १९३८ मध्ये झालेल्या भारतीय राष्ट्रीय काँग्रेसच्या अध्यक्षीय भाषणातून सुभाष चंद्र बोस यांनी 'एक असे संघराज्य ज्यामध्ये प्रांत आणि राज्य यांची सामान भागीदारी राहील,' अशी मागणी केली आणि ब्रिटिश साम्राज्याला ताकीद दिली की, त्यांनी ऑस्ट्रो-हंगेरियन फुटीपासून धडा शिकून भारतातील राज्याराज्यांमध्ये भांडणे लावण्याचा प्रयत्न करू नये.[३७] इतरांनीदेखील हेच समान तत्त्व वापरून वेगवेगळे निष्कर्ष काढले. लाहोरला मार्च १९४० मध्ये त्यांच्या हिंदू

राज या संकल्पनेचा निषेध करत मुहम्मद अली जिन्ना यांच्या ऑल इंडिया मुस्लीम लीगने भारतीय राष्ट्रीय काँग्रेससोबत फारकत घेतली आणि बाल्कनचे उदाहरण देऊन भारतातील प्रजासत्ताक त्यावर आधारित असावे, ज्यात एकच भौगोलिक प्रदेश विभागून दोन राज्ये स्थापित करण्यात आली होती, असे विधान केले.(३८) एक सुसंबद्ध संकल्पना म्हणून भारतीय प्रजासत्ताकाचे स्वप्न सत्यात येणे अशक्य वाटू लागले.

साम्राज्य ते प्रजासत्ताक

दुसऱ्या जागतिक महायुद्धाच्या काळात ब्रिटिशशासित भारत सरकारच्या समस्यांचे समाधान म्हणून अगदी शेवटच्या क्षणापर्यंत राजेशाहीचे अस्तित्व टिकून होते. राजकीय पटाच्या एका बाजूला व्हाइसरॉय लॉर्ड लिनलिथगोव होते ज्यांनी विरोधाचा सूर लावला आणि स्पष्ट केले की, जर भारताने युद्धात पूर्णतः सहकार्य आणि प्रयत्न करण्याचे मान्य केले, तरच त्यांना साम्राज्याच्या अखत्यारीत राहूनदेखील स्वतःचे राज्य चालवण्याचा अधिकार देण्यात येईल. संपूर्ण परकीय लोकांवर राज्य करण्यासाठी लिनलिथगोव यांना संरक्षण देणारी गोष्ट म्हणजे ब्रिटनची राजसत्ता आणि तोच भारतात त्यांचा विशेष गुण होता. अशा प्रकार पाचवे जॉर्ज, ज्यांची दोन महिने चाललेल्या युद्धातील भूमिका काय आहे ते नोव्हेंबर १९३९ मध्ये सामोरी आली, 'सर्वांचा राजा' बनले.(३९) लंडनमध्ये भारताचे आणि बर्माचे राज्य सचिव लिओ ॲमरी हे भारताच्या भविष्यातील अस्तित्वाचे धागेदोरे ब्रिटिश राजघराण्याशी जुळलेले राहावेत यासाठी कसोशीने प्रयत्न करत होते आणि त्यासाठी एक पाऊल पुढे टाकत त्यांनी असेही सुचवले की, युद्ध समाप्त झाल्यावर दिल्लीला पाचवे जॉर्ज यांचा राज्याभिषेक समारंभदेखील केला जाऊ शकतो.(४०) आणि त्यांनी विन्स्टन चर्चिल यांना सुचवले की, राजांनी युद्ध संपल्यानंतर भारतातील सैन्यदलाचे मनोबल उंचावण्याकरिता त्यांना भेट द्यावी.(४१) भारताला गरज असतानादेखील ब्रिटिश कॉन्सर्व्हेटिव्ह पक्षाकरिता राजसत्ता महत्त्वाची होती आणि त्यांची सेवा करण्याला त्यांचे प्राधान्य होते. युद्ध संपल्यावर आणि १९४५ मध्ये ब्रिटनमध्ये नवीन सरकार स्थापन झाल्यावर स्वतंत्र भारताचे स्वप्न प्रत्यक्षात येताना दिसू लागले होते. नवीन सरकारचे कामगार पक्षाचे पंतप्रधान क्लेमंट ॲटली, जे चर्चिल यांच्या युद्धकाळातील युती सरकारमधील सदस्य होते, यांना लिनलिथगोव यांचे व्हाइसरॉय म्हणून असलेले वर्तन अजिबात आवडले नाही. त्यांनी सुचवले की, हा तिढा सोडविण्याकरिता ब्रिटनकडून कुणातरी वरिष्ठ राजकीय व्यक्तीला भारतात पाठवण्यात यावे. दोन्ही बाजूंच्या व्यक्तींना चर्चेसाठी एकत्र आणून त्यांना निष्कर्षाप्रत आणण्यासाठी प्रयत्न

करावे, असे त्यांच्या मनात होते. राणी व्हिक्टोरियाच्या कार्यकाळात १८३८ मध्ये ज्याप्रमाणे लॉर्ड डरहॅम यांनी कॅनडात प्रोटेस्टंट ब्रिटिश रहिवासी आणि फ्रेंच कॅथॉलिक यांच्यातील युद्धस्थितीला नियंत्रणात आणले होते, तशा मुत्सद्दी राजकारण्यांची ॲटली यांना गरज भासत होती.[४२] सर स्टॅफोर्ड क्रिप्स यांची निवड करण्यात आली. थोड्या फार प्रमाणातील त्यांच्या लोकशाहीवादी मतांमुळे त्यांना 'रेड स्क्वायर' म्हणजेच पुढारलेल्या विचारांचे मानले जात असे आणि बऱ्याच प्रमाणात ते आधुनिक काळातील लॉर्ड डरहॅम होते. यापूर्वी १९४२ मध्ये क्रिप्स यांना पाठवण्यात आले होते आणि आता पुन्हा एकदा त्यांना दोन सहकाऱ्यांसोबत पाठवण्यात येत होते. या वेळी संपूर्ण भारतासंदर्भात निर्णय घेण्यासाठी. मंत्रिमंडळाची ही मोहीम अयशस्वी ठरली; पण एक गोष्ट स्पष्ट झाली. क्रिप्स यांनी निघण्याची तयारी केली आणि इकडे सहाव्या जॉर्ज यांनी स्पष्ट केले की, ते आता महाराज-सम्राट म्हणून कारभार सांभाळणार नाहीत.[४३] अशात ब्रिटिश राजेशाहीला तारण्याची कुठलीही योजना कामगार पक्षाकडे नव्हती; पण ब्रिटिश राष्ट्रकुल ही संकल्पना निराळी होती. भारताला साम्राज्यात सामावून घेऊन त्यात कायम राखणे ही ॲटली सरकारची भारतासाठीची सगळ्यात आवडती खेळी होती आणि त्याला शाही मुलामा देण्याचा हा प्रयत्न होता.

भारताची पुन्हा एकदा सफर करण्याची राजेशाहीची ही शेवटची वेळ होती. भारताला स्वतंत्र करणे आणि त्याला दोन स्वतंत्र देशांमध्ये विभाजित करण्यासाठी कामगार पक्षाच्या सरकारने पुन्हा एकदा राजघराण्यातील सदस्यांची निवड केली. राणी व्हिक्टोरियाचे पणतू लॉर्ड माउंटबॅटन यांनी फेब्रुवारी १९४७ मध्ये लॉर्ड वॉवेल यांच्याकडून भारताच्या व्हाइसरॉयपदाची सूत्रे स्वीकारली. वॉवेल यांनीदेखील यापूर्वी महायुद्धाच्या वेळी १९४३ ते १९४६ दरम्यान सर्वोच्च सहयोगी कमांडर म्हणून युरोपबाहेरील लष्कराची कमान सांभाळली होती.[४४] पण त्यांच्या या कामापेक्षा त्यांचे राजेशाही घराण्याचे सदस्य असणे जास्त महत्त्वाचे ठरले. मुळात सुरुवातीला त्यांचे नाव पुढे करण्यात आले, ते संपूर्ण साम्राज्याचा दौरा करण्यासाठी. या दौऱ्यादरम्यान त्यांनी युद्धानंतरच्या ब्रिटिश राष्ट्रकुलाच्या अखत्यारीतील सर्व राज्यांचा दौरा करणे आणि त्यांच्या नवीन दर्जासंदर्भात बातचीत करणे अपेक्षित होते.[४५] भारतात मात्र माउंटबॅटन यांच्या मोहिमेला क्लिष्टता लाभली होती. सर्व पर्यायी योजना तयार करण्याचे काम त्यांच्याकडे होते, ज्यामध्ये भारताची फाळणी करणे आणि विविध पक्षांची विभागणी करणे हेदेखील समाविष्ट होते. यातील मुख्य ध्येय होते ते म्हणजे भारताला प्रजासत्ताकाचा दर्जा देतानादेखील त्याला साम्राज्याचा भाग बनवून ठेवणे.

भारताला दोन नवीन राष्ट्रांमध्ये विभाजित करण्याच्या सर्व प्रक्रियेसंदर्भात

माउंटबॅटन यांना अंदाज घेता आला नाही. मुस्लिमांचे राज्य म्हणजे पाकिस्तान आणि बहुसंख्य हिंदूंचा भारत अशी फाळणी करताना त्यांच्याकडून जी घिसाडघाई करण्यात आली आणि त्यानंतर जी जीवितहानी झाली; हा माउंटबॅटन यांच्या अल्पकालीन व्हाइसरॉयपदाच्या कार्यकाळातील घेतलेल्या निर्णयांचा परिणाम होता. तरीही आणखी दोन कार्ये पार पाडण्याची त्यांच्यावर जबाबदारी होती आणि त्या दोन्हींमध्ये त्यांचे राजेशाही घराण्याचे सदस्य असणे फार महत्त्वाचे होते. भारतातील राजेशाही राज्यांना भारताच्या नवीन व्यवस्थेत समाविष्ट करण्यासाठी त्यांची मनधरणी करणे आणि भारताला आणि पाकिस्तानला ब्रिटिश साम्राज्याचे आधिपत्य स्वीकारण्यासाठी तयार करण्याचे काम त्यांच्याकडे होते. महाराजांची मनधरणी करण्याच्या कामात थोड्या हातचलाखीची गरज होती. फेब्रुवारी १९४४ मध्ये महाराजांच्या गटाने सांगितले होते की, राणीच्या १८५८ च्या जाहीरनाम्यातील वचनांप्रमाणे राजेशाहीने त्यांचे स्वातंत्र्य अबाधित राखले आहे.[४६] त्यानंतर लॉर्ड क्रिप्स यांनी जून १९४६मध्ये सर्व राज्यांना आणि त्यांच्या राजांना आश्वासन दिले होते की, त्यांना त्यांचे पद किंवा भारत आणि पाकिस्तान यांना दिलेले स्वातंत्र्य यांच्यात निवड करण्याची संधी दिली जाईल. माउंटबॅटन यांनी भारतीय राजांना पुन्हा आशेचा किरण दाखवला. अगदी उशिरात उशिरा मे १९४७ मध्ये सगळ्यांचाच असा समज झाला होता की, भारताचा जो भूभाग ब्रिटिश राजेशाहीचे वर्चस्व मान्य करेल, त्यांचे राजे हे ब्रिटिश राजे असतील.[४७] त्याच वेळी हैदराबाद आणि भोपाळ या राज्यांनी स्वतःला पाकिस्तानात समाविष्ट करून घेण्यासाठी जिन्ना यांच्याशी बोलणी सुरू केली होती आणि अवध संस्थानला ब्रिटिशांच्या तावडीतून सोडवण्यासाठी तिथल्या शासकांनी जिन्ना यांची मदत मागितली.[४८] जुलै महिन्यात सर्व राजांना घेऊन तयार केलेले राजांचे सभास्थान बरखास्त झाले, तरी माउंटबॅटन यांनी ज्या शासकांना असुरक्षित वाटत होते त्यांना आश्वासन दिले की, त्यांचे स्वातंत्र्य सुरक्षित ठेवले जाईल. फक्त त्यांना संरक्षण, परराष्ट्र संबंध आणि दूरसंचार यांवरील नियंत्रण सोपवावे लागेल. बरोबर २९ जुलैला धौलपूरचे महाराज राणा यांना माउंटबॅटन यांनी सांगितले की, 'जर तुम्ही आता सगळ्या अटी मान्य केल्या, तर तुम्हाला ब्रिटनचे महाराज मुख्य असलेल्या राज्याचा भाग म्हणून समाविष्ट केले जाईल.'[४९] मात्र, जिन्ना आणि नेहरू यांनी हा विषय बाजूला ठेवला आणि स्वातंत्र्य मिळाल्यावरच या सर्व राजांशी आणि संस्थानिकांशी बोलणी करण्याचा निर्णय घेतला. संस्थानिकांना, नवाबांना आणि महाराजांना देण्यासाठी आता माउंटबॅटन यांच्याकडे फारच कमी गोष्टी होत्या; उदाहरणार्थ त्यांचे स्टार्स ऑफ इंडिया हे मानद पद आणि इतर सन्मान त्यांच्याकडे कायम राहतील असे त्यांना सांगण्यात आले.[५०] म्हणजे मुळामध्ये त्यांना राजेशाहीकडून मिळालेले संरक्षक कवच जाऊन आता फक्त काही अलंकार तेवढे उरणार होते.

नवीन तयार होणाऱ्या दोन्ही राष्ट्रांना ब्रिटिश राष्ट्रकुलाच्या अखत्यारीत ठेवण्याचे काम माउंटबॅटन यांना करायचे होते. भारत आणि पाकिस्तान या देशांची स्वतंत्र राष्ट्रे म्हणून निर्मिती झाल्यानंतर काही काळाकरिता ब्रिटिशांच्या अखत्यारीत राहण्याची नेहरू आणि जिन्ना यांनी तयारी दर्शवली होती.[५१] मात्र, ब्रिटिश राजची सद्दी जसजशी संपत गेली, तसतशी ब्रिटिशांनीदेखील मग शांतपणे आपली कमान खाली ठेवायला सुरुवात केली. ॲटली यांनी १९११ च्या दरबारातील शाही मुकुट परत करण्याचे बोलून दाखवले (जे कधीच घडले नाही.) इतर प्रतीके मात्र सोडून देणे फार कठीण होते. त्यातील राजेशाही एक होती. माजी व्हाइसरॉय लॉर्ड हॅलिफॅक्स यांनी सुचवले की, राणीने आणि महाराजांनी एकदा दिल्लीचा दौरा करून भारताला 'अखेरचा निरोप' आणि शुभेच्छा द्याव्यात. भारताच्या आणि पाकिस्तानच्या नवीन ध्वजांत ब्रिटिशांच्या युनियन जॅकचा छोटासा तरी अंश राहावा यासाठी माउंटबॅटन यांनीदेखील अयशस्वी प्रयत्न केले.[५२] या क्षुल्लक तपशिलाला काही अर्थ नव्हता. ज्या कामाकरिता माउंटबॅटन आले होते ते त्यांनी केले. सत्तेचे हस्तांतरण १९४७ च्या ऑगस्टमध्ये करण्यात आले, तेव्हा लोकशाही ही दोन स्वतंत्र राष्ट्रांना देण्यात आली नाही, तर ती ब्रिटिशांच्या अखत्यारीतील दोन प्रजासत्ताक राज्यांना देण्यात आली. कराचीला १४ ऑगस्टला माउंटबॅटन यांनी ब्रिटनच्या महाराजांकडून आलेल्या एका संदेशाचे वाचन केले, ज्यात पाकिस्तानचे 'ब्रिटिश राष्ट्रकुल देशांच्या संघातील त्यांच्या समावेशाकरिता' स्वागत करण्यात आले होते. दुसऱ्याच दिवशी भारतात दिल्लीच्या व्हाइसरॉय हाउस येथील दरबारातील त्यांच्या सिंहासनावरून लॉर्ड आणि लेडी माउंटबॅटन यांनी एका समारंभाचे अध्यक्षपद भूषविले.[५३] आणखी एका संदेशाचे वाचन करण्यात आले. 'ज्या लोकशाही तत्त्वांप्रति ब्रिटिश आणि भारतातील लोक समर्पित आहेत, त्यांच्या पूर्ततेचे' स्वागत करणारा हा संदेश होता. दिल्लीला ब्रिटिश राष्ट्रध्वज खाली उतरवण्यात आला नाही. मात्र, देशात इतरत्र या प्रथेचे पालन करण्यात आले. विशेषतः लखनौ प्रांतात याची नोंद झाली होती. उलट जेव्हा नवीन राष्ट्रांचे ध्वज उंचावण्यात आले, तेव्हा माउंटबॅटन यांनी त्याचा उल्लेख 'दिवसातील सगळ्यात लक्षणीय घडामोड' असा केला. त्या दिवशी संध्याकाळी एका मोठ्या मेजवानीच्या आयोजनाच्या वेळी नेहरू आणि माउंटबॅटन यांनी स्वतंत्र भारताच्या निर्मितीसाठी जल्लोष व्यक्त केला.[५४] पण तरीही कराची आणि दिल्ली दोन्ही ठिकाणी ब्रिटिशांकडून दोन्ही राष्ट्रांचा लोकशाही राष्ट्रे म्हणून उल्लेख करण्यात आला नाही. त्या वर्षी गांधी यांनी या सत्तांतराचे स्वागत आपल्या स्वतःच्या शैलीत केले. युवराज्ञी एलिझाबेथ यांना त्यांच्या विवाहाची भेट म्हणून गांधींनी स्वतःच्या हाताने कातलेल्या सुतापासून एका पंजाबी मुलीने तयार केलेले मेजावर टाकायचे विणकाम केलेले कापड पाठवले.[५५] गांधींची ही भेट आगळी होती.

प्रथेप्रमाणे राजघराण्याला पाठवल्या जाणाऱ्या 'नजर' प्रमाणे हीदेखील एक भेट होती. मात्र, ती स्वतंत्र देशातून पाठवलेली साधी भेट होती. अगदी १९४७ पर्यंत आर्थिक स्वायत्ततेचे प्रतीक म्हणून चरखा हा स्वराज्य चळवळीच्या केंद्रस्थानी होता. सन १९२१ मध्ये तो भारतीय राष्ट्रीय काँग्रेसच्या तिरंग्याच्या मध्यभागी ठेवण्यात आला आणि याच ध्वजाला भारताचा राष्ट्रध्वज म्हणून मान्यता देण्यात आली. स्वातंत्र्य मिळाल्यावर या चरख्याचा अर्थ सत्य आणि धर्म असा मानण्यात आला, जे दुसऱ्या शतकातील राजा अशोक या भारतीय शासकाचे प्रतीक होते. एके काळी राजे, सम्राट, राण्या आणि सम्राज्ञी यांमध्ये सत्य आणि सदाचार हे सद्गुण सामावलेले होते ते आता नवीन लोकशाहीचे प्रतीक बनले होते.

अशा प्रकारे भारत व पाकिस्तान या प्रजासत्ताकांना, दक्षिण आशियात लोकशाही म्हणजे काय यावर चर्चा करून निर्णय घेण्यासाठीची मुभा देऊन ब्रिटिशांनी भारतीय खंडाचा निरोप घेतला. माउंटबॅटन हे गव्हर्नर जनरल म्हणून भारतात राहिले आणि याच पदाची जबाबदारी पाकिस्तानात जिन्ना यांनी स्वीकारली. ब्रिटिश राज जी चिन्हे पुतळ्यांच्या आणि इतर स्मारकांच्या रूपांत सार्वजनिक ठिकाणी विखुरलेली होती, ती हळूहळू काढून टाकायला सुरुवात झाली होती.[५६] दोन्ही नवीन देशांच्या घटना समित्यांनी नवीन संविधानाच्या रचनेसाठी तयारी सुरू केली. भारतात ही गोष्ट स्पष्ट होती की, नवीन राज्य हे एकात्मक लोकशाही असेल. देशाला नवीन नाव देण्याकरिता 'भारत' या संस्कृत नावाची निवड करण्यात आली, ज्याचा अर्थ होता 'चक्रवर्ती सम्राट' वैश्विक सत्ताधीश जगज्जेता. आणि विशेष म्हणजे जगज्जेता सत्ताधीश आणि सम्राट किंवा सम्राज्ञी या दोन्ही उपाधी एके काळी राणी व्हिक्टोरियाला संबोधण्यासाठी वापरल्या गेल्या होत्या; पण आता त्यात खरीखुरी सत्ता सामावली होती. ज्या मोठ्या संस्थानांना आणि राज्यांना क्रिप्स आणि माउंटबॅटन यांनी आश्वासने दिली होती, ती सारी फोल ठरली, कारण स्वतंत्र देशाचा भाग बनण्यासाठी त्यांना प्रवेश करण्याचे आदेश भारतात देण्यात आले. पाकिस्तानात अशी संस्थाने किंवा राज्ये कमी होती, जिथे स्वतंत्र शासक होते; त्यामुळे तेथे त्या संस्थानांना देशात सामावून घेण्याची प्रक्रिया कमी हिंसक आणि सहज घडणारी ठरली. मात्र, भारतामध्ये मुस्लीम आणि हिंदू दोन्ही शासकांकडून या गोष्टीला प्रचंड विरोध झाला. साम्राज्यात सामावून घेण्यासाठी ज्यांच्यावर अनेक वर्षे ब्रिटिशांनी दादागिरी केली, त्या हैदराबादच्या निझामाने स्वतःची स्वायत्तता टिकवून ठेवण्यासाठी खूप संघर्ष केला. मात्र, भारताचे लष्कर पोहोचल्यावर त्यांनी माघार घेतली. महाराणी-सम्राज्ञीसाठी असलेल्या निष्ठेसंदर्भात कायम संशयाने पाहिल्या जाणाऱ्या भोपाळ संस्थानानेसुद्धा राज्य विलीन करण्यास नकार दिला.[५८] दक्षिणेत ज्या त्रावणकोरच्या राजांनी १८५१ मध्ये राणी व्हिक्टोरियाला शाही सिंहासन भेट दिले होते, त्या राज्याने नवीन भारतामध्ये विलीन होण्यासाठी

१९५६ पर्यंत नकार देत किल्ला लढवला. राज्याचे पंतप्रधान सी. पी. रामस्वामी अय्यर यांनी शेवटपर्यंत प्राचीन हिंदू राज्याच्या कल्पनेचा पर्याय निवडला आणि ब्रिटिशांना असलेले सत्ताधिकार आता भारत सरकारकडे सुपूर्द करण्यात आले, हे मान्य करण्यास नकार दिला.[५९]

तरीही या दोन्ही नवीन राष्ट्रांच्या संरचनेत ब्रिटिश राजेशाहीचा थोडा अंश कायम राहिलाच आणि तो म्हणजे राष्ट्राध्यक्ष हे पद. भारतात राष्ट्रपती या पदाची भूमिका ही ब्रिटिश संविधानाच्या आधारे तयार करण्यात आली होती. राजेशाहीच्या विशेषाधिकारांचे सैद्धांतिक उदाहरण म्हणजे राष्ट्रपतींचे हे पद होते, ज्यामध्ये ते सर्व सशस्त्र सैन्याचे प्रमुख, प्रशासनाचे प्रमुख, सर्वोच्च न्यायालयाचे मुख्य न्यायाधीश निवडीचे अधिकार असलेले आणि संसदेच्या अनुपस्थितीत सर्व कायदेशीर अधिकार असलेले असे पद होते. म्हणजेच भारताचे राष्ट्रपती हे पंतप्रधानाला कार्यकारी अधिकार देऊन त्यांना सल्ला देऊ शकतात किंवा ताकीदही देऊ शकतात; पण ते पंतप्रधानाला नियंत्रणात ठेवू शकत नाहीत, जसे ब्रिटिश राजघराण्याबाबत होते. हे सारे घडवून आणण्यासाठी भारताच्या संविधान रचनाकारांनी वॉल्टर बॅगहॉट यांच्या १८६७ मधल्या मर्यादित राजेशाहीच्या उदाहरणाची मदत घेतली.[६०] शाही पद्धतीला प्रथमतःच पसंती मिळाली होती. मात्र, काही वर्षांनंतर भारतीय संविधानासंदर्भात गदारोळ निर्माण झाला आणि राजेशाही राजची आठवण करून देणारे संविधान म्हणून त्याचा प्रचार झाला. आणखी काही वर्षांनी १९७० मध्ये इंदिरा गांधी यांना 'भारताची सम्राज्ञी' म्हणून संबोधण्यात येऊ लागले, विशेषतः जेव्हा त्यांनी १९७५-७७ मध्ये देशात आणीबाणी लागू केली होती. त्यादरम्यान त्यांनी संविधानाच्या ४२व्या सुधारणेचा आधार घेऊन सर्वोच्च न्यायालयाच्या अधिकारांना कात्री लावली होती आणि भारतीय संसदेचे स्वातंत्र्य हिरावून घेण्याचा प्रयत्न केला होता.[६१] मार्च १९४९च्या वस्तुनिष्ठ ठरावानंतर त्यांना आणीबाणीचे भरपूर अधिकार देण्यात आले असले, तरी पाकिस्तानात राष्ट्रपतींची भूमिका ही पूर्वी निव्वळ एक संवैधानिक टेकू म्हणूनच अस्तित्वात होती. मात्र, जेव्हा नवीन इस्लामिक पाकिस्तान प्रजासत्ताकाची १९५६ मध्ये रचना करण्यात आली, तेव्हा त्याच्या पहिल्या राष्ट्रपतींकडे इस्कंदर मिर्झा यांच्या हाती अगणित अधिकार होते, जे त्यांच्या पूर्वजांनी बंगालचे नवाब म्हणून उपभोगलेल्या लष्करी सामर्थ्यापेक्षा अधिक होते. इतकेच नाही तर भारताच्या महाराणी सम्राज्ञीहूनदेखील ते जास्त होते.[६२]

ब्रिटिश राष्ट्रकुलातील भारतीय सदस्यत्वासंदर्भात मात्र भारतात कायम वाद राहिला, कारण हे सदस्यत्व म्हणजे ब्रिटिश राजेशाहीचा, राजघराण्याचा प्रभाव भारतावर कायम असण्याचे प्रतीक मानले गेले. आणि ते एक प्रकारे वसाहतवादाचे वेगळे रूप असून ते कायम राहिले आहे, असे मत राज्यघटना समितीने व्यक्त केले

होते. राज्यघटनेसंदर्भातील चर्चेदरम्यान १९२१मध्ये सर्वप्रथम संपूर्ण स्वतंत्र देशाची मागणी करणाऱ्या हसरत मोहानी यांनी कायम भारताच्या प्रजासत्ताकीय ब्रिटिश आधिपत्याला आणि अशा अर्धवट स्वातंत्र्याला विरोध केला.(६३) जेव्हा एप्रिल १९४९ मध्ये लंडन येथे सर्व राष्ट्रकुल देशांच्या प्रमुखांची बैठक झाली आणि भारताला एक स्वतंत्र देश म्हणून राष्ट्रकुलाचे सदस्यत्व देण्यात आले (ब्रिटिश हा शब्द जेव्हा काढून टाकण्यात आला.) तेव्हा हा विरोध मावळला. भारताने या सदस्यत्वामुळे राष्ट्रकुलात स्वतंत्रपणे समाविष्ट करून घेतले आहे आणि राष्ट्रकुलाचे प्रमुख म्हणून ब्रिटनच्या राजाला स्वीकारले आहे असा त्याचा अर्थ होता. हा समझोता बऱ्यापैकी स्वीकाराई ठरला, तरीही भारतीय घटनेच्या ऐतिहासिक अभ्यासकांपैकी एक बी. एन. राऊ यांनी इतिहासाची पाने चाळायला सुरुवात केली आणि लोकशाही किंवा प्रजासत्ताक शासनाच्या पूर्वापार चालत आलेल्या प्रथा काय आहेत याचा शोध घेतला, ज्यामध्ये त्यांना बिहार राज्यातील लिच्छवीस या सहाव्या शतकातील प्रजासत्ताक राज्याने गुप्त साम्राज्याशी केलेल्या युतीची माहिती मिळाली.(६४) आणि इतिहासाचे अनन्यसाधारण महत्त्व असते.

साधारण १९४९ हे वर्ष निकट येताना भारताला लोकशाही प्राप्त झाली. शेवटचा शाही जाहीरनामा २२ जून १९४८ रोजी जारी झाला आणि त्या वेळेपासून महाराज-सम्राट ही उपाधी लयास गेली. याच वर्षी नोव्हेंबर १९४९ पर्यंत नवीन घटना/संविधान पूर्णत्वास आली होती. यातून भारताकडे एक सार्वभौम लोकशाही प्रजासत्ताक म्हणून पाहण्यात येऊ लागले (ज्यात धर्मनिरपेक्ष आणि समाजवादी या दोन गोष्टी समाविष्ट करण्यात आल्या.) इतिहासाकडे पुन्हा एकदा वळून पाहणेही झालेच! एक वेळ अशी होती जेव्हा भारतात प्रजासत्ताकाचे मुकुटमणी मोठ्या प्रमाणात होते आणि काही निवडलेल्या परंतु मर्यादित राजेशाहीसुद्धा होत्या, असे आंबेडकर यांनी नमूद केले होते. भारताचे पहिले राष्ट्रपती म्हणून ज्यांची नियुक्ती होणार होती त्या राजेंद्र प्रसाद यांनीसुद्धा भारतातील २००० वर्षांपूर्वीच्या प्रजासत्ताकांचा उल्लेख केला होता.(६५) परंपरांच्या या शोधाने उद्दिष्ट साध्य केले. साम्राज्यातून भारताचे प्रजासत्ताक लोकशाही म्हणून बाहेर येणे किती गरजेचे होते, या नेहरू यांच्या दाव्याला या शोधाने बळकटी दिली. खरे म्हणजे, सरंजामी राजेशाहीपासून ते प्रजासत्ताकापर्यंतचा आणि भारतीय राष्ट्रीय काँग्रेसच्या नोव्हेंबर १८८५ पासून ते नवीन राष्ट्राची जेव्हा २६ जानेवारी १९५० रोजी खऱ्या अर्थाने स्थापना झाली, तोपर्यंतचा हा प्रवासमार्ग सरळ, सोपा नव्हता. आधुनिक भारताचे इतिहासकार मानतात की, राणी व्हिक्टोरियाच्या मृत्यूनंतर भारताचा स्वातंत्र्यासाठीचा संघर्ष म्हणजे दुरंगी लढत होती, जी भारतीय राष्ट्रवाद आणि ब्रिटिश सरकार यांच्यात होती. तरीही या लढतीच्या मैदानात तिसऱ्या एका पक्षाचे कायम अस्तित्व होते

आणि ते होते ब्रिटिश राजेशाहीचे. बुद्धिबळाच्या पटावरील आधुनिक भारताच्या रकान्यात असलेला तो हत्ती होता. देशभक्त राणी आणि एक उदार राजसत्ताधीश या संकल्पनांशी असलेली भारतीयांची भावनिक गुंतवणूक ही विसाव्या शतकाच्या सुरुवातीपर्यंत कायम राहिली. फक्त भारतीय राष्ट्रभक्तांमध्ये १९२०मध्ये एक वाद निर्माण झाला की, राजेशाही, सरकार आणि साम्राज्यशाही यात कुठलाही फरक नसून त्या एकच आहेत. हा क्षण असा होता, जेव्हा साम्राज्यशाही राजसत्तेला ब्रिटिशांनी पुन्हा एकदा मान्यता देऊन पुनःस्थापित करण्याचा प्रयत्न केला होता, ज्याच्या माध्यमातून भारतीय राष्ट्रीय काँग्रेसला सावकाश टक्कर देण्याचा त्यांचा प्रयत्न होता; पण राजसत्ता संपुष्टात येताच भारतात राजेशाहीची लोकप्रियता तर कमी झालीच शिवाय त्याबरोबर ब्रिटिश सत्तेशी संबंधित सगळ्याच गोष्टींना तिरस्कृत नजरेने पहिले जाऊ लागले. ही भावना १९६१ पर्यंत कायम होती. त्यानंतर राणी एलिझाबेथ द्वितीय हिने राष्ट्रकुलातील शिल्लक राहिलेल्या भारत आणि पाकिस्तान या दोन देशांना भेट देण्याचा निर्णय घेतला. हा प्रसंग व्यवस्थित निभावला गेला. २६ जानेवारीला दिल्लीतील प्रजासत्ताक दिनाच्या संपूर्ण सलामीला राणी एलिझाबेथ द्वितीय यांच्या उपस्थितीमुळे नेहरू आणि प्रसाद यांचा अभिमान द्विगुणित झाला होता. लंडनमध्ये द टाइम्स या वर्तमानपत्राने आपल्या विश्लेषणात नमूद केले की, राणी व्हिक्टोरियाला भारताची सम्राज्ञी घोषित करून तिला एक राजकीय अधिकाराचे प्रतीक म्हणून भारतात प्रस्थापित करण्याची डिसरेली यांची कवीकल्पना कशी फोल होती. तिला एक सामाजिक बांधिलकीचे प्रतीक बनवणे किती योग्य राहिले असते, असे नमूद केले गेले. पुढे त्यांनी लिहिले होते की, आता राणीला राष्ट्रकुलाची प्रमुख म्हणून भारतात प्रस्तुत करताना ते राजेशाही सत्तेचेच एक असे रूप जे भारताला अपरिचित नव्हते, तेच सामोरे केले गेले का?(६६) वसाहतवादपश्चात असलेल्या भावनेच्या दृष्टिकोनातून निरखून पहिले तर निःसंशयपणे ते तसेच होते. मात्र, असे करण्याने योग्य वेळ साधली गेली होती. अर्थातच राजेशाही सत्ता ही भारताच्या नजरेतून उतरताना एकदम खाली कोसळली; पण एक ऐतिहासिक समीकरण म्हणून या पुस्तकात प्रयत्न केला गेला आहे की, अशी परिस्थिती नेहमीच नव्हती. एक सम्राज्ञी म्हणून राणी व्हिक्टोरियाने एकोणिसाव्या शतकातील भारतात राजेशाहीला एक प्रतिष्ठा प्राप्त करून दिली होती, त्यात नवीन प्राण फुंकले होते आणि आपल्या परीने व पद्धतीने भारतानेही तिकडे ब्रिटनमध्ये आपल्या शाहीपणाचे पुनरुत्थान केले होते.

◆

NOTES

Introduction

1. Journal entrv, 21 June 1872 in *Letters of Queen Victoria*, 2nd ser., ii, 218-19; Colonel Ponsonby to Earl Granville, 26 January 1873, ibid., 238-9; Duke of Argy11 to Ponsonby, 1 February 1873, ibid., 242. For the visit of the Burmese envoys, see: L. E. Bagshawe (ed.), *The Kinwun Min-Gyi's London diary* (Bangkok: Orchid Press, 2006).
2. Carnarvon to Ponsonby, 24 February 1876, RA VIC/MAIN/F/16/22; Ponsonby to Queen Victoria, 17 March 1876, ibid., fols 65-6; Disraeli to Queen Victoria, 23 March 1876, RAVIC/MAIN/F/16/78; Revd Mr Farrer, 'Trans1ation' (*c.* 23 March 1876), RA V1C/MAIN/F/16/83.
3. L. J. Trotter, *History of lndia under Queen Victoria, 1836-86* (London: W. H. Allen, 1886); Edwin Arnold, *Victoria. Queen and Empress. The Sixty years* (London: Longmans, 1896), 70-7; W. W. Hunter, *The India of the Queen, and Other Essays* (London: Longmans, Greenand Co., 1903). ed. Lady Hunter, ch. 1; Romesh Dutt, *The Economic History of lndia in the Victorian Age* (London: Kegan Paul & Co., 1906); S. Satyamurty, *Modern India* (*Down to the Death of the Queen Empress*) (Madras, n.p., 1909); Richard Temple, *Sixty Years of the Queen's Reign*: *An Epoch of Empire Making* (London: Geo. Routledge, 1897), ch. 2.
4. P. E. Roberts, *History of British India: Under the Company*

and the Crown (1921); Herbert A. Stark, *India under* Company *and Crown: Being an Account of its Progress and Present* (1922): A. B. Keith, *A Constitutional History of lndia, 1600-1935 (1936)*; Joachim von Kurenberg, *Die Kaiserin von Indien: lebensgeschicte der Konigin Victoria von England* (Hamburg: Robert Moglich: 1947)

5. Mary Ann Steegles, *Statues of the Raj* (London: British Association for Cemeteries in South Asia, 2000), 178-214; Jan Morris (with Simon Winchester), *Stones of Empire: The Buildings of the Raj* (Oxford: Oxford University Press, 2003 edn), 182-5; Maria Misra, 'From Nehruvian Neglect to Bollywood Heroes: The Memory of the Raj in Post-war India' in Dominik Geppert and Frank-Lorenz Muller (eds), *Sites of Imperial Memory: Cammemorating Colonial Rule in the Nineteenth and Twentieth Centuries* (Manchester: Manchester University Press, 2016), 187-206.
6. Steegles, *Statues of the Raj,* 178. 207; Philippa Vaughan (ed.), *The Victoria Memorial Hall:Conceptions, Collections, Conservation* (Mumbai: Marg. 1997).
7. *An account of the Memorials to Queen Victoria Erected in the North-Western Provinces of India* (Agra: n.p., 1905); W. S. Meyer, W.E.A. Armstrong, R.S. Burns and E.H.S. Clarke (eds), *The Imperial Gazetteer of lndia,* 26 vols (Oxford: Clarendon Press, 1909—31); Somerset Playne (comp.), *Indian States. A Biographical, Historical and Administrative Survey* (1922; repr. New Delhi: Asian Educational Services, 2006).
8. See the Appendix.
9. Anindita Ghosh, *Power in Print: Popular Puhlishina and the Politics of Language and Culture in a Colonial Society, 1778—19O5* (Delhi: Oxford University Press, 2006); Francesca Orsini, *Print and Pleasure: Popular Literature and Entertaining Fictions in Colonial North India* (Ranikhet: Permanent Black, 2009); Farina Mir, *The Social Space of Language: Vernacular Culture in British Colonial Punjab* (Berkeley: University of California Press, 2010); A. R. Venkatachalapathy, *The Province of the Book: Scholars, Scribes, and Scribblers in Clolonial Tamilnadu* (Ranikhet:

Permanent Black, 2012).

10. C. A. Bayly, *Empire and Information: Intelligence Gathering and Social Communication in India*, c. *l780–187O* (Cambridge: Cambridge University Press 1996), 343-4 % Reports of native newspapers were made for each presidency from 1868. Quarterly lists of all publications were printed as supplements to the official government gazettes (IOR SV412).
11. Mushirul Hasan, 'Sharif Culture and Colonial Rule: A "Maulvi"-Missionary Encounter' in Mushirul Hasan and Asim Roy (eds), *Living Together Separately: Cultural India in History and Politics* (2006), 32O—53; T. G. Bailey, *A History of Urdu Literature* (1928; repr. Karachi: Oxford University Press, 2008).
12. Hans Harder (ed.), *Literature and Nationalist Ideology: Writing Histories of Modern Indian Languages* (New Delhi: Social Science Press, 2010); cf. Vasudha Dalmia, *The Nationalisation of Hindu Traditions: Bharatendu Harischandra and Nineteenth-century Benares* (New Delhi: Oxford University Press, 1997); Sudhir Chandra, *The Oppressive Present: Literature and Social Consciousness in Colonial India* (Delhi: Oxford University Press, 1992).
13. The principal collection of these is in four boxes held in the India Office Records of the British Library, on loan from the Royal Collection: 'Loyal addresses to the Sovereign from the inhabitants of various places in India, Burma, and Aden, etc.', IOR Mss Eur. G55.
14. Richard S. Wortman, *Scenarios of Power: Myth and Ceremony in Russian Monarchy. Volume 2. From Alexander II to the Abdication of Nicholas II* (Princeton, NJ: Princeton University Press, 2000); Matthew Truesdell, *Spectacular Politics: Louis-Napoleon Bonaparte and the Fete Imperiale, 1849-1870* (New York: Oxford University Press, 1997); Sudhir Hazareesingh, '"A Common Sentiment of National Glory": Civic Festivities and French Collective Sentiment under the Second Empire', *journal of Modern History* 76 (2004), 28O-311; Takashi Fujitani, *Splendid Monarchy: Power and Pageantry in Modern Japan*

(Berkeley: University of California Press, 1996); James Shedel, 'Emperor, Church, and People: Religion and Dynastic Loyalty during the Golden Jubilee of Franz Joseph', *Catholic Historical Review* 76 (1990), 71-92.

15. Oliver Godsmark and William Gould, 'Clientelism, Community and Collaboration: Loyalism in Nineteenth-century Colonial India' in Allan Blackstock and Frank O'Gorman (eds), *Loyalism and the Formation of the British World, 1775-1880* (Woodbridge: Boydell Press, 2014), 263-86.
16. Partha Chatterjee, *The Nation and its Fragments: Colonial and Postcolonial Histories* (Princeton, NJ: Princeton University Press, 1993), 11-12; idem., *Nationalist Thought and the Colonial World: A Derivative Discourse?* (London: Zed 1986): cf. Dipesh Chakrabarty, *Provincialising Europe: Postcolonial Thought and Its Discontents* (Princeton, NJ: Princeton University Press, 2000). ch. 1.
17. Ramachandra Guha, *Gandhi before India* (London: Allen Lane, 2013), ch. 6; P. H. N. vanden Dungen, 'Gandhi in 1919: Loyalist or Rebel?' in R. Kumar (ed.), *Essays on Gandhian Politics: The Rowlatt Satyagraha of 1919* (Oxford: Oxford University Press, 1971), 43-63.
18. C. A. Bayly, *Origins Of Nationality in South Asia; Patriotism and Ethical Government in the Making of Modern India* (Delhi: Oxford University Press, 1998), esp. 89-92: cf. his 'European Political Thought and the Wider World during the Nineteenth Century' in Gareth Stedman Jones and Gregory Claeys (eds), *The Camhridge History of Political Thought in the Nineteenth Century* (Cambridge: Cambridge University Press, 2011), 853; and his *Recovering Liherties: Indian Thought in the Age of liberalism and Empire* (Cambridge: Cambridge University Press, 2012), esp. 13-14, 16-17, 26.
19. Sukanya Banerjee, *Becoming Imperial Citizens: Indians in the 'I.ate Victorian Empire* (Durham, NC: Duke University Press, Z010); Elleke Boehmer, *Indian Arrivals,]8.70~ I915: Networks of British Empire* (Oxford: Oxford University Press, 2015).
20. John Mackenzie, *Propaganda and Empire: The*

Manipulation of Public Opinion, 1880-1960 (Manchester: Manchester University Press, 1984); David Cannadine, 'The Context, Performance and Meaning of Ritual: The British Monarchy and the "Invention of Tradition", c.182O-1977 in Eric Hobsbawm and Terence Ranger (eds), *The Invention of Tradition* (Cambridge: Cambridge University Press, 1983), 101-64; idem., *Ornamentalism: How the British Saw their Empire* (London: Allen Lane, 2001), ch. 4; William M. Kuhn, *Democratic Royalism: The Transformation of the British Monarchy, 1861-1914* (Basingstoke: Macmillan, 1996), ch.1.

21. Monarchy as an agent of empire is at last being given due attention. See, For example, Robert Aldrich and Cindy McCreery (eds), *Crowns and Colonies: European Monarehies and Overseas Empires* (Manchester: Manchester University Press, 2016); Sarah Carter and Maria Nugent (eds), *Mistress of Everything: Queen Victoria in Indigenous Worlds* (Manchester: Manchester University Press, 2016); Milinda Baneriee, Charlotte Backerra and Cathleen Sarti (eds), *Transnational Histories of the 'Royal Nation'* (London: Palgrave, 2017). For dynastic rule, see: johannes Paulmann, 'Searching for a "Royal International": The Mechanics of Monarchical Relationships in Nineteenth-century Europe' in Martin H. Geyer and Johannes Paulmann (eds), *The Mechanies of Internationalism* (Oxford: Oxford University Press, 2001), 145-76; Heidi Mehrkens and Frank-Lorenz Muller (eds), *Sons and Heirs: Succession and Political Culture in Nineteenth-century Europe* (Basingstoke: Palgrave Macmillan, Z015).
22. Colin Coates (ed.), *Majesty in Canada: Essays on the Role of Royalty* (Toronto: Dundurn, 2006); Philip Buckner, 'The Creation ofthe Dominion of Canada, 1860-1901' in Buckner (ed.), *Canada and the British Empire* (Oxford: Oxford University Press, 2008), 66-86; james H. Murphy, *Abject Loyalty Ntionalism and Monarchy in Ireland during the Reign of Queen Victoria* (Cork: Cork University Press, 2001); James Loughlin, *The British Monarchy and Ireland: 1800 to the Present* (Cambridge: Cambridge University Press, 2007).

23. For a wry and perceptive account of how the court Worked politically, see: Michael Bentley, *Lord Salishur's Whrld: Conservative Environments in Late- Victorian Britain* (Cambridge: Cambridge University Press, 2001), 73-6, 160-4, and idem., "Power and Authority in the Late Victorian and Edwardian Court' in Andrezj Olechnowicz (ed.), *The Monarchy and the British Nation, 1780 to the Present* (Cambridge: Cambridge University Press, 2007), 163-87.
24. Mithi Mukherjee, *India in the Shadows of Empire: A Legal and Political History,* 1774-1950 (Delhi: Oxford University Press, 2010), 79-80, 89.
25. Bernard S. Cohn, 'Representing Authority in Victorian India' in Eric Hobsbawm and Terence Ranger (eds), *The Invention of Tradition* (Cambridge: Cambridge University Press, 1983), 165-210; idem., 'Cloth, Clothes and Colonialism: India in the Nineteenth Century" (1989) in Cohn, *Colonialism and its Forms of Knowledge: The British in India* (Princeton, NJ:Princeton University Press, 1996), 106-62.
26. Uday Singh Mehta, *Liheralisrn and Empire: A Study in Nineteenth-Century British Liheral Thought* (Chicago, IL: Chicago University Press, 1999): Jennifer Pitts, *A Turn to Empire: The Rise of lmperial Liheralism in Britain and France* (Princeton. NJ: Princeton University Press, 2005), ch. 5; Karuna Mantena, *Alihis of Empire: Henry Maine and the Ends of Liberal Imperialism* (Princeton, NJ: Princeton University Press, 2010).
27. Partham Mitter, 'Cartoons of the Raj. *History Today 47* (1997), 16-21; Mushirul Hasan, *The Avadh Punch: Wit and Humour in Colonial North India* (New Delhi: Nyogi Books, 2007); Ritu G. Khanduri, 'Vernacular Punches: Cartoons and Politics in Colonial lndia', *History and Anthropology* 20 (2009). 459-86.
28. For social reform movements. see: Antoinette Burton. *Burdens of History: British Feminists, Indian Women and Imperial Culture, 1865-1915* (Chapel Hill: University of North Carolina Press. 1994). For nursing, see: Geraldine Forbes, *Women in Colonial India: Essays on Politics, Medicine and Historiography* (New Delhi: Chronicle Books, 2005).

29. Sugata Bose. 'Nation as Mother: Representations and Contestations of "India" in Bengali Literature and Culture' in Sugata Bose and Ayesha Jalal (eds). *Nationalism, Democracy and Development: State and Politics in India* (Delhi: Oxford University Press, 1996), 50-72; Sugata Bose, *The Nation as Mother and other Visions of Nationhood* (Delhi: Penguin, 2017); Sumathi Ramaswamy. *The Goddess and the Nation: Mapping Mother India* (Durham. NC: Duke University Press. 2010), 80-4.
30. 'Composite Patriotism II' (27 May 1905) in *The New Spirit: A Selection from the Writings and Speeches of Bipinchandra Pal on Social, Political and Religious Subjects* (Calcutta: Sinha, Sarvadhikari & Co., 1907), 212-13.

1. Crown and Company

1. Hobhouse to Elphinstone, 4 August 1837. IOR Mss Eur. F87, fols 13-14; entries for 14 July. 7 November in Lord Broughton, *Recollections of a Long Life,* ed. Lady Dorchester, 6 vols (London: John Murray, 1911), v, 88, 103. On Elphinstone, see: H. M. Stephens, 'Elphinstone, John. Thirteenth Lord Elphinstone and First Baron Elphinstone (1807- 1860)', rev. Elizabeth Baigent, *ODNB.*
2. Leslie Mitchell, *Lord Melbourne*, 1779-1848 (Oxford: Oxford University Press, 1997), 235-40; Monica Charlot, *Victoria: The Young Queen* (Oxford: Blackwell, 1991), chs 5-6.
3. On the later years ofthe East lndia Company, see especially: Cyril Phillips, *The East India Company*, 1784-1834, 2nd edn (Manchester: Manchester University Press, 1961), chs 9-10; Philip Lawson, *The East India Company: A History, 1600-1857* (Harlow: Longman, 1993), ch. 8; Anthony Webster, *The Twilight of the East India Company: The Evolution of Anglo-Asian Commerce and Politics, 1790-1860* (Woodbridge: Boydell Press, 2009), chs 5-6.
4. Eric Stokes, *The English Utilitarians and India* (Oxford: Oxford University Press, 1959); John Rosselli, Lord *William Bentinck: The Making of a Liberal Imperialist* 1774-1839

(London: Chatto and Windus for Sussex University Press, 1974), 214-24; Martin Moir and Lynn Zastoupil, 'Introduction' to idem. (eds), *The Great Indian Education Debate:* Documents Relating *to the Orientalist-Anglicist Controversy,* 1781-1843 (Richmond: Curzon, 1999), 1-70.

5. [Philip Meadows Taylor], 'The Native Princes of India', *British and Foreign Review 8* (January 1839), 154-245; Robert Travers, 'A British Empire by Treaty in Eighteenth-century India' in Saliha Belrnessous (ed.), *Empire by Treaty: Negotiating European Expansion, 1600-1900* (Oxford: Oxford University Press, 2014). 132-60.
6. For background, see: M. E. Yapp, *Strategies of British India: Britain, Iran, and Afghanistan, 1798-1850* (Oxford: Clarendon Press. 1980); James Onley, 'The Raj Reconsidered: British India's Informal Empire and Spheres of Influence in Asia and Africa', *Asian Affairs* 20 (2009), 44-62.
7. J. Sutherland. *Sketches ofthe Relations Subsisting between the British Government of India and the Different Native States* (1833, 2nd edn, Calcutta: G. H. Huttman, 1837); C. U. Aitchison, *A Collection of Treaties, Engagements and Sunnuds Relating to India and Neighbouring Countries.* 7 vols (Calcutta: Bengal Printing Co., 1862-5). There was a partial list presented to Parliament in 1825, and a fuller one in 1856: 'Treaties with Native Powers in India', *Parl. Papers* (1825), Cd. 005; 'Copies of all Treaties, Conventions and Arrangements with the Native States of India, made since the 1st day of May 1834', *Parl. Papers* (1856), Cd. 341.
8. Philip Stern, *The Company-state: Corporate Sovereignty and the Early Modern Foundations of the British Empire in India* (Oxford: Oxford University Press, 2011); Sudipta Sen, 'Colonial Frontiers of the Georgian State: East India Company Rule in India', *journal of Historical Sociology* 7, (1994) 368-92.
9. M. Z. A. Shakeb, *A Descriptive Catalogue of Persian Letters from Arcot and Baroda* (London: India Office Library, 1982), 5-6; J. D. Gurney, 'Fresh Light on the Character of the Nawab of Arcot' in A. Whiteman, J. S. Bromley and P. G. M. Dickson (eds), *Statesmen, Scholars and Merchants:*

Essays in Eighteenth-century History Presented to Dame Lucy Sutherland (Oxford: Clarendon Press, 1973), 200-41; Natasha Eaton, 'Between Mimesis and Alterity: Art, Gift and Diplomacy in Colonial India', *Comparative Studies in Society and History 46* (2004), 816-44.

10. Marquis Curzon of Kedleston, *British Government in India: The Story of Viceroys and Government Houses,* 2 vols (London: Cassell and Co., 1925), i, ch. 3; Jan Morris, *Stones of Empire: The Buildings of British India* (Oxford: Oxford University Press, 1983), 67-8; J P. Losty, *Calcutta: City of Palaces: A Survey of the City in the Days of the East India Company, 1690-1858* (London: BL, 1990), 74-6.
11. Peter Gray and Olwen Purdue, 'Introduction' in idem. (eds), *The Irish Lord Lieutenancy: c. 1541-1922* (Dublin: Dublin University College Press, 2012), 3. For the wider comparisons, see: Christopher Bayly, 'Ireland, India and the Empire, 1780-1914', *Transactions of the Royal Historical Society, 6th ser.,* 10 (2000), 377-98.
12. Jac Weller, *Welling-ton in India* (London: Longman, 1972); Kate Brittlebank, 'The White Raja of Srirangapattana: Was Arthur Wellesley Tipu Sultan's True Successor?', *South Asia 26* (2003), 23-35; Michael Fisher, 'The Imperial Coronations of 1819: Awadh, the British and the Mughals', *Modern Asian Studies* 19 (1985), 239-77.
13. For examples of royal salute, see: *Asiatic Journal* 9 (January-June 1820), 510 (Baroda); ibid. 13 (January-June 1822), 86 (Bhopal).
14. *The Private Journal of the Marquess of Hastings, Governor General and Commander-in-Chief in India*, ed. Marchioness of Bute, 2 vols (London: Saunders and Otley 1858), i, 66-9; Abraham Eraly, *The Mughal World: Life in India's Last Golden Age* (New Delhi: Penguin, 2007), 42-52; Piyel Haldar, *Law, Orientalism and Post-colonialism: The furisdiction of the Lotus-eaters* (Abingdon: Routledge, 2007), ch. 6.
15. For Amherst's tour of 1827, see: *Asiatic journal* 24 (July 1827), 92-3. For Bentinck's tour in 1831: Bentinck to Captain Wade, 9 June 1831, in *The Correspondence of Lord William*

Cavendish Bentinck, Governor-General of India, 1828-1835, ed. C. H. Phillips, 2 vols (Oxford: Oxford University Press, 1977), i, 652-3.

16. James Tod, *Annals and Antiquities of Rajast'han, or, the Central and Western Rajpoot States of India*, 2 vols (London: Smith, Elder and Co., 1829-1832), ii. For Tod, see: Norbert Peabody, 'Tod's Rajast'han and the Boundaries of Imperial Rule in Nineteenth-century India', *Modern Asian Studies 30* (1996), 185-220; Jason Freitag, *Serving Empire, Serving Nation: james Tod and the Rajputs of Rajasthan* (Boston: Brill, 2009); Florence D'Souza, *Knowledge, Mediation and Empire: James Tod's Journeys among the Rajputs* (Manchester: Manchester University Press: 2015).
17. On Akbar II, see: Salman Khurshid, 'Life in Shahjahanabad' in J. P. Losty (ed.), *Delhi: Red Fort to Raisna* (New Delhi: Roli, 2012), 207-10; John Reeve, *The Lives of the Mughal Emperors* (London: BL, 2012), 31; G. S. Mukherjee, 'Nature of Political Relationship between the Residents and Shah Akbar II', *Journal of Indian History* 60 (1982), 53-70.
18. On the *farman*, see: F W. Buckler, 'The Political Theory of the Indian Mutiny of 1857', *Transactions of the Royal Historical Society,* 4th ser., 5 (1922), 71-100. For Akbar II, see: Mukherjee, 'Nature of Political Relationship'; Rosselli, *Bentinck*, 231. For the 1830 portrait, see: *Morning Post*, 5 July 1830, 3; and for Ram Mohan Roy's mission in 1832, see: Mary Carpenter, *The Last Days in England of the Rajah Rammohun Roy* (London: E. T. Whitfield, 1875); Lynn Zastoupil, *Rammohun Roy and the Making of Victorian Britain* (Basingstoke: Palgrave Macmillan, 2010), 20-1.
19. *The Times*, 17 March 1836, 2; ibid., 22 April 1836, 6; *Short Statement Relative to the Presents Transmitted to England in 1835, by the King of Oude... to he Laid before their Majesties the King and Queen of England, as a Mark of Attachment and Fidelity, etc.* (London: R. Clay, 1837).
20. Foreign Dept Proceedings, 11 September 1837, P. C. 144, NAI; R. B. Boswell, *A Sermon- Preached in St James' Church, Calcutta... on Occasion of the Ascension to the British Throne of Her Most Gracious Majesty Queen*

Victoria (Calcutta: Church Mission Press, 1837), 2-3.

21. *Asiatic journal*, n. s., 23 (August 1837), 323-5; *The Times,* 10 November 1837, 4.
22. H. Torrens to Lt. Col. N. Alves, 4 June 1838, Foreign Dept Proceedings, P. C. 41, NAI.
23. *Friend of India*, 5 October 1837, 313-14; *Calcutta Monthly Journal and General Register* (January-June, 1838), 1-3.
24. Letter of 27 October 1837, Julia Charlotte Maitland, *Letters from Madras during the Years 836-1839,* ed. Alyson Price, orig. pub. 1846 (Otley: Woodstock Books, 2003), 54; Letter of 17 September 1837, *Letters from India hy the Hon. Emily Eden,* ed. Eleanor Eden, 2 vols (London: Richard Bentley, 1872), ii, 86-7.
25. Foreign Dept Proceedings, 21 March 1838, P. C. 84, NAI.
26. In the Koran, a spring, fountain or river in paradise.
27. C. M. Wade to H. Macnaughten, 11 December 1837, Foreign Dept Proceedings, P. C. 4, NAI.
28. Edward Ingram, 'India and the North-west Frontier: The First Afghan War' in A. Hamish Ion and Elizabeth Errington (eds), *Great Powers and Little Wars: The Limits of Power* (Westport, CT: Praeger, 1993), 31-52; William Dalrymple, *The Return of the King: The Battle for Afghanistan* (London: Bloomsbury, 2013), chs 2-3.
29. Auckland to Hobhouse, 9 December 1838, BL, Add. Mss, 36, 473, fols 359-68; *The Times*, 4 February 1839, 5; *Parhury's Oriental Herald,* 4 (January-June, 1839), 258-9, 278-81.
30. C. J. Blomfield, *A Sermon Preached at the Coronation of Her Most Excellent Majesty Queen, etc.* (London: B. Fellowes, 1838), 15; 'Sermon on the Duties of a Queen' in The Works of Sydney Smith, 3 vols (London: Longman, 1845), iii, 293.
31. QVJl., 26 December 1837, 5 July 1838.
32. For Blomfield, see: Arthur Burns, 'Blomfield, Charles James (1786-1857)', *ODNB. The Life of William Wilberforce*, written by Wilberforce's sons Robert and Samuel, was published in five volumes in 1838.
33. For the background, see: Robert E. Frykenberg, 'Episcopal Establishment in India to 1914' in R. Strong (ed.), *The Oxford*

History of Anglicanism, vol. III: Partisan Anglicanism and its Glohal Expansion, 1829-c. 1914 (Oxford: Oxford University Press, 2017), 296-317.

34. *Bishop Wilson's Journal Letters... during the First Nine Years of his Episcopate,* ed. Daniel Wilson (London: Nisbet, 1863), 227-8. For Wilson, see: Andrew Porter, 'Wilson, Daniel (1778-1858)', *ODNB.*
35. For Duff, see: A. A. Millar, *Alexander Duff of lndia* (Edinburgh: Canongate, 1992); Philip Constable, 'Scottish Missionaries, "Protestant Hinduism" and the Scottish Sense of Empire in Nineteenth- and Early Twentieth-century India', *Scottish Historical Review* 86 (2007), 278-313.
36. Kenneth Ballhatchet, 'The East India Company and Roman Catholic Missionaries', *journal of Ecclesiastical History, 44* (1993), 273-88; Barry Crosbie, *Irish Imperial Networks: Migration, Social Communication and Exchange in Nineteenth-century India* (Cambridge: Cambridge University Press, 2012), 136-40.
37. Andrew N. Porter, 'Religion, Missionary Enthusiasm, and Empire' in idem: (ed.), *The Oxford History of the British Empire,* vol. 3: *The Nineteenth Century* (Oxford: Oxford University Press, 1999), 222-46; idem., *Religion Versus Empire?': British Protestant Missionaries and Overseas Expansion, 1700-1914* (Manchester: Manchester University Press, 2004); P. Van der Veer, 'The Moral State: Religion, Nation, and Empire in Victorian Britain and British India' in Van der Veer (ed.), *Religion and Nationalism in Europe and Asia* (1999), 15-43; R. E. Frykenberg, 'Christian Missions and the Raj' in Norman Etherington (ed.), *Missions and Empire* (Oxford: Oxford University Press, 2005), 107-31; jeffrey Cox, *The British Missionary Enterprise since 1700* (London: Routledge, 2008), esp. ch. 4; Penelope Carson, *The East India Company and Religion, 1698-1858* (Woodbridge: Boydell & Brewer, 2012); Ian Copland, 'Christianity as an Arm of Empire: The Ambiguous Case of India under the Company, c. 1813-1858', *Historical Journal*49 (2006), 1025-54.
38. R. Hartley Kennedy, 'The Suttee: The Narrative of an Eye-

witness', *Bentley? Miscellany* 13 (january 1843), 256. On sati and its suppression, see: Lata Mani, *Contentious Yraditions: The Debate on Sati in Colonial India* (Berkeley: University of California Press, 1998); *Andrea Major, Sovereignty and Social Reform in India: British Colonialism and the Campaign against Sati, 1830-60* (London: Routledge, 2011).

39. Kenneth Ingham, 'The English Evangelicals and the Pilgrim Tax in India, 1800-62', *journal of Ecclesiastical History 3* (1952), 191-200; Nancy Cassels, *Religion and the Pilgrim Tax under the Raj* (New Delhi: Manohar, 1988).
40. *Leeds Mercury*, 7]uly 1838, 6; Lant Carpenter, *A Discourse on Christian 'Patriotism': Delivered to the Society of Protestant Dissenters in Hanover Square, Newcastle-upon lyne, on the Sunday after the Coronation of Her Majesty* (London: Longman, 1838), 26.
41. *The Times,* 28 April 1841, 6. For Blomfield's role, see: *A Letter to His Grace the Lord Archbishop of Canterhury, upon the Formation of a Fund for Endowing Additional Bishoprics in the Colonies* (London: B. Fellowes, 1840) and *A Memoir of C. J. Blomfield, Bishop of London, with Selections from his Correspondence*, ed. A. Blomfield, 2 vols (London, 1863), i, 288-9. For the background, see: Rowan Strong, *Anglicanism and the British Empire 1700-1850* (Oxford: Oxford University Press, 2007), ch. 4; idem., 'The Resurgence of Colonial Anglicanism: The Colonial Bishoprics Fund, 1840-1', *Studies in Church History* 44 (2008), 196-213; Hilary M. Carey, *God's Empire: Religion and Colonialism in the British world,* c. 1801-1908 (Cambridge: Cambridge University Press, 2011), ch. 3; Joseph Hardwick, An Anglican British World: *The Church of England and the Expansion of the Settler Empire*, c. *1790-1860* (Manchester: Manchester University Press, 2014), ch. 3.
42. *The Times*, 18 Iune 1841, 13. For Blomfield's encouragement, see: Blomfield to Wilson, 14 October 1844, Letter-books Diocesan, Blomfield papers, Lambeth Palace Library, vol. 41, fols 222-5; *A Memoir of C.J. Blomfield,* ii, 87-8;
43. 'Memorandum of the Bishop of Calcutta on the Subject of a

Bishop's See at Agra', 25 October 1845, BL, Add. Ms. 40,874, fols 96-104; Entries for 22 january, 24 january, 11 February, 23 May, 23 luly, 27 August, Wilson diaries, Ms. Eng. Misc. e. 9, Bodleian Library, University of Oxford, reprinted in The journal of Bishop *Daniel Wilson of Calcutta, 1845-1857*, ed. Andrew Atherstone (Woodbridge: Boydell Press, 2015); Wilson to Hobhouse, 30 October 1847, IOR Mss Eur. F213/ 22. joseph Bateman, *The Life of the Right Rev. Daniel Wilson, D.D., Late Lord Bishop of Calcutta... with Extracts from his journals and Correspondence, 2 vols* (London: John Murray, 1860), ii, ch. 18; Bengal ecclesiastical despatches, 1852-3, 10 November 1851, IOR E/4/817, p. 1168; ibid., 1853-4, 29 March 1854, E/4/824, p. 1143.

44. For example, Sarah Tucker's *South Indian Missionary Sketches: Containinga ShortAccount of some of the Missionary Stations, Connected with the Church Missionary Society in Southern India, in Letters to a Young Friend, 2 vols* (London: James Nisbet, 1843), was in Queen Victoria's library, whilst the Society for the Propagation of the Gospel's *The Colonial Church Atlas, Arranged in Dioceses: With Geographical and Statistical Tables* (London: Society for the Propagation of the Gospel in Foreign Parts, 1842) was in the library of Prince Albert.
45. QVJl., 24 September 1839. ,
46. lbid., 18 March 1839.
47. Bengal despatches, 29 April 1840, IOR/F/4/1932/83331.
48. 'Address from meeting of inhabitants of Bombay held at the Town Hall on 21st April 1840', Bombay despatches, lOR/F/ 4/ 1902/81001; 'Address to Queen Victoria on Occasion of Marriage', Madras despatches, lOR/E/ 4/ 956, *Bombay Times,* 26 February 1842, 134.
49. There is a copy of the Bombay government's acknowledgment of the address on the marriage, dated 28 December 1840, in Jejeebhoy letterbooks, vol. 355, University of Mumbai Library.
50. 'Letter from the Naib-i-Mukhtar of the Carnatic to Her Majesty Queen Victoria and the Court of Directors on the Occasion of the Birth of the Heir Apparent', 31 March 1842, Madras despatches, lOR/F/4/ 1997/ 88626; Alex Speirs

[Gwalior] to T. H. Maddock, 9 February 1842, Foreign Dept Proceedings, 11 September 1837, F. C. 40, NAI.

51. *Bombay Times*, 12 September 1840, 589, ibid., 13 July 1842, 452.
52. Hermione Hobhouse, *Prince Albert: His Life and Work* (London: Hamish Hamgon, 1983), and Stanley Weintraub, Albert: Uncrowned King (London: John Murray, 1997), remain the standard accounts.
53. *The Principal Speeches and Addresses of... the Prince Consort. With an Introduction, Giving some Outlines of his Character,* ed. Sir Arthur Helps (London: John Murray, 1862), 81-2.
54. *The Times*, 15 April 1841, 6; John Scoble, *Slavery and the Slave Trade in British India: With Notices of these Existence of these Evils in the Islands of Ceylon, Malacca, and Penang, Drawn from Official Documents* (London: Thomas Ward, 1841); *The Export of Cooliesfrom India to Mauritius* (London: British and Foreign Anti-Slavery Society, 1842).
55. Peel to Prince Albert, 15 February 1842, in *Letters of Queen Victoria,* 1st ser., i, 382.
56. *Principal Speeches... of the Prince Consort*, 134; *The Times,* 18 June 1851, 8; *Society for the Propagation of the Gospel in Foreign Parts... jubilee Commemoration* (London: Society for the Propagation of the Gospel, 1851).
57. David J. Howlett, 'Ramsay, James Andrew Broun, First Marquess of Dalhousie (1812-1860)', *ODNB*; Thomas R. Metcalf, 'Canning, Charles John, Earl Canning (1812-1862)', ibid.
58. E. C. B. Lindsay, 'The Arrival of Queen Victoria in Scotland, 1842: Extracts from the Diary of Lord Dalhousie', *Transactions of the East Lothian Antiquarian & Field Naturalists Society* 12 (1970), 32-45; idem., 'Queen Victoria in Scotland, 1842: Extracts from the Diary of Lord Dalhousie, pt. 2, ibid. 13 (1972), 61-76; Alex Tyrrell, 'The Queen's "little trip": The Royal Visit to Scotland in 1842', *Scottish Historical Review* 82 (2003), 47-73.
59. QVJl., 18 March 1842, 16 June 1842. Tagore followed the

royal party to Scotland in April: *The Times*, 30 April 1842, 5.

60. *The Times*, 1 March 1842, 5; ILN, 1 November 1842, 440.
61. See Miles Taylor, *Wellington's World*: The Duke of Wellington and the Making of the British Empire, Fifteenth Wellington Lecture, University of Southarrtpton, 2003, 19-20; Edward Ingram, 'The Role of the Duke of Wellington in the Great Game in Asia 1826-1842', Indica 25 (1988), 131-42.
62. Hew Strachan, *Wellington's Legacy*: *The Reform of the British Army, 1830-1854* (Manchester: Manchester University Press, 1984), 35-6.
63. David Steele, 'Law, Edward, First Earl of Ellenborough (1790-1871)', *ODNB*; A. H. Imlah, *Lord Ellenborough: A Biography of Edward Law, Earl of Ellenborough, Governor- General of India* (Cambridge, MA: Harvard University Press, 1939).
64. His first letter from India was dated 18 March 1842: Lord Colchester (ed.), *History of the Indian Administration of Lord Ellenborough, etc.* (London: Richard Bentley, 1874), 16-25. On being told that the queen corresponded with Ellenborough, Hobhouse confided his objections to this 'irregularity': '[h]e is not Viceroy, he represents the Company, not the Queen!!': entry for 24 May 1844, Broughton, *Recollections,* vi, 107.
65. Ellenborough to Queen Victoria, 18 January 1843, in *History of the Indian Administration of Lord Ellenborough,* 64-5.

2. Warrior Queen

1. The ship's log books are at: IOR/L/MAR/B/810B.
2. For an overview, see: Gerald S. Graham, *Great Britain in the Indian Ocean: A Study of Maritime Enterprise, 1810-1850* (Oxford: Clarendon Press, 1967) and idem., *The China Station: War and Diplomacy 1830-1860* (Oxford: Oxford University Press, 1978), chs 4-8; Kaushik Roy, *The Oxford Companion to Modern Warfare in India: From the Eighteenth Century to Present Times* (New York: Oxford University Press, 2009), 262-4.
3. 'Copies of Treaties, Conventions, and Arrangements with the

Native States of India Made since the 1st day of May 1834', Parl. Papers (1856), Cd. 341; Walter Arnstein, 'The Warrior Queen: Reflections on Queen Victoria and her World', Albion 30 (1998), 1-28; Paul McHugh, *The Maori Magna Carta: New Zealand Law and the Treaty of Waitangi* (Auckland: Oxford University Press, 1991), ch. 2; John M. Willis, 'Making Yemen Indian: Rewriting the Boundaries of Imperial Arabia', *International journal of Middle-East Studies 41* (2009), 23-38; Paul J. Rich, *Creating the Arabian Gulf :The British Raj and Invasions of the Gulf* (Plymouth: Lexington, 2009), ch. 2; R. Derek Wood, 'The Treaty of nanking: Form and the Foreign Office, 1842-3', *journal of Imperial and Commonwealth History* 24 (1996), 181-96.

4. Peel to Lord Fitzgerald, 20 November [1841], BL, Add. Ms. 40, 462.
5. QVJl., 29 October 1841; Ellenborough to Queen Victoria, 21 April 1842, in Lord Colchester (ed.), *History of the Indian Administration of Lord Ellenhorough, etc.* (London: Richard Bentley, 1874), 28-30.
6. On the final stages of the first Afghan war, see: Edward Ingram, 'India and the North-west Frontier: The First Afghan War' in A. Hamish Ion and Elizabeth Errington (eds), Great Powers and Little Wars.' The Limits of Power (Westport: Praeger, 1993), 31-52; Ben Hopkins, The Making of Modern Afghanistan (Basingstoke: Palgrave, 2008), ch. 3; Frank H. Wallis, A History of the British Conquest of Afghanistan and Western India, 1838-1849 (Lampeter: Edwin Mellen, 2009), ch. 10; William Dalrymple, Return of a King: The Battle for Afghanistan (London: Bloomsbury, 2014), ch. 10.
7. QVJl., 15 April 1842. For the role of Indian forces in the first China war, see: Robert Johnson, 'The East Indra Company, the Indian Army and the China Wars, 1839-1860', in Peter Lorge and Kaushik Roy (eds), Chinese and Indian Warûzre, from the Classieal Age to 1870 (London: Routledge, 2015), 347-67.
8. Asiya Siddiqi, 'The Business World of Jamsetjee Jejeebhoy', Indian Eeonomic and Social History Review 19 (1982), 301 24; John F. Richards, 'The Opium Industry in British India',

Indian Economic and Social History Review 39 (2002), 149 81; Amar Farooqui, 'Opium and the Trading World of Western India in the Early 19th Century' in james Mills and Patricia Barton (eds), Drugs and Empire (Basingstoke: Palgrave, 2007), 83-100. For the involvement of the Tagores, see: Blair B. Kling, Partner in Empire: Dwarhanath Tagore and the Age of Enterprise in Eastern India (Berkeley: University of California Press, 1976), ch. 3.

9. Queen Victoria to Leopold, 13 April 1841, *Letters of Queen Victoria,* 1st ser., i, 329; QVJl; 24 November 1842.
10. Steele, 'Law, Edward, First Earl of Ellenborough (1790-1871)', ODNB; A. H. Imlah, Lord Ellenhorough: A Biography of Edward Law, Earl of Ellenhorough, Governor-General of India (Cambridge, MA: Harvard University Press, 1939), 99 122.
11. Imlah, *Lord Ellenhorough*, 108-11; Foreign Dept Proceedings (11 November 1842), S. C. 5-12, NAI.
12. Imlah, *Lord Ellenborough,* 115-19.
13. Ellenborough to Queen Victoria, 10 June 1844, in *History of the Indian Administration of Lord Ellenhorough*, 131-2; Imlah, *Lord Ellenhorough,* 123-47; Robert A. Huttenback, *British Relations with Sind*: *1799-1843*: *An Anatomy of Imperialism* (Berkeley: University of California Press, 1962), ch. 5.
14. *Bombay Times*, 7 December 1842, 788; Romila Thapar, *Somantaha: The Many Voices of a History* (London: Verso, 2005), 166-76.
15. *Political Sketches hy H. B.*, 10 vols (London: Thomas McLean, 1829-51), viii, 754: 'The Modern Sampson Carrying of the Gates of Somnauth' (1843); ibid., 760: 'Alarming Situation! in India from an Old Tame Elephant Running Wild!!!' (February 1843); ix, 805: 'A Lesson in Elephant Riding! Studied from Nature in the Zoological Gardens' (14 May 1844); ibid., 824: 'A Wild Elephant Trumpeting. Or A Scene from Paradise Lost!' (28 December 1844); cf. .'The "Christian" Bayadere Worshipping the Idol "Siva" ', *Punch* iv (1843), 97.
16. Anon., *India and Lord Ellenborough* (London: W. H. Dalton, 1844), 83; A Bengal civilian, *Lord Ellenborough and Lord Auckland* (London: Smith, Elder and Co., 1845); Anon. 'Lord

Ellenborough's Indian Policy', *Foreign Quarterly Review* 34 (January 1845), 479-514; Anon., 'Lord Ellenborough's Government of India', *British and Foreign Review* 17 (July 1844), 646-67; *The Times*, 6 May 1844, 4.

17. HC Debs, 66 (9 February 1843), 358-64 (Inglis); ibid. (9 March 1843), 364-73 (Peel); Peel reported his misgivings about Ellenborough to the queen on several occasions: QVJl., 28 January 1843, 22 February 1843, 17 March 1843; as did Aberdeen: ibid., 8 December 1842.
18. HC Debs, 72 (8 February 1844), 342-458; Sarah Ansari, 'The Sind Blue Books of 1843 and 1844: The Political "Laundering" of Historical Evidence', *English Historical Review* 120 (2005), 35-65.
19. Stanley to Queen Victoria, 23 November 1842, *Letters of Queen Victoria*, 1st ser., i, 552-3; Fitzgerald to Queen Victoria, 1 March 1842, ibid., i, 382-3. Lady Florentia Sale's *journal of the Disasters in Afghanistan,* 1841-2 was published in 1843.
20. QVJl., 8 December 1842; ibid., 22 August 1843; Queen Victoria to Peel, 23 April 1844, *in Letters of Queen Victoria,* 1st ser., ii, 10.
21. QVJl., 15 March 1843, 30 October 1844.
22. Ibid., 14 April 1844, 2 May 1844.
23. Ripon to Ellenborough, 5 July 1843, BL, Add. Ms. 40, 865, fols 113-14.
24. Ellenborough to Queen Victoria, 27 January 1843, History of the Indian Administration of Lord Ellenborough, 65-6. For the history of the regiment, see: Richard Brett-Smith, The 11th Hussars (Prince Albert's own) (London: Leo Cooper, 1969).
25. 'Memorandum' (9 December 1842), Wellington papers, Hartley Library, University of Southampton, Wellington papers, WP2/95/41-5; Queen Victoria to Peel, 29 November 1842, Letters of Queen Victoria, 1st ser., ii, 10.
26. The Waterloo Medal Roll (Dallington: Naval 86 Military Press, 1992).
27. J. W. Adams, 'The Peace Medals of George III' in A. M. Stahl (ed.), The Medal in America, 2 vols, (New York: American Numismatic Society, 1999), ii, 1-15.

28. 'Lists of the Medals and Clasps Issued by the Indian Gov ernment (1778-1876)', TNA, MINT 16/71. For Wyon, see the family entry: Philip Attwood, 'Wyon Family (per. c. 1760-1962)', ODNB. For images of and further details about the medals referred to in this section, see: John Horsley Mayo, Medals and Decorations of the British Army and Navy, 2 vols (London: Constable, 1897); Andrew Whittlestone and Michael Ewing, Royal Commemorative Medals, 1837-1977, 7 vols (Llanfllin: Galata Print, 2008), i.
29. For the correspondence giving her approval, see: Ripon to Queen Victoria, 29 May 1843, BL, Add. Ms., 40, 864, fols 311-12; Queen Victoria to Ripon, 30 May 1843, ibid., fols 313-14.
30. *Bombay Times*, 7 October 1843, 645.
31. Prince Albert to Lord Stanley, 28 February 1844, Derby papers, Liverpool Record Office, 920 DER (14) 101/7. A proof copy of the rejected medal to which Prince Albert refers can be seen in the Fitzwilliam Museum, Cambridge: Lester Watson Collection, item no. 53.
32. Hobhouse to Queen Victoria, 20 May 1848, IOR Mss Eur., E213/19; Hobhouse to Wyon, 4 July 1850, ibid.
33. Hobhouse to Earl Grey, 28 October 1848, IOR Mss Eur. E213/19.
34. Bengal Military Despatches, 5 March 1851, IOR/E/4/ 808; Charles Winter, 'The Army of India Medal', British Numismatics journal 18 (1925), 165-72.
35. 'Earl Grey's Letter. Medals', (n.d., c. 1849), IOR Mss Eur. F213/107.
36. Queen Victoria to Henry Hardinge, 8 April 1845, Hardinge papers, McGil1 University Library, C5/17, fols 30-1; Hardinge to Emily Hardinge, 23]une 1846, in The Letters of the First Viscount Hardinge of Lahore to Lady Hardinge and Sir Whtlter and Lady farnes, 1844-1847, ed. Bawa Satinder Singh, Camden 4th ser., 42 (London: Royal Historical Society, 1986), 177; Charles Hardinge to Walter James, 2 January 1847, in My Indian Peregrinations: The Private Letters of Charles Stewart Hardinge, 1844-1847, ed. Bawa Satinder Singh (Lubbock, TX: Texas Tech University Press, 2001), 130. The

original sketches are now in the Royal Collections: RCIN 1070417.

37. The sequence commenced with Dalhousie to Queen Victoria, 3]uly 1848, BL Add.Qls., 36, 476, fols 140-9. Hobhouse ob jected to the separate correspondence about Gough: Hobhouse to Queen Victoria, 15 March 1849, 1OR Mss Eur. F213/13.
38. Queen Victoria to Hardinge, 6 April 1846, Hardinge papers, McGill University Library, C5/17; Queen Victoria to Hobhouse, 26 May 1849, RA VIC/MAIN/N/14/54.
39. Hardinge to Queen Victoria, 28 July 1847, BL, Add. Ms. 36, 475, fols 343-50; QVJl., 24 October 1848, 18 August. 1854. For the first Sikh war, see: J. S. Grewal, The Sikhs of the Punjah (rev. edn, Cambridge, 1998), 123-4; Arnarpal Sidu, The First Anglo-Sikh War (Stroud: Amberley, 2010).
40. Dalhousie to Queen Victoria, 7 April 1849 [copy], BL, Add. Ms., 36, 475, fols 505-7. For the second Sikh war, see: AndrewJ. Major, Return to Empire: Punjab under the Sikhs and the British in the Mid-nineteenth Century (New Delhi: Sterling, 1996); Grewal, Sikhs of the Punjah, 126-7.
41. Hardinge told the queen that Jung Bahadur had personally committed the murders: Hardinge to Queen Victoria, 20 April 1847, IOR Mss Eur. F213/ 21; Hardinge to Queen Victoria, 1 June 1849, BL, Add. Ms., 36, 475, fols 244-5; Dalhousie to Hobhouse, 7 November. 1849, ibid., Add. Ms. 36, 477, fols 103-6.
42. Lord Elphinstone, who had met Jung Bahadur in Kathmandu, and given him a ring, vouched for him: Hobhouse to Carpen ter, 28 June 1850, IOR Mss Eur. F213/19; Hobhouse to Queen Victoria, 17 June 1850, ibid., F213/ 13; Hobhouse to Queen Victoria, 11 July 1850, ibid., F213/13. See also: ILN, 8 June 1850, 401-2; Orfeur Cavenagh, Reminiscences of an Indian Official (London: W. H. Allen, 1884), ch. 4; John Whelpton, jang Bahadur in Europe: The First Nepalese Mission to the West (Kathmandu: Sahayogi Press, 1985), 188-92.
43. Ripon to Queen Victoria, 26 January 1844 [copy], BL, Add: Ms., 40, 867, fols 102-3; Prince Albert to Ripon, ibid., 30 January 1844, fols 112-13.
44. Hardinge to Hobhouse, 14 August 1847, BL, Add. Ms, 36,

473, fols 364-75; Dalhousie to Hobhouse, 15 June 1849, BL, Add. Ms. 36, 477, fols 4-13; diary entry, 15 July 1855, Dalhousie papers, National Archives of Scotland, Edinburgh, GD45/ 6/ 544. The practice of sending the shawls directly to the queen resumed in 1857: Bengal despatches, IOR/E/4/845. For some of the background, see: Chitralekha Zutshi, "Designed for Eternity": Kashmiri Shawls, Empire, and Cultures of Production and Consumption in Mid-Victorian Britain', Journal of British Studies 48 (2009), 420-40; Robert A.Huttenback, Kashmir and the British Raj 1847-1947 (Oxford: Oxford University Press, 2004), Ch. 1.

45. Hobhouse to H. St. J. Tucker, 1 January 1848, Tucker to Hobhouse, 8 January 1848, IOR, F213/ 18. The battle axe is now in the National Museum, New Delhi: Acc. No. 58.47/ 3.
46. Hobhouse to Queen Victoria, 14 June 1848, IOR Mss Eur. F.213/ 13; Queen Victoria to Hobhouse, 15 June, ibid., E213/ 12. Some of these 1846 guns are depicted in a later painting by William Tayler: The Triumphal Reception of the Sikh Guns [at Calcutta]... Dedicated to the Army of the Sutledge under the Command of Gen. Sir Hugh Gough, Commander-in-Chief and the Rt. Honble. Sir Henry Hardinge, Governor General, Second in Command (c. 1858), RCIN 813908. For the arms sent the following year, see: Dalhousie to Hobhouse, 15 June 1849, BL, Add. Ms. 36, 477, fols 4-13; Dalhousie to Hobhouse, 25 June 1849, ibid., fols 14-15; Dalhousie to Hobhouse, 14 July 1849 [inc. enclosure], ibid., fols 16-18; Dalhousie to Hobhouse, 23 April 1850, ibid., fols 191-6; Duleep Singh to Dalhousie, 14 November 1850, RA VIC/N14, fol. 66. Much of the captured Sikh arsenal is now in the collection of the Royal Artillery Museum.
47. Ranjit Singh's throne is now at V&A no. 2518(IS). Diary entry, 3 November 1851, Dalhousie papers, National Archives of Scotland, Edinburgh, GD45/6/544, 467-501; Ray Desmond, The India Museum, 1801-1879 (London: India Office Library, 1982), 41.
48. For Dalhousie's original decision to present the Koh-i-Noor to the queen, see: Dalhousie to Queen Victoria, 7 April 1849, BL, Add. Ms. 36, 476, fols 505-7; QVJl., 25 May 1849. For

the journey of the diamond from Lahore to London via Bombay, see: diary entry, 17 May 1850, Dalhousie papers, GD 45/6/540, 329-40; Dalhousie to Hobhouse, 23 April 1850, BL, Add. Ms. 36, 477, fols 191-6; Queen Victoria to Hobhouse, 3 July 1850, IOR Mss Eur. F.213/ 12. A recent history of the jewel can be found in William Dalrymple and Anita Anand, Koh-i-Noor: The History of the World's Most Infamous Diamond (London: Bloomsbury, 2017).

49. Galloway to Hobhouse, 26 May 1849, BL, Add. Ms. 36, 480, fols 41-2; Hobhouse to Galloway, 28 May 1849, IOR Mss Eur. E213/16. cf. Travers Twiss, The Law of Nations Considered as Independent Political Communities." On the Rights and Duties of Nations in Time of War (Oxford: Oxford University Press, 1863), 123, which, without discussing the case of the Punjab, upheld Hobhouse's position on war booty. For a later 'official' account of the ownership of the Koh-i-Noor, see: 'Enquiry Regarding the Presentation of the Koh- i-Nur [sic] Diamond to Queen Victoria in 1850', IOR, L/PS/11/296.
50. Joseph Paxton's 'Crystal Palace' cost £80,000 to build. For the guarantee, see: Hobhouse to John Shepherd, 15 August 1850, IOR Mss Eur. F213/15.
51. John Shepherd to Hobhouse, 2 October 1851, BL, Add. Ms. 36, 480, fols 2 October 1851, fols 457-60, 15 October 1851, ibid., fols 467-9; QVJl., 23 October 1851.
52. RCIN 406698.
53. R. J. Moore, Sir Charles Wood's Indian Policy, 1853-66 (Manchester: Manchester University Press, 1966); P. K. Chatterji, 'The East India Company's Reactions to the Charter Act of 1853', journal of Indian History 51 (1973), 55-64; Nadine Andre, 'L'India Act de 1853: ruptures et continuités' in idem. (ed.), Ruptures et continuite's: mélanges offierts a Francois Piquet (Lyon: Université Jean Moulin-Lyon, 2004), 363-87.
54. 'First Report from the Select Committee of the House of Lords, Appointed to Inquire into the Operation of the Act 3 & 4 Will. 4, c. 85, for the Better Government of Her Majesty's Indian Territories, etc.', Parl. Papers (1852-3), Cd. 627, 141, 272-4.
55. 'Report from the Select Committee on Indian Territories, etc.',

Parl. Papers (1852-3), Cd. 533, p. 44.

56. Ibicl., 211, 249, 257, 259.
57. Thant Myint-U, The Making of Modern Burma (Cambridge: Cambridge University Press, 2001), 104; Oliver B. Pollak, Empires in Collision: Anglo-Burmese Relations in the Mid-nineteenth Century (London: ABC Clio, 1979); idem., 'A Mid-Victorian Cover-up: The Case of the "Combustible Commodore" and the Second Anglo-Burmese War, 1851-1852', Albion, 10 (1978), 171-83.
58. 'First Report from the Select Committee of the House of Lords', 274.
59. George Campbell, A Schem for the Government of India (Lon don: John Murray, 1853), 64, 121. For Marshman's view: 'Second Report from the Select Committee on Indian Territories', qq. 4648-57. For Maddock's: HC Debs, 127 (9 June 1853), 1326.
60. 'Third Report from the Select Committee on Indian Territo ries', q. 5010; idem., Remarks on the Affairs of India: With Observations upon some of the Evidence Given before the Parliamentary Committee (London: Effingham Wilson, 1852), 89.
61. Jarnes Silk Buckingham, Plan for the Future Government of India (London: Partridge & Oakey, 1853). For Buckingham, see: G. F. R. Barker, 'Buckingham, James Silk (1786-1855)', rev. Felix Driver, ODNB.
62. Queen Victoria to Lord Aberdeen, 27 May 1853, Letters of Queen Victoria, 1st ser., ii, 543-4.
63. Speech of Lieut.-Colonel Sykes, at the General Court of Pro prietors of East-India Stock, on the 21st June, 1853, on the Proposed India Bill (London: Cox and Wyman, 1853), 20.
64. Betel leaf.
65. For two slightly different versions of the same encounter, see: The Dalhousie-Phayre Correspondence, 1852-6, ed. D. G. E Hall (London: Oxford Unigrsity Press, 1932), 377-87, and A Narrative of the Mission to the Court of Ava in 1855, comp. Henry Yule (Kuala Lumpur: Oxford University Press, 1968), 88; cf. J. A. Mills, 'The First Decade of British Administration in Lower Burma, 1852-1862', Kabar Seberang 5-6 (1979),

112-25.

3 Exhibiting India

1. RCIN 403843; QVJl., 10, 11, 13 July and 21 August 1854. For the dressing up: Lady Lena Login, Sirjohn Login and Duleep Singh (London: W. H. Allen, 1890), 347-8. For the iconography of Duleep Singh more generally: Simeran Man Singh Gell, 'The Inner and the Outer: Dalip Singh as an Eastern Stereo type in Victorian England' in Shearer West (ed.), The Victorians and Race (Aldershot: Scolar, 1996), 68-83; Brian Keith Axel, The Nation's Tortured Body: Violence, Representation and the Foundation of a Sikh Diaspora (Durham, NC: Duke University Press, 2001), 51-78.
2. Susanne Stark, 'Bunsen, Christian Karl Josias von, Baron von Bunsen in the Prussian Nobility (1791-1860)', ODNB. The classic study of Albert's patronage of the arts remains: Hermione Hobhouse, Prince Albert, His Life and Work (Lon don: Hamish Hamilton, 1983).
3. Thomas Becker, 'Prinz Albert als Student in Bonn' in F. Bosbach and W. Filmer-Sankey (eds), Prinz Alhert und der Entwicklung der Bildung im 19. jahrhundert (Munich: K. G. Saur, 2000), 145-56; Franz Bosbach, 'Prinz Albert und dasuniversitmre Studium in Bonnand Cambridge' in Christa]ansohn (ed.), In the Footsteps of Queen Victoria (Munster: Lit, 2003), 201-24; Franz Bosbach (ed.), Die Studien des Prinzen Albert an der Universitat Bonn (1837-1838) (Berlin: De Gruyter, 2010), esp. chs by Amalie Fobel and Christian Recht; John R. Davis, 'Friedrich Max Mûller and the Migration of German Academics to Britain in the Nineteenth Century' in Stefan Manz, Margrit Schulte Beerbuhl and john R. Davis (eds), Migration and Transfer from Germany to Britain, 1660-1914 (Munich: K. G. Saur, 2007), 93-106; Oliver Everett, 'The Royal Library at Windsor Castle as Developed by Prince Albert and B. B. Woodward', The Library, 7th ser., 3 (2002), 58-88.
4. Charles von Hugel, Travels in Kashmir and the Panjah (Karachi: Oxford University Press, 2003); QVJl., 8 August

1845, 30 January 1846, 23 March 1846, 2 March 1847.

5. Leopold von Orlich, Travels in India: Including Sinde and the Punjab (London: Longmans, 1845); Henry Steinbach, The Punjauh: Being a Brief History of the Country of the Sikhs: Its Extent, History, Commerce, Productions, Government, Manufactures, Laws, Religion, etc. (London: Smith, Elder, 1845). For Orlich, see: The Times, 7 June 1860, 9; and for Steinbach, see: W. H. Macleod, 'Colonel Steinbach and the Sikhs', Panjah Past and Present 9 (1975), 291-8.
6. Zur Erinnerung an die Reise der Prinzen Waldemar von Preussen nach Indien in den Jahren 1844-1846, 2 vols (Berlin: privately printed, 1853); QVJl., 2, 5, 19 July 1847.
7. Joan Leopold, 'British Applications of the Aryan Theory of Race to India, 1850-1870', English Historical Review 89 (1974), 578-603; Martin Maw, Visions of India: Fulfilment Theology, the Aryan Race Theory, and the Work of British Protestant Missionaries in Victorian India (Frankfurt: Peter Lang, 1990), 22-5; Thomas R. Trautmann, Aryans and British India (Berkeley: University of California Press, 1997), 172-8; Tony Ballantyne, Orientalism and Race: Aryanism in the British Empire (Basingstoke: Palgrave, 2002), 41-4.
8. The Times, 13 January 1857, 7; G. Beckerlegge, 'Professor Friedrich Max Miiller and the Missionary Cause' in John Wolffe (ed.), Religion in Victorian Britain, vol. 5: Culture and Empire (Manchester: Manchester University Press, 1997), 177-219. For Monier-Williams, see his The Study of Sanskrit in Relation to Missionary Work in India: An Inaugural Lecture (London: Williams and Norgate, 1861), esp. 39-41, and A. A. Macdonell, 'Williams, Sir Monier Monier- (1819-1899)', rev. J. B. Katz, ODNB.
9. QVJl., 5 January 1864. C. B. Phipps to Max Miiller, 28 January 1863, Max Muller papers, Bodleian Library, Oxford, Ms. Eng. D. 2349, fol. 1.
10. Richard Sitnick, The Coburg Conspiracy: Plots and Manoeuvres (London: Espheus, 2008); John R. Davis, 'The Coburg Connection. Dynastic Relations and the House of Coburg in Britain' in Karina Urbach (ed.), Royal Kinship. Anglo-German Family Networks (Munich: K. G. Saur, 2008),

97-116.

11. Becker, 'Prinz Albert als Student in Bonn'. For Savigny, see: Margaret Barber Crosby, The Making of a German Constitution: A Slow Revolution (Oxford: Berg, 2008), ch. 2.
12. See Albert's 'Memorandum on German Affairs' (11 Septem ber 1847) in Theodore Martin, The Life of the Prince Consort. Prince Albert and His Times, 5 vols (1877; London: IB Tauris, 2012), ii, 439-46; Albert to Ernst, 14 March 1848 in Hector Bolitho (ed.), The Prince Consort and His Brother: Two Hundred New Letters (London: Cobden-Sanderson, 1933), 101-3; cf. Davis, 'Coburg connection', 112-13; E. J. Feutchwanger, Albert and Victoria: The Rise and Fall of the House of Saxe-Coburg-Gotha (London: Hambledon Continuum, 2006), 77-9.
13. Toast Given at the Dinner of the Trinity House' in The Princi pal Speeches and Addresses of His Royal Highness the Prince Consort (London: John Murray, 1862), 243-4.
14. Tiansactions of the Royal Society of Arts 59 (1849), p.50; Henry Labouchere to Mountstuart Elphinstone, 15 December 1849, IOR Mss Eur. F88/ 140/62, fols 167-70. For Albert and the 1851 exhibition, see: Hobhouse, Prince Albert, ch. 7; John R. Davis, 'Albert and the Great Exhibition of 1851: Creating the Ceremonial of Industry' in Caroline Litzenberger and Eileen Groth Lyon (eds), The Human Tradition in Modern Britain (Lanham, MD: Rowman and Littlefield, 2006), 95-110.
15. The Times, 24 May 1851, 8; ibid., 10 September 1851, 5.
16. 'First Report of the Commissioners for the Exhibition of 1851, etc.', Parl. Papers (1852), Cd. 1485, 72, 163-4; IOR/L/SUR/ 1/1, fol. 101.
17. Francis Higginson, Koh-i-Noor, or the Great Exhibition and its Opening (London: Pretyman and Rixon, 1851); Hunt's Hand book to the Official Catalogues: An Explanatory Guide to the Natural Productions and Manufactures of the Great Exhibition of the Industry of all Nations, 1851, ed. Robert Hunt (London: Spicer, 1851), 29-32. The fullest accounts of the Indian court were in the ILN, 14 June 1851, 563-4; Cassell's Illustrated Exhibitor, 4 October 1851, 317-28; and Dickeinsons' Comprehensive Pictures of the Great Exhibition of 1851 , from

the Originals Painted for H.R.H. Prince Albert, by Messrs. Nash, Hague, and Roberts, 2 vols (London: Dickinson, 1851), ii, plates 1-7.

18. The Times, 23 April 1851, 5; ibid., 15 May 1851, 5; cf. Tallis's History and Description of the Crystal Palace, and the Exhibition of the World's Industry in 1851 (London: John Tallis, 1851), i, 31-8. In a large secondary literature, two accounts of the 1851 exhibition, and the place of the Indian exhibits within it, stand out: Lara Kriegel, 'Narrating the Subcontinent in 1851: India at the Crystal Palace' in Louise Purbrick (ed.), The Great Exhibition of 1851: New Interdisciplinary Essays (Manches ter: Manchester University Press, 2001), 146-78; and Anthony Swift, "The Arms of England that Grasp the World": Empire at the Great Exhibition', Ex Plus Ultra 3 (2012), 1-25.
19. Official Catalogue of the Great Exhibition of the Works of Industry of All Nations, 1851 (London: Spicer, 1851), 860-907.
20. W. Cullen to Sir H. C. Montgomery, 7 December 1850, enc. Address from the Raja of Travancore (11 October 1850), Tamil Nadu State Archives, Political Consultations, 7 January 1851, 40.
21. Hobhouse to Queen Victoria, 14 August 1851, IOR Mss Eur. 213/13. The Raja of Travancore celebrated the receipt of the queen's letter of acknowledgment with an elaborate ceremony, depicted at the time by Frederick'Christian Lewis: W Cullen to Montgomery, Trivandrum, 19 November 1851, Tamil Nadu State Archives, Political consultations, 25 November 1851, 31; The Durbar on the Reception by his Highness the Maharaja of Travancore of the Letter of her Majesty Queen Victoria on the 27 November 1851, engraving by F. C. Lewis Snr after F. C. Lewis Jnr (London: Graves & Co., 1854), IOR , P384.
22. 'Minutes of the Meeting of Commissioners', 1 March 1850, 8, Archives, Royal Commission for the Exhibition of 1851.
23. QVJl.,16 July 1851.
24. East India Committee, Minutes, 13 April 1852, Archives, Royal Society of Arts, PR/ GE/112/12/92; Alexander Hunter to Lyon Playfair, 9 August 1852, ibid.; Minutes, 3 November 1852,

Archives, Royal Society of Arts; Bengal Public Despatch, 17 November 1852, IOR, IOR/E/4/817; Charles Grey to Henry Cole, 6 April 1853, Cole corresp., Part 2, National Art Library, Victoria 86 Albert Museum; Freemani journal, 25 March 1853, 3; Official Catalogue of the Great Industrial Exhibition (in Connection with the Royal Dublin Society), 1853 (Dublin: John Falconer, 1853), 12-16, 119-122; Maggie McEnchroe Williams, 'The "Temple of Industry": Dublin's Industrial Exhibition of 1853' in Colum Hourihane (ed.), Irish Art Historical Studies in Honour of Peter Harbison (Dublin: Four Courts Press, 2004), 261-75.

25. Cassellis Illustrated Exhibitor... of... the International Exhibition of 1862 (London: Cassell, Petter and Galpin, 1862), 10, 123; Desmond, India Museum, 103-5.
26. The Illustrated Record and Descriptive Catalogue of the Dublin International Exhibition of 1865, comp. Henry Parkinson and Peter Lund Simmonds (London: E. and F. N. Spon, 1866), 338-48; Nellie O Cléirigh, 'Dublin International Exhibition, 1865', Dublin Historical Record 47 (1994), 169-82.
27. 'Catalogue of the Valuable Contents of the Indian Court... to be Sold by Auction... 24th january 1887', National Art Library, Victoria 86 Albert Museum, 1886 Exhibition scrapbook; Colonial and Indian Exhibition. Official Catalogue (London: William Clowes 86 Sons, 1886), 10-88. Frank Cundall, Reminiscence: of the Colonial and Indian Exhibition (London: William Clowes 86 Sons, 1886), 21-30. For recent analyses of the Indian 'presence' at the 1886 exhibition, see: Saloni Mathur, India by Design: Colonial History and Cultural Display (Berkeley: University of California Press, 2007), ch. 2; Aviva Briefel, 'On the 1886 Colonial and Indian Exhibition', http://www.branchcollective.org/?ps_ atticles=aviva-briefel-on-the-1886-colonial-and-indian-exhibition (accessed 4 April 2018).
28. For the queen's association with the popularity of the shawls, see Anon., Kashmeer and its Shawls (London: Wyman & Sons, 1875), 24, 58.
29. Felix Driver and Sonia Asmore, 'The Mobile Museum: Col lecting and Circulating Indian Textiles in Victorian Britain', Victorian Studies 52 (2010), 353-85.

30. Joan Anim-Addo, 'Queen Victoria's Black "Daughter" in Gretchen Holbrook Gerzina (ed.), Black Victorians/Black Victoriana (New Brunswick, NJ: Rutgers University Press, 2003), 11-19; Brian Mackrell, Hariru Wikitoria!: An Illustrated History of the Maori Tour of England, 1863 (Auckland: Oxford University Press, 1985).
31. Hermann Mogling, Coorg Memoirs: An Account of Coorg, and of the Coorg Mission (Bangalore: Wesleyan Mission Press, 1855); Coorg and its Rajas, by an Officer Formerly in the Service of His Highness Veer Rajunder Wadeer, Raja of Coorg (London: Bumpus, 1857), 65-7. The Raja was required to contribute £40 per month for her upkeep: John Herries to J. W. Hogg, 26 June 1852, BL, Add. Ms. 57, 410, fols 92-3; cf. C. P. Belliappa, Victoria Gourarnma: The Lost Princess of Coorg (New Delhi: Rupa, 2011).
32. QVJl., 6 June 1852, 7 June 1852, 26 June 1852, 30 June 1852; Daily News, 7 May 1852, 5; Morning Post, 1 July 1852, 5; Coorg and its Rajas, 93-4.
33. Hogg to Herries, 6 August 1852, BL, Add. Ms., 57, 410, fols 96-8, Herries to Hogg, 8 August 1852, ibid., fols 100-2; QVJl 12 September 1852; Daily News, 28 July 1852, 4; 1 March 1853, 5.
34. Lady Login's Recollections: Court Life and Camp Life, 1820-1904 (London: Smith and Elder, 1916), 185-8; 'Trust of Miss E. V. G. Campbell', IOR/L/AG50/7; Robert Montgomery Martin, Correspondence with Viscount Cranhorne, H.M. Secretary of State for India, on the Ingratitude, Injustice and Breach of National Faith to the Sovereigns of Coorg (London: W Clowes, 1867).
35. Both Winterhalter's portrait and Marochetti's bust are now on display at Osborne House: RCIN 403841 and RCIN 41535.
36. A water carrier.
37. QVJl., 1 April 1846; Hardinge to Sarah James, 19 February 1846, in The Letters of the First Viscount Hardinge of Lahore to Lady Hardinge and Sir Walter and Lady James, 1844-1847, ed. Bawa Satinder Singh, Camden 4th ser., 42 (London: Royal Historical Society, 1986), 150-1; Dalhousie to Hobhouse, 22 December 1848, BL, Add. Ms., 36, 476, fols 140-9. £0.5m of

jewels was sold off separately by the Government of India: A Reprint of Two Sale Catalogues of jewels and other Confiscated Property Belonging to his Highness the Maharaja Duleep Singh which were... Sold in the Years 1850 and 1851 (London: privately printed, 1885), vii. On Duleep Singh, see: Michael Alexander and Sushila Anand, Queen Victoria's Maharaja: Duleep Singh, 1838-93 (London: Weidenfeld & Nicholson, 1980); Prithipal Singh Kapur (ed.), Maharaja Duleep Singh: The Last Sovereign Ruler of the Punjab (Amritsar: Dharam Parchar Committee, 1995); Nazir Ahmad Chaudry (ed.), The Maharaja Duleep Singh and the Government: A Narrative (Lahore: Sang-e-Meel, 1999); Peter Bance, Duleep Singh: Sovereign, Squire and Rebel (London: Coronet House, 2009). For a compelling new account of Queen Victoria's infatuation with Duleep Singh, see: Priya Atwal, 'Between the Courts of Lahore and Windsor: Anglo-Indian Relations and the Re-making of Royalty in the Nineteenth Century' (unpublished DPhil thesis, University of Oxford, 2017), esp. ch. 4.

38. QVJl., 6 July 1854, 26 August 1856; RCIN 403843 (Winterhalter); RCIN 41542 (Marochetti, the uncoloured version).
39. QVJl., 24 August 1854, cf. 22 August 1854, 14 November 1854.
40. ILN, 29 March 1856, 319; QVJl., 31 May 1856; The Times, 8 December 1856, 9; Leeds Mercury, 16 June 1860, 10.
41. The best narrative of Duleep Singh's life in England is Bance, Sovereign, Squire and Rebel. For details about his children, see: Anita Anand, Sophia: Princess, Suffragette, Revolutionary (London: Bloomsbury, 2015).
42. Kapur (ed.), Maharaja Duleep Singh, chs 7, 14.
43. QVJl., 21 March 1871, 5 April 1884; Martin A. Wainwright, 'Royal Relationships as a Form of Resistance: The Cases of Duleep Singh and Abdul Karim' in Rehana Ahmed and Sumita Mukerjee (eds), South Asian Resistances in Britain, 1858-1947 (London: Continuum, 2012), 96-9.
44. Queen Victoria to the Earl of Clarendon, 23 September 1857, in Letters of Queen Victoria, 1st ser., iii, 315.

45. QVJl., 18 March 1868.
46. QVJl., 3 July 1886, 20 August 1886, 31 March 1891.
47. Ibid., 28 April 1854, 17 May 1854, 9 July 1855; Extracts from Captain Colin Mackenzie's Work, Regarding the Dominions of the Late Tipoo Sultaun; and Correspondence and Memorials of Prince Ghulam Mohammad and his Family, Addressed to the Government of India and the Hon'ble Court of Directors (Calcutta: Sandars, Cones, 1854); The History of Hyder Shah... and of His Son, Tipoo Sultaun... Revised and Corrected by Prince Gholam Mohammed (London: W. Thacker, 1855) ; Memorial of Prince Ghulam Mohammad to the Right Honourable Secretary of State for India in Council (London: John Edward Taylor, 1859), 33-4, 37, 39-40.
48. Catherine E. Anderson, 'Tipu's Sons and Images of Paternalism in Late Eighteenth-century Romantic British Art' in Carolyn A. Weber (ed), Romanticism And Parenting: Image, Instruction and Ideology (Newcastle: Cambridge Scholars, 2007), 7-28; Sean Willcock, 'A Neutered Beast? Representations of the Sons of Tipu - the Tiger of Mysore - as Hostages in the 1790s', journal for Eighteenth-Century Studies 36 (2013), 121-47.
49. Queen Victoria to Dalhousie, 24 November 1854 in Letters of Queen Victoria, 1st ser., ii, 54; QVJl., 21 November 1854.

4. 'This Bloody Civil War'

1. The Times, 22 August 1856, 12, 28 August 1856, 12; Daily News, 22 August 1856, 4; Safi Ahmad (ed.), British Aggression in Avadh: Being the Treatise of M. Mohammed Masih Uddin Khan Bahadur, Entitled Oude: Its Princes and its Government Vindicated (Meerut: Meenakshi Prakashan, 1969), 3-9. There are descriptions of the delegation in Rosie Llewellyn-Jones, Engaging Scoundrels: True Tales of Old Lucknow (Delhi: Oxford University Press, 2000), 112-21, and Michael H. Fisher, Counterflows to Colonialism: Indian Travellers and Settlers in Britain, 1600-1857 (Delhi: Permanent Black, 2004), 412-22.
2. The Times, 17 January 1857, 12; Morning Chronicle, 2 April 1857, 7, 6 April 1857, 5.

3. Victoria to Charles Canning, 21 August 1856, RA VIC/MAIN N/ 15/ 17; Robert Vernon Smith to Canning, 25 August 1856, IOR Mss Eur. F231/ 3, fols 162-5.
4. QVJl., 4 July 1857; 'Illuminated Letter from the King of Oudh, 7 january 1857', IOR Mss Eur. C849.
5. Amongst a large literature on the Indian revolt and its background I have drawn chiefly from the following: Charles Ball, The History of the Indian Mutiny: Giving a Detailed Account of the Sepoy Insurrection in India, etc., 2 vols (London: London Printing and Publishing Co., 1858-9); J. W. Kaye, A History of the Sepoy War in India, 1857-8, 3 vols (London, W. H. Allen, 1864-76); S. N. Sen, 1857 (Delhi: Government of India, 1957; 1995 edn); Pratul Chandra Gupta, Nana Saheh and the Rising at Cawnpore (Oxford: Clarendon Press, 1963); Khushhalilal Srivastava, The Revolt of 1857 in Central India-Malwa (Bombay: Allied Publishers, 1966); Eric Stokes, The Peasant and the Raj: Studies in Peasant Rebellion and Agrarian Society in Colonial India (Cambridge: Cambridge University Press, 1978); Rudrangshu Mukherjee, Awadh in Revolt, 1857-1858: A Study of Popular Resistance (Delhi: Oxford University Press, 1984); Joyce Lebra-Chapman, The Rani of Jhansi: A Study of Female Heroism in India (Honolulu: University of Hawaii Press, 1986); Michael H. Fisher, A Clash of Cultures: Awadh, the British and the Mughals (New Delhi: Manohar, 1987); William Dalrymple, The Last Mughal: The Fall of a Dynasty, Delhi, 1857 (London: Bloomsbury, 2006); Rudrangshu Mukherjee and Parmood Kapoor, Dateline 1857: Revolt Against the Raj (New Delhi: Roli Books, 2008); Mahmood Farooqui (comp.), Besieged: Voices from Delhi, 1857 (London: Penguin, 2010).
6. S. A. A. Risvi (ed.), Freedom Struggle in Uttar Pradesh, 6 vols (Delhi: Oxford University Press, 2011), ii, 150-60, iv, 604 5; Ball, History of the Indian Mutiny, 183-4; Kaye, History of the Sepoy War, 471; 'Proclamations of Nana Sahib' [2], www.csas.ed.ac.uk/mutiny/ Texts-Part2.html (accessed 4 April 2018).
7. 'Correspondence on the Subject of the Despatch of Troops to India from the Colonies of the Cape of Good Hope, Ceylon,

and Mauritius', Parl. Papers (1857-8), Cd. 2298, 28-9, 32. For the wider colonial ramifications of the rebellion, see: Jill Bender, The 1857 Indian Uprising and the British Empire (Cambridge: Cambridge University Press, 2016), esp. chs 3-4.

8. Canning's refusal to muster European volunteers led to a petition to Queen Victoria requesting his recall: 'Petition to Queen Victoria signed by Christian inhabitants of Calcutta' (1857), IOR/A/ 1/ 94A. For Nepal, see: Kanchanmoy Mojumdar, 'Nepal and the Indian Mutiny, 1857-8', Bengal Past and Present 85 (1966), 13-39. For Gwalior and Indore see: Amar Farooqui, Sindias and the Raj: Princely Gwalior, c. 1800-1850 (Delhi: Primus Books, 201 1), 137-9; Srivastava, Revolt of 1857 in Central India-Malwa, chs 10-12. For the Punjab, see: Andrew Major, Return to Empire: Punjah undhr the Sikhs and British in the Mid-nineteenth Century (New Delhi: Sterling, 1996), ch. 6. For Sikh loyalty, see: S. Grewal and Harish Sharma, 'Political Change and Social Readjustment: The Case of Sikh Aristocracy Under Colonial Rule in the Punjab', Proceed ings of the Indian History Congress 48 (1988), 377-82. " I
9. Douglas M. Peers, Between Mars and Mammon: Colonial Armies and the Garrison State, 1810-35 (London: IB Tauris, 1995), ch. 8. For the dispersal of troops overseas, see the returns in 'Return of the Actual Military Force that was in India the Time of the Outbreak of the Mutiny at Meerut, etc.', Parl. Papers (1857-8), Cd. 3 6, 10, 17.
10. Deep Kanta Lahiri Choudhury, Telegraphic Imperialism: Cri sis and Panic in the Indian Empire, c. 18.30-1920 (Basingstoke: Palgrave Macmillan, 2011), ch. 2.
11. Merrill Tilghman Boyce, British Policy and the Evolution of the Vernacular Press in India 1835-1878 (Delhi: Chanakya, 1988), ch. 3.
12. As Lord Broughton tartly observed to the queen's private sec retary, 'We have almost ruined Dacca by pouring our Manchester Goods into India': Broughton to Col. Grey, 26 October 1851, IOR Mss Eur. F.213/13. See: Stokes, The Peasant and the Raj, chs 7-8; C. A. Bayly, Indian Society and

the Making of the British Empire (Cambridge: Cambridge University Press, 1988), ch. 6.

13. Suresh Chandra Ghosh, Dalhousie in India: A Study of his Social Policy as Governor General (New Delhi: Munshiram Manoharlal, 1975). David Howlett, 'Ramsay, James Andrew Broun, First Marquess of Dalhousie (1812-1860)', ODNB.
14. Memorial of the Society for the Propagation of the Gospel, on the extension of the Episcopate in India; with a statement of detailed information on the subject, an appendix of documents, and a coloured map of the present dioceses (London: Bell and Daldy, 1857); for Mitchell and Wheeler, see: Kim A. Wagner, The Great Fear of 1857: Rumours, Conspiracies and the Making of the Indian Uprising (Oxford: Peter Lang, 2010), 96.
15. [Henry Reeve and John Kaye], 'India', Edinburgh Review 106 (October 1857), 567; cf. Alexander Duff, The Indian Rebellion: Its Causes and Results. In a Series of Letters (London: James Nisbet, 1858), 121 and passim. Others saw the outbreak as a 'long-cherished conspiracy on the part of the Mahometans' which 'inflamed' the superstitious Hindu mind: Anon., The Indian Mutiny: Thoughts and Facts (London: Seeley, jackson and Halliday, 1857), 20-1; The Trial of Bahadur Shah Zafar, ed. Pramod K. Nayar (Hyderabad: Orient Longman, 2007), esp. 138-75.
16. Sabyasachi Bhattacharya (ed.), Rethinking 1857 (New Delhi: Orient Longman, 2007), xvii; William Dalrymple 'Religious Rhetoric in the Delhi Uprising of 1857' in ibid., 22-43; Tariq Rahman, 'The Events of 1857 in Contemporary Writings in Urdu', South Asia 32 (2009), 212-29; K. M. Ashraf, 'Muslim Revivalists and the Revolt of 1857' in Biswamoy Pati (ed.), The 1857 Rehellion (New Delhi: Oxford University Press, 2007), 151-8; Irfan Habib, 'The Coming of 1857' in Shireen Mossvi (ed.), Facets of the Great Revolt, 1857 (New Delhi: Tulika Books, 2008), 5-6; Marina Carter and Crispin Bates, 'Religion and Retribution in the Indian Rebellion of 1857', Leidschriû 24 (2009), 51-8.
17. J. A. B. Palmer, The Mutiny Outbreak at Meerut in 1857 (Cambridge: Cambridge University Press, 1966), 133.

18. M. A. Rahim, Lord Dalhousie's Administration of the Con quered and Annexed States (Delhi: S. Chand, I963).
19. Diary entries, 16 February 1851, 24 March 1851, 27 March 1851, 3 November 1851, 14 December 1851, Dalhousie papers, National Archives of Scotland, Edinburgh, GD 45/ 6/ 540.
20. [W. H. Sleeman], Iconoclastes on the Princes and Territorial Chiefs of India (Cheltenham, n.p., 1853), 4, 33; Dalhousie, 'Minute' (17 May 1853), Foreign Dept Proceedings, NA1, 75; cf. Dalhousie, 'Memorandum on the Future Government of India' (13 October 1852), IOR, IOR/L/PS/18/D175.
21. Bengal despatches (17 June 1856), IOR, IOR/E/4/836, p. 633.
22. Dalhousie to Queen Victoria, 19 February 1853, RA VIC MAIN/N/15/2. For the final phase of the kingdom oF Awadh, see: Fisher, Clash of Cultures, 227-44 and Rosie Llewellyn-Jones, The Last King in India: Wzjid Ali Shah (London: Hurst, 2014), 109.
23. [William Knighton], The Private Life of an Eastern King (London: Hope, 1855).
24. Queen Victoria to Charlotte Canning, 5 July 1857, Canning papers, West Yorkshire Archives Service, WYL 250/10/42.
25. Theodore Martin, The Life of the Prince Consort: Prince Albert and his Times, 5 vols (London: Smith, Elder & Co., 1875-80), iv, 72-82.
26. QVJl., 16 July 1857, 18 July 1857, 20 July1857, 25 July 1857; The Times, 27July1857, 8.
27. Queen Victoria to Lord Panmure, 29 June 1857, Letters of Queen Victoria, 1st ser., iii, 298-9, Queen Victoria to Palmerston, 22 Augusl 1857, ibid., 308-12; Lord Palmerston to Queen Victoria, 15 September 1857, RA VIC/MA1N/N/ 15/75; Queen Victoria to Lord Palmerston, 18 September 1857, Broadlands papers, Hartley Library, University of Southampton, RC/F/845/1-2.
28. Palmerston to Queen Victoria, 15 September 1857, RA, VIC MAIN/N/15/75; cf. QVJl., 24 September 1857. For the state day of prayer (7 October), see: Brian Stanley, 'Christian Responses to the Indian Mutiny of 1857', Studies in Church History 20 (1983), 277-89.

29. For example, see QVJl., 3 August 1857, 14 January 1858, 22 March 1858, 14 April 1858.
30. There is now an extensive body of work on this: Gautam Chakravarty, The Indian Mutiny and the British Imagination (Cambridge: Cambridge University Press, 2005); Christopher Herbert, War of No Pity: The Indian Mutiny and Victorian Trauma (Princeton, NJ: Princeton University Press, 2008); Salahuddin Malik, 1857: War of Independence or Clash of Civilizations? British Puhlic Reactions (Oxford: Oxford University Press, 2008); Eugenia M. Palmegiano, 'The Indian Mutiny in the Mid-Victorian Press', journal of Newspaper and Periodical History 7 (1991), 3-11; Alison Blunt, 'Spatial Stories Under Siege: British Women Writing from Lucknow in 1857', Gender; Place and Culture7 (2000), 229-46; Claudia Klaver, 'Domesticity Under Siege: British Women and Imperial Crisis at the Siege of Lucknow 1857', Womeni Writing 8 (2001), 21-58; Catherine Hart, '"Oh what horrors will be disclosed when we know all": British Women and the Private/ Public Experience of the Siege of Lucknow', Prose Studies 34 (2012), 185-96; Lydia Murdoch, "Suppressed grief": Mourning the Death of British Children and the Memory of the 1857 Indian Rebellion', fournal of British Studies 51 (2012), 364-92; Andrea Kaston Tange, 'Maternity Betrayed: Circulating Images of English Motherhood in India, 1857-1858', Nineteenth-century Contexts 35 (2013), 187-215.
31. QVJl., 31 August 1857.
32. Adelaide Case, Day By Day at Lucknow: A journal of the Siege of Luckenow (London: Richard Bentley, 1858). On Case's narrative, see: Alison Blunt, 'The Flight from Lucknow: British Women Travelling and Writing Home, 1857-8' in James Duncan and Derek Gregory (eds), Rites of Passage: Reading Iravel Writing (London: Routledge, 1999), 92-113.
33. Virginia Surtees, Charlotte Canning: Lady-in-waiting to Queen Victoria and Wife of the First Viceroy oflndia, 1817-1861 (London: John Murray, 1975); Charles Allen (ed.), A Glimpse of the Burning Plain: Leaves from the Indian journals of Charlotte Canning (London: Michael Joseph, 1986).
34. Charlotte Canning to Queen Victoria, 11 December 1857, 9

January 1858, 24 January 1858, 19 May 1858, Canning papers, 250/10/4/3; QVJl., 22 March 1858.

35. Charlotte Canning to Queen Victoria, 25 November [1857], 30 August 1858, 18 December 1858, Canning papers, WYL 250/ 10/4/3. For Murray, see: John Fraser, 'Murray, John (1809-1898)', ODNB. For Beato, see: Claire Bowen, 'Memorising the Mutiny: Felice Beato's Lucknow Photographs', Cahiers victoriens et édouardiens 66 (2007), 195-209; Narayani Gupta, 'Pictorializing the "Mutiny" of 1857' in Maria Pelizzari (ed.), Traces of India: Photography, Architecture and the Politics of Representation, 1850-1900 (London: Yale University Press, 2003), 216-39.
36. Barker's 'Siege of Lucknow' is now in the National Portrait Gallery (NPG 5851). On Lundgren, see: Sten Nilsson and Narayani Gupta, The Painters Eye: Egron Lundgren and India (Stockholm: Nationalmuseum, 1992), 26, 29; Rosie Llewellyn-Jones, Great Uprising, 203-4.
37. Lady Canning drawings, Harewood House, Leeds, 1859-60 vol., fols 36-56, 59, 64-5. She also photographed the ruins of Metcalfe House, the residence of the Delhi Commissioner: 'Lord and Lady Canning Family Album', fol. 60, Gilman collection, Metropolitan Museum of Art, New York. More of her sketches of the topography of the rebellion can be found in two albums held by the Victoria & Albert Muscat, starting with the depictions of Allahabad in November 1858: Dept Prints and Drawings, V&A, PD.80E.
38. Lord Palmerston to Queen Victoria, 18 October 1857, RA VIC/MAIN/N/16/9.
39. For the political background, see: Robin J. Moore, Sir Charles Wood's Indian Policy, 1853-1866 (Manchester: Manchester University Press, 1966), ch. 2; Angus Hawkins, 'British Parliamentary Party Alignment and the Indian Issue, 1857-1858', Journal of British Studies 23 (1984), 79-105.
40. [John Henry Tremenheere], 'How is India to be Governed?', Bentley's Miscellany 43 (February, 1858), 115-16; James Silk Buckingham, Plan for A Future Government of India (London: Partridge and oakley, 1858), 9; cf. Anon., A Voice From India to the Men of Manchester (Manchester: Joseph Pratt, 1858).

41. Lord Palmerston to Queen Victoria, 17 December 1857, RA VIC/MAIN/N/ 16/43; George Clerk, 'Memorandum on the Government of India' (11 November 1857), IOR, IOR/L/PS/ 18/D55; QVJ1., 12 January 1858.
42. Vernon Smith to Queen Victoria, 31 January 1858, RA VIC MAIN/N/ 17/ 26-7; Queen Victoria to Lord Palmerston (draft), 9 February 1858, RA VIC/MAIN/N/ 17/32; cf. Queen Victoria to Lord Palmerston, 24 December 1857, Letters of Queen Victoria, 1st ser., iii, 327-8.
43. Lord Derby to Prince Albert 25 March 1858, RA VIC/MAIN N/17/67; Queen Victoria to Lord Ellenborough, 26 March 1858, RA VIC/MAIN/N/17/72. For the first draft of the Conservative bill, see: 'India Bill', 21-48, Derby papers, Liverpool Record Office, 920 DER (15) 27/1.
44. Michael Maclagan, 'Clemency Canning: Charles john, 1st Earl Canning, Governor-General and Viceroy of lndia, 1856-1862 (London: Macmillan, 1962), 196-204.
45. Punch, 7 November 1857, 191; Queen Victoria to Derby, 9 May 1858 (draft), RA VIC/ MAIN/N/18/37; Prince Albert, 'Memorandum' (11 May 1858), RA VIC/MAIN/N/18/48; Queen Victoria to Lord Derby, 31 May 1858, RA VIC/MAIN/ N/18/94.
46. Benjamin Disraeli to Queen Victoria, 24 June 1858, in Letters of Queen Victoria, 1st ser., iii, 372-3; HC Debs, 151 (24 June 1858), cols 350-1 (Bright). For Disraeli and India in 1857, see: Ann Pottinger Saab, 'Disraeli, India, and the Indians, 1852-58' in Wolfgang Elz and Sonke Neitzel (eds), Internationale Beziehungen im 19. und 20. Jahrhundert: festschrift fur Winfried Baumgart zurn 65. Geburtstag (Paderborn: Schoningh, 2003), 37-52.
47. QVJl., 7 July 1858; Queen Victoria to Lord Derby, 8 July 1858 (draft), RA VIC/ MAIN/N/ 19/5; Lord Derby to Queen Victoria, 10 July 1858, RA VIC/MAIN/N/19/10; Queen Victoria to Lord Derby, 29 July 1858 (draft), RA VIC/MAIN/ N/19/25; Lord Derby to Queen Victoria, 29 July 1858, RA VIC/MAIN/N/ 19/26; Prince Albert to Sir James Graham, 29]uly 1858, RA VIC/MAIN/N/ 19/27; Sir]ames Graham to Prince Albert, 30 July 1858, RAVIC/MAIN/N/19/28.

48. HL Debs, 151 (23 July 1858), 2010-11; 'India bill', Derby papers, Liverpool Record Office, 920 DER (15), 27/1, 147-54.
49. Walter Bagehot, The English Constitution, ed. Miles Taylor (1867; Oxford: Oxford University Press, 2001), ch. 2.
50. 'India bill', Derby papers, Liverpool Record Office, 920 DER (15) 27/1.
51. Lord Derby to Lord Stanley, 6 August 1858, ibid., 920 DER (15) 5/1.
52. Morning Chronicle, 9 August 1858, 3; Benjamin Disraeli to Lord Derby, 13 August 1858, Derby papers, Liverpool Record Office, 920 DER (15) 5/1, 39a.
53. Spencer Walpole to Lord Derby, 14 August 1858, ibid., 40-1; Lord Derby to Lord Stanley, 13 August 1858, ibid., 38-9.
54. Lord Malmesbury to Lord Derby, 15 August 1858, 3rd Earl Malmesbury papers, Hampshire Record Office, 9M73/54, fols 285-6; cf. the copy in the Royal Archives which includes a long summary of the changes required by the queen: RA VIC/MAIN/N/19/38.
55. Lord Malmesbury to Lord Stanley, 15 August 1858, 3rd Earl Malmesbury papers, Hampshire Record Office, 9M73/54, fols 286-7; Lord Malmesbury to Derby, 17 August 1858, ibid., fols 287-8; Queen Victoria to Lord Derby, 15 August 1858, RA VIC/MAIN/N/19/36 (draft); Martin, Life of the Prince Consort, iv, 284-7.
56. Lord Derby to Lord Malmesbury, 18 August 1858, RA VIC/MAIN/N/19/41.
57. The Times, 10 November 1858, 9; ibid., 19 November 1858, 10.
58. Ibid., 18 October 1858, 12; cf. George Percy Badger, Government in its Relations with Education and Christianity in India (London: Smith, Elder & Co., 1858).
59. The Times, 6 December 1858, 7; [Joseph Mullens], 'The Queen's Government and the Religions of India', Eclectic Review 109 (February 1859), 131-5; James M'Kee, Letter to the Right Hon. Lord Stanley... on the Religious Neutrality of the Government of India (London: Nisbet, 1859), 12-13; H. B. Edwardes, Our Indian Empire: Its Beginning and End. A

lecture Delivered to the Young Men's Christian Association in Exeter Hall, 1860 (London: seeley, Jackson and Halliday, 1886), 25-6, 32.

60. Lord Palmerston to Queen Victoria, 12 December 1857, RA VIC/MAIN/N/16/36; Queen Victoria to Lord Canning, 18 May 1859, RA VIC/MAIN/N/21/99. For Canning's enquiries in India, see the correspondence reprinted in 'Honorary Distinctions to Native Chiefs and Others', IOR, LP&S/15/1.
61. Prince Albert to Sir Charles Wood, 16 May 1860, 29 May 1860, RA VIC/MAIN/N/23/85, 94.
62. Canning to Wood, 19 July 1860 ('ancestors'), RA VIC/ MAIN N/23/115; Canning to Wood, 12 December 1860 ('Orientals'), IOR P78/LB5, fols 208-10 (copy); Wood to Prince Albert, 12 December 1860 ('Sattara'), RA VIC/MAIN/N/24/26; Prince Albert to Charles Wood, 9 January 1861 ('golden impossibility'), Halifax papers, Borthwick Institute for Archives, University of York, A4/72
63. Canning to Wood, 20 January 1861, RA VIC/ MAIN/N/24/ 75; cf. 'Revised Table of Salutes' (20 March 1857), Foreign Dept Proceedings, NAI, F. C. 57-8.
64. For the Allahabad ceremony: ToI, 11 November 1861, 3. For the row over the Nizam, which nearly cost the British resident at Hyderabad his job, see: Lt. Col. Davidson to H. Durand, 1 November 1861, Foreign Dept Proceedings, NAI, 51-3, and the sequence of correspondence in IOR Mss Eur. D728/3-4.
65. On the impact of Albert's death, see: Helen Rappaport, Magnificent Obsession: Victoria, Albert and the Death that Changed the Monarchy (London: Hutchinson, 2011); and for the death and subsequent memorial to Charlotte Canning: Tracy Anderson, 'The Lives and Afterlives of Charlotte, Lady Canning (1817-1861): Gender, Commemoration, and Narratives of Loss' in Deborah Cherry (ed.), The Afterlives of Monuments (London: Routledge, 2014), 31-50.

5 Victoria Beatrix

1. [john Kaye], 'The Royal Proclamation to India', Blackwood's Edinburgh Magazine 85, (January1859), 11326.

2. Proclamation of the Queen to the Princes, Chiefs, and People of India... Translated into the Native Languages of British India (Calcutta: Government of India, 1858). For details of the ceremonies: NAI, Foreign Dept (Political), 25 February 1859, 612-44; MSA, Political proceedings 1858, vol. 170, esp. fols 45-6, 61, 119, 125, 141-5.
3. Addresses (approximate number of signatures in brackets) came from Bombay (120), Poona (.1,215), Royapuram (Madras) (6,000), Murshidabad (200) and Khandesh (Bombay) (920):IOR/A/1/109-113;and from Masulipatam (Machilipatnam) (822): Mss Eur. G55/ 32.
4. Dinshaw Wacha, Shells from the Sands of Bombay: Being my Recollections and Reminiscences, 1860-1875 (Bombay: K. T. Anklesaria, 1920), 168-9 (Union Jack). For Madras: Athenaeum, 4 November 1858, 526. On the difficulties of translation: Lord Elphinstone to Canning, 28 October 1858, MSA, Political proceedings (1858), vol. 170, esp. fol. 119. For the Calcutta illumination: ILN, 1 January 1859, 17.
5. John Malcolm Ludlow, Thoughts on the Policy of the Crown Towards India (London: James Ridgway, 1859), 7, 11; Duke of Argyll, India under Dalhousie and Canning (London: Longmans, 1865), 106.
6. [James Fitzjames Stephen], 'Kaye's History of the Indian Mutiny', Fraser's Magazine for Town and Country 70 (December 1864), 757-74.
7. Thomas Metcalf, The Aftermath of Revolt: India 1857-1870 (Princeton,NJ: Princeton' University Press, 1964); Lionel Knight, Britain in India, 1858-1947 (London: Anthem Press, 2012), 1-34.
8. NAI Mint Records, 290, Resolution 28 October 1862.
9. Mayo to the Duke of Argyll, 21 July 1871, NAI, Foreign Dept Proceedings, 15-24. For the background, see: Sanjay Garg, 'Sikka and the Crown: Genesis of the Native Coinage Act, 1876', Indian Economic and Social History Review 35 (1998), 359-80.
10. On the 'empire of the rupee', see: W. H. Chaloner, 'Currency Problems of the British Empire' in B. Ratcliffe (ed.), Great Britain and Her World: Essays in Honour of W O. Henderson

(Manchester: Manchester University Press, 1975), 179-207.

11. George Otto Trevelyan, The Competition Wallah (London: Macmillan, 1864), 445.
12. Charles Wood to Queen Victoria, 18 February 1860, RA VIC/MAIN/N/23/19.
13. L. L. R. Hausburg, C. Stewart-Wilson and C. S. F. Crofton, The Postage and Telegraph Stamps of British India (London: Stanley Gibbons, 1907); Geoffrey Rothe Clarke, The Post Office of India and Its Story (London:]ohn Lane, 1921).
14. C. Stewart Wilson, British Indian Adhesive Stamps Surcharge for Native States, 2 vols (Calcutta: Philatelic Society of India, 1897-8), i.
15. G. F. Edmonstone to the Chief Commissioner of the Punjab, 13 December 1858, NAI Home Dept Proceedings (Public), 71.
16. Brian C. Smith, 'Sir Henry Maine and the Government of India, 1862-87', journal of Indian History 41 (1963), 563-75; Gordon Johnson, 'India and Henry Maine' in Alan Diamond (ed.), The Victorian Achievement of Sir Henry Maine: A Centennial Reappraisal (Cambridge: Cambridge University Press, 1991), 376-88; Karuna Mantena, Alibis of Empire: Henry Maine and the Ends of Liberal Imperialism (Princeton, NJ: Princeton University Press, 2010). On Stephen, see: K. J. M. Smith, James Fitzjames Stephen: Portrait of a Victorian Rationalist (Cambridge: Cambridge University Press, 2002), ch. 6.
17. Elizabeth Kolsky, 'Codification and the Rule of Colonial Difference: Criminal Procedure in British India', Law and History Review 23 (2005), 631-83; idem, Colonial justice in British India: White Violence and the Rule of Law (Cambridge: Cambridge University Press, 2010), chs 1-2.
18. Reports of Monthly Meetings of the British Indian Association, 1859-61 (Calcutta: I. C. Bose), 18 (meeting of 6 April 1861).
19. For the 1861 Act, and its amendment in 1872, see: A. C. Banerjee, English Law in India (New Delhi: Abhinav, 1984), 193. For Maine's assertion of 24 January 1866: Minutes by Sir H. S. Maine, 1862-9: With a Note on Indian Codification, etc. (Calcutta: Office of the Superintendent of Government

Printing, 1892), 69-70.

20. The Indian Penal Code with notes by W Morgan and A. G. MacPherson (Calcutta: G. Hay & Co., 1861).
21. For the discussions in the Viceroy's Council: 'Proceedings of the Legislative Council of India', 5 June 1858, cols 241-4, 3 July 1858, col. 301, IOR V/9/4.
22. Indian Penal Code with Notes, 99-100.
23. John D. Mayne, Commentaries on the Indian Penal Code, etc. (Madras: Higginbotham, 1861).
24. V. S. Joshi, Vasude Balvant Phadke: First Indian Rebel Against British Rule (Bombay: D. S. Marathe, 1959), 120-1, 144-5.
25. For the case, see: Julia Stephens, 'The Phantpm Wahhabi: Liberalism and the Muslim Fanatic in Mid-Victorian India' , Modern Asian Studies 47 (2013), 22-52.
26. The Great Wahabi Case. A Full and Complete Report of the Proceedings and Debates in the Matters of Ameer Khan and Hashmadad Khan, etc. (Calcutta: R. Cambray & Co., 1899), 2; Fendall Currie, The Indian Criminal Codes... viz., the Penal Code Act XLV of 1860, as Amended by Later Enactments, and the Code of Criminal Procedure Act X. of 1872 (London:J. Flack, 1872), 96-8; joseph Vere Woodman, A Digest of Indian Law Cases, Containing High Court Reports, etc., 6 vols (Calcutta: Government Printing 1901), ii, 3147.
27. The peak year of the reign was 1872 when of ninety-four cases, sixty-four came from India. Figures derived from 'Return of all Appeals from Courts in India, Instituted Before the Judicial Committee of the Privy Council', Parl. Papers (1852-3), Cd. 358, for the years 1833-52, and from 'The Judicial Committee of the Privy Council Decisions', www.bailii.org/uk/cases/UKPC/, for the years 1853-1901. By the early twentieth century, it has been argued, the Committee functioned 'primarily as an appellate court for India': Rohit De, "A Peripatetic World Court": Cosmopolitan Courts, Nationalist Judges and the Indian Appeal to the Privy Council', Law and History Review 32 (2014), 821-51. For the work in general of the Judicial Committee of the Privy Council, see: P. A. Howell, The Judicial Committee of the Privy Council, 1833-76 (Cambridge: Cambridge University Press, 1979).

28. James Fitzjames Stephen, Minute on the Administration of justice in India (Calcutta: Home Secretariat Press, 1872), 88; Arthur Hobhouse, A Collection of Certain Notes and Minutes... May 15th 1872-April 17th 1877 (Calcutta: Government Press, 1906), 5 September 1872, 2; Act no. II (1863) 'To regulate the admission of appeals to Her Majesty in Council from certain judgments and orders in Provinces not subject to the General Regulations'; Act no. VI (1874), 'To consolidate and amend the law relating to appeals to the Privy Council from decrees of the Civil Courts'.
29. W. Tayler, 'Publicity the Guarantee for Justice; or, "the Silent Chamber" at Whitehall', journal of the East India Association 7 (1873), 47-78.
30. E. B. Michell and R. B. Michell, The Practice and Procedure in Appeals from India to the Privy Council (Madras: Higginbotham, 1876), 2-4. In 1890, the Government of India advised that petitions for mercy destined for the queen should be disregarded if they were unlikely to reach London before the date set for execution: Foreign Dept Proceedings (International), NAI, 15 August 1890, 180.
31. Woodman, A Digest of Indian Law Cases, i, 544-5. For a recent discussion of the case, see: Rohit De, 'Constitutional Antecedents' in Sujit Choudhury, Madhav Khosla and Pratap Bhanu Mehta (eds), The Oxford Handbook of the Indian Constitution (Oxford: Oxford University Press, 2016), 23-6.
32. 'Disposal of Memorials Sent by Certain Persons of Bombay to Her Majesty and the Authorities in England', 30 April 1873, MSA, Pol. Proceedings, vol. 48, fols 61-146.
33. Robin Moore, 'The Abolition of Patronage in the Indian Civil Service and the Closure of Haileybury College', Historical journal 7 (1964), 246-57; J. M. Compton, 'Open Competition and the Indian Civil Service', 1854-76', English Historical Review 83 (1968), 265-84; Clive Dewey, 'The Making of the English Ruling Caste in the Indian Civil Service in the Era of Competitive Examination', English Historical Review 88 (1973), 262-85.
34. 'Copy of the Memorials of Her Majesty's Covenanted Civilians in India, Praying for the Redress of Certain

Grievances', Parl. Papers (1862), Cd. 230. For later criticism of the changes, see: J. S. Wyllie, A Letter to the Hon'ble Sir C. E. Trevelyan, K C. B., on the Selection and Training of Candidates for H.M's Indian Civil Service (Calcutta: Home Secretariat, 1870); George Birdwood, Competition and the Indian Civil Service. A Paper Read Before the East India Association (London: H. & S. King, 1872).

35. Wyllie, Letter to C. E. Trevelyan, 9; Alfred Cotterell Tupp, The Indian Civil Service and the Competitive System, a Discussion on the Examinations and the Training in England; and an Account of the Examinations in India, the Duties of Civilians, and the Organization of the Service, with a List of Civilians and other Appendices (London: R. W. Brydges, 1876), 123-4.
36. QVJl., 20 October 1890.
37. 'Papers Relating to the Admission of Natives', 13-17; 'Report of the 'Public Service Commission, 1886-87', Parl. Papers (1888), Cd. 5327, p. 21; HC Debs, 13 (2 June 1893), 134 (Wedderburn).
38. HC Debs, 13 (2 June 1893), 114.
39. T. A. Heathcote, 'The Army of British India' in David Chandler and Ian Beckett (eds), The Oxford Illustrated History of the British Army (Oxford: Oxford University Press, 1994), 386-91.
40. 'Correspondence during the year 1858, between His Royal Highness the Commander in Chief, and the President of the Board of Control, and the Secretary of State for War, etc.', Parl. Papers (1860), Cd. 471; Duke of Cambridge to Prince Albert, 27 September 1858, RA VIC/MAIN/N/20/44-5; 'Memorandum' [copy], 16 October 1858, RA VIC/MAIN/N/20/70.
41. 'Report of the Commissioners Appointed to Inquire into the Organisation of the Indian Army', Parl. Papers, (1859, session 1), Cd. 2515, xi-xii.
42. Queen Victoria to Lord Derby, 5 February 1859, RA VIC/MAIN/N/21/26; Prince Albert to General Peel, 1 February 1859 (copy), 2 February 1859 (copy), RA VIC/MAIN/ N/21/23-4; Duke of Cambridge to Lord Stanley, 30 March 1859

(copy), RA VIC/ MAIN/N/21/72; Lord Derby to Queen Victoria, 6 February 1859, RA VIC/MAIN/N/21/27; 6 February 1859. General Charles Grey, Prince Albert's private secretary, provided him with very full summaries of the Commission's proceedings (12 January1859) and its report (1 February 1860): Charles Grey papers, Durham University Library, GRE/D/I/9/111-36.

43. Queen Victoria to Charles Wood, 16 July 1859, RA VIC/ MAIN/N/21/139; Sir Charles Wood to Queen Victoria, 17 July 1859, RA VIC/MAIN/N/21/140; Queen Victoria to Charles Wood, 23 September 1859, RA VIC/MAIN/N/22/ 51.
44. Peter Stanley, White Mutiny: British Military Culture in India, 1825-1875 (London: Hurst, 1998), Ch. 6.
45. 'Copy of Papers Connected with the late Discontent Among the local European Troops in India', Parl. Papers (1860), Cd. 169, qq. 21 (graffiti), 106 (dissatisfaction); 'Return of the Number of Men of the European Local Troops in India, who have Taken their Discharge since 1858, etc', Parl. Papers (1860), Cd. 48; HC Debs, 148 (12 February 1858), 1287 (Palmerston).
46. Neale Porter, The Army of lndia Question (London; James Ridgway, 1860), 17-21.
47. Charles Wood to Queen Victoria, 7 October 1859, RAVIC/ MAIN/N/22/ 64. For Clyde, see: Adrian Greenwood, Victoria's Scottish Lion: The Life of Colin Campbell, Lord Clyde (Stroud: Spellmount, 2015), 447-53; and for Mansfield, see: T. R. Moreman, 'Mansfield, William Rose, First Baron Sandhurst (1819-1876)', ODNB.
48. QVJl., 26 July 1860.
49. Peter Duckers, The British-Indian Army, 1860-1914 (Princes Risborough: Shire, 2003), 17.
50. David Omissi, The Sepoy and the Raj: The Indian Army, 1860-1940 (Basingstoke: Palgrave Macmillan, 1994), ch. 1; Heather Streets, Martial Races: The Military Race and Masculinity in British Imperial Culture, 1857-1914 (Manchester: Manchester University Press, 2004), ch. 3. For a detailed case study of the Punjab, see: Tan Tai Yong, The Garrison State: The Military,

Government and Society in Colonial Punjah (London: Sage, 2005), ch. 2; and Rajit K. Mazumder, The Indian Army and the Making of the Punjab (Delhi: Permanent Black, 2003), 15-18.

51. For the Sikkim and Bhutan invasions, see: I. T. Prichard, The Administration of India from 1859 to 1868. The First Ten Years of Administration under the Crown, 2 vols (London: Macmillan, 1869), i, 82-4, ii, 1-43; H. Biddulph, 'The Umbeyla Campaign of 1863 and the Bhutan Expedition of 1865-6. Contemporary Letters of Colonel John Miller Adye', journal of the Society for Army Historical Research 19 (1940), 34-47. For the Abyssinian campaign, see: Volker Matthies, The Siege of Magdala: The British Empire Against the Emperor of Ethiopia (Princeton, NJ: Princeton University Press, 2012).
52. 'Report of the Select Committee on the Army (India and colonies)', Parl. Papers (1867-8), Cd. 197, vi.
53. Calculated from the Indian censuses of 1871-2 and 1901.
54. Charles Wood to Prince Albert, 3 January 1861, RAVIC/MAIN/N/24/37, Charles Wood to Prince Albert, 7 January 1861, RA VIC/MAIN/N/24/40. The queen eventually purchased the crown for £500 from Major Robert Tytler, into whose custody the crown was placed after the siege of Delhi, and it is now on display at Windsor Castle (RCIN 67236). See also: An Englishwoman in India: The Memoirs of Harriet Tytler 1828-1858, ed.Anthony Sattin (Oxford: Oxford University Press, 1986), 176.
55. Omar Khalidi, The British Residency in Hyderabad: An Outpost of the Raj, 1779-1948 (London: BACSA, 2005), 33-6.
56. For an incomplete list, see: HC Debs, 118 (19 February 1903), 271-2.
57. L. Bowring, Eastern Experiences (London: Henry S. King, 1871), 219.
58. Canning to Lord Stanley, 20 October 1858, IOR, Photo Eur. 474; Canning to Charles Wood, 28 january 1860, IOR Mss Eur. F78/55/3, fols 57-63.
59. Elgin to Charles Wood, 5 May 1862, IOR Mss Eur. F83/2, fols 101-6.

60. For his career, see A. Arbuthnot, Aitchison, Sir Charles Umpherston (1832-1896)', rev. Ian Talbot, ODNB; C. U. Aitchison, A Collection of Treaties, Engagements, and Sunnuds Relating to India and Neighbouring Countries, 8 vols (Calcutta: Savielle, 1862-6).
61. Aitchison, The Native States of India: An Attempt to Elucidate a Few of the Principles Which Underlie their Relations with the British Government (Simla: Government Central Branch Press, 1875), 10, 12-13.
62. Maine, 'The Kathiawar States and Sovereignty' (22 March 1864) idem., 'The Right to Cede by Sanad Portions of British India' (11 August 1868), reprinted in Stokes (ed.) Sir Henry Maine, 320-25, 395-400; cf. C. U. Aitchison, Lord Lawrence and the Reconstruction of India (Oxford: Clarendon Press, 1894), 140-1.
63. Canning's durbar tours can be plotted from the accounts in: 'Persian Durbar Proceedings', NAI, Foreign Dept, vols 7-8. Charlotte Canning to Queen Victoria, 23 January 1861 (copy), Canning papers, West Yorkshire Archives Services, WYL 250/10/4/3. Some of Simpson's work from the tours was later reproduced in: India, Ancient and Modern: A Series of Illustrations of the Country and People of India and Adjacent Territories Executed in Chromo-lithography from Drawings by Wlliam Simpson; with Descriptive Literature by John William Kaye (London: Day & Son, 1867).
64. Allen's Indian Magazine, 13 April 1859, 276, 18 December 1859, 994; Canning to Queen Victoria, 30 May 1860, Canning papers, WYL 250/9/1/8.
65. The template sannad of 11 March 1862 is reprinted in Aitchison, Collection of Treaties, ii, 57.
66. For further details of each (date of joining the Council in parentheses), see: Maharaja of Benares (1862): DIB, 35; Burdwan (1864), ibid., 60-1; Maharaja of Jaipur (1868) and Maharaja of Vizianagram (1864): Bhawur Partap Singh, The Lives of the Highnesses the Maharaja of Jeypore, the Maharaja of Vizianagram, etc. (Vizianagram: S. V. V. Press, 1897); Nawab of Rampur (1863): DIB, 349. The other two princes appointed in the 1860s were Narendra Singh, Maharaja

of Patiala (1862): DIB, 329-30; and Digvijay Singh, Raja of Balrampur (1868): DIB, 24-5.

67. For the well at Stoke Row, see: Laureen Williamson, An Illustrated History of the Maharaja's Well, Stoke Row, Henley-on-Thames, Oxfordshire, the Gift of the Maharaja of Benares (Stoke Row: Maharaja's Well Trust, 1983). For the Hyde Park fountain, see: Morning Post, 2 March 1868, 2.
68. Charles Grey to Charles Wood, 20 March 1862, Halifax papers, Borthwick Institute for Archives, University of York, A4/64/108.
69. For the background, see: [A native of Mysore], The British Administration of Mysore. Part I: Fifty Years of Administration (London: Longmans, Green 81 Co., 1874); Aya Ikegame, Princely India Re-imagined: A Historical Anthropology of Mysore (London: Routledge 2009), 22-34.
70. For the maharaja's appeal, see: 'Copies of Correspondence between the Maharaja of Mysore and the Government of India relative to His Highness's claim, etc.', Parl. Papers (1866) Cd. 112. For his correspondence with Queen Victoria: IOR L/PS/6/461 (1858-9), for details of the presents, including the jewellery which only got as far as Calcutta, where it was sold off see: Wadiyar to Charles Wood, 13 March 1861, IOR L/PS/6/511, 'List of Jewellery, etc.', IOR/L/PS/6/514, and QVJl., 29 March 1862 ('pretty Indian cattle'); and addresses: Lord Elgin to Charles Wood, 30 May 1863, IOR L/PS/ 6/ 527, Pol. Dept to Charles Wood, 14 April 1864, IOR L/PS/6/532.
71. Charles Wood to Charles Canning, 31 August 1860 (copy), Mss Eur. F78/LB4, fols 98-102.
72. L. Bowring to the secretary to the Government of India, 22 April 1862, IOR L/ PS/ 6/521; Vishwanath Narayan Mandlik, Adoption Versus Annexation: With Remarks on the Mysore Question (London: Smith, Elder 86 Co., 1866), 43-4; Opinions of the Press on the Annexation of Mysore (London: John Camden Hotten, 1866).
73. HC Debs, 187 (24 May 1867), 1069; Northcote to Lawrence, 16 April 1867, reprinted in 'Further Papers Relating to Mysore', Parl. Papers (1867), Cd. 239, 8-9.
74. John Dickinson to Holkar, 15 September 1866 (copy), John

Dickinson to Holkar, 25 June 1868 (copy), Madhya Pradesh State Archives, Bhopal, Indore Foreign Dept, 41/36, file 229.

75. I. T. Prichard, Facts Connected with the Dethronernent of the Nawab of Tonk (privately printed, 1867); The Story of the Nawab of Tonk Written by Himself (Simla: Simla Advertiser Press, 1868), 13; Frederick Chesson, The Princes of India: Their Rights and Our Duties (London: W. Tweedie, 1872), 64-5.
76. For the encouragement given by the queen's proclamation, see: I. N. Palmer to Salar jung, 28 November 1873 (copy), Salar Jung papers, Andhra Pradesh State Archives, Hyderabad. For Palmer's role and Salar Jung's visit, see: Harriet Ronken Lynton, My Dear Nawab Saheh (Hyderabad: Orient Black Swan, 1991), chs 9-10; and for the background, see: Bharati Ray, Hyderabad and British Paramountcy, 1857-1883 (Delhi: Oxford University Press 1983), 75-7.
77. Ponsonby to Queen Victoria, 23 June 1876, RA VIC/MAIN/N/31/ 63; QVJl. 29 June 1876; Lytton to Queen Victoria, 20 August 1876, IOR Mss Eur. E218/18, 404-6. Without the wheelchair, Salar Jung's portrait was painted by Leslie Ward ('Spy') and published later in the year in Vanity Fair: NPG 2580.
78. Ponsonby to Salisbury, 22 July 1876, Salisbury papers, Hatfield House; Lytton to Queen Victoria, 20 August 1876, IOR Mss Eur. E218/18, 404-6; Queen Victoria to Lord Beaconsfield, 28 August 1876, RA VIC/MAIN/N/31/102 (Disraeli was ennobled earlier that month).
79. Ian Copland, 'The Baroda Crisis of 1873-77: A Study in Governmental Rivalry', Modern Asian Studies 2 (1968), 97-123; Edward Moulton, 'British India and the Baroda Crisis, 1874-5: A Problem in a Princely State', Canadian journal of History 3 (968), 58-94; Judith Rowbotham, 'Miscarriage of Justice?: Post-Colonial Reflections on the "Trial" of the Maharaja of Baroda, 1875', Liverpool Law Review 28 (2007), 377-405.
80. 'Correspondence Connected with the Deposition of Mulhar Rao', Parl. Papers (1875), Cd. 1252, 30-1.
81. Ponsonby to Queen Victoria, 16 January 1875, RA VIC/

MAIN/N/30/ 18; Ponsonby to Queen Victoria, 15 April 1875, RA VIC/MAIN/N/30/59; Ponsonby to Salisbury, 15 April 1875, Salisbury papers.

82. 'Correspondence Connected with the Deposition of Mulhar Rao', 31-2; Northbrook to Queen Victoria, 22 April 1875, RA VIC/MAIN/N/30/65.
83. Wood to Elgin, n.d. [c. November 1862], (copy), IOR L/PS/ 6/514.
84. Lawrence to Wood, 19 March 1864, Mss Eur. F78/11/1, fols 121-2, Wood to Lawrence (copy), Mss Eur. F78/LB20, fols 151-5; Northcote to Lawrence, 17 July 1868, Mss Eur. F90/2, no. 36; 'Rules as to Addresses from Native Princes and Others' (29 March 1873, 6 March 1873, 23 June 1873), IOR/ L/PS/18/D72; Lawrence to Stafford Northcote, 15 August 1868, BL, Add. Ms. 50, 026, fols 37-8.
85. 'Rules as to Memorials, Petitions, Complimentary Addresses' (7 February 1878), IOR/L/ PS/ 18/ D90A; 'Rules Relating to Memorials Addressed to the Queen' (7 February 1881), IOR/ L/PS/18/D73; 'Rules for the Submission and Receipt of Memorials and Other Papers to the King' (]une 1906), IOR L/PS/18/D168.

6 Queen of Public Works

1. R. Montgomery Martin, Progress and Present State of India. A Manual for General Use, Based on Official Documents, etc. (London: S. Low, 1862), 295.
2. Dietmar Rothermund, An Economic History of India: From Pre-Colonial Times to 1991 (London: Routledge, 1999), chs 4-5; Sabyascahi Bhattacharya, Financial Foundations of the British Raj: Ideas and Interests in the Reconstruction of Indian Puhlic Finance, 1852-72 rev. edn (Delhi: Orient Longman, 2005), ch. 5; Tirthankar Roy, The Economic History of India, 1857-1947, 3rd edn (New Delhi: Oxford University Press, 2011), ch. 3; B. R. Tomlinson, The Economy of Modern India, 2nd edn (Cambridge: Cambridge University Press, 2011), ch. 1.
3. William Wedderburn, The Skeleton at the 'jubilee' Feast: Being

a Series of Suggestions Towards the Prevention of Famine in India (1897) in Speeches and Writings of William Wedderburn (Madras: G. A. Natesan, 1916), 284-322; Dadabhai Naoroji, Poverty and un-British Rule in India (London: Swan Sonnenschein, 1901); Romesh Chunder Dutt, The Economic History of India in the Victorian Age: From the Accession of Queen Victoria in 1837 to the Commencement of the Twentieth Century (London: Kegan Paul, Trench Trubner & Co., 1904).

4. On railways, within a huge literature, see: Daniel Thorner, 'Great Britain and the Development of India's Railways', journal of Economic History 11 (1951), 389-402; Ian Derbyshire, 'Economic Change and the Railways in North India, 1860-1914', Modern Asian Studies 21 (1987), 521-45; Ian J. Kerr, Building the Railways of the Raj (Oxford: Oxford University Press, 1995). On canals, see: Ian Stone, Canal Irrigation in British India: Perspectives on Technological Change in a Peasant Economy (Cambridge: Cambridge University Press, 1984).
5. Theodore Walrond (ed.), Letters and journals of James, the 8th Earl of Elgin (London: John Murray, 1872), 439; W. W. Hunter, A Life of the Earl of Mayo: Fourth Viceroy of India, 2 vols (London: Smith, Elder & Co., 1876), ii, 207-9. For the narratives of 'progress' that accompanied technological change in India, see: A. Martin Wainwright, 'Representing the Technology of the Raj in Britain's Victorian Periodical Press' in David Finkelstein and Douglas M. Peers (eds), Negotiating India in the Nineteenth-century Media (Basingstoke: Macmillan, 2000), 185-209; Di Drummond, 'British Imperial Narratives of Progress through Rail Transportation and Indigenous People's Responses in India and Africa', Zeitschrift fur Welzgeschichte 12 (2011), 107-40.
6. For 'true religion', see: Anon., 'Our Indian Railways', Calcutta Review 9 (1845), 21-2. For 'the truth of God's word', see: E. Davidson, The Railways of India: With an Account of their Rise, Progress and Construction (London: Spon, 1868), 8, 373. For the 1855 ceremony: Report of the Opening of the East Indian Railway (Calcutta: n.p. 1855), 2-3.

7. Report of the Formal Commencement at Lahore of the Punjaub Railway (Lahore: Lahore Chronicle, 1859), 17.
8. For passenger volume, see: John Hurd and Ian J. Kerr, Indiais Railway History: A Research Handbook (Leiden: Brill, 2012), 148. For the railways and the Indian famines, see: Michelle Burge McAlpin, Subject to Famine: Food Crisis and Economic Change in Western India (Princeton, NJ: Princeton University Press, 1983), ch. 6; Stuart Sweeney, 'Indian Railways and Famine, 1875-1914: Magic Wheels and Empty Stomachs', Essays in Economic and Business History 26 (2008), 147-58.
9. Allen's Indian Mail, 23 March 1863, 239; ibid. 26 December 1864, 1003-4; Lawrence to Queen Victoria, 21 October 1864, RA VIC/MAIN/N/27/13.
10. ToI 14 June 1878, 4.
11. For the 1854 ceremony, see: Charles Cawood, A Poetical Account of the Opening of the Ganges Canal, etc. (Agra: J. A. Gibbons, 1854), 5. For later additions to the canal, see: A. Robertson, Epic Engineering: Great Canals and Barrages of Victorian India (Melrose: Beechwood, 2013), 135-8; T. Login, Roads, Railways and Canals for India'(Roorkee: Thomason Civil Engineering College Press, 1866), ii. In March 1874, Sir William Muir, lieutenant-governor of the North-Western Provinces, opened the Agra canal 'in the name of the Queen': ToI, 11 March 1874, 3.
12. Freda Harcourt, Flagships of Imperialism: The P--O Company and the Politics of Empire from its Origins to 1867 (Manchester: Manchester University Press, 2006). For the India and Australian Mail Steam Packet Company and its struggle with the East India Company, see: Morning Post, 31 August 1850, 1.
13. ILN, 17 April 1869, 392-3; W. H. Russell, A Diary in the East during the Tour of the Prince and Princess of Wales, 2 vols (London: Geo. Routledge 86 Sons, 1869), ii, 431-2. Cf. Sophie Gordon, 'Travels with a Camera: The Prince of wales, Photography and the Mobile Court' in Frank Lorenz Muller and Heidi Mehrkens, Sons and Heirs: Succession and Political Culture in Nineteenth-century Europe (Basingstoke: Palgrave Macmillan, 2016), 92-108.

14. For the first ship to make the voyage see: ILN, 23 November 1872, 487. For Queen Victoria's reaction to the Suez Canal shares purchase, see: QVJl., 24 November 1875. For the background, see: D. A. Farnie, East and West of Suez: The Suez Canal in History 1854-1956 (Oxford: Clarendon Press, 1969), ch. 10; Geoffrey Hicks, 'Disraeli, Derby and the Suez Canal: Some Myths Reassessed', History 97 (2012) 182-203; Emily Haddad, 'Digging to India: Modernity, Imperialism, and the Suez Canal', Victorian Studies 47 (2005), 363-96.
15. For details of the ships, see: the P&O Archive (www.poheritage.com), P&O Ref: PH-02072-00 ('Kaisar-i-Hind') and P&O Ref: AC-03173-00 ('Victoria').
16. C. C. Adley, The Story of the Telegraph in India (London: Spon, 1866), 4, 34-5; Deep Kanta Lahiri "Choudhury, Telegraphic Imperialism: Crisis and Panic in the Indian Empire, c. 1830-1920 (Basingstoke: Palgrave Macmillan, 2010), ch. 1.
17. ToI, 20 January 1872, 2; ibid., 21 February 1872, 2. Fbr the Afghan telegrams (one to Lytton, one to Ripon), see: ibid., 7 December 1878, 3; 6 August 1880, 3.
18. Murali Ranganatahn (ed.), Govind Narayan's Mumbai: An Urban Biography from 1863 (London: Anthem Press, 2009), esp. ch. 10; Frank Broeze, 'The External Dynamics of Port City Morphology: Bombay, 1815-1914' in Indu Banga (ed.), Ports and Hinterlands in India (New Delhi: Manohar, 1992), 245-72; Amar Farooqui, Opium City: The Making of Early Victorian Bombay (Gurgaon: Three Essays Collective, 2006). For a subtle critique of Bombay's imperial modernity, see: Rajnarayan Chandavarkar, 'Bombay's Perennial Modernities' in Chandavarkar, History, Culture and the Indian City: Essays (Cambridge: Cambridge University Press, 2009), esp. 12-17; and for other discourses about the city, including Marathi, see: Meera Kosambi, 'British Bombay and Marathi Mumbai' in Sujata Patel and Alice Thorner (eds), Bombay: Mosaic of Modern Culture (Bombay: Oxford University Press, 1995), 3-24.
19. The classic accounts are: Mariam Dossal, Imperial Designs and Indian Realities: The Planning of Bombay City, 1845-1875

(Bombay: Oxford University Press, 1991), and Christopher W. London, 'High Victorian. Bombay: Historic, Economic and Social Influences on its Architectural Development', South Asian Studies 13 (1997), 99-108, and idem, Bombay Gothic (Mumbai: India Book House, 2002).

20. Christine E. Dobbin, Urban Leadership in Western India: Politics and Communities in Bombay City, 1840-1885 (Oxford: Oxford University Press, 1972); Jesse S. Palsetia, The Parsis of India: Preservation of Identity in Bombay City (Leiden: Brill, 2001); Preeti Chopra, A joint Enterprise: Indian Elites and the Making of British Bombay (Minneapolis, MN: University of Minnesota Press, 2011); Gijsbett Oonk, 'The Emergence of Indigenous Industrialists in Calcutta, Bombay and Ahmedabad, 1850-1947', Business History Review 88 (2014), 43-71.

21. Proceedings in Gujarathi, of Meeting of the Native and European Inhabitants of Bombay, Held in December 1858 to Establish the Victoria Museum and Gardens (Bombay: n.p., 1858); T. G. Mainkar (ed.), Writings and Speeches of Dr Bhau Daji (Bombay: University of Bombay, 1974), 366-70. The Government of India matched the 'ready liberality' of public subscriptions for the museum: George Birdwood to the secretary, Govt of Bombay, 1 March 1862, MSA, Pol. Proceedings, 77, vol. 21. For jeejebhoy, see: Jesse S. Palsetia, jamsetjee jejeebhoy of Bombay: Partnership and Public Culture in Empire (New Delhi: Oxford University, 2015). For Shunkerseth and the museum, see: ILN, 3 January 1863, 12; and Mariam Dossal, 'The "Hall of Wonder" Within the "Garden of Delight" in Pauline Rohatgi, Pheroza Godrej and Rahul Mehrotra (eds), Bombay to Mumbai: Changing Perspectives (Mumbai: Marg, 1997), 208-19.

22. Cursetjee Jamsetee Jeejebhoy to Lord Elphinstone, 21 October 1858, IOR Mss Eur. F87, fols 69-71, 3 November 1858, ibid., fols 77-8; Juganath Sunkerseth to Elphinstone, 27 February 1858, ibid., fols 127-8.

23. Khoshru Navrosji Banaji, Memoirs of the Late Framji Cowasji Banaji (Bombay: Bombay Gazette, 1892), 56-7. Framji Cowasji also spoke at the public meeting held to congratulate Queen

Victoria on her marriage in 1840: IOR/P/4/1902/81001.

24. J. J. Cowasjee, Life of Sir Cowasjee jehanghier (London: London Stereoscopic and Photographic Company, 1890); the 'Royal Albert Orphan Asylum' was inaugurated by the queen on 29 June 1867: Daily News, 1 July 1867, 5.
25. S. M. Edwardes, Memoir of Sir Dinshaw Manockjee Petit, First Baronet (1823-1901) (London: Oxford University Press, 1923), 76; DIB, 335.
26. On David and Albert Sassoon, see: Stanley jackson, The Sassoons: Portrait of a Dynasty (London: Heinemann, 1968), 39-45; Peter Stansky, Sassoon: The Worlds of Philip and Sybil (London: Yale University Press, 2003), 7-9; Serena Kelly, 'Sassoon Family (per. c. 1830- 1961)', ODNB.
27. R. H. Jahlboy, The Portrait Gallery of Western India: Embellished with 51 Life-like Portraits of the Princes, Chiefs, and Nobles, from Celebrated Artists in London; Enriched with Historical, Political and Biographical Accounts from the Most Authentic Sources, in Gujarati and English (Bombay: Education Society, 1886). The Sassoons were not included in this volume.
28. For the clock tower, see: George W. Steevens, In India (Edinburgh: Blackwood, 1901), 9. For the High Court: Rahul Mehrotra, Sharada Dwivedi and Y. V. Chandrachud, The Bombay High Court: The Story of the Building (Mumbai: Eminence Designs, 2004), 39-40.
29. ToI, 14 September 1887 (sculpture), 4, ibid., 1 November 1888, 4 ('best modern buildings in India'), 8 January 1891, 4 (temperance refreshment rooms), 4; Christopher W. London, 'Architect of Bombay's Hallmark Style: Stevens and the Gothic Revival' in Rohatgi et al. (eds), Bombay to Mumbai, 236-49; Rahul Mehotra and Sharada Dwivedi, A City Icon: Victoria Terminus Bombay, 1887 now Chhatrapati Shivaji Terminus Mumbai, 1996 (Mumbai: Eminence Designs, 2006).
30. Asa Briggs, Victorian Cities (London: Odhams Press, 1963), 277-8.
31. Joubert's scheme was subsequently rejected: ToI, 13 March 1884, 5; Fergusson to Lord Ripon, 24 June 1884, IOR Mss Eur. E214/8, fols 207-8; Fergusson to Lord Kimberley, 11 August 1884, IOR Mss Eur. E214/4, fols 97-100, Fergusson

to Kimberley, 23 September 1884, ibid., fols 125-7; Ripon to Kimberley, 6 November 1884, BL B. P. 7/3 vol. 5, no. 58. For the abrupt abandonment of the exhibition, see: 'Proceedings of the Legislative Council of Bombay', xxiii (12 December 1884), 45-7, IOR/V/9/2802.

32. Ira Klein, 'When the Rains Failed: Famine, Relief and Mortality in British India', Indian Economic and Social History Review 21 (1984), 185-214; David Arnold, 'Vagrant India: Famine, Poverty and Welfare under Colonial Rule' in A. L. Beier and Paul Ocobock (eds), Cast Out. Vagrancy and Homelessness in Global and Historical Perspective (Athens, OH: Ohio University Press, 2008), 117-39; Peter Gray, 'Famine and Land in Ireland and India, 1845-1880: James Caird and the Political Economy of Hunger', Historical Journal 49 (2006), 193-215.
33. G. T. Haly, Appeal for the Sufferers by the Present Famine in Orissa (London: Smith, Elder & Co., 1866), 2; Arthur Cotton, The Famine in India... Lecture Read at the Social Science Congress at Manchester; October 12, 1866 (London: Trubner & Co., 1866), 38.
34. James Murphy, Fashioning the Famine Queen' in Peter Gray (ed.), 'Victoria's Ireland?: Irishness and Britishness, 1837-1901 (Dublin: Four Courts Press, 2004), 15-26; Christine Kinealy, 'Famine Queen or Faery?: Queen Victoria and Ireland' in Roger Swift and Christine Kinealy (eds), Politics and Power in Victorian Ireland (Dublin: Four Courts Press, 2006), 21-53; R. Arthur Arnold, History of the Cotton Famine (London: Saunders, Otley & Co., 1864), 196.
35. Pol. Despatches (Madras), 3 (25 February 1863), IOR.
36. Charles Grey to Queen Victoria, [21 March 1868], RA VIC/MAIN/N/27/85, Charles Grey to Stafford Northcote, 21 March 1868, RAVIC/ MAIN/ N/ 27/ 87; Stafford Northcote to Charles Grey, 23 March 1868, RA VIC/MAIN/N/27/88.
37. B. M. Bhatia, Famines in India: A Study in Some Aspects of the Economic history of India with Special Reference to Food Problem 1860-1990 (Delhi: Konatk, 1991), ch. 3; Edward C. Moulton, Lord Northbrook's Indian Administration, 1872-1876 (London: Asia Publishing House, 1968), ch. 4; Richard Temple, Men and Events of my Time in India (London: John Murray,

1882), ch. 17.

38. For the queen's speech, see: The Times, 20 March 1874, 5. For details of the two funds, see: G. Colvin to Henry Ponsonby, 20 January 1874 (telegram), RA VIC/MAIN/N/29/45; Lord Northbrook to Queen Victoria, 30 January 1874, RA VIC/MAIN/N/29/49; Lord Northbrook to Queen Victoria, RA VIC/MAIN/N/29/54; ToI, 9 February 1874, 3; ILN, 21 February 1874, 167; ibid., 27 June 1874, 598-9; 'Minute by... Sir Richard Temple' (31 October 1874), IOR Mss Eur. F86/127, p. 80. For Hamilton's end-of-session flourish, see: HC Debs, 221 (3 August 1874), 1190.
39. 'Deputation of the British India Association to His Excellency the Viceroy and His Honour the Lieutenant Govern or of Bengal' (29 December 1874), British India Association of Calcutta papers, NMML, Delhi, 2. For the Maharaja of Burdwan, see: DIB, 60-1, and Mary Ann Steegles, Statues of the Raj (London: BACSA, 200), 180. For the song of praise, see: Lord Northbrook to Queen Victoria, 1 January 1875, RA VIC/MAIN/N/30/1; Lord Northbrook to Queen Victoria, 5 February 1875, RA VIC/MAIN/N/30/21.
40. For the queen's speech, see: The Times, 9 February 1877, 6; Bhatia, Famine: in India, ch. 3.
41. William Digby, The Famine Campaign in Southern India (Madras and Bombay Presidencies and Province of Mysore) 1876-1878 (London: Longmans, Green & Co., 1878); Arthur Cotton, The Madras Famine (London: Simpkin, Marshall & Co., 1876); Florence Nightingale, 'The People of India', Nineteenth Century, 4 (August 1878), 193-221; Graphic, 6 October 1877, 329; Hyndman, The Indian Famine and the Crisis (London: Edward Stanford, 1877), 5.
42. Punch, 1 September 1877, 91.
43. QVJl., 3 January 1877, 2 February 1877, 25 July 1877, 17 August 1877. Lytton to Salisbury, 1 March 1878, Mss Eur, E218/20, fol. 146 (the 'famine' Gazette).
44. For Canadian and Australian donations, see: ToI, 19 March 1897, 5; Bhatia, Famines in India, ch. 9; McAlpin, Subject to Famine: Food Crisis and Economic Change in Western India, ch. 6; Georgina Brewis,' "Fill Full the Mouths of Famine":

Voluntary Action in Famine Relief in India, 1896-1901', Modern Asian Studies 44 (2010), 887-918; David Hall-Matthews, Peasants, Famine and the State in Colonial Western India (Basingstoke: Palgrave, 2005).

45. The Times, 11 January 1897, 6. The queen noted the Bishop of Winchester collecting donations at Windsor: QVJl., 19 January 1897.
46. 'Papers Regarding Famine and Relief, Operations in India, 1896-7 (Resolutions on the Administration of Famine Relief in the North-West Provinces and Oudh)', Parl. Papers (1899), Cd. 8739, p.73; 'Report of the Indian Famine Commission' (1898), Appendix, vol. I (Bengal), Minutes of Evidence, Parl. Papers, (1899), Cd. 9252, p. 196 (evidence of Babu Grish Chander Ghosal); ibid., vol. III (Bombay), '235 (evidence of Edulji Rumstromji).
47. For Wilson, see: Ruth Dudley Edwards, 'Wilson, James (1805-1860)', ODNB. For an intellectual history of these shifts in liberal political economy, see: Andrew Sartori, Liberalism in Empire: An Alternative History (Oakland, CA: University of California Press, 2014), esp. ch. 5.
48. Robert Knight, editor of the Bombay Times, claimed that 'no other country in the civilised world is so lightly taxed': The Indian Empire and our Financial Relations Therewith, etc., (London: Trubner & Co., 1866), 9; cf. W. E. Forster, How We Tax India: A Lecture on the Condition of India under British Rule, More Especially as Affected by the Mode of Raising the India Revenue: Delivered before the Leeds Philosophical & Literary Society, March 30th, 1858 (London: A. W. Bennett, 1858), 36; J. M. Maclean, The Indian Deficit and the Income Tax (London: F. Algar, 1871), 6-9.
49. James Wilson, Financial Statement (Calcutta: G. A. Savielle, 1860), 31; The Economist, 19 February 1859, 193-4. On the background, see: C. L. Jenkins, '1860: India's First Income Tax', British Tax Review 1 (2012), 87-116.
50. Proceedings of the Native Inhabitants of Madras Held at the Hindoo Debating Society, on the 7th May 1860 (Madras: Caxton Press, 1860), 5-6.
51. Samuel Laing, 'Crisis in Indian Finance', Nineteenth Century

7 (June 1880), 1075. For Trevelyan's opposition to the income tax, see: Statement by Sir Charles Trevelyan of the Circumstances Connected with his Recall from the Government of Madras (London: Longmans, 1860), 19.

52. [James Wilson], Cries from the East, Being Lispings from High Life and Groans from the Poor (London: H. W. Foster, 1870), 50. Wilson's pamphlet was dedicated to Queen Victoria as 'Empress of Hindostan'. He was a different James Wilson from the late fnancial member of the Viceroy's Council. For other criticism of the income tax, see: 'Report of the Select Committee on East India Finance', Parl. Papers (1871), Cd. 363, q. 337 (evidence of Henry Stewart Reid); 'Second Report of the Select Committee on East India Finance', ibid. (1873), Cd. 194, qq. 70-1 (Charles Trevelyan); ibid., 195, 199 (Sir Charles Wingfeld).
53. Abhay Charan Das, The Indian Ryot, Land Tax, Permanent Settlement and the Famine (Howrah: Howrah Press, 1881), ii.
54. 'A native', Nil Darpan, or the Indigo Planting Mirror; a Drama (Calcutta: C. H. Manuel, 1861), 2. On the drama and its influence, see: Amiya Rao and B. G. Rao (eds), The Blue Devil: Indigo and Colonial Bengal (Delhi: Oxford University Press 1992), chs 6-7. Ranajit Guha reads the play very differently, describing Mitra's appeal to the liberal rule of British law as an example of 'middle-class grovelling' and a 'canker that has eaten into elite nationalism at this early formative stage': Guha, 'Neel Darpan: The Image of a Peasant Revolt in a Liberal Mirror' in David Hardiman (ed.), Peasant Resistance in India, 1858-1914 (Delhi: Oxford University Press, 1992), 76-8.
55. Trial of the Rev. james Long for the Publication of 'Nil durpan': With Documents Connected with its Official Circulation (London: James Ridgway, 1861), 19-21. Mitra had been a pupil at Long's school in Calcutta. For the background, see: Blair King, The Blue Mutiny: The Indigo Disturbance in Bengal, 1859-62 (Philadelphia: University of Pennsylvania Press, 1966); Geoffrey A. Oddie, Missionaries, Rebellion and Proto-nationalism: james Long of Bengal 1814-87 (Richmond:

Curzon, 1999), chs 7-8.

56. 'Report of the Commission Appointed in India to Inquire into the Cause of the Riots which Took Place in the Year 1875, etc.', Parl. Papers (1878), Cd. 2071, p. 54. On the Deccan riots, see: Ravinder Kumar, 'The Deccan Riots of 1875', fournal of Asian Studies 24 (1965), 613-35; Neil Charlesworth, Peasants and Imperial Rule: Agriculture and Agrarian Society in the Bomhay Presidency, 1850-1935 (Cambridge: Cambridge University Press, 1985), ch. 4. ~
57. 'Second Report of the Select Committee on East India Finance', Parl. Papers (1873), Cd. 194, p. 58 (Trevelyan); [Henry Fawcett], 'The Financial Condition of India', Nineteenth Century 5 (February 1899), 193-218; idem., 'The New Departure in Indian Finance', ibid. 6 (October 1879), 639-63.
58. Calculated from data derived from East India (Finance and Revenue Accounts), Parl. Papers (1861), Cd. 259; (1871), Cd. 10; (1881), Cd. 221 (1890-1), Cd. 225, (1900), Cd. 225.
59. On the customs line, see: Roy Moxham, The Great Hedge of India (London: Constable and Robinson, 2001). Salt manufacture under the Raj awaits its historian. For a brief overview, see: W. W. Hunter, The Indian Empire: Its People, History and Products (London: Trubner & Co., 1886), 453-4, 622-3; Bhattacharya, Financial Foundations of the British Raj, 97, 356-61.
60. Lady Hobart (ed.), The Salt Tax in Southern India: Letters (London: Macmillan, 1878); HC Debs, 239, (2 April 1878), 457 (Lyon Playfair); John Dacosta, 'The Financial Causes of the French Revolution and their Present Bearing upon India' [1893] reprinted in Dacosta, Essays on Indian Affairs, 1892-1895 (n.p., c. 1895), 1-12.
61. George Balfour, Trade and Salt in India Free: With a Preface on the Commercial Political, and Military Advantages in all Asia (London: Harrison and Sons, 1875), 35-7.
62. QVJl., 16 July 1851.
63. 'Who is Responsible?', Friend of China 2 (April 1876), 75-6. For the background, see: J. B. Brown, 'Politics of the Poppy: The Society for the Suppression of the Opium Trade, 1874-

1916', journal of Contemporary History 8 (1973), 97-111; John F. Richards, 'The Opium Industry in British India', Indian Economic and Social History Review 39 (2002), 149-80; idem., 'Opium and the British Indian Empire: The Royal Commission of 1895', Modern Asian Studies 36 (2002), 375-420.

64. Arthur Evans Moule, The Use of Opium and its Bearing on the Spread of Christianity in China, etc. (Shanghai: 'Celestial Empire' Office, 1877), 13; Samuel S. Mander, Our Opium Trade with China (London: Simpkin, Marshall & Co., 1877), 24-5.

65. The Poppy Poison in Burma (Society for the Suppression of the Opium Trade, London: P. S. King, 1892), 8-9; James F. B. Tinling, A Century of False Polity (London: Society for the Suppression of the Opium Trade, 1893), 7.

66. Sunderbai H. Powar, An Indian Woman's Impeachment of the Opium Crime of the British Government. A Plea for Justice for her Country [sic] People (London: Dyer Brothers, 1892).

67. 'Royal Commission on Opium: Minutes of Evidence, Appendices', Parl. Papers, (1894), Cd. 7471, vol. iv, qq. 75-6 (evidence of Louise Dryman), 356-60 (evidence of Captain Harold Sewallis Blackburne).

68. Meaning both the sale of intoxicating alcohol or drugs and the excise levied.

69. Lucy Carroll, 'The Temperance Movement in India: Politics and Social Reform', Modern Asian Studies 10 (1976), 417-47; Robert Eric Colvard, 'A World Without Drink: Temperance in Modern India, 1880-1940' (unpublished PhD thesis, University of Iowa, 2013).

70. Speech on the Liquor Traffic in India... at a Meeting Held by the... United Kingdom Alliance, May 19, 1870 in Sophia Dobson Collet (ed.), Keshub Chunder Sen's English Visit (London: Strahan & Co., 1871), 150.

71. On the Salvation Army in India, see: Andrew Eason, 'Religion Versus the The Salvation Army's "Invasion" of British India', Mission Studies 28 (2011) 71-90.

72. [Thomas Evans], A Brief Sketeh of our Indian Excise Administration, by a Loyal Briton, and a Friend to the Indian People (Mussoorie, n.p., 1895), 3; cf. Abkari, 14 (July 1893),

182-4. On Evans, see: D. Hooper (ed.), A Welshman in India A Record of the Life of T. Evans (London: James Clarke, 1908).

73. Lord Northbrook to Queen Victoria, 13 September 1875, RA VIC/MAIN/N/30/21.
74. For Wilberforce's trip, see: Hampshire Advertiser, 19 April 1890, 6. For the queen's objections to Wilberforce, see: Queen Victoria to William Gladstone, 10 February 1894, Letters of Queen Victoria, 3rd ser., iii, 359.
75. Mahim Chandra Chakrabati, Dina janani (Dacca: Luchmohan Basak, 1880), QLB (Bengal).

7 Royal Tourists

1. Canning to Wood, 22 May 1861, IOR Mss Eur. F78/55/9 fols 55.-9; Charles Wood to Prince Albert, 22 May 1861, RA VIC/MAIN/N/25/30-1; Prince Albert to Wood, 26 June 1861, RA VIC/MAIN/N/25/33.
2. Chandrika Kaul, 'Monarchical Display and the Politics of Empire: Princes of Wales and India 1870-1920s', Twentieth Century British History 17 (2006) 464-88; Charles Reed, Royal Tourists, Colonial Subjects and the Making of a British World, 1860-1911 (Manchester: Manchester University Press, 2016).
3. For the world tour, including the Indian subcontinent, see: Anon., 'The Cruise of the Galatea', Dublin University Magazine 73 (1869), 72-7; John Capper, The Duke of Edinburgh in Ceylon: A Book of Elephant and Elk Sport (London: Provost & Co., 1871); Michaela Appel, Martin Eberle and Bernd Schafer, Ein Prinz entdeckt die Welt: Die Reisen und Sammlingen Herzog Alfreds von Sachsen-Coburg und Gotha (1844-1900) (Gotha: Stiftung Schloss Friedenstein Gotha, 2008).
4. Prince Alfred to Queen Victoria, 24 January 1879, RA VIC/ADDA20/1306.
5. Gordon Pentland, 'The Indignant Nation: Australian Responses to the Attempted Assassination of the Duke of Edinburgh in 1868', English Historical Review 130 (2015), 57-88; Mark Stocker, 'An Imperial Icon Indigenised: The Queen Victoria Memorial at Ohinemutu' in Katie Pickles and Catherine

Coleborne (eds), New Zealand's Empire (Manchester: Manchester University Press, 2016), 28-50.

6. 'Note by Capt. W. B. Birch', 10 February 1870, Mayo papers, Cambridge University Library, Add. Ms. 7490/ 80/7 (Fenian suspect). For the original itinerary in 1868: Henry Lennox to Lord Mayo, 22 October 1868, Mayo papers, National Library of Ireland, Dublin, Mss 11,223, fol. 4.
7. Mayo to Queen Victoria, 1 September 1869, RA/VIC/MAIN/ N/27/129; Mayo to Argyll, 12 August 1869, IOR Mss Eur. B380/2, fols 265-72; C. U. Aitchison to T. H. Thornton, 8 December 1869, Mayo papers, Cambridge University Library, Add. Ms. 7490/81/25.
8. Prince Alfred to Mayo, 7 April 1870, RA VIC/MAIN/N/28/ 8; Benares Gazette, 27 December 1869, NNR (North-West Provinces) IOR L/R/5/47, p. 3; Indian Daily News, 13 December 1869, 3 (compulsory illuminations); Bomhay Gazette, 19 February 1870, 3 (cost of lights). For the Bengal regiments, see: 'Copy of Correspondence Relative to the Military Arrangements with Reference to the Reception of H. R. H, the Duke of Edinburgh in the North -West Provinces, etc.', Judicial Proceedings B (June 1869), 271, West Bengal States Archives, Kolkata. For hunting preparations, see: Capper, Duke of Edinburgh in Ceylon, 2. For Indian royalty and hunting, see: Thomas Cox, 'Diplomacy on Dangerous Ground: Aristocratic Hunts in Nineteenth- and Twentieth century Nepal', South Asia 33 (2010), 258-75; Julie E. Hughes, Animal Kingdoms: Hunting, the Environment, and Power in the Indian Princely States (Cambridge, MA: Harvard University Press, 2013), ch. 2.
9. O. T. Burne, 'Memorandum' (20 December 1869), Mayo papers, Cambridge University Library, Add. Ms. 7490/82/1
10. Sambhuchandra Mukhopadhya, The Prince in India, by an Indian. A Description of the Duke of Edinburgh's Landing, and Stay at Calcutta, etc. (Calcutta: Berigny & Co., 1871); N. A. Chick (comp), The Prince in Calcutta; Memorials of H. R. H the Duke of Edinhurgh's Visit in December, 1869, etc. (Calcutta: Barham, Hill & Co., 1870); Mayo to Queen Victoria, 27 December 1869, 3 January 1870, RA VIC/MAIN/N/27/

135, 137. Nicholas Chevalier's depiction of the ball on the Galatea is at RCIN 920379.

11. 'Note on the Investiture of H. R. H. the Duke of Edinburgh as Knight Grand Commander of the Most Exalted Order of the Star of India', (20 November 1869), Mayo papers, Cambridge University Library, Add. Ms 7490/ 83/ 5; 'Revised Note on the Investiture of H. R. H. the Duke of Edinburgh, etc.', ibid.
12. Mukhopadhya, Prince in India, 102-3; Chick (ed.), Prince in Calcutta, 97-9. The Gazette of India (30 December 1869) describing the investiture is at IOR L/PS/15/3.
13. Mayo to Argyll, 4 January 1870, IOR Mss Eur. B380/4, fols 9-18.
14. Mayo to Queen Victoria, 17 January 1870, RA VIC/MAIN/ N/27/140 ('native city'); Taranatha Tarkavcaspati, Rajaprasastih (Calcutta: Sarasvatiyantra, 1876); Harischandra, An Offering of Flowers... to H.R.H. the Duke of Edinburgh (Benares., n.p., 1870); Pioneer, 22 January 1870, 3.
15. Prince Alfred to Queen Victoria, 16 January 1870, RA V1C/ ADDA20/1305.
16. J. W. Kaye to T. M. Biddulph, 28 March 1869, RA PPTO/ PP/VIC/MAIN/1870/12912.
17. Pioneer, 11 February 1870, 3; Englishman, 14 February 1870, 3 (address).
18. Pioneer, 19 February 1870, 3; Englishman, 21 February 1870, 2; Prince Alfred to Queen Victoria, 20 February 1870, RA V1C/ADDA20/1310 (shawls); J. W. Kaye to T. M. Biddulph, 28 March 1870, RA PPTO/PP/VIC/MAIN/1870/129127.
19. Prince Alfred to Queen Victoria, 20 February 1879, RA V1C/ ADDA20/1310 (flowers); Anon., H.R.H. The Duke of Edinburgh in the Oudh and Nepal Forests. A Letter from India (privately printed, 1870); Pioneer, 24 February 1870, 3. on mutiny tours, see: Manu Goswami, "Englishness" on the Imperial Circuit: Mutiny Tours in Colonial South Asia', journal of Historical Sociology 9 (1996), 54-84; David Petts, 'Landscapes of Memory: Lucknow and Kanpur in Colonial India' in Adrian Green and Roger Leech (eds), Cities in the World, 1500-2000: Papers Given at the Conference of the

Society for Post-Medieval Archaeology, April 2002 (Leeds: Maney, 2006), 195-212.

20. Speeches Made at the Jubbulpore Banquet on the Occasion of the Opening of the Through Line of Railway Communication between Calcutta and Bombay 8 March 1870 (n.p., n.d.), Mayo papers, Cambridge University Library, Add. Ms. 7490/83/17.
21. Mayo to Argyll, 28 December 1869, ibid., Add. Ms. 7490/151, fols 377-8.
22. Bombay Gazette, 12 March 1870, 2; Englishman, 24 March, 2; Captain Clerk to O. T. Burne, 18 March 1870, Mayo papers, Cambridge University Library, Add. Ms. 7490/84/25 (Sailors' Home); Clerk to Burne 22 March 1870, ibid. Add. Ms. 7490/84/26 ('run up the score'); An Address in Pahlavi and Zend with its English and Gujarati Translations Presented to H.R.H the Duke of Edinburgh (Bombay: Duftur Ashkara Press, 1871). The cost of the Bombay illuminations alone were four times over budget: MSA, Pol. Proceedings (1871), vol. 30, 117.
23. Madras Times, 23 March 1870, 3; 'Address' (25 March 1870), Geheimes Archiv QQXVI, Staatsarchiv Gotha, VIII/8.
24. 'Memorandum' (12 May 1870), Mayo papers, Cambridge University Library, Add. Ms. 7490/82/16 (totting up); 'Memorandum' (30 December 1870), ibid., Add. Ms 7490/82/21 (diamonds and shawls); Girdlestone to Burne, 11 March 1871, ibid., Add. Ms. 7490/82/123 (Alfred taking home all the gifts); Clerk to Burne, 1 April 1870, ibid., Add. Ms. 7490/82/11, fol. 15 (donation to schools). For Prince Alfred's Indian haul, see: A guide to the works of art and science collected by Captain His Royal Highness the Duke of Edinhurgh, KG. during his five-years' cruise round the world in H.M.S. 'Galatea' (1867-1871) and lent for exhibition in the South Kensington Museum, February 1872 (London: John Strangeways, 1872), and Catalogue of the collection... of specimens of oriental art formed by H.R.H. the Duke of Edinhurgh, etc. (London: W. Clowes & Sons, 1875). For Mayo's contribution, see: N. A. Chick (comp.), In Memoriam:A Complete Record... of... the Late Earl of Mayo, etc. (Calcutta: Thomas S. Smith, 1872), xii; and A Few Letters on the Indian Administration of the

Earl of Mayo, etc. (Simla: privately printed, 1877), 29.

25. W. H. Russell to Mayo, 22 July 1869, Mayo papers, Cambridge University Library, Add. Ms. 7490/81/7; Clerk to Burne, 22 March 1870, ibid., Add. Ms. 7490/84/26 (photographs); Prince Alfred sent on to his mother his photographic portrait taken in India: Alfred to Queen Victoria, 12 March 1870, RA VIC/ ADDA20/1311. Copies (showing the Prince in a pith-helmet) are in the Staatsarchiv, Coburg.
26. Madras Times, 29 March 1870, 2; Frederick Tyrrell, The Royal Viceroy (London: Edward Stanford, 1874).
27. The fullest description of the tour remains W. H. Russell, The Prince of Wales Tour: A Diary in India, etc. (London: Sampson, Low, Marston, Searle & Rivington, 1877). Two of the prince's companions later produced accounts too: Joseph Fayrer, Notes of the Visits to India of the Royal Highnesses the Prince of Wales and Duke of Edinburgh, etc. (London: Kerby & Endean, 1879); Lord Suffield, My Memories, 1830-1913 (London: Herbert Jenkins, 1913). Recent analysis of the tour includes Kaul, "Monarchical Display'; Reed, Royal Tourists; Milinda Banerjee, "Ocular Sovereignty, Acclamatory Rulership, and Political Communication: Visits of Princes of Wales to Bengal' in Frank Lorenz Müller and Heidi Mehrkens (eds), Royal Heirs and the Uses of Soft Power in Nineteenth-century Europe (Basingstoke: Palgrave Macmillan, 2016), 81-100; Jacqueline Banerjee, "Bertie's Progress: The Prince of Wales in India, 1875-6', http://www.victorianweb.org/history/empire/india/ 33.html (accessed 4 April 2018).
28. Kaul, "Monarchical Display'; cf. Hazel Hahn, 'Indian Princes, Tigers and Dancing Girls: The Tour of the Prince of Wales through India and Ceylon, 1875-6", Postcolonial Studies12 (2009), 173-92; Joseph de Sapio, (Technology, Imperial Connections and Royal Tourism on the Prince of Wales 1875 Visit to India in Martin Farr and Xavier Guégan (eds), The British Abroad since the Eighteenth Century: Volume 1. Travellers and Tourists (Basingstoke: Palgrave Macmillan, 2013), 56-74; Ruth Brimacombe, "The Imperial Avatar in the Imagined Landscape: The Virtual Dynamics of the Prince of Wales' Tour of India in 1875-6' in Veronica Alfano and Andrew

Stauffer (eds), Virtual Victorians.' Networks, Connections, Technologies (Basingstoke: Palgrave Macmillan, 2015), 189-214.

29. J. Drew Gray, the Daily Yelegraph's correspondent, wrote up the journey in his The Prince of Wales in India; or; from Pall Mall to the Punjaub (Toronto: Belford Bros, 1877).
30. Julia Stone, Illustrated India: Its Princes and People: Upper, Central and Farther India, up the Ganges and down the Indus: to which is added an Authentic Account of the Visit to India of His Royal Highness the Prince of Wales (Hartford, CT: American Publishing Co., 1877); Letters from India during H.R.H. the Prince of Wales Visit in 1875-6, from William S. Potter to his Sister (London: E. Lawless, 1876). Potter was a traveller, collector and erotic novelist. Mary Elizabeth Corbet, A Pleasure Trip to India: During the Visit of HRH the Prince of Wales; Afterwards to Ceylon (London: W. H. Allen, 1880). Corbet (née Grey-Egerton) was the wife of a Cheshire landowner and huntsman.
31. Lord Lawrence to Wood, 23 January 1865, IOR Mss Eur. F78/113/6, fols 53-4; Begum of Bhopal to Queen Victoria, 19 February 1872, NAI, Bhopal Residency Records, 134; Calcutta Gazette, 15 January 1872 (Queen's telegram to India), RA VIC/MAIN/N/28/70;NAI, Foreign Dept Proceedings B (October 1874), 29-30.
32. For press competition, see: Frere to Knollys, 7 October 1875, RA VIC/ADDC07/0964; Ponsonby to Queen Victoria, 13 September 1875, RA VIC/MAIN/Z/468/43. For Reuters see: William Howard Russell, 'Diary for Indial, News International Archives (entry for 10 February 1876).
33. Graphic, 20 October 1875; G. A. Sala, India and the Prince of Wales (London: Illustrated London News, 1875); W. and A. K. Johnston, Map of India, to Illustrate the Travels of H.R.H. the Prince of Wales (London: n.p., 1875).
34. Mrs Bauboo, Ilavaracu/The Heir-apparent: Being a Brief Account of Life His Royal Highness Albert Edward, Prince of Wales (Madras: Satthia Theepam Press, 1875). For The Royal Tourist, an illustrated journal, see: Straits Times, 8 January 1876, 6; W. S. Thomson (comp.), Anglo-Indian Prize Poems,

by Native and English Writers in Commemoration of the Visit of His Royal Highness the Prince of Wales to India (London: Hamilton Adams, 1876).

35. Tagore, English Verses set to Hindu Music, in Honor of His Royal Highness the Prince of Wales (Calcutta: n.p., 1875); Englishman, 7 December 1875 (portraits).
36. The Times, 20 March 1875, 9. For the leak, see: Knollys to Ponsonby, 20 March 1875, RA VIC/MAIN/T6/8a-8b. Mary Macmullen, the widow of a Bengal army officer, claimed the trip was undertaken `solely at the instance of H.R.H. himself: Macmullen, India... and the Prince of Wales's Visit to the Far East (Taunton: n. p., 1876), 33.
37. Queen Victoria to Disraeli, 17 May 1875, Dep. Hughenden, Bodleian Library, 78/3, fols 267-8; cf. Queen Victoria to Lord Salisbury, 18 March 1875, 3rd Marquess Salisbury papers, Hatfield House Library, 3M/F.
38. Salisbury to Queen Victoria, 2 June 1875, RA V1C/MAIN/Z/468/13 (enclosing Fayrer's memorandum).
39. Queen Victoria to Disraeli, 9 June 1875, Dep. Hughenden, Bodleian Library, 78/3, fols 314-18.
40. Memorandum, (Ponsonby), c. May 1875, Salisbury papers, 3MF; Northbrook to Salisbury, 29 April 1875 (copy), RA VIC/MAIN/T6/10; cf. Salisbury to Ponsonby, 3 July 1875, RA VIC/MAIN/Z/468/24.
41. For the avoidance of royal honours, see: Queen Victoria to Lord Northbrook, 23 July 1875, Northbrook papers, Hants. Record Office, NP6/3/2/11, vol. II; For her disapproval of the medal, see: Ponsonby to Disraeli, 30 June 1875, Dep. Hughenden, Bodleian Library, 78/3, fols 340-1.
42. Francis Knollys to Ponsonby, 4 June 1875, RA VIC/MAlN/T6/18.
43. Northbrook to Philip Wodehouse, 3 Aigist 1875, IOR Mss Eur. D726/7; Gray, Prince of Wales in India, 41-2.
44. Russell, Prince of Wales' Your, xviii.
45. Maharaja of Jaipur to Northbrook, 15 August 1875, Northbrook papers, Hants. Record Office, 92 M95/FS/2,fol. 69 (`future emperor').
46. John Martineau, The Life and Correspondence of Sir Bartle

Frere, 2 vols (London: John Murray, 1895), ii, 125-6.

47. Frere to Knollys, 5 May 1875, RA, VIC/ADDC07/0969.
48. Bombay Gazette, 29 October 1875, 3 (carriage).
49. Disraeli to Queen Victoria, n.d. (c. early july 1875), RA VIC/MAIN/Z/468/33 ('royal progress'); Queen Victoria to Disraeli, 13 June 1875, Dep. Hughenden, Bodleian Library, 78/3, fols 325-6; Ponsonby to Disraeli, 4 July 1875, RA VIC/MAIN/T6/30. The queen was reported as 'still opposed' even after the House of Commons voted through the money in July: Earl of Camperdown to Northbrook 9 July 1875, Northbrook papers, Hants. Record Office, NP6/3/2/11, vol. I
50. Russell, Prince of Wales' Tour, xv-xvi; 'Journal of H.M.'s ship "Serapis", 95, TNA ADM 101/271.
51. Lord Carnarvon to Disraeli, 13 September 1875, Dep. Hughenden, Bodleian Library, 79/1, fols 156-7 (Princess of Wales residence); W. Knollys to Lord Salisbury, 15 October 1875, 23 October 1875, Salisbury papers, 3M/F (telegraphs); The Private Life of King Edward V11 (By a Member of the Royal Household) (New York: D. Appleton & Co. 1901), 86 (carriage and ponies).
52. "List of Chiefs from Beyond the Bombay Presidency, who are Expected to Arrive in Bombay MSA, Pol. Proceedings (1875) vol. 217, 260-2. A Telugu account was produced of the Maharaja of Mysore's trip: Polluri Mutyal Das, Chamra Vadeyaravri Cheritramu (Bangalore: Vicara Darpana Press, 1876) (QLB Mysore). For his tutor's report of the visit, see: G. B. Malleson to R. A. Dalyell, 1 January 1876, Palace General Office papers; Mysore District Archives, Mys. 21, fols 71-9.
53. NAI, Foreign Dept Proceedings B (February 1877), 89-95. The controversy was set out in H.R.H. The Prince of Wales' Visit to India, Correspondence between Sir Salar Jung... and C. B. Saunders... Relative to the Meeting Between the Prince of Wales and the Infant Nizam (London: Yates & Alexander, 1876). For Salar Jung's arrival in Bombay, see: MSA. Pol. Proceedings (1875), vol. 214, 134.
54. Circular from secretary of the Government of India to secretary of the Government of Bombay, 3 September 1875, MSA, Pol.

Proceedings, (1875), vol. 216, 129 (request for information); secretary of the Government of India to chief secretary, Government of Bombay, 12 November 1875, ibid. 21, 76-7 (solicitations); Gray, Prince of Wales in India, 16-17 (prisoners' decorations).

55. Bombay Gazette, 9 November 1875, 2-3; Gray, Prince of Wales in India, 56.
56. For the Baroda gift, see: Hindoo Mythology Properly Treated: Being an Epitomised Description of the Various Heathen Deities Illustrated on the Silver Swami Tea Service Presented... to H. R. H. the Prince of Wales... by His Highness the Gackwar of Baroda (Madras: Gantz Bros, 1875); Ajay Sinha, 'Baroda as Provenance' in Prya Maholay-Jaradi (ed.), Baroda: A Cosmopolitan Provenance in Transition (Mumbai: Marg Foundation, 2015), 26-7. The ceremonial sword is now at RCIN 38023.
57. "Laying of the Foundation Stone of the Prince's Dock, Bombay with Masonic Honours... 11th November 1875, (printed programme), Archives, The Library and Museum of Freemasonry, NJ63 MAN, 1. Russell, Prince of Wales' Tour, 162-3.
58. 'Notification' (23 December 1875), Palace General Office papers, Mysore District Archives, Mys. 21, fols 47-8; Duke of Buckingham to Disraeli, 25 November 1875, Dep. Hughenden, Bodleian Library, 121/2, fols 185-6 ('extreme disappointment)
59. Graphic, 25 December 1875, 628. For arrangements in Baroda, see: MSA, Pol. Proceedings (1875), vol. 221, 149-59; 'Visit of H.R.H. the Prince of Wales", Huzur Dept, Daftar 806/21-2, Baroda State Archives.
60. Russell, Prince of Wales' Tour, 187-210.
61. Bombay Gazette, 26 November 1875, 2; Fayrer, Notes, 46 (Monier-Williams).
62. ILN, 1 January 1876, 1; ibid., 8 January 1876, 48.
63. B. Bastiampillai, 'The Colonial Office and Sir William Gregory, Governor of Ceylon 1872-7: A Study in British Imperial Administration, Ceylon journal of Historical and Social Studies 9 (1966) 20-43, K. M. Da Silva, A History of Sri Lanka (London:

C. Hurst & Co.,1981), ch. 23.

64. ILN, 8 January 1876, 48 ; Russell, Prince of Wale's Tour, 250-2.

65. Robinson Duckworth to Ponsonby, 8 December 1875, RA V1C/MA1N/Z/468/124; Graphic, 8 January 1876, 25; ILN, 15 January 1876, 72.

66. Gregory to Lord Carnarvon, 15 December 1875, Ceylon despatches, TNA, CO54/498, fols 446-60.

67. For the drawn-out planning of the hunt, see: Bartle Frere to Carnarvon, 1 September 1875 TNA, PRO 30/6/4, fols 92-5; Russell, Prince of Wales' Tour, 278-86 (the kill) ; Cf. jamie Lorimer and Sarah Whatmore, "After the "King of Beasts": Samuel Baker and the Embodied Historical Geographies of Elephant Hunting in Mid-nineteenth-century Ceylon, journal of Historical Geography 35 (2009), 668-89.

68. "To His Royal Highness Albert Edward, Prince of Wales', Missions of the Society for the Propagation of the Gospel and the Missions' of the Church Missionary Society; "Translation of a Tamil Lyric, Sung at the Reception of His Royal Highness, the Prince of Wales, at Maniachi, Tinnevelly"; 'Autograph Reply of His Royal Highness, the Prince of Walesl (10 December 1875), Church Missionary Society papers, Special Collections, University of Birmingham, CMS/B/OMS/ CIZ0209/14A,/15A-B,/16.

69. Madras Times, 23 December 1875, reprinted in The Royal Visit to Madras, December 1st to 18th 1875 (Madras: Madras Times, 1875); Knollys to Disraeli, 18 December 1875, RA VIC/MAIN/T6/64 ('hardly anyone to be seen'); Indian Charivari, 12 November 1875, 115.

70. Russell, Prince of Wales' Tour, 313-28; Russell, 'Diary for India' (entry for 13 December 1875); 'The Royal Visit to Madras', Stowe Mss, Huntington Library, San Marino, STG India Box 1 (2).

71. Englishman, 25, December 1875, 2-3; Graphic, 22 January 1876, 83-4, ibid., 29 January 1876,'104-5; ILN, 22 January 1876 (special supplement); Gray, Prince of Wales in India, 208-17; Russell, Prince of Wales' Thur, 351-9; NAI, Foreign Dept Proceedings (March 1877), B, 71-7 (Burmese delegtion);

ibid. (May 1875), B, 4-5; ibid. (June 1875), 16-17 (portable throne).

72. Englishman, 28 December 1875, 2; ibid. 29 December 1875, 2; 'Programme of the Undergraduates' Welcome to His Royal Highness', IOR Mss Eur. F86/ 163.'
73. Englishman, 4 January 1876, 2-3; Russell, Prince of Wales' Thur, 370-5.
74. 'Russell, Prince of Vûzles' Thur, 375-6.,
75. ILN, 22 January 1876, 92; Graphic, 19 February 1876, 176; C. J. Metcalfe to Richard Temple, 13 January 1876, IOR Mss Eur. F86/ 162 (indigo petitioners).
76. Dighton Probyn to Queen Victoria, 7 January 1876, RA VIC/ MAIN/Z/469/ 8; Lady Couper to Queen Victoria, 13 January 1876, RA VIC/MAIN/Z/469/11; Duckworth to Queen Victoria, 14 January 1876, RA VIC/MAIN/Z/469/ 12.
77. Arthur Ellis to Queen Victoria, 28 January 1876, RA VIC/ MAIN/Z/469/23.
78. Graphic, 26 February 1876 (supplement); Lord Roberts, Forty-one Iéars in India: From Suhaltern to Commander-in—Chief (London: Macmillan 86 Co., 1901), 326-8.
79. Indian Puhlic Opinion, 20 January 1876, 235-7.
80. Graphic, 26 February 1876, 194; ibid., 4 March 1876, 224 (Jammu).
81. 'Address from the native Christiansof the Punjab' (24 January 1876), Church Missionary Society papers, CMS/B/OMS/ CI1/13; Fayrer, Notes of the Visits to India, 93-4 (liberation of prisoners).
82. Ada Smith, 'The Prince's Visit' (24 January 1876), Church of England Zenana Missionary Society papers, Special Collections, University of Birmingham, EA4/ 1; Duckworth to Queen Victoria, 3 February 1876, RA VIC/MAIN/Z/469/30; Fayrer, Notes, 104-5.
83. Letters from India... from Vûlliam S. Potter, 71-2; Gray, Prince of Vûzles in India, 328; Duckworth concurred: 'Buckingham Palace with the Tower of London dropped into the inside of it': Duckworth to Queen Victoria, 3 February 1876, RA VIC/ MAIN/Z/469/30.
84. Gray, Prince of1%les in India, 314 (wooden whistles); Graphic,

18 March 1876, 272, 276. A photo survives of-the scene (without the Prince) in the Jaipur City Palace archives.

85. 'Tiger-Mania', The Prince of Vzzles in India, in verse (London: n.p., 1876); Graphic, 11 March 1876, 242. ,
86. Ram Sahai, Gulgasht-i-Bagh-i-Lucknow: A Description of the Visit to Lucknow of H.R.H. the Prince of Wales (Lucknow: Tamannai Press, 1876), includes a depiction of the prince in an open coach; Russell, Prince of \%les' Ibur, 512-13 (investiture).
87. MSA, Pol. Proceedings (1876), vol. 208, 144-5.
88. QVJl., 11 May 1876; The Return of the Traveller: A Sermon Preached in Westminster Ahhey @IAr-thur Penr/gin Stanley... on Sunday 14 May, I 876, being the Sunday aûer the Return of the Prince if Wales ûom India (London: Macmillan and Co., 1876); The Times, 18 May 1876, 12 (Serapis); ILN, 1 July 1876, 19 (South Kensington display); C. P. Clarke, Catalogue of the Collection of Indian Arms and Ohjects qfArt Presented by the Princes and Nohles of India to H.R.H. the Prince of Wiles... on the Occasion of his Visit to India in 1875-1876, etc. (L0l'1Cl0IlZ W Griggs, 1898); W/illiam Simpson, Shikare and Tbmasha: A Souvenir of the Visit ofH.R.H. the Prince of Wales to India (London: W. M. Thompson, 1876).
89. Frere to Queen Victoria, 10 February 1876, RA VIC/MAIN/T6/77.
90. Russell, Prince of Vûzles Thur, 595. .
91. Hindoo Patriot, 27 December 1875, 603; Cf. Madusudan Sarkar, Bharate-fuhraj; or the Prince in India (Barisal: Satyaprakash Press, 1875); Hemchandra Banerji, Bharat hhihsha; or, India's Petition (Calcutta: Roy Press, 1878) (QLB Bengal); Narayan Krishna Dharap, Swagatam (Poona: Duyan Chakshu Press, 1875) (QLB Bombay).
92. George Aston, His Royal Highness the Du/ee of Connaught and Strathearn: A Life and Intimate Study (George G. Harrap 86 Co., 1929), chs 9, 12-14; Noble Frankland, Witness of a Century: The Life and Times of Prince Arthur Du/ee of Connaught, 1850-1942 (London: Shepheard-\Y/alwyn, 1993), chs 8-9.
93. ToI, 16 October 1884, 6. The Connaughts Were accompanied

on the trip by the artist Herbert Olivier, Who later exhibited views he painted there: Catalogue of a Collection of Drawings by Herhert A. Olivier Illustrating Liû and Landscape in India and Cashmere (London: Pine Art Society, 1885). _

94. The Times, 13 April 1885, 9; NAI, Foreign Dept Proceedings (May 1885), 804 - 961.
95. NAI, Foreign Dept Proceedings (February 1889), 32-42. '
96. Ibid. (January 1890), 181-5. For Prince Albert Victor, see: John Kiste; 'Albert Victor, Prince, Duke of Clarence and Avondale (1864-1892)', ODNB; Theo Aronson, Prince Eddy and the Homosexual Underworld (London:]ohn Murray, 1994), ch. 11.
97. For the arrival at Bombay, see: Captain Charles Bateson Harvey, 'Tour with Prince Albert Victor, etc.... October 25th 1889 to May 2nd 1890', entry for 9 November, RA GV/PRIV/ A1L39A; Civil 6?" Military/ Gazette, 11 November 1889, 2. For his stay at Poona, see: Duke of Connaught to Lord Elphinstone, 18 November 1889, RA V1C/ ADDA25/ 87.
98. Albert Victor to Queen Victoria, 29 November 1889, RA VIC/ MAIN/Z/92/75. According to The Times, the nizam spent £200,000 entertaining the Prince: The Times, 28 October 1889, 5. For the 'puffy cakes', see: Harvey, 'Tour With Prince Albert Victor' entry for 17 November.
99. 'Visit of H.R.H. Prince Albert', Chief Secretariat Records (21 of 1889), 1-7, Karnataka State Archives. For the hunting portion of trip, see: D. Rees, 'Prince Albert Victor in Travancore', Macmillan} Magazine 62 (May 1890), 71-80.
100. Harvey, 'Tour with Prince Albert Victor', entry for 17 November (throne), RA GV/ PRIV/AA39A.
101. The Times, 16 December 1889, 5.
102. Lansdowne to the Prince ofWales, 7Janualy 1890, RA VlC/ MAIN/N/46/ 54.
103. 'Message ofwelcome', Cutwa municipality ('dumb millions'), RAVlC/ MAlN/ N/ 46/ 54; cf. Kabi Bandhu Sen, Anshlata. The Creeper ofHo]2e (Calcutta: Nibaran Chandra Ghosh, 1890) (QLB Bengal). The Times, 9 December 1889, 5 (student disruption).
104. Diary entry for 6 February 1890, Harvey, 'Tour With Prince

Albert Victor', RA GV/ PRIV/AA39A. '

105. Harvey, 'Tour with Prince Albert Victor', entry for 19 January (statue); Albert Victor to Queen Victoria, 19 Ianuary 1890, RA VlC/ MAlN/ Z/ 92/ 76.

106. ToI, 26 March 1890, 5; Harvey, 'Tour with Prince Albert Victor', entry for 25 March (leper asylum), RA GV/ PR1V/ AA39A.

8 Queen-Empress

1. 'Couronnement de Flrnperatrice des Indes' (c. 1881), Dorot JeWish Division, Box 171: 331, New York Public Library. Disraeli is supposed to have refused a visit from Queen Victoria on his death bed on the grounds that she would ask him to communicate with Albert: Ionathan Parry, 'Disraeli, Benjamin, Earl of Beaconsûeld (1804-1881)), ODNB.
2. Bernard 8. Cohn, 'Representing Authority in Victorianlndia' in Eric Hobsbawm and Terence Ranger (eds), The Invention oflradition (Cambridge: Cambridge University Press, 1983), 165-210; Thomas Metcalf, Ideologies of the Raj (Cambridge: Cambridge University Press, 1994), 59-65; David Cannadine, Ornamentalism: How the British Saw their Empire (London: Allen Lane, 2001), ch. 4;]ulie F. Codell, 'Photography and the Delhi Coronation Durbars' in Codell (ed.), Power and Resistance: The Delhi Coronation Durhars, 1877, I903, 1911 (New'Delhi: Mapin, 2012), 16-43. For a more nuanced account, see: L. A. Knight, 'The'Royal Titles Act and India', Historical journal 11 (1968), 488-507.
3. Queen Victoria to Crown Princess Victoria, 1 October 1873, Crown Princess Victoria to Queen Victqria, 4 October 1873 in Letters o_f Queen Victoria, 2nd ser., ii, 283-4.
4. Queen Victoria to Disraeli, 13January 1876, Bodleian Library, Oxford, Dep. Hughenden, 79/2, fols 35-3; QVJL, 26 February 1876.
5. Disraeli to Caims, 7 January 1876 in G. E. Buckle, T-he&Life of Benjamin Disraeli, Earl of Beacomûeld, 6 vols (London: John Murray, 1910-20), v, 457; O. T. Burne, 'Memorandum',

IOR/L/PS/20/MEMO31/5 (22 December 1875).

6. Disraeli to Queen Victoria, 11 January 1876, RA VIC/MAIN/ N/31/3.
7. HC Debs, 227 (17 February 1876), 408-10. ‘
8. Ibid., 410-17.
9. Disraeli to Queen Victoria, 18 February 1876, RA VIC/MAIN/ F/ 16/ 1; Ponsonby to Disraeli, 19 February 1876, ibid., fol. 3; Queen Victoria to Ponsonby, 19 February 1876, ibid., fol. 4; Granville to Queen Victoria, 23 February 1876, ibid., fol. 17; Queen Victoria to.Ponsonby»(n-.d. c. 24 February 1876), ibid., fol. 21; Gladstone to Granville, 18 February 1876, reprinted in Agatha Ramm (ed.), The Political Correspondence of Mr Gladstone and Lord Granville, 1868-1876, 2 vols Camden 3rd ser., 81-2, (London: Royal Historical Society, 1952), ii, 482-3.
10. Queen Victoria to Theodore Martin, 14 March 1876, RA VIC/ MAIN/F/ 16/38. For hostility in the press, see for example: The Times, 11 March 1876, 9 (‘ludicrous’), Spectator, 11 March 1876, 4 (‘vulgarity’).
11. Ponsonby to Disraeli, 15 March 1876, Disraeli papers, Dep. Hughenden 79/2, fols 130-3. Queen Victoria to Disraeli, 18 March 1876 (copy), RA VIC/MAIN/F/ 16/69.
12. HC Debs, 227, (9 March 1876), 1719-60; ibid., 228, (16 March 1876), 77; ‘Notes’ (n.d. c. early March 1876), Disraeli papers, Dep. Hughenden, 86/2, fols 128-9; Lord Salisbury to Disraeli, 14 March 1876, ibid., fols 147-8.
13. HC Debs, 228 (20 March 1876), 499; Disraeli to Queen Victoria, 23 March 1876, RA VIC/MAIN/F/16/78. Ponsonby to Queen Victoria, 23 March 1876, fol. 79. The geography text book referred to was John Guy, Geography for Children, on a Perûctly Easy Plan: Adapted ûr the Use of Schools and Private Families. Originally published in 1810, it was in its 89th e edition by 1876; cf. An Almanack for the léar of Our Lord I876 (London: J. Whitaker, 1876), 64.
14. HL Debs, 228 (3 April 1876), 1047, 1049.
15. Rqnolds’ News, 2 April 1876, 5; [James Thomson], A Commission of Enquiry into Royalty etc. (1876) in The Speedy Extinction ofEuil and Misery Selected Prose of james Thomson, ed. Wiûiun David Schaefer (Berkeley: University

of California Press, 1967), esp. 40-1.

16. [E. Jenkins], The Blot on the Queen} Head- or; How Little Ben, the Head Waiter; Changed the Sign of the "Queen? Inn" to "Empress Hotel, Limited" (London: Strahan 86 Co., 1876). Jenkins also the bill in Parliament: 'Was this to be a new avatar to the people of India?': HC Debs, 228 (20 March 1876), Z96.
17. 'Ranee Bahadoor' and 'Her Imperial Majesty the Queen of all the Britains [sic] and Lady. of India' were suggested: A Septuagenarian Tory, Queen Alone, in every Heart and on Every Tongue (London: Edward Stanford, 1876), 9-12; E. G. Highton, Our Imperial Crown. A Letterzlddressed to the Statesmen ofthe British Empire Containingan Unohjectionahle Adequate Solution of the Diûiculties Involved in the Proposed Extension of the Royal Titles (London: J. Wesmû, 1876), 7. For attacks on and caricatures of Disraeli, see: 'God save the Queen? Beinga Last Few lVords on the Royal Titles Bill a Protest by A Loyal Subject and True Englishman (London: C. F. Hodgson, 1876), 13-14; 'New Crowns for Old Ones', Punch, 15 April 1876, 147. On demonology around Disraeli at this time, see: Anthony Wohl, "Dizzi-Ben-Dizzi": Disraeli as Alien', fournal 0fBritish Studies 34 (1995), 375-41 1.
18. HC Debs, 228 (4 April 1876), 1181; Disraeli to Queen Victoria, 4 April 1876, RAV1C/ MAIN/F/17/10; Disraeli to Queen Victoria, 26 April 1876, RA VIC/MAIN/F/17/30; Lord Derby to Disraeli, 7 April 1876, Disraeli papers, Dep. Hughenden, 79/2, fols 174-6.
19. HL Debs, 228 (7 April 1876), 1388.
20. HC Debs, 317 (25]uly 1887), 1890-1; ibiCl., 337 (9]uly 1889), 1827-8.
21. Queen Victoria suggested four na.mes to Salisb11ry§ Lytton not amongst them: Queen Victoria to Salisbury, 1 November 1875, 3rd Marquess Salisbury papers, Hatûeld House, 3M/F; Lytton to Disraeli, 30 November 1875, Disraeli papers, Dep. Hughenden 105/1, fols 24-9.
22. For Lytton, see: David Washbrook, 'Lytton, Edward Robert Bulwer-, first earl of Lytton (1831-1891)', ODNB; E. Neill Raymond, Victorian Viceroy: The Life ofR0hert, the First Earl

ofLytt0n (London: Regency Press, 1980).

23. Betty Balfour (ed.), Personal and Literary Letters of Rohert, First Earl of Lytton, 2 vols (London: Longmans, 1906), i, 70-71, 159-70; [Lytton], 'Germany: Past, Present and Future', Fortnightly Review 9 (]une 1871), 677-708, esp. 680-1, 706-7; idem., 'The French Constitutional Monarchy of 1830: An Enquiry into the Causes of its Failure', Contemporary Review 24 (]une 1874), 856-74, esp. 871-4.
24. Balfour (ed.), Personal and Literary Letters, i, 179-81; Lytton 'Philosophy in Cunieform', Macmillan} Magazine 15 (April 1867), 499-509.
25. Lytton to Montagu Corry (Disraeli's private secretary), 20 April 1876, Disraeli papers, Dep. Hughenden, 105/1, fols 56-60; cf. Lytton to Queen Victoria, 4 May 1876, RAV1C/MAlN/N/ 31/43.
26. Lytton to Disraeli, 30 April 1876, Disraeli papers, Dep. Hughenden, 105/1, fols 68-81; Salisbury to Lytton, 30 August 1876, IOR E2183; Lytton to Queen Victoria, 4 May 1876, RA VIC/MAIN/N/31/46, partially reprinted in Letters of Queen Victoria, 2nd ser., ii, 460-3, but Without the allusion to Austria.
27. Lytton to Disraeli, 3 October 1876, Disraeli papers, Dep. Hughenden, 105/ 1, fols 98-103.
28. 'Memorandum by the Viceroy' (11 May 1876, rev. 29]uly and 10 August 1876), IOR MssEur. F86/166, fols 7-15. Cf. the original memorandum at IOR L/PS/20/MEMO33/19.
29. Lytton to Disraeli, 3 October 1876, Disraeli papers, Dep. Hughenden, 105/1, fols 98-103; T. H. Thornton to Lepel Griffin, 28 October 1876, Foreign Dept Proceedings, NA1, Pol. B., 872, fol. 4.
30. Lytton to Queen Victoria, 12 August 1876, RA VIC/MAIN/N/3H 87. Lord Salisbury explained that the Order of British India was an award from the days of the East India Company, and was now 'quite full': Lord Salisbury to Ponsonby, 29 August 1876, RA VIC/ MAIN/ N/ 31/ 103-4. It Was later revived as a campaign medal.
31. Lytton to Queen Victoria, 11 September 1876, IOR Mss Eur E218/18, fols 545-7; Salisbury to Lytton, 12 September 1876, IOR Mss Eur E218/3, fol. 481; W H. Doyly to Temple, 3

December 1876, IOR Mss Eur F86/ 166. For the college of heralds and the banners, see: 'Memorandum by the Viceroy' (11 May 1876), 11, 13. For the role of Lockwood Kipling, see: T. H. Thornton to Lepel Griffin, 29 September 1876, NA1, Foreign Dept Proceedings, Pol. B. 554; Catherine Arbuthnott, 'Designs for the Imperial Assemblage' in]ulius Bryant and Susan Weber (eds), fohn Loo/ewooil Kipling: Arts anti Craûs in the Panjah and London (London: Yale University Press, 2017), 151-68. For the final approval of the Indian Privy Council and suggestions for Indian members, see: Ponsonby to Queen Victoria, 7 December 1876, RA V1C/ MA1N/N/ 32/ 28.

32. O. T. Burne to Richard Temple, 14 October 1876 and 16 December 1876, IOR Mss Eur F86/ 166; Val C. Prinsep, Imprial India: An Artists fournals (London: Chapman and Hall, 1879), 35.
33. Lytton to Wodehouse, 23]uly 1876, IOR Mss Eur D726/9; 'Memorandum by the Viceroy' (11 May 1876), 8; The Times, 16 September 1876, 7.
34. Major Davies to Col. Sir R. Meade, 18 September 1876, Delhi Commissioners Records, Delhi District Archives, 192/1876 1, fol. 12.
35. 'Editors of Native Papers to be Invited to Delhi' (10 September 1876), IOR Mss Eur 1286/ 166. :4
36. Lytton to Queen Victoria, 20 August 1876, IOR Mss Eur E218/ 18, fols 376-8.
37. Owen Tudor Burne, Memories (London: E. Arnold, 1907), 220. A miniature of the gold medal; can be seen at RCIN 443439. For the specialanna, see: Financial Dept to the Collector, 23 November 1876, NA1, Foreign Dept Proceedings, Pol. B, 878-80, ofwhich there is an example at RCIN 445772.
38. Salisbury to Lytton, 12 September 1876, IOR E218/ 3, fols 366-8; T. E. Colebrooke, 'On Imperial and Other Titles', fournal of the Royal Asiatic Society of Great Britain and Ireland 9 (1877), 314-420; G. W. Leitner, Kaisar-i-Hind, the Only Appropriate Danslation of the Title of Empress oflndia, etc. (Lahore: 1. P. O. Press, 1876).
39. Lytton to Queen Victoria, 2 August 1876, RAV1C/ MA1N/

N/ 3 1/ 81 (copy of a telegram), Lytton to Queen Victoria, 12 August 1876, RA VIC/MAIN/N/31/87. For the queen's reactions to the designs, see: Queen Victoria to Salisbury, 19 August 1876, 9 October 1876, 21 October 1876, Salisbury papers, 3M/F.

40. Ponsonby to Queen Victoria, 5 November 1876, RA V1C/ MA1N/N/32/ 15; Disraeli to Queen Victoria, 30 August 1876, RAV1C/MAIN/N/31/ 105.
41. Lytton to Queen Victoria, 15 November 1876, RA V1C/MAlN N/ 32/20; Lytton to Queen Victoria, 11 September 1876, RA VIC/MAIN/N/32/1.
42. 'Minute by Lord Salisbury on... Lord Lytton's proposal for a Privy Council, etc.' (2 November 1876); IOR L/PS/20/ MEMO33/20 Disraeli to Salisbury, 3 September 1876 (copy), IOR Mss Eur. E218/3, fols 362-4.
43. Philip Melvill to Col. Sir R. Meade, 25 September 1876, Delhi Commissionefs Records, Delhi District Archives, 192/ 1876 111, fol. 20; Captn C. A. Bayley to Meade, 11 November 1876, ibid., fol. 66; Captain E. A. Fraser to Meade, 23 November 1876, ibid., fol. 112.
44. For the programme of entry of the Viceroy, see: TZJI, 28 December 1876, 2. Talboys Wheeler, The History of the Imperial Assemhlage at Delhi held on the Ist fanuary 1877 (1877; repr. New Delhi: Arhuja, 2007), 50-6; Lytton to Queen Victoria, 23 December 1876-10]anuary 1877, IOR Mss Eur E218/19, 3-19.
45. Lytton to Queen Victoria, 23 December 1876-10]anuary 1877, IOR Mss Eur E218/ 19, 13; John Robertson and L. A. Smith (comp.), The Imperial Assemhlage Directory: Being a List of the Governors, Administrators, Princes, Chieû, Nohles and Others Present in Camp at Delhi during the Assemblage, Ybgether with Other Information and a Map Showing the Positions of the Several Camps (Allahabad: Pioneer Press, 1876).
46. Caleatta Gazette, 10]anuary 1877, 5-7; Talboys Wheeler, History, 57-9, 157; Lytton to Queen Victoria, 23 December 1876-10 Ianuary 1877, IOR Mss Eur, E218/19, 6; H. N. Miller to the under-secretary, Foreign Dept, 25 October 1876, NA1,

Foreign Dept Proceedings, Pol. B, 516-18.

47. Talboys \5(/heeler, History, 70-89, is the official account. For other detailed descriptions, see: Pioneer, 4]anuary 1877, 2-3; Bomhay Gazette, 5]anuary 1877, 3-4.
48. Lytton To Queen Victoria, 23 December 1876—10]ar1ualy 1877, IOR Mss Eur E218/19, 18.
49. 'Reply to the Deputation of the British India Association' (30 Ianuary 1877), Selected Speeches, 53.
50. Government of India to the secretary of state for lndia, 2 February 1877, NA1, Foreign Dept Proceedings, Political A, 312.
51. Talboys Wheeler, History, 137-50.
52. Lytton to Hamilton, 19 Ianuary 1877, IOR Mss Eur E218/ 19, 44. Lytton's officials calculated the net cost of the event to be nearer 1 million rupees (about £66,000): 'Extract from the Financial Statement for 1877-8 Published in the Gazette of India, 15 March 1877', NA1, Foreign Dept Proceedings (December 1877), Pol. A, 495. '
53. Civil and Military Gazette, 4 January 1877, 1; Bangalore Spectator, 9 January 1877, 2.
54. Bharat Sangskarak (Calcutta), 15 january 1877, NNR, IOR L/ R/5/ 3; Urdu A/ehar (Akola), 30 December 1876, NNR, IOR L/R/5/ 54. cf. Rajkrishna Raya, Bharat-Bhagya; on India': Good Fortune (Calcutta: Albert Press, 1877), QLB (Bengal), a sarcastically titled criticism of the 'imperial rejoicings' amidst Tamines and ûoods'. For Tagore's work: S. Radhakrishnan (ed.), Rabindranath Yizgore, 1861-1961. A Centenary Volume (New Delhi: Sahitya Akademi, 1961), 453.
55. Indian Charivari, 5 Ianuary 1877, 6-7. 3
56. Bernard Cohn, 'Representing Authority in Victorian India', 172; Julie Codell, 'On the Delhi Coronation Durbars, 1877, 1903, 1911', http://www.branchcollective.org/?ps_ atticles julie-codell-on-the-delhi-coronation-durbars-1877-1903-191 1, 6 (accessed 4 April 2018); cf. Codell, 'Photography and the Delhi Coronation Durbars', 20-2. For the memory of 1857, see: Sonakshi Goyle, 'Tracing a Cultural Memory: Commemoration of 1857 in the Delhi Durbars, 1877, 1903, and 1911', Historicaljournal 59 (2016), 799-815.
57. Tarjuma-e-tarikh-e-dakkan (c. 1877), Mss Hist. 247, Salar

Jung Museum and Library, Hyderabad.

58. Barbara Metcalf, 'Islam and Power in Colonial India: The Making and Unmaking of a Muslim Princess', American Historical Review 116 (2011), 1-30; Teresa Segura-Garcia, 'Baroda, the British Empire and the World, c. 1875-1939' (unpublished PhD thesis, University of Cambridge, 2016).
59. Mirza Hatim Ali Beg Mehr, Td Qaisarya/The Imperial Festival (Agra: the author, 1878), QLB (North - West Provinces). Mehr's patron was the Nawab of Rampur. Beni Madhab Nyaratna, Bharateswari 161/7}/am/Empress of India (Calcutta: the author, 1879), QLB (Bengal).
60. The events across India receive cursory attention in Talboys Wheeler, History, ch. 11. A fuller account is at NAI, Foreign Dept Proceedings (December 1877), Political A, 330-496.
61. Ibid., 351a.
62. Frank Harris, _/amsetji Nusserwanji Tata. A Chronicle of His Life (London: Humphrey Milford, 1925), 26-9.
63. H. S. Thomas to the chief secretary to the Government of Madras, 24 November 1876,
64. NAI, Foreign Dept Proceedings (December 1877), Political A, 330. NAI, Foreign Dept Proceedings (December 1877), Political A, 337 (Benares); 344 (Cachar).
65. Ibid., 380 (Dharwad); 392 (Farrukhabad); 395 (Aligarh).
66. Ibid., 332 (Alibag); 384 (Calcutta); 415 (Secunderabad); 376 (Poona).
67. Lytton to Queen Victoria, 11 September 1876, IOR Mss Eur. E218/18, fols 454-7. The 'congratulatory poems' are listed in NAI, Foreign Dept Proceedings (December 1877), Pol. A, 439. Unless otherwise indicated the verses described here are taken from this source.
68. Sourindro Mohun Tagore, The National Anthem: Translated into Sanskrit and Bengali Verse, and Set to Twelve Varieties of Indian Melody (Calcutta: the author, 1882); Ponsonby to [Robert] Bickersteth, 23 February 1883, Kimberley papers, Bodleian Library, University of Oxford, Ms Eng c. 4204, fol. 32-3; Harford to A. C. Tait, 17 November 1882, Tait papers, Lambeth Palace Library, 281, fols 176-7. See: Charles Capwell, 'Sourindro Mohun Tagore and the National Anthem Project',

Ethnomusicology 31 (1987), 407-30.

69. Kokkonda Venkatarathnamu Pantulu, The Empress oflndia Nine Gems (Madras: C. Foster 86 Co., 1876); cf. Mukunda Chandra Lahiri, British-Sangita/British Song (Calcutta: Lahihri, Chakrabati 86 Co., 1881), QLB (Bengal).
70. Raj Krishna Raya, Bina/The Lute, 1 (1879), QLB (Bengal).
71. Abdul Gafur, Muraqqa-i-Salatin, Hissd-i-awu/al—i-Asar-ul-Mutaa/eh/eirin/ The Gallery of Princes (Delhi: Muraru Lal's Press, 1875), QLB (Punjab); Shahzada Mirza Muhammad Rais Bakht, Mauj-i-Sultani/The Wave of Kings (Lucknow: Nawal Kishore, 1884), QLB, (North-West Provinces).
72. Bowmanjee Cursetjee, On British Administration in India: Consisting of Various Events and Innovations (Bombay: Times of India, 1876).
73. 'Speech at the Convocation of the Calcutta University', 10 March 1877, in Selected Speeches of His Excellency Rohert Lord L)/tron, etc. (Calcutta: Bonnerjee 86 Co., 1877), 21-4, 33-4. For Lytton's private views on the BIA, 'the most pampered, pretentious, disloyal set of rascals in India', see: Lytton to Lord Cranbrook, 12 May 1879, Cranbrook papers, Suûfolk Record Office, Ipswich, HA 43 T501/32.
74. Annie Besant, England India andflfghanistan (London: Freethought Publishing Company, 1878), 47.
75. QVJl., 1 january 1877; Lord George Hamilton to Lytton 2 January 1877 (telegram), NAI, Political Proceedings, 865. .
76. QVJl., 8 May 1878; Andrekos Varnava, British Imperialism in C}/prus, 1878-1915: The Inconsequential Possession (Manchester: Manchester University Press, 2009), ch. 3.
77. The Times, 22 April 1878, 3; Ian F. W Beckett, 'The Indian Expeditionary Force on Malta and Cyprus, 1878', Soldiers of the Queen 76 (1994), 6-11.
78. 'They'd stop our Eastern pathway, very plain, / And no longer we be the Rulers of the sea, / Nor certain of our Indian domain' sang out the third verse of Fred Albert's, 'We Mean to Keep our Empire in the East' (1878); cf. 'Our "Imperial" Guard', Punch, 25 May 1878, 235.
79. Brian Robson, The Road to Kahul: The Second /1_}§han War 1878-1881 (London : Spellmount, 1980); Alexander Morrison,

'Beyond the "Great Game": The Russian Origins of the Second Anglo-Afghan War', Modern Asian Studies 51 (2017), 686-735.

80. QVJl., 26 November 1878. Later, Lytton prepared a selection of photographs from the battleûeld for the queen: Lytton to Queen Victoria, 30 June 1879, IOR Mss Eur. E218/ 21, 505-5.
81. Lytton to Queen Victoria, 7 September 1879, Mss Eur. E218/ 21, 712, Lytton to Queen Victoria, 13 October 1879, ibid., 895 900; Lytton to Queen Victoria, 19 December 1879, ibid., 1115-17. Rodney Atwood, The Liû of Field Marshal Lord Roherts (London: Bloomsbury, 2015), ch. 5.
82. Gladstone, speech at Chester, The Times, 20 August 1879, 11; cf. HC Debs, 243 (10 December 1878), 544; Christopher Wallace, 'The Liberals and Afghanistan, 1878-80', Historical Research, 85 (2012), 306-28.
83. QVJl., 26 April 1880; Ponsonby to Harrington, 29 April 1880, Devonshire Collection, Chatsworth House, 340.954.
84. Queen Victoria to Harrington, 17 November 1880, Devonshire Collection, 340.l026C; cf. Ponsonby to Harrington, 3 September 1880, ibid., 340.1002; Ponsonby to Harrington, 12 March 1881, ibid., 340.1095; QV]l., 6 September 1880.
85. Harrington to Queen Victoria, 6 February 1881, Devonshire Collection, 340.1070.
86. QVJl., 17 December 1880, 31 January 1881.
87. Donald M. Reid, 'The 'Urabi Revolution and the British Conquest, 1879-1882' in M. W. Daly (ed.), Modern Egypt, from 1517 to the End of the Twentieth Century (Cambridge: Cambridge University Press, 1998), 217-38. For some of the domestic reaction, see: R. A. Atkins, 'The Conservatives and Egypt, 1875-80', journal of Imperial and Commonwealth History 2 (1974), 190-205; Shauna Huffaker, 'Representations of Ahmed Urabi: Hegemony, Imperialism and the British Press, 1881-2', Victorian Periodicals Review 45 (2012), 375-405.
88. 'Composition of Force Proceeding from India to Egypt', IOR L/MIL/ 5/695; QV]l., 12 September 1882, 17 September 1882, 28 September 1882. The oil painting, by Richard Caton Woodville, is at RCIN 407434. For the background, see: Noble

Frankland, 'Prince Arthur and the Battle ofTel-el-Kebir', flistorian 40 (1993), 18-20.

89. QVJl., 18 November 1882; ILN, 25 November 1882, 538. Harry Payne's watercolour painting of the review is at RCIN 916750.
90. QVJl., 24 November 1882; Major-General Allen Iohnson to the under-secretary of State for India, 15 November 1882, IOR L/MIL/7/9980.
91. Hartington to Ripon, 28 September 1881, Devonshire collection, Chatsworth House. 1881; Kimberley to Ponsonby, 7 August 1883, Kimberley papers, Bodleian Library, Oxford, Ms. Eng. 4025, fols 36-7.
92. Salisbury to the queen, 3 August 1885, RA, VIC/ADDA15/ 4519; Salisbury to the queen, 8 August 1885 RA VIC/ ADDA15/4523; Queen Victoria to Dufferin, 31 July 1885, 'Duiierin papers, PRONI, D1071/H/M/ 1, no. 12. '
93. Lord Salisbury to the queen, 9 October 1885, RA/VIC/MAIN/ W/73/ 14; Queen Victoria to Salisbury, 12 October 1885, RA/ VIC/MAIN/W/73/ 17; Churchill to Duiierin, 18 August 1885, IOR, Mss Eur. F130/3, no. 65; QVJl., 17 August 1885, 11 October 1885, 18 October 1885; IOR/L/M1L/ 16287 (25 November 1886); Queen Victoria to Dufferin, 27 August 1885, 29 October 1885, 11 December 1885, Dufferin papers, PRONI, D1071/I-I/M/1, nos. 16, 20, 22.
94. 'Proceedings of the Legislative Council of Bombay', xxvi (7 Marth 1888, 10 March 1888, 14 March 1888, 17 March 1888), IOR/V/9/2802. .
95. Queen Victoria to Dufferin, 1 Ianuary 1886, 10]une 1886, DuFferin papers, PRONI, D1071/H/M/ 1, nos 26, 32. For the background, see: Thant Myint-U, The Ma/eing of Modern Burma (Cambridge: Cambridge University Press, 2001), 186-93.

9. Mother of India

1. Connaught to Kimberley, 15 Iune 1884, Bodleian Library, Ms Eng c 4208, ût. 137-44.
2. Geraldine Forbes, Women in Modern India (Cambridge:

Cambridge University Press, 1996); idem., Women in Colonial India: Essays on Politics, Medicine and Historiography (New Delhi: Chronicle Books, 2005); Antoinette Burton, Burdens of History: British Feminists, Indian Women and Imperial Culture, 1865-1915 (Chapel Hill: University of North Carolina Press, 1994); Philippa Levine, 'Venereal Disease, Prostitution, and the Politics of Empire: The Case of British India', journal of the History of Sexuality (1994), 579-602; Barbara Ramusack, 'Cultural Missionaries, Maternal Imperialists, Feminist Allies: British Women Activists in India, 1865-1945' in Nupur Chaudhuri and Margaret Stroebel (eds), Wstem \Vomen and Imperialism: Complicity and Resistance (Bloomington: Indiana University Press, 1992), 119-36.

3. Mrinalini Sinha, Colonial Masculinity: The Manly Englishman' and the Yiûeminate Bengali' in the Late Nineteenth Century (Manchester: Manchester University Press, 1995); Heather Streets, Martial Races: The Military, Race and Masculinity in British Imperial Culture, 1857-1914 (Manchester: Manchester University Press, 2004), ch. 5.
4. For the queen's widowhood, see: Helen Rappaport, Magniûcent Ohsession: Victoria, Alhert and the Death that Changed the Monarchy (London: Hutchinson, 2011). For widowhood in Victorian culture, see: Patricia Ialland, Death in the Victorian Family (Oxford: Oxford University Press, 1996), ch. 12. For widowhood in colonial India, see: Rajul Sogani, The Hindu Widow in Indian Literature (New Delhi: Oxford University Press, 2002); Mytheli Sreenivas, Wives, Widows, and Concuhines: The Conjugal Family Ideal in Colonial India (Bloomington: Indiana University Press, 2008).
5. NAI Public Proceedings, Home Dept 40-41 (A) (27]anuary 1862), 34-5 (A) (14 March 1862), 18 (A) (20 May 1862); Bombay Gazette, 25]anuary 1862, 87; Madras Times, 31 January 1862, 107; Englishman, 11 February 1862, 2; Allen} Indian Mail and Register, 8 March 1862, 167; Simin Patel, 'Commemorating the Consort in Colonial Bombay' in Charles Beem and Miles Taylor (eds), The Man Behind the Queen: Male Consort: in History (Basingstoke: Palgrave Macmillan, 2014), 157-62.

6. [Muncherjee Cawasjee] , PrinceAlhert: Selections from a Prize Iranslation ofa Gujarati Poem Written in the K'ar 1863 by a Parsee Poet (Bombay: Bombay Education Society, 1870); cf. Bishambhar Nath, Tuzu/e—i_/armani (Lucknow: Nawal Kishore Press, 1876).
7. Queen Victoria to Sir John Lawrence, 26]uly 1864, Letters of Queen Victoria, 2nd ser., i,242.
8. Grey began work on the memoir early in 1864: Charles Grey to Caroline Grey, 4 May 1864, Charles Grey papers, Durham University Library, GRE/D7/2. Helps had also prepared an edition of Prince Albert's speeches for publication in 1862. For Martin's commission, see: Martin, Queen Victoria as I Knew Her (London: William Blackwood, 1901), ch. 1.
9. The Early Liû' of the Prince Consortwas advertised in Allen's Indian Mail, 20 July I867. 563. The Indian editions of the Leaves were: Maharani Vi/etoriya hyanca Hailanda prantantala rahioasa: oa Skatalanda, laglanda oa Airlanda hya desantila saphari ani galabatanta basana kelelia paryatane hyanca 1/rttanta (Bombay: Education Society's Press, 1871); The Queens Travels in Scotland and Ireland, trans. Isvari Prasaad Narayail Sinha Bahadur, Maharaja of Banares (Benares: n.p. 1875); Leaves from the journal of Our Liû' in the Highlands, trans. Mancherjee Bhownaggree (Bombay: privately printed, 1877); The Liû' of His Royal Highness the Prince Consort: Father of the Future Emperors of India, Trans. J. Rudd Rainey (Calcutta: Sanskrit Press, 1892). v
10. Nassau Lees to Grey, Z3 October [I867], Grey papers, Durham University Library, GRE/D/XIV/4/1.
11. The Royal Library at Windsor has three of the original presentation copies (Marathi, Gujarati and Hindi), with accompanying correspondence: Royal Library, III.60.E. The Maharaja of Benares illustrated his edition with a depiction of him presenting the book to the queen in person: RCIN 1053105.
12. ToI, 27Janualy 1377, 3.
13. Harleen Singh, The Rani of fhansi: Gender; History, and Fable in India (Cambridge: Cambridge University Press, 2014), ch. 3. Cf. E. Humphrey, Gems of India: on Sketches of Distinguished Hindoo and Mahomedan I%men (New York:

Nelson 8: Phillips, 1875); john]. Pool, Womans Influence in the East: As Shown in the Noble Lives of Past Queens and Princesses of India (London: Elliot Stock, 1892).

14. T Babu, The Queen (Vepery: Fister Press, 1873), this Tamil edition was followed by a Telugu one three years later (Madras: Free Church Mission, I876); G. H. Rouse, Maharani Sa/eshya/ The Yestimony of the Queen (Calcutta: Christian Tract Society, 1895); A. W. Young, Maha Rani O Baibel/ The Queen and her Bible (Calcutta: Christian Tract Society, 1901).
15. For example: V. Krishnama Chariar, A fubilee Sketch of the Queen-Empress and the Empire on which the Sun Never Sets (Madras: SPCK Press, 1887), published simultaneously in Tamil and Telugu, then republished in aTarnil diamond jubilee edition as A Glorious Reign of Sixty Ksars (Madras: the author, 1897); S. Muttu Aiyar and C. V. Swarninada Aiyar, Liû' of Her Majesty Queen Victoria, Empress of India (Madras: the authors, 1898); Munisami Mudali, Liû' of Empress Victoria in Kummi Song (Madras: the author, 1901), I36.
16. Kiran Chandra Banerji, Bharat Mata (Calcutta: the author, 1873), QLB (Bengal); Cf. Mahtaoa fyotih, or, the Glory of the Maharaja Mahatua of Bardwan (1876), QLB (Bengal). For this dualism, see: Indira Chowdhury-Sengupta, 'Mother India and Mother Victoria: Motherhood and Nationalism in Nineteenth-Century Bengal', South Asia Research 12 (1992), Z0—37; idem., The Frail Hero and Virile History: Gender and the Politics of Culture in Colonial Bengal (Delhi: Oxford University Press, 1998).
17. Bharatendu Harischandra, Victoria} Flag of Victory:A Poem in Hindi (Benares: n.p., 1882). For Harischandra, see: Vasudha Dalmia, The Nationalisation of Hindu Traditions: Bharatendu Harischandra and Nineteenth-century Banares (Delhi: Oxford University Press, 1997); Ichharam Surayam Desai, Liû of Her Most Gracious Majesty the Queen-Empress (Bombay: the author, 1887), cf. his earlier Hind ane Britannia (Bombay: Gujarati Printing Press, 1886). On Desai, see: Beatriz Martinez Saavedra, 'A History for Gujarat: The Imagining of a Region in Edalji Dosabhai'd and Ichharam Desai's Narratives' in Sharmina Marwani and Anjoom A. Mukadam (eds),

Perspectives of Female Researchers: Interdisciplinary Approaches to the Study of Gujarati Identities (Berlin: Logos Verlag, 2016), 51-62; Bipin Chandra Pal, Rajnimata Vi/etoriya/ Liû' of H..M. Empress Victoria (Calcutta: Kartik Chandra Datta, 1891; repr. I904). For the attribution of the I904 edition of this work, see: Bipin Chandra Pal. Selected Bibliography, ed. Bijoy Dev (New Delhi: Samskriti, 2001), 18.

18. On royal women in colonial India, see: Angma Dey Jhala, Courtly Indian V(7omen in Late Imperial India (London: Pickering 81 Chatto, 2008); Barbara N. Ramusack, The Indian Princes and their States (Cambridge: Carnbridge.University Press, 2004), l79-82.
19. For the full list, which ran into hundreds, see: 'Returns of the Names and Designations of All Native Princes of India, or their Families, in Receipt of Pensions and Allowances, etc. 1850-64', Parl. Papers (1864), Cd. 82.
20. S. A. A. Risvi (ed.), Freedom Struggle in Uttar Pradesh, 6 vols (Delhi: Oxford University Press, 2011), ii, 528-31.
21. Native Petition to the Imperial Parliament for the Restitution of the Raj ofTanj0re, Sewajee, etc. (Madras: Hindu Press, 1860), 9, 15; Case of the Ranee of Yanjore (London: Richardson, 1861). For some of the background, see: William Hickey, The Iiznjore Mahratta Principality in Southern India: The Land of the Chola: The Eden of the South (Madras: Caleb Foster, 1873). "K '7
22. Princess of Tanjore to the Duke of Buckingham, 1]anuary 1881, Stowe Mss, Huntington Library, San Marino, California, STG correspondence, box 109/54.
23. Officiating chief secretary to H. S. Thomas, 8 September 1875, Political Proceedings, Tamil Nadu State Archives, 561, fols 17-18; Bartle Prere to W. Hudleston, 5 January 1876, ibid., 58, fols 17a-l7b; Proceedings Connected with the New Hospital Buildings and the Laying of The Foundation Stone of His Royal Highness the Prince of Wiles Medical School at Tanjore... 9th Novemlver I880 (Trichinopolyz South India Times Press, 1881).
24. HC Debs, 308 (2 September 1886), 1070-1.
25. Memorial to Her Majesty the Queen from the (late) H. H.

Suguna Bai Saheh, Rani of Sattara, etc. (Bombay: Union Press, 1874), 7.

26. Nina Napier to Queen Victoria, 16 February 1867, RAVIC/ MAIN/N/ 27/ 68—9; QVJl., 8 September 1867. For the background, see: Robin Jeffrey, The Decline of Nair Dominance: Society and Politics in Travaneore, I 847-1908, 2nd edn (New Delhi: Manohar, 1994), ch. 3; Dick Kooiman, 'The Invention of Tradition in Travancore: a Maharaja's Quest for Political Security', journal of the Royal Asiatic Society 15 (2005), 151-64; Mary Beth Heston, 'Mixed Messages in a New "Public" Travancore: Building the Capital 1860-1880', Art History 31 (2008), 211-47.
27. Harry Prendergast (resident of Travancore) to Henry Stokes (chief secretary to the Government of Madras), 4 June 1887, Tamil Nadu State Archives, Political Proceedings, fol. 179. The portrait is at: RCIN 404097.
28. Much has now been written about the Begums of Bhopal: Shahatyar M. Khan, The Begums of Bhopal: A Dynasty of Women Rulers in India (London: IB Tauris, 2000); Claudia Preckel, Begums of Bhopal (New Delhi: Roli Books, 2000); Siobhan Lambert-Hurley, 'Princes, Paramountcy and the Politics of Muslim Identity: The Begam of Bhopal on the Indian National Stage, 1901-1926', South Asia 26 (2003), 165-91 (about Kaikhusrau Jahan); idem., 'Historicising Debates over Women's Status in Islam: The Case of Nawab Sultan Jahan Begam of Bhopal' in Waltraud Ernst and Biswamoy Pati,(eds), India's Princely States: People, Princes and Colonialism (London: Routledge, 2007), 139-56; Barbara Metcalf, 'Islam and Power in Colonial India: The Making and Unmaking of a Muslim Princess', American Historical Review 116 (2011), 1-30 (about Shah Iahan); Hannah Archambault, 'Becoming Mughal in the Nineteenth Century: The Case of the Bhopal Princely State', South Asia 36 (2013), 479-95.
29. For example, see: G. B. Malleson, A Native State and its Rulers: A Lecture Delivered in the Dalhousie Institute, the 20th February, 1865 (Calcutta: R. C. Lepage 86 Co., 1865).
30. A Princess's Pilgrimage: Nawab Sihandar Begum} A Pilgrimage to Mecca, ed. Siobhan Lambert-Hurley (New

Delhi: Women Unlimited, 2007). For the later pilgrimage of her daughter, see: Siobhan Lambert-Hurley, 'Out of India: The journeys of the Begam of Bhopal, 1901-1930' in Tony Ballantyne and Antoinette Burton (eds), Bodies in Contact: Rethinking Colonial Encounters in World History (Durham: Duke University Press, 2005), 293-309.

31. Shaharyar M. Khan, 'Bhopal a Brief History' in John Falconer (ed.), The Vûzterhouse Alhums. Central Indian Provinces (Ahmedabad: Mapin, 2009), esp. 138-41.
32. Shah Jahan to Lord Mayo, 17 September 1870, Mayo papers, Cambridge University Library, Add. Ms. 7490, 102/ 1. Henry Durand and Charles Aitchison, the Viceroy's senior officials in Calcutta, advised against any such correspondence: Aitchison to O. T. Burne, 7 November 1870, ibid., 102/4; cf. Lord Mayo to Queen Victoria, 9 November 1870 (enclosing a letter from the Begum), RA VIC/ MAIN/ N/ 28/ 23-4.
33. Nawab Shahjahan, The taj-ul ikhal tari/eh Bhopal, on ,the History of Bhopal, trans. H. C. Barstow, (Calcutta: Thacker, Spink and Co., 1876); Viceroy to the Begum, 15]uly 1875. Foreign Dept Proceedings, NAI, 158.
34. Queen Victoria to Mary Curzon, 19]anuary 1900, IOR Mss Eur. F306/35, fols 12-15.
35. DuFFerin to Queen Victoria, 1 September 1885, Dufferin papers, PRONI, D1071/H/M/ MI/I, no. 40; Queen Victoria to Dufferin, 7 May 1886, ibid., no. 31. For Sidcliq Hasan, see: Metcalf, 'Islam and Power in Colonial India'; Caroline Keen, 'The Rise and Fall of Siddiq Hasan, Male Consort of Shah]ahan of Bhopal' in Beem and Taylor (eds), The Man Behind the Queen, 185-204.
36. The queen agreed to the rules and insignia: Queen Victoria to Lord Salisbury, 9 October 1877, 6 January 1878, 3rd Marquess Salisbury papers, Hatûeld House; cf. Sourindro Mohun Tagore, Orders 0fKnighthood (Calcutta: the author, 1884), 185-7.
37. For these three Bengali maharanis, see: Roper Lethbridge, The Golden Book of India: A Genealogical and Biographical Dictionary of the Ruling Princes, Chieû, Nohles, and Other Personages, Titled or Decorated of the Indian Empire; \Wth

an Appendix for Ceylon (London: Sampson Low, Marston 86 Co., 1900), 153, 171, 524. In 1876 Queen Victoria was conjoined with Sham Moini in a poem praising their 'charitable and virtuous acts': Rajinath Chatterji, Bangangana—hal/ya; on Poems on the Vûzmen of Bengal (Barsial: Satyaprakash Press, 1876), QLB (Bengal).

38. The despatches describing the ceremonies are collected together at IOR L/P&S/ 15/ 16, a copy of which was sent on to Henry Ponsonby, the queen's private secretary.
39. For the background, see: Anil Kumar Sarkar, British Paramountcy and the Cooeh Behar State: A Study of the Anatomy of Indirect Rule in Cooch Behar (Delhi: Abhijeet Publications, 201 1); Joydeep Pal, The Untold History of the Princely State of Cooch Behar (Kolkata: Sopan, 2015); Lucy Moore, Maharanis: The Life and Times of Three Generations oflndian Princesses (London: Viking, 2004), chs 3, 5.
40. Queen Victoria to Lady Dufferin, 19 May 1887, Dufferin papers, PRONI, D1231/G/11. In retrospect, the queen thought that the Maharaja was 'too European' and that would do him harm in his own country: Queen Victoria to Lord Dufferin, 22 September 1887, Dufferin papers, PRONI, D1071/H/M/ 1, no. 54; cf. Suniti Devi, TheAutohiography afan Indian Princess (London:]ohn Murray, 1921), ch. 8.
41. Suniti Devi, Nine ldeallndian V(7omen (Calcutta; Thacker, Spink & Co., 1919); idem., The Rayput Princesses (New Delhi: Aryan Books International, 1992); idem., The Life ofPrineess Yashodara: Wiû and Disciple of the Lord Buddha (London: Elkin Mathews and Marrot, 1929). '
42. The Times, 22 November 1892, 6; ibid., 2]uly 1900, 11. For two recent nuanced readings of the Gaekwar's 'modernity', see: Manu Belur Bhagavan, 'Demystifying the "Ideal Progressive": Resistance through Mimicked Modernity in Princely Baroda, 1900-1913', Modern Asian Studies 35 (2001), 385-410; Toolika Gupta, 'The Impact of British Rule on the Dressing Sensibilities of Indian Aristocratsz A Case Study of the Maharaja of Baroda's Dress' in Marie-Louise Nosch, Zhao Feng and Lotika Varadarajan (eds), Glohal Dxtile Encounters (Oxford: Oxbow Books, 2014), 199-204.

43. Sayagi Rao Baroda, 'My Ways and Days in Europe and India', Nineteenth Century 49 (February 1901), 223-4.
44. Her Highness the Maharani of Baroda and S. M. Mitra, The Position of Wimen in Indian Liû' (London: Longmans, Green and Co., 191 1), 20-1.
45. Stafford Northcote to General Grey, 13 October 1867, RAVIC/ 17 November 186714
46. QVJl., 13 March 1868. '
47. QVJl., 13 August 1870; Keshuh Chunder Sen in England, 2 vols (Calcutn: Society, 1881-2), ii, 123-5. See also: David Kopf, The Brahma Sumaj all b the Modern Indian Mind (Princeton, NJ: Princeton University Press, 179), life, see: John A. Stevens, Keshah: Bengal': Forgotten Prophet (London: Hurst. 2018)
48. d 868 Idlil been written about Mary Carpenter and India, without notin her oo queen Antoinette Burton, 'Fearful Bodies into Disciplined Sub Phllt. and the Family Drama of Colonial.R§form in Mary Carpenter's S journal of Women in Culture eh" Society 20 (1995), 545-74; Ruth W85, Boundaries of Victorian Imperialism or Extending a Reformed "P" Carpenter and India', History of Education 29 (2000) 443-56; Clare Carpenter and the Brahmo Samaj of India: A Transnational Perspective on in the Age of Empire', Womens History Review 22 (2013), 363-85; Chieko' Eyre's Daughters: The Feminist Missions of Mary Carpenter and Josepbilt India', IX7omen3 History Review 23 (2014), 220-38; Tim Allender, Leaming Colonial India, 1820-1932 (Manchester: Manchester University Press, 2016), cL 1
49. Princess Alice hosted a visit by Mary Carpenter to Darmstadt in 1872: Alia: 0 Victoria, 13 October 1872 in Alice, Grand Duchess of Hesse, Princess afGmlt Ireland. Letters to Her Majesty the Queen (London:]ohn Murray, 1885), 252-3. Carpenters visit to India in 1876, see: journal of the National Indian Associntill. l876), 195-208.
50. Duchess of Connaught to Queen Victoria, 4 February 1887, 18 March 1887, IA MAIN/Z/182/ 9; entry for 18 February 1887, Duchess of Connauglit Diaries. RAY" ADD Add. Mss/ A15/8445. 1121, 1 October 1886, 5; ibid., 3 March 1888, 3; K.' September 1888, 4. For official wives in India, see: Mary

A. Procida, Married to Gender, Politics and Imperialism in India, 1883-1947 (Manchester: Manchester Uii Press, 2002), chs 6-7.

51.ToI, 14 December 1889, 5.

52. For Ramabai's own appeal to the queen, see: Ramabai, 'The Cry of Indian Womclf (In in Pandita Ramahai Through Her Own Words: Selected I%r/es, ed. Meera Kosanli (i Delhi: Oxford University Press, 2000), 111. For Ramabai, see: Antoinett: bi 'Colonial Encounters in Late-Victorian England: Pandita Ramabai at Chcltenli i Wantage, 1883-1886', Feminist Review, 49 (1995), 29-49; Meera Kosarnbi, Contestations: Pandita Ramabai's Educational and Missionary Activities in I1 Nineteenth-century India and Abroad', Women's History Review 7 (1998), 193-33.

53. QVJl., 13]uly 1881. For the full story, see: Sean Lang, 'Colonial Compassion and Pkm ' 48. Mary Carpenter, On FemaleEducation inIndia (London:VI.W7.I-lea ,1), : - O - J atank . Calculation: The Countess of Dufferin and Her Fund' in Poonam Bula (ed.), Ci. Colonial Authority: Medicine and Indigenous Responses in Nineteenth and Twentieth M India (Lanham: Lexington Books, 2012), 81-96.

54. QVJl., 12]uly 1883. For the 'moral influence' of the queen see: Mrs Grant Du|fD Ponsonby, 10 May 1885, IOR Mss Eur. F234/ 54, fols 117-18. For princely support Q the venture, especially from the Raja of Venkatagiri and the Maharaja ofVizianagmIn. an Report of the Victoria Hospital ûrr Caste and Gosha Women, Madras, for 1895 (Mai Government Press, 1895), 20-2.

55. QVJl., 22 October 1884.

56. Henry Ponsonby to Adolphus Moore, 29 September 1885 (private secretary to Ranch" Churchill), Randolph Churchill papers, Churchill Archives Centre, Cambridge, 1/8/98. For the Fund, see: Lang, 'Colonial Compassion'; Maneesha Lal, 'The Politics of Gcniil and Medicine in Colonial India: The Countess of Dufferin's Fund, 1885-1888', Bali of the History of Medicine 68 (1994), 29-66; Daniel Sanjiv Roberts, "Merely Birds of Passage": Lady Hariot Dufferin's Travel Writings and Medical Work in India, 1884-1888', Wbmens History

Review 15 (2006), 443-57. For royal philanthropy in general, see: Frank Prochaska, Royal Bounty: The Mahing of a I/ %h'are Monarchy (London: Yale University Press, 1995), 114-21. '

57. 'Prospectus', The Times, 5 October 1885, 12; Countess of Duûcerin, A Record of Three Years' Work of the National Association for Supplying Female Medical Aid to the Women of India: August 1885 to August I 888 (Calcutta: Thacker, Spink and Co., 1888), 9, 16; idem., 'The National Association for Supplying Female Medical Aid to India', Asiatic Quartérhr Review (April 1886), 257-74.
58. Countess of Dufferin to Queen Victoria, 7 August 1885, 14 August 1885, 6 October 1885, RA VIC/ MAIN/ M/ 59/ 17-1 8, 23; Dufferin, A Record of Three Iéars' Wzrh, 57-8.
59. 'Minutes of the Proceedings of the Central Committed, 23 December 1886, 18 January 1888, Dufferin papers, PRONI, D1071/J/G/IA/2.
60. British Medical journal, 11 July 1896, 89. cf. John Bradley (ed.), Lady Curzonfs India: Letters of a Vicereine (London: Weidenfeld 8: Nicolson, 1985), 28. For the UK organisation, see: The Times, 15 May 1890, 5; National Association for Supplying Female Medical Aid to the Women of India, circular (n.d., c. 1890), Dufferin papers, PRONI, D1071J/G/4A/3.
61. For criticism: British Medical journal, 14 December 1895, 1527, 7 July 1900, 41, 17 August 1901, 423-4.
62. ToI, 3 February 1888, 6; Dulferin, A Record of Three Hears' Worh, 35. See also the address sent to Lady Dufferin 'On Behalf of the Benares Women' (6 April 1886), which is more of a paen to the empress: Dufferin papers, PRONI, D1071/J/D/7.
63. Countess of Dulferin to Queen Victoria, n.d. 1886, RA VIC/ MAIN/M/60/4. 64. Kipling, 'For the Women' (1885) in Earh Wrse hy Rudyard Kipling, I 879-1889: Unpuhlished Uncollected and Rarehl Collected Poems, ed. Andrew Rutherford (Oxford: Oxford University Press, 1986), 363. For the insistence on respecting purdah: 'Minutes of the Proceedings of the Central Committee' (27 April 1888), 3, Dufferin papers, PRONI, D1071/J/G/1A/Z.

65. Malabari, 'True and False Sati and Free and Enforced Widowhood' (1886), 'The Queen's Own Wards' (1887) in Dayaram Gidumal, Lzû and Life-u/orh of Behramji M. Malahari (Bombay: Educations, 1888), 162, 220. On Malabari, see: Grainne Goodwin, A Trustworthy Interpreter Between Rulers and Ruled: Behramji Malabari, Colonial and Cultural Interpreter in Nineteenth-century British India', Social His tory 38 (2013), 1-25. Queen Victoria's mother was widowed in 1814, marrying again four years later.
66. Bhownagree to Adelaide Manning, 23 August 1887, Cambridge University Library, Add. Ms. 6379/19. For the Rukhmabhai case, see: Antoinette Burton, 'From Child Bride to "Hindoo Lady": Rukhmabai and the Debate on Sexual Responsibility in Imperial Britain', American Historical Review 103 (1998), 1119-46; Sudhir Chandra, Enslaved Daughters: Colonialism, Law and Wzzmeni Rights (New Delhi: Oxford University Press, 2008), ch. 1.
67. Ponsonby to Wodehouse, 15 December 1892, 17 December 1892, 18 December 1892, Bodleian Library, Ms Eng c. 4316, fols 40-44. For the 1890 campaign, see: Malabari, An Apjzealûom the Daughters of India (London: Farmer 86 Sons, 1890), 20; Story of I/Wdow Remarriage: Being the Experiences ofMadhou/das Rugnathdas, Merchant of Bomhay (Bombay: S. K. Khambataj, 1890); Jennie Fuller, The Wongs of Indian I/%manhood (Edinburgh: Oliphant, Anderson and Ferrier, 1900), 197.
68. For the background, see: Janaki Nair, 'Uncovering the Zenana: Visions of Indian Women in Englishwomen's Writings, 1813-1940', journal of W/omen} liistory 2 (1990), 3-34; Karen E. Smith, 'Women in Cultural Captivity: British Women and the Zenana Mission', Baptist History and Heritage 41 (Z006), 30-41; Rhonda Semple, 'Ruth, Miss Mackintosh, and Ada and Rose Marris: Biblewomen, Zenana Workers and Missionaries in Nineteenth century British Missions to North India', Wzmens History Review 17 (2008), 561-74. _
69. India's Women (Church of England Zenana Missionary Society), 17 (May 1897). Cf. Mrs Malcolm Ross, Scattered Seeds; On Five Years' Zenana Work in Poona (Edinburgh:

Blackwood 86 Sons, 1880), 31-2; Helen Lloyd, Hindu Women: Iwth Glimpses into their Life and Zenanas (London:]ames Nisbet 86 Co., 1882), 43., 1

70. Telugu Zenana Magazine (March 1900) (QLB, Madras). For the background, see: Deborah Ann Logan, The Indian Ladies' Magazine, 1901-1938: From to Su/araj (Lanham: Lehigh University Press, 2017), 14-15.
71. Missionary Herald, 1 April 1887, 121-4. Another organisation, the 'Helping Hands Zenana Association', welcomed an Urdu life of the queen published for the jubilee by the American mission in Lucknow: Indian fewels, 4 (December 1888), 161-2. In the spring of 1897, the Church of England Zenana Missionary Society reprinted a series of leaûets and articles about the queen and her reign for distribution in India: Publications Committee Minutes, 24 March 1897, 26 May 1897, 104, 110, CEZMS papers, Church Missionary Society Archive, University of Birmingham, CEZ/ G/ C4.
72. India's Women, 21 (March 1901), 49-51.
73. Countess of Dufferin to Queen Victoria, 19 February 1885, RA VIC/MAIN/M/ 59/6; Duchess of Connaught to Queen Victoria, 18 March 1887, RA VIC/MAIN/Z/ 182/22.
74. The Times, 15 April 1891, 11; The Duke of Connaught and the Bihle Society (London: British and Foreign Bible Society, 1893).
75. 'Annual Breakfast Meeting' (30 April 1890), Our Indian Sisters (Baptist Missionary Society Ladies' Zenana Mission), n.s., 3, July 1890, 33-9.
76. Elizabeth W. Andrew and Katherine C. Bushnell, The Queens Daughters in India (London: Morgan 86 Scott, 1898), 57—62, 86'. For Bushnell and her campaign in India, see: Kristin Kobes du Mez, A New Gospel for Vûrmen: Katharine Bushnell and the Challenge of Christian Feminism (New York: Oxford University Press, 2015), 67-71.
77. An Urdu book described the queen's philanthropy alongside that of Elizabeth Fry and Princess Alice: Saiyid Ahmad, A/ ehlaq un Nisa/Manners ofI%man (Delhi: Akmal—ul-Matabi Press, 1891), QLB (North-West Provinces).

10 Patriot Queen

1. QVJl., 12 February, 14 February 1872.
2. W. W. Hunter, The Indian Musulmans: Are they Bound in Conscience to Rehel against the Queen', 2nd edn (London: Trubner 86 Co., 1872), 114, 117; cf. M. Mohar Ali, 'Hunter's Indian Mussulmans: A Re-examination of its Background', journal of the Royal Asiatic Society 112 (1980), 30-1.
3. QVJl., 11 May 1872, 3 August 1872; 'Major Burne's Statement of Service, with Appendices' (privately printed, 1879), 72, IOR Mss Eur. D351/1.
4. Paul Thomas Murphy, Shooting Victoria: Madness, Mayhem, Modernisation and the Monarchy (London: Pegasus, 2012).
5. 'Petition to the House of Commons, etc.', (n.d., c.]une 1859), British India Association papers, NMML, Delhi; Ram Gopal Sanyal, The Life of the Hon'hle. Rai Kristo Das Pal Bahadur; C. I. E (Calcutta: Ram Coomar Dey, 1886), 10, 110-12.
6. Naoroji, 'England's Duties to India', journal of the East India Association, i (2 May 1867), 31-2 (Naoroji). For Naoroji and the East India Association, see: S. R. Mehotra and Dinyar Patel (eds), Dadahhai Naoroji: Selected Private Papers (New Delhi: Oxford University Press, 2016), xvii-xix. '
7. Partha Chatterjee, Nationalist Thought and the Colonial \%rld: A Derivative Discourse? (London: Zed 1986); cf. Dipesh Chakrabarty, Provincialising Europe: Postcolonial Thought and Its Discontents (Princeton, NJ: Princeton University Press, 2000), ch. 1.
8. Anil Seal, The Emergence ofIndian Nationalism: Competition and Collaboration in the Later IVineteenth Century (Cambridge: Cambridge University Press, 1968), chs 5-6; Jim Masselos, Ibwards Nationalism: Group Aûiliations and the Politics of Public Associations in Nineteenth Century Wstern India (Bombay: Popular Prakashan, 1974). For revisionist approaches to the ideology of early Indian. nationalism, see: Sanjay Seth, 'Rewriting Histories of Nationalism: The Politics of Moderate Nationalism in India, 1870-1905', American Historical Review 104 (1999), 95-116; C. A. Bayly, Recovering Liberties: Indian Thought in the Age of Liberalism and Empire (Cambridge:

Cambridge University Press, 2012).

9. The original petition is at: IQR Mss Eur. A/ 1/94. For the discussion in Parliament, see: HC Debs, 206 (13 June 1871), 2023-42. '1
10. Naoroji, 7?; the Electors of the Holborn Division ofFinsbuiy (London: Foulger ('SC Co., 1886), 1.
11. Quarterly fournal of the Poona Sarvajani/e Sabha 1 (1878), 22-46; ibid., 2 (1880), 132-3.
12. Bengalee, 6 January 1877, 4. ,
13. Syed Ahmed Khan, The Causes of the Indian Revolt [1873] (Karachi: Oxford University Press, 2000), 49; Syed Ahmed Khan to John Kaye, 14 December 1869, in M. I. Pani Pati (ed.), Letters to and from Sir Syed Ahmed Khan (Lahore: Board for Advancement of Literature, 1993), 81-4; M. Mohar Ali, 'Hunter's Indian Mussulrnans'.
14. Hunter, Indian Mussulmans; Syed Ahmed Khan, Dr Hunters 'Ourlndian Mussulmans - are they Bound in Conscience to Revolt against the Queen?' (London: Henry S. King 8L Co., 1872), 75-6, 104.
15. Abstract of Proceedings of the Mahomedan Literary Society of Calcutta at a Meeting Held on... the 23rdNovembei; I870 etc. (Calcutta: Mahomedan Literary Society, 1871), 7-8, 12, 14-1 5 .
16. Syed Ahmed Khan to Captain Evelyn Baring, 5 August 1872, Syed Ahmed Khan to Col. J. C. Ardagh, 11 May 1894, in A. A. Siddiqi (ed.), Sir Syed's Correspondence (Aligarh: AMU Press, 1990), 11, 186-91; Syed Ahmed Khan to Major T. Cadell, 10 February 1876, in S. Muhammed (ed.), Sir Syed's Correspondence: Selected Documents from the Sir Syed Academy Archives (Aligarh: AMU Press, 1995), 6-7. For some of the background, see: A. R. Khan, The All-India Muslim Educational Conference: Its Contribution to the Cultural Development ofMuslims, I886-1947 (Karachi: Oxford University Press, 2001), chs 1-2.
17. G .F. I. Graham, TheLiû and V!/ork ofSyedAhmed Khan, C S. I (Edinburgh: W Blackwood, 1885), 171-80.
18. 'List of Loyal Addresses', IQR Mss Eur. G55/44, 48
19. Sir james Fergusson, the governor of Bombay, advised against

accepting an address from the Poona Sabha on the grounds that it was being sent directly to London, without going via the Government of Bombay: Fergusson to Lord Hartington, 24 March 1882, IOR Mss Eur. E214/3, fols 169-71.

20. 'Ripon our father' (in Tamil). 1
21. QVJl., 26 April 1880; Tony Denholm, 'Robinson, George Frederick Samuel, First Marquess of Ripon (1827-1909)', ODNB.
22. Ram Chandra Palit (ed.) Speeches and Published Resolutions of Lord Ripon, etc. (Calcutta: J. W. Thomas, 1882), 83, 86, 91.
23. Satvepalli Gopal, The Viceroyalty of Lord Rzpon, I880-I884 (London: Qxford University Press, 1953), chs 5-7, 14.
24. Ibid., ch. 8.
25. R. C. J. Cocks, 'llbert, Sir Courtenay Peregrine (1841—1924)', ODNB; Mary Bennett, The Ilberts in India, I882-I886: An Imperial Miniature (London: BACSA, 1995). For the controversy, see: Edwin Hirschmann, 'White Mutiny': The Ilbert Bill Crisis in India and the Genesis of the Indian National Congress (New Delhi: Heritage, 1980); Chandrika Kaul, 'England and India: The llbert bill, 1883. A Case Study of the Metropolitan Press', Indian Economic and Social History Review 30 (1993), 413-36.
26. 'Further Papers on the Proposed Alteration of the Provisions of the Indian Code of Criminal Procedure, etc.', Parl. Papers (1884), Cd. 3877, p. 509 ('guarded'); 'Further Papers and Correspondence on the Subject of the Proposed Alteration of the Provisions of the Indian Code of Criminal Procedure, etc.', Parl. Papers (1884), Cd. 3952, 465-6, 543, 546 ('specious sophism').
27. Som Prakash, 18]une 1883, NNR (Bengal), IOR L/ 5/9, p. 331. For the ladies' petition, see: 'Further Papers on the... Indian Code of Criminal Procedure', 461; cf. 7121, 6 April 1883, 3, 5June 1883, 5. K ,'
28. Alok, 7 September 1883, NNR (Bengal), IOR L75/9, p. 584; R. Krishna Singh, Lord Ripons Policy. Observations on the Criminal furisdietion Bill (Bangalore: Caxton Press, 1883), 28.
29. James Fitzjames Stephen, The Ilhert Bill (London: Macmillan

and Co., 1883), 29, 39.

30. The Times, 30 March 1883, 10; 'An Englishman', Lord Ripon's Polity in India: An Appeal to the People of England (London: National Union of Conservative and Constitutional Associations, 1883).
31. William Summers, The Ilhert Bill (Manchester: National Reform Union, 1883).
32. Surprisingly, Ilbert received support from Henry Maine: Maine to Ilbert, 26 April 1883, IOR Mss Eur. D554/15, fols 16-19.
33. 'Further Papers and Correspondence on... the Indian Code of Criminal Procedure', 113, 117, 145.
34. Ponsonby to Ripon, 28 April 1883, BL, Add. Ms. 43, 350, fols 137-8; Queen Victoria to Ripon, 7]une 1883, ibid., fols 139-42, Queen Victoria to Ripon, 16 August 1883, ibid., fols 143-6.
35. Queen Victoria to Ripon, 11 October 1883, ibid., 43, 530, fols 147-8; Ponsonby to [William] Maitland, 25 October 1883, Kimberley papers, Bodleian Library, Oxford, Ms. Eng. 4205, fols 61-4, Ponsonby to [Robert] Bickerstreth, 1 November 1883, ibid., fols 73-4.
36. Ripon to Kimberley, 8 December 1883, BL, B.P. 7/3, vol. 4, no. 78a; Iol, 12 March 1883, 6, 31 December 1883, 4.
37. Quarterly journal of the Poona Sari/ajani/2 Sahha, 4 (Iuly 1883), 1-3; The Public Meeting in Honour of Lord Ripon on his Retirement from the Viteroyalty, ete. (Bombay: Bombay Gazette, 1884); India} Farewell to Lord Ripon (n.p., n.d., c. 1885), 2.
38. Wilfrid Scawen Blunt, India under Lord Ripon (London: T. Fisher Unwin, 1909), 325; QVJl., 5 March 1885.
39. For the early years of the INC, see: Anthony Parel, 'I-Iume, Dufferin and the Origins of the Indian Congress', journal of Indian History, 42 (1964), 707-25; John R. McLane, Indian Nationalism and the Early Congress (Princeton, N1: Princeton University Press, 1977); S. R. Mehrotra, A History of the Indian National Congress, vol. 1: 1885-1918 (New Delhi: Vikas, 1995), ch. 1; Amitabha Mukerjee, 'Genesis of the Indian National Congress' in N. R. Ray (ed.), A Centenary History of the Indian National Congress, 1/ol. 1: 1885-1919 (New Delhi: Academic Foundation, 2011), 81-115.

40. Mushirul Hasan (ed.), Proceedings of the Indian National Congress, 1/ol. 1, 1885-1889 (New Delhi: Nyogi, 2012), 61 (Madras 1887), lv (Allahabad 1888); The Indian National Congress: Session at Allahabad, December 1888. Impressions of Two English Visitors, etc. (London: Indian Political Agency, 1889), 19, 21.
41. Hasan (ed.), Proceedings of the Indian National Congress, ool. 1, 22 (Subramania Iyer, Bombay 1885), 65 (Dadabhai Naoroji, Bombay 1885), 56, (Dadabhai Naoroji, Calcutta 1886), lvi (Madan Mohan Malaviya, Allahabad 1888), 50, 52 (Ghokale and Ali Mohamed Bhimjee, Bombay 1889); idem. (ed.), Pro ceedings of the Indian National Congress, 1/ol. 2:1890-1894 (New Delhi: Nyogi Books, 2014), xi (Lal Mohan Ghose, Calcutta 1890), 51 (Pran Nath Sarawati, Nagpur 1891), 28 (Suredranath Banerjee, Allahabad 1892), 38 (Dadabhai Naoroji, Lahore 1893), 77-8 (Rashan Lal, Lahore 1893), 10 11 (Rungiah Naidu, Madras 1894), 83 (Surendranath Bannerjee, Madras 1894); Report of the Twelfth Indian National Congress held at Calcutta, etc. (Calcutta: Star Press, 1897), 30 (Rahimatullah Sayani); The Indian National Congress. Its Origin, History, Constitution and Ohjects (Madras: National Press, 1888), 84-5.
42. Hasan (ed.), Proceedings of the Indian National Congress, vol. I, 139 (Singarajee Venkata Subbraryudu Pautulu, Calcutta 1885); idem. (ed.), Proceedings of the Indian National Congress, z/ol. 2, IDCVIII (Ambika C. Mozamder, Madras 1894); Report of the Twelfth~Indian National Congress, 63 (Rahimtullah Sayani); cf. 'Mother and Mother Country are more estimable than Heaven itself', in Bipin Bihari Bose, Congress Songs and Ballads (Lucknow: Sukh Sambad Press, 1901); The Indian National Congress... Impressions of Two English Visitors, 23 (W S. Caine). '1
43. Hasan (ed.), Proceedings of the Indian National Congress, 1 ol. I, 60; Kaushik Roy, 'India' in Ian F. W Beckett (ed.), Citizen Soldiers and the British Empire, 1837-1902 (London: Pickering 86 Chatto, 2016), 112-16.
44. Hasan (ed.), Proceedings of the Indian National Congress, uol. 1, 50 (1886 Rajendralala Mitra).

45. Hasan (ed.), Proceedings, uol. I, 1(1885), 44 (1886); Hasan (ed.), Proceedings, 1/ol. 2, 2 (1892).
46. Hasan (ed.), Proceedings, 1/ol. I, 27 (1886).
47. Northampton Mercury, 24 November 1883, 4; ihid., 29]une 1889, 3; HC Debs, 330 (9 August 1888), 148—59; ibid., 336 (31 May 1889), 1633-8. See also, Bradlaugh, 'India and the Ilbert Bill', Our Corner 3 (February 1884), 77-82. David S. Nash, 'Charles Bradlaugh, India and the Many Chameleon Destinations of Republicanism' in David S. Nash and Antony Taylor (eds), Republicanism in Victorian Society (Stroud: Sutton, 2000), 106-24.
48. Mr Bradlaugh and the House of Commons. From a Hindoo Point of View (London: Swan Sonneschein, 1884), a sympathetic portrait, described Bradlaugh's position on not being allowed to take up his seat in Parliament as leaving him a 'man without caste' (p. 8).
49. Charles Bradlaugh, The Impeachment of the House of Brunswich (London: Freethought Publishing C0., 1874), 55—6. This pamphlet went through ten editions by 1891; I-IC Debs, 337 (9 July 1889), 1850-53.
50. Hasan (ed.) Proceedings, 1/ol. I (1889), lXvm—lXix; Bradlaugh, 'The Indian National Congress, V/hat It Is and What It Demands', New Review 2 (March 1890), 242—53.
51. Bishan Narayan Dar, Mr Bradlaughs Indian Reûrrm Bill (Lucknow: G. P. Varma and Bros 1890); Hasan (ed.), Proceedings, vol. I (1889), 17.
52. Hasan (ed.), Proceedings, 1/ol. 1 (1889), 86. Of the twenty addresses to Bradlaugh that have survived, seven (Awadh, Benares, Dacca, Kanpur, Madras (Triplicane Literary Society), Satara and Sirsi) lauded the queen-empress as well: Charles Bradlaugh papers, Hackney Archives, C. L. R. James Library, D/F/BRA/1/1-5, D/F/BRA/7/2-15.
53. For example, Romesh C. Dutt, 'Indian Aspirations under British Rule' in W. C. Bonerjee (ed.), Indian Politics (Madras: G. A. Natesan, 1898), 57.
54. ToI, 25 December 1888, 5. Privately, Dufferin assured Queen Victoria that the INC was not disloyal: 'the most extravagant Bengalee Baboo that ever "slung ink"... cherishes at heart a

deep devotion to your Majesty's person', Dufferin to Queen Victoria, 31 March 1887, Dufferin papers, PRONI, D1O171/ H/MI/I, no. 64

55. Audi alteram partem: Being Two Letters on Certain Aspects of the Indian National Congress Movement, with an Appendix, etc. (Simla: Station Press, 1888); Two Memorahle Speeches of Eardlq Norton, Delivered at Patchcappahs Hall, Madras, etc. (Lucknow: G. P. Varma and Bros, 1889), 13-14; Eardley Norton, 'The Indian National Congress' in Bonerjee (ed.), Indian Politics, 27.
56. 'Abstract of Secret Intelligence from the Special Branch of the Thugee and Dacoity Department' (1887—8), Dufferin papers, PRONI, D1071/H/M/11/2.
57. For the UIPA's support, see: The Seditious Character of the Indian National Congress, and the Opinions Held hy Eminent Natives of India who are Opposed to the Moi/ement (Allahabad: Pioneer Press, 1888), iv, xv-xxxi. For the petition: Salim al-Din Quraishi (ed.), Correspondence of Sir Syed Ahmed Khan and his Contemporaries (Lahore: Sang—e-Meel Publications, 1998), 139-45. For the background: Zafur-ul-Islam, 'Documents on Indo- Muslim Politics (1857-1947): The Aligarh Political Activism (1888-93)', journal of the Pakistan Historical Society 12 (1964), 14-25; Francis Robinson, Separatism Among Indian Muslims.' The Politics of the United Proz/inees'I\/Iuslims, 1860-I923' (Cambridge: Cambridge University Press, 1974), 120-1.
58. 'Speech at Lucknow' (28 December 1887) in Syed Ahmed Khan, The Present State of Indian Politics. Speeches and Letters (1888; Lahore: Sang-e-Meed Publications, 1982 edn), 12; cf. Syed Khan, 'The National Congress and the Government of Madras', Aligarh Institute Gazette, 11 September 1888, 1023-6. For the attribution of Syed Khanls authorship of articles in the Gazette, see: Asghar Abbas, Print Culture: Sir S)/ ed} Aligarh Institute Gazette, 1866-1897 (Delhi: Primus B0016, 2015), 12@57.
59. Bilgrami, 'Letter to the UIPA' in Present State, 52-3; cf. Raja of Bhinga, 'Democracy not Suited to India' in Seditious Character of the INC, 2.

60. Syed Ahmed Khan to the Maharaja of Patiala, 25 August 1888, in Sir S}/ed Correspondence, comp. Siddiqui, 116-18; Beck, 'In What Will it End?', Aligarh Institute Gazette, 29 May 1888, 595—603.

11 Jujubilee

1. Bangabasi, 12 February 1887, ibid., 26 February 1887, NNR (Bengal), IOR L/R/5/13, 202, 252. For the newspaper, see: Shyamananda Banerjee, National Awakening and the Bangabasi (Calcutta: Amitava-Kalyan 1968).
2. 'Lists of Addresses and Presents' (1887), TNA LC2/115. In 1897 the Lord Chamberlainls office listed only sixty-two ornamental addresses from India, out of a total from the UK and overseas of 469: 'Catalogue of Her Majesty's Diamond]ubilee Presents, 1897', TNA LC2/ 146. However, these comprised only a selection from those sent on by the Government of India, which itself recorded a total of 263 addresses: NAI, Home Dept Proceedings (September, 1897), 573. Even that was probably a low estimate of the total. The Bombay government listed over 140 addresses alone: MSA, Political Dept Proceedings (1897), vol. 104, passim.
3. Cross to Dufferin, 13 August 1886, IOR Mss Eur. E243/ 17; Henry Ponsonby to Charles Bradley (the Dean of Westminster Abbey), 17 October 1886, Jubilee correspondence, Muniment Room, Westminster Abbey, 394.4; Cross to Dufferin, 3 February 1887, 11 February 1887, IOR Mss Eur. F130/9, 15-18. For the 1887 jubilee, see:]ohn Fabb, Victoria? Golden jubilee (London: B. T. Seaby, 1987); Thomas Richards, 'The Image of Victoria in the Year of]ubilee', Victorian Studies 31 (1987), 7-32.
4. Francis Knollys to Ponsonby, 9 December 1886, RA PPTO/ PP/QV/ADDX/G/ 16; Ponsonby to Queen Victoria, 19 February 1887, RA VIC/MAIN/F/45/81; The Times, 13 May 1890, 5.
5. Dufferin to Cross, 27 August 1886, IOR Mss Eur E243/22, 4; Cross to Dufferin, 22 September 1886, IOR Mss Eur. E243/

17, fol. 17.

6. Charles Lawson (comp.), Narrative of the Celebration of the jubilee of Her Most Gracious Majesty Queen Victoria, Empress oflndia, in the Presidency ofMadras (London: Macmillan, 1887), 1-3; IbI, 30 November 1886, 5 (Bombay).
7. Dufferin to Cross, 23 November 1886, IOR Mss Eur. E243/22, fol. 6; Cross to Dufferin, 25 November 1886, 16 December 1886, IQR Mss Eur. E243/17; Dufferin to Queen Victoria (telegram), 18 December 1886, Dufferin papers, PRON1, D1071/ H/MI/ 1, no. 59.
8. Printed circular, 8 February 1887, MSA, Pol. Proceedings, vol. 57.
9. Telegram from the Foreign Dept, Government of India to the Political Dept, Bombay, 17 Ianuary 1887, MSA, Political Proceedings, 1887, vol. 56.
10. NAI Foreign Proceedings, International A, (]uly 1887), 141-8 (relaxation of rules); IL./V, 17 September 1887, 336 (Mysore); ibid., 24 September 1887, 369 (Travancore).
11. O. T. Burne, 'The Empress of India', Asiatic Quarterly Review 3 (Ianuary 1887), 11-31; cf.~O. T. Burne, Memories (London: Edward Arnold, 1907), 298-301.
12. Printed circular (Imperial Institute), 24 january 1887, MSA, Political Proceedings, 1887, vol. 61; 'The Countess of Dufferin's Fund: jubilee Year' 14 October 1886 (printed circular), Dufferin papers, PRONI, D1071]/6/8/1.
13. Ananda Bazar Patri/ea, 14 February 1887, NNR (Bengal) IOR L/R/5/13, 203-4 (criticism of royal family involvement); Da/ear Prakash, 2 january 1887, ibid., 78 (distribution of wealth and repeal of the Arms Act); Sanjiz/ani, 15 january 1887, ibid., 101-2 (more Indians in the administration); Mahratta, 6 February 1887, NNR (Bombay), IOR L/R/5/112, 4 (pressure on the poor); [ndu Pra/eash, 17 january 1887, ibid., 5 (reform of the Legislative Council); Poona Vaibhar, 16 january 1887:' ibid., 5-6 (restoration of Indian rulers); Hindi Pradio, 27 January 1887, NNR (Punjab, North-V/est Provinces, etc.), IOR L/R/5/64, p. 119 (Akbar and money being forced from the poor); Hindoo Patriot, 17 january 1887, 27 (criticism of the Imperial Institute).

14. For the release of prisoners: 721, 21 February 1887, 7; Randolph Churchill to Queen Victoria, 7 December 1886, RA VIC/ MAIN/F/45/ 24. For the jubilee medal, see: ILN, 4 June 1887, 629; For criticism of native honours: Bangabasi, 12 February 1887, NNR (Bengal), IOR L/5/ 13, p.202. A Gujarati writer summed up the dilemma of the travelling princes, criticised if they went, accused of disloyalty if they stayed at home: Ambashankar Gavrishankar, Deuatai s1/apnun, or the Celestial Dream (Bombay: the author, 1887), QLB (Bombay). For the list of Indian honours, see: Englishman, 16 February 1887, 5.
15. HC Debs, 311 (18 February 1887), 45-6; HL Debs, 311 (22 February 1887), 280-6.
16. NAI, For. Proceedings (1897), Internal B, 42.
17. MSA, Pol. Proceedings (1887), vol. 57, 22 February (jambusar), ibid., vol. 60, 7 February 1887 (Bandora).
18. For other renditions of this theme, see: Bhai Aya Singh, jubilee pra/eash athwa Sri Bhartesurida sanhhep samaehar (jubilee S/eeteh of Queen Vittoria) (Lahore: Muifid-i-Am Press, 1889), QLB (Punjab); Behram Dosabhai Basia, Poem for the Children for the jubilee of the Queen- Empress Victoria (Godhra: Nathabjai Lalubhai, 1887), QLB (Bombay); Pandit Lalchand, jubilee pramodilea, or the jubilee Rejoieings (Bombay: Bhimsi Manak, 1887), QLB (Bombay). For criticism of government interference in the wording of addresses: Sahaehar, 23 February 1887, NNR (Bengal), L/5/13, 250-1.
19. Madras Standard, 22]une 1887, 4; I-Iara Devi, Landan—jubili (Lahore: Imperial Press, 1888); Bombay Gazette, 21 june 1887, 5; 'A Brief Account of the Action Taken in Connection with the Celebrations of the jubilee of Her Majesty the Queen Empress in the Various Centres in the Presidency of Bombay', 7 july 1887', MSA, Pol. Proceedings (1887), vol. 64, 12, 26, 79 (pandals, arches and palanquin processions).
20. For examples of this in Kathiawar (Bombay), see: _Charles Wodehouse to William Wedderburn, 16 April 1887, MSA, Pol. Proceedings (1887), vol. 63, 190. And in Madras: Lawson, Narrative of the Celebration of the jubilee... in the Presidency ofMadras, 1-3.

21. ToI, 1 March 1887, 4.
22. ToI, 21 February 1887, 7; Cross to Dufferin, 17 February 1887, IOR Mss Eur. E243/17, fol. 382.
23. 'A Brief Account of... the Celebrations of the jubilee of Her Majesty the Queen Empress... in the Presidency of Bombay', 3, 15.
24. Duchess of Connaught to Queen Victoria, 4 February 1887, Duke of Connaught to Queen Victoria, 17 February 1887, RAVIC/MA1N/Z/ 182/9, 13.
25. For a list of the addresses and gifts from India, see: Celebration ofHer Majesty': jubilee, 1887 (London: privately printed, 1887), 136-50; Yb], 19 February 1887, 5 (message from the viceroy); RA VIC/MAIN/F/45/45 (Sanskrit and Telugu tributes sent onto the queen) ibid., RA VIC/MAIN/F/45/48-77 (addresses sent onto the queen). A selection of the 1887 addresses are at IOR G55, 1-10; Duûcerin to Queen Victoria, 28 February 1887, Dufferin papers, PRONI, D1071/I-I/MI/I, no. 63.
26. 'List of Feudatory Chiefs who are Expected to be in England on the Occasion of the... Jubilee, etc.', IOR L/PS/ 18/ D122. The other three Indian visitors were Kunwar Harnam Singh (the uncle of the Maharaja of Kapurthala), the Thakur of Limri and the Thakur of Gondal. For the presentation of the Cooch Behars at court, see: QVJl., 9 May 1887. For the queen's request for the escort, see: Cross to Dufferin, 11 February 1887, IOR Mss Eur. F 130/9, no. 6, and for details of the escort in England, see: IOR L/MIL 7/ 5767.
27. Dufferin to Cross, 20 March 1887, IOR Mss Eur. F130/8a, folsi48-9; Cross to Dufferin, 22 April 1887, IOR Mss Eur. E243/17, fol. 91; Dufferin to Cross, 21 April 1887, IOR Mss Eur F130/8a, fols 68-70; Pol. Proceedings (1887), NAI, International B, 258-64 ('thoroughly European'). '
28. Celebration of Her Majestyijuhilee, 11-12. The Indian guests are depicted in the far background of William Lockhart's oil painting of the occasion (RCIN 404702).
29. Celehration of Her Majestys juhilee, 40, 69-74; QVJl., 27 June 1887, 2 July 1887, 14 July 1887; The Iimes, 15 July 1887, 11.
30. For the history of the Imperial and Colonial Institute, see: Wil-

liam Golant, Image of Empire: The Early History of the Imperial Institute, 1887-1925 (Exeter: University of Exeter, 1984); John Mackenzie, 'The Imperial Institute', Round Iahle 302 (1987), 246-53; George Bremner, ' "Some Imperial Institute": Architecture, Symbolism and the Ideal of Empire in Late Victorian Britain, 1887-93', journal of the Society ofArehitecturalHistorians 62 (2003), 50-74.

31. The Times, 5 July 1887, 10.
32. Report of the Late Organising Committee, Presented to the Permanent Governing Body (23rd July 1891), etc. (London: Waterlow and Sons, 1892), 9-10; Sehoolûr Modern Oriental Studies Established in the Imperial Institute... Syllahus of Lectures (printed brochure), TNA PRO 30/ 76/ 13; Max Miiller, Sehoolûzr Modern Oriental Studies Established hy the Imperial Institute if the United Kingdom, the Colonies and India, in Union with University College and Kings College, London (London: Judd 86 Co., 1890). For the commercial guides, see: David Muddiman, 'Information and Empire: The Information and Intelligence Bureaux of the Imperial Institute' in Toni Weller (ed.), Inûrmation History in the Modern \%rld: Histories of the Modern Age (Basingstoke: Palgrave Macmillan, 2011), 108-29.
33. For membership of the Governing Body, see: The Imperial Institute of the United Kingdom, the Colonies and India, ete. (London: Imperial Institute, 1892), 9. For the fall-off in Funds: 77>], 3 September 1891, 4; Indian Daily News, 20 October 1891, 3.
34. Report Presented to the First General Meeting of the Imperial Institute, etc.... Novemher 26th 1892 (London: Waterlow and Sons, 1892), 12. For the donations of the Maharaja of Jaipur and Sir Cowasjee Jehangir, see: Imperial Institute, Finance Committee, Minutes, 29 July 1891, 2, 6 September 1893, 104, TNA PRO 30/76/2. For that of Bhavnagar, see: John McLeod, 'Mourning, Philanthropy, and M. M. Bhownaggreeis Road to Parliament' in John I-Iinnells and Alan Williams (ed.), Parsis in India and the Diaspora (Abingdon: Routledge, 2007), 136-56.
35. Moonshine, 20 May 1893, 234-5; Imperial Institute. Opening

Ceremony, May 10th 1893 (printed circular), TNA I-1O45/ 9871/B14351; W. E. H. Lecky, The Empire, its Value and its Growth: An Inaugural Address Delivered at the Imperial Institute, Novemher 20, I893 (London: Longmans, Green 1893).

36. For photographs of the Indian cavalry, see: The Sketch, 17 May 1893, 117. The Native Oûicers Diary. The Diary Kept @1... Abdul Razzak Qf the lst Madras Lancers, on his Guard of Honor Duty to the Empress of India in the Imperial Inst tute (Madras: Higginbotham 81 Co., 1894).
37. Daily Dlegraph, 6 May 1893, 4; Graphic, 13 May 1893, 550; ibid., 25 November 1893, 651; ILN, 20 May 1893, 591; George Birdwood, 'The Indian Metal Work Exhibition at the Imperial Institute', Magazine of/lrt 16 (1893), 172-7.
38. For its history see Gillian Evinson, The,Orientalist, His Institute and the Empire: The Rise antl.Suhsequent Decline of Oagûzrd University/3 Inalian Institute (2004) available at: Www. bodleian.ox.ac. uk/_data/ assets/ pdf_file/ 0009/ 27774/ indianinstitutehistory. pdf (accessed 4 April 2018); Record of the Establishment of the Indian Institute in the University 0fOx_fora§ etc (Oxford: Horace Hart, 1897), 6-7.
39. Herbert Sidebotham, 'Labouchere, Henry Du Pré (1831-1912)', rev. H. C. G. Matthew,ODNB.
40. Truth, 18 March 1897, 651-2.
41. Daily News, 29 July 1899, 6; The Times, 29 July 1899, 15.
42. The diamond jubilee awaits a full history, but see: Edward Ellsworth, 'Victoria's Diamond Jubilee and the British Press: The Triumph of Popular Imperialism', Social Studies 56 (1966), 173-80; Jan Morris, Heavens Command: An Imperial Progress (London: Faber, 1973), ch. 27; Walter Arnstein, 'Queen Victoria's Diamond Jubilee', American Scholar 66 (1997), 591-8; Greg King, Twilight of Splentlor: The Court of Queen Victoria during her Diamond fuhilee Year (Hoboken, NJ: John Wiley, 2007). The global reach of the celebrations beyond Britain and the Empire is conveyed in Willoughby Maycock, The Celebration in Foreign Countries of the Sixtieth Anniversary of Her Majesty} Accession to the Throne (London: Harrison and Sons, 1897). For the telegram arrangements, see: QVJl., 22 June 1897; Hamilton to Elgin, 11 June 1897,

IOR Mss Eur. C125/2, 1-2.

43. She raised the issue as early as October of the previous year: Queen Victoria to Hamilton, [15 October 1896], IOR Mss Eur. A147, fols 3-4. For arrangements for the procession, see: Sir Fleetwood Edwards to the Bishop of Winchester, 11 February 1897, Davidson papers, Lambeth Palace, Davidson 49, fols 348-51, Arthur Bigge to the Bishop of Winchester, 29 February 1887, ibid., fols 359-60.
44. Hamilton to Elgin, 15 January 1897, IOR Mss Eur. C125/2, p. 3, Hamilton to Elgin, 26 February 1897 (copy), ibid., fol. 26; Elgin to Hamilton, 20 January 1897, Mss Eur. D509/4, fols 27-34; Steyning Edgetley to Mr Hunter, 2 February 1897, 13 March 1897, MSA, Pol. Proceedings (1897), vol. 101, 9, 41. At the beginning of June, the Viceroy sent out a hharita to various maharajas saying that invitations to London had not been issued because of the demands of the famine, 'one more instance of the thoughtful care and tenderness for Her people': ibid., vol. 102, 79.
45. Hamilton to Elgin, 3 June 1897 (on the Maharaja of Kapurthala), IOR Mss Eur. C125/2, 247. The other Indian rulers who came were Kunwar Dokhal Singh, Raja Ajit Singh of Khetri, Rajkumar Ennaid Singh ofShahpura. The Eton boys were the sons of the Maharaja of Cooch Behar, the Thakur of Gondal, and the prime minister of Hyderabad, Viqar-ul- Umra; QVJl., 23 June 1897; The Times, 24 June 1897, 6.
46. The Times, 23 June 1897, 14; ibid., 12July1897, 9; ibid., 14July 1897, 10; 21 June 1897. For the Thakur of Gondal's elevation: Gazette of India, 22 June 1897, 3.
47. For the arrangements for one of these officers, Rai Bahadur Thakur Dip Singh (of the Camel Corps), see: Proceedings of the Hazur Dept (Bikaner State), A121/ 5 (March 1897), Rajasthan State Archives, Bikaner. For the full list and details of their stay: 'Native Officers and Men. Deputation to England, 1897', IOR L/MIL/7/ 5778.
48. For the order of procession, see: Daily News, 22 June 1897, 2. The newsreel footage is at: http://Www.britishpathe.com/video/diamond-jubilee-of-queen-victoria (accessed 9 April 2018). Charlton's painting, commissioned by the queen, is at

RCIN 400211.

49. Elgin to Hamilton, 12 May 1897, D509/ 5, fols 135-64 (commemorative medal); Hamilton to Elgin, 25 June 1897, C125/2, 297; QVJl., 19 June 1897, 29 June 1897, 5 July 1897, 8 July 1897, 10 July 1897. For the Swoboda portraits, see: RCIN 403809, 403819, 403820, 403821; Hamilton to Sir Fleerwood Edwards, 12 June 1897, RA, V1C/ MA1N/ R/46/29-29a; Daily News, 23 July 1897, 6. 50. Elgin to Hamilton, 10 February 1897, IOR Mss Eur. D509/4, fols 51-60.
51. ToI, 22 June 1897, 14; Bomhay Gazette, 22 June 1897, 5. For the Holkar's concern that proposed prisoner release was not 'consistent with public peace and safety', see lndore Durbar to Capt. A. D. Bannerman, 15 June 1897, For. Proceedings (1897), Madhya Pradesh State Archives, 17-14, fol. 137.
52. MSA, Pol. Proceedings (1897), vol. 101, 53 (addresses to go to the government not the queen); ibid., 91 (no more than six per deputation); ibid., 107 (gifts).
53. Hindoo Patriot, 27 May 1897, 2; Civil 65' Military Gazette, 24 May 1897, 2 (Elgin's mocking speech); Bombay Gazette, 24 May 1897, 4; Karnata/ea Prakasi/ea, 24 May 1897, NNR (Madras), IOR I./R/5/108, 125-6.
54. MSA, Pol. Proceedings (1897),-vol. 104, 183-92 (Poona Sabha); NAI, Pol. Proceedings (September 1897), Public, 573 (Punjab).
55. Elgin to Hamilton, 15 june 1897, Mss Eur. D509/5, fols 323-9; Queen Victoria to Elgin, Vry 22 June 1897, telegram, no. 62, Mss Eur., F84/1, fol. 26. . 4
56. J. P Hewett to chief secretary, Government of Bombay, 17 April 1897, MSA, Pol. Proceedings (1897), vol. 101, p. 247.
57. Details of diamond jubilee events across India summarised here are drawn from two main sources: 'Reports on the Measures Taken for the Celebration of the Completion of the Sixtieth Year of the Reign of Her Majesty the Queen, Empress of India', NAI, Home Dept Proceedings (November 1897), 310-30, and 'Congratulatory Addresses from Public Bodies and Letters from Native Chiefs', (February 1898) NAI, Foreign Dept Proceedings (February 1898), 111-325.
58. Political Dept, Government of Bombay to the Foreign Secre-

tary of the Government of India, 27 August 1897, MSA, Political Proceedings (1897), vol. 102, fols 297-313 (junagadh); 'Account of the Native]ubilee Celebrations... in Native States under the Political Control of the Government of Madras, etc.' (Travancore), Political Proceedings (2 August 1897), 507-8, Tamil Nadu State Archives.

59. Hindoo Patriat, 24]une 1897, 3; 'H.M.'s Diamond Jubilee' (misc. circulars), IORL/R/2/616/ 158 (for the 'Indian Princes' Health Institute'); M. R. Mehta to the Maharaja of jaisalmer, 19 November 1898, Proceedings of the Office of the Dewan, jaisalmer, (1898), 106/ 1 19, Rajasthan State Archives, Bikaner.
60. Karnataka State Archives, Bangalore, Chief Secretariat records (1897), 102, 112-13, 116; 'A Brief Account of the Celebration in the Mysore State of the Diamond Jubilee', IOR/ R/ 2/ Box8/ 63.
61. 'Memorandum Showing the More Important Points on which the Deputy Commissioners should Address the Gentlemen Assembled at the Durbars to be Held on 22 June 1897', Chief Secretariat Records, Karnataka State Archives, Bangalore, 102, fols 14-15.
62. Mysore Gazette, 21 May 1897, 1; Memorandum (29 May 1897), Chief Secretariat Records, Karnataka State Archives, 102, fols 153-9.
63. 'Report on the Celebrations of the Diamond jubilee Festivities in the Minor Towns of the Bangalore District on the 21 and 22 June 1897', Chief Secretariat Records, Karnataka State Archives, 112, fol. 164; Deputy Commissioner, Shimoga District to the Secretary to the Government of Mysore, 5 july 1897, ibid., fols 204, 219.
64. MSA, Pol. Proceedings (1897), vol. 104, 651 (Bombay); 'Account of the Native jubilee Celebration... in Native States under the Political Control of the Government of Madras, etc' (Pudukkottai), Tamil Nadu State Archives, Pol. Proceedings (2 August 1897), 507-8.
65. S. Muttu Aiyar and C. V. Swaminada, Lzû of Her Majesty Queen Victoria, Empress eflndia (Madras: the authors, 1898).
66. Durga Das De, 16:1/iliyajna (T/aefubilee Saerzûte) (Calcutta: Mukerji 86 Co., 1897), QLB (Bengal); Rajendra Narayan

Mukherji, Hira/eanjali (The Diamond jubilee Oûering) (Calcutta: K. P. Banerji, 1897), QLB (Bengal).

67. Madras Times, 12 May 1897, 3 (viceregal pressure); Ma/aaratta, 25 April 1897, 4 (calls for charity); Bengalee, S]une 1897, 269-70 (charity and acts of grace), 26]une 1897, 304-5 (previous demonstrations of loyalty); Dainik-0-Samac/var Chandrika, 29]une 1897, NNR (Bengal), L/R/ 5/23, p. 556 (sale of the queen's jubilee message).
68. Paisa Akhbar, 4 June 1897, Punjab Samachar, 19 June 1897, Rahbari-i-Hind, 28 June 1897, NNR (Punjab), L/R/5/181, 460-61, 515, 539-40; The Victoria Diamondfubilee Hindu Technical Institute, Punjab. Inaugural Address on the Commercial and Industrial Development of India, Delivered on the Evening of the 21st]une (Lahore: Tribune Press, 1897), I.
69. Dacca Prahash, 20 June 1897, NNR (Bengal), L/R/5/23, 535; fami-ul-Ulum, 14 June 1897, NNR (North-West Provinces and Oudh), L/R/ 5/ 74, 391.
70. Hamilton to Elgin, 25 June 1897, Mss Eur. C125/2, fol. 297. '
71. The Times, 22 June. 1897, 5; 'Report on the Measures Taken for the Celebration of the... Sixtieth Year of the Reign, etc.', NAI, Home Dept Proceedings (November 1897), 318 (Punjab); P. L. Malhotra, Administration ofLord In India, 1894'-99 (New Delhi: Vikas, 1979), 151-4. M 5'
72. 'Autobiography of Damodar Hari Chapekar' (Bombay Police Abstracts, 1910), reproduced at: https://cultural.maharashtra.gov.in/english/gazetteer/VOL-II/autobiography pdf (accessed 4 April 2018). For claims about the involvement of the INC, see: Arthur Crawford, Our Troubles in Poona and the Deccan (London: Archibald Constable, 1897), 90-2. For the background, see: Gordon Johnson, Provincial Politics and Indian Nationalism: Bombay and the Indian National Congress, 1880 to 1915 (Cambridge: Cambridge University Press, 1973), ch. 3; Prashant Kidambi, The Making of an Indian Metropolis: Colonial Governance and Public Culture in Bombay, 1890-1920 (Aldershot: Ashgate, 2007), ch. 3.
73. Richard Cashman, The Illyth of the 'Lohamanya': Tilah and Mass Politics in Maharashtra (Berkeley: University of Cali-

fornia Press, 1975); Biswamoy Pati (ed.), Bal Gangadhar Tilak: Popular Readings (Delhi: Primus, 2011), esp. chs 4-5; Sukeshi Kamra, 'Law and Radical Rhetoric in British India: The 1897 trial of Bal Gangadhar Tilak', South Asia, 39 (2016), 546-59.

74. S. S. Setlur and K. G. Deshpande (eds), A Full and Authentic Report of the Trial of Bal Gangadhar Yilab: At The Fourth Criminal Sessions 1897 of the Bombay High Court beûre justice Strachey and a Special fury (Bombay: Education Society's Press 1897), 31, 73, 80, 107.

75. Arthur Godley to George Hamilton, 3 May 1897, IOR Mss Eur. D509/4, Fols 413-14.

12 The Last Years of the Qaisara

1. QVJl., 21 July 1891. The progress of Bhai Ram Singh's commission can be followed in the correspondence between Henry Ponsonby, Bhai Ram Singh and Lockwood Kipling during 1890-2, in the J. L. Kipling papers, Special Collections, University of Sussex, Ms 38, 1/15. Cf. Pervaiz and Sajida Vandal, The Raj, Lahore, and Bhai Ram Singh (Lahore: NCA Publication, 2006), 154-68; Julius Bryant 'Kipling's Royal Commissions: Bagshot Park and Osborne' in Julius Bryant and Susan Weber (eds), john Lockwood Kipling: Arts and Crafts in the Punjab and London (London: Yale University Press 2017), 435-62.
2. For the Manipur crisis, see: John Parratt, Queen Empress vs Yikendrajit Prince ofManipur: The Anglo-Manipuri Conûict of 1891 (New Delhi: Har-Anand Publications, 1992); Caroline Keen, An Imperial Crisis in British India: The Manipur Uprising of I 891 (London: IB Tauris, 2015).
3. Ethel Grimwood, ll/Iy Three Yéars in Manipur and Escape ûorn the Recent Mutiny (London: Richard Bentley, 1891). For comparisons with 1857, see Morning Post, 11 May 1891, 5; M. J. Wright, Three Years in Cachar. With a ShortAccount of the ManipurMassacre (London: S. W. Partridge, 1895), I54; Northern Echo, 1 April 1891, 3 (an 'Indian Isandula').
4. QVJl., 10 April 1891, 19 April 1891, 3 May 1891, 4 May 1891, 7 May 1891; Cross to Lansdowne, 26 June 1891, IOR Mss Eur D558/4, fol. 27; Queen Victoria to Cross, 3 May 1891,

BL, Add. Ms. 83, 315, fols 23-4; Cross, 'The Character of the Queen as Shown in her Private Letters' (n.d.), BL, Add. Ms. 51, 289, fols 59-65.

5. QVJl., 1 July 1891.
6. QVJl., 8 August 1891; Lansdowne to Cross 14]uly 1891 ('cata strophic'), IOR Mss Eur. E243/30; Cross to Lansdowne, 12 August 1891, IOR Mss Eur. D558/4, fols 56-8; Manomohan Ghose, Memorandum ofArgurnents on Behah'ofKu/a Chandra Sing, Maharaja... of Manipur and Ti/eendrajit Bir Sing, fuhraj or Senapati of Manipur; etc. (London: W. Hutchinson 86 Co., 1891).
7. QVJl., 17 August 1891.
8. Queen Victoria to Cross, 5 May 1891, BL, Add. Ms, 85,315, fols 26-7. 9. Queen Victoria to Cross, 27 June 1891, BL, Add. 85,315, fols 51-2, Queen Victoria to Cross, 4 July 1891, ibid., fols 60-1. " i '5
10. Cross, HL Debs, 354 (22 June 1891), 1003; Queen Victoria to Cross, 27]une 1891, BL, Add. Ms., 85,315, fols 53-4.
11. Queen Victoria to Cross, 11 August 1891, BL, Add. Ms. 85,315, fols 66-7; Cross to Lansdowne, 15 October 1891, IOR Mss Eur. D558/4, fols 75-7.
12. IOR Mss Eur. A191 22/10/1887.
13. Sushila Anand, Indian Sahih: Queen Victoria} Dear Ahdul (London: Duckworth, 1996); Shrabani Basu, Victoria and Ahdul: The True Story of the Queens Closest Confidant (Stroud: History Press, 2011); Michaela Reid, Ash Sir]ames.' The Life of Sir farnes Reid, Personal Physician to Queen Victoria (London: Eland, 1996), ch. 8.
14. For Boehm's busts, see: https://www.sothebys.com/en/auctions/ecatalogue/lot.56.html/ 201 1/ 19th-20th centuryeuropean-sculpture-l1 1230 (accessed 4 April 2018); and for Swoboda's portraits, see: the Royal Collection (RCIN 403831 Abdul Karim) and (RCIN 403641 Mahomet Buksh). The queen also commissioned Heinrich von Angeli to paint Abdul Karim (RCIN 406915); 'Rules for Scotland Memorandum', 20 August 1887, James Reid Archive, Jedburgh, vol. 7; Basu, Victoria and Ahdul, 55.
15. 'Rules for Scotland Memorandum', Reid Archive, vol. 7.

16. James Reid to Sir William Jenner, 19]uly 1889, 24 August 1889, Reid Archive, vol. 9.
17. Cross to Lansdowne, 30 October 1890, IOR Mss Eur D558/ 3 no. 48; Lansdowne to Cross, 12 November 1890, no. 50; Lansdowne to Cross, 27 November 1890, ibid., no. 54; 29-30, no. 16: Fowler to Elgin, 17 May 1895, IOR Mss Eur F84/13, no. 16; Queen Victoria to Crown Princess Victoria, 9 December 1893, in Agatha Ramm (ed.), Beloz/ed and Darling Child. Last letters hetu/een Queen Victoria and her Eldest Daughter; I 886-1901 (Stroud: Alan Sutton, 1990), 163-4.
18. Reid, As/e Sirfames, 131-2, 137-8.
19. Lambert, 'Memorandum' (March-]une 1896) in 'Intelligence on Abdul Karim, munshi to Queen Victoria', IOR/L/PS/ 8/61; Basu, Victoria and Ahdul, chs 9-10.
20. Reid, Ash Sir fames, 137-8; Basu, Victoria and Abdul, ch. 11.
21. Basu, Victoria and Ahdul, 185.
22. John Bradley (ed.), Lady Curzons India: Letters of a Vieereine (London: Weidenfeld 86 Nicolson, 1985), 126.
23. Rafiuddin Ahmed or Ahmad (1865-1954). He later served as a minister in the government of Bombay presidency. Cf. Humayun Ansari, The Inûdel Within: Muslims in Britain Since I800 (2004), 78-9.
24. The Times, 26 September 1890, 4, 13 October 1890, 3; Rafiuddin Ahmad, 'The Legal Authority of English Women Compared to Muhammadan Women', Asiatic Quarterly Review, 2nd ser., 1 (Ianuary 1891), 410-30.
25. Rafiucldin Ahmad, 'The Queen's Hindustani Diary', Strand Magazine 4 (December 1892), 551-7. Cf. his earlier 'Kaiser-i-Hind and Hindoostani', Nineteenth Century 29 (May 1891), 747-53.
26. ILN, 31 December 1892, 834; Graphic, 31 December 1892, 794; Raûuddin Ahmad, 'The Royal Marriage from the Oriental Point of View', Strand Magazine 6 (October 1893), 447-58. RCIN 403825 (Swoboda).
27. ToI, 14 April 1891, 5. Ahmad claimed to have visited Balmoral in his 1891 article in Strand Magazine.
28. Queen Victoria to Cross, 28 May 1891, BL, Add. Ms. 83, 315, fols 38-9.

29. Cross to Lansdowne, 2]une 1892, 21]uly 1892, IOR Mss Eur. D558/5, fols 39-40, 50; Lansdowne to Cross, 28]une 1892, ibid., fol. 73.
30. H. H. Fowler to Lord Elgin, 8]une 1894, 12 October 1894, IOR Mss Eur. F84/12, fols 28-30, 54-8; Elgin to Fowler, 30 October 1894, ibid., fols 109-10; The Times, 28 May 1894, 6; Raûuddin Ahmad, 'A Moslem's View of the Pan—Islamic Revival', Nineteenth Century 42 (October 1897), 517-26.
31. The Times, 24 October 1894, 3; cf. Raûuddin Ahmad, 'The Political Situation in India', Pall Mall Gazette, 29]anuary 1895, 1-2; Elgin to Hamilton, 18 September 1895, IOR Mss Eur. F84/13, fols 126-30. " 5
32. Queen Victoria to Curzon, 30 December 1898, IOR Mss Eur. F111/135, no. 1. 33. James Reid to Lord Salisbury, 25 January 1898, Reid Archive, vol. 20.
34. Arthur Davidson to Reid, 1 May 1898 ('rufûan'), Reid Archives, vol. 20; Hamilton to Elgin, 30 April 1897, IOR Mss Eur. C125/ 2, fol. 169 ('Mahomedan intriguer').
35. Queen Victoria to Curzon, 13 April 1899, IOR Mss Eur. F111/ 135, no. 25.
36. Hamilton to Elgin, 13 October 1896, F84/14, no. 43.
37. Queen Victoria to Curzon, IOR Mss Eur. F111/135, no. 42; QVJl., 12 February 1900, 15 March 1900, 27]une 1900; Curzon to Hamilton, 14]une 1899, IOR Mss Eur. F111/158, no. 26; Curzon to Hamilton, 15 February 1900, 16 May 1900, IOR Mss Eur. F111/159, nos. 9, 28. For Curzon's support: 'Debate on the Budget, 28 March 1900' in Speeches by Lora' Curzon of Kedleston, Viceroy and Governor-General of India: 1898-I901 (Calcutta: Thacker, Spink 86 Co., 1901), 285.
38. The Times, 12]uly 1900, 7.
39. QVJl., 29 October 1900; Queen Victoria to Curzon, 28 October 1900, IOR Mss Eur. F111/135, no. 71; Hamilton to Curzon, 1 November 1900, IOR Mss Eur. F111/159, no. 76.
40. Queen Victoria to Curzon, 11 january 1901, IOR Mss Eur. F111/135, no. 76; Hamilton to Curzon, 7 February 1901, IOR Mss Eur. F111/160, no. 11. The Thakur of Morbi was the only Indian prince to attend the funeral of Queen Victoria.
41. Daily Dlegraph, 2]anuary 1901, 7-8; Rodney Atwood, The

Life of Field Marshal Lora' Roberts (London: Bloomsbury, 2015), 217-19.

42. Moslem Chronicle, 23 February 1901, 1608; 'Notiûeations Connected with the Demise of the Queen-Empress', Chief Secretariat records, Karnataka State Archives, Bangalore (1901), 126.
43. For the service at Calcutta Cathedral, see: Englishman, 2 February 1901, 4; Service of Mourning Held on the Day of the Funeral of her Late Majesty Queen Victoria... in St Thomas', Cathedral, Bombay (Bombay: n.p.), 5.
44. For criticism, see: Mu/ebhir-i-Da/ehan, 30 January 1901, NNR (Madras), IOR L/R/5/1 10, 46-7, Paisa Akhbar, 2 February 1901, NNR (Punjab), IOR L/R/5/185, p. 76.
45. Hindoo Patriot, 5 February 1901, 5; Anon., In Memory of Victoria, Queen 69"' Empress, 1837-I901 (Bombay: Caxton V/orks, 1901), 69-71.
46. The fullest account is in A. Govindaraja Mudaliar (ed.), lnalias Memorial Tribute to her Late Gracious Majesty, Queen Victoria, Empress of1na'ia (Bombay: Thacker 86 Co., 1901).
47. 'Death of Her Majesty the Queen Empress' (1 February 1901) in Speeches by Lora' Curzon... 1898-1901, 418. Several newspapers reproduced the text of the 1858 proclamation, e.g. Mahratta, 10 February 1901, 9.
48. Al Bashir (Etawah), 4 February 1901, NNR (North-West Provinces), IOR L/R/5/78, 90-1; Inalu Prakash, 24]anuary 1901, NNR (Bombay), IOR L/R/5/156, 9-10; In Memory of Queen é" Empress (Bombay), 66-7; The Times, 24 january 1901, 5; Friend of India, 14 February 1901, 15.
49. Bengalee, 23 January 1901, 1, also Mudliar (ed.), Indian? Memorial Tribute, 41-2; Wacha, 'Presidential Address', 17th Indian National Congress (Calcutta), reprinted in Speeches and Writings of Sir Dinshaw Edulji Vûzcha (Madras: G. A. Natesan 8C Co., 1920), 2-4; K. C. Duraisami, The True Victorian Glory (Madras: Thompson 86 Co., 1901), v; Lajjaram Sharma Mehta, Srimati Maharani Bharatesvari Viktoriya /ea caritra, or Liû of Queen Victoria, Empress of India (Bombay: Khemraj Shrikrishnadas, 1901); Vidhvan Periya Reddiar, The Maharani Ammanei (Madras: Ramalinga Swami, 1901).

50. Primal energy.
51. Raj Johgeshur Mitter (comp.), Bengal's Tribute to her Late Majesty the Queen-Empress. Being a Collection of Speeches Delivered at Different Memorial Meetings (Calcutta: Standard Press, 1901), 17 (Tagore); Trailokyamohan Guha-niyogi, Geet Bharatam: The Lays of India. The Memorial Poem-temple of Empress Victoria (Calcutta: Sanyal & Co., 1902); Madras Mail, 2 February 1901, 7 (Iyer).
52. 'Queen Victoria Memorial' (6 February 1901) in Speeches of Lord Curzon... 1898-1901, 423-4, 426-7; Syed Ali Khan, Lord Curzon's Administration: What He Promised, What He Perfrrmed (Bombay: The Times Press, 1905), 115-16; Curzon to Hamilton, 31 january 1901, IOR Mss Eur. D510/7, fols 91-4.
53. 'Contents of the Victoria Memorial Hall' (26 February 1901) in Speeches of Lord Curzon... 1898-1901, 431-55.
54. Maharatta, 3 March 1903, 3.
55. Dewan of Mysore to P. H. Singh, 11 March 1901, Chief Secretariat records, Karnataka State Archives, (1901), 101; Bombay Gazette, 2 March 1901, 5; ToI, 23 March 1901, 7 (Karachi).
56. The Victoria Technical Institute and Memorial Hall: An Account of its History and Work, etc. (Madras: Methodist Publishing House, 1909); ToI, 27 February 1901, 5 (Technical Institute, Madras); ibid., 27 March 1902, 4 (Dufferin Fund); ibid., 15 February 1902, 8 (School for the Blind, Bombay).
57. Curzon to Hamilton, 14 March 1901, IOR Mss Eur. D510/7, fols 199-206; Hamilton to Curzon, 15 March 1901, IOR Mss Eur. F111/159, no. 19; Francis Knollys to Curzon, 25 April 1901, IOR Mss Eur. F111/135, no. 6.
58. H. Caldwell Lipsett, Lord Curzon in India, 1898-1903 (London: R. A. Everett, 1903), 120. For satires of the viceregal couple, see: Harischandra A. Talcherkar, Lord Curzon in Indian Caricature: Being a Collection of Cartoons Reproduced in Miniature, etc. (Bombay: Babajee Sakharam 86 Co., 1903).
59. The principal contemporary account is Stephen Wheeler, History of the Delhi Coronation Durhar: Held on the First of January 1903 to Celehrate the Coronation of His Majesty King

Edward VII, Emperor of India (London: John Murray, 1904). Also useful is Lovat Fraser's At Delhi (Bombay: Times of India, 1903). For more recent analyses, see: Stephen Bottomore, "An Amazing Quarter Mile of Moving Gold, Gems and Genealogy": Filming India's 1902/03 Delhi Durbar', Historical journal of Film, Radio and Television 15 (1995), 495-515; Julie F. Codell, 'Photography and the Delhi Coronation Durbars' in Codell (ed.), Power and Resistance: The Delhi Coronation Durhars, 1877, 1903, 1911 (New Delhi: Mapin, 2012), esp. 37-40.

60. 'Speech on the Presentation of the Freedom of the City of London, at the Guildhall' (20 July 1904) in Speeches on India delivered by Lord Curzon... whilst in England, July-August 1904 (London: John Murray, 1904), 13.
61. [C. J. O'Donnell], The Failure of Lord Curzon: A Study In 'Imperialism': An Open Letter to the Earl of Rosebery (London: T. Fisher Unwin, 1903), 82-5.
62. For the tour, see: Stanley Reed, The Royal Tour in India: A Record of the Tour of T.R.H. the Prince and Princess of Wales in India and Burma, from Novemher 1905 to March 1906 (Bombay: Bennett, Coleman & Co., 1906); G. F. Abbott, Through India with the Prince (London: Edward Arnold, 1906); Madho Prasad, A Brief Account of the Tour Made by their Royal Highnesses the Prince and the Princess of Wales in India, 1905-06 (Mirzapur: Khichri Samachar Press, 1907); Theodore Morison, 'The Indian Tour of the Prince of Wales', North American Review 181 (December, 1905), 912-20; Sidney Low, A Vision of India: As Seen During the Tour of the Prince and Princess of Wales (London: Smith, Elder, 1906).
63. For the Prince's friendship with the Maharaja of Bikaner, see the correspondence beginning on 27 November 1905, Papers of the Office of the Private Secretary, Maharaja Ganga Singhi Trust, Lallgarh Palace, Bikaner. For some of the background, see: L. S. Rathore, The Regal Patriot: Maharaja Ganga Singh of Bikaner (New Delhi: Roli Books, 2007), 33-4; Hugh Purcell, Maharajah of Bikaner India (London: Haus, 2010), ch. 1.
64. The galvanising effect of the Prince of Wales's tour is derscribed in Syed Sharifuddin Pirzad (ed.), Foundations of

Pakistan. All-India Muslim League Documents: 1906-1947, 2 vols (New Delhi: Metropolitan Book Co., 1982), ii, 603-7.

65. A. F. Bruce to the Secretary of the Political 86 Foreign Dept, Bikaner, 1 September 1895, Proceedings of the Mahkama Khas (266 of 1905), Rajasthan State Archives, Bikaner.
66. ToI, 5 January 1906, 5.
67. Copies of the Proclamation of the King, Emperor of India, to the Princes and Peoples of India, of the 2nd day of November 1908, etc.', Parl. Papers, (1908), Cd. 324. For its gestation, see: Minto to Morley, 27 May 1908, IOR Mss Eur. D573/315, fol. 194, Morley to Minto, 7 October 1908, IOR Mss Eur. D573/3, fol. 298; Patrick Jackson, Morley of Blackeburn: A Literary and Political Biography of john Morley (Madison, NJ: Farleigh Dickinson University Press, 2012), 406. In India the fiftieth anniversary of the queen's proclamation was marked by the publication of two new works, one in Bengali, one in Urdu: Anon., Victoria Ewam Tahar Goshana Patra [Queen Victoria and her Proclamation] (Benares: Jung Bahadur Singh, 1910), QLB (North Western Provinces); Maulvi Rahmat Ali, Wafa-i-Rahmat [The Promise of Mercy] (Lahore: Islamia Press, 1910), QLB (Punjab).
68. Telegram (31 January 1909), IOR/L/PJ/6/ 920 (Benares); H. G. Stokes to Arthur Godley, 1 April 1909, IOR/L/PJ/ 6/ 934 (Nagpur). In 1914 royal statues, including one of Queen Victoria, were tarred at Kolhapur: ToI, 28 February 1914, 8. And, three years later, the queen's statue in Clubbon Park, Bangalore, was placed under police guard: Police Dept, File 202, Karnataka State Archives, Bangalore.
69. A. Govindaraja Mudaliar (ed.), Indias Memorial Tribute to His Most Gracious Majesty King Edward VII, Emperor of India (Madras: Selvan, 1911), 87; The All-India King Edward Memorial (Calcutta: n.p., 1911).
70. Ian Copland, 'Dilemmas of an Indian Prince: Sayaji Rao Gaekwar and Sedition' in Peter Robb and David Taylor (eds), Rule, Protest and Identity: Aspects of Modern South Asia (London: Curzon Press, 1978), 28-48; Fatesinghrao Gaekwad, Sayajirao of Baroda: The Prince and the Man (Mumbai: Popular Prakashan, 1989), ch. 18; Thomas G. Fraser, 'Delhi Durbar:

The Coronation Investiture of 1911', Majestas 2 (1994), 75-91.
71. ToI, 5 April 1907, 7; Curzon to Morley, 14 August 1907, IOR Mss Eur. F111/458, fols 43-54.
72. Curzon to Carmichael, 15 April 1912 (draft), ibid., fols 133-8; ToI, 27 May 1913, 4.
73. Maharaja of Bikaner to Curzon, 13 March 1918, IOR Mss Eur. F111/458, fols 319-24; 'Proceedings of the Trustees', 11 February 1920, IOR Mss Eur. F111/460, fols 204-5; ToI, 1 February 1921, 5.
74. ToI, 29 December 1921, 7.

Epilogue

1. Constituent Assembly Debates. Official Report, 12 vols (Delhi: Lok Sabha Secretariat, 1946-50), i (13 December 1946), 62. For all that has been Written about the ideology of Indian nationalism, the gestation of the idea of the republic has received scant coverage, e.g. D. A. Low (ed.), Congress and the Raj: Facets of the Indian struggle 1917-1947 (London: Heinemann Educational, 1977); Jim Masselos, Indian Nationalism: A History (New Delhi: Sterling, 1985); R. Sisson and S. Wolpert (eds), Congress and Indian Nationalism (Berkeley: University of California Press, 1988); Robin Jeffrey (ed.), India: Rehellion to Republic, Selected Writings (New Delhi: Sterling, 1990); John Zavos, The Emergence of Hindu Nationalism in Colonial India (Oxford University Press, Delhi, 2000); Bidyut Chakrabarty and Rajendra Kumar Pandey, Modern Indian Political Thought: Text and Context (London: Sage, 2009); Shruti Kapila (ed.), An Intellectual History for India (Cambridge: Cambridge University Press, 2011). A recent work that does partially address this omission is: Ananya Vajpeyi, Righteous Republic: The Political Foundations of Modern India (Cambridge, MA: Harvard University Press, 2012).
2. Queen Victoria questioned why both southern African colonies had broken away, and called for their restitution to the Empire: Henry Labouchere to Queen Victoria, 26 July 1856,

Queen Victoria to Henry Labouchere, 8 January 1857, Letters of Queen Victoria, 1st ser., iii, 255-6, 285.

3. Chandra Pal, 'The Hymnology of the New Patriotism in Bengal' (October 1905) in Pal, The New Spirit. A Selection from the Witings and Speeches of Bipinchandra Pal on Social, Political and Religious Subjects (Calcutta: Sinha, Sarvadhikari & Co., 1907), 31, cf. 'The Shivaji Festival' (26 July 1902) in ibid., 41-2, and 'Loyal Patriotism' (25 February 1905), ibid., 218.
4. Vinayak Damodar Savarkar, The Indian War of Independence, 1857 (Bombay: Phoenix Publications, 1947).
5. Indian Sociologist 3 (September 1907), 16; Sadan Jha, Reverence, Resistance and Politics of Seeing the Indian National Flag (Cambridge: Cambridge University Press, 2016), 79.
6. For India House, see: Nicholas Owen, The British Left and India: Metropolitan Anti-imperialism, 1885-1947 (Oxford: Oxford University Press, 2007), 62-75; Alex Tickell, 'Scholarship Terrorists: The India House Hostel and the "Student Problem" in Edwardian London' in Rehana Ahmed and Sumita Mukherjee (eds), South Asian Rcsistances in Britain, 1858-1947 (London: Continuum, 2012), 3-18. For Krishnasharma, see: Harald Fischer-Tiné, Shyamji Krishnasharma: Sanskrit, Sociology and Anti-imperialism (London: Routledge, 2010), 136-41.
7. 'Letter to the Natal Advertiser' (3 October 1893), CWMG, i, 63-5, 'Petition to Lord Ripon', (c. 14 July 1894), ibid., 147-57; The Indian Franchise (1895), ibid., 266-90; 'Letter to the Natal Vitness' (4 April 1896), ibid., 308-11; 'Interview with the Natal Advertiser' (5 June 1896), ibid., 339-40; 'Address to Queen Victoria' (c. 21 June 1897), ibid., ii, 255; 'Telegram' (23 January 1901), ibid., iii, 206. For Gandhi in Natal, see: Robert A. Huttenback, Gandhi in South Africa: British Imperialism and the Indian Question, 1860-1914 (Ithaca: Cornell University Press, 1971); Ramachandra Guha, Gandhi before India (London: Allen Lane, 2013), ch. 6.
8. Autobiography (1927), C WMG, xxxix, 140-1.
9. Indian Opinion (12 November 1904), CWMG, iv, 297; Indian Opinion (11 November 1905), (3 March 1906), ibid., v, 28,

209; Indian Opinion (14 May 1910), ibid., x, 251.

10. Annie Besant, India a Nation. A Plea for India Self-Government (London: T. C. 86 E. C. Jack, 1915), 153-4; idem., India as She was and as She is (Madras: Indian Bookshop, 1923), 53; idem., Dominion Home Rule for India (Madras: Besant Press, 1915), ii-v. For this stage of Besant's Indian career, see: Nancy Fix Anderson, "Mother Besant" and Indian National Politics', journal of Imperial and Commonwealth History 30 (2002), 27-54.
11. Ram Chandra, 'Blind Loyalty is a Myth', Spokesman Review, 16 July 1916 in Select Documents on the Ghadr Party, comp. T. R. Sareen (New Delhi: Mounto, 1994), 146-7; Suzanne McMahon, Echoes of Freedom: South Asian Pioneers in California, 1899-1965: An Exhibition in the Bernice Layne Brown Gallery in the Doe Library, University of California, Berkeley July 1-September 30, 2001 (Berkeley: Centre for South Asian Studies, University of California, Berkeley, 2001), 35-8.
12. For the Amritsar massacre and its effects, see: Derek Sayer, 'British Reaction to the Amritsar Massacre, 1919-1920', Past and Present 131 (1991), 130-64; Kim Wagner, "Calculated to Strike Terror": The Amritsar Massacre and the Spectacle of Colonial Violence', ibid. 233 (2016), 185-225.
13. King George V's proclamation is reprinted in A. B. Keith (ed.), Speeches and Documents on Indian Policy, 1750-1921, 2 vols (London: Oxford University Press, 1922), 327-32; ToI, 27 December 1919, 7.
14. ToI, 10 February 1921, 10; ibid., 21 November 1921, 9.
15. Motilal Nehru, Speech given at the unveiling of the Tilak statue at Poona, 27 July 1924: Ravinder Kumar and D. N. Panigrahi (eds), Selected Works of Motilal Nehru, 6 vols (New Delhi: Vikas, 1982-95), iv, 226; cf. V. G. Khobrekar (ed.), Shivaji Memorials: The British Attitude (1885-1926), Source Material from the Maharashtra Archives (Bombay: Maharashtra Dept Archives, 1974), ix-xx.
16. Chandrika Kaul, 'Monarchical Display and the Politics of Empire:-,Princes of Wales and India 1870-1920's', Twentieth Century British History 17 (2006), 464-88; Judith Woods, 'Ed-

ward, the Prince of Wales' tour of India, October 1921-March, 1922', Court Historian 5 (2000), 217-21.

17. For Gandhi and the boycott, see: Young India (7 July 1920), (1 August 1920), (18 August 1920), CWMG, xviii, 18-19, 102-3, 138-42. And for his advice regarding the king emperor, see: Navajivan (11 April 1920), ibid., xvii, 311-12; Navajivan (29 December 1920), Young India (23 March 1921), ibid., xviii, 130-7, 464-7.
18. Independent Hindustan 1 (September 1920), 2; ibid., 1 (October 1920), 28; United States of India 1 (July 1923), 1.
19. 'Proceedings of the Indian National Congress, Moslem League and Other Conferences Held at Ahmedabad, etc.', 10-11, NAI, Home Pol. Proceedings (1921) F461; Francis Robinson, Separatism among Indian Muslims: The Politics of the United Provinces' Muslims 1860-1923 (Cambridge: Cambridge University Press, 1974), 332.
20. For the manifesto, see: The Fragrance of Freedom: Writings of Bhagat Singh, ed. K. C. Yadav and Babar Singh (Guragaon: Hope India, 2006), 337-43. For the background, see: J. S. Grewal (ed.), Bhagat Singh and his Legend (Patialia: Punjabi University, 2008), esp. chs by Grewal and H. K. Puri; Neeti Nair, 'Bhagat Singh as "Satyagrahi": The Limits to Non Violence in Late Colonial India', Modern Asian Studies 43 (2009), 649-81.
21. 'Presidential Address at the First Session of the Republican Congress' (28 December 1927), Selected Works of jawaharlal Nehru, ed. S. Gopal, 61 vols, (1964—), iii, 7-8.
22. 'Democracy in India' (3 May 1928) in The Essential Writings of Netaji Subhas Chandra Bose, ed. Sisir K. Bose and Sugata Bose (New Delhi: Oxford University Press, 1997), 83. On Jayaswal, see: Ratan Lal, Kashi Prasad Jayaswal: The Making of a 'Nationalist' Historian (Delhi: Aakar Books, 2018).
23. Lajpat Rai, The Political Future of India (New York: B. W. Huebsch 1919), 21; Subhas Bose, The Indian Struggle, 1920-34 (London: Wishart, 1935), 7-11.
24. R. P. Bhargava, The Chamher of Princes (New Delhi: Northern Book Centre, 1991), 202; Ian Copland, The Princes of India in the Endgame of Empire, 1917-1947 (Cambridge: Cam-

bridge University Press, 1997), 66.

25. 'Presidential Address to the 25th Session of the All-India Muslim League Allahabad' (29 December 1930) reprinted in L. A. Sherwani (ed.), Speeches, Writings, and Statements of Iqbal (Lahore: Iqbal Academy, 1977), 12-13; cf. Iqbal Singh Sevea, The Political Philosophy of Muhammad Iqbal: Islam and Nationalism in Late Colonial India (Cambridge: Cambridge University Press, 2015), ch. 4.
26. Ambedkar, 'The Indian Ghetto' (n.d.) in Dr. Babasaheb Ambedkar Writings and Speeches, 18 vols (Bombay: Govt. of Maharashtra 1979-2003), v, 19-20.
27. For the background, see: Mushirul Hasan and Dinar Patel (eds), From Ghalib's Dilli to Lutyen's New Delhi. A Documentary Record (Delhi: Oxford University Press, 2012); Sumanta K. Bhowmick, Princely Palaces in New Delhi (New Delhi: Nyogi, 2016).
28. Reginald Craddock, The Dilemma in India (London: Constable, 1929), 295-303. The Indian Empire Society wrote the queen's proclamation of 1858 into its constitution. For the background, see: Ian St John, 'Writing to the Defence of Empire: Winston Churchill's Press Campaign Against Constitutional Reform in India, 1929-35' in Chandrika Kaul (ed.), Media and the British Empire (Basingstoke: Palgrave Macmillan, 2006), 104-24; Neil C. Fleming, 'Diehard Conservatism, Mass Democracy and Indian Constitutional Reform, c. 1918-35', Parliamentary History 32 (2013), 337-60.
29. The Times, 13 November 1930, 14.
30. For the Government of India Act of 1935, see: Carl Bridge, Holding India to the Empire: The British Conservative Party and the 1935 Constitution (New Delhi: Sterling, 1986); Andrew Muldoon, Empire, Politics and the Creation of the 1935 India Act: Last Act of the Raj (Farnham: Ashgate, 2006).
31. O'Dwyer, 'The Golden Age in India', Saturday Review, 28 February 1935, 240-1; cf. Duchess of Atholl, HC Debs, 299 (27 March 1935), 2000.
32. This account is based upon: 'Coronation Darbar', IOR/L/ PO/ 5/ 19. The projected durbar for George VI is mentioned in John Glendoven, The Viceroy at Bay. Lord Linlithgow in In-

dia (London: Collins, 1971), 46, but not the earlier one.

33. The Times, 4 November 1936, 14.
34. 'Coronation of George VI: Messages of Congratulation Received through the Government of India', IOR/L/PS/13/820.
35. Nehru to Majumdar, 20 June 1937, in Selected Works, viii, 415-16.
36. Nehru, 'Presidential Address' (Ludhiana, February 1939) and 'The Indian States and the Crisis' (Andheri, 23 April 1940) in The Unity of India. Collected Writings, 1937-I940 (New York: John Day, 1942), 31, 49.
37. 'The Haripura Address' in Essential Writings, ed. Sisir K. Bose and Sugata Bose, 198.
38. Jinnah, Speech at the annual All-India Muslim League, 23 March 1940, reprinted in W. Ahmad (ed.), The Nations Voice: Towards Consolidation: Speeches and Statements, March 1935-March 1940 (Karachi: Quaid-i-Azam Academy, 1992), 495.
39. Speeches and Statements by the Marquis of Linlithgow (New Delhi: Government of India), 64, 215-16.
40. Leo Amery to Clement Attlee, 28 February 1942, ToP, i, 267-8; Amery, 'Memorandum' (5 january 1945), ibid., v, 375-6; Amery, 'Notes for Discussion of an Interim Constitution' (19 March 1945), ibid., 711. See also: The Leo Amery Diaries, ed. John Barnes and David Nicholson, 2 vols (London: Hutchinson, 1980-88), ii, 783 (4 March 1942), 1033, (2 March 1945).
41. Wavell: The Viceroy's Journal, ed. Penderel Moon (London: Oxford University Press, 1973), 120 (28 March 1943).
42. 'Memorandum by the Lord Privy Seal' (2 February 1942), IOR/L/PO/6/106b. For the Attlee government and India, see: Nicholas J. Owen, 'Responsibility Without Power: The Attlee Governments and the End of British Rule in India' in Nick Tiratsoo (ed.), The Attlee Years (London: Pinter, 1991), 167-89.
43. Lord. Pethick-Lawrence to Attlee, 4 March 1946, ToP, vi, 1106-7. For the Cripps and Cabinet missions to India, see: R. J. Moore, Churchill, Cripps and India, 1939-45 (Oxford: Oxford University Press, 1979); Peter Clarke, The Cripps Version:

The Life of Stafford Cripps (London: Allen Lane, 2002), 257-341, 393-476.
44. R. J. Moore, 'The Mountbatten Viceroyalty', journal of Commonwealth & Comparative Politics 22 (1984), 204-15; Ian Copland, 'Lord Mountbatten and the Integration of the Indian States: A Reappraisal', journal of Imperial and Commonwealth History 21 (1993), 385-408; Rakesh Ankit, 'Mountbatten and India, 1948-64', International History Review 37 (2015), 240 61.
45. R. G. Casey (Governor of Bengal) to Pethick-Lawrence, 18 January 1946, ToP, vi, 821.
46. Wavell to Amery, 22 February 1944, 20 April 1944, ibid., iv, 751-2, 901-3.
47. 'Cabinet C. M. (47) 50th Conclusions' (23 May 1947), ibid., X, 966.
48. Quaid-i-Azam Mohammad Ali Jinnah Papers, ed. Z. H. Zaidi, 18 vols (Islamabad: Oxford University Press 1993-2012), ii, 212-23, 439-53.
49. Mountbatten to the Maharaj-Rana of Dolhpur, 29 July 1947, Top, xii, 391-3.
50. 'Meeting of the Partition Council' (6 August 1947), ibid., 547 9.
51. Harshan Kumarasingham, 'The "Tropical Dominions": The Appeal of Dominion Status in the Decolonization of India, Pakistan and Ceylon', Transactions of the Royal Historical Society 23 (2013), 223-45; A. I. Singh, 'Keeping India in the Commonwealth: British Political and Military Aims, 1947-49', journal of Contemporary History 20 (1985) 469-81; Michael Brecher, 'India's Decision to Remain in the Commonwealth', journal of Commonwealth & Comparative Politics 12 (1974), 62-90.
52. Attlee to Major Adeane (the king's private secretary), 12 June 1947, ToP, xi, 310-11; Earl of Halifax to Attlee, 12 June 1947, ibid., 435; 'Memorandum by the Secretary of State for India' (26 July 1947), ibid., xii, 361-3.
53. The Times, 15 August 1947, 4; Nicholas J. Owen, "More Than a Transfer of Power": Independence Day Ceremonies in India, 15 August 1947', Contemporary Record 6 (1992), 415-51; S. J. Davis, 'August the 15th, 1947: Independence Day in

Calcutta', Army and Defence Quarterly Review 127 (1997), 271-4; Ajit Bhattacharjea, 'Tryst with Destiny', Economic &'Political Weekly, 11 August 2007, 3278-80.

54. 'Viceroy's Personal Report no. 17' (16 August 1947), IOR/L/PO/6/123.
55. Gandhi to Mountbatten, 9 November 1947, CWMG, lxxix, 507. The table-cloth (labelled as a 'lace shawl') is at RCIN 738.
56. Paul McGarr, "The Viceroys are Disappearing from the Roundabouts in Delhi": British Symbols of Power in Post-colonial India', Modern Asian Studies 49 (2015), 787-831; Maria Misra, 'From Nehruvian Neglect to Bollywood Heroes: The Memory of the Raj in Post-war India' in Dominik Geppert and Frank Muller (eds), Sites of Imperial Memory: Cornmemorating Colonial Rule in the Nineteenth and Twentieth Centuries (Manchester: Manchester University Press, 2016), 187-206.
57. Yaqoob Khan Banghash, A Princely Affair: The Accession and Integration of the Princely States of Pakistan, 1947-1955 (Karachi: Oxford University Press, 2015).
58. Lucien D. Benichou, From Autocracy to Integration: Political Developments in Hyderabad State (1938-1948) (Hyderabad: Orient Longman, 2000), chs 6-7; V. P. Menon, The Story of the Integration of the Indian States (Calcutta: Orient Longman, 1956), 201-11.
59. 'Indian Political Theories' and 'Treaty Rights of Indian States' in P. G. Sahasranama Iyer (ed.), Selections from the Writings and Speeches of Sachivottama Sir C. P. Ramaswami Aiyar Dewan of Travancore, 2 vols (Trivandrum: Government Press, 1945), ii, 1-52, 272-93. On Travancore, see: Sarath Pillai, 'Fragmenting the Nation: Divisible Sovereignty and Travancore's Quest for Federal Independence', Law and History Review 34 (2016), 743-82.
60. Constituent Assembly Debates, iv (23 July 1947) 827; x (10 December 1948) 977, 984; x (12 October 1949), 123.
61. Diego Maiorano, Autumn of the Matriarch: Indira Gandhi's Final Term in Office (London: Hurst & Co., 2015), 1, 28-31.
62. Humayan Mirza, From Plassey to Pakistan: The Family History of Iskander Mirza, the First President of Pakistan

(Lanham: University Press of America, 1999).
63. Constituent Assembly Debates, vii (5 January 1949), 1278; viii (17 May 1949) 41-2; x (17 October 1949), 432-4.
64. B. N. Rau, India's Constitution in the Making (New Delhi: Orient Longmans, 1960), 348.
65. ToI, 23 June 1948, 1, and 'Proclamation by George VI', IOR/V/27/220/19; Constituent Assembly Debates, xi (25 November 1949), 978, ibid., (26 November 1949), 988.
66. The Times, 6 March 1961, 13. For the queen's attendance at the celebrations in January 1961 see: www.britishpathe.com/video/new-delhi-republican-day-parade (accessed 9 April 2018).

◆

SELECT BIBLIOGRAPHY

Manuscript Sources

United Kingdom

London

British Library

Dept Printed Books _

BP7/1-5: 1st Marquess of Ripon papers, 1880—84

Dept Manuscripts

Add. Mss 36,473—80 Broughton papers

Add. Mss 85,315 Cross papers

Add. Mss 74I0—11 Herries papers

Add. Mşs 50,026 Iddesleigh papers

Add. Mss 40,462 Peel papers

Add. Mss 4O,864—76 Earl of Ripon papers

Add. Mss 43,510, 43,565—7, 53,603 1st Marquess of Ripon papers

Asian, African SC Pacific Collections

India Office Records (IOR)

A1/94-1 15 Memorials

E4 East India Company Despatches to the Court of Directors

F4 East India Company Board Collections

L/ MIIJ 7 Military Collections

L/PO/5 Private office papers
Li P8C]/ 6 Public 86 Judicial Files
L/P863/18-20 Political memoranda
L/R/5/I Native newspaper reports, I868-1901
R/2 Residency records
SV/412 Quarterly List of Publications, l867—1947
European manuscripts (Mss Eur.)
B380 Mayo
C144 Northbrook
D488 Edward Prinsep
D509 Hamilton
D558 Lansdowne
D594 Ilbert
D726 Wodehouse
D728 Davidson
D951 O. T. Burne
E214 James Fergusson
E243 Richard Cross
E301 H. H. Wilson
E342 James Weir Hogg
E357 George Yule
F78 Lawrence
F83 8th Earl of Elgin
F84 9th Earl of Elgin
F86 Richard Temple
F87 Elphinstone
F1ll Curzon
F130 Dufferin
F213 Hobhouse
F23l Canning
F234 Grant Duff
F595 Lytton
G55 Addresses and Memorials to Royalty from India

Library and Museum of Freemasonry
Minutes, District Grand Lodge of Bengal, 1875-6

Hackney Archives, C.L.R. James Library
Charles Bradlaugh papers

Imperial College, London
Royal Commission for the Exhibition of 1851 Archive

Lambeth Palace
EW Benson papers
Bloomfield papers
Davidson papers
AC Tait papers

News Internatinal
Diaries of William Howard Russell

Royal Society of Arts
Committee minutes, 1852, 1884-6
1886 Colonial and Indian Exhibition papers

Victoria & Albert Museum
Dept Prints & Drawings
    Lady Canning topographical albums

National Art Library
    1886 Imperial and Colonial Exhibition papers
    Henry Cole papers

The National Archives, Kew
ADM 53/ 9778-9: 'Ship's log: HMS Gezlared
ADM 101/271: 'Journal of HMS Serapis'

CO54/ 98: Ceylon despatches, 1875
LC2: Lord Chamberlain Jubilee papers, 1887 and 1897
MINT 16/71: 'Indian war medals' (1896)
PRO 30/6/4: Carnarvon papers
PRO 30/ 12 Ellenborough papers
PRO 30/76: Imperial Institute records

Muniment Room & Library Westminster Abbey
Dean of Westminster Abbey papers

Outside London
Public Record Office of Northern Ireland, Belfast
Dufferin papers

University of Birmingham
Church Missionary Society papers

Cambridge University Library
Add. Ms. 6379: Adelaide Manning papers
Add. Ms. 7490: Mayo papers

Churebill College, Cambridge
Randolph Churchill papers

Chatsworth
Devonshire Collection, Marquis of Harrington papers

Durham University Library
Charles Grey papers

National Archives of Scotland, Edinburgh
Dalhousie papers
University of Sussex, Falmer

].L. Kipling papers

Hatfield House
3rd Marquess Salisbury papers

Suffolk Record Office, Ipswich
Cranbrook papers

Bodleian Library, Oxford
Dep. Hughenden, Disraeli papers
Ms. Eng. C. 4204-8, 4316-17: Kimberley papers
Ms. Eng. D. 2349, 2352: Max Müller papers
Ms. Eng. Misc. e 9: Daniel Wilson papers

West Yorkshire Archives Service, Leeds
Canning papers

Liverpool Record Office
Derby papers

Hartley Library, University of Southampton
Palmerston papers (Broadlands Mss)

Hampshire Record Office, Winchester
3rd Earl Malmesbury papers
2nd Lord Northbrook papers

Borthwick Institute York
Halifax papers

Private collections

Harewood House, Leeds

Lady Canning watercolours

Reid Archive, Jedburgh, Scotland
James Reid Scrap Books, 1887-1901
Lady Susan Reid Scrap Books, 1899-1901

Windsor Castle
Royal Archives
GV/PRIV/AA39AAA39 Diary of Captain Charles Bateson Harvey, 1889-90
PPTO/PP/QV/ADDX/G/16 Privy Purse Jubilee papers, 1887
PPTO/PP/QV/MAIN\ 1870 Vic 12912 Duke of Edinburgh visit to India, 1869-70
VIC/ADDA15 Add. Mss/A15/8445 Duchess of Connaught diaries
VIC/ADDA15 Add. Mss A15 Correspondence relating to the Duke of Connaught, 1883-90
VIC/ADDA25 Add. Mss A25 Correspondence relating to Prince Albert Victor, 1889-90
VIC/ADDC07 Add. Mss C07 Prince of Wales, 1875
VIC/MAIN F/45-7 Jubilee, 1887
VIC/MAIN/F/16-17 Royal Titles bill, 1875-6
VIC/MAIN/M/59 Letters from the Countess of Dufferin
V1C/MAIN/N/ 12-32 Indian correspondence
VIC/MAIN/R/46—46a Diamond Jubilee 1897
VIC/MAIN/T/6 Francis Knollys correspondence
VIC/MAIN/Z/ 182 letters of the Duke and Duchess of Connaught to the Queen
VIC/MAIN/Z/468-9 Prince of Wales in India
VIC/MAIN/Z/ 92 Letters from the Grandsons, vol. 1

Europe

National Library of Ireland Dublin, Republic of Ireland

Ms. 11,223: Mayo papers

Staatsarchiv Gotha, Germany
Geheimes Archiv QQXVI: Loyal addresses to Prince Alfred

North America

Rare Books and Special Collections, McGill University, Montreal, Canada
Hardinge papers

Metropolitan Museum of New York
Lady Canning photographs

Huntington Library, San Marino, California
Stowe Mss (3rd Duke of Buckingham), Madras correspondence

India

Delhi
National Archives of India
Foreign Department proceedings, 1835-1901
Home Department proceedings
Finance Department (Mint records)
Persian Department records, Darbar proceedings, 1859-94
Residency records
  Bhopal
  Central India Agency

Alkazi Photographic Archive

Delhi District Archives
Delhi Commissioner Records
Nehru Memorial Museum & Library
Bilgrami papers

British India Association of Calcutta papers (microfilm), 1852-4

Mumhai
Maharashtra State Archives
General Department (Political) Proceedings, 1858—98

Mumhai University Library
]ejeebhoy letterbooks, 1842-56

Kolkata
West Bengal State Archives
Judicial proceedings for 1869
Political proceedings for 1876

Other Indian Archives
Bangalore
Karnataka State Archives, Chief Secretariat records, 1875-1901

Baroda
Baroda State Archives, Huzur English Dept, Daftar files

Bhopal
Madhya Pradesh State Archives, Indore Foreign Department, 1864-82

Bikaner
Bikaner Palace papers (Maharaja Ganga Singhji Trust), Office of Private Secretary, 1905-10
Rajasthan State Archives
Hazar Department proceedings (Bikaner), 1896—8
Mahkama Khas proceedings (Bikaner), 1901, 1905
Dewan Office records (Jaisalmer), 1897-1901

Chennai

Tamil Nadu State Archives

Political Consultations, 1850-51

Political Department proceedings, 1875-1901

Hyderabad

Andra Pradesh State Archives, Salar]ung papers

Salar]ung Museum and Library

Mysore

Mysore District Archives

Palace General Office, 1874—95

Palace Controller Office, 1856-1901

Rampur

Raza Rampur Library

Udaipur

Royal Palace Archives (Mewar), Photographic archive

Secondary Sources

Aldrich, Robert, and Cindy McCreery (eds), Crowns and Colonies: European Monarchies and Overseas Empires (Manchester: Manchester University Press, 2016)

Atwal, Priya, 'Between the Courts of Lahore and Windsor: Anglo-Indian Relations and the Re-making of Royalty in the Nineteenth Century' (unpublished DPhil thesis, University of Oxford, 2017)

Bance, Peter, Duleep Singh: Sovereign, Squire and Rebel (London: Coronet House, 2009)

Banerjee, Sukanya, Becoming Imperial Citizens: Indians in the Late Victorian Empire (Durham, NC: Duke University Press, 2010)

Bayly, C. A., Indian Society and the Making of the British Empire (Cambridge: Cambridge University Press, 1988)
—, Origins of Nationality in South Asia: Patriotism and Ethical Government in the Making of Modern India (Delhi: Oxford University Press, 1998)
—, Recovering Liberties: Indian Thought in the Age of Liberalism and Empire (Cambridge: Cambridge University Press, 2012)
Boehmer, Elleke, Indian Arrivals, 1870—1915: Networks of British Empire (Oxford: Oxford University Press, 2015)
Bose, Sugata, The Nation as Mother and Other Visions of Nationhood (Delhi: Penguin, 2017)
Buckler, F. W, 'The Political Theory of the Indian Mutiny of 1857', Transactions of the Royal Historical Society, 4th ser., 5 (1922), 71-100
Burton, Antoinette, Burdens of History: British Feminists, Indian Women and Imperial Culture, 1865—1915 (Chapel Hill: University of North Carolina Press, 1994)
Cannadine, David, 'The Context, Performance and Meaning of Ritual: The British Monarchy and the "Invention of Tradition", c. 1820-1977' in Eric Hobsbawm and Terence Ranger (eds), The Invention of Tradition (Cambridge: Cambridge University Press, 1983)
—, Ornamentalism: How the British Saw their Empire (London: Allen Lane, 2001)
Carter, Sarah, and Maria Nugent (eds), Mistress of Everything: Queen Victoria in Indigenous Worlds (Manchester: Manchester University Press, 2016)
Chakrabarty, Dipesh, Provineialising Europe: Postcolonial Thought and Its Discontents (Princeton, NJ: Princeton University Press, 2000)
Chakravarty, Gautam, The Indian Mutiny and the British Imagination (Cambridge: Cambridge University Press, 2005)
Chatterjee, Partha, Nationalist Thought and the Colonial World:A

Derivative Discourse? (London: Zed, 1986)
—, The Nation and its Fragments: Colonial and Postcolonial Histories (Princeton, NJ: Princeton University Press, 1993)
Chopra, Preeti, A Joint Enterprise: Indian Elites and the Making of British Bombay (Minneapolis, MN: University of Minnesota Press, 2011)
Chowdhury-Sengupta, Indira, 'Mother India and Mother Victoria: Motherhood and Nationalism in Nineteenth-Century Bengal', South Asia Research 12 (1992), 20-37
Codell, Julie F., 'Photography and the Delhi Coronation Durbars' in Codell (ed.), Power and Resistance: The Delhi Coronation Durbars, 1877, 1903, 1911 (New Delhi: Mapin, 2012)
Cohn, Bernard S., 'Representing Authority in Victorian India' in Eric Hobsbawm and Terence Ranger (eds), The Invention of Tradition (Cambridge: Cambridge University Press, 1983), 165-210
Copland, Ian, The Princes of India in the Endgame of Empire, 1917-1947 (Cambridge: Cambridge University Press, 1997)
Dalrymple, William, The Last Mughal: The Fall ofa Dynasty, Delhi, 1857 (London: Bloomsbury, 2006)
—, Return of a King: The Battle for Afghanistan (London: Bloomsbury, 2014)
Fisher, Michael, 'The Imperial Coronations of 1819: Awadh, the British and the Mughals', Modern Asian Studies 19 (1985), 239—77
Forbes, Geraldine, Women in Modern India (Cambridge: Cambridge University Press, 1996)
Godsmark, Oliver and William Gould, 'Clientelism, Community and Collaboration: Loyalism in Nineteenth-century Colonial India' in Allan Blackstock and Frank O'Gorman (eds), Loyalisrn and the Formation of the British World, 1775—1880 (Woodbridgez Boydell Press, 2014), 263-86
Goyle, Sonakshi, 'Tracing a Cultural Memory: Commemoration

of 1857 in the Delhi Durbars, 1877, 1903, and 1911', Historical Journal 59 (2016) 799—815

Guha, Ramachandra, Gandhi Before India (London: Allen Lane, 2013)

Jhala, Angma Dey, Courtly Indian Women in Late Imperial India (London: Pickering & Chatto, 2008)

Kaul, Chandrika, 'Monarchical Display and the Politics of Empire: Princes of Wales and India 1870-1920s', Twentieth Century British History 17 (2006)

Keen, Caroline, An Imperial Crisis in British India: The Manipur Uprising of 1891 (London: IB Tauris, 2015)

—, 'The Rise and Fall of Siddiq Hasan, Male Consort of Shah Jahan of Bhopal' in Charles Beem and Miles Taylor (eds), The Man Behind the Queen: Male Consorts in History (Basingstoke: Palgrave Macmillan, 2014), 185-204

Knight, Lionel, Britain in India, 1858-1947 (London: Anthem Press, 2012)

—, 'The Royal Titles Act and India', Historical journal 11 (1968), 488-507

Kolsky, Elizabeth, Colonial Justice in British India: White Violence and the Rule of Law (Cambridge: Cambridge University Press, 2010)

Kuhn, William M., Democratic Royalism: The Transformation of the British Monarchy, 1861-1914 (Basingstoke: Macmillan, 1996)

Kumarasingham, Harshan, 'The "Tropical Dominions": The Appeal of Dominion Status in the Decolonization of India, Pakistan and Ceylon', Transactions of the Royal Historical Society 23 (2013), 223—45

Llewellyn-Jones, Rosie, The Last King in India: Wajid Ali Shah (London: Hurst, 2014)

London, Christopher W, Bombay Gothic (Mumbai: India Book House, 2002)

McGarr, Paul, ' "The Viceroys are Disappearing from the Roundabouts in Delhi": British Symbols of Power in Post-Colonial India', Modern Asian Studies 49 (2015), 787—831

Mehta, Uday Singh, Liberalism and Empire: A Study in Nineteenth—Century British Liberal Thought (Chicago, IL: Chicago University Press, I999)

Metcalf, Barbara, 'Islam and Power in Colonial India: The Making and Unmaking of a Muslim Princess', American Historical Review 116 (2011), 1-30

Metcalf, Thomas, The Aftermath of Revolt: India 1857-1870 (Princeton, NJ: Princeton University Press, 1964)

——, Ideologies of the Raj (Cambridge: Cambridge University Press, 1994)

Misra, Maria, 'From Nehruvian Neglect to Bollywood Heroes: The Memory of the Raj in Post-war India' in Dominik Geppert and Frank Müller (eds), Sites of Imperial Memory: Commemorating Colonial Rule in the Nineteenth and Twentieth Centuries (Manchester: Manchester University Press, 2016), 187-206

Mukherjee, Mithi, India in the Shadows of Empire: A Legal and Political History 1774—195O (Delhi: Oxford University Press, 2010)

Myint-U, Thant, The Making of Modern Burma (Cambridge: Cambridge University Press, 2001)

Patel, Simin, 'Commemorating the Consort in Colonial Bombay' in Charles Beem and Miles Taylor (eds), The Man Behind the Queen: Male Consorts in History (Basingstoke: Palgrave Macmillan, 2014), 157-62

Ramaswamy, Sumathi, The Goddess and the Nation: Mapping Mother India (Durham, NC: Duke University Press, 2010)

Ramusack, Barbara N., The Indian Princes and their States (Cambridge: Cambridge University Press, 2004)

Reed, Charles, Royal Tourists, Colonial Subjects and the Making of a British World, 1860-1911 (Manchester: Manchester University Press, 2016)

Sartori, Andrew, Liberalism in Empire: An Alternative History (Oakland, CA: University of California Press, 2014)

Seal, Anil, The Emergence of Indian Nationalism: Competition and Collaboration in the Later Nineteenth Century (Cambridge: Cambridge University Press, 1968)

Seth, Sanjay, 'Rewriting Histories of Nationalism: The Politics of Moderate Nationalism in India, 1870-1905', American Historical Review 104 (1999), 95—116

Sinha, Mrinalini, Colonial Masculinity: The Manly: Englishman'and the 'Effeminate Bengali'in the Late Nineteenth Century (Manchester: Manchester University Press, 1995)

Steegles, Mary Ann, Statues of the Raj (London: British Association for Cemeteries in South Asia, 2000)

Stern, Philip J., The Company-State: Corporate Sovereignty and the Early Modern Foundations of the British Empire in India (Oxford: Oxford University Press, 2011)

Streets, Heather, Martial Races: The Military, Race and Masculinity in British Imperial Culture, 1857-1914 (Manchester: Manchester University Press, 2004)

Travers, Robert, 'A British Empire by Treaty in Eighteenth-century India' in Saliha Belrnessous (ed.), Empire by Treaty: Negotiating European Expansion, 1600-1900 (Oxford: Oxford University Press, 2014), 132-60

Vajpeyi, Ananya, Righteous Repulalie: The Political Foundation: of Modern India (Cambridge, MA: Harvard University Press, 2012)

Wainwright, Martin A., 'Royal Relationships as a Form of Resistance: The Cases of Duleep Singh and Abdul Karim' in Rehana Ahmed and Sumita Mukerjee (eds), South Asian Resistance: in Britain, 1858-1947 (London: Continuum, 2012)